அலெக்சேய் தல்ஸ்தோய்

அக்கினிப் பரீட்சை

முதற்பாகம்
சகோதரிகள்

தமிழில்: ரகுநாதன்

விலை : ரூ.3,000/- (3 தொகுதிகள்)

மின்னங்காடி

பதிப்பக வெளியீடு - 70

அக்கினிப் பரீட்சை - நாவல் (தொகுதி 1)

ஆசிரியர் : அலெக்சேய் தல்ஸ்தோய்

முதல் பதிப்பு : 2024

வெளியீடு : மின்னங்காடி பதிப்பகம்
24, அண்ணா 3-வது குறுக்குத் தெரு,
அவ்வை நகர், பாடி, சென்னை - 50.

Rs.3,000/- (3 Volumes)

Akkinip pareetchai - Novel - (Volume 1)

Author : Alexei Tolstoy

First Edition : 2024

Published by : Minnangadi Publications
24, Anna 3rd Cross Street,
Avvai Nagar, Padi, Chennai - 50

Website : www.minnangadi.com

Mail : minnangadipublications@gmail.com

Phone : 72992 41264

ISBN : 978-93-92973-70-3

காலம் வடித்த கதை மாந்தர்கள்

இரண்டு ஆண்டுகளுக்கு முன்னால் 'அக்கினிப் பரீட்சை' நாவலை வெளியிட திட்டமிட்டேன். சுமார் 2400 பக்கங்கள் கொண்ட இந்த நாவலை வெளியிடுவதில் ஏகப்பட்ட பொருள் செலவு இருப்பதை அறிந்து முன் வெளியீட்டு திட்டம் அறிவித்தேன். ஒரே ஒருவர் மட்டுமே பணம் செலுத்தி இருந்தார். அந்த நிலையில் வேறு வழி இல்லாமல் திட்டத்தை கைவிட்டேன். பணம் அனுப்பிய அந்த நபருக்கு பணத்தை நன்றியுடன் திருப்பி செலுத்தினேன். முன் வைத்த காலை பின் வைக்க விரும்பாமல் மீண்டும் இந்த ஆண்டு திட்டம் அறிவித்தேன். இரண்டு ஆண்டுகளுக்கு 'முன் பதிவு' செய்த பா.தாணப்பன் மீண்டும் 'முன்பதிவு' செய்தார். இரண்டு ஆண்டுகள் கழித்து அவர் முதலாவதாகப் பணம் அனுப்பியது நம்பிக்கையூட்டியது.

உயிர்மை, காக்கைச்சிறகினிலே, புத்தகம் பேசுது, முரசொலி, தீக்கதிர் இதழ்கள் செய்திகள் வெளியிட்டன. இந்த முறை தோழர்கள் பலரும் உறுதுணையாக இருந்தனர். முக்கியமாக அன்பு நண்பர்கள் சிகாமணி, சுதாகர் ஆகியோரின் பெரிய ஊக்கம். நம்பிக்கை பிறந்தது. நூலை ஒளியச்சு செய்வது, மெய்ப்பு பார்ப்பது, அட்டை வடிவமைப்பது என ஒவ்வொரு அடியாக எடுத்து வைத்தேன். ரஷ்ய நூல்கள் மிகுந்த தரத்துடன் வெளிவந்த அதே கனவுடன் எந்த சமரசமும் இல்லாமல் அதே தரத்துடன் வெளியிட வேண்டும் என்று முடிவு செய்தேன். இதோ உங்கள் கரங்களில் 'அக்கினிப் பரீட்சை'யைக் கொண்டு வந்து சேர்த்து விட்டேன்.

சோவியத் ரஷ்யா உருவான வரலாறு, 1915 முதல் 1920 வரையான காலகட்டத்தில் ரஷ்யா எப்படி இருந்தது என்பனவற்றை கலாபூர்வமான கதை வடிவத்தில் இன்றைய வாசகர்கள் அறிந்துகொள்ள வேண்டும் என்கிற

என்னுடைய ஆசை நிறைவேற்றி விட்டது.

முன்பதிவு செய்த அத்தனை தோழர்களுக்கும் பதிப்பித்த இதழ்களுக்கும் என்னுடைய நன்றி. ஒளியச்சு செய்து தந்த நண்பர் விஜய், மெய்ப்புப் பார்த்துத் தந்த நண்பர் ஜெ.பிரகாஷ் வடிவமைத்து தந்த நண்பர் ராஜேஷ் ஆகியோருக்கு என் அன்பு.

இருபதாம் நூற்றாண்டின் மகத்தான வரலாற்று நிகழ்வு சோவியத் ரஷ்யா. அதை மீண்டும் தமிழ் உலகிற்கு ரத்தமும் 'கதை'யுமாக அறிமுகம் செய்து வைக்கும் நல்வாய்ப்பாக இதைக் கருதுகிறேன். பீட்டர்ஸ்பர்க்கிலும் பெத்ரோகிராதிலும் லெனின்கிராதிலும் பயணித்தேன். ஒரே நகரத்துக்குத்தான் எத்தனைப் பெயர்கள். அலேக்சேய் தல்ஸ்தோய் அந்த நாளின் மனிதர்களை அப்படியே படம் பிடித்திருக்கிறார். தெலேகின், தாஷா, காத்யா, ரோஷன் ஆகியோர் முக்கிய பாத்திரங்கள். வெவ்வேறு சித்தாந்த நோக்கில் செயல்பட்டு, முரண்பட்டு ஒரே நேர்க்கோட்டில் வந்து சேர்வதை கோவையாக்கி யிருப்பதில் அ.தல்ஸ்தோய் பிரமிக்க வைக்கிறார். லெனின், ஸ்டாலின் ஆகியோரும் கதை மாந்தர்களாக வருகிறார்கள்.

மிகவும் ஆச்சர்யபடுத்திய இடம், இந்தக் கதையின் ஒரு நாயகியான காத்யா ஒரு மோசமான விடுதியிலே தங்க நேருகிறது. தாஸ்தேயவஸ்கியின் 'குற்றமும் தண்டனை'யும் கதையின் கதாபாத்திரமான ஸ்விட்ரிகாயலோவ் பெரிய மனப் போராட்டங்களுடன் தங்கியிருந்த விடுதியும் அதுதான் என காத்யாவுக்கு நினைவு வருகிறது. ஒரு வேளை அவன் தங்கியிருந்த அதே அறைதானோ என அவள் பதறிப் போகிறாள்.

அந்த நாவலின் கதாபாத்திரமும் இந்த நாவலின் கதாபாத்திரமும் உயிரும் உடலும் பெற்ற உண்மை மனிதர்களாக மாறுவதைக் கவனியுங்கள். லெனின் கண்ட மாபெரும் கனவைப் படியுங்கள்.

அன்புடன்,
தமிழ்மகன்
8.12.24

ஓ! ருஷ்ய நாடே!..[1]

1

அடர்த்து மரஞ்செறிந்த ஏதாவது ஒரு சிறு வீதியிலிருந்து பீட்டர்ஸ்பர்க்குக்கு வந்து ஒதுங்கி நின்று பார்வையிடும் ஒருவனுக்கு கிளுகிளுப்பூட்டும் சிக்கலான ஒரு அறிவுக் கிளர்ச்சியும், மன அழுத்த உணர்வும் ஏற்படும்.

பனி மூடிய நேர் தெருக்களின் வழியே, வாசலில் தூங்கி வழியும் காவற்காரனும், இருண்ட சாளரமுமுள்ள வீடுகளின் அருகே நடக்கையில் நேவா நதியின் இருண்டு கறுத்த வெள்ளப் பரப்பின் திரட்சியையும், அந்திக் கருக்கலுக்கு முந்தி ஏற்றப்பட்ட விளக்கு வரிசைகளோடு கரு நீலமாகக் காட்சியளிக்கும் பாலங்களையும், அந்தப் பாலங்களின் இருகோடிகளிலும் அலங்காரத் தூண்கள் கொண்ட முகப்பு மண்டபங்களோடு தோன்றும் களிப்பும் களையும் இழந்து நிற்கும் அரண்மனைகளையும் அவன் காண நேர்ந்தால்; ருஷ்ய மரபுக்கே ஒவ்வாததாக, தலையைக் கிறங்க வைக்கும் அகாத உயரத்தோடு

---

1 இகோர் இளவரசனின் திக் விஜயம் எனும் புராதன ருஷ்ய இலக்கியம். -(ப-ர்.)

அலெக்சேய் தல்ஸ்தோய்

வளர்ந்தோங்கி நிற்கும் பீட்டர்பால் தேவாலயத்தை அவன் ஏறிட்டுப் பார்க்க நேர்ந்தால்; ஆற்றின் நீர்ப்பரப்பிலே மிதந்தலையும் எளிய படகுகளையும், அந்தப் படகுகளின் முன்பாகங்கள் கறுத்திருண்ட நீர்ப்பரப்பின் மீது அலைமோதி முங்கி முங்கி எழுவதையும் ஈரம் காயாத பெரும் மரக்கட்டைகளைச் சுமந்து நிற்கும் எண்ணற்ற தோணிகளையும் கருங்கல்லால் கட்டப்பெற்ற தோணித் துறைகளில் அவை அணிவகுத்து நிற்பதையும் அவன் கவனிக்க நேர்ந்தால், அந்த நகரத்தைப் போலவே அருளும் களையும் இழந்து இருண்டு மங்கிய கண்களோடும், கவலைப்பட்டுக் கழிந்து நைந்து வெளிறி வாடிய முகங்களோடும் செல்லும் பாதசாரிகளின் முகங்களை அவன் கூர்ந்து நோக்க நேர்ந்தால், நல்லெண்ணமுள்ள அந்தப் பார்வையாளன்- தனது கோட்டுக் கழுத்துக்குள்ளே தன் தலையை புதைத்துக் கண்களை மூடிக் கொள்வான்; அல்லது அவன் நல்லெண்ணம் அற்றவனென்றால், மாயாஜால மதி மயக்கம்போல் திக்கு முக்காடச் செய்யும் அந்த நகரத்தின் தோற்றம் அனைத்தையுமே பெரும் மரண அடி கொடுத்து, தவிடு பொடியாக்கித் தகர்த்தெறிந்தால் நன்றாய் இருக்கும் என்று தனக்குத் தானே சொல்லிக்கொள்வான்.

வெகு காலத்துக்கு முன் பீட்டர் சக்ரவர்த்தியின் காலத்திலேயே நடத்த சம்பவம் ஒன்று; அதாவது திரோயித்ஸ்கி பாலத்துக்கு அருகில் இன்றைக்கும் அழியாது நின்று கொண்டிருக்கிறதே, அதே திரோயித்ஸ்கி தேவாலயத்தைச் சேர்ந்த மணியக்காரன் ஒருவன் நல்ல இருட்டு வேளையிலே தேவாலய மணிக்கூண்டின் படிக்கட்டுக்களின் வழியாக இறங்கி வந்தான்; அப்போது பரட்டைத் தலையோடும் பயங்கரத் தோற்றத்தோடும் வந்த ஒரு மோகினிப் பிசாசைக் கண்டு பயந்து அலறியடித்துக் கொண்டு ஓடி ஒரு சாராயக் கடைக்குள்ளே புகுந்து, "பீட்டர்ஸ்பர்க் நகருக்குக் கேடுகாலம் வருகிறது" என்று அலறினான். இதற்காக அவன் கைது செய்யப்பட்டு அரசாங்க ரகசிய இலாகாவின் சித்திரவதைக்கு ஆளாகி இறுதியில் ஈவு இரக்கமற்ற கசையடித் தண்டனைக்கு

இரையானான்.

பீட்டர்ஸ்பர்க் நகரைப்பற்றி இத்தகைய அச்சானியமும் அமங்கலமும் நிறைந்த பல்வேறு கதைகளும் வதந்திகளும் ஒருவேளை இந்தக் காலத்திலிருந்தே தோன்றி வந்திருக்கக் கூடும். வசீலியவ்ஸ்சி தீவுத் தெருக்களின் வழியாக, ஒரு பிசாசு சாரட்டு வண்டியில் சவாரி செய்து கொண்டு போனதைத் தம் கண்களாலேயே பார்த்ததாகச் சிலபேர் சாதித்தார்கள். வேறு சிலரோ, கருங்கல் பீடத்தின் மீது குதிரைச் சவாரி செய்வது போல் நிற்கும் வெண்கலப் பீட்டர் சக்கரவர்த்தி நள்ளிரவில் உயிர் பெற்றெழுந்து, கடும் புயலில், பொங்கும் வெள்ளத்தில், பெருங் கற்களின் மீது பாய்ந்து சென்றதைத் தம் கண்ணால் பார்த்ததாகக் கூறினார்கள். இன்னும் சிலரோ, அரசாங்கத்தின் ரகசிய ஆலோசகரின் சாரட்டு வண்டியின் ஜன்னல் கண்ணாடி மீது ஏதோ ஒரு பணியாளனின் பிணம் தனது சவக்களை படிந்த முகத்தை அழுத்திப் பதித்து விழித்துப் பார்த்ததாகச் சொன்னார்கள். இந்த மாதிரியான பல்வேறு கதைகள் நகரமெங்கும் பரவலாகவே நடமாடின.

மேலும் சமீபத்தில் அலெக்சேய் அலெக்சேயவிச் பெஸ்ஸோனவ் என்ற கவிஞர் துரிதமாகச் செல்லக் கூடிய சாரட்டு வண்டியில் ஏறியமர்ந்து, தீவிலுள்ள தமது வீட்டுக்குச் சென்றார்; போகும் வழியில் நதியின் மீதுள்ள கூனல் வளைவுப் பால மொன்றைக் கடந்து செல்லும்போது, நீர் படிந்த கண்களோடு, கிழிபட்டு வழிவிட்டுக் கிடந்த மேகத் திரட்சியினூடே தெரிந்த ஏதோ ஒரு தாரகையைக் கண்டார்; அதைக் கண்டதும் தாம் சவாரி செய்து வந்த சாரட்டு வண்டியும் சரி, பாலத்தின் மீது அணி அணியாகத் தோன்றும் விளக்கு வரிசைகளும் சரி, தமக்குப் பின்னால் பேரமைதியோடு ஆழ் துயிலில் அயர்ந்து கிடக்கும் பீட்டர்ஸ்பர்க் நகரமும் சரி, எல்லாமே வெறும் கனவுதான் என்றும், அறிவு மயக்கத்திலே விளைந்த மனப் பிராந்திதான் என்றும், கள்ளிலும், காமத்திலும் சுவையிலும் ஆழ்ந்து புதைந்து விட்ட தமது சிந்தனையின் சிறுதுளித் தோற்றம்தான்

என்றும் தமக்குத் தாமே சொல்லிக்கொண்டார்.

இருநூறு ஆண்டுகள் கனவைப்போல் கழிந்து மறைந்து விட்டன; இந்தக் காலத்துக்குள்ளே சதுப்பு நிலங்களுக்கும் வெட்டவெளிப் புல் பரப்புகளுக்கும் மத்தியிலே, உலகத்தின் கடைகோடி விளிம்போரத்திலே குடிகொண்டு விளங்கிய பீட்டர்ஸ்பர்க் நகரம் என்றென்றும் மங்காத புகழையும் எல்லையற்ற அதிகார வேட்கையையும் விரும்பி நின்றது. அரண்மனைப் புரட்சிகள், பேரரசர்களின் படுகொலைகள், வெற்றிகரமான ஆதிக்க வேட்டைகள், ரத்த வெறிகொண்ட மரண தண்டனைகள், சிரச்சேதங்கள் முதலியவை அனைத்தும் மாயாஜால மனப்பிரமைகளைப் போல் நிகழ்ந்து முடிந்தன. மனோவுறுதியற்ற மங்கையர்களோ அதிகாரத்தின் ஏகபோகத்தை அனுபவித்தார்கள்; அரண்மனையின் கதகதப்பான கட்டில்களில்தான் நாட்டுமக்களின் தலைவிதிகள் நிர்ணயிக்கப் பட்டன. உருண்டு திரண்ட உடல் படைத்த வாலிபர்கள் அதிகாரத்தையும் ஆடம்பரத்தையும் பங்கு போடுவதற்காக அஞ்சா நெஞ்சோடு அரச பீடத்தை நோக்கி முன்னேறினார்கள்.

இத்தகைய வெறிபிடித்த மாயாஜால விசித்திரங்களை அக்கம் பக்கத்து நாடுகளிலுள்ள அன்னியக் கண்களும் பயபீதியோடு விழித்து நோக்கின. ருஷ்ய நாட்டு மக்களே தங்கள் நாட்டுத் தலைநகரில் நிலவும் இந்த ஜன்னி வேக சாகஸங்களை வெறுப்போடும் பயத்தோடும் பார்க்கத் தொடங்கினார்கள். பீட்டர்ஸ்பர்க் நகரத்தினுள்ளே குடிகொண்டு பேயாட்டம் போடும் தீராத பசி வேட்கை கொண்ட இந்த மோகப் பிசாசுகளின் தாகத்தைத் தணிப்பதற்காக, ருஷ்ய நாட்டின் உயிர் மூலமே ரத்தச்சோரியாகச் சிந்திப்பொழிந்து செத்து மடிந்து கொண்டிருந்தது.

பீட்டர்ஸ்பர்க் நகரம் இருள் மண்டிய அந்தகார நிலையிலே ஆழ்ந்து கிடந்தது. மூர்க்கத்தனமும், புளி ஏப்பமும் திமிர்வாதமும் குடிகொண்ட அந்தகாரம்; விரக வேட்கையும் வெறியாட்டமும் மிகுந்த வேனிற்கால

இரவின் கோலாகல கேளிக்கைகள்; கண்மூடித் துஞ்சாத பனிக் காலத்து இரவு வாழ்க்கை; சீட்டாட்டங்கள்; செம்பொன்னின் கலகலப்பு; சங்கதம்; ஒளி மிகுந்த ஜன்னலோரத்திலே உல்லாசமாக வட்டமிட்டுச் சுழன்றோடும் உல்லாசக் காதல் ஜோடிகள்; மூன்று குதிரைகள் பூட்டிய வண்டிகளின் ஓட்டப் பந்தயங்கள்; நாடோடிக் கூத்தாட்டம்; அருணோதயப் பொழுதிலே நிகழும் சவால் சண்டைகள்; எதிர் நோக்க முடியாத ஜார் மன்னனின் ஆணவப் பார்வையின் கீழ், ராணுவக் குழலோசையின் கீச்சுக்குரலுக்கு ஏற்றாற்போல் கொட்டும் பனிக்காற்றில் ராணுவப் பயிற்சி பெறும் படைவீரர்கள் - இவைதான் பீட்டர்ஸ்பர்க்கின் வாழ்க்கை.

கடந்த பத்து வருஷ காலத்துக்குள் பெரும் பெரும் தொழிலகங்கள் வெகு வேகமாக முளைத்தன. ஆகாயத்திலிருந்து சொரிந்தது போலக் கோடிக் கணக்கில் செல்வம் கொழித்தது. கண்ணாடியாலும் சிமெண்டினாலும் பாங்குகள் கட்டப்பட்டன. இசை அரங்குகளும் வழுக்கோட்ட மைதானங்களும் தோன்றின; ஆடம்பரமான ஹோட்டல்களும் முளைத்தன. இசையின் இறைச்சலால் மக்கள் செவிடானார்கள். அரை நிர்வாணக் கோலத்திலுள்ள அழகு மங்கைகளையும், பளபளக்கும் நிலைக் கண்ணாடிகளையும் கண்டு கண்மயங்கி சாம்பேன் மதுவின் போதை மயக்கிலே விழுந்து கிடந்தார்கள். சூதாட்ட அரங்குகள், கூட்ட மண்டபங்கள், நாடக மன்றங்கள், சினிமாக் கொட்டகைகள், கேளிக்கைப் பூங்காக்கள் முதலியவை அவசர அவசரமாகத் தோற்றுவிக்கப்பட்டன. இதற்கு முன் எவருமே குடிவாழாத, எந்த ஒரு கட்டிடமுமே முளைத்திராத ஒரு தீவில், பீட்டர்ஸ்பர்க்குக்குச் சமீபத்திலேயே உள்ள ஒரு திட்டுப்பிரதேசத்தில் ஈடு இணையற்ற கோலாகல ஆடம்பரத்தோடு கூடிய புதியதொரு தலை நகரை நிர்மாணிக்கும் திட்டத்தில் என்ஜீனியர்களும் பணம் படைத்த முதலாளிகளும் ஈடுபட்டார்கள்.

நகரிலே ஏராளமான தற்கொலைகள் சம்பவித்தன.

நீதிமன்றங்களிலே பித்தவெறி பிடித்த பெண்களின் கூட்டம் பெருகியது; பரபரப்பூட்டும் விசாரணைகளின் மூலம் வெளிப்படும் பயங்கரமான விவரங்களைக் கேட்கும் வெறி வேட்கையோடு அங்கு கூட்டம் பெருகியது. பணமிருந்தால் ஆடம்பரம், அழகு மங்கை எது வேண்டுமானாலும் கிட்டியது. ஒழுக்கக்கேடு எங்கும் காணப்பட்டது. ஒரு தொற்று நோயைப் போல அது மாளிகைகளையும் பீடித்தது.

மேலும் அரண்மனையிலேயே குரூரமான கண்களும் கட்டு மஸ்தான உடற்கட்டும் கொண்ட அறிவு சூன்யப் பேர்வழியான ஒரு குடியானவன் சக்கரவர்த்தியின் அரியணையை நெருங்கி ருஷ்ய நாட்டையே ஏமாற்றவும் இகழவும் தலைப்பட்டான்.

எல்லாப் பெரு நகரங்களையும் போலவே, பீட்டர்ஸ்பர்க்கும் பாங்கும் பரபரப்பும் கொண்ட வாழ்க்கையையே கொண்டிருந்தது. இந்த வாழ்வை பீட்டர்ஸ்பர்க் நகரின் மைய சக்தியே இயக்கி வந்தது. இது பீட்டர்ஸ்பர்க் நகரத்தின் இதயம் என்று சொல்லத்தகும் தன்மையோடு எவ்விதத்திலும் சம்பந்தா சம்பந்தமற்று இயங்கியது. அச்சக்தியோ நாட்டில் அமைதியையும் ஒழுங்கையும் கௌரவத்தையும் நிலைநாட்டுவது ஒன்றையே குறிக்கோளாகக் கொண்டிருந்தது. நகரத்தின் இதய வேட்கையோ அம்மைய சக்தியையே ஒழித்துக் கட்டும் குறிக்கோளோடு இயங்கி வந்தது. எங்கு பார்த்தாலும் இத்தகைய அழிவு உணர்ச்சியே தலை தூக்கி நின்றது. சாகெல்மன் என்ற பிரபலமான வர்த்தக மையத்தின் பெரும் பெரும் பொருளாதாரச் சூதாட்டங்கள் ஆகட்டும், உருக்காலைத் தொழிலாளியின் மொறு மொறுக்கும் உள்ளக் கசப்பு ஆகட்டும், 'சிவப்பு வழுக்கு வண்டி மணிகள்' என்ற கலைஞர்கள் உணவு விடுதியின் அருகே நடைபாதையில் காலை ஐந்து மணிவரையில் அமர்ந்திருக்கும் நவ நாகரிகக் கவியரசியின் சம்பந்தா சம்பந்தமற்ற இதயத் தேட்டங்களாகட்டும் – எல்லாவற்றையும் அந்த அழிவு வேட்கையின் ஆலகால விஷ வேகம் ஊடுருவி நின்றது.

இவ்வழிவு உணர்ச்சியை எதிர்த்துப் போராடுவதையே தமது கடமையாகக் கொண்டிருந்தவர்கள் கூட, அதன் உணர்ச்சிவேகத்தையும் வெற்றியையும் அதிகரிப்பதற்கான காரியங்களையே தம்மை யறியாமல் செய்து வந்தார்கள்.

காதல் முதலிய சகலவிதமான அன்புணர்ச்சிகளையும் அறிவுத் தன்மைகளையும், சிறுமையாகவும், சர்வ சாதாரணமாகவும் கருதும் காலமாகிவிட்டது இந்தக் காலம். இந்தக் காலத்திலே மக்கள் காதலை உணரவில்லை; மாறாக, காமத்தையே உணர்ந்தார்கள். தங்கள் உடம்பின் உயிர்மூல உறுப்புக்களைச் சுட்டுப்பொசுக்கிச் சூடேற்றக் கூடிய ஏதாவதொரு காரசாரமான தன்மையையே அவர்களது நீர்த்து நசித்து நீறிப் பூத்துப்போன வேட்கையுணர்ச்சிகள் நாடித் தவித்தன.

பெண்களோ தங்கள் பேதைக்குணத்தை மூடி மறைத்தார்கள்; மணமான தம்பதிகளோ தங்கள் தம்பத்திய விசுவாசத்தையே மூடி மறைத்தார்கள். அழிவு உணர்ச்சியே நல்லரகத் தன்மைக்கோர் அறிகுறியாகக் கருதப்பட்டது; நரம்புத் தளர்ச்சி நோயே நாகரிகமாயிற்று. ஒரே காலத்தில் காளான் போல் தோன்றிய நாகரிக எழுத்தாளர்களோ இதே தத்துவங்களைத்தான் போதித்தார்கள். மக்கள் தமக்குத் தாமே பல்வேறு விதமான பாவகாரியங்களையும், மனவிகாரங்களையும் கண்டு பிடித்தார்கள். அதாவது அலுத்துச் சலித்து அடங்கிப்போவதைவிட இப்படி எதையாவது கண்டறிந்து செயல்படுவது நல்லது என்று பட்டது அவர்களுக்கு.

உறக்கமற்ற இரவுகளால் உறுத்துக் கலகலத்த வாழ்வு; அந்த வாழ்வின் சோகத்தையெல்லாம் பொன்னிலும் மதுவின் போதையிலும் மூழ்கடிக்கும் போக்கு; அதனைக் காதலற்ற காதலால் நெரித்து அமுக்கும் மனப்பான்மை - இழுத்துக் கிழித்து பலமிழந்து நீட்டி முழக்கும் நாட்டிய இசை- சாவு கால சோக கீதம்-இப்படித்தான் இருந்தது பீட்டர்ஸ்பர்க் நகரம் 1914ம் ஆண்டில். அதாவது, ஏதோ ஒரு பயங்கரமான படு நாசகரமான நாளை எதிர்பார்த்து ஏங்கி நிற்பதுபோல் பீட்டர்ஸ்பர்க் நகரம் உயிர் வாழ்ந்தது.

இதற்கு முன்னறிகுறியாக புதிரான புதுமையான ஒன்று ஒவ்வொரு வெடிப்பிலிருந்தும் கசிந்து வெளிப்பட்டுக் கொண்டே இருந்தது.

2

'பழம் நினைவுகளால் நமக்கு என்ன பயன்? போதும் போதும். பழங்காலத்தை விட்டுத் திரும்புங்கள்!' என்று சொல்கிறோம் நாம். பழங்காலத்தில் எனக்குப் பின்னால் நின்று கொண்டிருப்பது யார்? மிலான் வீனஸ் தெய்வமா? அவளை என்னால் சாப்பிட்டு ரசிக்க முடியுமா? அல்லது அவளால் என் தலை மயிர்தான் வளரப்போகிறதா? சலவைக் கல்லாலான சவ உருவத்தால் எனக்கென்ன கிடைக்கும்? அதுதான் எனக்குத் தெரியவில்லை! கலை என்றா சொல்கிறீர்கள்? அந்தக் கருத்தைக் கொண்டு உங்களுக்கு நீங்களே இன்னுமா உணர்ச்சியூட்டப் பார்க்கிறீர்கள்? உங்களைச் சுற்றிலும், உங்கள் முன்னால், அதோ தரையில் என்ன தெரிகிறது என்று பாருங்கள். நீங்கள் அமெரிக்கச் செருப்புக்களை அணிந்திருக்கிறீர்கள். அந்த அமெரிக்கச் செருப்புகள் வாழ்க! சிவப்புக் கார், ரப்பர் சக்கரங்கள், ஒரு காலன் பெட்ரோல், மணிக்கு எழுபது மைல் வேகம்- இதுதான் கலை! இதன் மூலம் காலத்தையும் தூரத்தையும் கிழித்துக்கொண்டு முன்னேறும் வேட்கை மனிதனுக்குப் பிறக்கிறது. இதோ உங்களுக்கு ஒரு கலை காத்திருக்கது பாருங்கள். அதோ அந்த நாற்பதடி உயரமான சுவரொட்டி விளம்பரம். அதைப் பாருங்கள், அதில் உயரமான சூரியப்பிரகாச ஜோதிபோல் மினுக்கும் தொப்பியை அணிந்துகொண்டு ஒரு துருதுருப்பான இளைஞன் நிற்கிறான் பார்த்தீர்களா? இவன் ஒரு தையல்காரன், கலைஞன், இன்றைய மேதாவி. நானோ வாழ்க்கையையே விழுங்க விரும்புகிறேன். நீங்களோ நபுஞ்சர்களுக்கு இதமூட்டும் ஷர்பத் சரக்குகளை எனக்கு வழங்க முன் வருகிறீர்கள்!"

அந்த ஒடுங்கிய ஹாலின் கோடியிலிருந்து, நாற்காலிகளுக்கு அப்பால் நெருக்கியடித்து நின்று கொண்டிருந்த பல்கலைக்கழக மாணவர்கள், பள்ளி மாணவர்கள் கூட்டத்திலிருந்து ஆரவாரச் சிரிப்பும் கைதட்டலும் அமோகமாக எழுந்து சபையில் எதிரொலித்தன. பிரசங்கம் பண்ணிக் கொண்டிருந்த ஸெர்கேய் ஸெர்கேயவிச் ஸாபஷ்கோவ் தனது ஈரம் படிந்த உதடுகளிலே ஒரு புன்னகை நெளிந்து பிதுங்க, தனது பெரிய மூக்கின் மீது கொடுக்கிக்கொண்டு நின்ற மூக்குக் கண்ணாடியைச் சரிசெய்து கொண்டான்; பின்னர் அந்தப் பெரும் மரமேடையிலிருந்து அதன் படிக்கட்டுகள் வழியாக கம்பீரமாக இறங்கி வந்தான்.

அந்த ஹாலின் ஒரு கோடியில் இரண்டு பஞ்சமுக விளக்குகளால் ஒளி செய்யப்பெற்ற மேஜைக்குப் பின்னால், 'தத்துவார்த்த சங்க'த்தின் அங்கத்தினர்கள் வீற்றிருந்தார்கள். அங்குச் சங்கத்தின் தலைவரான மதோபதேசப் பேராசிரியர் அன்தனோவ்ஸ்கியும், அன்றைய பேச்சாளரான சரித்திராசிரியர் வெலியமீனவும், தத்துவாசிரியர் போர்ஸ்கியும், திறமையும் தந்திரமும் மிக்க எழுத்தாளரான சகூனினும் அமர்த்திருந்தனர்.

அந்த மாரிக் காலத்தின்போது, 'தத்துவார்த்த சங்க'த்தினர் கடும் தாக்குதல்களுக்கு ஆளாயினர். அந்தத் தாக்குதல்களை ஊர்பேர் தெரியாத, எனினும் காரசாரமாக வாய்க்கு வந்தபடி பேசும் சில இளைஞர்கள்தான் நடத்தி வந்தார்கள். இந்த இளைஞர்களோ மதிப்புக்குரிய பிரபல எழுத்தாளர்களையும், கௌரவம் மிக்க தத்துவாசிரியர்களையும் கடுமையாகத் தாக்கிப் பேசினார்கள்; மிகுந்த துணிச்சலோடும் கவர்ச்சிகரமாகவும் தமது கருத்துக்களை வெளியிட்டார்கள். இதன் காரணமாக பன்தான்காவில் இருந்த, 'தத்துவார்த்தச் சங்கத்'தின் இருப்பிடமான அந்தப் பழங் கட்டிடத்தில், சனிக்கிழமைகளில் ஜனக் கூட்டம் பொங்கி வழியத் தொடங்கியது; அன்றைய சனிக்கிழமையும் அதற்கு விதிவிலக்கல்ல. கைதட்டல் ஆரவாரங்களுக்கு

இடையே மேடையைவிட்டு இறங்கி சாபஷ்கோவ் கூட்டத்தினரிடையே சென்று மறைந்தபின்னர், ஓட்ட வெட்டிய உருட்டைத்தலையும், துருத்திப்புடைத்த கன்னங்களும் வெளிறிய நிறமும் கொண்ட முகத்தோற்றமுள்ள குட்டையான இளைஞன் ஒருவன் பிரசங்க மேடையின் படிக்கட்டில் ஏறிச்சென்றான். அவன்தான் அகூன்தின்; சொல்லப் போனால் அவன் அங்கு ஒரு புதிய நபர். எனினும் அவனுக்குப் பிரமாதமான வரவேற்பு இருந்தது; குறிப்பாக, பின்வரிசையிலே உள்ளவர்கள் அவனை ஆரவாரித்து வரவேற்றார்கள். ஆனால் அவன் யார் என்பதையோ, அவன் எங்கிருந்து வந்தவன் என்பதையோ கேட்டுத் தெரிந்துகொள்ள முயன்றால், விஷயம் தெரிந்தவர்கள் என்று சொல்லக்கூடியவர்கள், விவரம் தெரியாதவர்கள் போல, புன்னகைத்து மழுப்பினார்கள். எது எப்படியிருந்தபோதிலும், அகூன்தின் என்பது அவனது இயற்பெயர் அல்ல என்பதையும், அவன் சமீபத்தில் தான் வெளிநாட்டிலிருந்து வந்திருக்கிறான் என்பதையும், அங்கு வந்து பேசுவதற்கு அவனுக்குத் தனிப்பட்ட சில காரணங்கள் இருந்தன என்பதையும் அறிந்திருந்தனர்.

அகூன்தின் தனது இளந்தாடியைக் கைவிரலால் நெருடி விட்டுக்கொண்டே, அமைதி குடி கொண்டிருந்த அந்தப் பிரசங்க மண்டபத்தைச் சுற்றுமுற்றும் பார்த்தான்; பேசத் தொடங்குவதற்கு முன்னால் அவனது உதடுகளில் ஒரு மெல்லிய புன்னகை தோன்றி மறைந்தது.

மூன்றாவது வரிசையில் நடைபாதைக்கு நேராக ஒரு இளம் பெண் அமர்ந்திருந்தாள். கழுத்துப் பட்டி உயர்ந்த கறுப்பு உடை அணிந்த அந்தப் பெண் தனது மோவாயைக் கையின் மீது ஊன்றியவாறு அமர்ந்திருந்தாள். அவளது அழகிய சாம்பல் நிறக் கூந்தல் காதுகளுக்குப் பின்னால் ஒரு பெரிய கொண்டையாகத் திரண்டு காட்சியளித்தது. கொண்டை அவிழ்ந்து விழுந்து விடாதபடி அவள் அதில் ஒரு சீப்பையும் சொருகி வைத்திருந்தாள். அசையாமல், புன்னகை புரியாமல் அமர்ந்தவாறே, கம்பளி விரிப்பினுள்

மூடப் பெற்ற அந்த மேஜையைச் சுற்றிலும் வீற்றிருக்கும் மனிதர்களை அவள் கூர்ந்து நோக்கினாள். இடையிடையே அவளது கண்கள் அங்கிருந்த மெழுகுவத்தி விளக்குகளின் தீபச்சுடரின் மீது நிலைத்து நின்றன.

அந்தப் பிரசங்க மேடையின் மேஜைப் பலகையின் மீது ஓங்கிக் குத்தியவாரே அகூன்தின் பின்வருமாறு பேசினான்: "உலகப் பொருளாதாரத்தின் ஓங்கிய முஷ்டி தேவாலயத்தின் கலச கூடத்தைத்தான் முதன் முதலாகத் தாக்கி நொறுக்கப் போகிறது!" இதைக் கேட்டதும் அந்தப் பெண் லேசாக பெருமூச்செறிந்தவாறே, கன்றிபோயிருந்த தன் மோவாயைத் தாங்கிக்கொண்டிருந்த தன் கரத்தை விலக்கிவிட்டு, ஒரு மிட்டாயை வாய்க்குள் போட்டுக்கொண்டாள்.

அகூன்தின் மேலும் பேசினான்;

"...நீங்களோ பரலோக சாம்ராஜ்யத்தைப் பூமண்டலத்திலே தோற்றுவிப்பதைப் பற்றித் தெளிவற்ற கனவுகள் காண்பதிலேயே இன்னும் ஈடுபட்டுக் கொண்டிருக்கிறீர்கள். ஆனால், நீங்கள் எவ்வளவுதான் முயன்ற போதிலும், அவர்கள் தூங்கக்கொண்டே தான் இருக்கப்போகிறார்கள். அல்லது அவர்கள் அனைவரும் தூக்கம் கலைந்து எழுந்து விடுவார்கள் என்றோ அல்லது விழித்தெழுந்து பாலாமின் கழுதையைப்போல் வாய்திறந்து பேசிவிடுவார்கள் என்றோ நீங்கள் நம்புகிறீர்களா? அவர்கள் தூக்கம் கலைந்து எழத்தான் போகிறார்கள். ஆனால், உங்களுடைய பரிமளகந்தங்களின் வாசனைப் புகையோ அல்லது உங்களுடைய கவிவாணர்களின் தேனாழுகும் திருவாய் மொழிகளோ அவர்களுக்கு விழிப்பூட்டப் போவதில்லை. தொழிற்சாலைகளின் ஆலைச்சங்குகளின் ஓலத்தால்தான் மக்களை விழிப்பூட்ட முடியும். அவர்கள் விழித்தெழத்தான் போகிறார்கள். பேசத்தான் போகிறார்கள். ஆனால் அவர்களது பேச்சோ உங்கள் காதுகளுக்கு நாராசமாக ஒலிக்கும். அல்லது நீங்கள் இன்றும் உங்களது தரிசு நிலங்களையும் சதுப்பு நிலங்களையும் நம்பிக் கொண்டிருக்கிறீர்களா? இன்னும்

குறைந்த பட்சம் ஐம்பது வருஷ காலத்துக்கு நீங்கள் இப்படியே தூங்கி வழிந்து கொண்டிருக்க முடியும் என்பதை நானும் ஒப்புக்கொள்கிறேன். ஆனால், உங்களது இந்தத் தூங்கு மூஞ்சி வாழ்க்கையை மேசையாவின் தத்துவ வாழ்க்கை என்று மட்டும் சொல்லாதீர்கள். உங்களுடைய கனவுகளெல்லாம் இறந்த காலத்துக்கே உரியவை; எதிர் காலத்துக்கல்ல; இங்கு, பீட்டர்ஸ்பர்க்கில், இந்த அருமையான மண்டபத்தில்தான் ருஷ்ய நாட்டு விவசாயி கற்பனை செய்யப்பட்டிருக்கிறான். அவனைப் பற்றி நூற்றுக்கணக்கான புத்தகங்கள் எழுதியாயிற்று; ஏராளமான இசை நாடகங்கள் இயற்றியாயிற்று. இத்தகைய கோலாகலமான பொழுதுபோக்கு ரத்த வெள்ளத்திலே முடிவடையுமோ என்றுதான் நான் அஞ்சுகிறேன்..."

இந்த சமயத்தில், தலைவர் ஏதோ குறுக்கிட்டுப் பேசி, அகூன்தினை தடுத்தார். அகூன்தினோ லேசாகப் புன்னகை புரிந்தவாறே கோட்டுப் பையிலிருந்த பெரிய கைக் குட்டையை எடுத்து தலையையும் முகத்தையும் தனது வழக்கமான முறையில் துடைத்துக் கொண்டான். மண்டபத்தின் பின் வரிசையிலிருந்து பல்வேறு குரல்கள் ஓங்கி ஒலித்தன.

"அவரைப் பேச விடு!"

"பேச்சாளிக்கு வாய்ப்பூட்டா? வெட்கம்! வெட்கம்!"

"வெறும் கேலிக் கூத்து!"

"பின் வரிசையில் உள்ளவர்களே! கொஞ்சம் பேசாதிருங்கள்!"

"நீங்கள் வாயை மூடுங்கள்!"

அகூன்தின் மேலும் பேச முனைந்தான்:

"கொள்கைகளை மாட்டி வைக்கும் கோட்டு ஸ்டாண்டு தானா ருஷ்ய விவசாயி? ஆம். அப்படித்தான். ஆனால் அந்தக் கொள்கைகள் அவனது யுகாந்திரமான ஆசாபாசங்களோடு ஒன்றுபட்டுப் பிணைந்து

நிற்காவிட்டால், ஏனையை மனிதர்களைப்போலவே தர்ம நியாயத்தைப்பற்றி அவன் இயல்பாகவே கொண்டுள்ள தத்துவ தரிசனத்தோடு அவை ஒத்து வராவிட்டால், அந்தத் தத்துவங்கள் அனைத்தும் பாறையிலே விதைத்த விதைகளைப் போல் பயனற்றுத்தான் போகும். உழைத்து உழைத்துக் காய்த்துத் தடித்துப்போன முதுகும், ஒட்டி உலர்ந்த வயிறும் கொண்ட ஒரு மனிதப் பிறவியே அவன் என்ற எண்ணத்தோடு ருஷ்யநாட்டு விவசாயியை மக்கள் மதிக்கும் வரையிலும், அவனுக்காக என்றோ ஒரு நாள் எவனோ ஒரு பெரிய மனிதன் கண்டுபிடித்துச் சொன்ன தர்ம ரக்ஷ தன்மைகளை அவன் மீதிருந்து களைந்து எறியும் வகையிலும், எதிரும் புதிருமான இருவேறு துருவ நிலைகள் நிலைத்து நிற்கும் பரிதாபத்தை எவராலும் மாற்ற முடியாது. அதாவது வாசகசாலை அறையின் இருண்ட சூழ்நிலையிலே பிறப்பெடுத்த உங்களது அற்புதமான தத்துவங்கள் ஒரு கோடியிலும், எந்த ஜனங்களிடத்திலே நீங்கள் எவ்விதத் தொடர்பும் கொள்ள விரும்பவில்லையோ அந்த ஜனங்கள் மறு கோடியிலும்தான் இருக்க முடியும். உண்மையில் உங்களை நாங்கள் விமர்சிக்கக்கூட இல்லை. இத்தகையதொரு மனித விசித்திரத்தின் குழப்படிகளை ஆராய்ந்து நேரத்தைப் போக்குவதில் அர்த்தமே இல்லை. இல்லை! உங்களுக்கு நாங்கள் சொல்லும் புத்திமதி ஒன்றே ஒன்றுதான். காலம் கடப்பதற்கு முன் தப்பிப் பிழையுங்கள்! ஏனெனில் உங்களுடைய தத்துவங்களும், அரிய பொக்கிஷங்களும் வரலாறு படைக்கும் குப்பைமேட்டின் மீது ஈவிரக்கமின்றி நிச்சயம் தூக்கி எறியப்படும்!"

கறுப்பு உடை அணிந்திருந்த அந்தப் பெண்ணோ, மேடையிலிருந்து என்ன பேசுகிறார்கள் என்பதைக் கேட்டறிந்து சிந்தித்துப் பார்க்கும் மனநிலையில் இருக்கவில்லை. அங்கிருந்துவரும் வாதப் பிரதிவாதங்களும் வார்த்தைகளும் மிகமிக முக்கியத்துவமும், பொருளும் நிறைந்ததாகத்தான் அவளுக்குத் தோன்றியது. எனினும், அதே சமயம் உண்மையிலேயே மிகுந்த முக்கியத்துவம் வாய்ந்த விஷயம், இந்தப் பேச்சுக்களுக்கெல்லாம் முற்றிலும் மாறுபட்டதொரு விஷயம் என்றும், அதாவது இவர்கள்

சொல்லாமலே விட்டுவிட்ட வேறொரு விஷயம்தான் என்றும் அவளுக்குத் தோன்றியது.

அந்தச் சமயத்தில் பிரசங்க மேடை முன்னால் ஒரு புதிய மனிதர் தோன்றினார். கூட்டத் தலைவருக்கு அருகில் இருந்த ஆசனத்தில் மெல்ல அமர்ந்தவாறே, அவர் இருபுறமும் திரும்பி தலைவணங்கினார். பனியினால் நனைந்து போயிருந்த தமது தலைமயிரை, பனிக் கொடுமையால் கன்றிச் சிவந்து போயிருந்த கைவிரல்களால் கோதி விட்டுக்கொண்டார். பின்னர் தமது கரங்களை மேஜைப் பலகைக்கடியில் மறைத்தவாறே மிகவும் இறுக்கமான கறுத்த கோட்டு அணிந்திருந்த அவர் நிமிர்ந்து உட்கார்ந்தார். ஒளியற்ற ஒல்லியான முகமும், வளைந்த புருவங்களும் கருவளையமிட்டது போல் கருமை பாய்ந்திருந்த கபில நிறக் கண்களும் கேசக்கற்றையும் துடிப்பாக, துலாம்பரமாகத் தெரிந்தன. வாரப்பத்திரிகை ஒன்றில் சமீபத்தில் வெளிவந்த அவரது புகைப்படத்தைப் போலவே அவர் - அதாவது கவிஞர் அலெக்சேய் அலெக்சேயவிச் பெஸ்ஸோனவ் - காட்சியளித்தார்.

இப்போதோ அந்தப் பெண் ஒதுக்கித் தள்ளும் ஒரு கவர்ச்சி கொண்ட அவரது முகத்தைத் தவிர வேறு எதையுமே பார்க்கவில்லை. குளிர் இரவு வேளைகளில் கனவிலே வந்த அந்த முகத்தின் விசித்திர அம்சங்களால் ஒரு பயத்துடன் அவள் ஈர்க்கப்பட்டாள்.

அவர் அருகிலிருந்தவர் பக்கமாகத் தமது செவியைச் சாய்த்தவாறு அமர்ந்திருந்தார். உதட்டிலே ஒரு சிறு புன்னகை; அந்தப் புன்னகை வெகுளித்தன்மை நிறைந்தது போலத் தோன்றியது. எனினும், அந்த அழகிய நாசித் துவாரங்களின் வடிவிலும், பெண்களை ஒத்த புருவக் கீற்றிலும், முகவிலாசத்தின் துடிப்பான எழிலும் உள்ளடங்கிய காந்த சக்தியிலும் வஞ்சகத் தன்மையும்தான் குடிகொண்டிருந்தன. மேலும் அவளால் புரிந்துகொள்ள முடியாத வேறு ஏதோ ஒரு தன்மையும் அந்த முகத்தில் தென்பட்டது; எனினும் அந்தப் புரியாத அம்சம்தான் ஏனைய அம்சங்களையெல்லாம்விட, அவளை மிகவும்

பாதித்தது.

பொன் நிறமாய் நரைத்த மயிர்க் கற்றைகள் கொண்ட பெருத்த தலையும், தாடியும், வட்ட முகமும், தங்க பிரேம் போட்ட மூக்குக் கண்ணாடியும் அணிந்த சரித்திராசிரியரான வெலியமீனவ் தம்மிடத்தை விட்டு எழுந்து அகூன்தனுக்குப் பதிலளித்துக்கொண்டிருந்தார்.

"மலையுச்சியிலிருந்து உருண்டு புரண்டு வரும் பனிப் பாறை எவ்வளவு சரியானதோ அந்த அளவுக்கு நீங்கள் சொன்னதும் சரியானதுதான். நாங்களும் புதியதொரு பயங்கரமான சகாப்தத்தின் பிரவேசத்தைத்தான் வெகுநாட்களாய் எதிர்பார்த்துக் கொண்டிருக்கிறோம். அத்துடன் உங்களுடைய உண்மைகள் வெற்றிபெறும் என்பதையும் முன் கூட்டியே தெரிந்து வைத்திருக்கிறோம். ஐம்பெரும் பூத சக்திகளையும் கட்டியாளப்போவது நீங்கள்தான்; நாங்கள் அல்ல. என்றாலும் ஆலைச்சங்கின் ஓலத்தின் மூலம் நீங்கள் அடைய விரும்பும் அந்த மகத்தான, உயர்வான தர்மத்தில் விளையப் போவது ஒன்றுமில்லை என்பதையும் நாங்கள் அறிவோம். அந்தத் தர்மத்தினால் பெருங்குழப்பமும் குடிகேடும் குட்டிச் சுவரும்தான் மிச்சம் ஆகும். அந்தக் கரையோரத்தின் மத்தியிலே மனிதன் திக்பிரமை பிடித்துச் செயலிழந்து போய், பரிதாபகரமாகத் தட்டழியப் போகிறான், 'தாகமாயிருக்கிறதே!' என்பதுதான் அவனது கூக்குரலாயிருக்கும். ஏனெனில் தெய்விக அருளில் ஒரு துளியைக் கூட, அவன் பருகப்போவதில்லை. ஆமாம். ஜாக்கிரதை!"

வெலியமீனவ் தனது சுட்டுவிரலைப் பென்ஸிலைப்போல் நீளமாகச் சுட்டி நீட்டியவாறே, தனது மூக்குக் கண்ணாடியின் வழியாக, முன்னால் அமர்ந்து பிரசங்கத்தைக் கேட்பவர்களின் முகத்தைக் கூர்ந்து கவனித்தார்;

"நீங்கள் கனவு காணும் சொர்க்கத்தில், எந்தவொரு சொர்க்கத்துக்காக நீங்கள் மனிதனை ஒரு உயிருள்ள யந்திரமாக மாற்றியமைக்க துணிகிறீர்களோ அந்தச்

சொர்க்கத்தில், அதாவது மனிதனுக்கு தனித்ததொரு பெயரில்லாமல், அவனை ஒரு எண்ணின் மூலம் குறிப்பிடுவீர்களோ அந்தச் சொர்க்கத்தில், மனிதனை வெறும் வாய்ப்பாட்டுக் கணக்காக மாற்றும் அந்தப் பயங்கரமான சொர்க்கத்திலேயே புதியதொரு புரட்சிக்கான ஆபத்து பதுங்கிக் கிடக்கிறது. அதுதான் எல்லாவிதப் புரட்சிகளையும்விட, பயங்கரமான புரட்சி! அது ஆத்மாவின் புரட்சி!"

அகூன்தின் தனது இடத்தில் இருந்தவாறே இந்தப் பேச்சுக்குப் பின்வருமாறு பதிலளித்தான்; "மனிதனை வாய்ப்பாட்டுக் கணக்காக மாற்றுவதா? - அதுவும்கூட, கருத்து முதல்வாதம்தான்."

வெலியமீனவ் பிரசங்க மேடை மேஜையின் மீது சாய்ந்தவாறே தமது கைகளை அகல விரித்தார். மெழுவர்த்தி விளக்கின் சுடர் அவரது தலையின் வழுக்கைப் பகுதியில் ஒளி செய்து பளபளத்தது. உலகம் தடுக்கிவிழவிருக்கும் பாவப் படுகுழியைப் பற்றியும் வரப்போகும் பயங்கரமான நாசகாலத்தைப் பற்றியும் பேச முனைந்தார். பிரசங்க மண்டபத்திலோ பலரும் இருமிச் செருமி ஆட்சேபிக்கத் தொடங்கிவிட்டார்கள்.

இடைவேளையின் போது அந்தப் பெண் சிற்றுண்டி விடுதிக்குச் சென்றாள். அந்த விடுதியின் வாசற்-புறத்திலேயே முகத்தைச் சுழித்துக்கொண்டு ஏதோ சிந்தனையோடு நின்று கொண்டிருந்தாள். சில வக்கீல்களும் அவர்களது மனைவிமார்களும் அங்கு தேநீர் அருந்திக் கொண்டிருந்தார்கள். அந்த அறையிலிருந்த ஏனையோர் எல்லோரையும்விட, அவர்கள் சத்தம்தான் பலமாக இருந்தது. பிரபல எழுத்தாளரான செர்னபீலின் கணப்புக்கு அருகே அமர்ந்து, மீனும் பழங்களும் தின்று கொண்டே தம்மைக் கடந்து செல்பவர்களையெல்லாம் குடிவெறி கலந்த பார்வையோடு முறைத்துப் பார்த்துக் கொண்டிருந்தார். கூந்தலிலே ஏராளமான கொண்டை ஊசிகளும், அழகற்ற கழுத்தும் கொண்ட, தெரிவைப் பருவத்தை எட்டிவிட்ட இரண்டு படித்த வர்க்கத்துப் பெண்கள் விடுதியின்

பட்டறையின் முன்னால் நின்று சமோசாக்களை மென்று தின்று அசை போட்டுக் கொண்டிருந்தார்கள். சற்றே தள்ளி ஏனைய மனிதர்களோடு கலக்காமல், சில பாதிரியார்கள் அழுத்தலாக நின்று கொண்டிருந்தார்கள். முகட்டிலிருந்து தொங்கும் அலங்காரச் சரவிளக்குக்கு அடியில் ஒருவர் தமது நீண்ட கோட்டுக்குக் கீழே தமது கைகளை மடித்து வைத்தவாறே, மெதுவாக அசைந்து கொண்டிருந்தார்; நரைபுரையோடிய அவரது தலைமையிர் அழகாகக் கலைந்து உலைந்திருந்தது. அவர்தான் விமர்சகர் சீர்வா; அவர் யாருடைய வரவையோ எதிர்பார்த்து நின்றார். வெலியமீனவ் அங்கு வந்து சேர்ந்தார்; வந்ததும், அந்தப் படித்த வர்க்கத்துக்குப் பெண்களில் ஒருத்தி அவரை நோக்கி ஓடோடியும் சென்று, அவருடன் கைகோர்த்துக் கொண்டாள். மற்றொருத்தியோ தின்பதை நிறுத்திவிட்டு, தனது உடையிலே சிந்திக் கடந்த துண்டு துக்கானிகளை உதறித் தள்ளிவிட்டு, தன் கண்களை அகலத் திறந்து தலை வணங்கினாள். பெஸ்ஸோனவ் அவளருகே சென்று இடதும் வலமுமாக நாசூக்காகத் தலைவணங்கினார்.

அந்தப் படித்த வர்க்கத்துப் பெண்மணி நாணிக்கோணிக் கூடிக் குன்றுவதை அந்தக் கறுப்பு உடை அணிந்த பெண் லகுவில் கண்டு கொண்டாள். பெஸ்ஸோனவ் அநாயாசமான புன்னகையோடு அவளிடம் ஏதோ கூறினார். அந்தப் பெண்மணியும் தனது தடித்த கரங்களை அகல விரித்தவளாய், கண்களை உருட்டி விழித்தவாறு, வாய்விட்டுச் சிரித்தாள்.

அந்தப் பெண்ணே, தனது தோளை விசுக்கென்று நொடித்து உலுப்பிவிட்டு அந்த அறையை விட்டு வெளியே சென்றாள். அப்போது யாரோ அவளைப் பெயர் சொல்லி அழைத்தார்கள். வெல்வெட் சட்டை அணிந்திருந்த ஒல்லியான கறுத்த வாலிபன் ஒருவன் கூட்டத்தினரை இடித்துத் தள்ளிக் கொண்டு அவளை நோக்கி வந்தான். உற்சாகத்தால் நாசித் துவாரங்கள் விரிந்து கொடுக்க, உவகையோடு தலையை ஆட்டியவாறே அவள் கையைப் பற்றினான் அவன். அவனது உள்ளங்கையில்

ஈரம் பாய்ந்திருந்தது; நெற்றியிலும் ஈரம் படிந்த கேசச்சுருள் ஒன்று புரண்டலைந்தது. நெடிய கரிய கண்களிலும் ஓர் ஈரம் இருந்தது; அந்தக் கண்களால் அவன் அவளைக் குளுமை நிறைந்த அன்போடு பார்த்தான். அவனது பெயர் ஜீரவ்.

"இங்கே என்ன செய்து கொண்டிருக்கிறீர்கள், தார்யா இமித்ரியவ்னா" என்று கத்தினான் அவன்.

"உங்களைப் போலத்தான் நானும்" என்று பதிலளித்தவாறே அவள் தன் கரத்தை அவனிடமிருந்து விடுவித்துக்கொண்டாள்; பின்னர் அந்தக் கரத்தை தனது சட்டைக்குள் புகுத்தி, கையில் படிந்திருந்த ஈரத்தைக் கைக்குட்டையால் துடைத்துக் கொண்டாள்.

அவன் கிளுகிளுத்துச் சிரித்தவாறே அவளை அதே அன்பு கனிந்த பார்வையோடு மேலும் பார்த்தான்.

"இந்தத் தடவை சாபஷ்கோவ் பேசிய பேச்சு உங்களுக்குப் பிடிக்கவில்லை என்று மட்டும் என்னிடம் சொல்லாதீர்கள். இன்று அவன் ஒரு தீர்க்கதரிசியைப்போல் பேசினான். அவன் தனது கருத்துக்களை வெளியிடும் தனித்ததொரு போக்கும், வெடுக்கென்று பேசும் தன்மையும் உங்களுக்கு எரிச்சலைத் தந்திருக்கும் என்று எனக்குத் தெரியும். எனினும் அவனது சிந்தனையின் சாராம்சம் இருக்கிறதே - உண்மையில் நாம் அனைவரும் அந்தரங்கத்திலே விரும்புவதும், எனினும் வாய்விட்டுச் சொல்லத் துணியாமலும் இருக்கிறோமே, அந்த உண்மையைத்தான் அவன் வெளியிட்டான். இல்லையா? ஆம். அவனுக்கு அந்தத் துணிச்சல் இருக்கிறது. இதோ இந்த வார்த்தைகளைக் கேள்.

"இளைஞர்களான நம்முடைய

வயிற்றுக்குள்ளே சனிப் பசியே!

நாம் தின்னப்போவது சூனியமே..."

இந்த வார்த்தைகள் எல்லாம் புதியவை;

துணிச்சலானவை! அபூர்வமானவை. இல்லையா, தார்யா திமித்ரியவ்னா? நீங்கள் அப்படி, உணரவில்லை என்றா சொல்லப்போகிறீர்கள்? இது தான் மேல்நோக்கித் தாவும் புதிய வாழ்க்கை. இதுதான் நமது வாழ்க்கை; இதுதான் புதுமையானது; இதுதான் வேட்கை மிகுந்தது; இதுவே துணிச்சலானது! சரி, அகூன்கினின் பேச்சை எடுத்துக் கொள்வோம். அவன் அதி தீவிரமான பகுத்தறிவு வாதம்தான் பேசுகிறான். அதை நானும் ஒப்புக் கொள்கிறேன். எனினும் அவன் எத்தனை ஆணித்தரமாகப் பேசினான்! இன்னும் இது போல் மேலும் சில மாரிக்கால விவாதங்கள் நடைபெற்றால் போதும். எல்லாம் தகர்ந்து தவிடு பொடியாகிவிடும்; எல்லாமே உடைந்து வழிவிட்டு ஒதுங்கிவிடும்! அற்புதம்! அற்புதம்!

அவன் தணிந்த குரலில், தேனமெழுகும் அன்புப் புன்னகையுடன் பேசினான். அவனது இதயம் பூராவுமே ஏதோ ஓர் ஆழ்ந்த உணர்ச்சிக்கு ஆளாகித் துடிதுடிப்பதை தாஷாவால் உணர்ந்து கொள்ள முடித்தது. அவனது பேச்சை முற்றிலும் கேட்க முனையாமல், தலையை ஆட்டியவாறே, வெளியறையை நோக்கிச் செல்ல முனைந்தாள்.

பதக்கங்கள் அலங்கரிந்த சட்டையோடும், கோட்டுக்களையும், பூட்ஸ் உறைகளையும் தாங்கிய கரத்தோடும் வெளியறையில் நின்று கொண்டிருந்த சிடுமூஞ்சிக் காவலாளி, தாஷா நீட்டிய வில்லையைக் கவனிக்கவில்லை. எனவே அவள் வெகுநேரம் காத்து நிற்க வேண்டியதாயிற்று. அந்தக் காலியான அறையின் முன்னும் பின்னும் அசைந்தால் விசைக் கதவின் வழியாக இடையறாது வீசிக்கொண்டிருந்த குளிர் காற்று பாதங்களுக்குள் புகுந்து அவளை நடுக்குகிறது; அந்த அறையின் வெளி வாசலில் ஈரம்படிந்த நீல உடையில் நின்ற வண்டியோட்டிகள் வெளியே செல்லும் விருந்தினர்களிடம் மகிழ்ச்சியுடனும், குறும்பாகவும் சொன்னார்கள்.

“மகாப் பிரபு! இங்கே வாருங்கள் இது பாய்ந்து செல்லும் குதிரை.”

"ஐயா! புறப்பட்டாயிற்றா? பெஸ்டிக்குத்தானே!" திடீரென்று தாஷாவுக்குப் பின்புறமிருந்து பெஸ்ஸோனவின் குரல் கேட்டது.

"காவல்காரா! எனது கோட்டு, தொப்பி, தடி எல்லாவற்றையும் கொண்டுவா!?" என்று உணர்ச்சியற்று விட்டு விட்டுப் பேசினார் பெஸ்ஸோனவ்.

தாஷா[2]வுக்கு உடம்பெல்லாம் புல்லரித்தது. அவள் விறுட்டென்று தன் தலையைத் திருப்பி, பெஸ்ஸோனவின் கண்களையே வெறித்து நோக்கினாள். அதை ஒரு வழக்கமான பார்வையாக ஏற்றுக்கொண்டு அவரும் அவளை அமைதியாகப் பார்த்தார்; எனினும் திடீரென்று அவரது கண்ணிமைகள் படபடத்தன; கபில நிறக் கண்களில் ஒரு கனிவும் உயிர்ப்பும் கைதட்ட, அவள் முன் பணிந்து வணங்குவது போல் தோன்றின. தாஷாவின் இதயம் படபடத்தது.

"உங்கள் சகோதரியின் வீட்டில் நாம் சந்தித்ததாக நினைவு. அப்படித்தானே!" என்று அவள் பக்கம் பணிந்தவாறே கேட்டார் பெஸ்ஸோனவ்.

"ஆம். சந்தித்திருக்கிறோம்" என்று தாஷா சட்டென்று பதிலளித்தாள்.

பின்னர் அவள் காவலாளியிடமிருந்து தனது கோட்டைப் பறித்துக்கொண்டு பிரதான வெளிவாசலை நோக்கி ஓடினாள். தெருவுக்கு வந்தவுடன் குளிர்ந்த வாடைக் காற்று உடையின் மீது உரத்து வீசி அந்த உடையின் மீது மழைத்துளிகளைச் சிதறியடித்தது. அவள் தனது கம்பளிக் கோட்டின் காலரை, கண்கள் வரையிலும் தூக்கி விட்டவாறு, முகத்தை அதனுள் இழுத்து ஒடுங்கிக் கொண்டாள். அவளுக்குப் பின்னால் வந்து கொண்டிருந்த யாரோ ஒருவர் அவள் காதுக்குள்ளேயே கத்திய மாதிரி உரத்த குரலில் பின்வருமாறு கத்தினார்கள்.

---

2 தாஷா- 'தார்யா'வின் செல்லப்பெயர். - (ப-ர்.)

"அட கடவுளே! என்ன, பிரகாசமான கண்கள்!"

ஈரம் படிந்திருந்த தார் ரோட்டில் வேகமாக நடந்தவாறே, மின்சார விளக்குகளின் ஒளிக் கிரணங்களைத் தாண்டித் தாண்டிச் சென்றாள் தாஷா. சிற்றுண்டி விடுதியின் திறந்து கிடந்த கதவின் வழியாக பிடில் வாத்தியத்தின் நாட்டிய இசையின் ஓலம் மிதந்து வந்தது. தாஷா அங்குமிங்கும் திரும்பிப் பாராமல், தனது கம்பளிக் கோட்டின் காலருக்குள்ளேயே முகத்தைப் புதைத்தவாறு தனக்குள்தானே பின்வருமாறு நினைத்துக் கொண்டாள்:

"இது ஒன்றும் லேசான விஷயமல்ல; லேசானதல்ல!"

3

ஹாலுக்குள் வந்ததும் நனைந்து போயிருந்த கோட்டைக் கழற்றியவாறே, தாஷா பணிப்பெண்ணிடம் கேட்டாள்.

"வீட்டில் யாருமே இல்லை போலிருக்கிறதே?"

பணிப்பெண்ணான லூஷா தன்னைத்தானே கண்ணாடியில் பார்த்துக்கொண்டே, கீச்சுக்குரலில் பதிலளித்தாள். அதாவது எஜமானி அம்மா வெளியில் போயிருப்பது உண்மைதான் என்றும், ஆனால் எஜமான் வீட்டில் தமது படிப்பறையில் தான் இருக்கிறார் என்றும் இன்னும் அரைமணி நேரத்தில் தமக்குச் சாப்பாடு வேண்டுமென அவர் சொல்லியிருக்கிறார் என்றும் தெரிவித்தாள். லூஷாவின் பட்டப் பெயர்- 'மாபெரும் முகமதியர்'. விக்கிரகத்தைப் போல் அகன்ற முகமும், அந்த முகத்திலே அமோகமாக அப்பியிருக்கும் பவுடரையும் கொண்டுதான் அவளை அப்படி அழைத்தார்கள்.

தாஷா கூடத்துக்குள் சென்று, அங்கிருந்த பியானோ வாத்தியத்தின் முன் அமர்ந்தாள்; கால்மேல் கால் போட்டு முழங்காலை இருகைகளாலும் கோத்துப் பிடித்துக் கொண்டாள்.

அவளது அத்தான் நிகலாய் இவானவிச் வீட்டிலேயே இருந்தார், அவர் தமது மனைவியோடு சண்டை பிடித்துக் கொண்டிருக்க வேண்டும். எனவே இப்போது அவர் எரிச்சலும் புகைச்சலும் நிறைந்து காட்சியளிப்பார். மணி பதினொன்று தான் ஆகிறது. தாஷாவுக்கோ மூன்று மணிக்குத்தான் தூக்கம் வரும். அதுவரையில் அவளுக்கு என்ன செய்வது என்றே தெரியவில்லை. மேலும் அவளுக்கு எதையாவது படித்துப் பொழுதைப் போக்கவும் விருப்பமில்லை. இப்படியே சும்மா உட்கார்ந்து சிந்தித்துக் கொண்டிருக்கவும் அவளால் முடியாது. வாழ்க்கைதான் சமயங்களில் எவ்வளவு சுவையற்றுச் சுமையாகப் போய்விடுகிறது!

தாஷா பெருமூச்செறிந்தாள்; பியானோவின் மூடியைத் திறந்தாள். பியானோ வாத்தியத்துக்குப் பக்கவாட்டாக அமர்ந்து கொண்டு, ஸ்கிரியாபினின் வாசிக்க முனைந்தாள். இந்த இரண்டுங் கெட்டானான பத்தொன்பது வயதுப் பருவத்திலே வாழ்க்கை சிரமமயமாகத்தான் இருக்கிறது; அதுவும் ஒரு பெண்ணாக இருந்தால், அதிலும் கொஞ்சம் புத்திசாலியாக இருந்தால் மிகமிகச் சிரமம்தான். மேலும் தனது கன்னிப் பருவத்துக் கவலைகளையெல்லாம் மன மகிழ்ச்சியோடு உதறியடிக்கக் கூடியவர்களை, முட்டாள்தனமான சர்வ பவித்திரமான ஒழுக்க நியதிகள் கட்டுப்படுத்தும்போது அந்தச் சிரம வாழ்க்கை மேலும் சிரமமயமாய்த்தான் மாறுகிறது. அந்நியதிகளுக்கோ பஞ்சமே இல்லை...

தாஷா ஒரு வருஷத்துக்கு முன்னர்தான் ஸமாராவிலிருந்து வந்தாள்; பீட்டர்ஸ்பர்கில் சட்டக் கல்விப் பயிற்சி பெறுவதற்காக வந்திருந்தாள். வந்த இடத்தில் அவள் தனது மூத்த சகோதரியான எகதிரீனா திமித்ரியவ்னா ஸ்மகோவ்னிகவாவுடன் வாழ்ந்து வந்தாள். காத்யா[3]வின் கணவனும் ஒரு வக்கீல்; பிரபலமான வக்கீல், எனவே அவர்கள் செழிப்பான ஆடம்பரமான வாழ்க்கையே

---

3 காத்யா - ``எகதிரீனா"வின் செல்லப் பெயர்.

வாழ்ந்து வந்தார்கள்.

காத்யாவைவிட தாஷா ஐந்து வருஷம் இளையவள்; எனினும் காத்யாவுக்கு திருமணம் ஆன சமயத்திலும், தாஷா ஒரு குழந்தையாகத்தான் இருந்தாள். திருமணத்துக்குப் பின்னர் அக்காளும் தங்கையும் ஒருவரையொருவர் பார்ப்பதே அரிதாகிவிட்டது. எனவே அவர்கள் இருவரிடையேயும் புதியதொரு உறவுநிலை உருவாகிவிட்டது. தாஷா தன் அக்காளைப் பெரிதும் மதித்து நடந்தாள்; காத்யாவோ அன்போடு அமைதியாக நடந்து வந்தாள்.

தமது தமக்கையின் அழகையும், ரசனைச் சுவையையும், சமூகத்தில் பழகும் லாவகத்தையும் கண்டு வியப்புற்ற தாஷா, தன் தமக்கையின் குணாம்சங்களை அப்படியே காப்பியடிக்கத் தொடங்கிவிட்டாள். காத்யாவின் நண்பர்களிடம் தாஷா நாணத்தோடு பழகினாள்; மற்றவர்களிடம் அவள் வெடுக்கென்று பேசினாள். காத்யாவோ தனது வீட்டை ரசிகத்தன்மைக்கோர் எடுத்துக்காட்டாக அமைக்க விரும்பினாள்; எனவே பெரும்பாலானவர்கள் கண்டறியாத நவநாகரிக நவீனப் பொருள்களையெல்லாம் தன் வீட்டில் சேமித்து வந்தாள். அவள் எந்த ஒரு பொருட்காட்சிக்கும் போகத் தவறுவதில்லை; பொருட்காட்சிகளுக்குச் செல்லும்போது புதுமைக்கலைச் சித்திரங்களை வாங்குவதையே வழக்கமாகக் கொண்டிருந்தாள். இதனால் அவளுக்கும் அவளது கணவருக்கும் சில சச்சரவுகள் கூட ஏற்பட்டன. அவளது கணவருக்கோ கருத்தோட்டமுள்ள சித்திரங்களே பிடிக்கும். காத்யாவோ ஒரு பெண்ணுக்குரிய பெருமிதத்தோடு, பத்தாம்பசலி ரசிகை என்ற கேலிக்கு ஆளாவதைவிட, புதியமுறைக் கலைக்கு ஆதரவு கொடுப்பது நல்லது என்று கருதினாள்.

வீட்டுக் கூடத்துச் சுவர்களில் தொங்கும் அந்த விசித்திரமான சித்திரங்களைக் கண்டு தாஷாவும் வியப்போடு பாராட்டினாள். எனினும் ஜியோமித்ரி முகம் கொண்ட நாற்கர உருவங்களும், தேவைக்கு

அதிகமாகவுள்ள கைகால்கள் கொண்ட உருவங்களும் சிந்தச் சிதறிக் கிடக்கும் வர்ணக் குழப்பங்களும் அதாவது அந்தக் கரடு முரடான வக்கிரக் கவிதைகள் அனைத்தும் அவளறிவுக்கு எட்டாத விஷயங்களாயிருப்பதையும் அவள் வருத்தத்தோடு ஒப்புக்கொண்டாள்.

ஒவ்வொரு செவ்வாய்க்கிழமை மாலையிலும் ஸ்மகோவ்னிகவின் வீட்டில் கலகலப்பான நண்பர்களின் பெருங்கூட்டம் விருந்துக்காக வந்து கூடிவிடும். பெண்களின் மோகன சக்திக்கு லகுவில் இரையாகி விடக்கூடிய சளசளக்கும், புதிய இலக்கியப் போக்குகளை ஆர்வத்தோடு பின்பற்றும் வக்கீல்கள், உள்நாட்டு-அயல்நாட்டுக் கொள்கைகளை, எப்படி வரையறுத்துக் கடைப்பிடிக்க வேண்டும் என்பதைத் திட்டவட்டமாகத் தெரிந்து வைத்தவர்கள்போல் தம்மைக் காட்டிக் கொள்ளும் சில பத்திரிகை ஆசிரியர்கள்; எப்போது பார்த்தாலும் ஏதாவது ஒரு இலக்கியக் குழப்பத்தைப் படைத்துக்கொண்டே இருக்கும் நரம்புத்தளர்ச்சி வியாதிக்காரரான விமர்சகர் சீர்வா - இத்தியாதி நபர்களே அங்கு வருவார்கள். சில சமயங்களில் நேரத்தோடு வருபவர்களிடையே, சில இளங்கவிஞர்களும் இருப்பார்கள்; அந்தக் கவிஞர்கள் தமது மேல் கோட்டுப் பைகளில் தமது கவிதைகளின் கையெழுத்துப் பிரதிகளை வைத்திருப்பார்கள். ஒரு பிரமுகர் விருந்து பரிமாறப்படும் சமயத்தில் வருவார்; வந்ததும் கம்பீரமாக விருந்தளிக்கும் வீட்டரசியை நெருங்கி அவளது கரத்தை முத்தமிட்டுவிட்டு இருக்கையில் ஒரு கௌரவத்துடன் அமர்வார். விருந்தின் மத்தியில் அந்த ஹாலின் நடுவே தோல் பூட்சுகளைக் கழற்றி எறியும் ஓசையும், தொடர்ந்து ஒரு இங்கிதமான குரலோசையும் கேட்கும்.

“மாபெரும் முகமதியர்! உனக்கு என் வாழ்த்துக்கள்!” இவ்வாறு கூறியவாறே வழக்கமான ‘நாடக மேடைக் காதலன்’ மழுங்கச் சவரம் செய்த முகத்தோடும், தொள தொளக்கும் தாடையோடும் தோன்றுவான். பின்னர் அவன் விருந்தளிக்கும் வீட்டரசியிடம் “காத்யா! உங்கள்

கரத்தைக் கொடுங்கள்!"

தாஷாவுக்கோ இத்தகைய விருந்துகளிலெல்லாம் அவளது தமக்கையே பிரதான பாத்திரமாகக் காட்சியளித்தாள். இனிமையான, அன்பு நிறைந்த, எளிய மனம் படைத்த தனது அக்காளை கவனியாது அலட்சியமாக இருப்பவர்கள் மீது அவளுக்குக் கோபம் வரும்; அதே போல், தன் தமக்கையிடம் அதிதீவிரமான கவனம் செலுத்தப் பழகுபவர்களைக் கண்டு, அவளுக்குப் பொறாமையுணர்ச்சியும் உண்டாகும். அப்படிப்பட்டவர்களை தாஷா கோபத்தோடு வெறித்து நோக்கவும் செய்வாள்.

பல்வேறு மனிதர்கள் வந்து குழுமும் அந்தச் சூழ்நிலையிலே பழகுவதற்கு முதலில் அவளுக்குப் பயமாகத்தான் இருந்தது. இருந்தாலும் போகப் போக, அவளும் அந்தக் கூட்டத்தினரோடு பழகக் கற்றுக் கொண்டுவிட்டாள். வக்கீல்களை அவள் வெறுத்தாள். கருநீலக் கழுத்துப் பட்டிகளும், தொளதொளத்த அரைக்கோட்டுகளும், வகிடு எடுத்துச் சீவிய கேசமும் கொண்டு விளங்கினார்கள். குறிப்பிடக் கூடியதாக அவர்கள் மனதில் ஏதுமில்லை. அதேபோல் அவள் அந்த 'நாடகமேடைக் காதல்'னையும் வெறுத்தாள்--அவளது அக்காளை, காத்யா என்று பெயர்சொல்லி உரிமையோடு அழைக்கவும், மாபெரும் முகமதியரை அப்படி அழைக்கவும் அவனுக்கென்ன உரிமை இருக்கிறது? தனது கையிலேயுள்ள மதுக்கிண்ணத்தின் விளிம்புக்கு மேலாகக் குனிந்து, குறுகுறுத்த ஓரக்கண்களால் தாஷாவை உறுத்துப் பார்ப்பதற்கும், அவளை நோக்கி: "இந்தப் பூத்துக் குலுங்கும் வாதாம் மரத்தின் நலத்திற்காகக் குடிக்கறேன்!" என்று சொல்லவும் அவனுக்கு என்ன உரிமை இருக்கிறது?

அவன் இவ்வாறு செய்யும் ஒவ்வொரு சமயத்திலும் தாஷாவுக்குக் கோபம் பொத்துக்கொண்டுதான் வந்தது.

அவள் கன்னங்கள் உண்மையிலேயே சிவப்பாகத்தான் இருந்தன. அந்தக் கன்னங்களின் வாதாம் மலர் போன்ற

சிவப்பைப் போக்கடிக்க மார்க்கமே இல்லை. எனவே அந்த நாகரிகமான மனிதர்கள் மத்தியில் தாஷா ஒரு வர்ணம் தீட்டிய பொம்மை போலத்தான் இருக்க முடிந்தது. அத்தகைய உணர்ச்சிதான் அவளுக்கு ஏற்பட்டது.

கோடை விடுமுறையின்போது, புழுதியும், புழுக்கமும் நிறைந்த சமாரா நகரிலுள்ள தன் தந்தையைப் பார்க்க, தாஷா போகவில்லை. அதற்கு மாறாக தன் தமக்கையுடனேயே கடற்கரைப் பிரதேசத்திலுள்ள செஸ்திரோரேத்ஸ்கில் கோடை காலத்தைக் கழிக்க மன மகிழ்ச்சியோடு ஒப்புக்கொண்டு விட்டாள். இந்தக் கோடை வாசஸ்தலத்தில் அவர்கள் தம்மோடு மாரிக்காலத்தில் கலந்து பழகிய அதே மனிதர்களைத்தான் சந்தித்தார்கள்; எனினும் முன்னைவிட அதிகமாகச் சந்தித்து கலந்து பழகினார்கள். படகோட்டுவது, நீந்திக் குளிப்பது சவுக்கு மரங்களுக்கு அடியில் அமர்ந்து ஐஸ்கிரீம் சாப்பிடுவது, மாலை வேளைகளில் இசை கேட்டு மகிழ்வது, இரவு நேரங்களில் நட்சத்திரங்கள் பூத்துச்சொரியும் வானத்தின்கீழ் காசினோ ஹோட்டலின் மொட்டை மாடியில் நடைபெறும் கலகலப்பான விருந்து நிகழ்ச்சிகளில் பங்குகொள்வது முதலிய காரியங்களால் அவர்கள் அதிகமாகக் கலந்து உறவாட முடிந்தது.

காத்யா தன் தங்கை தாஷாவுக்குப் பூவேலைகள் செய்த வெண்மையான உடை ஒன்றைத் தைத்துக் கொடுத்திருந்தாள். அந்த உடையில் முதுகுப் புறத்தில் அகலமான காலர் வைத்துத் தைக்கப்பட்ட ஒரு பட்டுக் கச்சையும் இருந்தது. அத்துடன் காத்யா தன் தங்கைக்கு ஒரு அழகிய வெள்ளை நிற வலைப் பின்னல் தொப்பியையும் அளித்திருந்தாள்; அந்தத் தொப்பியிலே ஒரு கறுப்பு நாடாவும் அழகுறச் சுற்றிக் கட்டப்பட்டிருந்தது. இத்தகைய அழகான உடையில் சிரித்த தாஷாவைக் கண்டு, அவளது அழகையெல்லாம் அப்போது தான் கண் திறந்து கண்டவன் மாதிரி, நிகலாயின் உதவி வக்கீலான குலீச்செக் திடீரென்று தாஷாவின் மீது காதல் கொண்டு விட்டான்.

ஆனால் அவனோ 'வெறுக்கப்பட்ட' வர்க்கத்தைச் சேர்ந்தவன். எனவே தாஷாவுக்கு ஒரே கோபம் வந்துவிட்டது. உலாவப் போகலாம் என்று அவனைக் காட்டிற்குக் கூட்டிச் சென்றாள். அவனை ஒரு வார்த்தைகூடப் பேச விடவில்லை. தனது உள்ளங்கையிலே கசக்கிச் சுருட்டி வைத்திருந்த கைக் குட்டையால் அடிக்கொரு தடவை தனது நெற்றியைத் துடைத்துக் கொண்டு வரத்தான் அவனால் முடிந்தது. தன்னையும் ஒரு 'சாதாரணப் பெண்பிள்ளை'யாக அவன் மதித்துவிட்டதைத் தன்னால் பொறுத்துக் கொள்ள முடியாதென்றும், அவன் ஏதோ தப்புக் கணக்குப் போட்டு, தன்னைப் பற்றி தவறாகக் கனவு கண்டுவிட்டான் என்றும், இதனால் தனக்கு மிகுந்த கோபம் ஏற்பட்டிருக்கிறது என்றும், இது பற்றித்தான் தனது அத்தானிடம் உடனடியாக புகார் செய்யப் போவதாகவும் அவள் அவனிடம் எச்சரித்தாள்.

அன்று மாலையிலேயே அவள் அதுபற்றி தன் அத்தானிடம் புகார் செய்யவும் செய்தாள். நிகலாய் இவானவிச் தனது அழகிய தாடியை வருடிவிட்டவாறே அவளது புகாரையெல்லாம் அமைதியுடன் கேட்டார். அத்துடன் தாஷாவின் கன்னங்களிலே பாய்ந்திருந்த கோபச் செம்மையையும், வெண்ணுடை தரித்த அவளது வாளிப்பான மேனியோடு சேர்ந்து அவளது தொப்பி துடிதுடிப்பதையும் வியப்புடன் கவனித்தார். அவள் பேசி முடித்தவுடன், அவர் கரை ஓரமாய் அமர்ந்தவாறே வாய்விட்டு வயிறு வலிக்கச் சிரித்தார்; தமது கைக்குட்டையால் கண்களைத் துடைத்துக் கொண்டே அவளிடம் சொன்னார்:

"தூரப் போய்விடு, தாஷா! போய்விடு! இல்லையெனில் சிரித்துச் சிரித்து என் வயிறே வெடித்துப் போய்விடும்!"

தாஷாவோ மனக் குழப்பமும் கோபமும் அடைந்தவளாய் அங்கிருந்து எழுந்து சென்று விட்டாள். இதன் பின் குலீச்செக் வரவர மெலியத் தொடங்கிவிட்டான்; சமூகத்தில் பழகுவதையே வெறுத்தொதுக்கத் தொடங்கினான்; அவளை ஏறிட்டுப் பார்க்கவும் கூட அவன் துணியவில்லை.

இவ்வாறாக தாஷாவின் கண்ணியம் காப்பாற்றப்பட்டது. எனினும் இந்தச் சம்பவம் இதுநாள் வரையிலும் கன்னிப் பருவத்துத் தூக்க நிலையிலே துஞ்சிக் கடந்த அவளது மன உணர்ச்சிகளைக் கிளறி விட்டுவிட்டது. அவளது நிதானம் நிலைகுலைந்து விட்டது; அதாவது உருவமற்ற, சொப்பனா, சொரூபமான, எரிச்சலூட்டும் யாரோ ஒரு மனிதன் அவளது சர்வாங்கத்தையும் ஆக்கிரமித்து அலட்டிக்கொண்டிருப்பதாகத் தோன்றியது. அத்தகையதொரு மனிதனின் பிரவேசத்தை தாஷா தன் உடம்பு பூராவிலுமே உணர்ந்தாள். அந்த மனிதன் தன் உள்ளத்தில் பிரவேசித்து விட்டதால் தன் உடம்பே அசுத்தப்பட்டு விட்டதுபோல் அவள் வருந்தினாள். தனது உள்ளத்திலே பின்னிப் படர்ந்துவிட்ட அந்த இனந்தெரியாத சிலந்திவலைச் சிக்கலை எப்படியாவது தூர்த்துத் துடைத்துப் போக்கி, மீண்டும் மன நிம்மதியும் தெளிவும் நிவர்த்தியும் பெற வேண்டுமென அவள் ஆதங்கம் கொண்டாள்.

எனவே அவள் இப்போது வேளாவேளைக்கு 'டென்னிஸ்' ஆடினாள்; நாளுக்கு இரண்டுமுறை குளித்தாள்; காலையில் நேரத்தோடேயே விழித்தெழுந்தாள். பனித்துளிகள் இலைகளின்மீது பளபளத்து மினுக்கும் அதிகாலையிலேயே, செக்கர் ஒளியின் மீது பனிமூட்டம் கவிந்து நிற்கும் அருணோதயப் பொழுதிலேயே, உதயசூரியனின் ஒளியால் கடற்பரப்பு நிலைக் கண்ணாடிபோல் பளபளப்பதற்கு முன்பே, ஹோட்டல் வராந்தாவிலே கடக்கும் மேஜைகளின் மீதுள்ள பனி ஈரம் காயும் முன்னமே, ஈரம் படிந்த மணல் வெளிப்பாதைகளைத் தூத்துப் பெருக்கி முடிவதற்கு முன்னரே அவள் படுக்கையைவிட்டு எழுந்து விடுவாள்.

உதயசூரியனின் ஒளியிலே குளிர் காய்ந்து கதகதப்பூட்டினாலும் சரி, அல்லது இரவில் தனது கதகதப்பான மென்மையான படுக்கையில் படுத்துக் கடந்தாலும் சரி, அப்போதெல்லாம் அந்தப் புதிய மனிதன், அவளது இதயத்தினுள்ளே புகுந்து தலை தூக்குவான்; தனது மென்மையான கரத்தால் அவளது

இதயத்தைக் கசக்கிப் பிழிவான். அந்தப் புதிய மனிதனை தனது இதயத்திலிருந்து அவளால் பிய்த்துப் பிடுங்கி எறியவே முடியவில்லை. நீலத்தாடிக்காரனின் சாவிக் கொத்தில் படிந்த ரத்தக் கறையைப்போல், எத்தனை தடவை குளித்துத் தலை முழுகினாலும் கூட அவளது இதயத்திலே கறைபட்டுப் பதிந்துவிட்ட அந்த மனிதனைக் கழுவித் துடைத்துவிட முடியவில்லை.

இத்தகைய சந்தர்ப்பத்தில் அவளைப் பார்த்தவர்கள் எல்லோரும், குறிப்பாக அவளது தமக்கை காத்யா, அந்த வேனிற் பருவத்தில் தாஷாவின் தோற்றம் எவ்வளவோ அழகாக மாறியிருப்பதையும், நாளுக்கு நாள் அவளது அழகு அதிகரித்து வருவதையும் கண்டு கொண்டார்கள். ஒரு நாள் காலையில் காத்யா தன் தங்கையின் அறைக்குள் நுழைந்தவாறே கேட்டாள்:

அடுத்து என்ன நடக்கப் போகிறது, தாஷா?"

"நீ என்ன சொல்கிறாய், காத்யா?"

தாஷா தனது உள்ளாடையை மட்டும் அணிந்தவளாய், தனது படுக்கையின் ஓரத்தில் அமர்ந்து தனது கூந்தலைப் பெருங்கொண்டையாக முடிந்துகொண்டிருந்தாள்.

"நீ வர வர மிகவும் வனப்போடு மாறி வருகிறாய் -- இனிமேல் நாங்கள் என்ன செய்வது?"

தாஷா படபடக்கும் விரிந்த கண்களோடு தன் தமக்கையைப் பார்த்துவிட்டு, முகத்தை வேறுபுறம் திருப்பிக்கொண்டாள். அவளது கன்னமும் காதும் நாணத்தால் கன்றிச் சிவந்து செம்மை பாய்ந்தன.

"காத்யா! நீ இந்த மாதிரியெல்லாம் பேசாமல் இருந்தாலே நல்லது. எனக்கு இத்தகைய பேச்செல்லாம் பிடிக்காது என்பதுதான் உனக்குத் தெரியுமே!"

காத்யாவோ தன் தங்கையின் படுக்கையின் மீது அமர்ந்து கொண்டு தனது கன்னத்தைத் தன் தங்கையின் திறந்த முதுகின்மீது வைத்து அழுத்திக் கொஞ்சியவாறே

சிரித்தாள்; தாஷாவின் இரு தோள்பட்டைகளுக்கும் இடையில் மாறி மாறி முத்தமிட்டாள்.

“நாம் எவ்வளவு லகுவில் உணர்ச்சி வசப்பட்டு விடுகிறோம்?”

ஒரு நாள் டென்னிஸ் மைதானத்தில், மழுங்கச் சவரம் செய்த முகத்தோற்றமுடைய ஒரு ஒல்லியான ஆங்கிலேய இளைஞன் வந்து சேர்ந்தான். அவனது மோவாய் சிறிதே முன் தள்ளி நீண்டிருந்தது; கண்களோ பிள்ளைத்தன்மை நிறைந்து விளங்கின. அவன் மிகவும் நாசூக்காகவும் நாகரிகமாகவும் உடை அணிந்திருந்தான். அதைக் கண்டு காத்யாவின் வாலிப நண்பர்கள் கூட, உற்சாகம் குன்றிப்போய்விட்டார்கள். அவன் தாஷாவைத் தன்னோடு ஒரு ஆட்டம் ஆட வருமாறு அழைத்தான்; விளையாட்டின் போது அவன் யந்திரம் போலவே ஆடிக்கொண்டிருந்தான். ஆட்டம் முடியும்வரையிலும் அவன் அவளை ஒருமுறைகூட ஏறிட்டுப் பார்க்கவில்லை என்று தாஷாவுக்குத் தோன்றியது. அந்த ஆட்டத்தில் தாஷா தோற்றுப்போய்விட்டாள்; எனவே அவள் இன்னொரு ஆட்டம் ஆடிப்பார்க்கலாம் என அவனை அழைத்தாள். விளையாடும்போது லாவகமாகவும் விரைவாகவும் ஆடுவதற்காக, அவள் தனது வெள்ளை ரவிக்கையின் கைகளைத் திரைத்துச் சுருட்டி விட்டுக்கொண்டாள்; அவளது தொப்பிக்குள்ளிருந்து அவளது தலைமுடி உலைந்து கலைந்து வெளியே வந்து விழுந்து ஊசலாடியது; அதை அள்ளி முடிந்துகொள்ளக்கூட முடியவில்லை. டென்னிஸ் வலையின் எதிராக நின்று கொண்டு, தன்னை நோக்கி வரும் பந்தை ஓங்கியடித்துத் திருப்ப முனைந்த தாஷா தனக்குள் எண்ணிக் கொண்டாள்:

“லாவகம் மிக்க ருஷ்யப் பெண்ணின் அங்க அசைவுகள் அனைத்திலும் ஒரு நளினமான அழகு குடிகொண்டிருக்கிறது: அவளது கன்றிச் சிவந்த கன்னமும் மிகவும் கவர்ச்சிகரமாகத்தான் இருக்கிறது...”

மீண்டும் அந்த ஆங்கிலேய வாலிபன் தான் வெற்றி

பெற்றான். விளையாடி வெற்றிகண்ட பின்னர், அவன் அவளுக்கு வணக்கம் செலுத்தி விட்டு, நறுமணம் மிகுந்த ஒரு சிகரெட்டைப் பற்ற வைத்தான்; அவளுக்கு மிகவும் அருகிலேயே ஓரிடத்தில் அமர்ந்தான்; ஒரு எலுமிச்சை பானம் கொண்டு வருமாறு உத்தரவிட்டான்.

மூன்றாவது முறை தாஷா ஒரு உடற்பயிற்சியாளனுடன் விளையாடினாள். அவ்வாறு விளையாடும்போது, அவள் அந்த ஆங்கிலேய வாலிபனை அடிக்கொருதரம் கடைக் கண்ணிட்டுப் பார்த்துக் கொண்டாள். அவனோ ஒரு சிறிய மேஜையின் முன்னால் அமர்ந்து, தனது முழங்காலின் மீது போட்டிருந்த மறுகாலின் கணுக்காலைத் தடவிக்கொண்டிருந்தாள்; அவனது கோரைப்புல் தொப்பி தலையின் பின் புறத்தில் நழுவி இருந்தது; பார்வையோ கடலின்மீது நிலைத்திருந்தது. அவனது தலை வேறு பக்கம் திரும்பவேயில்லை.

அன்றிரவில் தாஷா படுக்கையில் படுத்துக்கொண்டு அவற்றையெல்லாம் எண்ணிப் பார்த்தாள். டென்னிஸ் மைதானத்தில் தான் பாய்ந்து பாய்ந்து விளையாடியதையும், தனது தொப்பிக்குள்ளிருந்து நழுவி விழுந்து ஊசலாடிய மயிர்க் கற்றையையும் எண்ணிப்பார்த்தாள்; பின்னர் அவமானத்தால் புண்பட்ட உள்ளத்தோடும், தன்னால் தடுத்து நிறுத்த முடியாத ஏதோ ஒரு உணர்ச்சியாலும் அவள் அழுதாள்.

அன்று முதல் அவள் டென்னிஸ் மைதானத்துக்குச் செல்வதையே அடியோடு நிறுத்திவிட்டாள். ஒரு நாள் காத்யா அவளிடம் கேட்டாள்:

"தாஷா! மிஸ்டர் பேயில்ஸ் உன்னைப் பற்றித் தினமும் விசாரிக்கிறார். நீ ஏன் இப்போது விளையாடவே வருவதில்லை?"

பயபீதியினால் தாஷாவின் வாய் விரிந்து திறந்தது. பின்னர் தான் ஒன்றும் அசட்டுத்தனமான வம்புப் பேச்சுக்களைக் கேட்கப்போவதில்லை என்றும், தனக்கு எந்த ஒரு மிஸ்டர் பேயில்ஸையும் தெரியாது என்றும், மேலும் எவரையும்

அலெக்சேய் தல்ஸ்தோய் ▲ 35

தெரிந்து கொள்ளவும் விரும்பவில்லை என்றும், இந்த முட்டாள் தனமான டென்னிஸ் விளையாட்டைத் அவர் காரணமாகவே தாஷா நிறுத்திவிட்டாள் என்று அந்த பேயில்ஸ் கருதிக் கொண்டிருப்பது காலித்தனம் என்றும் தாஷா கோபாவேசத்தோடு கூறினாள். அத்துடன் அவள் மதிய உணவுக்கு வரவும் மறுத்துவிட்டாள்; மாறாக, தனது சட்டைப்பையில் ரொட்டியையும், இலந்தைப் பழங்களையும் நிரப்பி வைத்துக் கொண்டு காட்டுப் பக்கம் உலாவச் சென்று விட்டாள். பிசின் படிந்து நறுமணம் கமழ நிற்கும் காட்டுச் சவுக்கு மரங்களின் ஊடாக நடந்து திரிந்தாள். அந்த உயரமான செக்கச் வந்த மரக் கன்றுகளுக்கு இடையே, சலசலத்து ஒலி எழுப்பும் மரங்களின் களைகளுக்கடையே திரிந்து செல்லும் போது, அவள் தனக்குத்தானே பேசிக் கொண்டாள். அந்தப் பாழாய்ப் போன உண்மையைத் தன்னால் இனிமேலும் மூடிமறைத்து வைக்க முடியாது என்றும், தான் அந்த ஆங்கிலேயனின் மீது உண்மையிலேயே காதல் கொண்டு விட்டதாகவும், அதனாலேயே தான் மன மகிழ்ச்சியற்றுப் புழுங்குவதாகவும் அவள் தன்னுள் சொல்லிக்கொண்டாள்.

இவ்வாறு நினைக்கத் தொடங்கிய நேரத்திலிருந்து அவளது இதயத்திலே குடிகொண்டிருந்த அந்தப் ‘புதிய நபர்’ கொஞ்சங் கொஞ்சமாக வளர்ந்து பெருகி தாஷாவின் உள்ளம் முழுவதையுமே ஆக்கிரமிக்கத் தொடங்கிவிட்டான். முதலில் அந்தப் புதிய நபரின் பிரவேசம் அவளுக்குச் சகிக்க முடியாததாக இருந்தது; தன்னை அடியோடு ஒழித்துக் கட்டத் துணிந்த வேதனை தருவதான ஏதோ ஒரு அசுத்தக் குறைபோலத் தோன்றியது. ஆனால், சீக்கிரமே அவள் அந்தச் சிக்கலான புதிரான உணர்ச்சியைத் தாங்கிக் கொள்ளப்பழகி விட்டாள். அதாவது சுகமான இளங்காற்றும் தண்ணிய நீரோடைகளும் நிறைந்த கோடைகாலம் மறைந்ததும், எவ்வாறு பெண்கள் கனத்த உடைகளையும், இறுக்கமான உள்ளாடைகளையும் அணியப் பழகக் கொள்கிறார்களோ அதேபோல் தாஷாவும் அந்த உணர்ச்சிக்குப் பழக்கப்பட்டுப் போனாள்.

அந்த ஆங்கிலேய வாலிபனைக் கண்டு அவள் தனக்குள் வளர்த்து வந்த ஆவேச உணர்ச்சி இரண்டு வார காலம் வரையிலும் இருந்தது. இந்தக் காலத்தில் தாஷா தன்னைத் தானே வெறுத்தாள்; அந்த ஆங்கிலேயன்மீதும் ஆத்திரம் கொண்டாள். இடையிடையே அடிக்கொருதரம் அவள் அவனைத் தூரத்திலிருந்தே கவனித்து வந்தாள். அவன் அநாயசமாக டென்னிஸ் விளையாடுவதையும் ரஷ்ய நாட்டு மாலுமிகளோடு விருந்துண்பதையும் தூரத்திலிருந்து அவள் பார்த்தாள். அப்போதெல்லாம் உலகிலேயே அவன்தான் மிகவும் கவர்ச்சிகரமான ஜீவன் என்று அவள் தனக்குத்தானே ஆற்றாமையோடு சொல்லிக்கொள்வாள்.

பின்னர் வெள்ளை உடை தரித்த நெட்டையும் ஒடிசலுமான ஒரு பெண் திடீரென்று அவனருகில் காணப்பட்டாள். அவள் ஒரு ஆங்கிலேயப் பெண்; அத்துடன் அவனுக்கு நிச்சயதார்த்தம் செய்யப்பட்டிருந்த மணப்பெண்ணும்கூட. சில நாட்களில் அவர்கள் இருவரும் அங்கிருந்தே போய்விட்டனர். அதைக் கண்டு தாஷா ஒரு நாள் இரவு முழுவதும் தூங்காது அலைக்கழித்தாள்; குரூரமான விரக்தியுணர்வோடு தன்னைத் தானே கடிந்து கசந்து கொண்டாள். மறுநாள் காலையில் இந்த மாதிரியான தவற்றைத்தான் இனி என்றுமே செய்யப் போவதில்லை என்றும், இதுவே கடைசித் தவறு என்றும் தனக்குத் தானே உறுதி கூறிக்கொண்டாள்.

இந்த உறுதி அவளது மனத்தை சாந்தமும் சமாதானமும் அடையச் செய்தது; எல்லாம் எவ்வளவு லகுவாக, சுளுவாக நடந்து முடிந்துவிட்டன என்று அவள் தனக்குள்ளேயே வியந்து கொண்டாள். இப்போதோ அவளது இதயத்தை உறுத்தி வந்த அந்தப் 'புதிய நபர்' அவளது இதயத் தோடேயே கலந்து கரைந்து உருவிழந்து மறைந்து விட்டது போலவும், இதன் காரணமாக, தனது சர்வாங்கமுமே முற்றிலும் 'மாறிவிட்டது' போலவும், அதாவது தான் முன்னைப் போல் லாவகமும், குதூகலமும் பெற்று விட்டது போலவும் அவள் உணர்ந்தாள். எனினும் அதே சமயம் தனது உடல் முழுதும் ஏதோ ஒரு புதிய

மென்மையும், மெருகும், புரியாத் தன்மையையும் பெற்றிருப்பதாக அவள் உணர்ந்தாள். அவளது மேல் தோல் மிகுந்த மிருதுத் தன்மை பெற்றிருந்தது போல் தோன்றியது. கண்ணாடியில் பார்க்கும்போது தனது முகத்தை அவளாலேயே இனம் கண்டுகொள்ளச் சிரமமாயிருந்தது; முக்கியமாக, அவளது கண்களை அவளால் நம்பவே முடியவில்லை. அப்படிப்பட்ட கண்கள்! அவற்றைப் பார்த்துக் கொண்டிருந்தால் தலையே கிறுகிறுத்துப்போய்விடும். அத்தகைய கண்கள்!

ஆகஸ்ட் மாத மத்தியில் ஸ்மகோவ்னிகவ் தம்பதிகளும் தாஷாவும் பீட்டர்ஸ்பர்க்கு, பீட்டர்ஸ்பர்க்கிலுள்ள பன்திலிமோனவ் வீதியிலுள்ள தமது பெரிய இல்லத்துக்குத் திரும்பி வந்து சேர்ந்தார்கள். செவ்வாய்க் கிழமை விருந்துகள், சித்திரக் கண்காட்சிகள், நாடக அரங்கேற்றங்கள், பிரபல வழக்கு விசாரணைகள், வர்ண சித்திரங்கள் வாங்குதல், கடந்த கால விஷயங்களை உற்சாகத்தோடு பேசுதல், நகருக்குப் புறம்பேயுள்ள ஹோட்டலான ‘சமர்கன்திலே’ நடனமாடும் ஜிப்ஸி நடனங்களை இரவு முழுவதும் கண்டு களித்தல் - இத்தியாதி விஷயங்கள் மீண்டும் வழக்கம்போல் தலை தூக்கின. மீண்டும் ‘நாடக மேடைக் காதலன்’ தோன்றினான்; ஆனால் முன்னாலிருந்ததைவிட அவனது நீர்ச்சுனைக் குளியலால் இருபத்து மூன்று பவுண்டு சதை குறைந்து அவன் தோன்றினான். இத்தகைய ஓய்வற்ற களியாட்டங்களுக்கு மத்தியிலேயும் வரப்போகும் மாற்ற நிலைமையைப் பற்றிய தெளிவற்ற பயங்கரமான, பீதிகரமான, வதந்திகளும் தோன்றிக் கொண்டேயிருந்தன.

இப்போது தாஷாவுக்கு உணர்வதற்கோ, சிந்திப்பதற்கோ நேரமில்லை. காலை நேரங்களிலோ கல்லூரிப் பிரசங்கங்கள் இருந்தன; மாலை நான்கு மணிக்கோ தன் தமக்கையோடு உலாவப்போய்விடுவாள். இரவிலோ நாடகம், அல்லது சங்கீதக் கச்சேரி, அல்லது விருந்து. எப்போது பார்த்தாலும் அவளைச் சுற்றிலும் ஆட்கள், ஆட்கள்... எனவே தன்னந் தனிமையிலே சிந்திப்பதற்கு அவளுக்கு நேரமே கிடைக்கவில்லை.

ஒரு நாள், வழக்கமான செவ்வாய்க்கிழமை விருந்துக்குப் பின்னர், விருந்தினர்கள் எல்லோரும் காபியையும் மது வகைகளையும் அருந்திக் களித்துக்கொண்டிருந்த வேளையிலே, பெஸ்ஸோனவ் அவர்கள் வீட்டுக் கூடத்துக்குள் வந்தார். அவர் வரவை வாசல் நடையில் கண்டவுடனேயே, காத்யா, கன்றிச் சிவந்து போனாள். உரையாடல்கள் அடங்கின. பெஸ்ஸோனவ் அங்கு இருந்த ஒரு சோபாவின்மீது அமர்ந்தார்; காத்யா தனது கையினால் ஊற்றிக் கொடுத்த காபியை அவர் வாங்கிக் கொண்டார்.

இலக்கிய ரசிக சிகாமணிகளான இரண்டு வக்கீல்கள் அவரிடம் பேச்சுக் கொடுக்க முனைந்தார்கள். ஆனால் அவர் காத்யாவையே நெடுநேரம் ஒரு விசித்திரமாக நோக்கியவாறு, கலை என்று ஒரு விஷயமே இடையாது என்றும், எல்லாம் வெறும் ஏமாற்று என்றும், அந்தரக் கயிற்று மந்திர ஜாலம் காட்டும் மந்திரவாதி கயிற்றை நிற்க வைத்து அதில் ஒரு குரங்கை ஏறச் செய்து, அதனை ஆகாயத்தில் மாயமாய் மறைப்பது போன்ற ஒரு கண்கட்டு விந்தைதான் என்றும் அந்தப் வக்கீல்களிடம் இடை வெட்டிப்பேசினார்.

“கவிதை என்று ஒன்றுமே கிடையாது. எல்லாம் பூண்டோடு மறைந்து போய் பல யுகங்களாக விட்டன. ஆம். மக்கள், கலை எல்லாமே மறைந்து போய் விட்டது. இப்போது ருஷ்ய நாடு வெறும் குப்பை மேடுதான். இந்தக் குப்பை மேட்டின் மீது காக்கைக் கூட்டம்தான் பறந்து வந்து கூடி விருந்துண்ணுகிறது. கவிதை எழுதுகிறவர்கள் எல்லோரும். என்றாவது ஒருநாள் நரக வேதனையைத்தான் அனுபவிக்கப் போகிறார்கள்.”

அவர் அமைதியோடு உள்ளடங்கிய குரலில்தான் பேசினார். அவரது வெளிறிய கோபாவேசமான முகத்தின் இரு புறத்திலும் செம்மை பாய்ந்திருந்தது. கழுத்து எலும்புகளின் மீது மடிப்புகள் புடைத்துத் தோன்றின. கோட்டின் மீது சிகரெட்டுச் சாம்பல் சிதறிப் படிந்திருந்தது. கையிலிருந்த காப்பிக் கோப்பையிலிருந்து காப்பி பானம்

தரைமீது கிடந்த ஐமுக்காள விரிப்பில் தளும்பிச் சிந்தியது.

அந்த இலக்கிய ரசிகர்கள் இருவரும் அவரோடு எதிர்வாதம் புரிந்திருப்பார்கள். ஆனால் பெஸ்ஸோனவ் அவர்கள் பேச்சைக் காது கொடுத்துக் கேட்காமல் காத்யாவையே இருளடைந்த கண்களால் நோக்கிக் கொண்டிருந்தார். பின்னர் அவர் தம் இடத்தை விட்டு எழுந்து அவளிடம் சென்றார். அவர் அவளிடம் சொன்ன வார்த்தைகள் தாஷாவின் காதுகளிலும் விழுந்தன:

"என்னால் கூட்டத்தின் மத்தியில் இருக்க முடியாது, நான் போவதற்கு அனுமதி தாருங்கள்."

அவளோ மென்று விழுங்கியவாறே, அவரை எதையாவது வாசித்துக் காட்டுமாறு வேண்டிக்கொண்டாள். அவரோ அதனை மறுத்துத் தலையை ஆட்டிவிட்டு, அவளது கரத்தைத் தமது உதடுகளில் அழுத்தி முத்தமிட்டு அவளிடம் விடைபெற்றவாறே வெகுநேரம் நின்றார்; அவரது அந்த நெடிய பிரியாவிடை முத்தத்தினால், காத்யாவின் உடல் முழுதும் நாணத்தால் கன்றிச் சாம்பியது.

அவர் சென்ற பின்னர், அங்கு ஒரு விவாதம் எழுந்தது. "என்னதான் இருந்தாலும் எதற்கும் ஒரு எல்லை உண்டு; மனிதர்களை இவ்வளவு துச்சமாக ஏளனப்படுத்திவிட்டுச் செல்வதை நாம் அனுமதிக்க முடியாது?" என்று ஆண்கள் எல்லோரும் ஏகமனதாகத் தீர்மானித்தார்கள். விமர்சகரான சீர்வாவோ மேலும் ஒருபடி சென்று, "பெரியோர்களே! அவர் நன்றாக குடித்துவிட்டு வந்திருக்கிறார்!" என்றார். பெண்களோ "பெஸ்ஸோனவ் குடித்திருந்தார் என்று சொன்னாலும் சரி, அல்லது அவருக்குள்ள எதாவதொரு மனோ நிலைக்கு ஆளாகியிருந்தாரென்று சொன்னாலும் சரி, எது எப்படியிருந்தாலும் அவர் ஒரு அற்புதமான மனிதர்தான். எல்லோருக்கும் இது தெரியட்டும்" என்று தான் தீர்மானித்தார்கள்.

மறுநாள் சாப்பாட்டு வேளையின்போது, தாஷா பெஸ்ஸோனவைப் பற்றிய தனது அபிப்பிராயத்தைச்

சொன்னாள். அதாவது காத்யாவின் நண்பர் குழாம் அனைவரும் இரவல் ஒளியிலே வாழும் மனிதர்களைப்போல், பெஸ்ஸோனவ் போன்ற 'உண்மையான?' மனிதர்களின் உணர்ச்சிகளையும், ரசிகத்தன்மையையும், பாவச் செயல்களையுமே பின்பற்றி வாழ்கிறார்கள் என்று கூறினாள். முடிவில், "இந்த மாதிரியான மனிதரிடம் ஒரு பெண் தன் உள்ளத்தைப் பறிகொடுப்பதை என்னால் லகுவில் புரிந்து கொள்ள முடியும், காத்யா!" என்று சொல்லி முடித்தாள்.

நிகலாய் இவானவிச்சுக்கு ஒரே ஆத்திரம்.

"நீ அவனது புகழைக் கண்டு மயங்கி விட்டாய், தாஷா!" என்றார் அவர். காத்யா ஒன்றும் பேசவில்லை. அதன்பின் பெஸ்ஸோனவ் அவர்கள் வீட்டுக்கு மீண்டும் வரவேயில்லை. இப்போதெல்லாம் அவர் நடிகையான சரதேயெவாவின் அலங்கார அறையையே வட்டமிட்டுக்கொண்டிருப்பதாக நகரில் வதந்திகள் உலாவின. குலீச்செக் அந்த நடிகையை நேரில் கண்டு வருவதற்காக, சில நண்பர்களையும் துணை சேர்த்துக்கொண்டு போனான்; ஆனால் ஏமாற்றத்தோடு திரும்பி வந்தான். அந்த நடிகை காலர் வைத்துத் தைத்த உள்ளாடைகளை அணிந்துகொண்டு தளுக்கிக் குலுக்கும் வத்தலும் தொத்தலுமான பிறவி என்பதையே அவன் கண்டறிந்து வந்தான்.

ஒரு நாள் தாஷா, பெஸ்ஸோனவை சித்திரக் கண்காட்சியில் சந்தித்தாள். அங்கு அவர் ஒரு கடையின் சாளரம் முன்னால் நின்று ஏதோ ஒரு விளம்பர விலை விபரப் பட்டியலின் பக்கங்களைப் புரட்டிக் கொண்டு நின்றார். அவருக்கு எதிரிலே குண்டுக் கத்திரிக்காய் போன்ற இரண்டு மாணவிகள் நின்று கொண்டிருந்தார்கள். அவர்கள் இருவரும் அசைவற்ற புன்னகையோடு மெழுகுப் பொம்மைக் காட்சியிலேயுள்ள ஏதோ ஒரு உருவத்தைப் பார்ப்பது மாதிரி அவரையே வாய் பிளந்து வெறித்து நோக்கிக்கொண்டு நின்றார்கள். தாஷா அந்தப் பக்கமாக மெல்ல நடந்து சென்று, அதற்கு அடுத்த அறையில் கிடந்த ஒரு நாற்காலியில் தொப்பென்று அமர்ந்தாள். ஏனோ

அலெக்சேய் தல்ஸ்தோய் ▲ 41

அவளது கால்கள் திடீரென்று பலமிழந்து குழலாடின; அவளது உள்ளத்திலும் ஏதோ ஒரு துயர் குடிகொண்டது.

இதன்பின் தாஷா பெஸ்ஸோனவின் புகைப்படம் ஒன்றை விலைக்கு வாங்கி, அதனைத்தன் மேஜையின் மீது வைத்துக் கொண்டாள். மூன்று சிறிய வெண்ணிறப் புத்தகங்களாக வெளி வந்திருந்த அவரது கவிதைகள் அவளது உள்ளத்தில் விஷம் போலவே வேலை செய்யத் தொடங்கிவிட்டன. அதாவது அந்தக் கவிதைகளைப் படித்தவுடனே, தான் ஏதோ ஒரு மர்மமான கொடுஞ் செய்கையில் ஈடுபடும் நபரைப்போல் மனப்பேதலிப்புக்கு ஆளாகிவிட்டது. ஆனால் அந்தக் கவிதைகளைத் திரும்பத் திரும்ப அவள் படித்துப் பார்க்கத் தொடங்கிய உடனே, அவளுக்கு அந்த வேதனை யுணர்ச்சியிலே ஒரு இன்பச்சுகமும் தென்படத் தொடங்கிவிட்டது. அதாவது எல்லாவற்றையும் மறக்கச் செய்து பலவீனப் படுத்திய இது நாள்வரை போற்றி வந்த ஏதோ ஒரு செல்வத்தை எட்டி மிதித்து எடுத்தெறிந்து விட்டு விடுதலை பெற்று விடும்படியும், இதுவரை அனுபவித்தறியாத ஏதோ ஒரு இன்பத்தை நாடி ஏங்கித் தவிக்கும்படியும் ஏதோ சில குரல்கள் அவளது உள்ளத்தில் கிசுகிசுத்து ரகசியம் பேசுவதாக அவள் உணர்ந்தாள்.

எனவே அவள் பெஸ்ஸோனவுக்காகத்தான் ‘தத்துவார்த்த சங்க’த்துக்கே போகத்தொடங்கினாள். அவரோ அங்கு எப்போதுமே நேரம் கழித்துத்தான் வருவார்; அபூர்வமாகத்தான் பேசுவார். ஆனால் தாஷாவோ ஒவ்வொரு முறையும் வீடு திரும்பும்போது உள்ள நெகிழ்ச்சியோடுதான் திரும்பி வருவாள். வீட்டிலும் விருந்தினர்களைக் காண்பதில் மகிழ்ச்சி கொள்வாள். இதன் பின்னர் அவள் அவமான உணர்ச்சியின் வேதனைக்கு ஆளாகவே இல்லை.

இப்போதோ அவள் தன்னந்தனிமையிலே அமர்ந்து ஸ்கிரியாபினின் இசையை பியானோவில் வாசித்துக்கொண்டிருந்தாள். ஆழங்காண முடியாத இருண்ட ஏரி ஒன்றில் விழுந்து புதையும் ஆலங்கட்டி

மழைத்துளிகளைப்போல, அவ்விசையின் சுரங்கள் அவளது இதயத்தினுள்ளே புகுந்து புதைந்தன; அந்த மழைத்துளிகள் ஏரியின் பளபளப்பான நீர்ப் பரப்பின் மீது விழுந்து அதனை அலை பரப்பிச் சலன முறைச் செய்து விட்டு ஆழத்தில் முங்கி மறைவது போன்று, அவளது இதயம் ஏதோ ஒரு ஆதங்கத்தினால் வெளிக்குத்தெரியாமல் படபடத்துத் துடித்தது; சீக்கிரத்திலேயே, இன்னும் ஒரு கண நேரத்திலேயே, நடக்க முடியாத ஏதோ ஒரு சம்பவம் நடக்கப்போவதை எதிர்பார்ப்பது போல் துடித்தது.

தாஷா சோர்ந்து போய் தன் கரங்களை முழங்கால்களின் மீது சோரவிட்டவளாகத் தலை நிமிர்ந்தாள். ஆரஞ்சு நிற மறைப்புக் கொண்ட விளக்கின் மெல்லிய ஒளியில், அந்த அறையின் சுவர்களிலிருந்து வலித்துக் குணங்கி வீங்கிப் போன பழுப்பு நிறமான சில முகங்கள், துருத்திப் புடைத்த முண்டக் கண்களோடு தன்னை முறைத்துப் பார்ப்பதாக அவள் உணர்ந்தாள். ஈடன் தோட்டத்தின் பாதைப் புறங்களைப் பேரார்வத்தோடு நக்கிக் கொடுத்த ஏதோ ஓர் ஊழிக்காலத்துப் பிரளயத்திலிருந்து முளைத்த பிசாசுகளைப் போல் அவை தோற்றமளித்தன.

"நமக்குக் கேடுகாலம்தான், பெண்ணே! கேடுகாலம் தான்!" என்று தாஷா தனக்குத் தானே சொல்லிக் கொண்டாள். அவளது கை விரல்கள் வெகு வேகமாகப் பியானோ வாத்தியக் கட்டை மீது ஓடிச் சென்றன; பின்னர் அவள் அந்தப் பியானோ வாத்தியத்தை மெதுவாக மூடி வைத்தாள். ஜப்பானியப் பெட்டியொன்றிலிருந்து சிகரெட்டை எடுத்துப் பற்ற வைத்தாள்; பற்றவைத்ததும் அவளுக்குத் தொண்டையை அடைத்துக்கொண்டு இருமல் வரவே, அவள் அந்தச் சிகரெட்டை, சிகெரெட் சாம்பல் தட்டின் அடியிலே அணைத்து நசுக்கினாள்.

"நிகலாய் இவானவிச்! இப்போது மணி என்ன?" என்று நான்கு அறைகளுக்கு அப்பாலும் சென்று கேட்கும்படியாக உரத்துச் சத்தமிட்டாள்.

நிகலாய் இவானவிச்சின் படிப்பறையில் ஏதோ கீழே

விழுந்த சப்தம் கேட்டது; எனினும் பதில் வரவில்லை. மாபெரும் முகமதியர் வாசல் நடையில் வந்து எட்டிப் பார்த்து தனது அழகைக் கண்ணாடியில் ஒரு முறை பார்த்தவாறே சாப்பாடு பரிமாறிவிட்ட செய்தியைத் தெரிவித்தாள்.

சாப்பாட்டு மேஜையின் மீது வாடி வதங்கிய பூங்கொத்துக்களோடு இருந்த ஒரு அலங்கார ஜாடியின் எதிராகப் போய் அமர்ந்தாள் தாஷா; அங்கு அமர்ந்தவாறே, அந்தப் பூங்கொத்துக்களை மெல்லக் கிள்ளிக் கிள்ளி அவற்றை மேஜை விரிப்பின் மீது நழுவ விட்டுக்கொண்டிருதந்தாள். மாபெரும் முகமதியர் ஆறிப்போன மாமிசத்தையும் வறுத்த முட்டையையும் தேநீரையும் கொண்டு வந்து வைத்தாள். கழுத்துப் பட்டியற்ற புதியதொரு நீலக் கோட்டைத் தரித்தவராய் நிகலாய் இவானவிச் அங்கு வந்து சேர்ந்தார். அவரது தலைமயிர் கலைந்து கடந்தது; தாடி சோர்ந்து தொங்கியது; அந்தத் தாடியில் தலையணைப் பஞ்சும் சிறிதே ஒட்டிக் கொண்டிருந்தது.

அவர் தாஷாவை உணர்ச்சியற்ற முறையில் வணங்கி விட்டு, மேஜைத் தலைப்பில் போய் அமர்த்து கொண்டார்; முட்டைகள் இருந்த தட்டைத் தன் பக்கம் இழுத்து வைத்துக் கொண்டு, ஆத்திரத்தோடு பரக்கப் பரக்கச் சாப்பிட முனைந்தார்.

சில நிமிஷ நேரம் கழிந்ததும், அவர் தமது முழங்கையை மேஜைமீது ஊன்றி மோவாயை மயிரடர்ந்த கரத்தின் முஷ்டி மீது தாங்கியவாறே மேஜை மீது இருந்த பூவிதழ்களை அர்த்தமற்று வெறித்துப் பார்த்தார், பின்னர் ஆழ்ந்த, இயல்புக்கு மாறானதொரு குரலில் தாஷாவிடம் சொன்னார்:

"நேற்றிரவு உன் அக்காள் எனக்குத் துரோகம் செய்து விட்டாள்!"

4

அவளது சொந்தத் தமக்கையான காத்யா ஏதோ ஒரு பயங்கரமான, புரிந்து கொள்ள முடியாத, அக்கிரமமான காரியத்தைச் செய்து விட்டாள். சென்ற இரவில் அவள் தலையைத் தலையணையில் புதைத்து முகத்தை மூடியவாறு, தன்னைச் சுற்றியுள்ள உயிராற்றல் கொண்ட, பழக்கப்பட்ட, இசை நிறைந்த புற உலகத்தைக் கண்ணெடுத்தும் பாராமல் விழுந்து கிடந்தாள்; அவளது உடல் வாடி அமுங்கி விரிந்து. கிடந்தது. நிகலாய் இவானவிச் துரோகம் என்று குறிப்பிட்டதைக் கேட்டு நடுநடுங்கிய தாஷா அதனை இவ்வாறுதான் அர்த்தப்படுத்திக்கொண்டாள். மேலும் இதற்கெல்லாம் சிகரம் வைத்தாற்போன்று, காத்யா இந்த உலகத்தை விட்டே சென்று விட்டவள்போல் அன்று வீட்டிலும் இல்லாது போய் விட்டாள்.

தாஷா ஒரு கணம் அப்படியே திக்பிரமையடைந்து போனாள். அவளது தலையே இறுகிறுத்துக் கிறங்கியது. நிகலாய் இவானலிச் வாய்விட்டுப் பொருமியழவோ அல்லது பயங்கரமாக ஏதாவது சத்தம் போடவோ கூடும் என்று எதிர்பார்த்தவளாக, மூச்சைப் பிடித்தவாறு கம்மென்று அமர்ந்திருந்தாள். ஆனால் அவரோ அதற்கு மேல் ஒரு வார்த்தைகூடச் சொல்லவில்லை. அதற்குப் பதிலாக ஒரு கத்தியைக் கை விரல்களால் புரட்டிக் கொண்டிருந்தார். தாஷா அவரது முகத்தை ஏறிட்டுப் பார்க்கக்கூடத் துணியவில்லை.

கடைசியாக, நெடிய மௌனத்துக்குப் பின்னர் அவர் நாற்காலியைக் கரகரவென்று பின்னால் தள்ளியவாறே தம் இடத்தைவிட்டு எழுந்து படிப்பறைக்குள் சென்றார். “அவர் தம்மைத்தாமே சுட்டுக்கொண்டு விடுவார்!” என்றே எண்ணினாள் தாஷா. ஆனால் அப்படி நடக்கவில்லை. அந்த மேஜை விரிப்பின்மீது அவரது மயிரடர்ந்த பெரிய முஷ்டி எப்படிக் காட்சியளித்தது என்பதை அவள் அனுதாபத்தோடு ஒரு கணம் எண்ணிப் பார்த்தாள். பின்னர் அவர் அவளது நினைவிலிருந்து

மறைந்து விட்டார். "இனி என்ன செய்வது? இனி என்ன செய்வது?" என்று மட்டும் தாஷா தனக்குள் திரும்பத் திரும்பச் சொல்லிக் கொண்டாள். அவளது காதிலே ஏதோ இரைந்தது. அதாவது எல்லாமே நொறுங்கி உருக்குலைந்து போனது போல் ஒரு இரைச்சல் குறுகுறுத்தது.

வாசல் நடையில் தொங்கிக் கொண்டிருந்த கனத்த திரைக்குப் பின்னாலிருந்து மாபெரும் முகமதியர் ஒரு தட்டை எடுத்துக் கொண்டு வந்து சேர்ந்தாள். தாஷா அவளை லேசாகப் பார்த்தாள். பார்த்ததுமே இனிமேல் எந்த ஒரு மாபெரும் முகமதியரும் அங்கு இருக்கப்போவதில்லை என்று திடீரென்று உணர்ந்தாள். அவளது கண்கள் கண்ணீரால் நிரம்பின; எனவே அவள் தன் பற்களை இறுகக் கடித்துக் கொண்டு கூடத்துக்குள் ஓடி மறைந்தாள்.

அங்கு, அந்தக் கூடத்தில் உள்ள சகல பொருள்களும், சின்னஞ்சிறு பொருள்களும் கூட, அதனதன் இடத்தில் அழகாக, கவர்ச்சிகரமாக அடுக்கி வைக்கப்பட்டிருந்தன; அவற்றையெல்லாம் காத்யா தன் கையாலேயே ஒழுங்குபடுத்தி அடுக்கி வைத்திருந்தாள். ஆனால் காத்யாவின் இதயமோ அந்தக் கூடத்தைப் புறக்கணித்து விட்டது; எனவே அந்த அறையிலிருந்த எல்லாப் பொருள்களுமே அன்னியமாகவும் அழகற்றதாகவும் தோன்றின. தாஷா அங்கு இருந்த சோபாவின் மீது அமர்ந்தாள். அவளது பார்வை சமீபத்தில் வாங்கப்பட்ட ஒரு விசித்திரமான புதுமைச் சித்திரத்தின் மீது மெல்ல மெல்ல லயித்தது. அன்றுதான் அவள் முதன் முதலாக அந்தச் சித்திரத்தைக் கூர்ந்து பார்த்தாள்; அதன் கருத்தையும் புரிந்து கொண்டாள்.

அது ஒரு நிர்வாணமான மங்கையின் சித்திரம்; தோலையே உரித்தெடுத்துவிட்டது போல் செக்கச் செவேலெனக் காட்சியளிக்கும் சித்திரம். அந்த மங்கையின் வாய் ஒரு புறமாக ஒதுங்கியிருந்தது. அவளது மூக்கோ முக்கோண வடிவமான இடைவெளியாகத்தான் இருந்தது. தலை நீண்ட சதுர வடிவமாக இருந்தது. அந்த நீண்ட சதுரத் தலைமீது

சில மயிர்கள் ஒட்டிக்கொண்டிருந்தன. ஆம், உண்மையான மயிர்களே அதில் ஒட்டி வைக்கப்பட்டிருந்தன. கால்களோ கீல்களால் இணைக்கப்பட்ட மரக்கட்டைகள் போலிருந்தன, கையில் ஒரு மலர். அந்தச் சித்திரத்தின் ஏனைய அம்சங்களோ பயங்கரமாக இருந்தன. அவற்றில் மிக மிகப் பயங்கரமானது அந்தச் சித்திர மங்கை அலங்கோலமாகப் படுத்துக் கடந்த பழுப்பு நிறம் மிகுந்த அந்தச் சித்திரத்தின் மூலைப்பகுதிதான். அந்தச் சித்திரத்துக்கு 'காதல்' என்று பெயரிடப்பட்டிருந்தது; காத்யாவோ அதற்கு 'நவ நாகரிக வீனஸ்' என்று பெயரிட்டிருந்தாள்.

"இந்தப் பாழாய்ப்போன மங்கையின் மீது காத்யாவுக்கு இத்தனை ஈடுபாடு ஏற்பட்டதற்கு காரணமே இது தானோ? இப்போது காத்யாவும் இந்தச் சித்திர மங்கையைப் போலவே இருக்கிறாள். கையிலே ஒரு பூவோடு, மூலையிலே உள்ள இந்த மங்கையைப் போலவே இருக்கிறாள்!" தாஷா அந்தச் சோபாவின் மீது தன் முகத்தைப் புதைத்தவாறு அழுதாள்; வாய்விட்டுக் கத்திவிடக்கூடாது என்ற பயத்தால், சோபாவின் மெத்தையைப் பற்களால் கடித்துக் கொண்டாள். சிறிது நேரம் கழித்து, நிகலாய் இவானவிச் அந்த அறைக்குள் வந்தார். அவரது கால்கள் அகட்டி வைக்கப்பட்டிருத்தன; அவர் கோபத்தோடு தமது சிகெரெட் கொளுத்தும் கருவியைப் பட்டென்று ஓசையெழும்பத் தட்டினார்; பின்னர் பியானோ வாத்தியத்தை நோக்கிச் சென்று, அதன் சுரக் கட்டைகளை அழுத்தி ஓசை எழுப்பினார். திடீரென்று ஒரு தெருக் கூத்துப் பாட்டின் இசை அந்தப் பியானோ வாத்தியத்திலிருந்து எழுந்தது. அதைக் கேட்டதும் தாஷாவின் ரத்தமே உறைந்து விட்டது போலிருந்தது. திடீரென்று நிகலாய் இவானவிச் பியானோ வாத்தியத்தைப் படாரென்று மூடிச் சாத்தினார்.

"எதிர்பார்க்கக்கூடிய விஷயம்தான்!" என்றார் அவர்.

தாஷா அந்த வார்த்தைகளையே தனது மனத்தில் திரும்பத் திரும்பச் சொல்லி, அதன் அந்தரங்கப் பொருளைக்

கண்டறிய முயன்றாள். திடீரென்று வாசல் மணி கிணு கிணுத்து ஒளித்தது. நிகலாய் இவானவிச் தாடியை இறுகப்பற்றியவாறே கரகரத்த குரலில் ‘ஓகோ’ என்று நெடிதாக உறுமி விட்டு, தமது படிப்பறையை நோக்கி அவசர அவசரமாகச் சென்றார். மாபெரும் முகமதியரோ குதிரை நடந்து செல்வதுபோல் கட்கட்டென்று ஓசையெழும்ப நடைகூடத்தைக் கடந்து சென்றாள். தாஷா சோபாவிலிருந்து துள்ளி எழுந்தாள்; அவள் இதயம் படபடத்தது; தலை கிறுகிறுத்தது; அவளும் அந்த அறையை விட்டு ஓடி மறைந்தாள்.

காத்யா தன் முகத்தையும் மூக்கையும் சுழித்தவாறே, குளிரால் விறைத்து மரமரத்திருந்த கைவிரல்களால், தனது தலை உறையின் பழுப்பு நிற நாடாக்களை அவிழ்க்க முனைந்தாள். அவள் தனது தங்கை தன்னை முத்தமிடவேண்டும் என்பதற்காக, தனது குளிர்ந்த இளஞ்சிவப்பு நிறமான கன்னத்தைக் காட்டினாள். ஆனால் தாஷா அவ்வாறு முத்தமிடாமற் போகவே, காத்யா தனது தலைமை உலுப்பியவாறே, தலையுறையைப் பின்னால் வீசி எறிந்து விட்டு, தன் தங்கையைக் கூர்ந்து பார்த்தாள்.

“இங்கே என்ன நடந்தது?” என்று ஆழ்ந்த குரலில், எல்லோராலும் எப்போதும் வியந்து போற்றப்பட்ட அதே குரலில் கேட்டாள்: “நீங்கள் இருவரும் சண்டை பிடித்துக் கொண்டீர்களா?”

தாஷாவோ நிகலாய் இவானவிச்சின் மழைக்கால பூட்சுகளை வெறித்து நோக்கினாள். அந்தப் பூட்சுகளுக்கு அந்த வீட்டில், ‘ஏமு லிக் பூட்சுகள்’ என்று பெயர். அந்தப் பூட்சுகள் இப்போது கவனிப்பற்று மூலையிலே தன்னந் தனிமையிலே இருப்பதாக அவள் எண்ணினாள். அவளது மோவாய் நடுங்கியது.

“ஒன்றும் நடக்கவில்லை. நான்தான் என்னவோ போலிருக்கிறேன்.”

காத்யா தனது அணில் மயிர்க் கோட்டின் பொத்தான்களை

மெல்லக் கழற்றினாள். தனது தோள்களை ஒரு உலுக்கு உலுக்கி, அந்தக் கோட்டைப் பின்னால் நழுவி விழச் செய்தாள்; பின்னர் அங்கேயே களைப்போடும், புண்பட்ட உள்ளத்தோடும், நின்றாள். பிறகு, தனது. காலுறையைக் கழற்றுவதற்காகக் குனிந்தவாறே சொன்னாள்:

"டாக்ஸியைப் பிடித்துக்கொண்டு வருவதற்குள், என் கால்கள் எல்லாம் தெப்பமாக நினைந்து விட்டன."

பின்னர் தாஷா நிகலாய் இவானவிச்சின் பூட்சுகளை வெறித்து நோக்கியவளாகவே, கடுமையாகக் கேட்டாள்:

"நீ எங்கே போய்விட்டு வருகிறாய், காத்யா?"

"என் அன்பே! இலக்கிய ரசிகர்களின் விருந்தொன்றுக்குச் சென்று வந்தேன். அந்த விருந்து யாருக்காக ஏற்பாடு செய்யப்பட்டது என்ற விஷயமோ கடவுளுக்குத்தான் வெளிச்சம்! எப்போதுமே இப்படித்தான்! இப்போது எனக்கு ஒரே களைப்பாயிருக்கிறது. இப்படியே போய் படுக்கையில் விழவேண்டும்" என்று சொன்னாள் காத்யா.

பின்னர் அவள் சாப்பாட்டு அறைக்குள் நுழைந்து தனது கையிலிருந்த தோல்பையை மேஜைமீது எறிந்தாள்; தனது மூக்கைக் கசக்கிவிட்டவாறே கேட்டாள்:

"இந்தப் பூக்களை யார் இப்படிக் கிள்ளிக் கிள்ளிப் போட்டிருக்கிறார்கள்? நிகலாய் இவானவிச் எங்கே? படுத்துவிட்டாரா?"

தாஷாவுக்கு ஒன்றையுமே தெரித்து கொள்ள முடியவில்லை. அந்தச் சித்திர மங்கைக்கும் தன் தமக்கைக்கும் எவ்விதப் பொருத்தமும் இல்லாததுபோல், தன் தமக்கை தனக்கு அன்னியமாகப் போகாதது மட்டுமல்ல உண்மையில் தன் தமக்கை தனக்கு அப்போதுதான் மிக மிக அன்னியோன்னியமாய் இருப்பதாகத் தோன்றியது அவளுக்கு. தாஷா தன் தமக்கையை அணைத்துத் தடவிக்கொடுக்க வேட்கை கொண்டாள்.

தனது நிதான புத்தியுடன் அரைமணி நேரத்துக்கு

முன்னால் நிகலாய் இவானவிச் எந்த இடத்தில் அமர்ந்து முட்டைகளைச் சாப்பிட்டாரோ அதே இடத்திலுள்ள மேஜை விரிப்பைக் கை விரலால் கீறிச் சுரண்டியவாறே, தாஷா தன்னைச் சுதாரித்துக் கொண்டு பேச முனைந்தாள்.

"காத்யா!"

"என்ன விஷயம், கண்ணே?"

"எனக்கு எல்லாம் தெரியும்."

"என்ன தெரியும்? எங்கே, என்ன நடந்தது என்பதைக் கொஞ்சம் சொல்லேன்."

காத்யா மேஜையின் மீது வந்து அமர்ந்தாள்; அவளது முழங்கால்கள் தாஷாவின் கால்களைத் தொட்டு உறவாடின. காத்யா தன் தங்கையைக் கூர்ந்து கவனித்தாள்.

"நிகலாய் இவானவிச் என்னிடம் எல்லாவற்றையும் சொல்லிவிட்டார்!" என்றாள் தாஷா.

எனினும் தான் சொன்னதை அவள் எப்படி ஏற்றுக் கொண்டாள் என்பதைக் கவனிப்பதற்காகக் கூட, அவள் காத்யாவின் முகத்தை ஏறிட்டுப் பார்க்கத் துணியவில்லை.

சிறிது நேரமானாலும் நெடு நேரம்போல் தோன்றிய சிறு மௌனத்துக்குப் பிறகு காத்யா கோபக் குரலில் சொன்னாள்:

"என்னைப்பற்றி நிகலாய் இவானவிச் தெரிவித்த அந்த அதிர்ச்சி தரும் விஷயம்தான் என்னவாம்?"

"காத்யா! அது உனக்கே தெரியும்!"

"இல்லை. எனக்குத் தெரியாது!"

காத்யாவின் இத்த வார்த்தைகள் ஆலங்கட்டி மழையைப் போல் படபடத்து ஒலித்தன.

தாஷா திடீரென்று தன் தமக்கையின் முன்னால் சோர்ந்து முண்டியிட்டு விட்டாள்.

"காத்யா! என் அன்பே, இனியவளே, அருமை அக்கா! ஒரு வேளை அது உண்மை இல்லாதிருக்கலாம். நீயே சொல். அதுவெல்லாம் உண்மையல்ல; அப்படித்தானே?" அவள் தன் தமக்கையின் மென்மையான, பச்சை நரம்போடிய, பரிமளசுகந்தம் வீசும் புறங்கைகளின் மீது மாறி மாறி முத்தங்களைச் சொரிந்தாள்.

"ஆம்! அது உண்மையல்லதான்!" என்று காத்யா தன் கண்களைச் சோர்ந்து மூடியவாறே பதிலளித்தாள்: *"அழாதே, ஏன் அழுகிறாய்? அழுதால் உன் கண்கள் சிவந்து போகும்; முகம் வீங்கிப் போய் விடும்."*

அவள் தாஷாவைத் தூக்கி நிறுத்தினாள்; அவளது தலை முடியின் மீது தனது இதழ்களை அழுத்தி வருடி முத்தமிட்டாள்.

"நான் ஒரு அசடு!" என்று தாஷா தன் தமக்கையின் மார்பில் முகத்தைப் புதைத்தவாறே முனகினாள்.

இந்தச் சமயத்தில் நிகலாய் இவானவிச்சினுடைய படிப்பறையின் வாசற்படியிலேயிருந்து கணீரென்று ஒலிக்கும் கனத்த குரல் திடீரென ஒலித்தது.

"அவள் பொய் சொல்லுகிறாள்!"

சகோதரிகள் இருவரும் சட்டென்று குரல் வந்த திக்கில் திரும்பினார்கள்; ஆனால் அதற்குள் வாசற்கதவு மூடிக்கொண்டு விட்டது.

"குழந்தாய்! போ, படுக்கப்போ" என்றாள் காத்யா; *"நான் போய் இதெல்லாம் என்னவென்று தெரிந்து வருகிறேன். இதெல்லாம் ஒரு வேடிக்கை என்றுதான் சொல்ல வேண்டும். நான் எதற்கும் தயாராகவே இருக்கிறேன்!"*

தாஷாவை அவளது அறைக்குள் அழைத்துச் சென்று விட்டவாறு, காத்யா ஏதோ நினைவாக அவளை முத்தமிட்டாள்; பின்னர் மீண்டும் சாப்பாட்டு அறைக்குள் வந்து தனது தோல்பையை எடுத்து, தனது தலையில் சீப்பைச் சரியாகச் சொருகிக்கொண்டு, நிகலாய்

இவானவிச்சினுடைய படிப்பறையின் வாசற்கதவை ஒற்றை விரலால் மெல்லக் கொட்டித் தட்டினாள்.

"நிகலாய்! என்னை உள்ளே வர அனுமதியுங்கள்!"

முதலில் உள்ளேயிருந்து எவ்விதமான பதிலுமே வரவில்லை. சிறிது நேரப் பயங்கரமான அமைதிக்குப் பிறகு, மூக்கு உறிஞ்சும் சத்தம் வந்தது. வாசலின் உள்பூட்டு இறக்கும் ஓசை கேட்டது. காத்யா கதவைத் திறந்துகொண்டு, தனது கணவனின் அகன்ற முதுகுப்புறத்தை நோக்கி வேகமாகச் சென்றாள்; நிகலாய் இவானவிச்சோ திரும்பிக் கூடப் பார்க்காமல், மேஜையை நோக்கச் சென்று அங்கிருந்த தோல் வைத்து தைத்த மெத்தை நாற்காலி மீது அமர்ந்தார்; வாஸர்மான் எழுதிய 'நாற்பது வயது மனிதன்' என்ற புத்தகத்தின் முதற் பாகத்தில் சொருகி வைக்கப்பட்டிருந்த தந்தத்தாலான காகிதம் வெட்டும் கத்தியை உருவி எடுத்தார். இத்தனை காரியங்களையும் காத்யா அந்த அறைக்குள்ளிருப்பது பற்றிய நினைவே இல்லாதவரைப் போன்று செய்து முடித்தார்.

காத்யா அங்கு கிடந்த சோபாவின் மீது அமர்ந்தாள்; பாவாடையை முழங்கால்களின் மீது இழுத்துவிட்டுக் கொண்டாள்; கைக்குட்டையைத் தனது தோல் பைக்குள் மீண்டும் தணித்து வைத்து விட்டு, தோல் பையை மூடினாள். அந்தத் தோல் பையை இழுத்து மூடிய போது எழுந்த சத்தத்தில், நிகலாய் இவானவிச்சின் உச்சிமயிர் குத்திட்டுச் சிலிர்த்தது.

"எனக்கு ஒரே ஒரு விஷயம்தான் புரியவே மாட்டேனென்கிறது!" என்று அவள் பேச முனைந்தாள்;

"நீங்கள் எப்படி வேண்டுமானாலும் நினைத்துவிட்டுப் போங்கள். அதற்கு உங்களுக்கு உரிமை இருக்கிறது. ஆனால் உங்கள் சந்தேகங்களையெல்லாம் தாஷாவிடம் சொல்லித் தீர்க்க வேண்டுமா என்ன?"

இதைக் கேட்டதும், அவர் தமது தாற்காலியிலிருந்து சட்டென்று முகத்தை வெட்டித் திருப்பினார்; கழுத்தையும்

தாடியையும் முன் நீட்டிக்கொண்டு சொன்னார்.

"அவற்றையெல்லாம் வெறும் சந்தேகங்கள் என்று சொல்லும் அளவுக்கு உனக்குத் தைரியம் வந்து விட்டதா?"

"நீங்கள் சொல்வதொன்றும் புரியவில்லை!"

"பேஷ்! நான் என்ன சொல்கிறேன் என்பது உனக்குத் தெரியாதா? ஆனால் சந்துமுனை விபசாரியைப்போல் நடந்து கொள்வது எப்படி என்பது மட்டும் உனக்கு நன்கு தெரியும். அப்படித்தானே?"

காத்யா ஒன்றுமே பேசாமல் தன் வாயைமட்டும் லேசாகத் திறந்தாள். பின்னர் கோபாவேசத்தால் வலித்து வக்கரித்து, வியர்த்து விதிர்விதித்துச் சிவந்திருந்த தன் கணவனின் முகத்தை ஏறிட்டுப் பார்த்தவாறே அமைதியோடு சொன்னாள்:

"எப்போது முதற்கொண்டு என்னை இப்படி இழிவுபடுத்தத் தொடங்கியிருக்கிறீர்கள்?"

"நான் உன்னை மிகவும் வேண்டிக்கொள்கிறேன். வேறு எந்த மாதிரி பேசுவது என்று எனக்கு தெரியவில்லை. சுருங்கச் சொன்னால், எனக்கு எல்லா விபரங்களும் தெரிந்தாக வேண்டும்!"

"என்ன விபரங்கள்?"

"என் முகத்துக்கு முன்னாலேயே பூசி மெழுகிப் புளுக முனையாதே!"

"ஓஹோ! உங்கள் எண்ணம் அதுதானா?" என்று *களைப்பின் உச்ச நிலையில் கண்களை உருட்டி விழிப்பதுபோல் தனது பரந்த கண்களை உருட்டி விழித்தவாறே பேச முனைந்தாள். காத்யா; "நான் உங்களிடம் கொஞ்ச நாட்களுக்கு முன்னால் ஒரு விஷயத்தைச் சொல்லத்தான் செய்தேன். ஆனால் என்ன சொன்னேன் என்பது எனக்கே நினைவில்லை."*

"அந்த நபர் யார் என்பதை நான் அறிந்தாக வேண்டும்."

“அது எனக்கும் தெரியாதே!”

“மீண்டும் சொல்கிறேன், பொய் சொல்லாதே.”

“நான் ஒன்றும் பொய் சொல்லவில்லை. உங்களிடம் ஏன் பொய் சொல்ல வேண்டும்? நல்லது. நான் அப்படிச் சொன்னேன் என்றே வைத்துக் கொள்ளுங்கள். எனக்கு கோபம் வந்த சமயத்தில் நான் எதையாவது சொல்லியிருப்பேன். ஆமாம். ஏதோ சொன்னேன். ஆனால் அதை இப்போது நான் மறந்துவிட்டேன்.”

அவள் இவ்வாறு பேசியபோது, நிகலாய் இவானவிச்சின் முகம் உணர்ச்சியற்று அப்படியே இறுகப்போயிருந்தது; எனினும் அவரது இருதயமோ துள்ளிப்புடைத்தது, படபடத்துத் துடிக்கத் தொடங்கியது; “நல்லவேளை! அவள் தன்னைப் பற்றியே தவறாக ஏதேதோ சொல்லிவிட்டாள் போலிருக்கிறது!” இவ்வாறு எண்ணியதும், அவருக்கு இனி, தான் எதையுமே நம்பாதவர் போலப் பாசாங்கு செய்யலாம் என்ற எண்ணம் தோன்றியது. அதாவது தான் அவளோடு வேறு ஏதாவதொரு சச்சரவைக் கிளப்பி, அதன் மூலம் தனது மன வேதனையைப் போக்கிக் கொள்ளலாம் என்று தோன்றியது.

அவர் தமது நாற்காலியை விட்டு எழுந்து, மேலும் கீழும் நடக்கத் தொடங்கினார். சிறிது நின்றார்; தமது கையிலிருந்து காகிதம் வெட்டும் கத்தியை காற்றில் அப்படியும் இப்படியும் வெட்டி வீசினார்; குடும்ப வாழ்க்கையின் சீர் கேட்டைப் பற்றியும், ஒழுக்கக் கேடுகள் பற்றியும், தாயாகவும், தோழியாகவும், மனைவியாகவும் காட்சியளிக்கும் பெண்ணினம் தனது கடமைகளைப் புறக்கணிப்பது பற்றியும் ஏதோதோ பேசினார். காத்யாவினுடைய மனத்தின் வெறுமையைக் கண்டித்தார்; ரத்தத்தைச் சிந்திச் சம்பாதித்த பணத்தைக் கண்மூடித்தனமாகச் செலவிடுவதாகக் குற்றம் சாட்டினார். காத்யாவோ “அது ஒன்றும் ரத்தத்தைச் சிந்திச் சம்பாதித்த பணமல்ல; வழவழத்த வாய்ப் பேச்சினால் சம்பாதித்த பணம் என்று சொல்லுங்கள்!” என்று அவரைத் திருத்தினாள்.

அவரோ அதனை ரத்தத்தையும்விடப் பெரிதாக மூச்சைக் கொடுத்துப் பாடுபட்ட பணம் என்று சொன்னார். அவள் தனது நண்பர்களைத் தேர்ந்தெடுப்பதில் காட்டும் கவனக் குறைவையும் அலட்சியத்தையும் கண்டித்தார்; வீட்டைச் சரியாகக் கவனிப்பதில்லை என்றும், அந்த 'அசட்டு ஜென்ம'மான மாபெரும் முகமதியரிடம் அவள் அதிக அக்கறை காட்டுகிறாள் என்றும், அதேபோல், அவளது 'வீணர் குலத்தின் குணத்துடன் கூடத்து அறையிலே தொங்கும் கண்றாவிச் சித்திரங்களிலே' மிகவும் அவள் ஈடுபட்டிருக்கிறாள் என்றும் குறைப் பட்டுக்கொண்டார்.

ஒரே வார்த்தையில் சொன்னால்--நிகலாய் இவானவிச் இவ்வாறாகப் பேசி தன் மனப் பாரத்தைப் போக்கி நிம்மதியடைந்தார்.

காலை மூன்று மணிக்குப் பிறகு, நிகலாய் இவானவிச் தம்மைத்தாமே கடிந்து பேசிய பின்னர் காத்யா "கொழுத்துப் போன மனிதருக்கு வெறி பிடிப்பதைப்போல் வேறு கொடுமை இல்லை!" என்று தன் கணவனை நோக்கிக் கூறியவாறே அங்கிருந்து தனது சயன அறைக்குள் சென்றாள்.

ஆனால் இந்த வார்த்தைகள் கூட, அந்தச் சமயத்தில் நிகலாய் இவானவிச் மனத்தைப் புண்படுத்தவில்லை. அவர் தமது உடைகளை மெதுவாக ஆர அமரக் களைந்து, நாற்காலியின் மீது போட்டார்; தமது கைக்கடிகாரத்துக்குச் சாவி கொடுத்தார்; பின்னர் லேசாகப் பெருமூச்சுவிட்டுவிட்டு, அங்கு இருந்த தோல் வைத்து தைத்த மெத்தைக் கட்டிலின் மீது விரிக்கப்பட்டிருந்த தூய்மையான அருமையான படுக்கையிலே சென்று படுத்தார்.

"ஆம், நமது வாழ்க்கை முறையே முற்றிலும் தவறாகத்தான் இருக்கிறது. நாம் நமது வாழ்க்கையைப் புனரமைத்துச் செப்பனிட வேண்டும். எல்லாம் தவறு. ஒரே தவறு மயம்" என்று நினைத்தவாறே, அவர் ஒரு புத்தகத்தைத் திறந்து படித்து, தூங்குவதற்கு முன் மன அமைதி பெற

முனைந்தார். அனால் படுக்கையில் படுத்த மறு நிமிடமே, அந்தப் புத்தகத்தைக் கீழே நழுவ விட்டுவிட்டு, காதுகளைத் தீட்டிக்கொண்டு கவனித்தார். வீட்டில் எங்கும் பேரமைதி நிலவியது; யாரோ மூக்கைச் சினுங்கினார்கள். அந்த சினுங்கலோசை அவரது இதயத்தைப் படபடக்கச் செய்தது. "அவள்தான் அழுகிறாள். சேச்சே! நான்தான் ஒன்றுமற்ற விஷயத்தைப் பெரிதுபடுத்தி விட்டேன்!" என்று தம்மைத் தாமே கடிந்து கொண்டார்.

அங்கு நடந்த சம்பாஷணையை தமது மனக் கண்முன்னால் நினைவுகூர்ந்து, தாம் கூறியதையெல்லாம் காத்யா எப்படிக் கேட்டுக்கொண்டிருந்தாள் என்பதை அவர் சிந்தித்துப் பார்த்தார். அவ்வாறு சித்தித்தபோது அவள்மீது அவருக்குப் பரிவுணர்ச்சி ஏற்பட்டது; அவர் அவளுக்காக வருத்தப்பட்டார். படுக்கையை விட்டுத் துள்ளி எழுவதற்காக அவர் ஒரு முழங்கையைக் கூட ஊன்றிவிட்டார்; எனினும் திடீரென்று உடம்பெல்லாம் மரத்துப் போய்விட்டது மாதிரி அதாவது நாட்கணக்காக அலுத்துக் களைத்து அயர்ந்து போனவர் போன்று, மறுகணமே அவர் தலையைத் தலையணை மீது சாய்த்தார்; தூங்கிப்போய் விட்டார்.

தாஷா தனது அறையில் தனது மேலாடையைக் களைந்தாள்; தனது தலை முடியிலே சொருகியிருந்த சீப்பை எடுத்து வைத்தாள்; தலையை ஒரு உலுப்பு உலுப்பி, தலையிலுள்ள கொண்டை ஊசிகளையெல்லாம் விழச் செய்துவிட்டு, வெண்மையான படுக்கைமீது ஏறிப் படுத்தாள்; போர்வையை எடுத்து, மோவாய் வரையிலும் இழுத்து மூடிவிட்டு, கண்களைச் சுருக்கி விழித்தாள். "நல்லவேளை! எல்லாம் நல்ல படியாக முடிந்து விட்டது. இனி நான் எதைப் பற்றியும் கவலைப்பட வேண்டாம். பேசாமல் தூங்க வேண்டியது தான்!" என்று நினைத்துக் கொண்டாள். அவளது கடைக் கண்ணின் பார்வையில் ஏதோ ஒரு விசித்திரமான சிறிய முகம் தென்படுவதாக அவளுக்குத் தோன்றியது. தாஷா புன்னகைப் புரிந்தாள்; கால்களைச் சுருட்டி

மடக்கிக் கொண்டாள்; தலையணையை அரவணைத்துக் கொண்டாள். நல்லதொரு இனிமையான இருண்ட தூக்க உணர்ச்சி அவளைத் தழுவி மயக்குகின்ற வேளையில், "ஆம். அது உண்மையல்லதான்!" என்ற காத்யாவின் குரல் அவள் காதுக்குள் கிறுகிறுத்தது. உடனே தாஷாதன் கண்களை திறந்தாள்; "ஆனால் காத்யாவிடம் நான் அது பற்றி ஒரு வார்த்தைகூடச் சொல்லவில்லையே. அது உண்மையா, இல்லையா என்று மட்டும்தான் கேட்டேன். இருந்தும் நான் எதைப்பற்றிக் கேட்கிறேன் என்பதை நன்கு புரிந்து கொண்டவள் போல் அவளும் பதிலளித்து விட்டாளே!" என்று நினைத்தாள். இந்த நினைவிலே எழுந்த உணர்வு அவளது இதயத்தை ஊசியைப்போல் குத்திக் குத்தி வாங்கியது; "காத்யா என்னிடம் பொய்தான் சொல்லிவிட்டாள்!" பின்னர் தங்களுக்குள் நடந்த உரையாடலின் சிறுசிறு விபரங்களையும் காத்யாவின் வார்த்தைகளையும் அசைவுகளையும் அவள் நுணுக்கமாக நினைவு கூர்ந்து பார்த்தாள். அப்போது அவளுக்கு எல்லாமே தெளிவாகத் தெரிந்தது; ஆம்.எல்லாமே வெறும் பொய் வார்த்தைகள் தான். அவள்தான் அப்படியே இடியுண்டதுபோல் திடுக்கிட்டுப் போனாளே! காத்யா தன் கணவனுக்கே துரோகம் செய்து விட்டாள்; ஆனால் அவ்வாறு துரோகம் செய்யும் போதே, பாவம் செய்யும் போதே, பொய் சொல்லும் போதே, அவள் முன்னைவிட அன்பும் ஆசையும் கொண்டவள்போல் காட்டிக்கொண்டு விட்டாள். அவளிடம் காணப்பட்ட அந்தப் புதிய விசித்திரமான, அலுப்புத் தட்டும் அன்புணர்ச்சியைக் கண்ணுள்ளவர்கள் எவரும் கண்டு கொள்ளாமல் இருக்க முடியாது. அதிலும் அவளது புளுகுணிச் சாமர்த்தியம் இருக்கிறதே, அதுவே அவள் மீது ஆறாத ஆசையைத் தூண்டிவிட்டு விடும். எனினும் அவள் குற்றவாளிதானே!
– "ஒன்றுமே, எனக்கு ஒன்றுமே புரியவில்லை."

தீராத மனக் குழப்பத்துக்கும் கிலேசத்துக்கும் இரையாகிவிட்ட தாஷா எழுந்து சென்று சிறிது தண்ணீர் குடித்தாள்; மீண்டும் மீண்டும் விளக்கைப் போடவும் அணைக்கவுமாக இருந்தாள்; படுக்கையிலேயே விடியும்

வரையிலும் நிலை கொள்ளாமல் புரண்டு புரண்டு புழுங்கிக் கொண்டிருந்தாள். காத்யாவைக் கண்டனம் செய்வதற்கோ, அல்லது அவள் செய்துவிட்ட காரியத்தைப் புரிந்து கொள்வதற்கோ முடியாத நிலையில் தத்தளித்தாள்.

அன்றிரவில் காத்யாவினாலும் தூங்க முடியவில்லை. அவள் தனது படுக்கையில் உடம்பிலுள்ள சக்தியையெல்லாம் சோரவிட்டவளாய் மல்லாந்து படுத்துக் கிடந்தாள்; அவளது கரங்கள் இரண்டும் படுக்கையின் பட்டு விரிப்பின் மீது நீண்டு விரிந்து கிடந்தன. அவள் அழுதாள். கண்ணீரைத் துடைக்க முனையாமலே அழுதாள்; தான் கறைபட்டு, கற்பிழந்து, கருத்திழந்து போனதாகக் கருதி அழுதாள்; தன்னால் இனிமேல் இது விஷயத்தில் எதுவுமே செய்ய இயலாது என்பதை உணர்ந்து அழுதாள்; தாஷாவைப் போல் கவர்ச்சியும் கண்டிப்புமுடையவளாகத் தான் ஒருபோதும் இருக்கப் போவதில்லை என்றும் உணர்ந்து அழுதாள்; நிகலாய் இவானவிச் தன்னை ஒரு சந்துமுனை விபசாரி என்று கூறியதையும், தனது கூடத்தை வீணர் குலத்தவர் அறை என்று குறிப்பிட்டதையும் எண்ணி அழுதாள். இதற்கெல்லாம் மேலாக, அவள் முந்திய நாள் இரவின் அர்த்த சாமத்திலே நடந்த அந்தச் சம்பவத்தை எண்ணித்தான் விம்மி விம்மி மனம் கசந்து அழுது கொண்டிருந்தாள். அதாவது முந்திய நாள் இரவில், அலெக்சேய் அலெக்சேயவிச் பெஸ்ஸோனவ் அவளை ரப்பர் சக்கரங்கள் கொண்ட ஒரு சாரட்டு வண்டியில் ஏற்றிக் கொண்டு, நகரத்துக்கு ஒதுக்குப்புறமாயுள்ள எங்கோ ஒரு ஹோட்டலுக்கு கூட்டிச் சென்றதையும், அங்கு அவளது விருப்பத்திற்கு எந்த அவளின் பிறவித்தன்மையைத் தெரிந்து கொள்ளாமல், சற்றும் மதிக்காமல் அவர் அவளை ஆட்கொண்டதையும், அவளை ஒரு மெழுகுப்பொம்மைபோல் கருதி, மர்ஸ்காயா வீதியில் பாரிஸ் நகரத்துக் கவுண் சட்டைகள் விற்கும் மடாம் டூக்ளே ஜவுளிக் கடையிலே நிற்கும் பழுப்பு நிறக் கன்னங்கள் படைத்த பணிப்பெண்களில் ஒருத்தியாகக் கருதி அவசரமற்ற கதியில், வெறுக்கத்தக்க முறையில் அவர் அவளைத் தன்வசமாக்கி இன்பம் அனுபவித்ததையும்

எண்ணி யெண்ணித்தான் அவள் அழுதாள்; கண்ணீர் வடித்தாள்.

5

வசீலியவ்ஸ்சி தீவிலுள்ள பத்தொன்பதாம் நம்பர் தெருவில் புதிய கட்டிடத்தின் ஐந்தாவது மாடியிலுள்ள என்ஜினீயர் தெலேகினின் வீட்டில்தான் 'சம்பிரதாய எதிர்ப்புப் போராட்டச் சங்கத்தின் தலைமைக் காரியாலயம்' இருந்தது.

அந்தக் கட்டிடத்தில் முதன்முதல் குடி. வந்தவன் என்ற முறையில், தெலேகின் அந்த வீட்டை மிகவும் குறைந்த வாடகைக்கு ஒரு வருஷ காலத்துக்கு எடுத்திருந்தான். அந்த வீட்டில் அவன் தனக்கென்று ஒரு அறையை மட்டும் வைத்துக் கொண்டு, மீதியுள்ள அறைகளில் இருப்புக் கட்டில்கள், மரத்தாலான மேசைகள், பெஞ்சுகள் முதலியனவற்றைப் போட்டு வைத்து, அவற்றை வேறு சிலருக்கு வாடகைக்கு விட்டிருந்தான். அங்கு தங்கி வசித்தவர்கள் அத்தனைபேரும் குஷாலான பிரம்மச்சாரி பேர்வழிகள்தான். தெலேகினின் நெடுநாளைய நண்பனும், பழைய பள்ளித் தோழனுமான செர்கேய் செர்கேயவிச் சாபஷ்கோவ் இந்த மாதிரியான நபர்களைக் கண்டு பிடித்துக்கொண்டு வந்து சேர்த்த விஷயத்தில் சிரமமே படவில்லை.

சட்டக் கல்லூரி மாணவனான அலெக்சான்தர் இவானவிச் ஜீரவ்; பத்திரிகை நிருபனும் எழுத்தாளனுமான அன்தோன் அர்னோல்தவ்; கலைஞன் வாலெத்; தனக்குப் பிடித்தமான வேலையையோ, அல்லது கணவனையோ இன்னும் தேடிக் கொள்ளாத பெண்ணான எலிசவேதா கீயவ்னா ரஸ்தர்கூயவா - இத்தியாதி நபர்கள்தான் அங்கே வசித்து வந்தார்கள்.

இந்தப் பிரம்மச்சாரிகள் அத்தனை பேரும் காலையில் நேரம்

கழித்துத்தான் விழித்தெழுவார்கள்; தொழிற்சாலையிலிருந்து மதியச் சாப்பாட்டுக்காக தெலேகின் அங்கு திரும்பி வந்து சேரும் வேளையில் தான், அவர்கள் எல்லோரும் தமது அன்றாட வேலைகளைக் கவனிக்கத் தொடங்குவார்கள். அன்தோன் அர்ஜனேல்தவ் ஒரு டிராம் வண்டியில் ஏறி நேவ்ஸ்கி பெருஞ்சாலையிலுள்ள ஹோட்டலை நோக்கிச் செல்வான்; அதாவது தான் வேலை பார்த்து வந்த பத்திரிகைக் காரியாலயத்துக்குப் போவதற்கு முன்பே அன்றைய செய்திகளைத் தெரிந்து கொள்வதற்காக அங்கு செல்வான். கலைஞனான வாலெத்தோ தன்னைத் தானே சுயசித்திரம் தீட்டும் முயற்சியில் ஈடுபட்டிருத்தான். சாபஷ்கோவோ அறைக்குள்ளேயே அடைத்துப் பூட்டி இருந்து கொண்டு, 'புதுமைக் கலை'யைப்பற்றிய கட்டுரைகளையும் பேச்சுக்களையும் தயாரிப்பதில் முனைந்திருப்பான். ஜீரவ் என்னும் மாணவனோ ஒருவருக்கும் தெரியாமல் எலிசவேதா கீயவ்னாவின் அறைக்குள் திருட்டுத்தனமாக நுழைந்து சென்று, அவளோடு வாழ்க்கையைப் பற்றிய பல்வேறு பிரச்சனைகளையும் மெல்லிய, கிசுகிசுக்கும் குரலில் விவாதித்துக் கொண்டிருப்பான். அவன் பாடல்கள் எழுதுவான்; எனினும் தான் பாடல்கள் எழுதுவதை யாரும் பார்த்து விடக்கூடாது என்று தன்னகங்காரத்தோடு இருப்பான். எலிசவேதா கீயவ்னா அவனை ஒரு மகாமேதை என்றே எண்ணிக் கொண்டிருந்தாள்.

ஜீரவுடனும் அங்கு குடியிருந்த மற்றவர்களோடும் பேசிப் பொழுதைப்போக்குவதோடு, எலிசவேதா கீயவ்னா வேறு சில காரியங்களையும் கவனித்து வருவாள். அதாவது, எந்த ஒரு காரியத்துக்குமே பயன்படாத முறையில், பல்வேறு வர்ணங்கள் கொண்ட கம்பளி நூலினால், அவள் நீளம் நீளமான வலைப்பின்னல்கள் பின்னுவாள்; உக்ரேனிய நாட்டுப் பாடல்களைப் போலியான, ஆனால் ஆழ்ந்த, சக்தி வாய்ந்த குரலில் உரக்கப் பாடுவாள்; அல்லது, தனது தலைமயிரை இன்னும் எப்படியெப்படியெல்லாம் சிங்காரிக்கலாம் என்ற தேர்வில் இறங்கி, புதிய முறைகளைக் கண்டு பிடிப்பாள். பாடிப் பாடி அலுத்துப்போய்விட்டால்,

அவள் தன் தலைமுடியை உலைத்து, அதனைத் தோள்மீது சரியவிட்டுக் கொண்டு படுக்கையிலே போய் படுப்பாள். ஏதாவது ஒரு புத்தகத்தை எடுத்து, தலைவலி எடுக்கும் வரையிலும் வாசித்துக்கொண்டிருப்பாள். எலிசவேதா கீயவ்னா பார்ப்பதற்குக் கவர்ச்சிகரமான யுவதி; நல்ல உயரம்; சிவந்த கன்னங்கள். சட்ட பார்வை கொண்ட கண்கள், அவளது முகத்தில் அந்தக் கண்கள் ஏதோ கோடிட்டு வரைந்தவை போன்று சுருங்கித் தோன்றும். அவள் மிகவும் பகட்டாக, கண்ணைப் பறிக்கும் வர்ண ஜாலத்தோடு தான் உடையணிந்து கொள்வாள்; இதைக் கண்டு, தெலேகினின் விடுதியிலுள்ளவர்களே அவளிடம் குறைபட்டுக் கொண்டிருந்தார்கள்.

அந்த விடுதிக்கு யாராவது ஒரு புதிய நபர் வந்தால், உடனே அவள் அந்த நபரைத் தனது அறைக்கு வருமாறு அழைப்பாள்; அழைத்துச் சென்று அந்த நபரைத் திக்கு முக்காடச் செய்யும் உரையாடலுக்கு ஆளாக்குவாள். அப்போது எட்டிப்பிடிக்க முடியாத எட்டா உயரமான விஷயங்களும், ஆழங் காண முடியாத அகாதப் பள்ளமான விஷயங்களும் அடிபடும்; இந்த உரையாடலின் மூலம் அவள் தன்னோடு பேசிக் கொண்டிருக்கும் நபர் என்றேனும் குற்றம் செய்ய வேண்டும் என்ற குறுகுறுப்புடையவனா என்பதைக் கண்டறிய முனைவாள். இப்போது அவன் கொலைக் குற்றம் புரியத் துணிவானா? அவன் எப்போதாவது 'தனக்குத் தானே ஆத்திரங் கொள்ளும் உணர்ச்சி'க்கு ஆளாகியிருப்பானா? இப்படிப்பட்ட ஒரு குணம் ஒருவனிடம் இருந்தால் அவன் சுயபுத்தியுள்ளவன் என்பதற்கு அதுவே அடையாளம் என்பது தான் எலிசவேதா கீயவ்னாவின் கருத்து. தெலேகினின் விடுதியில் தங்கியிருந்தவர்களோ அவளது இத்தகைய கேள்விகளையெல்லாம் எழுதி, அவற்றை அவளது அறைக்கதவின் மீதே ஒட்டிவைத்து விட்டார்கள்.

உண்மையில் எலிசவேதா கீயவ்னா வாழ்க்கையிலே நிராசையடைந்த ஒரு பெண்தான். எனவே அவள் ஏதாவது ஒரு திடீர் மாறுதலை, ஒரு 'அசாதாரணமான

சம்பவ'த்தையே எப்போது பார்த்தாலும் எதிர்பார்த்து ஏங்கிக்கொண்டிருந்தாள். அதாவது, அத்தகையதொரு திடீர்யோகத்தால், தனது வாழ்க்கையே ஒளிபெற்றுத் துலங்கக்கூடுமென்றும், இத்த மாதிரி மழைநீரால் மங்கிப் பனிபடர்ந்த ஜன்னலருகே நின்று ஏங்கித் தவிப்பதை விடுத்து, வாழ்க்கையை இன்பகரமாக முழுமையாக அனுபவிக்கக் கூடுமென்றும் அவள் நம்பி வந்தாள்.

அந்த விடுதியில் தங்கியிருந்தவர்களையெல்லாம் தெலேகின் மிக நல்லவர்கள் என்றும் பித்துக்குளிகள் என்றும் கருதி ரசித்தான். எனினும், நேரமின்மையால் அவர்களின் வேடிக்கைகளில் தெலேகின் பங்கு கொள்ளவில்லை.

கிறிஸ்துமஸ் சமயத்தின்போது ஒரு நாள் சாபஷ்கோவ் அந்த விடுதியிலுள்ளவர்கள் அனைவரையும் ஒன்று கூட்டி உட்காரவைத்து, பிரசங்கம் செய்து கொண்டிருந்தான்:

"தோழர்களே! காரியத்தில் இறங்கும் காலம் வந்துவிட்டது. நமது வர்த்தகத்தில் அநேகம் பேர் இருக்கிறோம்; ஆனால் நாம் சிதறிக் கிடக்கிறோம். இன்று வரையிலும் நமது நடவடிக்கைகள் எல்லாம் தனிமைப்பட்டதாகவும் தைரியமற்றதாகவுமே இருந்து வந்துள்ளன. நாம் நமது அணிகளை ஒன்று திரட்டி பூர்ஷ்வா சமுதாயத்திற்கு ஓர் அடி கொடுக்க வேண்டும். இந்தக் காரியத்தைச் செய்வதற்கு, நாம் எல்லோரும் ஒரு படையாக ஒன்று திரண்டு, ஒரு அறிக்கையை வெளியிட வேண்டும். இதோ அந்த அறிக்கை. இதை வாசிக்கிறேன். கேளுங்கள்; "நாம்தான் புதிய கொலம்பஸ்கள்! காரிய சாதனையைத் தூண்டிவிடும் சமர்த்தர்கள்! நாம்தான் புதிய மனித சமுதாயத்தின் வித்துக்கள்! தின்று கொழுத்துப் போயிருக்கும் இந்தப் பூர்ஷ்வா சமுதாயத்தின் மிச்ச கொஞ்சங்களை விட்டொழிக்க வேண்டும் என்று நாம் கோருகிறோம். இன்று முதல் எந்தவிதமான ஒழுக்க நெறிகளுக்கும் நம்மிடையே இடம் கிடையாது. குடும்பம், சமூக உறவுகள், இரு மண வாழ்க்கை முதலிய பந்தங்களையெல்லாம் தூக்கி எறிய வேண்டும். நாம் இதனை வற்புறுத்தி கூறுகிறோம். ஆணும் பெண்ணும்

நிர்வாணமாகவும் சுதந்திரமாகவும் வாழ வேண்டும். ஆண்பெண் உறவுகள் ஒன்றே சமுதாயத்தின் வெற்றியாக இருக்கவேண்டும். வாலிபர்களே! கன்னிப் பெண்களே! ஆண்களே! பெண்களே! இத்தனை காலமும் உங்களை அடைத்து முடக்கி வைத்திருந்த சிறைச்கூட்டை விட்டுத் தாவி வெளியேறுங்கள்; நிர்வாணமாகவும் ஆனந்தமாகவும் வெளி வாருங்கள். காட்டுமிராண்டி வாழ்க்கையின் கதிரொளியிலே கைகள் கோர்த்து களி நடம் புரிய வாருங்கள்! வாருங்கள்!"

பின்னர் சாபஷ்கோவ் எதிர்காலக்கலை படைக்கும் சம்பிரதாய விரோத தத்துவ விளக்கத்துக்கான ஒரு சஞ்சிகையை வெளிக் கொண்டு வருவதும் மிக மிக அத்தியாவசியம் என்பதையும் விளக்க முனைந்தான். அந்தப் பத்திரிகையை 'கடவுள் பிரசாதம்' என்ற பெயரோடு வெளியிட வேண்டும் என்றும், அந்தப் பத்திரிகையைத் தொடங்குவதற்குத் தேவையான அற்பத்தொகையான மூவாயிரம் ரூபிள்களில், தெலேகின் ஒரு பகுதியைத் தர முன் வருவான் என்றும், மீதித்தொகையை பூர்ஷ்வா வர்க்கத்தின் தொப்பை வயிற்றிலிருந்துதான் பிடுங்கிப் பறிக்க வேண்டும் என்றும் சொன்னான்.

இப்படித்தான் அந்தச் 'சம்பிரதாய எதிர்ப்புப் போராட்ட சங்கத்தின் மத்திய காரியாலயம்!' அங்குரார்ப்பணம் ஆயிற்று. தெலேகின்தான் இந்தப் பெயரைக் கண்டு பிடித்துச் சொன்னான்; ஒரு நாள் அவன் தொழிற்சாலையிலிருந்து திரும்பி வந்ததும், சாபஷ்கோவின் இந்தத் திட்டத்தைக் கேட்டு வயிறு வலிக்கச் சிரித்துவிட்டு, இந்தப் பெயரைக் கண்டு பிடித்தான். பின்னர் 'கடவுள் பிரசாதத்'தின் முதல் இதழைக் கொண்டு வருவதற்கான ஏற்பாடுகளை அவர்கள் உடனே ஆரம்பித்துவிட்டார்கள். அதனைத் தொடங்குவதற்குத் தேவையான மூவாயிரம் ரூபிள் தொகையையும் பணக்காரர்களான சில கலாபிமானிகள் நன்கொடையாகத் தந்து உதவினார்கள்; அந்தக் கலாபிமானிகளிலே பிரபலமான ஒரு பணக்காரரும் சில வக்கீல்களும் இருந்தார்கள். 'மத்திய பீடம்' என்று

மொட்டையான, புதிரான தலைப்பிட்டு அச்சடித்த சுற்றுக் காகிதங்கள் காரியாலய உபயோகித்துக்கெனத் தயாரிக்கப்பட்டன. ஆசிரிய பீடங்களை நிரப்புவதற்காக, முக்கிய நபர்களை அணுகிப் பேச்சு வார்த்தைகள் தொடங்கப் பெற்றன. இலக்கியக் கட்டுரைகளும், சித்திரங்களும் சேகரிக்கப்பட்டன. சாபஷ்கோவின் அறையையே புதிய பத்திரிகையின் தலைமைக் காரியாலயமாகப் பயன்படுத்த வேண்டும் என்றும் அந்த அறையை ஆபாசமான சித்திரங்களால் அலங்கோலப்படுத்த வேண்டும் என்றும் யோசனை கூறினான் கலைஞனான வாலெத். மேலும் இதற்கொரு பூர்வாங்கமாக, அந்த அறையிலே அவன் ஒரு டஜன் சுய சித்திரங்களைத் தீட்டி வைத்தான். அந்த அறையை எவ்வெவ்வாறு அலங்கரிப்பது என்பதில் அதிதீவிர சுவனம் செலுத்தப் பட்டது. இறுதியில், பொன் காகிதத்தால் மூடப்பட்டிருந்த ஒரு பெரிய மேஜையைத்தவிர, அந்த அறையிலுள்ள மற்றப் பொருள்கள் அனைத்துமே வெளியேற்றப்பட்டன.

'கடவுள் பிரசாதத்'தின் முதல் இதழ் வெளிவந்தவுடனே, நகரம் முழுவதிலும் அது பற்றிய பேச்சாகவே இருந்தது. சிலர் அதைக் கண்டு ஆத்திரப்பட்டார்கள்; வேறு சிலரோ இதுவரை தமது கண்ணில் புலப்படாத புதுமையான பல நல்ல விஷயங்கள் அதில் இருப்பதாகவும், அதிலுள்ள புதிய விஷயங்கள் புஷ்கினின் இலக்கியங்களைக் கூட, கூடிய விரைவில் புறங்காட்டிப் புகழ் இழக்கச் செய்துவிடும் என்றும் கூறத் தொடங்கினார்கள். விமர்சகரான சீர்வாவோ தனது நிதான புத்தியையெல்லாம் இழந்து விட்டார். ஏனெனில் 'கடவுள் பிரசாதம்' அவரை ஒரு கழிசடை என்று எழுதிவிட்டது. எகதிரீனா திமித்ரியவ்னா ஸ்மகோவ்னிகவா அந்தப் பத்திரிகைக்கு உடனடியாக ஓராண்டு சந்தாவை அனுப்பிவைத்தாள்; அத்துடன் அந்தப் புதுமைக் கலைச் சங்கத்தாரைத் தனது வீட்டில் செவ்வாய்க் கிழமைகளில் நடைபெறும் விருந்துக்கு அழைப்பதென்றும் தீர்மானித்து விட்டாள்.

ஸ்மகோவ்னிகவ் தம்பதிகளோடு விருந்தில் கலந்து கொண்டு வருவதற்காக, 'மத்திய காரியாலயம்' சாபஷ்கோவை தங்கள் பிரதிநிதியாகத் தேர்ந்தெடுத்து அனுப்பியது. அவன் 'மானோன் லெஸ்கோ'[4] நாடகத்தில் அணிந்து கொண்டு வரும் கரும்பைச்சை நிறமான நீள முரட்டுக் கோட்டு ஒன்றை, நாடகக் கொட்டகையின் ஒப்பனைக்காரரிடமிருந்து வாடகைக்கு வாங்கி அணிந்துகொண்டு இருந்தான். விருந்தின்போது, சாபஷ்கோவ் ஏராளமாகத் தின்று தீர்ப்பதில் கண்ணும் கருத்துமாக இருந்தான்;

மேலும் தனது காதுகளுக்கே நாராசமாக ஒலிக்கும் முறையில் கீச்சுக்குரலில் அடிக்கடி கிளுகிளுத்துச் சிரிக்கவும் செய்தான்; சீர்வாவை லேசாக ஒரு பார்வை பார்த்தவாறே விமர்சகர்களை 'ஓநாய்கள்' என்றும், 'செத்த பிணங்களைத் தின்னும் ஜென்மங்கள்' என்றும் வருணித்தான். பின்னர் அவன் தனது நாற்காலியில் மல்லாந்து சாய்ந்தவாறே சிகரெட்டுப் பிடித்தான்; வியர்த்து நனைந்திருந்த தனது மூக்கின்மீது மூக்குக் கண்ணாடியைச் சரியாகத் தள்ளிவைத்தான். மொத்தத்தில் இதைவிட அதிகமாக அங்கு எதிர்பார்க்கப்பட்டது.

'கடவுள் பிரசாதத்'தின் இரண்டாவது இதழ் வெளி வந்த பின்னர், 'மகோந்நதமான வசைமாரிகள்' என்ற பெயரோடு, மாலை நேரக் கூட்டங்கள் நடத்துவது என்றும் அவர்கள் தீர்மானித்தார்கள். தாஷா இத்தகைய 'வசைமாரி'ச் சொற்பொழிவு ஒன்றுக்குச் சென்றிருந்தாள். கூட்டம் நடந்த இடத்தின் வாசற்கதவை, ஜீரவ் தாஷாவுக்காகத் இறந்து விட்டான்; அத்துடன் அவன் அவளைச் சுற்றி வட்டமிடவும் தொடங்கிவிட்டான்; அவளது மழைக்கால பூட்சுகளையும், கம்பளிக் கோட்டையும் கழற்றி எடுக்கவும் அவன் உதவி செய்தான்; அவனுக்கிருந்த ஆர்வத்தில் அவளது மேல் சட்டையிலிருந்து ஒரு நூலைக்கூட

---

4 'மனோன் லெஸ்கோ'- 18ம் நூற்றாண்டில் வாழ்ந்த பிரான்ஸ் நாட்டு எழுத்தாளர் பிரெவோவின் நாடகம் - (ப-ர்.)

உருவி இழுத்து விட்டான். அந்த அறையிலே நிலவி நின்ற முட்டைக்கோசின் வாடையைக் கண்டு தாஷா அதிசயித்தாள். தாஷாவுக்குப் பின்புறமாக அவளை இடித்துக் கொண்டு 'வசைமாரி' மொழியும் மேடைக்குச் சென்ற ஜீரவ் அவளை நோக்கிக் கேட்டான்:

"நீங்கள் என்ன வாசனைப் பொருள் உபயோகிக்கிறீர்கள்? கமகமவென்று மணக்கிறதே."

தாஷாவுக்கு வேறொரு விஷயமும் வியப்பை அளித்தது. தடபுடலாக விளம்பரம் செய்யப்பட்டிருந்த அந்தக் கூட்டத்தினர் கூடியிருந்த இடத்தின் கரகரப்பான சூழ்நிலைதான் அவளுக்கு அந்த வியப்பை அளித்தது. அந்த அறையின் சுவர்களிலெல்லாம் எங்கு பார்த்தாலும் கண்களும் மூக்குகளும், கைகளும், ஆபாசமான இத்திரங்களும், இடிந்து விழும் உயரமான கட்டிடங்களும் தீட்டப்பட்டிருந்தன. சுருங்கச் சொன்னால் கலைஞனான வாலெத்தின் சுயசித்திரங்கள் சுவரெங்கும் சிதறிக்கிடந்தன. வாலெத்தோ தனது கன்னங்களில் வரிக் கோடுகள் தெளிந்து விளையாட அங்கு மௌனமாக நின்று கொண்டிருந்தான். அந்த அறையில் சங்கத்தைச் சேர்ந்தவர்கள் தவிர, வெளி ஆட்களும் நிறையப்பேர் இருந்தார்கள்; சுருங்கச் சொன்னால், ஸ்மகோவ்னிகவ் தம்பதிகளின் வீட்டுக்குச் செவ்வாய்க் கிழமைகளில் வருகை புரியும் இளங்கவிஞர்களில் பெரும்பாலோர் அங்கு வந்திருந்தனர். அங்கிருந்தவர்கள் எல்லோரும் மரக்கட்டைகளால் தாங்கி நிறுத்தப்பட்ட கரடு முரடான பலகைகளின் மீதுதான் அமர வேண்டியிருந்தது; அந்தப் பலகைகளை தெலேகின்தான் சங்கத்துக்குத் தனது உபயமாக வழங்கியிருந்தான். அதி தீவிரமான அகந்தை யுணர்ச்சி குடிகொண்ட தொனியில் அங்குக் கவிதைகள் வாசித்துக் காட்டப்பட்டன. வான மண்டலத்தின் விதான கூடத்திலே ஊர்ந்து செல்லும் மோட்டர்களைப்பற்றியும், 'உளுத்துக் கலகலத்து உதவாக்கரையான பழைய சம்பிரதாயங்களைக் காரி உமிழ்ந்து அவமதிப்பது' பற்றியும் தேவாலயத்தின் கலசங்களைக் கடலையைக்

ஒடித்து தின்பதுபோல் இன்று தர்க்கமுனையும் கவிஞனின் வலிமை மிகுந்த வாலிபப் பல்வரிசைகளைப் பற்றியும், தூரதிருஷ்டிக் கண்ணாடியைத் தாங்கி, மேல்கோட்டு ஒன்றைத் தரித்து நிற்கும் ஏதோ ஒரு நம்ப முடியாத நுனிப்புல் மேயும், பெதேகர் வழிகாட்டிப் புத்தகத்துடன் ஜன்னல் வழியாகத் தாவித் தரையிலே வந்து குதித்த வெட்டுக் கிளியைப் பற்றியும் அங்கு கவிதைகள் பாடிக் காட்டினார்கள். இத்தகைய கோர பயங்கரங்களை யெல்லாம் மிகுந்த பரிதாபகரமானவையாகத்தான் தாஷா கருதினாள். அங்கிருந்தவர்கள் அனைவரிலும் தெலேகின் ஒருவனை மட்டுமே அவளுக்கு உண்மையில் பிடித்திருந்தது. பொதுவான பேச்சுக்கள் நடந்து கொண்டிருந்த சமயத்தில் தெலேகின் அவளருகே வந்து, நாணம் கலந்த புன்னகையோடு அவளை நோக்கி, "கொஞ்சம் தேநீரும் சமோசாக்களும் சாப்பிட்டுவிட்டு வரலாமே" என அவளை அழைத்தான்.

"எங்கள் தேநீரும் சிற்றுண்டியும் சாதாரணமானவை தான் என்றாலும் நன்றாயிருக்கும்" என்றான் அவன். அவனது மழுமழுப்பான கறுத்த முகத்தில் ஏதோ ஒரு பேதைமைக் குணம் பிரதிபலித்தது; ஆனால் அவனது அன்பு கலந்த நீல விழிகளோ, தேவைக்கேற்றாற் போல் கடுமையையும் அறிவொளியையும் பிரதிபலிக்கக்கூடியவை போல் தோன்றின.

அவனை மகிழ்விப்பதற்காகவே தாஷா அவனது வேண்டுகோளை ஏற்றுக்கொண்டு சாப்பாட்டு அறைக்குள் சென்றாள். அங்கு மேஜையின் மீது ஒரு தட்டு நிறைய சமோசாக்களும், நெளிந்து போயிருந்த ஒரு தேநீர்ப் பாத்திரமும் இருந்தன. மேஜைமீது மற்றவர்கள் சாப்பிட்டு விட்டுப்போயிருந்த தட்டுக்களையெல்லாம் எடுத்து அவற்றை ஒரு மூலையிலே கொண்டு போட்டான். பின்னர் அந்த மேஜையைத் துடைக்கத் துணி தேடியபடி தனது கைக்குட்டையாலேயே துடைத்துச் சுத்தம் செய்தான். பிறகு தாஷாவுக்குத் தேநீரை ஊற்றிக் கொடுத்தான்; அங்கிருந்த சமோசாக்களில் மிகவும் 'ருசிகரமான' ஒன்றைப்

பொறுக்கித் தேர்ந்தெடுத்து அதனை தாஷாவிடம் வழங்கினான். இவையனைத்தையும் அவன் தனது பெரிய பலத்த கைகளால் ஆர அமர, செய்து முடித்தான்; அதாவது அங்கு நிலவிய குழப்ப நிலைமைகளையெல்லாம் மறந்து தாஷா மனமகழ்ச்சி பெற வேண்டும் என்பதில் அவன் தீவிரமான ஆர்வம் காட்டினான்.

"எங்கள் விடுதியின் பராமரிப்பு எதிர்பார்க்கும் அளவுக்கு இருக்காதுதான்; அது எனக்கும் தெரியும். எனினும் எங்கள் தேநீரும் சிற்றுண்டியும் முதல் தரமானவை; இவற்றை நாங்கள் எலிஸேயவ் கடையிலிருந்து வரவழைக்கிறோம். இங்கு கொஞ்சம் இனிப்புப் பண்டங்களும் இருந்தன. ஆனால் அவற்றையெல்லாம் மற்றவர்கள் தின்றுவிட்டுப்போய் விட்டார்கள். இருந்தாலும், ஒரு நிமிஷத்தில்..."

தெலேகின் தனது உதடுகளை இறுக மூடியவாறே தாஷாவை மெல்லப்பார்த்தான்; அவனது நீல விழிகளில் முதலில் ஒரு பயபீதியும், பின்னர் ஒரு உறுதியும் பிரதிபலித்தன.

"நீங்கள் அனுமதித்தால்..."

அவன் தனது உள் சட்டைப் பையிலிருந்து காகிதத்தில் சுற்றப்பட்டிருந்த இரண்டு சாக்லேட் மிட்டாய்களை வெளியே எடுத்தான்.

"இத்தகைய மனிதன் யாரையும் என்றும் கைவிட மாட்டான்!" என்று தாஷா தனக்குத் தானே நினைத்துக் கொண்டாள். பின்னர் அவள் வாய் திறந்து உரக்கச் சொன்னாள்.

"அடேடே! இது எனக்கு மிகவும் பிடித்தமான மிட்டாய்கள் ஆயிற்றே!"

தெலேகின் தாஷாவுக்கு எதிராக, பக்க வாட்டில் திரும்பி உட்கார்ந்துகொண்டு, குழம்புச் சட்டியையே வெறித்துப் பார்த்துக் கொண்டிருந்தான். அவன் அவ்வாறு கூர்ந்து

பார்த்ததால், அவனது அகன்றுயர்ந்த நெற்றி மத்தியில் ஒரு பச்சை நரம்பு புடைத்துக் கொண்டு நின்றது. பின்னர் அவன் தனது கைக்குட்டையை மெல்ல எடுத்து, தனது நெற்றியைத் துடைத்துக் கொண்டான்.

தாஷாவின் இதழ்களில் அவளையும் மீறி ஒரு புன்னகை பூத்து விரிந்தது. இந்தப் பெரிய அழகிய மனிதனுக்கு எவ்வளவு தன்னம்பிக்கைக் குறைவு! இந்தக் குழம்புச் சட்டிக்குப் பின்னால் தன் முகத்தை மறைத்துக்கொள்ள முனைகிறானே! ஒருவேளை இவனது தாய் எங்காவது ஒரு நாட்டுப்புறத்தில் இருக்கக் கூடும். அந்தச் சின்னஞ்சிறு கிழவி இவனுக்கு மிகுந்த கண்டிப்போடு கடிதங்கள் எழுதியிருப்பாள்; அதாவது, "பலரகத்து முட்டாள்களுக்காக, பணத்தைத் தாறுமாறாச் செலவழிப்பதை"க் கண்டித்திருப்பாள். அத்துடன் "என் மகனே! மற்றவர்களிடம் மதிப்பைச் சம்பாதிப்பது என்பது அடக்க பாவத்தாலும், கடமையுணர்ச்சியாலும் முடியுமே அன்றி ஊதாரித்தனத்தால் அல்ல" என்றும் அவள் எழுதத் தவறியிருக்கமாட்டாள். எனவே இவன் அவளது அந்தக் கடிதங்களை எண்ணித்தான், அந்தக் கடிதங்களில் கண்டபடி, தான் நடந்து கொள்ளாததை எண்ணித்தான் பெருமூச்சு விட்டிருப்பான் போலும்! என்று இவ்வாறெல்லாம் எண்ணமிட்டாள் தாஷா. இவ்வாறு எண்ணியபோது, தாஷாவின் உள்ளம் அந்த இளைஞன்பால் ஈடுபாடுகொள்ளத் தொடங்கியது.

"நீங்கள் எங்கே வேலை பார்க்கிறீர்கள்?" என்று கேட்டாள் அவள்.

தெலேகின், அவளைக் கூர்ந்து பார்த்தான்; அவளது இதழ்களிலே தவழ்ந்த புன்னகையைக் கண்டதும், அவனும் வாய் நிறைந்து புன்னகை புரிந்தான்.

"பால்டிக் என்ஜினீயரிங் தொழிற்சாலையில்."

"சுவாரசியமான வேலைதானா அது?"

"எப்படிச் சொல்ல முடியும்? என்னைப் பொறுத்த வரையில்

எல்லாத் தொழில்களுமே சுவாரசியமானவைதாம்.”

‘‘தொழிலாளர்களுக்கு உங்களை மிகவும் பிடித்துப்போயிருக்கும். என்ன, அப்படித் தானே!”

“நான் அதைப்பற்றி எண்ணிப்பார்த்ததில்லை. அவர்களுக்கு என்னைப் பிடிக்காது என்று தான் நினைக்கறேன். நான் அவர்களிடம் மிகுந்த கண்டிப்போடு நடந்து கொள்வேன். எனினும் எங்களிடையே உறவு சுமுகமாகத்தான் இருக்கிறது. தோழமையுணர்ச்சியோடுதான் இருக்கிறது.”

“சரி, இன்று அதோ அந்த அறையில் நடந்துகொண்டிருக்கற வாதப் பிரதிவாதங்கள் எல்லாம் உண்மையிலேயே உங்களுக்குப் பிடித்தமானவைதானா? உண்மையைச் சொல்லுங்கள்.”

தெலேகினின் நெற்றியிலே தோன்றிய சுருக்கங்கள் மங்கி மறைந்தன; அவன் வாய் விட்டு உரக்கச் சிரித்தான்.

“எல்லோரும் சிறு பிள்ளைகள்! வெறும் கலாட்டாப் பேர்வழிகள்! என்றாலும் அனைவரும் மிகவும் நல்ல பிள்ளைகள்! எனது விடுதியில் தங்கியுள்ளவர்கள் மீது எனக்கு மிகுந்த பிரியம், தார்யா திமித்ரியவ்னா! சில சமயங்களில் தொழிற்சாலையிலே ஏதாவதொரு சங்கடம் ஏற்பட்டு, நாம் மனம் சோர்ந்து விடுதிக்குத் திரும்புவதுண்டு. அப்படி வரும் போதெல்லாம் அவர்கள் ஏதாவது ஒரு புதியதான அபத்தத்தைக் கண்டுபிடித்திருப்பார்கள். அதைக் கண்டு, நான் அன்றும் மறுநாள் முழுவதுமே ஆனந்தப்பட்டுக் கொண்டிருப்பேன்.”

“என்றாலும், எனக்கு இந்த வசைமாரிகள் துளிகூடப் பிடிக்கவில்லை!” என்று உறுதியோடு சொன்னாள் தாஷா; “அவையனைத்தும் வெறுக்கத்தக்கவை என்றே நான் நினைக்கிறேன்.”

அவன் அவளது கண்களையே வியப்போடு கூர்ந்து நோக்கினான்.

“எனக்கு அவை கொஞ்சம்கூடப் பிடிக்கவில்லை” என்று

மீண்டும் சொன்னாள் தாஷா.

"அவர்களைக் காட்டிலும் என்னைத்தான் இது விஷயத்தில் குற்றம்சாட்ட வேண்டும்" என்று சோர்ந்தாற்போல் சொன்னான் தெலேகின். "நான்தான் அவர்களை ஊக்குவித்து உற்சாகப்படுத்தினேன். ஆனால் இதைப்பற்றி நன்றாக எண்ணிப், பார்த்தால், ஜனங்களை வரவழைத்து உட்காரவைத்துக் கொண்டு, மாலை நேரம் முழுவதும் இப்படி ஆபாசக் களஞ்சியமான வசைமாரிகளைப் பொழிந்து தள்ளுவதை எண்ணிப் பார்த்தால்!.. நீங்களும் இதனை வெறுப்பது குறித்து நான் மிகவும் வேதனைப்படுகிறேன்."

தாஷா அவனது முகத்தை ஏறிட்டுப் பார்த்தவாறு புன்னகை புரிந்தாள். தெலேகினைப்பற்றி அவள் ஒன்றுமே அறியாதவளாயினும் கூட, அத்தகையகொரு மனிதனிடம் எந்த ஒரு விஷயத்தையும் வாய்விட்டுச் சொல்வதற்கு அஞ்ச வேண்டியதில்லை என்று உணர்ந்தாள் அவள்.

"இவான் இலீச்! நீங்கள் வேறு விதமாக விரும்பியிருப்பீர்கள் என்றே நான் எண்ணியிருப்பேன். நீங்கள் ஒரு நல்ல மனிதர் என்று எனக்கு நிச்சயமாய்த் தெரியும். உங்களைப்பற்றி நீங்கள் எண்ணிக் கொண்டிருப்பதைவிடவும் கூட, நீங்கள் நல்லவர். எவ்வளவோ நல்லவர்!"

தாஷா தனது முழங்கையை மேஜைமீது ஊன்றி, மோவாயை உள்ளங்கையில் தாங்கியவாறே, சுண்டு விரலால் தனது உதடுகளை மெல்லத் தடவிக் கொடுத்தாள். அவளது கண்கள் சிரித்தன. ஆனால் அவளது அந்த விரிந்து பரந்த கனிவு ததும்பும் கபில நிறக் கண்கள் பயங்கரமாய் இருந்தன. அந்தக் கண்களைக் கண்டதால் ஏற்பட்ட கலவர உணர்ச்சியால், மேஜை மீதிருந்த ஒரு தேக்கரண்டியை எடுத்து அதனைத் தன் கை விரல்களால் நெளித்து வளைத்துக் கொண்டிருந்தான்.

நல்ல வேளையாக, அவனுக்கு நிவர்த்தியளிக்கும் விதத்தில் எலிசவேதா கீயவ்னா அந்த அறைக்கு வந்தாள். அவள் ஒரு பூத்துண்டைத் தன்மீது போர்த்தியிருந்தாள்;

தலைமயிரை, காதுகளுக்கு அருகே, 'நத்தை'களைப்போல் சுருட்டி விட்டிருந்தாள். அவள் தனது நீண்ட சோர்ந்த கரத்தை தாஷாவிடம் நீட்டியவாறே தன்னைத் தானே அறிமுகம் செய்து கொண்டாள்.

"நான்தான் எலிசவேதா கீயவ்னா ரஸ்தர்கூயவா" என்று சொல்லிவிட்டு அங்கு அமர்ந்தாள்.

"உங்களைப்பற்றி நான் ஜீரவின் மூலம் ரொம்பவும் கேள்விப்பட்டிருக்கறேன்" என்று அவள் பேசத் தொடங்கினாள். "இன்று மாலை முழுதும் நான் உங்கள் முகத்தையே கூர்ந்து கவனித்துக் கொண்டிருந்தேன். நீங்கள் இருளடித்துப் போயிருத்தீர்கள். அதுவும் நல்லதுதான்!"

"எலிசவேதா! கொஞ்சம் தேநீர் சாப்பிடுங்கள்" என்று அவசர அவசரமாகச் சொன்னான் தெலேகின்.

"தெலேகின், நான் தேநீர் அருந்துவதில்லை என்பதுதான். உங்களுக்கே தெரியுமே!"

அவள் தாஷாவின் பக்கம் திரும்பினாள்.

"உங்களிடம் இப்படி வலிய வந்து பேசும் இந்த விசித்திர ஜீவன் யாராயிருக்கும் என்று நீ ஒருவேளை வியந்து கொண்டிருக்கலாம். நான்--நான் யாரும் அல்ல; நான் ஒரு அனாமதேயம். என்னிடம் எந்தவிதமான திறமையுமே இல்லை; தீமைகள் மட்டும்தான் என்னிடம் உண்டு."

தெலேகின் மேஜை முன்னால் எழுந்து நின்றவனாய், இன்னது செய்வதெனத் தெரியாது திகைத்து, முகத்தை வேறு பக்கம் திருப்பிக் கொண்டான். தாஷாவோ தலை குனிந்து கீழே பார்த்தாள். எலிசவேதா கீயவ்னா புன்னகை புரிந்தவாறே அவளைக் கூர்ந்து நோக்கினாள்.

"நீங்கள் கெட்டிக்காரி; அழகானவள்; நல்ல அந்தஸ்திலும் உள்ளவள். இதை ஒன்றும் நீங்கள் மறுத்துப் பேச வேண்டிய இல்லை. இது உங்களுக்கு நன்கு தெரிந்த விஷயம் தான். உங்களைச் சுற்றிலும் உங்கள்மீது காதல் கொண்டு திரியும் ஏராளமான பேர்வழிகள் இருக்கிறார்கள்.

ஆமாம், இருக்கிறார்கள். ஆனால் இவை எல்லாம் எவ்வளவு சர்வ சாதாரணமான முறையில் சர்வ நாசம் அடைந்துவிடும் என்பதை எண்ணிப் பார்த்தால், எத்தனை வெட்கக் கேடாக இருக்கிறது! அதாவது இறுதியில் எவனோ ஒருவன் உங்களுக்கு வந்து வாய்ப்பான்; நீங்கள் அவனை மணந்து கொண்டு, பிள்ளைகளைப் பெற்றுத் தள்ளுவீர்கள்; கடைசியில் மரணம் அடைவீர்கள்! அத்தனை உப்புச்சப்பற்ற வாழ்க்கை அது!"

இத்தகைய தாக்குதலைக் கண்டு தாஷாவின் உதடுகள் துடிதுடித்தன.

"அசாதாரணமானவளாய் விளங்கும் விருப்பம் எதுவும் எனக்கில்லை!" என்று பதிலளித்தாள் அவள்! "மேலும், எனது எதிர்காலத்தைப்பற்றி நீங்கள் ஏன் இவ்வளவு தூரம் மனசை அலட்டிக் கொள்கிறீர்கள் என்பது தான் எனக்குப் புரியவில்லை!"

எலிசவேதா கீயவ்னாவின் புன்னகை அகன்று விரிந்தது; எனினும் அவளது கண்கள் மட்டும் சோகமும் பரிவும் கொண்டதாகவே தோன்றின.

"மனிதப் பிறவி என்ற முறையில் நான் வெறுக்கத்தக்கவள் என்பதையும் பெண் என்ற முறையில் மிகவும் பொல்லாதவள் என்பதையும் உங்களுக்கு உணர்த்தி எச்சரிக்கவே முனைந்தேன். ஒரு சிலர்தான் என்னைச் சகித்துக்கொள்வார்கள். அதுவும் அவர்கள் என்மீது கொள்ளும் அனுதாபத்தின் காரணமாகத்தான். இதோ இந்த தெலேகினைப்போல்!"

"எலிசவேதா! என்ன இழவையெல்லாம் உளறிக் கொட்டிக்கொண்டிருக்கிறீர்கள்?" என்று தன் தலையை நிமிர்த்தாமலே முனகினான் தெலேகின்.

"நான் உங்களிடமிருந்து ஒன்றையும் எதிர்பார்க்கவில்லை, தெலேகின்! பயப்படாதீர்கள்!"

அவள் மீண்டும் தாஷாவிடம் திரும்பினாள்.

அலெக்சேய் தல்ஸ்தோய் ▲ 73

"நீங்கள் எப்போதாவது புயலில் சிக்கிக்கொண்டிருக்கிறீர்களா? நான் ஒரே ஒரு முறை சிக்கியிருக்கிறேன். அப்போது நான் ஒருவனைக் காதலித்தேன். ஆனால் அவன் என்னவோ என்னை வெறுக்கத்தான் செய்தான். அந்தச் சமயத்தில் நான் கருங்கடல் பிரதேசத்தில் வாழ்ந்து வந்தேன். அப்போதுதான் அந்தப் புயல் அடித்தது. 'நாம் கடல் மீது போவோம்' என்று நான் அவனிடம் சொன்னேன். அவனும் கொடிய எண்ணத்தோடேயே என்னோடு வரச் சம்மதித்தான். நாங்கள் ஏறிச்சென்ற படகு நடுக்கடலுக்குள் சென்று விட்டது. அந்த அனுபவம் மகிழ்ச்சிகரமாயிருந்தது; படு பயங்கரமான மகிழ்ச்சி! திடீரென்று நான் என் ஆடைகளைக் களைந்து எறிந்து விட்டு, அவனை நோக்க..."

"எலிசவேதா!" என்று தன் வாயையும் மூக்கையும் சுழித்து நெரித்தவாறே தெலேகின் குறுக்கிட்டான்; "ஏன் இந்த மாதிரியெல்லாம் புளுகுகிறீர்கள்? இப்படியெல்லாம் ஒன்றுமே நடக்கவில்லை. எனக்குத் தெரியும். ஒன்றுமே நடக்கவில்லை!"

எலிசவேதா கீயவ்னாவோ அவனைப் புதிர் நிறைந்த புன்னகையோடு ஏறிட்டுப் பார்த்தாள்; திடீரென்று வாய்விட்டு உரக்கச் சிரிக்கத் தொடங்கிவிட்டாள். தனது முழங்கைகளை மேஜைமீது ஊன்றி, முகத்தைக் கைகளுக்குள் மூடிப் புதைத்தவாறே தனது இரண்டு கனத்த தோள்களும் குலுங்கிக் குலுங்கியதிரச் சிரித்தாள். தாஷா தன் இடத்தை விட்டு எழுந்து, தான் வீட்டுக்குச் செல்ல விரும்புவதாகவும், யாரிடமும் விடை பெற்றுக்கொள்ளாமல் உடனேயே செல்ல விரும்புவதாகவும், அதுபற்றி தெலேகின் தவறாக எண்ணக் கூடாதென்றும் சொன்னாள்.

தாஷா தனது கோட்டை அணிந்து கொள்ளுவதற்கு தெலேகின் அவளுக்கு உதவினான்; அந்தக் கோட்டும் அவளது அங்கங்களில் ஒன்றேயென்று கருதியவன் போன்று, அவன் அதனைக் கவனமாகக் கையாண்டு அணிவித்தான். பின்னர் இருண்டு கிடந்த மாடிப்படி வழியாக அவளுக்கு துணை வந்தான் அவன். அந்தப் படிக்கட்டு ஒரேயடியாக இருண்டு கிடந்தது குறித்தும்

ஈரமும் வழுக்கும் நிறைந்திருப்பது குறித்தும் வருத்தம் தெரிவித்தவாறு, வழி தெரிவதற்காக, தீக்குச்சகளை ஒவ்வொன்றாகக் கிழித்து ஒளி காட்டிக்கொண்டே வந்தான். தெருவுக்கு வந்ததும், அவன் தாஷாவோடு தெருமூலை வரையிலும் துணை சென்றான்; தெரு மூலையிலே. ஒரு வண்டி நின்று கொண்டிருந்தது; வண்டிக் குதிரை பனி மழையால் நன்கு நனைந்து போயிருந்தது; வண்டிக்காரக் கிழவனை அழைத்து, தாஷாவை அந்த வண்டியில் ஏற்றி விட்டான் தெலேகின். பின்னர் அந்த வண்டியும் அதில் அமர்ந்திருந்த அந்தப் பெண்ணும் பரந்து கிடக்கும் மஞ்சள் நிறமான பனிமூட்டத்தினுள்ளே புகுந்து கண்மறைந்து கரைந்து போகும் வரையிலும், தெலேகின் தலையில் தொப்பியோ உடம்பில் கோட்டோ இல்லாமல் அங்கேயே நெடு நேரம் நின்று பார்த்துக்கொண்டிருந்தான். பின்னர் அவன் மெல்ல மெல்லத் தன் விடுதியை நோக்க நடந்தான்; விடுதியின் சாப்பாட்டு அறைக்குள் சென்றான். அவன் அங்கிருந்து வெளியே சென்றபோது எலிசவேதா கீயவ்னா எவ்வாறு முகத்தைக் கைகளுக்குள் புதைத்து மூடியவாறு அமர்ந்திருந்தாளோ, அதே நிலையில்தான் அப்போதும் அமர்ந்திருந்தாள். தெலேகின் தன் மேவாயைப் பிராண்டியபடி, முகத்தைச் சுழித்தவாறு கூப்பிட்டான்:

"எலிசவேதா!"

இந்தக் குரலைக் கேட்டதும் அவள் சட்டென்று வெகு விரைவாகத் தலை நிமிர்ந்தாள்.

"எலிசவேதா, நான் இப்படிச் சொல்கிறேனே என்று நினைக்காதே. நீங்கள் ஏன் எப்போது பார்த்தாலும் இப்படிப் பேசித் தொலைக்கிறீர்கள்? இதனால் மற்றவர்களுக்குத்தான் எரிச்சல் ஏற்படுகிறது! இல்லையா?"

"நீங்கள் காதல் கொண்டு விட்டீர்கள்!" என்று தெலேகினைத் தனது சோகம் ததும்பும் குறுகிய கண்களோடு பார்த்தவாறே மென்மையாய்ச் சொன்னாள். அந்தக் கண்கள் வரையப்பெற்ற இரண்டு கோடுகள் போலவே தோன்றின. அவள் மேலும் சொன்னாள்.

"நீங்கள் காதல் வசப்பட்டு விட்டீர்கள் என்பது எனக்கு நன்கு தெரியும்! சலிப்புத் தானே!"

"நீங்கள் சொல்வதில் கொஞ்சம் கூட உண்மையில்லை; ஒரு வார்த்தைகூட உண்மையானதில்லை!" என்று முகம் சிவக்கச் சொன்னான் தெலேகின்.

"அப்படியானால் சரி. நான் சொன்னதற்கு வருந்துகிறேன்."

அவள் வேண்டா வெறுப்பாக அங்கிருந்து மெதுவாக எழுந்து வெளியே சென்றாள். அவள் போர்த்தியிருந்த அந்தத் துண்டு அவளுக்குப் பின்னால் தரையிலே விழுந்து புரண்டு இழுபட்டுக்கொண்டே சென்றது.

தெலேகின் ஏதோ சிந்தித்தவனாகச் சிறிது நேரம் மேலும் கீழும் நடந்தான்; பின்னர் ஆறிக் குளிர்ந்துபோன தேநீரில் சிறிது ஊற்றிக் குடித்தான். பிறகு, தாஷா அமர்ந்திருந்த நாற்காலியைத் தூக்கிக்கொண்டு அதனைத் தனது அறைக்குள் கொண்டு சேர்த்தான். அதனை ஒரு மூலையிலே பத்திரமாகக் கொண்டு வைத்துவிட்டு, தனது கரத்தால் முகத்தில் லேசாக அறைந்தவாறே திடீரென்று ஏதோ ஒரு உண்மையைக் கண்டு கொண்டதுபோல் சொல்லிக்கொண்டான்:

"அபத்தம்! வெறும் குப்பை!"

தாஷாவுக்கோ தெலேகினின் சந்திப்பு பத்தோடு பதினொன்றாகத்தான் இருந்தது. அவள் மிகமிக நல்லவனான ஒரு மனிதனைச் சந்தித்தாள். அவ்வளவுதான். தாஷாவின் பருவம் அப்படிப்பட்ட பருவம். அந்த வயதில் யாரும் எதையும் நன்கு தெளிவாகப் பார்க்கவோ, கேட்கவோ மாட்டார்கள். அவர்களது ரத்தக்குழாய்களிலே ஓடும் ரத்தத்தின் துடிதுடிப்பு அவர்களது செவிப்புலனை மழுங்கடித்துவிடும்; அவர்களது கண்களோ எதைப் பார்த்தாலும் எங்கு பார்த்தாலும், கண்ணாடியில் முகத்தைப் பார்த்துக்கொள்வதுபோல, மற்றவர்களின் முகத்தைப் பார்க்கும் போதும் கூட, தமது சொந்த உருவத்தையே, தமது நிழலையே கண்டு கொண்டிருக்கும்.

அந்தப் பருவத்தில் அசாதாரணமான விஷயங்களைக் காணும் போதுதான் அவர்களது கற்பனை அபரிமிதமாக வேலை செய்யும். கண்ணுக்கினிய மனிதர்கள், கவின் நிறைந்த இயற்கைக் காட்சி, கலாசிருஷ்டிகளின் அழகு லாவண்யங்கள் முதலியன எல்லாம் தனது பரிவாரங்களில் ஒரு சிறு பகுதியே என்றுதான் பத்தொன்பது வயதுப் பருவப் பெண்ணுக்குத் தோன்றும்.

ஆனால் தெலேகினின் நிலைமையோ முற்றிலும் வேறுவிதமாக இருந்தது. தாஷா வந்து சென்று, ஒரு வார காலத்துக்கு மேலாகி விட்டது. இந்த ஒருவார காலத்துக்குப் பின்னர் அவன் தாஷாவை எண்ணிவியந்தான். சிப்பியைப் போன்ற பழுப்பு நிறம் கொண்ட மென்மையான தோலும், கருநிறத்து உடையும், கற்றை கற்றையான சாம்பல் வண்ணக் கூந்தலும் பிள்ளைத்தன்மை மிகுந்த, வாயாடியான அந்தப் பெண் எப்படி அரவமின்றி எளிதாக வீட்டுக்குள் நுழைந்தாள்? (அவன் ஒருமுறைகூட அவளிடம் கைகுலுக்கியது இல்லை); வந்தவள் அமர்ந்து தனது கம்பளி மேலுறையைக் கழற்றி மடிமீது போட்டுக் கொண்டது என்பதையெல்லாம் எண்ணி அவன் வியந்தான். எலிசேயவிடமிருந்து வந்த சிற்றுண்டியைப் பற்றி எப்படி அவளிடம் அமைதியாகப் பேச முடிந்தது. என்று அவனுக்குப் புரியவில்லை. அது மட்டுமா? அவளுக்குத் தனது சட்டைப்பைக்குள்ளிலிருந்து மிட்டாய்களையும் கூட எடுத்துக்கொடுக்கத் துணிந்து விட்டானே! சேச்சே! அவ்வாறு நடந்து கொள்ள அவன் வெறும் முட்டாளாகத்தான் இருந்திருக்க வேண்டும்!

இவான் இலீச் தெலேகினுக்கு முப்பது வயது ஆகப் போகிறது; இந்த வயதுக்குள் அவன் ஆறு தடவை காதல் கொண்டு விட்டான். கஸானிலே அவன் ஒரு பள்ளி மாணவனாகப் படித்துக்கொண்டிருந்த காலத்தில், மரியா ஹ்வோயவா என்ற ஒரு பெண்ணின் மீது காதல் கொண்டான்; அவள் ஒரு மிருக வைத்தியரின் மகள்; பருவமடைந்த கன்னிப் பெண். தனது வழக்கமான ஒரே மாதிரியான பட்டுக்கோட்டை அணிந்துகொண்டு அந்த

நகரத்தின் பிரதான வீதியின் வழியாக, இனம் தினம் மாலை நான்கு மணிக்கு அநாயசமாக நடந்து செல்வாள்; ஆனால் மரீயா காரியத்தில் கண்ணானவள், எனவே அவள் தெலேகினின் காதலை உதறித் தள்ளி விட்டாள். இந்தக் காதல் முயற்சி தோற்றுப் போனவுடனேயே, அதிகமான இடைவெளி எதுவும் இல்லாமல், தெலேகின், ஆதா டில்லே என்ற பெண்ணின் மீது காதல் கொண்டான். அவளோ ஒரு நாடக நடிகை; கஸானிலுள்ள மக்கள் எல்லோரும் அவளது நடிப்பையும் தோற்றத்தையும் கண்டு வியந்து போயிருந்தார்கள். அவள் எல்லா விதமான இசை நாடகங்களிலும் பங்கெடுத்துக் கொள்வாள். அந்த இசை நாடகங்கள் எந்தெந்தக் காலகட்டத்தைப் பிரதிபலித்தாலும் சரி, அவள் எப்போதும் குளியல் உடையிலேயே காட்சியளிப்பது வழக்கம். நாடகக்காரர்களும் இந்த உடையலங்காரத்தையே வற்புறுத்தி, தமது விளம்பரச் சுவரொட்டிகளில் "கால் அழகுக்காகத் தங்கப் பதக்கப் பரிசு பெற்ற பிரபல நடிகை ஆதா டில்லே!" என்று அச்சிடுவார்கள்.

தெலேகின் எப்படியோ அரும்பாடு பட்டு ஆதா டில்லே வசித்து வந்த வீட்டுக்குள் சென்று விட்டான்; சென்று, முனிசிபல் பூங்காவிலிருந்து தான் பறித்துச் சேகரித்துக் கொண்டுவந்த பூச்செண்டையும் அவளிடம் கொடுத்து விட்டான். ஆனால் ஆதா டில்லே அந்தப் பூக்கொத்தை அவளது சடைநாய்க்குட்டிக்கு முகர்ந்து பார்க்க நீட்டிவிட்டு தெலேகினை நோக்கி, உள்ளூர்ச் சாப்பாட்டினால் தனக்கு வயிறு கெட்டுப் போயிற்றென்று கூறினாள். மேலும், மருந்துக் கடையில் போய் தனக்கு மாத்திரை வாங்கிவருமாறும் அவனிடம் கேட்டுக்கொண்டாள். அந்தக் காதல் விவகாரம் அத்தோடு சமாதியாயிற்று.

பின்னர் அவன் பீட்டர்ஸ்பர்கில் படித்துக்கொண்டிருந்த போது, வைத்திய மாணவியான வில்புஷேவிச் என்பவளின் மீது அநேகமாகக் காதலுணர்ச்சியே கொண்டு விட்டான். சவப்பரிசோதனைக் கிடங்கில் அவளைச் சந்திப்பது என்பதையும் ஒரு வழக்கமாக ஏற்படுத்திக் கொண்டான்.

ஆனால் இந்தக் காதல் விவகாரமும் எப்படியோ முறிந்து போயிற்று. வில்புஷேவிச் ஏதோ ஒரு ஜில்லா ஆஸ்பத்திரியில் வேலைக்குச் சென்று விட்டாள்.

பின்னர் அவனை ஸினயீதா என்ற பெண் காதலித்தாள். அவள் ஒரு பெரிய தொப்பிக்கடையில் வேலை பார்த்து வந்தாள். கூச்சத்தாலும் இளகிய மனத்தாலும் அவள் விரும்பியதையெல்லாம் செய்தான் தெலேகின். அந்தத் தொப்பிக் கடையின் கிளைக்கடை ஒன்று மாஸ்கோவிலே ஆரம்பிக்கப் பட்டபோது, அவளும் அங்கு போகும் போது தெலேகின் நிம்மதியாகப் பெருமூச்சு விட்டான்; ஏனெனில் ஏதோ சில கடமைகள் நிறைவேற்றப்படவில்லை என்ற நிரந்தரமான அவனது உணர்வுக்கு அவளது பிரிவு ஒரு முடிவை உண்டாக்கியது.

கடைக் காதல் அனுபவம் இரண்டு ஆண்டுகளுக்கு முத்திய கோடைப்பருவத்தின் போது ஏற்பட்டது. அவனது அறைக்கு எதிர்த்தாற் போலுள்ள முற்ற வெளிக்கு அப்பால் தெரியும் ஒரு ஜன்னலில் அந்தி சாயும் வேளையிலே ஒரு வெளிறிய ஒல்லியான ஒரு பெண் காட்சியளிப்பாள்; தினம் இனம் ஏதோ ஒரு பெட்டியைத் திறப்பாள்; அதிலிலிருந்து பழுப்பு நிறமான அதே கவுணை எடுத்து உதறி தூசி தட்டுவாள்; பின்னர் அதனை அணிந்துகொண்டு, பூங்காவிலே உட்கார்த்திருப்பதற்காகப் பூங்காவிற்குப் புறப்பட்டுச் செல்வாள்.

அந்தப் பூங்காவில்தான், இருளின் பேரமைதியிலே தெலேகின் அவளோடு முதன் முதலாகப் அறிமுகமானான். அன்று முதல் அவர்கள் இருவரும் தினம் தினம் இரவில் சந்தித்தார்கள்; உலாவினார்கள்; அந்தி மாலையின் அழகை வியந்து போற்றினார்கள்; உரையாடினார்கள்.

ஒலியா கமரோவா என்ற பெயர்கொண்ட அந்தப் பெண் ஒரு பத்திரப் பதிவு உத்தியோகஸ்தரின் காரியாலயத்தில் வேலை பார்த்து வந்தாள். அவள் தனிமையாகத்தான் வாழ்ந்து வந்தாள். நோயாளியாய் எப்போது பார்த்தாலும் அவள் இருமிக்கொண்டேயிருந்தாள். இருவரும் அவளது

நோயைப்பற்றியும் இருமலைப்பற்றியும் பேசினார்கள்; தன்னந் தனிமையிலே தனிக்கட்டையாக வாழ்பவர்களுக்கு மாலை நேரம் எத்தனை சோகம் தருவதாக இருக்கிறது என்பது பற்றி பேசினார்கள். அவள் தனது சிநேகிதிகளில் ஒருத்தியான ரா என்பவளைப்பற்றியும், அந்தக் ரா ஒரு நல்ல மனிதனின் மீது காதல் கொண்டு, அவனோடு இரீமியா பிரதேசத்துக்குக் குடியேறி விட்டது பற்றியும் சொன்னாள். பொதுவாக அவர்கள் பேச்சு சுவையற்றதாய் இருந்தது. ஓலியாவிற்கு மகிழ்ச்சியில் முற்றிலும் நம்பிக்கையிருக்கவில்லை. தனது உள்ளத்தில் மிக மிக அந்தரங்கமாக உறைந்து கடந்த எண்ணங்களைக் கூட தெலேகினிடம் வெளியிடுவாள். அதாவது தெலேகின் அவள்மீது திடீரென்று பெருங்காதல் கொண்டு, தன்னையும் கிரீமியாவுக்கு அழைத்துச்செல்லக்கூடும் என்று அவள் சில சமயங்களில் நம்பிக்கொண்டிருந்ததைக்கூட அவள் தெலேகினிடம் வெளியிட்டாள்.

தெலேகின் அவளை மதித்தான்; அவளுக்காக அனுதாபப்பட்டான். ஆனால் அவள் மீது காதல் கொள்ளவே முடியவில்லை. இருந்தபோதிலும் அவன் அவளோடு பேசிவிட்டுத் திரும்பி வந்த பின்னர், இடையிடையே எப்போதாவது இருளில் தனது சோபாவின் மீது படுத்துக்கொண்டு தன்னைப்பற்றிச் சிந்திப்பான்; தான் எத்தனை சுயநலமி என்பதையும், எத்தனை ஈவிரக்கமற்றவன் என்பதையும் எண்ணிப் பார்ப்பான். இலையுதிர் காலத்தின்போது ஓலியாவுக்குத் திடீரென்று சளிப் பிடித்துக்கொண்டது; அன்று முதல் அவள் படுத்த படுக்கையாகிவிட்டாள். தெலேகின் அவளை ஆஸ்பத்திரிக்கு கொண்டு சேர்த்தான். அங்கிருந்து கல்லறைக்குத் தான் அவளைக் கொண்டு போனான். சாவதற்கு முன் அவள் அவனை நோக்கி, "நான் குணமடைந்து எழுந்து விட்டால், நீங்கள் என்னை மணந்து கொள்வீர்களா?" என்று கேட்டாள்; அவனும் "சத்தியமாய் மணந்து கொள்கிறேன்" என்றே பதிலளித் தான். அவனது வாழ்வில் ஏற்பட்ட இத்தகைய இதய அனுபவங்களுக்கெல்லாம் மாறாகக் காட்சியளித்தது

அவன் தாஷாவின் பால் கொண்ட மனோவுணர்ச்சி. "நீங்கள் காதல்கொண்டு விட்டீர்கள்!" என்று எலிசவேதா கீயவ்னா சொல்லிவிட்டாள். ஆனால் தன்னால் அடையக்கூடும் என்று அறிவுபூர்வமாகத் தெளிந்த ஒன்றின்மீது தான் காதல் கொள்ள முடியுமே அன்றி, ஏதோ ஒரு சிலையின் மீதோ அல்லது தொலைவானத்தின் மேக மண்டலத்தின் மீதோ ஒருவன் காதல் கொள்ள முடியாதே! தாஷாவின் பால் அவன் கொண்ட மனோ வுணர்ச்சி பிரத்தியேகத் தன்மை கொண்டதாக, அவனுக்கே புத்தம் புதியதாக, புரிந்துகொள்ள முடியாததாக இருந்தது. ஏனெனில் அந்த உணர்ச்சிக்குச் சரியான அடிப்படையும் கூட இருக்கவில்லை. ஏதோ சில நிமிஷ நேரப் பேச்சு வார்த்தையும், அவளது அறையின் மூலையிலே கிடக்கும் அந்த நாற்காலியையும் தவிர வேறு ஆதாரம் எதுவும் இல்லை.

மேலும் அந்த உணர்ச்சி அத்தனை அதிதீவிரமாகவும் அவனது இதயத்தை உறுத்தவில்லை. என்றாலும் தான் ஒரு தனிச்சிறப்பு வாய்ந்தவனாக மாறவேண்டும் என்றும், தன்னைத் தானே கவனித்து வரவேண்டும் என்றும் ஒரு எண்ணம் அவனது இதயத்தில் அறிவு பூர்வமாக எழுந்து விட்டது.

அவன் தனக்குத்தானே சொல்லிக்கொள்வான்: "இது வரையிலும் நான் எப்படியோ முறையில் வாழ்ந்தேன், புல் போல வளர்ந்தேன். பயங்கரமான வெறுமை. தன்னகங்காரம்... மற்றவர்களிடத்திலே ஒரு அலட்சிய மனப்பான்மை... சேச்சே! காலம் கடப்பதற்குள் என்னை நானே சுதாரித்துக் கொள்ள வேண்டும்."

மார்ச் மாதக் கடைசியில் வசந்த பருவத்தின் வரவுக்கான அறிகுறி திடீரென்று தென்பட்டது. பனிப் படிவங்களால் வெள்ளை வெளேரென்று காட்சியளித்தது, பனிக்குளிரைத் தடுப்பதற்காகப் போர்த்தி முடங்கி இருந்த நகரத்தின் மீது வசந்தத்தின் கட்டியப் பிரவேசம் எதிர்பாராத விதத்தில் நிகழ்ந்தது. அதாவது அத்தகைய இனங்களில் பனித்துளிகள் கண்ணாடித் துண்டுகள்போல் பளபளக்கும்;

அதிகாலைப் பொழுதிலிருந்தே வீட்டுக்கூரைகளிலிருந்தும், சரிவுகளிலிருந்தும், பனி இளகி சொட்டுச் சொட்டாக விழத் தொடங்கும்; சாக்கடைக் குழாய்களில் தண்ணீர் சலசலக்கும்; அந்தக் குழாய்களுக்கு அடியிலிருந்து பச்சை நிறத் தொட்டிகளில் தண்ணீர் நிரம்பி வழியும்; நடக்கும் போது பனிப்படிவம் காலுக்கடியில் பிதுங்கிச் சதசதக்கும்; தார்ரோட்டின் மீது ஆவி கிளம்பத் தொடங்கும்; ரோட்டில் திட்டுத் திட்டாக ஈரம் காய்ந்து உலரத் தொடங்கும். அத்தகைய நாட்களில் கனத்த கம்பளிக்கோட்டு உடம்பில் பெரும் பாரச்சுமையைப் போன்று தோன்றும். திடீரென்று வான்-தெய்க்[5] தாடிவைத்த எவனாவது ஒருவன் மேலே கம்பளிக் கோட்டை அணிந்து கொள்ளாமல் நடந்து செல்வதை மக்கள் கண்டு அவனை வியப்போடு பார்ப்பார்கள்; பின்னர் அவனை நோக்கி லேசாகப் புன்னகை புரிந்தவாறே தலையை நிமர்த்தி மேலே பார்ப்பார்கள்; அப்போது தான் கழுவித் துடைத்தது போல் வானமண்டலம் வெளிவாங்கி நிர்மல நீலவெளிப் பரப்பாய்க் காட்சியளிப்பதைக் காண்பார்கள்; களிப்பார்கள். இத்தகைய தினம் ஒன்றில், மூன்றரை மணிக்கு தெலேகின் நேவ்ஸ்கி பெருஞ்சாலையிலிருந்த என்ஜினீயரிங் காரியாலயத்திலிருந்து வெளியே வந்து, தனது கம்பளிக் கோட்டின் பொத்தான்களைக் கழற்றிவிட்டவாறே, சூரிய ஒளியை நோக்கக் கண்களைச் சுருக்கி விழித்தான்.

“என்னதான் இருந்தாலும், வாழ்வது என்பது நன்றாகத் தான் இருக்கிறது!”

இவ்வாறு நினைத்த சமயத்தில் அவன் தாஷாவைக் கண்டான். அவள் வசந்த காலத்துக்குரிய நீல நிறக்கோட்டை அணிந்தவளாய், எல்லையோரமாக மெதுவாக நடந்து சென்று கொண்டிருந்தாள்; அவளது இடதுகையில் ஏதோ ஒரு பொட்டலம் இருந்தது;

5 **வான்-தெய்க் (1599-1641)-புகழ் பெற்ற பிலமாந்து ஓவியர்; உருவச்சித்திர வல்லுனர். (ப-ர்.)**

பொட்டலத்தைப் பிடித்தவாறே அந்தக் கை முன்னும் பின்னும் ஊசலாடியது. அவளது நீல நிறத் தொப்பியில் சொருகப்பட்டிருந்த வெண்மையான காட்டுப் பூக்கள் தலையசைத்து ஆடின; அவளது முகத்திலோ ஏதோ ஒரு சோகமும், ஏக்கமும் பிரதிபலித்தது. அவளுக்குப் பின் புறத்தில் சூரியவட்டம் காய்ந்து பளபளத்தது; நீலநிறமான வான வெளியிலிருந்து சூரியக் கதிர்கள் சுள்ளென்று வீசின. அங்குள்ள நீர்த்தேக்கங்கள் மீதும், டிராம் வண்டித் தண்டவாளங்கள் மீதும், ஜன்னல் கண்ணாடிகள் மீதும், பாதசாரிகளின் முதுகின் மீதும், அவர்கள் நடந்து சென்ற பூமிப்பரப்பின் மீதும், வண்டிச் சங்கரங்களின் ஆரக்கால்களின் மீதும் கிரணங்கள் விழுந்து பளபளத்தன.

அத்தகைய நீல வானத்திலிருந்தும் ஒளிப் பிரவாகத்திலிருந்தும் திடீரென்று பிரசன்னமாகி வந்தவள் போன்று தாஷா தோற்றமளித்தாள்; ஆனால் மறுகணமே அவள் கூட்டத்தினரோடு கலந்து மறைந்து விட்டாள். தெலேகின் அவள் சென்ற திசையையே வெகுநேரம் வரையிலும் பார்த்துக் கொண்டு நின்றான். அவனது இதயம் துடித்துப் புடைத்தது. அங்கு நிலவிய காற்றோ சுத்தமாகவும், வெறியூட்டுவதாகவும், மணம் நிரம்பியதாகவும் இருந்தது.

தெலேகின் ஓர் ஓரத்திற்கு மெல்ல நடந்து சென்று, விளம்பரச் சுவரொட்டிகள் ஓட்டப்பட்டிருந்த ஒரு தூணின் முன்னால் போய், தனது கைகளைப் பின்புறமாகக் கட்டியவாறு வெகுநேரம் நின்று கொண்டிருந்தான். “ஜாக் பயில்வானின் அற்புதமான புதிய அசகாய வித்தைகள்!” என்ற வாசகத்தோடு கூடிய சுவரொட்டியை அவன் வாசித்தான்; ஆனால் அந்த வாசகத்தில் ஒரு வார்த்தையைக்கூட தான் நம்பவில்லை என்பதையும், அந்தச் சமயத்தில் தன் இதயத்திலே பொங்கியெழும் ஆனந்தத்தைப்போல் என்றுமே தன் வாழ்வில் கண்டதில்லை என்பதையும் அவன் உணர்ந்தான்.

அவன் அந்தத் தூணைவிட்டுப் பிரிந்து திரும்பியதும்,

மீண்டும் தாஷா அவனது கண்ணில் தென்பட்டாள். அவள் மீண்டும் எல்லையோரமாகவே திரும்பி வந்துகொண்டிருந்தாள். அந்தக் காட்டுப் பூக்கள் அப்போதும் அவளது தொப்பியில் தலையசைத்து அலைந்தாடின; இடது கையில் அந்தப் பொட்டலமும் அப்படியே இருந்தது. அவன் தன் தொப்பியை லேசாக எடுத்து உயர்த்தியவாறே அவளை நோக்கிச் சென்றான்.

"தார்யா இமித்ரியவ்னா, இன்று பொழுது என்ன அற்புதமாயிருக்கிறது!"

அவள் லேசாகத் திடுக்கிட்டு விட்டாள்; பின்னர் ஏதோ ஒரு கண்டிப்பு பிரதிபலிக்கும் கண்களோடு அவனை ஏறிட்டு நோக்கினாள்; அந்தக் கண்களில் சூரிய ஒளி பட்டுப் பசிய ஒளிப்புள்ளிகளைத் தோற்றுவித்தன. பின்னர் அவள் அன்பு கனியப் புன்னகை புரிந்தவாறே, வெள்ளாட்டுக் தோலுறையில் மூடப்பட்டிருந்த தனது கரத்தை நட்புரிமையும் உறுதியும் நிறைந்த பாவத்தோடு அவனிடம் நீட்டினாள்.

"உங்களைச் சந்தித்தது எவ்வளவு நன்றாயிருக்கிறது!! வேடிக்கைதான்! இன்றுதான் நான் உங்களைப்பற்றி நினைத்தேன். ஆமாம். உண்மையில் நினைத்தேன்."

பேசும்போது தாஷா தன் தலையையும் லேசாக ஆட்டிக் கொண்டாள்; அப்போது அவளது தொப்பியிலிருந்த சுட்டுப் பூக்களும் ஆடியசைந்தன.

"நேவ்ஸ்கி பெருஞ்சாலையில் எனக்குக் கொஞ்சம் வேலையிருந்தது, தார்யா இமித்ரியவ்னா! ஆனால், இனிமேல் இன்று பூராவும் எனக்கு வேறு வேலையில்லை; பூரண விடுதலைதான். மேலும் இன்றைய பொழுது எத்தனை வனப்போடிருக்கிறது!"

தனது உதடுகள் அசட்டுப் புன்னகையைப் பிதுக்கி விரித்து விடக்கூடாது என்பதற்காக, தெலேகின் தனது புத்தி சாமர்த்தியத்தையெல்லாம் உபயோகித்து, உதடுகளைக் கப்பென்று இறுக மூடிக்கொண்டுவிட்டான்.

“இவான் இலீச்! எங்கள் வீடு வரையிலும் வழியனுப்ப வருகிறீர்களா?” என்று கேட்டாள்.

அவர்கள் இருவரும் பக்கத்துச் சந்து ஒன்றில் திரும்பி நடந்தார்கள்; இப்போது அவர்கள் மீது வெயில் உறைக்கவில்லை. நிழலிலேயே நடந்து சென்றார்கள்.

“இவான் இலீச்! நான் உங்களிடம் ஏதாவது ஒரு விஷயத்தைப் பற்றிக் கேட்டால், நீங்கள் அதை ஒன்றும் வித்தியாசமாக எண்ணிக்கொள்ள மாட்டீர்களே! அப்படி எண்ண மாட்டீர்கள் என்று எனக்கு நிச்சயமாகத் தெரியும். உங்களிடம் எதைப் பற்றியும் பேசலாம் என்பதை நான் அறிவேன். ஆனால் நான் கேட்கும் கேள்விக்கு நீங்கள் சட்டென்று பதிலளிக்க வேண்டும். சிந்தித்துச் சொல்வதற்காகச் சிறிதும் தயங்கக்கூடாது. சட்டென்று நேரடியாகப் பதிலளிக்க வேண்டும். நான் கேட்ட மறுகணத்திலேயே விடை தர வேண்டும்.”

அவருடைய மூகம் சஞ்சலமடைந்தது, புருவங்கள் சுருங்கி நெரித்தன.

அவள் கையால் ஏதோ சைகை காட்டியவாறே பேசத் தொடங்கினாள்; “நான் எல்லாம் இப்படித்தான் இருக்கும் என்று எண்ணிக்கொண்டிருந்தேன். திருடர்களும், பொய்யர்களும், கொலைகாரர்களும் இருக்கிறார்கள் என்று எண்ணினேன். அதாவது பாம்புகளும், சிலந்திப் பூச்சிகளும், சுண்டெலிகளும் இருப்பது போல அவர்களும் எங்கோ ஒதுக்குப் புறத்தில் வாழ்ந்து வருவதாக எண்ணினேன். ஆனால் ஜனங்களோ?-- அவர்களது விசித்திர குணங்களும், பலவீனங்களும் எனக்குத் தெரியும். இருப்பினும் ஜனங்கள் எல்லோரும் நல்லவர்களாகவும், நேர்மையானவர்களுமாகத்தான் இருக்கிறார்கள். அதோ நம்மை நோக்கி வந்து கொண்டிருக்கும் அந்தப் பெண்ணைப் பாருங்கள்! அவள் எப்படிப்பட்டவளாகத் தோற்றமளிக்கிறாளோ, நிச்சயம் அவள் அப்படிப்பட்டவளேதான்! உலகம் பூராவுமே அற்புதமான வர்ண ஜாலங்களால் தீட்டப்பட்டதுபோலவே

எனக்குத் தோன்றியது. நான் என்ன சொல்கிறேன் என்று புரிகிறதா உங்களுக்கு?"

"ஆனால் அது அற்புதமானது, தார்யா திமித்ரியவ்னா!"

"கொஞ்சம் பொறுங்கள். இப்போதோ நான் அந்த வர்ணச் சித்திரத்துக்குள்ளேயே புகுந்து விட்ட மாதிரி, ஏதோ ஒரு திக்கு முக்காடும் இருள் மண்டலத்துள் சிக்கி விட்டமாதிரி உணர்கிறேன்... அதாவது ஒரு நபர் மிகுந்த கவர்ச்சிகரமாகவும், அற்புதமானவராகவும் தோன்றலாம். ஆனால் அதே சமயம் அதே நபர் படுமோசமான பாவியாகவும் இருக்கலாம் என்பதையும் நான் காண்கிறேன். பாவம் என்றவுடன் ஏதோ கடையிலிருந்து தின்பண்டங்களைத் திருடியெடுப்பதைக் குறிப்பிடுவதாக எண்ணாதீர்கள். உண்மையான பாவத்தைத்தான் சொல்கிறேன். ஏமாற்றுவதைத் தான் குறிப்பிடுகிறேன்." தாஷா தன் தலையை வேறு பக்கம் திருப்பிக்கொண்டாள்; அவளது மேவாய் நடுநடுங்கித் துடித்தது. அவள் மேலும் சொன்னாள்; "அதே நபர் ஒரு அவிசாரியாகவும் இருக்க முடியும். ஆம். கல்யாணமானவள் தான். இந்த மாதிரி நடந்து கொள்வது சரிதானா? சொல்லுங்கள், இவான் இலீச்!"

"இல்லை. இல்லை. சரியில்லை?"

"ஏன் சரியில்லை?"

"எடுத்த எடுப்பில் என்னால் சொல்ல முடியாது. எனினும் அது சரியல்ல என்பது எனக்குத் தெரியும்."

"நானும் அப்படித்தான் உணர்கிறேன் என்று நீங்கள் நினைக்கவில்லையா? நான் இரண்டு மணியிலிருந்து என்ன செய்வதென்றே தெரியாமல் இப்படிச் சுற்றியலைந்து கொண்டிருக்கிறேன். இன்றைய தினமோ தெளிவாகவும் புனிதமாகவும் காட்சியளிக்கிறது. நானோ இதோ இந்த வீடுகளிலெல்லாம், திரை மறைவில் தீய மனிதர்கள் மறைந்து கொண்டிருப்பதாகக் கற்பனை செய்து கொள்கிறேன். அத்துடன் அந்த மனிதர்கள் மத்தியில்

நானும் வாழவேண்டியிருக்கிறதே என்றும் எண்ணுகிறேன். நான் சொல்வது புரிகிறதா?"

"புரியவே இல்லை!" என்று சட்டென்று பதிலளித்தான் தெலேகின்.

"ஆமாம், வாழ வேண்டும்! நான் எவ்வளவு பரிதாபகரமான நிலையில் இருக்கிறேன்! இன்னும் நான் ஒரு சின்னஞ் சிறுமி தான். ஆனால் இந்த நகரமோ சின்னஞ் சிறுமியருக்காகக் கட்டப்பட்டதல்ல; பெரியவர்களுக்காகக் கட்டப்பட்டது தான்!"

தாஷா வீட்டு வாசலுக்கு எதிரில் வந்து நின்றாள்; நடை பாதையிலே இருந்த ஒரு சிகரெட் பெட்டியை பூட்சின் முனையினால் செதுக்கித் தள்ளினாள். அந்தச் சிகரெட் பெட்டியின் மீது பச்சை நிறமான ஒரு பெண்ணின் படம் அச்சடிக்கப் பட்டிருந்தது; அந்தப் பெண்ணின் வாயிலிருந்து புகைச் சுருள்கள் வெளி வந்து கொண்டிருந்தன. தெலேகின் தாஷாவினுடைய பூட்சின் உயர்த்த தோலாலான முனையை வெறித்து நோக்கினான்; அப்போது அவள் அப்படியே கரைந்து மறைந்து, ஏதோ ஒரு புகை மூட்டத்தில் கலந்து போய்விடுவாள் போன்று அவன் உணர்ந்தான். அவன் அவளை அவ்வாறு. போகவிடாமல் தடுத்து நிறுத்த விரும்பினான். ஆனால் எப்படி என்று அவனுக்குப் புரியவில்லை. அவளைப் போக விடாமல் தடுத்து நிறுத்தக்கூடிய அந்தச் சக்தி அவனது இதயத்தை நசுக்கிப் பிழிந்தது; தொண்டைக் குழியை இறுகிப் பிடித்தது. ஆனால் அவனது மனோ உணர்ச்சிகளோ தாஷாவுக்கு ஏதோ சுவரில் விழும் நிழல்கள் போலத்தான் இருந்தன. அதாவது அவளுக்கு அவன் 'நல்லவனான இவான் இலீச்' காட்சியளித்தான்.

"நல்லது. நான் வருகிறேன். உங்களுக்கு மிகுந்த நன்றி, இவான் இலீச்! நீங்கள் மிகவும் அருமையானவர். எனக்கு ஒன்றும் மன நிம்மதி பிறந்துவிடவில்லை; எனினும் நான் உங்களுக்கு நன்றி கூறிக் கொள்கிறேன். நீங்கள் என்னைப் புரிந்து கொண்டீர்கள். அப்படித்தானே? அல்லது,

இல்லையா? நிலைமைகள் என்னவோ இப்படித்தான் இருக்கின்றன. இந்த நிலைமைகள் மேலும் மேலும் வளரப்போகின்றவேயன்றி மாறப்போவதில்லை. சரி. உங்களுக்கு. எப்போதாவது சிறிது நேரம் ஓய்வு கிடைத்தால் எங்கள் வீட்டுக்கு வாருங்கள். அவசியம் வாருங்கள்."

புன்னகை புரிந்தவாறே அவள் அவனோடு கைகுலுக்கி விட்டு, வாசலுக்குள் நுழைந்தாள்; அங்கு நிலவிய இருளில் ஐக்கியமாகி மறைந்து விட்டாள்.

6

தாஷா தன் அறையின் கதவைத் திறந்தாள்; திறந்ததுமே வியப்புற்று நின்று விட்டாள். புத்தம் புது மலர்களின் நறுமணம் அவள் மூக்கை துளைத்தது. மறுகணமே அவளது கண்கள் அங்கிருந்த அத்தக் கூடையின் மீது பாய்ந்தன. கூடை அவளது ஒப்பனை மேசையின் மீது இருந்தது; அதனுடைய உயர்ந்த கைப்பிடியில் நீல நிறமான ஒரு பட்டு நாடா அழகாகக் காட்சியளித்தது. அவள் ஓடிச் சென்று அந்த மலர்களின் மீது தன் முகத்தைப் புதைத்துக்கொண்டாள். அந்தக் கூடை முழுவதும் பார்மா ஜாதி நீல மலர்கள் ஈரத்தோடு நிறைந்திருந்தன.

தாஷா உணர்ச்சி வயப்பட்டாள். அன்று காலையிலிருந்தே அவள் சொல்ல மூடியாத ஏதோ ஒன்றுக்காக, ஏங்கித் தவித்தாள்; இப்போதோ அந்த நீல மலர்களுக்காகவே தான் தவித்ததாக அவள் கண்டாள். இந்த மலர்களை யார் அனுப்பியிருப்பார்கள்? தன்னாலேயே? தெரிந்து கொள்ள முடியாத நிலையில் அவளது அந்தரங்க சிந்தையிலே ஆழ்ந்து கிடக்கும். விருப்பங்களையெல்லாம் தெரிந்து கொள்ளும் அளவுக்கு அவளைப்பற்றி யார் அப்படி அதிதீவிரமாகச் சிந்தனை செய்து கொண்டிருக்கக்கூடும்? அந்த நாடா மட்டும் இடத்திற்குப் பொருத்தமற்றதாயிருந்தது. அந்த நாடாவை அவிழ்க்கும் போது தாஷா தனக்குத்தானே

சொல்லிக்கொண்டாள்:

"இவள் கொஞ்சம் நிம்மதியிழந்தவள். எனினும், ஒன்றும் மோசமான பெண்ணல்ல. மற்றவர்கள் எல்லோரும் எது எதையோ நாடிச்செல்லலாம். ஆனால் இவள் எப்போதும் இவளாகவே இருப்பாள். இவள் எல்லாவற்றையுமே புறக்கணிப்பதாகச் சிலர் எண்ணிக்கொண்டிருக்கலாம். தூக்கான மூக்கைப் புரிந்து கொள்வதுடன் அதை மதிப்பதற்கும் ஆட்கள் இருக்கத்தான் செய்கிறார்கள்."

அந்தப் பட்டுநாடாவுக்கு இடையில் தடித்த அட்டையில் இரண்டே இரண்டு வார்த்தைகள் கொண்ட ஒரு சிறு குறிப்பு சொருகப்பட்டிருந்தது; 'காதலைக் காதலி!' பெரிய கையெழுத்து; இனம் தெரியாத கையெழுத்து. அந்த அட்டையின் மறு புறத்தில் "ரிவைரா பூக்கடை" என்ற வார்த்தைகள் காணப்பட்டன. எனவே அந்த வாசகத்தை எழுதியவர் யாராயிருந்தாலும், அவர் அதனை அந்தக் கடையில் வைத்துத்தான் எழுதியிருக்க வேண்டும். தாஷா அந்தப் பூக்கூடையை அதன் கைப்பிடியைப் பிடித்துத் தூக்கிக்கொண்டு நடை கூடத்துக்கு வந்தாள்; வந்ததும் குரல் கொடுத்தாள்:

"மாபெரும் முகமதியர்! இந்த மலர்களை அனுப்பியது யார்?"

மாபெரும் முகமதியரோ அந்தக் கூடையை ஒரு பார்வை பார்த்து விட்டு, பெருமூச்செறிந்தாள்—அது ஒன்றும் அவள் சம்பந்தப்பட்ட விஷயம் அல்லவே!

"கடைக்காரப் பையனொருவன்தான் இதனை எகதிரீனா திமித்ரியவ்னாவுக்குக் கொண்டு வந்து கொடுத்தான். அவர்கள் தான் இதனை உங்கள் அறையில் வைக்குமாறு என்னிடம் சொன்னார்கள்."

"இதை அனுப்பியது யார் என்று அந்தப் பையன் சொல்லவில்லையா?"

"அவன் ஒன்றுமே சொல்லவில்லை. இதை

எஜமானியம்மாவிடம் கொடுங்கள் என்று மட்டும்தான் என்னிடம் சொல்லி விட்டுப்போனான்."

தாஷா மீண்டும் தன் அறைக்குள் வந்து, ஜன்னலோரமாக நின்றாள். ஜன்னல் கண்ணாடியின் வழியாக, அடுத்த வீட்டின் செங்கல் சுவருக்குப் பின்னால், இடது புறத்தில், சூரியன் மறைந்துகொண்டிருந்ததை அவளால் காண முடிந்தது. அந்த அஸ்தமன சூரியன் வான மண்டலத்தை வர்ண ஜாலமாக்கியது; பச்சைப் பசியதாக உருகி, பளபளத்து மெல்ல மெல்லமறைந்து சென்றது. அந்தப் பசிய ஒளிப்பரப்பில், ஒரு நட்சத்திரம் பூத்தது; அந்த நட்சத்திரம் அப்போது தான் மெருகிட்டு விளக்கப்பட்டது போல மின்னியது. கீழே தெரிந்த பனிமூட்டம் கவிந்த ஒடுங்கு நெடுவீதியில் வழி நெடுகிலும் இருந்த மின் விளக்குப் பந்துகள் ஏக காலத்தில் ஏற்றப்பட்டு, ஒளிபரப்பத் தொடங்கின; எனினும் அந்த விளக்குகளின் ஒளி இன்னும் பிரகாசமடையவில்லை; அவற்றிலிருந்து ஒளிக்கதிர்கள் பாய்ந்து சிதறவில்லை. எங்கோ சமீபத்தில் ஒரு கார் ஊளையிடுவது கேட்டது; பின்னர் அந்தக் கார் தெரு வழியே உருண்டோடிச் சென்று மாலை நேரத்தின் பனி மூட்டத்துக்குள் புகுந்து மறைந்தது.

அறைக்குள்ளும் இருள் மண்டிக் கறுத்து விட்டது; அந்த நீல மலர்கள் தனது மெல்லிய நறுமணத்தைப் பரப்பிக் கொண்டே இருந்தன. காத்யா எந்த மனிதரோடு பாபம் செய்தாளோ அவர்தான் அந்த மலர்களை அனுப்பி வைத்திருக்கிறார். அது தெள்ளத்தெளிவாகத் தெரிந்தது. தாஷா அங்கேயே நின்றவளாய், கவர்ந்திழுக்கும் மெல்லிய சிலந்தி வலையில் சிக்கிக்கொள்ளும் ஈயைப்போல், தான் ஏதோ ஒன்றில் மாட்டிக் கொண்டதாக எண்ணினாள். அந்த மர்மச் சிலந்தி வலை மலர்க் கூட்டத்தின் நறுமணத்திலும், உணர்ச்சிப் பரவசமூட்டக்கூடிய 'காதலைக் காதலி' என்ற இருவார்த்தைகளிலும், அந்த மாலை நேரத்தின் வசந்த பருவமொத்த மோகனக் கவர்ச்சியிலும் தான் புதைந்திருந்ததாக அவள் எண்ணினாள்.

திடீரென்று அவளது இதயம் வேகமாகவும் பலமாகவும்

அடித்துக் கொள்ளத் தொடங்கியது. இதயத்தைப் பறிக்கும் ஏதோ ஒரு இன்பானுபவம் தன்னை ஆட்கொண்டுவிட்டது போலவும், ரகசியமான, விலக்கப்பட்ட ஏதோ ஒரு இனிமையைத்தான் கண்டும் கேட்டும் உண்டும் உயிர்த்தும் தொட்டறிவது போலவும் தாஷா உணர்ந்தாள். எந்த ஒரு தட்டுத் தடங்கலுமின்றி அவள் பூரண இதயத்தோடு, தன்னை அந்த இன்பவுணர்ச்சிக்கு ஆட்படுத்தினாள். அது எப்படி நேர்ந்தது என்பதை அவள் அறியவில்லை. எனினும் அவள் அந்த உணர்ச்சிக்குத் தன்னை ஒப்புக்கொடுத்தாள்; மனம் மாறினள். அவளது இதயக் கட்டுப்பாடும், பனிக்கட்டிச் சுவர் போன்ற எண்ணத் தடைகளும் உருகிக் கலைந்து மறைவது போல் தோன்றியது; அதாவது வெள்ளை நிறமான தொப்பியணிந்த இரண்டு பெண்மணிகளை ஏற்றிக்கொண்டு, சிறிது நேரத்துக்கு முன்னால் அந்தத் தெரு வழியே ஓடிச் சென்ற அந்தக் கார் எவ்வாறு தெரு மூலையில் குவிந்திருந்த பனிமூட்டத்துக்குள் அரவமின்றிப் புகுந்தோடி மறைந்ததோ, அதேபோல் அவளது சிந்தனைகளும் மறைந்து போய்விட்டன.

தன் இதயம் துடிதுடிப்பதையும், தன் தலை கிறு கிறுத்துச் சுழல்வதையும், தனது உடம்பிலுள்ள ரத்த நாளங்களிலே ஏதோ ஓர் இன்பகரமான தண்ணிய சுகானந்தம் ஓடிப் பரவுவதையும், அவளது இதயத்தினுள்ளே வாராது வந்த ஏதோ ஒரு இன்னிசை தன்னில்தானே உருவாடித் திரண்டு ஒலிப்பதையும் தவிர அவள் வேறு எதையுமே அறிந்து கொள்ளவில்லை.

"நான் உயிரோடிருக்கிறேன்; நான் காதலிக்கிறேன்! ஆனந்தம், வாழ்க்கை, அகல உலகம் -- எல்லாமே என்னுடையவை! எனக்கே சொந்தமானவை!"

தாஷா தன் கண்களை அகலத் திறந்தவாறே தனக்குத் தானே சொல்லிக் கொண்டாள். "என் தாஷாக் கண்ணே! கேட்டுக்கொள். முரட்டுக் குணம் படைத்த சாதாரணக் கன்னிப்பெண்தானடி. நீ!"

அவள் அந்த அறையின் மறு கோடிக்குக் குறுக்காக

நடந்து சென்றாள்; அங்கு கடந்த பெரிதான மெதுவான சோபாவின் மீது அமர்ந்தாள்; ஒரு சாக்லேட் கட்டியின் மீது சுற்றியிருந்த காகிதத்தைப் பிரித்தெடுத்தவாறே, கடந்த இருவார காலத்தில் நடந்து போன சம்பவங்கள் அனைத்தையும் நினைவு கூரத் தொடங்கினாள்.

வீட்டில் எவ்வித மாறுதலுமே தென்படவில்லை. அப்படி. ஏதாவது இருந்தால், நிகலாய் இவானவிச் மீது காத்யா அபரிமிதமான அன்பைச் சொரிவது ஒன்றைத்தான் குறிப்பிடலாம். நிகலாய் இவானவிச் மிகுந்த குதூகலமும் உற்சாகமும் உள்ளவராகக் காணப்பட்டார், பின்லாந்தில் ஒரு கோடை கால வாசஸ்தலத்தைக் கட்டுவது பற்றிக்கூடத் திட்டமிட்டுக் கொண்டிருந்தார். கண்மூடித்தனமாக நடந்து கொண்டு அந்த இரு கபோதிகளுக்கும் நேர்ந்துவிட்ட 'துன்பியலை' தாஷா ஒருத்திமட்டும் தன்னந்தனிமையிலே உணர்ந்து வருந்தினாள். தானாகவே அதுபற்றிப் பேச்சைத் தொடங்கும் தைரியமும் தாஷாவுக்குக் கிடையாது. தாஷாவின் மனவுணர்ச்சிகளை லகுவில் புரிந்து கொள்ளும் பழக்கம் கொண்ட காத்யாவும் தான் எதையுமே கண்டுகொள்ளாதது போல் நடந்து கொண்டாள். காத்யாவோ தனக்கும் தாஷாவுக்குமாக, ஈஸ்டர் பண்டிகைக் கொண்டாட்டத்துக்கான வசந்த பருவத்துப் புது உடுப்புக்களைத் தைப்பதற்கு ஆர்டர் கொடுத்து விட்டாள்; தையல் கடையிலும் தொப்பிக்கடையிலும் பெரும் பொழுதைப் போக்கினாள்; தர்ம காரிய கைங்கரியங்களில் பங்கு கொண்டாள்; மேலும் நிசலாய் இவானவிச் வேண்டுகோளுக்கணங்க, போல்ஷிவிக்குகள் என்று சொல்லப்படும். சமூக-ஜனநாயகக் கட்சியின் இடதுசாரிக் கமிட்டிக்கு ஆதரவளிக்கும் மறைமுகமான நோக்கத்தோடு, ஒரு இலக்கியக் கூட்டத்தையும் கூட்டுவித்தாள். அது மூதல் நிகலாய் இவானவிச்சின் வீட்டில் செவ்வாய்க் கிழமைகளில் மட்டுமல்லாமல் வியாழக்கிழமைகளிலும் விருந்துகள் நடந்தன. சுருங்கச் சொன்னால் காத்யாவுக்கு ஒரு நிமிஷம் கூட ஓய்வே இல்லை.

"இத்தனை நாளும் நீ கோழையாயிருத்தாய்; எத்த ஒரு முடிவுக்கும் வர முடியாமல் தவித்தாய்; உன்னை நீயே சுட்டுப் பொசுக்கிக்கொள்ளும் வரையிலும் உன்னால் என்றென்றும் புரிந்து கொள்ளவே முடியாத விஷயங்களைப்பற்றி நீ ஏதேதோ கற்பனை பண்ணினாய்!" என்று தாஷா அமைதியாக நகைத்தவாறே தனக்குத்தானே கூறிக்கொண்டாள். ஆலங்கட்டி மழைத்துளிகள் விழுந்து மூழ்கிய அவளது இருண்ட இதய ஏரியிலிருந்து, எதிலிருந்து எந்த ஒரு நல்ல அம்சத்தையுமே எதிர்பார்க்க முடியாதிருந்ததோ அந்த அவளது நெஞ்சாழத்திலிருந்து சென்ற சில நாட்களாகவே அடிக்கடி எழுந்து மேலெழும்பி வந்தது போலவே அன்றும் அந்த உருவம், அதாவது கொடுமையும் ஏளனமும் மிகுந்த பெஸ்ஸோனவின் உருவம் மேலெழுந்து வந்தது. தாஷா அந்தச் சிந்தனையை அதன் போக்கிலேயே விட்டுவிட்டாள். எனவே அந்த உருவம் அவளது சகல சிந்தனைகளையும் தனக்கு அடிமையாக்கியது. தாஷா அமைதியானாள். அந்த இருண்ட அறைக்குள்ளிருந்த கடிகாரம் மட்டும் டிக்டிக்கென ஒலித்துக் கொண்டிருந்தது.

பின்னர், வீட்டினுள் எங்கோ இருந்து, கத்வைச் சாத்தும் ஓசை கேட்டது; தொடர்ந்து அவளது தமக்கையின் குரலும் கேட்டது,

"அவள் வந்து வெகு நேரம் ஆயிற்றா?"

தாஷா தனது இருக்கையைவிட்டு எழுந்து, கூடத்துக்குள் சென்றாள்.

"உன் முகம் ஏன் இப்படிச் சிவந்திருக்கிறது?" என்று. சட்டென்று கேட்டாள் காத்யா. நிகலாய் இவானவிச் தமது மேல்கோட்டைக் கழற்றியவாறே, "நாடக மேடைக் காதலனின்" வேடிக்கை ஒன்றைச் சுட்டிக் காட்டிப் பேசினார். தாஷாவோ அவரது மென்மையான பருத்த உதடுகளை வெறுப்போடு ஒரு பார்வை பார்த்து விட்டு, காத்யாவைப் பின் தொடர்ந்து அவளது படுக்கை அறைக்குள் சென்றாள். தனது தமக்கையின்

அறையிலுள்ள எல்லாப் பொருள்களையும் போலவே கவர்ச்சிகரமாக இருந்த ஒப்பனை மேஜையின் மீது சென்று அமர்ந்தாள். அமர்ந்து அவர்கள் இருவரும் உலாவச் சென்றிருந்த சமயத்தில் சந்தித்த மனிதர்களைப் பற்றி, காத்யா சளசளவென்று பேசுவதையெல்லாம் தாஷா காதுகொடுத்துக் கேட்டுக்கொண்டிருந்தாள்.

காத்யாவோ பேச்சோடு பேச்சாக, தனது அறையிலுள்ள அலமாரியின் தட்டுக்களையெல்லாம் ஒவ்வொன்றாக உருவி எடுத்து அவற்றிலே தாறுமாறாகக் குவிந்து கிடந்த பொருள்களையெல்லாம் அழகாகத் தட்டி எடுத்து ஒழுங்காய் வைத்தாள். கையுறைகள், வலைப்பின்னல் துணிகள், முகத்திரைகள், பட்டுக்காலுறைகள் முதலிய அந்தப் பொருள்களைச் சுத்தமாக மடித்து வைத்தாள்; அந்தப் பொருள்கள் அனைத்திலும் அவள் உபயோகித்து வந்த வாசனைப் பொருளின் மணமே கமழ்ந்தது. காத்யா பேசினாள்: “கெரென்ஸ்க மீண்டும் கோட்டை விட்டு விட்டு கையில் காசின்றி உட்கார்ந்திருக்கிறார் என்று சொன்ன அவரது மனைவியைச் சந்தித்தேன். குடும்ப நிலைமை மிகவும் படுமோசமாக இருப்பதாக அவள் சொன்னாள். இமிர்யாசேவின் குடும்பத்திலே சச்சிலுப்பை அம்மைநோய் கண்டிருக்கிறது. ஷைன்பர்க் மீண்டும் அந்த வெறிபிடித்த பெண்ணைத்தேடிக்கொண்டு போய்விட்டாராம். அவளோ அவரது அறையில் வைத்து, தன்னைத் தானே சுட்டுத் தற்கொலை பண்ணிக்கொள்ள முயன்றதாக ஜனங்கள் பேசிக்கொள்கிறார்கள். வசந்தம் எவ்வளவு நன்றாயிருக்கிறது! இன்றையப் பொழுதுதான் எத்தனை இன்பகரமாக இருந்தது! தெருவில் எல்லோருமே போதை வெறி கொண்டவர்கள் போலத்தான் நடந்து செல்கிறார்கள். ஆமாம். இதோ இன்னும் ஒரு செய்தி! நான் அகூன்தினைச் சந்தித்தேன். இந்த நேரத்தில் எந்த ஒரு நாளிலும் திடீரென்று புரட்சி தோன்றத்தான் போகிறது என்று அவன் உறுதி கூறினான். தொழிற்சாலைகளும் சரி, கிராமப்புறங்களும் சரி, எங்கும் மக்கள் கொதித்துப். புழுங்கிக் கொண்டிருக்கிறார்கள், தெரியுமா? புரட்சி சீக்கிரமே வந்து விட்டால் நல்லது என்பதே என் விருப்பம்?

நிகலாய் இவானவிச்சுக்கு ஒரே மகிழ்ச்சி; அவர் என்னைப் பிவாட்டோ ஹோட்டலுக்கு அழைத்துச் சென்றார். நாங்கள். இருவரும் அங்கு ஒரு பாட்டில் சாம்பேன் மதுவையும் ஒரே மூச்சில் குடித்து முடித்தோம். ஆம்! வரப்போகும் எதிர்காலப் புரட்சியை வாழ்த்தி வரவேற்பது போல், அத்தனையையும் குடித்துத் தீர்த்தோம்!?"

தாஷாவோ அந்த ஒப்பனை மேசை மீதுள்ள பல்வேறு வாசனைத் திரவியப் புட்டிகளின் மூடிகளை போக்கில் திறப்பதும் மூடுவதுமாக இருந்தவாறே, தன் தமக்கை கூறியதையெல்லாம் மௌனமாகக் கேட்டு முடித்தாள்.

பின்னர் தாஷா பட்டென்று சொன்னாள்: "காத்யா! இப்போது நான் இருக்கும் நிலைமையில், என்னால் யாருக்குமே எந்த நன்மையும் இல்லை."

காத்யா தன் கையிலே ஒரு பட்டுக் காலுறையைப் பிடித்தவாறே சட்டென்று திரும்பி தன் தங்கையைக் கூர்ந்து நோக்கினாள்.

"இதிலுள்ள பெரிய விஷயம் என்னவென்றால், என்னால் எனக்கும் கூட எந்தப் பிரயோஜனமும் இல்லை. பச்சையான காரட்டுக்களை மட்டுமே தின்பது என்று தீர்மானிக்கும் ஒருவனைப்போல், அது ஒன்றே தன்னை மற்றவர்களிடமிருந்து பிரித்து உயர்த்திக் காட்டும் என்று நம்புகிற மனிதனைப் போலத்தான் நான் இருக்கிறேன்!" என்றாள் தாஷா.

"நீ சொல்வதொன்றும் புரியவில்லை!" என்றாள் காத்யா.

தாஷா தன் தமக்கையின் முதுகுப் புறத்தை நோக்கியவாறே பெருமூச்செறிந்தாள்.

"எல்லோரையுமே கெட்டவர்கள் என்று நான் எண்ணிக் கொண்டிருக்கிறேன். எல்லோரையுமே நான் குறை கூறுகிறேன். இந்த நபர் ஒரு முட்டாள். அந்த நபர் பயங்கரமானவர், இவரோ அசுத்தமானவர் என்று ஒவ்வொருவரிடமும். குறை காண்கிறேன். கடைசியில் நான்

ஒருத்தி மட்டுமே நல்லவள் என்று எண்ணிக்கொள்கிறேன். இங்கு நான் ஒரு அன்னியள் போலவே இருக்கிறேன்; இதுவே எனக்கு மன வருத்தத்தை அளிக்கிறது. நான் உன்னைக்கூட குறை கூறுகிறேன், காத்யா!"

"எதற்காக?" என்று திரும்பிப் பார்க்காமலே அமைதியுடன் கேட்டாள் காத்யா.

"ஐயோ! நான் சொல்வதைப் புரிந்து கொள்ளேன். நான் எல்லாவற்றையும் பார்த்து முகத்தைச் சுழிக்கிறேன். அது ஒன்றுதான் என்னிடம் உள்ள ஒரே ஒரு நல்ல குணம்! இந்த நிலைமை அடி முட்டாள்தனமானது தான். உங்கள் அனைவர் மத்தியிலும் நான் ஒரு அன்னியளாக இருப்பதைக் கண்டு எனக்கே சலித்துப்போய்விட்டது. சுருங்கச் சொல்வதென்றால் விஷயம் இதுதான். நான் ஒரு மனிதனின் மீது பெரும் ஈடுபாடு கொண்டு விட்டேன்."

தாஷா தன் தலையைக் குனிந்து கொண்டே தான் பேசி வந்தாள். அத்துடன் அவள் தனது கைவிரலை ஒரு வாசனைத் திரவியப் புட்டிக்குள் செலுத்திவிட்டு, அதனை வெளியே எடுக்க முடியாமலும் தவித்துக்கொண்டிருந்தாள்.

"நல்லது, கண்ணே! நீ ஈடுபாடு கொண்டு விட்டதும் நல்ல விஷயம்தானே. அதனால் உனக்கு மகிழ்ச்சிதானே உண்டாகும். இந்த விஷயத்தில் நீ மகிழ்ச்சியடையா விட்டால், வேறு யார் மகிழ்ச்சி அடைவார்கள்?"

இதைச் சொல்லும் போது காத்யா லேசாகப் பெருமூச் செறிந்தாள்.

"ஆனால் காத்யா! நீ நினைப்பது போல் இது ஒன்றும் அத்தனை சுலபமான விஷயமல்ல. அவர் மீது எனக்குக் காதல் ஏற்பட்டுவிட்டதாக நான் கருதவில்லையே!"

"அவர் உனக்குப் பிடித்துப்போய் விட்டால், நாளடைவில் நீ அவரைக் காதலிக்கவும் பழகிக்கொள்வாய்."

"ஆனால், அவரை உண்மையில் எனக்குப் பிடிக்கவும் இல்லையே!"

காத்யா அலமாரியின் கதவை மூடிவிட்டு, தாஷாவின் அருகே வந்து நின்றாள்;

“இப்போது தானே அவரை உனக்குப் பிடித்திருக்கிறது என்று சொன்னாய். அதற்குள்... நீ என்னதான்...”

“என்னை அப்படிக் கிண்டல் பண்ணாதே காத்யா! செஸ்திரோரேத்ஸ்டில் ஒரு ஆங்கிலேய வாலிபர் வந்திருந்தாரே, ஞாபகம் இருக்கிறதா? அவரை எனக்குப் பிடித்திருந்தது; அவர் மீது நான் காதல் கொள்ளக் கூடச் செய்தேன். அப்போது நான் நானாகவே சுயநிலையில் இருந்தேன். நான் ஆத்திரப்பட்டேன்; அறையிலே அடைந்து இருந்தேன். இரவிலே அழுதும் தீர்த்தேன். ஆனால் இந்தப் புதிய நபரோ... நான் குறிப்பிட்டுப் பேசுவது இவர்தானா என்பது கூட எனக்குத் தெரியவில்லை... ஆமாம். இவர் தான், இவரே தான்... இவர் என்னை மயக்கி விட்டார்... இப்போதோ நான் புது ஆளாக முற்றிலும் புதியவளாக மாறியிருக்கிறேன்... அதாவது ஏதோ ஒரு மயக்க மருந்தை சுவாசித்து விட்டவள் போன்று மயங்கி நிற்கிறேன்... அவர் என்னுடைய அறைக்குள் வந்துவிட்டாலும் கூட, என்னால் எதுவும் செய்ய முடியாது... அவர் என்னை எதுவும் செய்ய முடியும்.”

“தாஷா! இந்த மாதிரியெல்லாம் பேசாதே!”

காத்யா தன் தங்கையின் அருகில் அமர்ந்து, அவளைத் தன் பக்கமாக இழுத்துக் கொண்டாள் கொதிப்புற்றிருந்த அவளது கரத்தை எடுத்து, உள்ளங்கையிலே முத்தமிட்டாள். ஆனால் தாஷாவோ தன்னை மெல்ல மெல்ல தன் தமக்கையின் அரவணைப்பிலிருந்து விடுவித்துக்கொண்டு பெருமூச்செறிந்தாள்; தனது மோவாயைத் தனது கரத்தின் மீது ஊன்றியவாறே, வெளியே பரந்து கடக்கும் கருநீல வானத்தையும், அதில் பூத்த நட்சத்திரங்களையும் ஜன்னல் வழியாக வெறித்து நோக்கினாள்.

“தாஷா! அவர் பெயர் என்ன?”

“அலெக்சேய் அலெக்சேயவிச் பெஸ்ஸோனவ்!”

இதைக் கேட்டதும் காத்யா தன் தொண்டைக் குழியைக் கையால் பற்றியவாறே தாஷாவுக்கு அடுத்தாற்போல் இருந்த நாற்காலியில் அமர்ந்து அசைவற்றிருந்தாள். தாஷாவால் தன் தமக்கையின் முகத்தைப் பார்க்க முடியவில்லை; காத்யாவின் முகம் இருளில் மறைந்திருந்தது. எனினும் காத்யாவுக்கு ஏதோ ஒரு பயங்கரத்தை அவளுக்குச் சொல்லி விட்டாள் என்பதை மட்டும் தாஷாவால் உணரமுடிந்தது.

"எல்லாம் நல்லதுக்குத் தான்!" என்று அவள் வேறு பக்கமாகத் திரும்பியவாறே எண்ணினாள். இந்த எண்ணம் அவளது மனப்பாரத்தை இறக்கி அவளுக்கு எளிமையையும் வெறுமையையும் தந்தது.

"பிறர் மட்டும் ஏன் எதையும் செய்ய முடிகிறது? எனக்கு மட்டும் ஏன் முடிவதில்லை.--இதற்குப் பதில் சொல் காத்யா, இரண்டு வருஷ காலமாக, நானும் என்னென்னவோ சபல புத்தியைப் பற்றியெல்லாம் கேள்விப்பட்டு வருகிறேன். ஆனால் என் வாழ்நாளிலேயே வழுக்கோட்ட மைதானத்தில் பள்ளி மாணவன் ஒருவன் என்னை ஒரே ஒரு தடவை முத்தமிட்டதைத் தவிர, நான் வேறு எதையுமே அனுபவித்து அறிந்ததில்லை."

அவள் ஆழ்ந்து பெருமூச்செறிந்தாள்; மீண்டும் மௌனமானாள். காத்யாவோ தனது முழங்காலின் மீது கைகளை ஊன்றியவாறு அந்த நாற்காலியில் முன்னால் குனிந்து அமர்ந்திருந்தாள்.

"பெஸ்ஸோனவ் மிகவும் மோசமானவர்; பயங்கரமான மனிதர், கண்ணே! சொல்வதைக் கேட்டாயா?" என்றாள் காத்யா.

"ஆமாம்."

"அவர் உன் வாழ்வைப் பாழடித்து விடுவார்."

"நல்லது, இப்போது அதற்கு நான் என்ன செய்ய முடியும்?"

"இது மட்டும் எனக்கு வேண்டாம். மற்றவர்கள் எப்படி.

வேண்டுமானாலும் நடக்கலாம்... ஆனால் நீ—நீ மட்டும் கூடாது, என் கண்ணே!"

"வெறி பிடித்து விட்டது என்று சொல்லி நாயை அடித்துக்கொல்லு என்ற கதையாக இருக்கிறதே. பெஸ்ஸோனவிடம் அப்படி என்ன மோசமான குணம் இருக்கிறது? அதையேனும் சொல்லு!"

"அதை என்னால் சொல்ல முடியாது... எனக்குத் தெரியாது... ஆனால் அவரை நினைத்துப் பார்த்தாலே எனக்கு நடுக்கம் ஏற்படுகிறது."

"நீயே அவரை ஒருமுறை விரும்பியதுண்டு இல்லையா?"

"இல்லவே இல்லை. நான் அவரை வெறுக்கிறேன். அவரிடமிருந்து கடவுள் உன்னைக் காப்பாற்றட்டும்!"

"காத்யா! நான் அவரது வலையில் விழப் போவதென்னமோ உறுதி."

"நீ என்னதான் சொல்கிறாய்? நமக்குப் பைத்தியமே தான் பிடித்து விட்டது. ஆம். நாம் இருவருக்குமேதான்!"

ஆனால், தாஷா இத்தகைய பேச்சைத் தான் விரும்பினாள்; பேச்சோ ஒடுங்கிய பலகையின் மீது விரல் நுனியில் நடந்து செல்வது போலிருந்தது. காத்யாவின் உணர்ச்சிக் கொத கொப்பைக் கண்டு தாஷா குதூகலித்தாள். அவள் பெஸ்ஸோனவைப்பற்றி எள்ளளவும் நினைக்கவில்லை. எனினும் தான் அவர் மீது ஆசைகொண்டு விட்டதாக வேண்டுமென்றே சொன்னாள். அவரது முகத்தையும், சந்திப்புக்களையும் வருணிக்கத் தொடங்கினாள். அவற்றையெல்லாம் அவள் மிகைப்படுத்தினாள். அதாவது அவளது வருணணையைப் பார்த்தால், ஒவ்வொரு இரவிலும் அவள் பெல்ஸோனவையே எண்ணியெண்ணி உருகுவது போலவும், அவரது வலைக்குள் எந்தக் கணத்திலும் விழுந்துவிடத் தயாராயிருப்பது போலவுமே தோன்றியது. இறுதியில் அவள் தான் பேசி வந்த பேச்சின் அபத்தத் தன்மையைத் தனக்குத்தானே உணர்ந்தவளாய்,

காத்யாவை அப்படியே தாவி அணைத்து முத்தமிட்டவாறு, "உன்னைப் போன்ற ஒரு வெகுளிப் பெண்ணை நான் பார்த்ததேயில்லை, காத்யா!" என்று சொல்ல வேண்டும் என விரும்பினாள். ஆனால் காத்யாவோ தான் அமர்ந்திருந்த நாற்காலியைத் தரை மீது இருந்த ஜமுக்காளத்தின் மீது திடீரென்று தள்ளிவிட்டு, தனது இரு கைகளாலும் தங்கையைத் தழுவி அணைத்தாள்; தனது முகத்தை தாஷாவின் மடியில் புதைத்துக் கொண்டு நடுநடுங்கி விம்மினாள்; பயங்கரமாகக் கத்தினாள்:

"என்னை மன்னித்துவிடு, தாஷா! என்னை மன்னித்து விடு!"

தாஷா பயந்தே போனாள். அவள் தன் தமக்கையின் மீது குனிந்தவாறே, பயத்தாலும் பரிவாலும் தானும் அழுதாள்; அந்தப் பொருமல்களுக்கடையே காத்யாவை நோக்கி, "நீ என்ன சொல்கிறாய்? எதற்காக மன்னிப்புக் கேட்கிறாய்?" என்று கேட்க முனைந்தாள். காத்யாவோ தனது பற்களை இறுகக் கடித்துக் கொண்டாள்; தனது தங்கை கேட்கும் கேள்விகளுக்கெல்லாம் பதிலாக, தாஷாவை மேலும் மேலும் அணைத்து, அவளது கைகளில் முத்தமிட்டவாறே கிடந்தாள்.

சாப்பாட்டு வேளையின்போது நிகலாய் இவானவிச் சகோதரிகள் இருவரையும் மாறி மாறிப் பார்த்தவாறே கேட்டார்:

"ஹும்! உங்கள் கண்ணீருக்கான காரணத்தை நான் தெரிந்து கொள்ளக் கூடாதா என்ன?"

"இந்தக் கண்ணீருக்கான காரணம் எனது முரட்டுத்தனமான குணம்தான்!" என்று அவசர அவசரமாகப் பதிலளித்தாள் தாஷா.

"நீங்கள் ஒன்றும் மனத்தை அலட்டிக்கொள்ள வேண்டாம். உங்கள் மனைவியின் கால்தூசிக்குக்கூட நான் பெறமாட்டேன் என்பது நீங்கள் சொல்லாமலே எனக்குத் தெரியும்."

சாப்பாட்டை முடித்துக்கொள்ளும் தருணத்தில், எல்லோரும் காப்பியை ஊற்றிக் கொண்டிருந்த சமயத்தில், விருந்தாளிகள் வந்து சேர்ந்தார்கள். குடும்பத்திலுள்ளோர் மனநிலை காரணமாக அவர்களையும் அழைத்துக் கொண்டு எங்காவது ஒரு ஹோட்டலுக்குச் சென்று வரத் தீர்மானித்தார் நிகலாய் இவானவிச். குலீச்செக் ஒரு காருக்காக போன் பண்ணினார். காத்யாவும் தாஷாவும் உடை மாற்றிக் கொள்வதற்காக உள்ளே சென்றார்கள். சர்வா வந்தார்; அவர்கள் எல்லோரும் ஹோட்டலுக்குப் புறப்பட்டுக் கொண்டிருப்பதைக் கண்டதும், திடுமென்று எரிந்து விழத் தொடங்கினார்.

“உங்களது இந்த இடையறாத அபரிமிதமான குடிப்பழக்கத்தால் பாதிக்கப்படுவது என்ன தெரியுமா? ருஷ்ய இலக்கியம்!”

எனினும் அவர்கள் எல்லோரும் சேர்ந்து, அவரையும் மற்றவர்களோடு காரில் ஏற்றி அனுப்பிவிட்டார்கள்!

“வட திசைப் பனங்காடு” என்ற பெயர் கொண்ட அந்த ஹோட்டலில் ஒரே கூட்டமும் கூச்சலுமாக இருந்தது. ஹோட்டலில் கீழ் மாடியில் இருந்த பெரிய அறையில் சர விளக்குகளின் வெண்ணோளி வெள்ளமாகப் பரவி ஒளிர்ந்தது. சர விளக்குகள், சிகரெட்டுப்புகை, நெருக்கமாகப் போடப் பட்டிருந்த மேஜைகள், அந்தி நேர உடையில் காட்சியளித்த ஆண்கள், ஆடையற்றுத் திறந்து கிடந்த பெண்களின் தோள்கள், பச்சை, பழுப்பு, கபில நிறங்களில் காட்சியளித்த அவர்களின் தலையலங்காரங்கள், அவர்களது தொப்பிகளின் மீது காட்சியளித்த வெண்ணிறத் தூவிகள், காதிலும் கழுத்திலும் மின்னிய நகைகள், அந்த நகைகளின் ஆரஞ்சு, நீலம், சிவப்புக் கற்களின் வர்ண ஜாலக் கரண ரேகைகள், மங்கிய இருள் வெளியிலே அங்கு மிங்கும் நடமாடித் திரியும் பரிசாரகர்கள், செக்கச் சிவந்த வெல்வெட் திரைக்கு முன்னால் நின்று கொண்டு, தன் கையிலுள்ள மந்திரக் கோலொன்றை. ஆகாயத்தில் அங்குமிங்கும் வீசி விளாசிக் கொண்டிருந்த உயிர்க்களை இழந்த தோற்றமுடைய வாத்தியக் குழுத் தலைவன்,

நிலைக் கண்ணாடிகள் பதித்த சுவர்களிலே பட்டுத் தெறித்து பற்பல கோணங்களில் பளபளக்கும் செம்புக் குழல்களின் பளபளப்பு -- இத்தகைய சம்பிரமங்களோடு, மனித வர்க்கம் முழுமையுமே, அகில உலகமுமே அங்கு வந்து ஆதியந்தமற்றுக் குடிகொண்டு வீற்றிருப்பதுபோல் அந்த அறை காட்சியளித்தது.

தன்னெதிரே இருந்த சாம்பேன் மதுவைக் குழாய் மூலம் உறிஞ்சிக் குடித்தவாறே, தாஷா பிற மேஜைகளில் உள்ளவர்களைக் கவனித்தாள். அங்கு மழுங்கச் சவரம் செய்து, பௌடர் தட்டிய கன்னங்களோடு ஒரு மனிதன் அமர்ந்திருந்தான். அவனுக்கு எதிரில் இரு மீன் துண்டுகள் சிந்திக்கிடந்தன; வியர்த்துப் போன சாம்பேன் மதுப்புட்டியும் இருந்தது. அவனது கண்களோ அரைத் தூக்கத்தில் மூடியிருந்தன. வாய் வெறுப்பில் கோணியிருந்தது. அவன் அங்கு அப்படியே அமர்ந்தவனாய் ஏதோ சிந்தித்துக் கொண்டிருப்பவன் போல் தோன்றினான். அதாவது அங்குத் திடீரென்று மின்சாரம் தடைபட்டு இருள் சூழப்போகிறது என்றும், பின்னர் எல்லோருமே இறந்து படுவார்கள் என்றும், எனவே எதைக் கண்டு மகிழ்வதிலும் எவ்வித அர்த்தமும் இல்லை என்றும் எண்ணிக்கொண்டிருப்பவன் போலத் தோற்றமளித்தான்.

அங்குத்தொங்கிய திரைஅசைந்து கொடுத்தது; விலகியது, முகத்தில் சோகச் சுருக்கங்களுடன் ஒரு ஜப்பானியக் குள்ளன் மேடைமீது தாவிக் குதித்தான். பல வாணங் கொண்ட பந்துகளும், தட்டுக்களும், தீப்பந்தங்களும் அந்த ஜப்பானியனின் கைக்கரண வித்தையினால் அந்தரத்தில் சுற்றிச் சுழலத் தொடங்கின. தாஷா தனக்குள் நினைத்தாள்:

'என்னை மன்னித்துவிடு, மன்னித்துவிடு என்று காத்யா ஏன் சொன்னாள்?'

திடீரென்று அவளது தலையையே கிட்டியிட்டு நெருக்கிப் பிழிந்தது போல் அவளுக்குத் தோன்றியது; இருதயம் திடீரென்று நின்று விட்டதுபோல் பட்டது. "அப்படியும்

இருக்குமா?” என்று நினைத்தாள். தன் தலையை உலுக்கிக் குலுக்கிவிட்டு, நெடிய மூச்சொன்றை உள்ளுக்கிழுத்தாள். ‘அப்படியும் இருக்குமா?’ என்ற தனது எண்ணத்தின் அர்த்த பாவத்தைக் கூடச் சிந்தித்துப் பார்க்கத் துணியாமல், தன் தமக்கையை லேசாகப் பார்த்தாள்.

அந்த மேஜையின் எதிர்புறத்தில் அமர்ந்திருந்த காத்யா மிகவும் களைத்துச் சோர்ந்தவளாகவும், கவலை கொண்டவளாகவும், அதே சமயம் அழகு நிறைந்தவளாகவும் காட்சியளித்தாள். தன் தமக்கையைக் கண்டதும் தாஷாவுக்குக் கண்களில் கண்ணீர் ததும்பி நிறைந்தது. அவள் தன் கை விரலை உதடுகளின்மீது வைத்தவாறு, அதன்மீது வெளிக்குத் தெரியாமல் லேசாக ஊதினாள். அப்படி ஊதுவது அந்தச் சகோதரிகளுக்கிடையே ஒரு ரகசியக் குறி அந்தக் குறியைக் காத்யா கண்டுகொண்டாள்; புரிந்துகொண்டாள். புரிந்து கொண்டதற்கு அடையாளமாக மெல்லிய புன்னகையும் புரிந்தாள்.

சுமார் இரண்டு மணிக்கு அடுத்து எங்கு செல்வது என்பது பற்றி அவர்களுக்குள் விவாதம் எழுந்தது. காத்யாவோ வீட்டுக்கே போய்விடலாம் என்று கெஞ்சாத பாவனையில் இரங்கிக் கேட்டுக் கொண்டாள். நிகலாய் இவானவிச்சோ மற்றவர்கள் ஒவ்வொருவரும் எங்கே போகலாம் என்று தீர்மானிக்கிறார்களோ அதன்படியே தாம் நடக்கப் போவதாகக் கூறினார். அந்த ‘மற்றவர்கள் ஒவ்வொருவருமோ’ வேறு எங்காவது செல்வது என்றே தீர்மானித்தார்கள்.

அந்தச் சமயத்தில் ஹோட்டலிலிருந்து கலைந்து கொண்டிருந்த ஜனங்களுக்கிடையே, பெஸ்ஸோனவ் ஓரிடத்தில் வீற்றிருப்பதை தாஷாவின் கண்களின் திடீரென்று பட்டது. பெஸ்ஸோனவ் தனது முழங்கைகளைச் சாய்த்து ஊன்றி, மேஜைமீது குனிந்து சாய்ந்தவாறு, அகூன்தினின் பேச்சைக் கவன சிரத்தையோடு கேட்டுக் கொண்டிருந்தார். அகூன்தினோ வாய்க்கடையில் நனைந்து நனைந்து குட்டையாகிப்போன

சிகரெட்டைக் கவ்வியவாறும், மேஜைவிரிப்பின் மீது கை விரலால் எதையோ ஆர்வத்தோடு கீறிக் காட்டியவாறு, பெஸ்ஸோனவிடம் எதைப்பற்றியோ பேசிக்கொண்டிருந்தான். அங்குமிங்கும் அலைந்துறும் அவனது கைவிரலையே பெஸ்ஸோனவ் கூர்ந்து வெறித்து நோக்கிக் கொண்டிருந்தார். அவரது முகம் வெளிறிப் போய், ஆழ்ந்த சிந்தனையில் ஈடுபட்டிருப்பதுபோல் தோன்றியது. அங்கு நிலவிய கசமுசப்பின் மத்தியிலும், "ஒரு முடிவு காலம், எல்லாவற்றுக்குமே ஒரு முடிவுகாலம்!" என்ற வார்த்தைகள் ஒலித்ததை, தாஷாவால் கேட்டு அறிந்து கொள்ள முடிந்தது. இதற்குள் பூதாகாரமான தொந்தி படைத்த ஒரு தத்தாரிய பரிசாரகன் குறுக்கே வந்து, அவர்கள் இருவரையும் மறைத்து நின்றான். எனவே தாஷாவால் அவர்களை மேலும் கவனிக்க முடியவில்லை. இதற்குள் காத்யாவும் நிகலாய் இவானவிச்சும் தம் இடத்தை விட்டு எழுந்திருந்தவாறே, தாஷாவைக் குரல்கொடுத்துக் கூப்பிட்டார்கள். எனவே தாஷா உடனே கிளம்ப வேண்டியதாயிற்று; தனது இதயப் பரபரப்பும் குறுகுறுப்பும் சாந்தியடையாமலே அவள் அங்கிருந்து புறப்பட நேர்ந்து விட்டது.

ஹோட்டலை விட்டு வெளியே தெருவுக்கு வந்ததும், எதிர்பாராத விதமாக திடீரென்று சீதளமான பனிவாடை வீசியது; கருமை நிறமும், கபில நிறமும் கலந்து தோன்றிய இருண்ட வான மண்டலத்தில் நட்சத்திரங்கள் நீந்திக் கொண்டிருந்தன. "படு குஷியான இரவு இது!" என்று யாரோ சிரித்துக் கொண்டு சொன்னது தாஷாவுக்குப் பின்புறமிருந்து ஒலித்தது. நடைபாதை ஓரமாக, ஒரு கார் நின்றதும், பெட்ரோல் புகை மண்டலத்திடையேயிருந்து வந்து தோன்றிய ஒரு வற்றிய மெலிந்த கந்தலும் கிழிசலும் உடுத்திய மனிதன் தன் தொப்பியைக் கையில் எடுத்தவாறே, ஏதோ நடனமாடப் போகிறவன் போல் அபிநயத்தோடு உடம்பை வளைத்து தாஷாவுக்குக் காரின் கதவைத் திறந்து விட்டான். காருக்குள் ஏறியவாறே, தாஷா அந்த மனிதனைத் திரும்பிப் பார்த்தாள். வாடிவதங்கிய வாயும், ஒட்ட வெட்டிவிடப்பட்டிருந்த தாடியுடைய

மோவாயும் கொண்ட அந்த மெலிந்த மனிதன் தனது கைகள் இரண்டையும் இடுப்பில் வைத்துப் பிடித்தவாறு உடம்பெல்லாம் நடுங்கிக்குலுங்கிக் கொண்டிருந்தான்.

“ஆடம்பரமும் ஆசைவேட்கையும் குடிகொண்ட இந்த ஆலயத்தில் இரவு நேரத்தை இன்பகரமாகப் போக்கிய உங்களுக்கு என் பாராட்டுக்கள்!”

அவனது குரல் குதூகலமும் குறும்பும் கொண்டதாக ஒலித்தது. அந்தக் காருக்குள் இருந்தவர்களில் யாரோ ஒருவர் அநாயசமாக விட்டெறிந்த காசை அவன் எட்டிப்பிடித்தவாறே, தனது கிழிந்து பிதிர்ந்த தொப்பியைத்தொட்டு சலாமிட்டான். குறுகுறு என்று விழிக்கும் அவனது பயங்கரமான கரிய கண்களின் பார்வை தனது உடம்பையெல்லாம் ஊடுருவி உறுத்துவது போல, தாஷாவுக்குத் தோன்றியது.

அவர்கள் வீட்டுக்கு வெகுநேரம் கழித்து கடைச்சாம வேளையில்தான் வந்து சேர்ந்தார்கள். தாஷா தனது படுக்கையில் மல்லாந்து படுத்தாள்; அடித்துப் போட்டது போல் களைப்பால் சோர்ந்து மரத்து உணர்ச்சியிழந்த நிலையில், அவள் ஆழ்ந்த நித்திரை மயக்கத்துக்கு ஆளாகித் தூங்கத் தொடங்கினாள்.

தூக்கத்தின் நடுவில் அவள் திடீரென்று ஏதோ மொறு மொறுத்து முனகியவாறு, போர்வையைத் தூக்கியெறிந்து விட்டு, திடுக்கிட்டு எழுந்து உட்கார்ந்து, கண்களைத் திறந்து பார்த்தாள். ஜன்னலின் வழியாக காலைக் கதிரவனின் கதிர்கள் அந்த அறையின் மரப்பலகைத் தரைமீது விழுந்தன. “அட, கடவுளே! எத்தனை பயங்கரமான கனவு!” அதை எண்ணிப்பார்த்தபோது அவளால் தனது கண்களில் பொங்கி வந்த கண்ணீரைக் கூடத் தடுத்து நிறுத்த முடியவில்லை; அவள் பூரணமாக விழித்து நினைவு பெற்ற பின்னரோ அவளுக்கு அந்தக் கனவே மறந்து போய் விட்டது போல் தோன்றியது. அந்தப் பயங்கரமான கனவுக்குப் பின்னால் அவளது இதயத்திலே ஏதோ ஒரு வேதனைதான் மிஞ்சி நின்றதே தவிர, அந்தக் கனவைப்

பற்றிய எந்த நினைவும் மிஞ்சி நிற்கவில்லை.

காலைச் சாப்பாட்டை முடித்துக்கொண்டு தாஷா கல்லூரிக்குச் சென்றாள்; பரீட்சை எழுதுபவர்களின் பட்டியலில் தன் பெயரையும் பதிவு செய்து கொண்டாள்; புத்தகங்களை வாங்கினாள்; மத்தியானச் சாப்பாட்டுக்குச் செல்லும் வரையிலும் படிப்பதில் தீவிரமாக முனைந்து உழைத்தாள். மாலையிலோ--காலையில் சாதாரணமான காலுறைகளையே அணிவது என்று அவள் தனக்குத்தானே தீர்மானம் செய்து கொண்டிருந்தும் கூட--பட்டுக் காலுறைகளையே அணிந்து கொண்டாள்; தோளிலும், கைகளிலும் பவுடரைக் கொட்டித் தேய்த்துக்கொண்டாள்; கூந்தலையும் சீவிச் சிங்காரிக்க முனைந்தாள். "இந்தக் கூந்தலைத் இறுகச் சுற்றி முடிந்து, இதனை எனது பிடரியில் ஒரு அழகிய கொண்டையாகப் போடவேண்டும்; இல்லையேல் 'நாகரிகக் கொண்டை போடு' என்று எல்லோரும் கூச்சலிடுவார்கள். எப்படிப் போடுவதாம்? எனக்குத் தான் மயிரெல்லாம் உதிர்ந்து கொண்டிருக்கிறதே!" என்று தனக்குள் எண்ணினாள். சுருங்கச் சொன்னால் அவளுக்கு எல்லாமே ஒரே குழப்பமாகவும் தொல்லையாகவுமே தோன்றியது. மேலும் அவளது புதிய நீலநிறப் பட்டு உடையிலே சாம்பேன் மதுவின் கறைவேறு பட்டிருந்தது.

அந்தப் பாவாடை கறைபட்டு கெட்டுப்போய்விட்டது குறித்து அவள் திடீரென்று மிகவும் விசனப்பட்டாள்; அதே போல் கெட்டுச் சீரழிந்த தனது வாழ்வைப் பற்றியும் விசனித்தாள். எனவே அந்தக் கறைப்பட்ட பாவாடையைக் கையிலே பிடித்துக்கொண்டு, கீழே உட்கார்ந்து வாய்விட்டு அழுது தீர்க்க முனைந்தாள். அந்தச் சமயத்தில் தான் நிகலாய் இவானவிச் அங்கு வந்து கொண்டிருந்தார்; வந்ததும் வராதது மாக, அவர் தாஷா தனது உள்பாவாடையை மட்டும் அணிந்தவளாய் அமர்ந்து அழுது கொண்டிருப்பதைக் கண்டு விட்டார். எனவே அவர் தமது மனைவியைக் கூப்பிட்டார். காத்யா ஓடோடியும் வந்தாள்; தாஷாவின்

கையிலிருந்த பட்டுப்பாவாடையைப் பிடித்தவாறு. "இந்தக் கறைதானா? இதுதான் ஒரு நிமிஷத்தில் போய்விடுமே!" என்று சொன்னாள். பின்னர் மாபெரும் முகமதியைக் கூப்பிட்டு அவளிடம் கொஞ்சம் வெந்நீரும் சாப்பிராணித் தைலமும் கொண்டு வரச் சொன்னாள்.

அந்தப் பாவாடை சுத்தமாக்கப்பட்டது; அதிலுள்ள கறை போக்கப்பட்டது. தாஷா அதே பாவாடையையே அணித்து கொண்டாள். நிகலாய் இவானவிச்சோ கூடத்திலே நின்று புழுங்கித் தவித்துக் கொண்டிருந்தார். "உங்களுக்குத் தெரியவில்லையா? நேரம் போய்க்கொண்டே இருக்கிறதே! இன்றுதான் ஆரம்ப விழா. நல்ல பெண்கள் நீங்கள்! நாம் நேரத்தோடேயே போக வேண்டாமா?" என்று கூறியவாறு நிலைகொள்ளாமல் புழுங்கினார். ஆனால் கடைசியில் அவர்கள் எல்லோரும் நேரம் கழித்துத்தான் அங்கு போய்ச் சேர்ந்தார்கள்.

நாடகக் கொட்டகையில் தாஷா தன் தமக்கைக்குப் பக்கத்தில் 'பாக்ஸி'ல் அமர்ந்திருந்தாள்; அங்கிருந்தவாறே மேடையில் நடைபெறும் நாடகத்தைக் கவனித்தாள். ஒட்டுத் தாடியும், இயற்கைக்கு மாறாக அகல திறந்த கண்களும் கொண்ட ஒரு கட்டுமஸ்தான மனிதன் ஒரு தட்டையான மரத்தின் முன்னால் நின்று கொண்டிருந்தான். பளிச்செனத் தோன்றும் இளஞ்சிவப்பு நிறமான உடையணிந்த ஒரு பெண்ணின் கரத்தைப் பிடித்துக்கொண்டு, 'நான் உன்னைக் காதலிக்கிறேன்! உன்னக் காதலிக்கிறேன்!' என்று சொல்லிக் கொண்டிருந்தான். அந்த நாடகம் ஒரு சோக நாடகம் அல்ல; எனினும் தாஷாவுக்கோ நாடகம் முழுவதிலும் வாய்விட்டு அழவேண்டும் போன்ற உணர்ச்சி ஏற்பட்டுக்கொண்டே இருந்தது; பளபளப்பான அந்த இளஞ்சிவப்பு நிறப் பெண்ணுக்காக அவள் பரிதாப உணர்ச்சி கொண்டாள். கடைசியில் அந்த நாடகம் சோக நாடகமாக முடிவுற்றது கண்டு அவள் அப்படியே குழம்பிப் போனாள். அந்தப் பெண்ணோ அவனைக் காதலிப்பது மாதிரியும் தோன்றியது; காதலிக்காதது போலும் தோன்றியது. அவன் அவளை

அரவணைக்கும் போதெல்லாம் அவளும் ஒரு கடற்கன்னிச் சிரிப்பால் பதிலிறுத்தாள். கடையில், பளபளக்கும் வெள்ளைக் கால்சராய் அணிந்திருந்த 'வில்ல'னோடு ஓடிப்போய்விட்டாள். கதாநாயகனோ தலையைப் பிடித்தவாறே ஏதோ ஒரு கையெழுத்துப் பிரதியை - அவனது வாழ்நாளின் தலை சிறந்த சிருஷ்டியை அழித்து விடப்போவதாக ஏதேதோ சபதம் கூறினான். அத்துடன் நாடகத்தின் முதல் அங்கம் முடிவுற்றது.

'பாக்ஸி'ல் தெரிந்த முகங்கள் எல்லாம் தென்பட்டன; அவர்களுக்கிடையில் வழக்கமான, உற்சாகம் மிகுந்த உரையாடல்களும் தொடங்கின.

வழுக்கைத்தலையும், மழுங்கச் சவரம் செய்த மழுமழுப்பான முகமும்கொண்ட ஷைன்பர்க் தனது கழுத்தை இறுகப் பிடித்திருக்கும் சட்டைக் காலருக்குள்ளிருந்து தலையையே வெளிப்பாயச் செய்வதுபோல் துள்ளித் துள்ளி ஆர்வத்தோடு பேசினான்; அந்த நாடகம் உள்ளத்தைக் கவருவதாக உள்ளது எனக் கூறினான்.

"மீண்டும் பாலுணர்வு சம்பந்தமான பிரச்சனைதான். எனினும் தெளிவாக எடுத்துக் காட்டியிருக்கிறார்கள். இந்தப் பாழாய்ப்போன பிரச்சினைக்கு மனிதவர்க்கம் ஒரு முடிவு காணத்தான் வேண்டும்!"

இதற்கு பூரவ் என்பவர் பதிலளித்தார்; அவர் ஒரு நீதிபதி; மிதவாதி, நெட்டையாகவும், அடக்கமாகவும் காட்சி தந்தார். அவரது மனைவியோ பந்தயக் குதிரைகளின் லாயச் சொந்தக்காரன் ஒருவனோடு சென்ற கிறிஸ்துமஸ் பண்டிகைச் சமயத்தில் ஓடிப்போய்விட்டாள். அவர் சொன்னார்:

"மற்றவர்கள் விஷயம் எப்படி எப்படியோ? அது எனக்குத் தெரியாது. ஆனால் என்னைப் பொறுத்த வரையிலும் இந்தப் பிரச்சினையில் தீர்வு கண்டுவிட்டேன். பெண்கள் பிறவியிலேயே பொய்யர்கள்; ஆண்களோ கலையின் உதவியுடன் பொய் சொல்கிறார்கள். இந்த பாலுணர்வு விவகாரமே வெறும் குப்பை; கலை என்பதோ ஒரு

விதமான கிரிமினல் குற்றம்தான்!"

நிகலாய் இவானவிச்சோ வாய்விட்டுக் குலுங்கிச் சிரித்தவாறே தம் மனைவியைப் பார்த்தார், பூரவ் மேலும் பேசத் தொடங்கினார்:

"ஒரு பறவைக்கு முட்டையிடும் பருவம் வந்து விட்டால், உடனே ஆண்பறவை தனது வர்ணஜாலம் மிகுந்த வாலை விரித்துக்காட்டி தளுக்குப் பண்ணுமாம். இது சுத்தப் பொய்; ஏனெனில் அந்த ஆண் பறவையின் வால் இயற்கையிலேயே கபில நிறம் கொண்டது, கண்ணைப் பறிக்கும் வர்ண ஜாலம் எதுவும் அதில் கிடையாது. அதே போல், பருவம் வந்தால் மலர் பந்தலின் மேல் தாவி மலர்வதாகக் கூறுகிறார்கள். இதுவும் ஒரு பொய்; ஏமாற்று. உண்மை பூமிக்கடியிலே புதைந்திருக்கும் அவலட்சணமான வேர்களில்தான் பொதிந்து கிடக்கிறது. ஆனால், இவையெல்லாவற்றையும்விட, மனிதன் தான் படுமோசமான பொய்யன்! அவன் பூத்துக் குலுங்குவதும் இல்லை; வாலை ஆட்டுவதும் இல்லை. அதற்குப்பதிலாக அவன் தன் நாக்கைத்தான் அசைக்கிறான்! காதல் என்பதும் அதைச் சுற்றிலுமுள்ள ஆர்ப்பாட்டங்களும் வெறும் பொய். இவையனைத்தும் வயது முதிர்ச்சியடையாத இளம் பருவப் பெண்களுக்கு மட்டும்தான் புரியாத புதிராகத் தோன்றுகின்றன." இவ்வாறு கூறியவாறே அவர் தாஷாவை பொருள் நிறைந்த பார்வை பார்த்துவிட்டு மேலும் பேசினார்! "ஆனால் தாம் வாழ்கின்ற இந்த மழுங்கிப் போன காலத்திலோ, புத்திசாலிகளான பெரிய மனிதர்கள்கூட, இந்த அபத்தக் குப்பையின் மீது ஆர்வம் கொள்கிறார்கள். ஆமாம்! ருஷ்ய நாடு மலச்சிக்கலும் வயிற்று வலியும் கொண்டுவிட்டது!"

அவர் தம் முகத்தை வக்கரித்துச் சுழித்தவாறே, கையிலிருந்த மிட்டாய்ப் பெட்டியைக் குனிந்து பார்த்தார்; அந்தப் பெட்டியில் கடந்த மிட்டாய்களைக் கைவிரலால் குத்திக் களைத்தார்; எனினும் அவருக்குப் பிடித்தமான மிட்டாய்கள் எதுவும் அதில் கிடைக்காததால், தோள்மீது தொங்கிய தோல்வாரோடு கிடந்த கடற்படையினரின்

தூர திருஷ்டிக் கண்ணாடியை மெல்ல எடுத்து, அதனைக் கண்களுக்கு நேராய் உயர்த்திப் பிடித்தார்.

பின்னர் அவர்கள் பேச்சு அரசியலையும் அதில் பிற்போக்கு பற்றியும் திரும்பியது. குலிச்செக் தான் கடைசியாகக் கேள்விப்பட்டிருந்த நீதிமன்ற வதந்தி ஒன்றை ஆர்வத்தோடு கிசுகுக்க முனைந்தான்.

அதைக் கேட்டு, ஷைன்பர்க் "படு பயங்கரம்! பயங்கரம்!" என்று முணுமுணுத்தான்; நிகலாய் இவானவிச்சோ தமது தொடைமீது தட்டிக்கொண்டார்:

"புரட்சி, பிரமுகர்களே! புரட்சி! - நமக்கு ஒரு புரட்சி வேண்டும்; நமக்கு அது அவசிய-அவசரத் தேவை, இல்லையெனில் நாம் வீணே அழிந்து விடுவோம். எனக்குத் தகவல் கிடைத்திருக்கிறது!" என்று சொல்லியவாறே தன் குரலை மிகவும் தாழ்த்தி, "தொழிற்சாலைகளில் எல்லாம் பெரிய கொந்தளிப்பு நிலைமை குடி கொண்டிருக்கிறதாக வதந்தி!" என்று ரகசியமாகச் சொன்னான்.

ஷைன்பர்க் ஆத்திரத்தில் இரு கைகளையும் கைவிரல்களையும் அகல விரித்துக் காட்டினான்.

"அது சரி. அனால், எப்போது? எப்போது புரட்சி வரப் போகிறது? நம்மால் நிரந்தரமாகக் காத்துக்கொண்டிருக்க முடியாதே!"

"நாம் அதைக் காணத்தான் போகிறோம், யாகவ் அலெக்சான்தரவிச்" என்று எக்களிப்போடு சொன்னார் நிகலாய் இவானவிச்: "நாம் அதைக் காணத்தான் போகிறோம். அப்போது நாங்கள் உங்களையே மேன்மை தங்கிய ஷைன்பர்க் அவர்களே! இந்த நாட்டின் சட்டமத்திரியாக நியமனம் செய்கிறோம். சரிதானே!"

இப்பிரச்சனைகளைப் பற்றியும், புரட்சிளைப் பற்றியும், மந்திரி பதவிகளைப் பற்றியும் அவர்கள் பேசிக்கொள்ளும் பேச்சைக் கேட்டு, தாஷா சலித்து வெறுத்துப் போய் விட்டாள். எனவே தானிருந்த பாக்ஸின் வெல்வெட்

துணி போட்டு மூடிய கைப்பிடிச் சுவரின் மீது தனது முழங்கையை ஊன்றியவாறே, மற்றொரு கையால் காத்யாவின் இடுப்பைச் சுற்றி வளைத்து அணைத்தவாறே, நாடகக் கொட்டகையைச் சுற்றுமுற்றும் பார்த்தாள். தெரிந்த முகங்களைக் காணும் போது மெல்லிய புன்னகையோடு தலையைத் தாழ்த்தினாள். தானும் தன் தமக்கை காத்யாவும் பலருக்குப் பிடித்தவர்களாயும் இருப்பதை தாஷா நன்கு தெரிந்து வைத்திருந்தாள். எனவே அவர்களது அழகைக் கண்டு வியக்கும் ஆண்களையும், ஆசூயை கொள்ளும் பெண்களையும், அவர்களைப்பற்றி மற்றவர்கள் கிசுகிசுத்துப் பேசிக்கொள்ளும் பேச்சுக்களையும், புரியும் புன்னகையையும் தாஷா கண்டாள்; அந்தக் காட்சிகள் அனைத்தும் வசந்த பருவத்து இளங்காற்றைப் போல் அவளது தலையைச் சொக்கிக் கிறங்க வைத்தன. இதனால் அவளிடம் குடி கொண்டிருந்த அழுமூஞ்சி மனோபாவம் வெளிப் போய்விட்டது. காத்யாவின் கூந்தலிலிருந்த ஒரு மெல்லிய மயிர்ச்சுருள் தாஷாவின் காதுக்கருகே கன்னத்தைத் தொட்டு உறவாடி, அவளைப் பரவசமுறச் செய்தது.

"நான் உன்னை நேசிக்கிறேன், காத்யா!" என்று மெல்லச் சொன்னாள் தாஷா.

"நானும் உன்னை நேசிக்கிறேன்."

"நான் உன்னோடு வாழ்வது குறித்து உனக்கு மகிழ்ச்சி தானே?"

"அளவற்ற மகிழ்ச்சி!"

காத்யாவிடம் வேறு என்னென்ன இனிய விஷயங்களைப் பேசலாம் என்பதைப்பற்றி தாஷா சிந்திக்க முனைத்தாள். அதற்குள் அவள் கீழ் அரங்கில் தெலேகின் இருப்பதைத் திடீரென்று கண்டு கொண்டாள். அவன் கறுப்புக் கோட்டு அணிந்தவனாய், கையில் தொப்பியும் நாடக டிக்கட்டுமாக நின்று கொண்டிருந்தான். தனது தலையை நிமிர்த்தி ஏறிட்டுப் பார்க்காமலே யாரும் தன்னைக் கண்டு கொள்ளாதவாறு ஸ்மகோவ்னிகவ் குடும்பத்தினர்

அமர்ந்திருந்த 'பாக்ஸை'யே ஓரக் கண்ணால் வெகுநேரம் பார்த்துக்கொண்டிருந்தான். அங்கிருந்தவர்களின் வெளிறிய அல்லது வாடிய முகங்களுக்கு மத்தியில், தெலேகினின் உறுதி கொண்ட வெய்யில் காய்ந்த முகம் துடிப்பாகவும், கவர்ச்சிகரமாகவும் காட்சியளித்தது. தாஷா நினைத்துக்கொண்டிருந்ததைவிட, அவனது தலைமயிர் இளவர்ணம் கொண்டதாக - வால்கோதுமை நிறத்தில் - இருந்தது.

தாஷாவின் கண்களை அவனது கண்கள் சந்திக்க நேர்ந்தவுடனேயே அவன் மெல்ல தலைவணங்கிவிட்டுத் திரும்பி நடந்தான். ஆனால் அவனது தொப்பி அந்தச் சமயம் பார்த்து தழுவி விழுந்தது. அதை எடுப்பதற்காக அவன் குனிந்த போது, அங்கு நின்ற ஒரு பூதாகாரமான பெண்ணின்மீது மோதிவிட்டான். அவளிடம் மன்னிப்புக்கேட்டவாறே, பின்வாங்கினான்; அவனது முகமெல்லாம் கன்றிச் சிவந்து விட்டது. பின்னர் அவன் 'கந்தர்வர்களின் கோஷ்டி கானம்' என்ற அழகியற் கலைப் பத்திரிகையின் ஆசிரியரை நோக்க அடிமேல் அடிவைத்து மெல்ல நடந்து சென்றான். தாஷா தன் தமக்கையிடம் சொன்னாள்:

"அதோ பார், காத்யா, அவர்தான் தெலேகின்."

"மிகவும் நல்லவராகத்தான் தோன்றுகிறார்."

"அவர் அற்புதமான மனிதர். அவரது குணத்தைக் கண்டு எனக்கு அவரை அப்படியே முத்தமிடவேண்டும் போலத் தோன்றுகிறது. காத்யா! அவர் எத்தனை புத்திசாலி என்பதை நீ அறியமாட்டாய்."

"நல்லது, அப்படியானால் நீ..."

"என்ன?"

ஆனால் காத்யா அதற்குமேல் பேசவில்லை. எனினும் தாஷா அதனைப் புரிந்து கொண்டாள்; தானும் மௌனமானாள். மீண்டும் அவளது இதயத்திலே

வேதனையின் உறுத்தல் தோன்றியது. அதாவது ஓட்டுக்குள்ளே நெளியும் நத்தையைப் போல், அவளது இதயக் கூட்டுக்குள் எல்லா உணர்ச்சிகளுமே நெளிந்து புரண்டன. ஒரு கணம் அவள் எல்லாவற்றையும் மறந்து நின்றாள். ஆனால் அவள் தன் இதய வேதனையை எண்ணிப் பார்த்தபோது, அவளுக்கு மீண்டும் குழப்பமும் அந்தகாரமுமே ஏற்பட்டன.

விளக்குகள் அணைக்கப்பட்டு, திரை விலகியதும், தாஷா பெருமூச்சு விட்டாள்; ஒரு சாக்லேட்டைச் சிறு துண்டாக முறித்தெடுத்து அதனை வாய்க்குள் போட்டு ஒதுக்கியவாறே மேடையில் நடக்கும் நாடகத்தைக் கவனிக்க முனைந்தாள்.

ஒட்டுத் தாடி வைத்திருந்த அந்தக் கதாநாயகன் அப்போதும் தனது கையெழுத்துப் பிரதியை எரித்து விடுவதாகத் தான் பயமுறுத்திக்கொண்டிருந்தான்; பியானோவுக்கு எதிராக அமர்ந்திருந்த அந்தப் பெண்ணோ அவனைக் கேலி செய்து கொண்டிருந்தாள். இந்த மாதிரியான சில்லறை உத்திகளை மூன்று அங்கங்கள் வரையிலும் இழுத்தடிப்பதை விட இப்பெண்ணுக்கு உடனே கல்யாணம் செய்து வைத்து விடலாம் என்று தோன்றியது.

தாஷா கொட்டகையின் முகட்டை நோக்கி அண்ணாந்து பார்த்தாள்; அங்கு மேக மண்டலத்திடையே களிப்பும் களையும் நிறைந்த புன்னகையோடு அரை நிர்வாணமான ஒரு அழகிய பெண்ணின் சித்திரம் தென்பட்டது. "கடவுளே! அவள் ஏன் என்னைப் போலவே இருக்கிறாள்?" என்று நினைத்தாள் தாஷா. உடனேயே அவள் மற்றவர்கள் தன்னைப்பார்த்து என்ன நினைப்பார்கள் என்பதைக் கற்பனை பண்ணத் தொடங்கி விட்டாள்: பாக்ஸிலே அமர்ந்து, சாக்லேட்டை மென்று தின்றுகொண்டு, ஏதோ ஒரு அசாதாரணமான நிகழ்ச்சியை எதிர்பார்த்துப் புழுங்கித் தவித்து நிலை கொள்ளாமல் நெளிந்து கொடுக்கும் ஒரு ஜீவன் என்றுதான் அவர்கள் நினைப்பார்கள்! ஆனால் அப்படி எதுவுமே நிகழக் காணோம்! "அவரிடம் நான் போகும் வரையிலும், அவரது குரலை நான் கேட்கும்

வரையிலும், அவரது இதயத்தை உணரும் வரையிலும் எனக்கு நிம்மதியே கிட்டப் போவதில்லை. இது ஒன்றைத் தவிர மற்றவை அனைத்தும் பொய்யான எண்ணங்கள் தான். நான் நேர்மையாக இருக்க வேண்டியதுதான்!" என்று எண்ணினாள் அவள்.

அன்றைய இரவுக்குப் பின்னர் அவள் அதிகம் சிந்திக்கவில்லை. பெஸ்ஸோனவிடம் போகப் போகிறோம் என்று அவளுக்கு இப்பொழுது தெரிந்தது. இந்த நேரத்தை எண்ணி அவள் பயந்தாள். ஒரு சமயம் அவள் சமாராவிலுள்ள தன் தந்தையிடம் போகலாமா என்று எண்ணினாள். ஆயிரம் மைல்களுக்கு அப்பால் சென்றாலும் இது பற்றிய கவர்ச்சி தன்னைவிட்டுப் போகப்போவதில்லை என்று எண்ணி கை உதறி விட்டாள்.

அனைத்தும் ஆதரவாக இருந்த போதும் அந்த 'இரண்டாம் மனிதனை'ப் பொருத்த வரை தான் என்ன செய்திருக்க முடியும் என்று அவளது கன்னித் தன்மை கவலையுற்றுத் தவித்தது. மேலும், பெஸ்ஸோனவைப் பற்றி இத்தனை நாளாக எண்ணியெண்ணி உருகி வேதனைப்படுவதைக் கண்டு, அவளுக்குத் தாங்க முடியாத அவமான உணர்ச்சி ஏற்பட்டது. பெஸ்ஸோனவோ அவளைப் பற்றிச் சிறிதுகூட எண்ணிப்பார்க்காமல், காமினே-ஆஸ்ட்ரோவ் சாலைக்கு அருகில் உள்ள எதோ ஓர் இடத்தில் பூரண மனத்திருப்தியோடு வாழ்ந்து வந்தார்; வலைப்பின்னல் பாவாடை கட்டிய எவளோ ஒரு நடிகையின் மீது கவிதைகள் இயற்றிக்கொண்டிருந்தார். ஆனால், அத்தகைய பெஸ்ஸோனவின் உருவமோ தாஷாவின் ரத்தத்திலேயே குடிபுகுந்து உறைந்து விட்டது; அவளது உள்ளம் முழுவதிலுமே கரைந்து ஐக்கியமாகி நின்றது.

தனது கூந்தலைப் படியச் சீவினாள்; அதனை முறுக்கி, பிடரியில் சுற்றுக்கொண்டையாகப் போட்டுக் கொண்டாள்; பள்ளிக் காலத்தில் தான் அணிந்து வந்த பழைய உடுப்புக்களை – சமாராவிலிருந்து தான் கொண்டு வந்திருந்த பழைய உடைகளை எடுத்து அணிந்து கொண்டாள்; ரோமானியச் சட்ட விதிகளை

மனப்பாடம் செய்வதில் முழு மூச்சோடு ஈடுபட்டாள்; வீட்டில் யாரேனும் விருந்தாளிகள் வந்திருந்தால் கூட, வெளியே தலை காட்டாமல் அறைக்குள்ளேயே அடைந்து கிடத்தாள்; களியாட்டங்களிலோ கேளிக்கைகளிலோ கலந்து கொள்ளாமலிருந்தாள். நேர்மையாயிருப்பது அவ்வளவு எளிதாக இல்லை. கோழைத்தனத்துக்கு ஆளானாள்.

ஏப்ரல் மாத ஆரம்பத்தில் ஓர் இனிய மாலைப் பொழுதில், அந்தி நேரச் சூரியனின் கதிர்கள் மங்கி, நிழல் பரப்பாத மங்கலான ஒளி மூட்டம் பரவி நின்ற நேரத்திலே, தாஷா இரவுப் பிரதேசத்திலிருந்து கால் நடையாகவே வீட்டுக்குத் திரும்பி வந்தாள்.

வீட்டிலுள்ளவர்களிடமோ தான் கல்லூரிக்குப் போவதாகவே சொல்லி விட்டுப் போனாள்; ஆனால், வீட்டை விட்டு வெளிச் சென்றதும் அவள் உண்மையில் எலாகின் பாலத்துக்குச் செல்லும் டிராம் வண்டியில் தான் ஏறினாள்; மாலைப்பொழுது முழுவதும் ஆளரவமற்ற சந்து பொந்துகளில் திரிந்தாள்; பாலங்களைக் கடக்கையில் நின்று நீரோட்டத்தைப் பார்த்தாள்; செம்மஞ்சள் நிறமான அந்திமாலைச் சூரிய ஒளியில் நிழலிட்டுத் தோன்றும் பழுப்பு மரக் கிளைகளை நோக்கினாள்; பாதசாரிகளின் முகங்களைப் பார்த்தாள்; பாசி பற்றி வளர்ந்திருந்த சாலைமரங்களுக்கு ஊடாக ஒளி செய்தவாறு ஓடிச் செல்லும் வாகனங்களின் விளக்குகளைக் கவனித்தாள். அவள் எதைப் பற்றியும் எண்ணாதவளாய் மெதுவாக நடந்து சென்றாள்.

அவளுக்குத் தன் மனம் பூரண அமைதியோடிருப்பதாகவே தோன்றியது; கடல் கரையிலிருந்து மிதந்து வந்த வசந்த பருவத்தின் உப்பு வாடை கலந்த இளவேனில் காற்றில் அவளது உடம்பு முழுவதுமே திகைத்து நின்றது. கால்கள் சோர்ந்து விட்டன; எனினும் வீட்டுக்குத் திரும்பிச் செல்ல மனமில்லை. காமினோ-ஆஸ்ட்ரோவ் சாலைக்குச் செல்லும் அகன்ற ராஜபாட்டையில் வாகனங்கள் கடகடத்துச் சென்றன; நீளமான கார்கள் விரைந்து

சென்றன; எத்தனையோ பாதசாரிகள் சிரித்துக் கொண்டும் கேலி பேசிக் கொண்டும் சென்றார்கள். தாஷா பக்கத்துச் சந்து ஒன்றினுள் நுழைந்தாள்.

அங்கு எங்கணுமே அமைதியும், ஏகாந்தமும் குடிகொண்டு விளங்கியது. வீட்டுக் கூரைகளுக்கு மேலே வானம் பசிய நிறமாகத் தோன்றியது. திறந்து கிடந்த ஜன்னல் திரைகளின் வழியாக, இசை மிதந்து வந்தது. ஒரு வீட்டில் யாரோ சுர வரிசைகளைப் பாடம் பண்ணிக்கொண்டிருந்தார்கள்; இன்னொரு வீட்டிலிருந்தோ வழக்கமான நாட்டிய சங்கீதம் கேட்டது. அந்தி நேரச் சூரிய ஒளியினால் மங்கலான செம்மை நிறம் பெற்ற ஒரு உயரமான ஜன்னலிலிருந்து பிடில் இசை வந்தது.

இத்தகைய இசை வேறுபாடுகள் தாஷாவின் இதயத்துக்குள்ளே புகுந்து உறுத்தின; அதன் விளைவாக தாஷாவின் உள்ளத்திலும் ஒரு ஏக்கக் குரல் கொடுக்கும் இசை எழும்புவது போலிருந்தது. அவளது உடல் பளுவற்று சுத்தமாகத் தோன்றியது.

அவள் தெரு மூலையைக் கடந்து திரும்பினாள்; ஒரு வீட்டுச் சுவரின் மீதிருந்த குறிப்பிட்ட எண்ணைக் கண்டு புன்னகை புரிந்தாள்; பின்னர் அந்த வீட்டின் முன் வாசற் கதவை நோக்கிச் சென்று வாசல் மணியைப் பலங்கொண்ட மட்டும் அடித்தாள். அந்த வீட்டுக் கதவின் மீது பொருத்தப் பட்டிருந்த பித்தளைச் சிங்க முக உருவத்தின் கீழ் 'அ.பெஸ்ஸோனவ்' என்று பொறிக்கப்பட்டிருந்தது.

7

முந்திய நாள் இரவில், 'வியன்னா' ஹோட்டலின் காவல்காரச் சேவகன் பெஸ்ஸோனவின் கோட்டைக்

கழற்றுவதில் உதவியவாறே மெல்லிய குரலில் அர்த்த பாவத்தோடு சொன்னான்:

"உங்களைத் தேடி யாரோ வெளியே காத்துக்கொண்டு நிற்கிறார்கள்!"

"யார்?"

"ஓர் இளம் பெண்."

"யாரவள்?"

"அவளை இதற்கு முன் நாங்கள் பார்த்ததில்லை!"

ஹோட்டலுக்குள் சாப்பிட்டுக் கொண்டிருந்தவர்களின் தலைக்கு மேலாக அர்த்தமற்று வெறித்துப் பார்த்துவிட்டு, பெஸ்ஸோனவ் கூட்டமும் கும்பலும் மிகுந்த அந்த ஹோட்டலின் கடைகோடி மூலையை நோக்கி நடந்தார். ஹோட்டலின் தலைமைப் பரிசாரகனான லஸ்கூத்கின் என்பவன் தனது நரை தட்டிய மீசை பெஸ்ஸோனவின் தோளில் படும் வண்ணம் பவ்வியமாகக் குனிந்தவாறே, ஆட்டுத் தொடைக்கறி அற்புதமாக இருக்குமென சிபாரிசு செய்தான்.

"எனக்குச் சாப்பாடு ஒன்றும் வேண்டாம். கொஞ்சம் எனக்குப் பிடித்த வெள்ளை ஒயின் கொண்டு வா!" என்றார் பெஸ்ஸோனவ்.

அவர் விறைப்பாக நிமிர்ந்து உட்கார்ந்திருந்தார்; கைகள் இரண்டையும் மேசை விரிப்பின் மீது வைத்துக் கொண்டார்; அந்த இடத்தில் அந்த நேரத்தில் உட்காரும் போதெல்லாம் அவர் வழக்கமாகப் பெறும் அதே உள்ளடங்கிய உணர்ச்சிப் பெருக்கோடு அமர்ந்திருந்தார். அன்றைய தினத்தில் அவரது மனத்தில் பதிந்த நினைவுகள் எல்லாம் ஒன்று திரண்டு தெள்ளத் தெளிவாக மனக்கண்முன் எழுந்தன. அந்த நினைவுச்சித்திரங்களின் நிழல் அவரது இதயத்திலே எழுந்தது; ருமேனிய நாட்டுப் பிடில் வாத்திய இசையாலும், ஸென்ட் மணத்தாலும், அந்த ஹோட்டலின் கூட்டமும் கும்பலும் நிறைந்த

நெருக்கச் சூழ் நிலையாலும் அந்த நினைவோட்டம் அவரது உள்ளத்திலே கிளர்ந்தெழுந்தது. அந்த நிழலின் தோற்றம்தான் அவருக்கு உணர்ச்சிப் பெருக்கை உண்டாக்கியது. எனவே ஏதோ ஒரு அந்தரங்கமான உணர்ச்சியின் மூலம், பொருள்களின் அந்தரங்க பாவத்தையும் வார்த்தைகளின் அர்த்தபாவத்தையும் தாம் ஒரு சேரப் பெற்றுவிட முடியும் என அவருக்குத் தோன்றியது.

பெஸ்ஸலோனவ் தமது கோப்பையை உயர்த்தி, ஒயினை ருசித்துப் பார்த்தார். அவரது இருதயம் மெதுவாகத் துடித்தது. தமது உடம்பும் உள்ளமுமே சப்தங்களாலும் குரல்களாலும் நிரம்பியிருப்பதையுணர்ந்த போது அவருக்கு இன்னதெனச் சொல்லமுடியாத ஒரு இனிமையுணர்ச்சி தோன்றியது.

அவருக்கு எதிர்த்தாற்போல், நிலைக்கண்ணாடி முன்னால் போடப்பட்டிருந்த மேஜையைச்சுற்றி, சாபஷ்கோவ், அன்தோன் அர்னோல்தவ், எலிசவேதா கீயவ்னா முதலியோர் சாப்பிட்டுக் கொண்டிருந்தார்கள். அன்றைக்கு முதல் நாளில் தான் பெஸ்ஸோனவுடன் இந்த இடத்தில் சந்திப்பதென்று அவருக்கு எலிசவேதா கீயவ்னா நீண்டதொரு கடிதம் எழுதியிருந்தாள்; இப்போதோ அவள் கன்றிச் சிவந்த முகத்தோடும், உணர்ச்சிப் பரபரப்போடும் அங்கு அமர்ந்து கொண்டிருந்தாள். மஞ்சளும் கறுப்பும் கலந்த கோடுகள் போட்ட உடையை அவள் அணிந்திருந்தாள்; தலையிலும் அதேபோன்றுதொரு கொண்டைப்பூவையும் சூடியிருந்தாள். பெஸ்ஸோனவ் உள்ளே வருவதைக் கண்டதும் அவள் திக்கு முக்காடிப்போனாள்.

“ஜாக்கரதை!” என்று அர்னோல்தவ் தனது சொத்தைப் பற்களும், தங்கப் பற்களும் ஒரு சேரத் தெரிய வாயைத் திறந்தவாறே மெல்ல ரகசியமாகச் சொன்னான்: “அவர் இப்போது தான் ஒரு நடிகையைக் கைகழுவி உதறித் தள்ளிவிட்டு வருகிறார். இப்போது அவர் வசம் எந்தப் பெண்ணும் இல்லை. அவர் புலியைப்போல ஆபத்தான

பேர்வழி!"

எலிசவேதா கீயவ்னா சிரித்தாள்; கோடுபோட்ட கொண்டைப்பூ அவளது பூரிப்பில் குலுங்கி ஆடியது. பின்னர் அவள் அங்கு இருந்த மேஜைகளையெல்லாம் கடத்து பெஸ்ஸோனவை நோக்கச் சென்றாள். அங்கு அமர்ந்திருந்தவர்கள் எல்லோரும் அவளைத் திரும்பிப் பார்த்துப் புன்னகைத்தனர்.

அண்மைக் காலமாக எலிசவேதா கீயவ்னாவின் வாழ்க்கை மிக மிக அலுப்பும் சலிப்பும் நிறைந்ததாக ஆகிவிட்டது. நாளுக்கு நாள் செயலிழந்து எதிர்காலத்தைப் பற்றிய நம்பிக்கையிழத்து - சுருங்கச் சொன்னால் பெருந் துன்பத்திற்காளானாள். தெலேகினே அவளை வெறுக்கத் தொடங்கிவிட்டான்; அவளோடு அவன் மிகுந்த அடக்கத்தோடு கட்டுப்பாட்டோடு பழகி வந்தான்; அவளிடம் பேசுவதையோ அவளோடு தனிமையில் இருக்க நேர்வதையோ கூடுமானவரை தவிர்த்து வந்தான். ஆனால் அவளோ தான் விரும்பி வேண்டிக்கொள்ளும் மனிதன் அவனேதான் என்று பெரிதும் உணர்ந்து வந்தாள். அவனது குரல் அறைக்குள் கேட்டு விட்டாலோ, வாசல் நடையையே வெறித்து நோக்கிக்கொண்டிருப்பாள். அவனே வழக்கம்போலவே நடைபாதை வழியாக அரவம் காட்டாமல் நடந்து சென்று விடுவான். அவனது வரவுக்காகக் காத்து நிற்பாள்; அவளது இதயம் கூட ஒரு கணம் துடிப்பதை மறந்து நிலைத்துவிடும்; தன் அறையின் வாசற்கதவு கண் முன்னால் நீந்தி அசைவதாகத் தோன்றும்; ஆனால் அவனோ உள்ளே வராமலே போய் விடுவான். அப்படியே அவன் அவளது அறைக்கதவை வந்து எப்போதாவது தட்டினாலும், தீப்பெட்டி வாங்கிச் செல்வதற்காகவே தட்டுவான்.

ஒன்றிரண்டு நாட்களுக்கு முன்னர்தான் பூனையைப் போல் பதுங்கியிருந்து, எல்லோரையும் எதையுமே குறை சொல்லிக் கொண்டிருந்த ஜீரவைக் குத்திக் காட்டுவதற்காக, பெஸ்ஸோனவின் புத்தகம் ஒன்றை எலிசவேதா கீயவ்னா வாங்கி வந்தாள்; கிழிக்கப்படாதிருந்த அந்தப் புத்தகத்தின்

பக்க மடிப்புக்களைத் தனது கொண்டை ஊசியால் கிழித்து விட்டு, எத்தனையோ தடவை மாறி மாறிப் படித்து முடித்தாள்; அந்தப் புத்தகத்தின் மீது காப்பியைச் சிந்தினாள்; படுக்கையில் படுத்தவாறே படித்து, அதன் பக்கங்களைக் கசக்கி முடித்தாள். கடைசியில் ஒரு நாள் சாப்பாட்டு வேளையின் போது பெஸ்ஸோனவ் ஒரு மகாமேதை என்று பிரகடனம் செய்தாள். தெலேகினின் விடுதியில் குடியிருந்தவர்கள் அத்தனைபேரும் அதைக் கேட்டு ஆத்திரம் அடைந்தார்கள். அழுகி நாற்றமெடுத்துக் கொண்டிருக்கும் பூர்ஷ்வா வர்க்கத்தின்மீது பூத்த பூஞ்சைக்காளான் தான் பெஸ்ஸோனவ் என்று கூறினான் சாபஷ்கோவ். ஜீரவுக்கோ நெற்றி நரம்பே கோபத்தால் புடைத்தெழுந்து விட்டது. கலைஞனான வாலெத்தோ ஒரு தட்டையே உடைத்தெறிந்து விட்டான். தெலேகின் ஒருவன் மட்டும்தான் அசையாதிருந்தான். பின்னர் எலிசவேதா கீயவ்னா அவளுக்கே உரியதான தனக்குத்தானே ஆத்திரமூட்டும் உணர்ச்சிக்கு ஆளானாள். உடனே அவள் கெக்கலித்துச் சிரித்தவாறே தன் அறைக்குள் சென்றாள்; பெஸ்ஸோனவுக்கு ஒரு அபத்தமான ஆத்திரம் மிகுந்த கடிதத்தை, அவரோடு சந்தித்துப்பேச வேண்டும் என்ற கோரிக்கை கொண்ட ஒரு கடிதத்தை எழுதி முடித்துவிட்டு, மீண்டும் சாப்பாட்டு அறைக்குள் வந்து அந்தக் கடிதத்தை மேஜைமீது மௌனமாக விட்டெறிந்தாள். மற்றவர்கள் எல்லோரும் அதனை வாய்விட்டு உரக்கப் படித்தார்கள்; அதைப்பற்றி நெடு நேரம் விவாதித்தார்கள். தெலேகின் சொன்னான்:

"மிகவும் துணிச்சல் நிறைந்த கடிதம் இது!"

பின்னர் அவள் அந்தக் கடிதத்தைச் சமையற்காரனிடம் கொடுத்து உடனே தபாலில் சேர்க்கச் சொன்னாள்; அதன் பிறகோ அவளுக்கு தான் ஏதோ ஒரு படு பாதாளத்தில் தலைகுப்புற விழுந்து விட்டாற் போன்ற உணர்ச்சிதான் ஏற்பட்டது.

இப்போதோ எலிசவேதா கீயவ்னா பெஸ்ஸோனவை நோக்கி வந்து தைரியத்தோடு பேசினாள்:

"நான் உங்களுக்கு எழுதினேன். நீங்களும் வந்து விட்டீர்கள். மிக்க நன்றி."

அவள் அவருக்கு எதிராகப் பக்கவாட்டில் திரும்பி கால் மேல் கால்போட்டு உட்கார்ந்தாள்; மேஜை விரிப்பின் மீது முழங்கையை ஊன்றி, மோவாயைக் கையில் தாங்கிக் கொண்டு, தனது ஓவியக் கண்களால் பெஸ்ஸோனவையே வெறித்து நோக்கிக்கொண்டிருந்தாள். அவர் எதுவுமே பேசவில்லை. பரிசாரகன் இன்னொரு கோப்பையை மேஜைமீது கொண்டு வந்து வைத்துவிட்டு, எலிசவேதா கீயவ்னாவுக்கும் அதில் கொஞ்சம் ஒயினை ஊற்றினான். அவள் சொன்னாள்:

"உங்களை நான் பார்க்கவிரும்பிய காரணத்தை நீங்கள் அறிய விரும்புவீர்கள்."

"இல்லை. விரும்பமாட்டேன். ஒயினைக் குடியுங்கள்."

"நீங்கள் சொன்னது ரொம்பச் சரி. எனக்குச் சொல்வதற்கு எதுவுமே இல்லை தான். பெஸ்ஸோனவ்! நீங்கள் வாழ்கிறீர்கள்; நானோ வாழவில்லை. நானோ சலித்து நொடித்துப் போய் விட்டேன்!"

"நீங்கள் என்ன செய்து கொண்டிருக்கிறீர்கள்?"

"எதுவும் செய்யவில்லை!" அவள் சிரித்தாள்; திடீரென்று அவள் முகத்தில் செம்மை பாய்ந்தது: "நான் ஒரு வைப்பாட்டியாகி விடலாம்; ஆனால் அதுவும் கூட எனக்குச் சலித்துப் போய் விடும். நான் எதுவுமே செய்வதில்லை. நானே எக்காளங்களின் முழக்கத்தையும், நெருப்பின் கோபாவேசத்தையும் எதிர்நோக்கியிருக்கிறேன்... நான் சொல்வது உங்களுக்கு விசித்திரமாயிருக்கிறதா?"

"நீங்கள் யார்?"

அவள் பதில் சொல்லவில்லை; தலை குனித்தாள். அவளது முகம் மேலும் கன்றிச் வந்தது.

"நான் ஒரு பிசாசு!" என்று முணு முணுத்தாள் அவள்.

பெஸ்ஸோனவ் சுசந்து போய் புன்னகை புரிந்தார்: 'இவள் ஒரு அசடு!' என்று எண்ணிக்கொண்டார். எனினும் அவளது அழகிய கூந்தலின் நடுவே பாய்ந்தோடிய நேர்வகிடு இனிமையும் இளமையும் ததும்பத் தோன்றியது; அவளது விரியத்திறத்திருந்த தோள்கள் பேதமை நிறைந்ததாகத் தோன்றின. எனவே பெஸ்ஸோனவ் அன்பு ததும்பும் புன்னகை புரித்தவாறே, கோப்பையிலிருந்த ஒயின் முழுவதையும் வாய் வைத்து பற்களுக்கிடையே உறிஞ்சிக் குடித்தார்; அந்த வெகுளிப் பெண்ணின்மீது தனது கற்பனையின் கரிய புகையையெல்லாம் திடுமென விலகிவிட வேண்டும் என்ற விருப்பம் அவருக்கு ஏற்பட்டது. எனவே ருஷ்ய நாட்டின் மீது ஒரு பேரிருள் சூழ்ந்து கவிந்து வருவதாகவும், ஏதோ ஒரு பெரும் பழியைத் தீர்த்துக் கொள்ள முனைவதாகவும் அவர் அவளிடம் கூறினார். இந்த நிலைமையைத் தாம் சில மர்மமான, சூசகமான அறிகுறிகளிலிருந்து தெரிந்து கொள்வதாகவும் கூறினார்.

"நகரம் எங்கணும் ஒட்டப்பட்டிருக்கும் சுவரொட்டியைப் பார்த்தீர்களா? மாபெரும் படிக்கட்டின் வழியாக, ரப்பர் வளையத்தின் மீது ஏறிக்கொண்டு ஒரு குட்டிப் பிசாசு பல்லைக் காட்டிக்கொண்டு பாய்ந்து வருவதாகத் தீட்டப் பட்டிருக்கிறதே. அந்தச் சித்திரம்தான்... அதன் அர்த்தம் உங்களுக்கு தெரியுமா?"

எலிசவேதா கீயவ்னவோ அவரது உணர்ச்சியற்ற கண்களையும், பெண்மை மிகுந்த வாயையும், வடிவாக வளைந்து தோன்றிய மெல்லிய புருவங்களையும், ஒயின் கோப்பையை ஏந்தியுள்ள கைவிரல்களின் மெல்லிய நடுக்கத்தையும், ஒயினை அவர் ஈடுபாட்டோடு மெல்ல மெல்ல ரசித்துக் குடிப்பதையுமே கவனித்து வந்தாள். அவற்றைக் காணக் காண அவளது தலை இனிய இளம் போதையால் கிறுகிறுத்தது. சாபஷ்கோவ் தான் இருந்த இடத்திலிருந்து கொண்டே அவளுக்கு என்னென்னவோ சமிக்கைகள் காட்டினான். திடீரென்று பெஸ்ஸோனவ் தலையைத் திருப்பி நோக்கி முகத்தைச் சுழித்தவாறே

கேட்டார்:

"யார் அவர்கள்?"

"என் நண்பர்கள்."

"உங்களை நோக்கி அவர்கள் சமிக்கை காட்டுவது எனக்குக் கொஞ்சம் கூடப் பிடிக்கவில்லை."

அப்பொழுது தான் என்ன சொல்கிறோம் என்று எண்ணிப் பார்க்காமல் எலிசவேதா கீயவ்னா சொன்னாள்:

"நீங்கள் விரும்பினால் நாம் வேறு எங்காவது சென்று விடுவோம்."

பெஸ்ஸோனவ் அவளை இமைகொட்டாமல் வெறித்துப் பார்த்தார். அவள் ஓரக் கண்களால் பார்த்தாள். உதடுகளில் இளம் புன்னகை அரும்பியது; நெற்றிப் பொருத்துக்களில் வியர்வைத் துளிகள் பூத்திருந்தன. கிட்டத்துப் பார்வை கொண்ட அந்த ஆரோக்கியம் மிகுந்த பெண்ணின் மீது அவருக்குத் திடீரென்று ஒரு ஆசையுணர்ச்சி ஏற்பட்டது; எனவே அவர் மேசை மீது இருந்த அவளது கதகதப்பான பெரிய கரத்தைப் பிடித்துக்கொண்டு சொன்னார்:

"நீங்கள் உடனே வெளியேறுங்கள். அல்லது மௌனமாயிருங்கள். நாம் புறப்படுவோம். அதுதான் சரி."

எலிசவேதா கீயவ்னாவின் முகம் வெளிறியது; அவள் லேசாகப் பெருமூச்செறிந்தாள். தான் எப்படி அந்த இடத்தை விட்டு எழுந்தோம் என்பதையோ, பெஸ்ஸோனவின் கரத்தை எப்படிப் பிடித்தோம் என்பதையோ, எப்படி அத்தனை மேசைகளையும் கடந்து அவரோடு வெளியே சென்றோம் என்பதையோ அவள் தெரிந்து கொள்ளவே இல்லை. அவர்கள் இருவரும் வண்டியில் வந்து ஏறிக் கொண்டதும், கொதிப்புற்றிருந்த அவளது உடலுக்குக் காற்று கூட இதமளிக்கவில்லை.

வண்டிச் சக்கரங்கள் கற்களின்மீது கடகடத்து ஓடின. பெஸ்ஸோனவ் கைத்தடியைப் பற்றிப் பிடித்திருந்த தமது

கைகளின் மீது முகத்தை ஊன்றியவாறு அமர்ந்திருந்தார். அவர் சொன்னார்:

"எனக்கு முப்பத்தைந்து வயதுதான் ஆகிறது. ஆனால் என் வாழ்வோ முடிந்து போய் விட்டது. இனிமேல் நான் காதலால் ஏமாற மாட்டேன். ஒரு குதிரைவீரனின் குதிரை, மரக்குதிரை என்று திடுமென அறிந்தால் விளையும் துக்கத்தைவிட பெருந்துக்கம் என்ன இருக்கிறது? எனினும், இந்த வாழ்க்கையை இன்னும் எவ்வளவோ காலத்துக்கு இழுத்தடிக்க வேண்டியிருக்கிறது. சவத்தை இழுத்துக்கொண்டு திரிவதைப் போல..."

அவர் அவளை நோக்கித் திரும்பினார்; அவரது உதடுகளில் ஒரு புன்னகை நெளிந்தது.

"உங்களைப் போலவே, ஜெரிக்கோ நகரத்து எக்காளங்களின் முழக்கத்தை எதிர்பார்த்து நானும் தான் காத்திருக்க வேண்டும் போலிருக்கிறது. அந்த எக்காள முழக்கம் இந்தச் சவக்கிடங்கின் மீது திடீரென்று ஒலிக்கத் தொடங்கினால் எவ்வளவு நன்றாயிருக்கும்! கொஞ்ச நேரம் அவை முழங்கினால் போதும்; வானம் முட்ட நெருப்புப் பற்றிக் கொண்டுவிடும். நீங்கள் சொல்வதுதான் சரி...."

அவர்கள் இருவரும் நகருக்குப் புறம்பேயுள்ள ஒரு ஒதுக்கமான ஹோட்டலுக்கு வந்து சேர்ந்தார்கள். அந்த ஹோட்டலின் வாயிலில் தூங்கி வழிந்து கொண்டிருந்த பரிசாரகன் அவர்கள் இருவரையும் அந்த ஹோட்டலில் அன்றிரவு காலியாக இருந்த அந்த ஒரே அறைக்கு, நீண்ட நடைபாதை வழியாக அழைத்துச் சென்றான். அது ஒரு தாழ்வான சின்ன அறை; அதன் சுவர்களில் சிவப்புக் காகிதங்கள் ஒட்டப்பட்டிருந்தன; அந்தக் காகிதங்கள் கறைபட்டும் கிழிபட்டும் இருந்தன. சாயம் கலைந்து போன திரையால் மூடப்பட்டிருந்த ஒரு பெரிய படுக்கை சுவரோரமாக ஒட்டிக் கிடந்தது; அதன் காலடியில் தகரத்தாலான முகம் கழுவும் தொட்டியும் இருந்தது. அந்த அறையில் காற்றோட்டமில்லாமல் ஈரவாடை நிறைந்திருந்தது; அத்துடன் நமத்துப் போன

புகையிலையின் நாற்றமும் அடித்தது. எலிசவேதா கீயவ்னா வாசல் நிலையில் நின்றவாறே, வெளிக்குத் தெரியாத மெல்லிய குரலில் கேட்டாள்:

"என்னை ஏன் இங்கு அழைத்து வந்தீர்கள்?"

"கவலைப்படாதீர்கள். இங்கு நமக்கு வசதியாகத் தானிருக்கும்!" என்று அவசர அவசரமாகப் பதில் சொன்னார் பெஸ்ஸோனவ்.

அவர் அவளது கோட்டையும் தொப்பியையும் கழற்றி, அவற்றை அங்கு இருந்த ஒரு உடைந்த சோபாவின் மீது வைத்தார். பரிசாரகன் ஒரு புட்டி சாம்பேன் மது, சில ஆப்பிள் பழங்கள், ஒரு திராட்சை குலை முதலியவற்றைக் கொண்டு வந்தான். அந்தத் திராட்சை குலையில் மரத்தூள் அப்போதும் கூட ஒட்டிக்கொண்டிருந்தது. பின்னர் அவன் அங்கிருந்த கழுவு தொட்டியை உற்றுப் பார்த்துவிட்டு, ஒன்றுமே பேசாமல் வெளியேறினான்.

எலிசவேதா கீயவ்னா ஜன்னல் திரையை இழுத்துத் திறந்தாள். வெளியே தெரிந்த வெம்பரப்பான பிரதேசத்தில் ஒரு கேஸ் விளக்கு எரிந்து கொண்டிருந்தது; சாக்குகளால் தம்மை மூடிக்கொண்டிருந்த சில மனிதர்கள் பெரிய பீப்பாய்கள் சிலவற்றை உருட்டிக் கொண்டிருந்தார்கள். கசப்போடு புன்னகை புரிந்தவாறே எலிசவேதா கீயவ்னா நிலைக் கண்ணாடியின் முன் சென்று தனது தலைமயிரை அநாவசியமாக, தன் இயல்புக்கே விரோதமான முறையில் ஒழுங்குபடுத்த முனைந்தாள். "நாளை நான் சுய உணர்வு பெறும்போது எனக்குப் பைத்தியமே பிடித்துவிடும்!" என்று அமைதியாக எண்ணமிட்டாள். பின்னர் தனது தலையில் இருந்த பட்டு நாடா வினாற் செய்த கொண்டைப் பூவையும் சரி செய்து கொண்டாள்.

"ஒயின் வேண்டுமா?" என்று கேட்டார் பெஸ்ஸோனவ்.

"ஆமாம்.?"

அவள் அங்கு இருந்த சோபாவின்மீது அமர்ந்தாள்; அவரோ

அவளது காலடியில் தரைமீது இருந்த ஜமுக்காளத்தின் மீது உட்கார்ந்தவாறே ஏதோ சிந்தித்துக் கொண்டே சொன்னார்:

"உங்கள் கண்கள் பயங்கரமானவை, குரூரம் நிறைந்தவை, அமைதி கொண்டவை. சுத்தமான ரஷ்யக் கண்கள் அவை... நீங்கள் என்னைக் காதலிக்கிறீர்களா?"

இந்தக் கேள்வி அவளை மீண்டும் குழப்பத்துக்குள்ளாக்கியது. எனினும் அவள் மறுகணமே, "ஏன்? இது வெறும் பைத்தியக்காரத்தனம்" என்று தனக்குத்தானே கூறிக் கொண்டாள்.

பின்னர் அவள் நிறைந்து தளும்பிநின்ற ஒயின் கோப்பையை அவரது கையிலிருந்து வாங்கி, அப்படியே ஒரே மூச்சில் குடித்து முடித்தாள். குடித்து முடித்ததுமே அவளுக்குத் தன் கண் முன்னாலுள்ள எல்லாமே கிறங்கிச் சுழல்வதுபோலவும், தான் மயங்கிக் கீழே சாய்வது போலவும் தோன்றியது.

"உங்களைக் கண்டால் எனக்குப் பயமாக இருக்கிறது. உங்களை நான் வெறுத்து விடுவேன் என்றே எண்ணுகிறேன்" என்றாள் அவள். அவள் சொன்ன அந்த வார்த்தைகள் அதாவது அவளறியாமலே அவளது வாய் சொன்ன அந்த வார்த்தைகள் - எங்கோ தூர தொலையிலிருந்து ஒலிப்பது போல் தோன்றியது அவளுக்கு. என்னை அப்படிப் பார்க்காதீர்கள், எனக்குக் கூச்சமாய் இருக்கிறது.

"நீங்கள் ஒரு விசித்திரமான பெண்."

"பெஸ்ஸோனவ்! நீங்கள் மிகவும் ஆபத்தான மனிதர். நானோ ஒரு பழைய வைதிகக் குடும்பத்திலே பிறந்தவள்; எனக்குப் பேய் பிசாசுகளில் நம்பிக்கை உண்டு... தயவு செய்து என்னை அப்படிப் பார்க்காதீர்கள். என்னிடம் நீங்கள் என்ன எதிர்பார்க்கிறீர்கள் என்பதை நான் அறிவேன்... உங்களைக் கண்டு நான் பயப்படுகிறேன்.

அவள் வாய்விட்டு உரக்கச் சிரித்தாள்; சிரித்த போது

அவளது உடம்பு முழுவதுமே குலுங்கி அதிர்ந்தது. எனவே, அவளது கோப்பையில் மீந்திருந்த ஒயின் முழுவதும் அலம்பிச் சிந்தியது. பெஸ்ஸோனவ் அவளது மடிமீது தமது முகத்தைத் தாழ்த்தினார்.

"என் மீது காதல் கொள்ளுங்கள்! என்னைக் காதலியுங்கள்! நான் கெஞ்சிக் கேட்டுக் கொள்கிறேன்!" என்று பரிதாபகரமாகச் சொன்னார் அவர்; அதாவது அவள் ஒருத்தியின் மூலமாகவே விமோசனம் அடைய முடியும் என்று எண்ணுவது போலிருந்தது அவரது பேச்சு: "நானோ மகிழ்ச்சியற்றிருக்கிறேன்... பயந்து போய் இருக்கிறேன். தனிமையில் வாழ்வது எனக்குப் பயங்கரமாக இருக்கிறது... என்னைக் காதலியுங்கள், என்மீது காதல் கொள்ளுங்கள்!"

எலிசவேதா கீயவ்னா அவரது தலைமீது தனது கையை வைத்தவாறே கண்களை மூடினாள்.

அவரோ தமக்கு ஒவ்வொரு நாள் இரவிலும் மரண பயம் ஏற்படுவதாக அவளிடம் தெரிவித்தார். எனவே தனக்கு மிகவும் அருகில் உயிருணர்வுள்ள ஒருவர் இருக்க வேண்டும் என்றும், அவ்வாறு இருக்கும் பெண் அவர் மீது அனுதாபம் கொண்டு, அவரை இதப்படுத்தி, அவருக்குத் தன்னையே ஒப்புக்கொடுத்துவிட வேண்டும் என்றும் தாம் விரும்புவதாகக் கூறினார்.

"இது நரக வேதனைதான் என்பது எனக்கும் தெரியும்... எனினும் எனது உணர்ச்சிகளே மரத்துப் போய் விட்டன. எனது இதயமே நின்று போய் விட்டது. என்னை இதப்படுத்துங்கள்! என் தேவையோ வெகு குறைவு என்மீது கருணை காட்டுங்கள். நான் இறந்து கொண்டிருக்கிறேன். என்னைத் தனியே விட்டுவிட்டுச் சென்று விடாதீர்கள். இனிமை ததும்பும் பெண்ணே! என்னைத் தனியே தவிக்க விடாதீர்கள்!"

பயத்தாலும் உணர்ச்சிப் பரவசத்தாலும் எலிசவேதா கீயவ்னா ஒரு வார்த்தை கூடப் பேசவில்லை. பெல்ஸோனவோ அவளது கைகளின்மீது ஆர்வத்தோடு முத்தங்களை வாரிச் சொரிந்தார். பின்னர் அவளது

பெரிய உறுதியான கால்களையும் முத்தமிடத் தொடங்கினார். அவளோ தனது கண்களை மேலும் இறுக மூடிக்கொண்டாள்: வெட்க உணர்ச்சியின் விளைவாகத் தனது இருதயம் நிலை பெற்று நின்றுவிடும் என்று நினைத்தாள் அவள்.

திடீரென்று தான் ஏதோ ஒரு பெரும் நெருப்புக்கு இரையாகித் தனித்துத் தவிப்பதுபோல் அவள் உணர்ந்தாள். பெஸ்லோனவ் பாவமாகவும், இனியவராயும் தோன்றினார். திடீரென்று அவரது தலையைப்பிடித்து உயர்த்தி, அவரது உதடுகளை, ஆர்வத்தோடு இறுக முத்தமிட்டாள். இதன் பின்னர் அவள் நாண உணர்ச்சி ஒரு சிறிதுமின்றி தனது ஆடைகளைக் களைந்துவிட்டு, படுக்கையில் ஏறிப் படுத்து விட்டாள்.... அவளது மழுமழுப்பான தோள் மீது தலையைச் சாய்த்தவாறே பெஸ்ஸோனவ் தூங்கிப்போன பின்பு, எலிசவேதா கீயவ்னா தனது மங்கிய பார்வை கொண்ட கண்களால் அவரது களையிழந்த முகத்தையும், நெற்றிப் பொருத்துக்களிலும், கண்ணிமைகளுக்கு அடியிலும், இறுக மூடியிருந்த உதடுகளின் ஓரங்களிலும் பதித்திருந்த முதுமைக்கோடுகளையும் வெகு நேரம் பார்த்துக்கொண்டிருந்தாள். இப்பொழுது வெகு நெருக்கமாகப் போய் விட்ட அன்னிய முகம் அது.

பெஸ்ஸோனவைப் பார்க்கப் பார்க்க எலிசவேதா கீயவ்னாவுக்கு வருத்த உணர்ச்சி பொங்கியது; எனவே அவள் மௌனமாக அழுதாள்.

பெஸ்ஸோனவ் விழித்தெழுந்து, தம் அருகில் அழகற்ற, தடித்த எலிசவேதா கீயவ்னா வீங்கிப் போன கண்களோடு அமர்ந்திருப்பதைப் பார்த்தார், அவளை அந்தக் கணமே வெளியே தூக்கி எறிந்து விடுவார் என்று அவள் தனக்குத் தானே நினைத்துக் கொண்டாள். தன்னை யாருமே என்றுமே காதலிக்க முடியாது என்றும், எல்லோருமே தன்னை ஒரு விதியற்ற அசட்டு விபசாரியாகத் தான் கருதுவார்கள் என்றும், அவர்கள் அப்படி நினைத்துக்கொள்ளும் விதத்திலேயே தானும் நடந்துகொள்ள என்றும் அவள் எண்ணினாள். தான் ஒரே

ஒரு மனிதனைத்தான் காதலித்ததாகவும், ஆனால் வேறு எவனுக்கோ தன்னைப் பறிகொடுத்து விட்டதாகவும், எனவே இனிமேல் தனது வாழ்க்கை உதவாக்கரையாகவும், குப்பை கூளமாகவும், பயங்கரமான அவமானமாகவும் தான் இருக்கப்போவதாக அவள் கருதினாள். எலிசவேதா கீயவ்னா பொங்கி வந்த அழுகையை உள்ளடக்கப் பொருமியவாறே, (தனது கண்களில் தளும்பி நின்ற கண்ணீரைப் போர்வையின் முனையால் துடைத்து விட்டுக் கொண்டாள். பின்னர் அவள் அழுது கண்ணீர் வடித்தவாறே மெல்ல மெல்ல, தூக்க மயக்கத்துக்கு ஆளாகி உறக்கத்தில் ஆழ்ந்து விட்டாள்.

பெஸ்ஸோனவ் தமது நாசித் துவாரங்கள் வழியாக ஆழ்ந்த பெருமூச்செறிந்தார்; மல்லாந்து புரண்டு படுத்தவாறே கண்களைத் திறந்து பார்த்தார். குடிமயக்கத்துக்குப் பின் ஏற்படும் பாரவுணர்ச்சி அவரது உடம்பு முழுவதையும் ஆட்கொண்டு ஆட்டிப்படைத்தது. தாம் மீண்டும் ஒரு நாள் பொழுதை வாழ்ந்து தொலைக்க வேண்டியிருக்கிறதே என்ற எண்ணம் அவருக்கு வெறுப்புணர்ச்சியை ஏற்படுத்தியது. அந்தக் கட்டிலின் கால்கள் மீதிருந்த பித்தளைக் குமிழ்களில் ஒன்றை அவர் வெகு நேரம் வெறித்துப் பார்த்தார்; பின்னர் அவர் சோம்பல் முறித்தவாறே பக்க வாட்டில் திரும்பிப் பார்த்தார். அவருக்குப் பக்கத்தில் அவரைப் போலவே மல்லாந்து படுத்தவாறு ஒரு பெண் படுத்துக் கிடந்தாள். அவளது முகமோ அவளது மழுமழுப்பான மடித்துப் போட்ட கைக்குள் மறைந்திருந்தது.

"யார் இவள்?"

அவர் தமது நொந்து சலித்த சிந்தனையை மேலும் அலட்டிக்கொண்டார்; எனினும் அவரால் எதையும் திட்டவட்டமாக நினைவு கூர்ந்து தெளிவுபடுத்த முடியவில்லை. எனவே அவர் தலையணைக்கு அடியில் இருந்த சிகரெட் பெட்டியை மிகுந்த ஜாக்கிரதையோடு மெல்ல எடுத்து, ஒரு சிகரெட்டைப் பற்ற வைத்தார்.

"ஒன்றுமே நினைவுக்கு வரவில்லை. பாழாய்ப்போக! வெறும் அபத்தம், அபத்தம்!"

"விழித்துக் கொண்டீர்களா?" என்று சாகசம் நிறைந்த குரலில் கேட்டார் அவர். "வணக்கம்!"

அவளோ பதிலும் சொல்லவில்லை; தனது முகத்தை மூடிக் கிடந்த கையையும் எடுக்கவில்லை. அவரோ அத்துடன் விடுபவராயில்லை.

"நேற்றோ நாம் இருவரும் அன்னியர்களாக இருந்தோம். ஆனால் இரவிலே நாம் கழித்த இன்பப் பொழுதின் சூட்சுமமான தளைகளால் நாம் இன்று ஒன்றுபட்டு விட்டோம்." அவர் முகத்தைச் சுழித்தார். அவரது பேச்சு எல்லாமே அற்பத்தனமாய்த் தோன்றியது. அவள் அடுத்தாற்போல் என்ன செய்வாள் என்று சொல்ல முடியவில்லை. வருந்துவாளா? அழுவாளா? அல்லது காதல் வேட்கையோடு அவரைத் தாவி அணைத்துக் கொள்வாளா? அவர் அவளது முழங்கையை லேசாகத் தொட்டுவிட்டு, மறுகணமே கையை இழுத்துக்கொண்டார். அவள் பெயர் என்ன?... மர்கரீதா தானே? இல்லையா?

"மர்கரீதா! என்மீது உங்களுக்கென்ன கோபமா?" என்று வருத்தத்தோடு கேட்டார் அவர்.

அவள் எழுந்து தலையணைகளுக்கிடையில் அமர்ந்து கொண்டு, தனது மார்பகத்திலிருந்து நழுவி விழும் சட்டையைக் கையால் பிடித்துக் கொண்டு, அவரைத் தனது திறந்து பரந்த விழிகளால் மேலும் கீழும் பார்த்தாள். அவளது கண்ணிமைகள் வீங்கியிருந்தன; தடித்த உதடுகளில் ஒரு கசந்த புன்னகை தோன்றி மறைந்தது. அவருக்கு முந்திய இரவு நடந்த சம்பவங்கள் அனைத்தும் நினைவுக்கு வந்தன; அந்த நினைவினால் அவரது உள்ளத்தில் ஒரு பரிவுணர்ச்சி ஏற்பட்டது.

"என் பெயர் மர்கரீதா அல்ல; நான் எலிசவேதா கீயவ்னா!" என்றாள் அவள். "நான் உங்களை வெறுக்கிறேன். படுக்கையை விட்டு இறங்குங்கள் கீழே!"

பெஸ்ஸோனவ் உடனே சட்டென்று படுக்கையை விட்டு இறங்கி, கட்டிலின் திரைக்குப் பின்னால் சென்று, நாற்றமடித்துக் கொண்டிருந்த அந்தக் கழுவு தொட்டிக்கு அருகில் போய் தமது உடைகளை அணிந்து கொண்டு ஜன்னலின் திரையை இழுத்துத் திறந்துவிட்டு, மின்சார விளக்கை அணைத்தார்.

"நம்மால் என்றுமே மறக்க முடியாத சம்பவங்களும் வாழ்வில் நிகழ்வது உண்டு" என்று முணுமுணுத்தார் அவர்.

எலிசவேதகா கீயவ்னா அவரை உறுத்து வெறித்துப் பார்த்துக் கொண்டேயிருந்தாள். அவர் சோபாவின் மீது அமர்ந்து தம்மிடமிருந்த சிகரெட்டைப் புகைத்து முடிக்க முனைந்த போது, அவள் மெதுவாகச் சொன்னாள்:

"வீட்டுக்குச் சென்றதும் நான் விஷம் குடித்துச் சாகப் போகிறேன்."

"உங்கள் மனநிலையை என்னால் புரிந்து கொள்ளவே முடியவில்லை எலிசவேதா கீயவ்னா!"

"புரிய வேண்டியதில்லை. போங்கள் வெளியே. இந்த அறையைவிட்டு வெளியே போங்கள்! நான் உடை உடுத்த வேண்டும்."

பெஸ்ஸோனவ் நடை கூடத்துக்குச் சென்றார்; நடை கூடத்திலோ ஒரே ஈரமாகவும், நிலக்கரி வாயுவின் நாற்றம் நிரம்பியதாகவும் இருந்தது. அவள் அவரை வெகு நேரம் வரையிலும் வெளியில் காத்திருக்க வைத்தாள். அவரோ ஜன்னல் விளிம்பின் மீது ஏறி அமர்ந்தவாறு சிகரெட் பிடித்தார். பின்னர் அங்கிருந்து அந்த நடைக் கூடத்தின் மறுகோடி வரையிலும் நடந்து சென்றார். அந்தக் கோடியில் நின்றவாறே சமையற் கட்டுக்குள் தேநீர் அருந்தியபடி ஹோட்டல் பரிசாரகனும், வேறு இரண்டு பணிப்பெண்களும் தணிந்த குரலில் பேசிக்கொண்ட பேச்சையெல்லாம் அவரால் கேட்க முடிந்தது.

"உங்கள் கிராமத்தைப்பற்றி நாங்கள் எவ்வளவோ கேள்விப்பட்டிருக்கிறோம்" என்று சொல்லத் தொடங்கினான் பரிசாரகன்: "ஆமாம், ருஷ்யா தான்! அதைப்பற்றி எவ்வளவோ விஷயங்கள் தெரிந்து கொள்ளலாம். எந்த ஒரு இரவிலும் இங்குள்ள படுக்கை அறைகளையெல்லாம் ஒரு முறை வெறுமனே சுற்றிப் பார்த்து வந்தாலே போதும்--அங்கே ருஷ்யா காட்சியளிப்பதை நாம் கண்டு விடலாம்! பன்றிப் பிறவிகள்! ஆம் அவர்கள் எல்லோருமே பன்றிப் பிறவிகள்தான்! அயோக்கியர்கள்!"

"குஸ்மா இவானவிச், வார்த்தைகளைச் சற்று நிதானமாக உபயோகியுங்கள்."

"இங்கு பதினெட்டு வருஷ காலமாக நான் வேலை பார்த்திருக்கறேன். நான் எதுவும் பேசுவேன்."

பெஸ்ஸோனவ் திரும்பி வந்து விட்டார். அறைக்கதவு திறந்து கடந்தது; ஆனால் அதில் அவளை--எலிசவேதா கீயவ்னாவைக் காணோம். அவரது தொப்பிமட்டும் தரையிலே விழுந்து கிடந்தது.

"அந்த மட்டும் நல்லதுதான்!" என்று எண்ணியவாறே அவர் கொட்டாவி விட்டவாறே உடம்பை வளைத்துச் சோம்பல் முறித்தார்.

இவ்வாறாக அவருக்கு மற்றொரு நாள் பிறந்தது; தொடங்கியது. காலையிலிருந்தே பலத்த காற்று வீசியது; முந்தய நாள் மாலையில் திரண்டிருந்த கார்மேகங்களையெல்லாம் அக்காற்று உலைத்தெறிந்து வடதிசையை நோக்கி ஒதுக்கிச் சென்றது. வடதிசையின் அடிவானப்பரப்பில் அந்த மேகங்களையெல்லாம் வெண் பஞ்சுக் குவியலைப் போல் குவித்துச் சேர்த்தது. மழையால் நனைந்து போயிருந்த நகரம் சூரிய ஒளி வெள்ளத்தில் குளித்துக் களித்தது. அந்தச் சூரிய ஒளியின் கதிர் வீச்சிலே கண்ணுக்குத் தெரியாத, அணு உருக்கொண்ட ராட்சதர்கள் எல்லாம்--அதாவது ஜலதோசம், இருமல், காச ரோகப் புகைச்சல், வேறு பல நோய்கள் எல்லாம்--சுருங்கிவாடின;

கரிந்து பொரிந்தன; செயலிழந்தன. நரம்புத் தளர்ச்சி நோய்க்குக் காரணமான மர்மமான நுண் கிருமிகள் கூட, இருட்டறைகளின் திரை மடிப்புகளுக்குள்ளும், ஈரம் படிந்த நடைபாதைகளுக்குள்ளும் குடிபுகுந்து விட்டன. காற்று தெருவையே சுத்தம் செய்து முடித்தது. ஜன்னல்கள் எல்லாம் சுத்தமாயின; திறக்கப்பட்டன. நீல உடுப்புகள் அணிந்த பணியாட்கள் ரோடுகளைப் பெருக்கி சுத்தப்படுத்தினார்கள். நேவ்ஸ்சி பெருஞ்சாலையில் கதி கெட்ட இளம் பெண்கள் வருகிறவர் போகிறவர்களுக்கு மட்ட ரக வாசனைத் திரவிய வாடை அடிக்கும் பூக்கொத்துக்களை விற்றுக் கொண்டிருந்தார்கள். மாரிக் காலத்தின் சகலவிதமான மிச்ச சொச்சங்களும் கடைகளின் ஜன்னல்களிலிருந்து அவசர அவசரமாக அகற்றப்பட்டன; அதற்குப் பதிலாக, வசந்தத்தைப்போலவே களிப்பும் களையும் நிறைந்து புத்தம் புது மலர்களைப்போல் விளங்கும் பொருள்கள் அங்கு வைக்கப்பட்டன.

அன்றைய மாலைப் பத்திரிகைகள் எல்லாம் "ருஷ்ய நாட்டின் வசந்த பருவமே! வருக! வருக!" என்ற தலைப்புடன் வெளியாயின. அத்துடன் மிக மிக மறைமுகமான கருத்துகளுடன் கூடிய சில கவிதைகளும் கூட அவற்றில் இடம் பெற்றன. சுருங்கச் சொன்னால், தணிக்கை அதிகாரிகள் கண்ணில் அக்கவிதைகள் மண்ணைத் தூவின.

இவையனைத்துக்கும் சிகரமாக, 'மத்திய பீடத்'திலுள்ள சம்பிரதாய விரோத தத்துவவாதிகள் தெருவழியே நடந்து சென்றார்கள். அவர்கள் பின்னால் பையன்கள் சீட்டியடித்துக் கொண்டும், ஊளையிட்டுக்கொண்டும் சென்றார்கள். அவர்களிடையே மூன்று பேர் மட்டும் காணப்பட்டனர். ஒன்று ஜீரவ்; மற்றது கலைஞனான வாலெத்; மூன்றாமவன் அர்காதி செமிஸ்வேதவ் என்ற புதிய நபர். அந்தப் புதிய நபர் உயரமான ஒரு இளைஞன்; அவனது முகம் குதிரைபோல் நீண்டு தோன்றியது.

அவர்கள் எல்லோரும் உயரமான தொப்பிகளையும், ஆரஞ்சு நிற வெல்வெட் துணியில் தைத்த

குட்டையான பொத்தானில்லாத மேல் சட்டைகளையும் அணிந்திருந்தார்கள். அந்தச் சட்டையின் மீது கறுப்புக் கோடுகள் குறுக்கும் மறுக்கும் ஓடின. ஒவ்வொருவரும் ஒரு ஒற்றைக்கண் மூக்குக் கண்ணாடியை அணிந்திருந்தார்கள்; ஒரு பக்கத்துக் கன்னத்தில் ஒரு மீனும் அம்பும் '*R*' என்ற எழுத்தும் வரையப்பட்டிருந்தன. மாலை ஐந்து மணிக்கு அவர்களை ஜில்லா போலீஸ் இன்ஸ்பெக்டர் கைதுசெய்து, அவர்களை யாரென்று அறிவதற்காக வண்டியிலேற்றிக்கொண்டு சென்றார்.

எல்லோருமே வீட்டைவிட்டு வெளியே வந்துவிட்டது போல் தோன்றியது. பளபளப்பான வண்டிகளும், பாதசாரிகளின் கூட்டமும் மர்ஸ்காயா வீதி, காமினோ-ஆஸ்ட் ரோவ் சாலை, ஆற்றுப்பாலம் முதலிய சகல இடங்களிலும் சாரி சாரியாகச் சென்று கொண்டிருந்தன. பலருக்கு, மிகப் பலருக்கு அசாதாரணமாக ஏதோ ஒன்று அன்றைக்கு நிகழப் போவதாகத் தோன்றியது. மாரிக்கால மாளிகையில் ஏதாவதொரு அறிக்கை கையெழுத்திடப்படும் என்றோ, மந்திரி சபையைச் சேர்ந்தவர்கள் எல்லாம் ஒரு குண்டு வெடிப்பால் கூண்டோடு அழிவார்கள் என்றோ, எங்கோ எவ்விடத்தோ ஏதோ ஒன்று நிச்சயம் 'தொடங்க'த்தான் போகிறது என்றோ அவர்கள் நினைத்தார்கள்.

ஆனால் அன்று மாலையிலும் வழக்கம்போலவே கருநீல நிறமான அந்தக் கருக்கல் அந்த நகரத்தைக் கவிந்து சூழ்ந்தது; தெருக்களிலும், வாய்க்கால் கரைகளிலும் விளக்குகள் ஏற்றப்பட்டன; அந்த விளக்குகளின் ஒளிக்கிரணங்கள் கால்வாய் நீரின் மீது பளபளக்கும் ஒளிக்கோடுகளாக விழுந்து அசைந்தன; நேவா நதியின் பாலத்தில் நின்று கொண்டு, கப்பல் கட்டும் தளத்தின் புகை போக்கிகளுக்கு அப்பால் நிமிர்ந்து பார்த்தால், தூரதொலையில் அஸ்தமன சூரியனின் மாலைக் காலத்தின் அழகியக் கோலம் மேகக் கூட்டங்களால் தடுக்கப்பட்டு, புகை மண்டலத்தோடு கலந்து வானமெங்கும் பரவித் தோன்றியது. எனினும் அன்று

எதுவுமே நடக்கவில்லை. அஸ்தமன சூரியனின் கடைக் கதிர் பீட்டர்-பால் கோட்டையின் ஊசிக்கோபுரத்தின் மீது பளிச்சிட்டு மறைந்தது; அத்துடன் அன்றைய தினமும் முடிந்து போயிற்று.

அன்று முழுவதும் பெஸ்ஸோனவ் நிறைய வேலை செய்தார்; நன்றாகவும், வேலை செய்தார். காலைச் சாப்பாட்டுக்குப் பின்னர் தமக்குத் தாமே தெம்பு ஊட்டிக்கொள்வதற்காக, அவர் படுத்து ஓய்வு எடுத்துக்கொண்ட சமயத்தில், அவர் கோதேயின்[6] நூலொன்றை வெகு நேரம் படித்துக்கொண்டிருந்தார்; படிக்கப்படிக்க அவருக்கு உணர்ச்சி உத்வேகமும் உற்சாகமும் அதிகரித்தன.

அவர் சத்தமிட்டுச் சிந்தித்தவாறு தமது புத்தக அலமாரிகளிடையே மேலும் கீழும் நடத்தார்; இடையிடையே தமது மேசையருகே சென்று சில வார்த்தைகளையும் வரிகளையும் எழுதிக்கொண்டார். பிரம்மச்சாரியான அவரது வீட்டை மேற்பார்த்து வந்த வயோதிகப் பணிப்பெண் ஒரு சீனக் கண்ணாடிப் பாத்திரம் நிறைய ஆவியோடு கூடிய கொதிக்கும் நல்ல காப்பியைக் கொண்டுவந்து வைத்தாள்.

பெஸ்ஸோனவுக்கு ஒரே உற்சாக வெறி கிளம்பிவிட்டது. அவர் எழுதத் தொடங்கினார்: "ருஷ்ய நாட்டின் மீது இருள் படத் தொடங்கிவிட்டது. சோக நாடகத்தின் இறுதிக் காட்சிக்கான திரை உயரத் தொடங்கிவிட்டது. தெய்வ பக்தி மிகுந்த இந்த ஜனங்கள் ஏதோ ஒரு 'பயங்கரமான மூடு திரையை' அணிந்து கொண்டவர்கள் போன்று, கோகலின்[7] "பயங்கரமான பழி!" என்ற கதையில் வரும் கசாக்கைப் போல் அற்புதமாக உருமாறப் போகிறார்கள்; கடவுளை எதிர்த்தே போரிடப்போகிறார்கள். சைத்தானுக்கு

---

6 **கோதே** (1749-1832) ஜெர்மானியக் கவிஞர்; சிந்தனையாளர். (ப-ர்.)

7 **கோகல்** (1809-1852) - மாபெரும் ரஷ்ய எழுத்தாளர். —(ப-ர்.)

ஆதரவான ஒரு மாபெரும் கொண்டாட்டம் தேசீய ரீதியில் நாடெங்கிலும் நடக்கப்போகிறது. பாதாளம் வழி திறந்து விட்டது. இனித் தப்பிப்பதற்கே வழி இல்லை.”

பின்னர் அவர் தமது கண்களை மூடியவாறே, வெட்ட வெளியான வயற்பரப்புகளையும், மண்மேடுகளின் மீது நட்டு வைத்த சிலுவைச் சின்னங்களையும், காற்றினால் பிய்த்தெறியப்பட்ட கூரைகளையும், நெடுந் தொலைவில், மலைகளுக்கு அப்பால் பற்றியெரியும் காட்டுத்தீயின் செந்தழலையும் கற்பனை பண்ணிப் பார்த்தார். பின்னர் தலையை இரு கைகளாலும் பற்றிப் பிடித்துக்கொண்டு, தமது நாட்டைப்பற்றி இந்த மாதிரி கற்பனை செய்வதை விரும்புவதாகத் தமக்குள் சொல்லிக்கொண்டார். ஆம். தமது நாட்டைப் புத்தகங்களின் மூலமாகவும், சித்திரங்கள் மூலமாகவுமே அவர் தெரிந்து வைத்திருந்தார். அவரது நெற்றியில் பலவேறு சுருக்கங்கள் நெளிந்து வளைத்தன; உள்ளத்திலே பயங்கரமான எண்ணங்கள் குடிகொண்டன. சிகரெட்டை விரல்களுக்கிடையில் ஏந்தியவாறே குண்டுகுண்டாகப் பக்கம் பக்கமாக எழுதித் தள்ளினார்.

இருள் சூழ்ந்த பின்னர் பெஸ்ஸோனவ் விளக்கைக் கூட ஏற்றிக் கொள்ளாமல் தமது சோபாவிலேயே படுத்துக் கிடந்தார். எனினும் அவரது உள்ளத்தில் மட்டும் அதே உணர்ச்சி வேகம் குடிகொண்டிருந்தது; தலை கொதித்தது; கைகளில் வியர்வை பிசுபிசுத்தது. அன்றைய அவரது உழைப்பு அத்துடன் முடிவு கண்டது.

மெல்ல மெல்ல அவரது இதயம் நிதானமாகவும் அமைதியாகவும் துடிக்கத்தொடங்கியது. இப்போது அவருக்கு மாலை நேரத்தையும், இரவுப்பொழுதையும் எப்படிப் போக்குவது என்பதே பிரச்சனையாகிவிட்டது.... யாரும் அவருக்குப் போன் பண்ணவும் இல்லை; யாரும் அவரைத் தேடி வரவும் இல்லை. எனவே தமது மனத்தை ஆட்டி வைத்துக்கொண்டிருக்கும் விரக்தி மனப்பான்மையோடு வீட்டில் இருப்பதைத்தவிர அவருக்கு வேறு விதியில்லை. அவரது விடுதிக்கு மேலுள்ள மாடியில் குடியிருந்த ஆங்கிலேயர் குடும்பத்தின் பியானோ ஓசை

கேட்டது. அந்தப் பியானோ சங்கீதம் தெளிவற்ற அடைய முடியாத வேட்கைகளை நெஞ்சில் எழுப்பியது.

திடீரென்று அந்த வீட்டில் நிலவிய அமைதியை வாசல் மணியின் ஓசை கலைத்து விட்டது. அந்த வயோதிகப் பணிப்பெண் தனது மெதுவான செருப்புக்களை அணிந்து கொண்டு, சரசரத்துச் சென்றாள். பின்னர் அகந்தை மிகுந்த ஒரு பெண் அந்தப் பணியாளிடம் கூறியது பெஸ்ஸோனவின் காதில் விழுந்தது:

"நான் அவரைப் பார்க்க வேண்டும்!"

பின்னர் ஆர்வத்தோடு நடந்துவரும் மெல்லிய காலடி ஓசை அவரது அறையின் வாசலருகே வந்து நின்றது. பெஸ்ஸோனவ் தமது இடத்தில இருந்தவாறே புன்னகை புரிந்தார். கதவு அரவமின்றித் திறக்கப்பட்டது; தொடர்ந்து காட்டுப் பூக்கள் தலை நிமிர்ந்தாடும் பெரிய தொப்பியை அணிந்து, நளினமும் கவர்ச்சியும் மிகுந்த ஒரு பெண் அந்த அறைக்குள் பிரவேசித்தாள். கூடத்து விளக்கொளியிலே அவளது உருவம் மினுமினுத்தது. விளக்கொளி நிறைந்த கூடத்தைக் கடந்து உள்ளே வந்ததும், அந்த அறையின் மத்தியிலே ஏதோ கண்கள் கூசிப்போனவள் மாதிரி அவள் ஒரு கனம் அசைவற்று நின்றுவிட்டாள். பெஸ்ஸோனவ் தமது சோபாவைவிட்டு மௌனமாக எழுந்திருந்தபோது, அவள் திரும்பிப் போசு எண்ணுபவள்போல் ஓரடி பின்வாங்கினார்; பின்னர் தன் தலையை உலுக்கிக் குலுக்கி உறுதி பெற்றவளாக, அதே அகந்தை நிறைந்த குரலில் சொன்னாள்:

"மிகவும் முக்கியமான ஒரு விஷயத்தைக் குறித்தே நான் உங்களைக் காண வந்திருக்கிறேன்."

பெஸ்ஸோனவ் தமது மேசையருகே சென்று, மேசை விளக்கின் பொத்தானை அமுக்கினார். அந்த மேஜை விளக்கின் நீலவொளி புத்தகங்களுக்கும், காகிதகங்களுக்கும் மத்தியிலிருந்து, அந்த அறை முழுவதும் தெள்ளத் தெளிந்த ஒரு மாலைக் கால ஒளிமயக்கத்தை ஏற்படுத்தியது.

"என்னால் உங்களுக்கு ஆக வேண்டியதென்ன?" என்று கேட்டார் பெஸ்லோனவ். அந்தப் பெண் ஒரு ஆசனத்தைக் காட்டியவாறே, அவர் தமது மேசைக்கு எதிரே கிடந்த நாற்காலியில் அமைதியாக அமர்த்து, நாற்காலியின் கைப் பிடியின் மீது சாய்ந்து இருந்துகொண்டார். அவரது முகமோ வெளிறிப் போயிருந்தது; கண்ணிமைகளுக்குக் கீழே நீல வொளியின் நிழல் படிந்திருந்தது. அவர் அந்தப் பெண்ணை நோக்கித் தமது கண்களை மெல்ல உயர்த்தினார்; ஆனால் அவள் இன்னார்தான் என்று கண்டு கொண்டதும், திடுக்கிட்டுப் போனார். அவரது கரங்கள் நடுங்கத் தொடங்கிவிட்டன.

"தார்யா இமித்ரியவ்னா, உங்களை நான் முதலில் கண்டு கொள்ளவே இல்லை!" என்று மெதுவாகச் சொன்னார்.

அந்த அறைக்குள் நுழையும்போது எத்தகைய உறுதியோடு நுழைந்தாளோ அதே உறுதியோடு அவள் நாற்காலியில் அமர்ந்து, கையுறைகள் அணிந்த தனது கரங்களை முழங்காலின் மீது கோத்துப் பிடித்தவாறு, முகத்தைச் சுழித்தாள்.

"தார்யா திமித்ரியவ்ன! நீங்கள் என் வீட்டுக்கு வந்தது குறித்து எனக்கு மிகுந்த மகிழ்ச்சி. இது நீங்கள் எனக்களித்த அற்புதமான பரிசு."

அவர் என்ன சொல்கிறார் என்பதையே பொருட்படுத்தாதவளாக தாஷா சொன்னாள்:

"நானும் உங்களின் விசிறிகளில் ஒருத்தி என்று தயவு செய்து எண்ணிவிடாதீர்கள். உங்களுடைய கவிதைகளில் சில எனக்குப் பிடிப்பதுண்டு; மற்றவை பிடிப்பதில்லை. எனக்கு அவை புரிவதும் இல்லை, நான் அவற்றை விரும்புவதுமில்லை, நான் இங்கு கவிதையைப் பற்றிப் பேசுவதற்கு வரவில்லை. உங்களால் எனக்கு ஒரு கணம் கூட நிம்மதியில்லை. அதன் காரணமாகத்தான் நான் வந்திருக்கிறேன்."

அவள் தன் தலையைத் தாழ்த்திக் குனிந்து கொண்டாள்.

அவளது கழுத்தும், கரிய உடையின் கைகளுக்குக் கீழேயுள்ள கையும் செம்மையுறுவதைக் கண்டார். அவர் தமது இடத்தை விட்டு அசையவோ பேசவோ இல்லை.

"உங்களுக்கு நான் ஒரு பொருட்டல்லதான். அதே போன்றதொரு அலட்சிய மனப்பான்மையைத்தான் நானும் உணர விரும்புறேன். இருந்தாலும்... பாருங்கள்... வெறுக்கத்தக்க வேண்டத்தகாத விளைவுகளைத் தவிர்ப்பதற்கில்லை."

அவள் தன் தலையைச் சட்டென்று உயர்த்தினாள்; உறுதியும் தெளிவும் நிறைந்த கண்களால் பெஸ்ஸோனவின் கண்களை உற்று நோக்கினாள். பெஸ்ஸோனவ் தமது கண்ணிமைகளை மெல்லத் தாழ்த்திக்கொண்டார்.

"நீங்கள் என் ரத்தத்திலேயே ஊறிப் போய்விட்டீர்கள்... ஏதோ ஒரு நோயைப்போல! எப்போது பார்த்தாலும் உங்களையே நினைத்துக் கொண்டிருப்பதாக நான் உணர்கிறேன். இனிமேலும் என்னால் இதனைச் சகித்துக் கொண்டிருக்க முடியாது. எனவே உங்களிடம் நேரில் வந்து விஷயத்தைப் பட்டவர்த்தனமாகச் சொல்லி விடுவதே நல்லது என்று தோன்றியது. இன்றுதான் அது பற்றி முடிவுக்கு வந்தேன். அதன்படியே இதோ இங்கு நான் வந்து விட்டேன். உங்கள் மீது நான் காதல் கொண்டிருப்பதை விளக்கி விட்டேன்.

அவளது உதடுகள் துடிதுடித்தன. அவள் வேறுபுறமாகச் சட்டென்று திரும்பியவளாய், சுவரை வெறித்துப் பார்த்தாள். அந்தச் சுவரில் கீழிருந்து மேல்நோக்கி விழும் விளக்கொளியில் பீட்டர் சக்கரவர்த்தியின் முகத்தை மட்டும் சித்தரிக்கும் ஒரு பொம்மை காட்சியளித்தது; அந்த முகத்தில் கண்கள் மூடியிருந்தன; வாயும் இறுக மூடியிருந்தது. அத்தகைய பொம்மையொன்றை வைத்துக்கொள்வது கவிஞர்களிடையே மிகவும் பிரபலமான வழக்கமாக இருந்தது. மேல் மாடியிலே குடியிருக்கும் ஆங்கிலேயப் பாதிரியாரின் குடும்பத்தார் ஒரு கோஷ்டி கானத்தைப் பாடிக்கொண்டிருந்தார்கள்.

"நாங்கள் மரணமடைவோம்! இல்லை! நாங்கள் பறந்து செல்வோம்! படிகம் போன்ற தெளிவு கொண்ட வான மண்டலத்தில் பறந்து செல்வோம்! முடிவற்ற பேரானந்தத்தை நோக்கிச் செல்வோம்!"

"என்னைப்பற்றி நீங்களும் ஏதோ ஓர் உணர்வுக்கு ஆளாகியிருப்பதாக நீங்கள் சொல்வீர்களானால், நான் இந்த நிமிஷமே வெளியே சென்று விடுவேன்!" என்று தாஷா ஆத்திரம் மிகுந்த அவசரத்தோடு சொன்னாள்; "நீங்கள் என்றும் எனக்கு மதிப்பு கொடுக்கப்போவதில்லை என்று எனக்குத் தெரியும். கௌரவமான பெண்கள் இத்தகைய காரியங்களைச் செய்யமாட்டார்கள். ஆனால் எனக்கு எதுவுமே தேவையில்லை; உங்களிடமிருந்து நான் எதையுமே கேட்கவில்லை. தீவிரமாக, தடுக்க முடியாதவாறு தங்களைக் காதலிக்கிறேன் என்பதை மட்டுமே சொல்ல வந்தேன். அந்தக் காதல் என்னையே உருக்குலைத்துவிட்டது. எனது பெருமையும் கர்வமும் கூடப்போய் விட்டன."

பின்னர் அவள் தனக்குத்தானே சொல்லிக் கொண்டாள்: "சரி இப்போதே இடத்தைவிட்டு எழுந்திரு. கௌரவமாகத் தலை வணங்கிவிட்டு, உடனே போய் விடு!" இவ்வாறு அவள் கூறிக்கொண்ட போதிலும் அவள் இடத்தைவிட்டு எழுந்திராமல் அங்கேயேதான் அமர்ந்திருந்தாள். அமர்த்திருந்தவாறே அந்தப் பொம்மையை வெறித்து நோக்கிக் கொண்டிருந்தாள். தனது கையைக் கூடத் தூக்க முடியாதது போல் ஏதோ ஒரு பலவீனம் தன்னை ஆட்கொண்டிருப்பதாக அவள் உணர்ந்தாள்; இப்போதோ அவள் தன் உடம்பின் முழு பாரத்தையும், கொதிப்பையும் நன்கு அறிந்துகொண்டிருந்தாள். "அவர் ஏன் பதிலே பேசவில்லை?" என்று அவள் தனக்குத் தானே கனவில் கேட்டுக்கொள்வது போல் கேட்டுக்கொண்டாள். பெஸ்ஸோனவ் தமது உள்ளங்கைக்குள் முகத்தைப் புதைத்தவாறே, தேவாலயத்தில் பிரார்த்தனை செய்பவர்கள் பேசுவது போல, மெல்லிய உள்ளடங்கிய குரலிலே பேசத் தொடங்கினார்:

"உங்களது உணர்ச்சியைக் கண்டு இதயபூர்வமாக நன்றி கூறத்தான் என்னால் முடியும். நீங்கள் எனக்கருளிய இத்தகைய சந்தர்ப்பத்தையும், இனிய சூழ்நிலையையும் என்றென்றைக்கும் என்னால் மறக்க முடியாது..."

"இவற்றை ஒன்றும் நினைவில் வைத்திருக்கச் சொல்லவில்லை நான்!" என்று பற்களைக் கடித்துக்கொண்டே சொன்னாள் தாஷா.

பெஸ்ஸோனவ் மேற்கொண்டு எதுவும் பேசாமல், தமது நாற்காலியைவிட்டு எழுந்து நடந்து, புத்தக அலமாரியின் மீது போய்ச் சாய்ந்து கொண்டார்.

"தார்யா தமித்ரியவ்னா! உங்கள் முன்னால் நான் தலை குனிவதைத் தவிர எனக்கு வேறு வழியில்லை. உங்களது பேச்சைக் காது கொடுத்துக் கேட்பதற்கே நான் அருகதையற்றவன். இந்தக் கணத்தில் தன்னை நானே நொந்து கொள்வதைப்போல், எந்தக் கணத்திலும் நான் நொந்து கொண்டதில்லை. நான் என் வாழ்வையே பாழடித்துவிட்டேன்; எனது உயிர்ச் சக்தியையெல்லாம் விரயமாக்கிவிட்டேன். இப்போது என்னிடம் எதுவுமே மிஞ்சி நிற்கவில்லை. எனவே நான் எப்படி உங்களுக்குப் பதிலளிப்பது? கிராமப்புறத்திலுள்ள ஒரு ஹோட்டலுக்கு வருமாறு நான் உங்களை அழைக்கலாமா? தார்யா திமித்ரியல்னா! நான் உங்களிடம் பட்டவர்த்தனமாக நேர்மையோடு சொல்லிவிடுகிறேன். என்னால் இனிமேல் காதல் கொள்ளவே முடியாது. சில வருஷங்களுக்கு முன்னர் நீங்கள் வந்திருந்தால் என்னிடத்திலே என்றென்றும் அழியாத இளமை குடிகொண்டிருப்பதாக நான் எண்ணியிருப்பேன். அப்போது வந்திருந்தால் நான் உங்களைப் போகவே விட்டிருக்க மாட்டேன்."

கூரிய ஊசிகளால் அவர் தன்னைக் குத்துவதாக உணர்ந்தாள் தாஷா. அவரது வார்த்தைகள் அவளைக் கொஞ்சம் கொஞ்சமாகச் சித்திரவதை செய்வது போலிருந்தது.

"இப்போதோ என்னால் அரியதொரு ஒயினைக் கொட்டிக்

கவிழ்க்கத்தான் முடியும். இந்தக் காரியத்தைச் செய்வதில் எனக்குள்ள சிரமத்தை நீங்கள் உணர வேண்டும்; உணர்ந்தறிய முற்பட வேண்டும். சம்மதம் தெரிவித்து, கையைப் பற்றிப் பிடிப்பதில் உள்ள...”

“இல்லை, இல்லை!” என்று தாஷா அவசர அவசரமாகச் சொல்ல முனைந்தாள்.

“ஆனால் உண்மை. அதை நீங்களே அறிவீர்கள். அருமையானதொரு பொருளைச் சீரழித்து விரயமாக்குவதைவிட இனிமையான பாவம் வேறில்லை. ஆம். அமிர்தரசத்தைச் சிந்துவதைத்தான் குறிப்பிடுகிறேன். நீங்களும் அதற்காகத் தான் என்னிடம் வந்திருக்கிறீர்கள். உங்களது கன்னிமை அமுதத்தைக் கொட்டிக் கவிழ்ப்பதற்காகவே வந்திருக்கிறீர்கள்... அந்த அமுத கலசத்தை என்னிடம் கொண்டு வந்திருக்கிறீர்கள்!”

அவரது கண்கள் சுருங்கி நெளிந்தன; தாஷா தனது மூச்சை இழுத்துப்பிடித்தவாறே அவரது முகத்தைப் பயபீதி உணர்ச்சியோடு வெறித்துப் பார்த்தாள்.

“தார்யா இமித்ரியவ்னா, நான் உங்களிடம் வெளிப்படையாகவே சொல்லிவிடுகிறேன். நீங்களும் உங்கள் தமக்கையைப் போலவே எடுத்த எடுப்பிலேயே...”

“என்ன?” என்று குறுக்கிட்டுக் கத்தினாள் தாஷா; “நீங்கள் என்ன சொன்னீர்கள்?”

அவள் தன் நாற்காலியிலிருந்து துள்ளியெழுந்தவாறு அவன்முன் வந்து நின்றாள். என்ன நடந்தது என்பதைப் புரிந்துகொள்ளாதவராக, பெஸ்ஸலோனவ் அவளது ஆத்திர உணர்ச்சியை வேறு விதமாக, தப்பாக அர்த்தப்படுத்திக் கொண்டார். தமது நிதான புத்தியே தடுமாறத் தொடங்கிவிட்டது என்ற உணர்வு அவருக்கு ஏற்பட்டது. அவள் பூசி வந்திருந்த வாசனை நறுமணமும் அவளது சருமத்தின் மெல்லிய வாடையும் அவரை மயக்கின. அறிய முடியாத, எனினும் கவர்ச்சிகரமான அவளது சருமத்தின் மணம், அதாவது ஒவ்வொரு

பெண்ணுக்கும் தனித்தே உரியதான அந்தப் புது மணம் நாசித்துவாரங்களின் வழியாகப் புகுந்து அவரது புலனை இயக்கியது.

“இது பைத்தியக்காரத்தனம்தான்... எனக்கும் அது தெரிகிறது... இருந்தாலும், என்னால் இதனைத் தவிர்க்க முடியவில்லை...” என்று முணு முணுத்தவாறே அவர் அவளது கரத்தைப் பற்றிப் பிடிக்கத் தட்டுத் தடுமாறினார். ஆனால் தாஷாவோ ஓடத்தொடங்கிவிட்டாள். வாசல் நடைக்குச் சென்றதும், அவள் குரூரம் நிறைந்த விழிகளால் அவரை நோக்கத் திரும்பி முறைத்துப் பார்த்துவிட்டு மறுகணமே சென்று மறைந்து விட்டாள். வீட்டின் முன் வாசற் கதவைப் படாரென்று சாத்திய ஓசை கேட்டது. பெஸ்ஸோனவ் தமது மேசையருகே மெதுவாகச் சென்று ஒரு சிகரெட்டை எடுத்தார். அவரது கைவிரல் நகங்கள் அந்தச் சிகரெட் பெட்டியின் மீது கொட்டித் தட்டின. பின்னர் அவர் தமது உள்ளங்கையைக் கண்களின் மீது வைத்து அழுத்தியவராகச் சிந்தனை செய்தார். இறுதிப் போராட்டத்துக்காகத் தயாராகிக் கொண்டிருக்கும் புதிய கொள்கைதான் இத்தகையதொரு ஆசை வெறிகொண்ட, கவர்ச்சிகரமான இனிய கன்னிப் பெண்ணை அனுப்பி, தன்னைக் கவரவும், தனது கருத்தை மாற்றவும், தன்னைக் காப்பாற்றவும் முனைந்து விட்டது என்று அவரது கற்பனை தீர்மானித்தது. ஆனால் அவரோ ஏற்கனவே பழைய கொள்கையின் ராட்சசப் பிடியிலே ஏற்கனவே சிக்கிக்கொண்டுவிட்டார். எனவே இனிமேல் அவருக்கு எவ்வித விமோசனமும் கிடையாது. என்றென்றைக்கும் தணிக்க முடியாத எத்தனையோவிதமான தவிப்புகளும் ஏக்கங்களும் கவலைகளும் அவரை ஆட்கொண்டு அலைக்கழித்தன! அவையனைத்தும் கொல்லாமல் கொல்லும் விஷம் போன்று அவரது ரத்தத்தினுலுள்ளே கலந்து பரவிக்கொண்டிருந்தன.

8

"நீதானா, தாஷா? உள்ளே வாயேன்!"

காத்யா தனது அறையிலுள்ள நிலைக் கண்ணாடியின் முன்னால் நின்று, தனது 'பாடிஸை' இழுத்து முடிந்து கொண்டிருந்தாள். தாஷாவை நோக்கி ஏதோ நினைவாசு லேசாகப் புன்னகை புரிந்துவிட்டு, அவள் அப்படியும் இப்படியும் திரும்பி நின்று தன்னை அழகு பார்த்தாள்; தனது கால்களில் அணிந்திருந்த இறுக்கமான செருப்புகளோடு மேலும் கீழும் நகர்ந்து நகர்ந்து பார்த்துக் கொண்டாள். அவள் ஒரு மெல்லிய உள்ளாடையும் அதற்கு மேல் பட்டு நாடாக்களும் வலைப் பின்னல்களும் நிறைந்த உடையையும் அணிந்திருந்தாள். அவளது அழகிய மழுமழுப்பான தோள்களில் பவுடரின் நிறமும் மணமும் கமழ்ந்தது. கூந்தலை தனது உச்சந்தலையில் அழகிய பெருங்கொண்டையாக முடிந்திருந்தாள். பக்கத்திலிருந்த தணிவான மேசையின்மீது ஒரு கோப்பையில் வெந்நீர் இருந்தது; நகம் வெட்டும் கருவி, கொண்டை ஊசிகள், உதட்டுச்சாயங்கள், பவுடர் ஒத்தும் பஞ்சுகள் முதலியன அனைத்தும் ஏராளமாகச் சிதறிக் கிடந்தன. அன்று மாலை அவளுக்கு எவ்வித அலுவலும் இல்லை; எனவே அவளது குடும்பத்தார் சொல்வது மாதிரி, காத்யா 'தனது தோகை இறகுகளைச் சுத்தம் செய்து கொண்டிருந்தாள்.'

"வேடிக்கைதான்! இப்போதெல்லாம் ஜனங்கள் மார்பகம் குவிந்து நிமிர்ந்த 'பாடிஸ்'களை அணிந்து கொள்வதே இல்லை!" என்று அவள் தன் காலுறைகளைக் மாட்டியவாறே சொன்னாள்: "இதைப்பார். இது மிகமிகப் புதிய ரகம். டூக்ளே அம்மணியின் கடையில் வாங்கியது. இதை அணிவதால் வயிற்றுக்கும் இறுக்கமில்லை; மார்பகத்தின் முனைப் பகுதியும் எடுப்பாக உயர்ந்து இருக்கிறது. இது உனக்குப் பிடித்திருக்கிறதா?"

"இல்லை. எனக்குப் பிடிக்கவில்லை!" என்றாள் தாஷா.

அவள் தன் கைகள் இரண்டையும் பின்புறமாகக் கட்டியவாறே சுவரருகே நின்றாள். காத்யா வியப்போடு தன் புருவங்களை உயர்த்தினாள்.

"உண்மையிலேயே உனக்குப் பிடிக்கவில்லையா? என்ன சொல்வது? இது எவ்வளவு சௌகரியமாயிருக்கிறது தெரியுமா?"

"எது சௌகரியமாயிருக்கிறது, காத்யா?"

"ஒரு வேளை உனக்கு இதிலுள்ள வலைப் பின்னல்தான் பிடிக்கவில்லையா? வேண்டுமானால் அதனை மாற்றிக்கொள்ளலாம். இருந்தாலும் வேடிக்கைதான்-- இது ஏன் உனக்குப் பிடிக்கவில்லை?"

மீண்டும் அவள் நிலைக்கண்ணாடியின் முன் அப்படியும் இப்படியும் திரும்பி அழகு பார்த்தாள்.

"தயவுசெய்து உன்னுடைய பாடிஸ்களைப்பற்றி என்னிடத்தில் கேட்காதே!"

"நிகலாய் இவானவிச்சுக்கு இந்த மாதிரி விஷயங்கள் ஒன்றுமே தெரிவதில்லை. எனவே தான்-"

"நிகலாய் இவானவிச்சுக்கும்கூட இதில் சம்பந்தம் இல்லை!"

"நீ என்ன சொல்ல வருகிறாய், தாஷா?"

காத்யா தன் வாயை வியப்போடு திறந்தாள். அப்போது தான் தன் தங்கை ஏதோ ஓர் உள்ளடங்கிக் குமுறும் ஆத்திர உணர்ச்சியோடு, பற்களைக் கடித்துக் கொண்டு பேசுவதையும், அவளது கன்னங்கள் இரண்டும் கோபாவேசத்தால் கன்றிச் சிவந்திருப்பதையும் கவனித்தாள்.

"நீ இந்த மாதிரி கண்ணாடி முன் நின்று அழகு பார்த்துக் கொள்ளும் அசட்டுத் தனத்தை கைவிட்டு விட்டால் நல்லது, காத்யா!"

"நான் என்னைக் கௌரவமான முறையில் அழகுபடுத்திக்

கொள்ள வேண்டாமா? நீ என்ன சொல்றாய்?"

"யாருக்காக?"

"உனக்கு என்ன நேர்ந்துவிட்டது, தாஷா? யாருக்காகவா? எனக்காகவேதான்!"

"இல்லை. பொய்!"

இதன்பின் அந்தச் சகோதரிகள் இருவரும் வெகுநேரம் வரையிலும் எதுவும் பேசவில்லை. நாற்காலியின் மீது கடந்த ஒட்டகை ரோமமும் நீல நிற விளிம்பும் வைத்துத் தைத்த அங்கியை அணிந்தாள் காத்யா; பின்னர் அதன் இடைவாரை இறுக முடிந்தாள். அவளது செயல்களையெல்லாம் கூர்ந்து கவனித்துக் கொண்டிருந்த தாஷா சொன்னாள்: "போ. நிகலாய் இவானவிச்சிடம் போ. எல்லாவற்றையும் அவரிடம் நேர்மையாய்ச் சொல்லி விடு!"

காத்யா தனது இடைப்பட்டியைக் கட்டியவாறே நின்றாள். எதையோ விழுங்கிவிட்ட மாதிரி அவளது தொண்டைக் குழியில் ஒரு அடைப்பு ஏற்பட்டது.

"தாஷா! நீ என்ன கண்டு பிடித்திருக்கிறாய்?" என்று மெதுவாகக் கேட்டாள், காத்யா.

"நான் பெஸ்ஸோனவின் வீட்டிலிருந்துதான் இப்போது வருகிறேன்" என்றாள். காத்யாவோ எதையோ பொருளற்று வெறித்து நோக்கினாள்; அவளது முகம் வெளிறியது. அவளது தோள்கள் குலுங்கி அதிர்ந்தன. தாஷா மேலும் சொன்னாள்; "நீ ஒன்றும் கவலைப்பட வேண்டாம்—அங்கு எனக்கு எதுவும் நேர்ந்து விடவில்லை. நல்ல சமயத்தில் அவர் அந்த விஷயத்தைச் சொல்லி விட்டார்..."

தாஷா கால் மாறி நின்று கொண்டாள்.

"உன்னைப்பற்றி நான் எப்போதோ யூகித்துக்கொண்டு விட்டேன்... அதுவும் ஆசாமி அவர்தான் என்றும் யூகித்துக் கொண்டேன்... என்றாலும் அதை

நம்புவதுதான் எனக்கு சிரமமாக இருந்தது... எல்லாம் அவ்வளவு அசிங்கமாயிருந்தது. நீயோ மழுப்பினாய்; பொய் சொன்னாய்... ஆனால் நான் முடிவாகச் சொல்லிவிடுகிறேன். இத்தகைய ஆபாசங்களுக்கு மத்தியில் என்னால் இனிமேலும் வாழ்ந்து கொண்டிருக்க முடியாது... போ! உன் கணவரிடம் போய் எல்லாவற்றையும் ஒளிக்காமல் ஒப்புக்கொண்டு விடு."

தாஷாவால் மேலும் பேச முடியவில்லை. அவளது தமக்கை அவள் முன்பாக தலை குனிந்தவாறு நின்றாள். அவள் இவ்வாறு குற்றத்தில் குறுகுறுக்க, தலை நிமிராமல் நிற்பாள் என்று தாஷா எதிர்பார்க்கவே இல்லை.

"இப்போதே போக வேண்டுமா?" என்று கேட்டாள் காத்யா.

"ஆம். இந்த நிமிஷமே போயாக வேண்டும். உனக்கே புரிய வேண்டும்."

காத்யா லேசாக மூச்செடுத்தவாறே வாசலருகே சென்றாள். பின்னர் சிறிது தயங்கியவாறே சொன்னாள்: "என்னால் முடியாது, தாஷா!!"

தாஷா அமைதியாயிருந்தாள்.

"நல்லது, போய் அவரிடம் எல்லாவற்றையும் சொல்கிறேன்" என்றாள் காத்யா.

நிகலாய் இவானவிச் கூடத்தில் அமர்ந்து, காகிதம் வெட்டும் தந்தக் கத்தியால் தமது தாடியைச் சொரிந்து கொண்டிருந்தார். 'ருஷ்ய விமர்சனம்' என்ற பத்திரிகையின் சமீபத்திய இதழில் வெளி வந்திருந்த அகூன்தினின் கட்டுரையைப்படித்துக் கொண்டிருந்தார்.

பகூனினின்[8] நினைவு தினத்தை ஒட்டி எழுதப்பட்டிருந்த கட்டுரை அது. நிகலாய் இவானவிச் மிகுந்த குதூகலத்தோடு

---

8 பகூனின் (1814–1876) ரஷ்யப் புரட்சியாளர்; அராஜகத் தத்துவவாதி. (ப–ர்.)

இருந்தார். அவரது மனைவி அங்கு வந்ததும் அவளை நோக்கச் சொன்னார்:

“உட்கார், காத்யா. இதோ இதனைக் கேள்... வாசிக்கிறேன்... ‘பகூனினின் அற்புத சக்தி அவரது சிந்தனையின் போக்கிலோ அல்லது அவரது லட்சியத்தின் மீது அவர் கொண்டுள்ள இடையறாத நம்பிக்கையிலோ அவ்வளவாகப் பொருந்திருக்கவில்லை; மாறாக, தமது கருத்துக்களை நடைமுறைக்குக் கொண்டு வரும் ஆர்வத்திலும், அவர் செய்துள்ள பல்வேறு காரியங்களில் பிரதிபலிக்கும் உணர்ச்சியிலும் தான் அடங்கியுள்ளது; அதாவது, புரூதானோடு அவர் பல இரவுகளில் விடிய விடிய நடத்திய விவாதங்கள், போராட்டத்தின் மத்தியிலே தானும் குதித்துப் போராட முனைந்த அவரது துணிவாற்றல், தாம் ஒரு சாதாரண பார்வையாளராக இருந்து கொண்டே, தாங்கள் எதற்காக, யாரை எதிர்த்துப் போராடுகிறோம் என்பதையே சரிவரத் தெரிந்து கொள்ளாது போராடிக் கொண்டிருந்த ஆஸ்திரிய நாட்டுப் புரட்சிக்காரர்களின் பேராவேசத்தை சமிக்கை காட்டித் திசை மாற்றிவிட்ட அவரது சாகஸத்திறமை முதலியவற்றில் தான் அடங்கியுள்ளது. போராட்டத்தில் ஈடுபடும் புதிய வர்க்கங்கள் எந்த ஒரு மகத்தான சக்தியைப் பிரதிபலிக்கிறதோ அந்தச் சக்தியின் அடையாளம்தான் பகூனினின் உயிர்த் தத்துவம். கருத்துக்களை எதார்த்த உண்மைகளாக மாற்றுவது - இதுதான் வரப்போகும் புதிய யுகத்தின் கடமை. வாழ்க்கையின் குருட்டுத்தனமான போக்கிற்குக் கட்டுப்பட்டிருக்கும் சில உண்மைகளைச் சேகரித்து வைத்துக் கொண்டு, அவற்றிலிருந்து அந்த எதார்த்த உண்மைகளை உருவாக்க முடியாது; அல்லது ஒரு லட்சிய உலகைப் பற்றிய எண்ணத்தில் மூழ்கிப்போகாமல் அதற்கு எதிரான ஓட்டத்தில், அதாவது பௌதிக உலகை கருத்துக்களின் உலகத்தால் வெற்றி கொள்வதன் மூலமே அடைய முடியும். எதார்த்தம் என்பது ஒரு விறகுக் குவியல்; கருத்துக்களோ தீப்பொறிகள். இந்த இருவேறு உலகங்களும் ஒன்றுக்கொன்று மாறுபட்டவை; பகைமையானவை. இவை இரண்டையும் உலகப் பேரெழுச்சியென்னும் பெரு

நெருப்பால்தான் ஒன்றுபடுத்தி உருவாக்க வேண்டும்...” இதைப்பற்றி நீ என்ன நினைக்கிறாய், காத்யா? பார்த்தாயா? எல்லாம் தெள்ளத் தெளிவாக அச்சிடப்பட்டிருக்கிறது. இதுதான் புரட்சிக்கு வரவேற்பு; விளக்கவுரை. அகூன்தின், அற்புதமான ஆசாமிதான்! உண்மை. முழுக்க முழுக்க உண்மை. இந்தக் காலத்திலே அரும் பெரும் கருத்துக்களோ, உணர்ச்சிகளோ இல்லைதான். எதிர்காலத்தைப்பற்றிய பயபீதி உணர்ச்சியினால்தான் அரசாங்கமே செயல்படுகிறது; வேறு எதனாலும் அல்ல. அறிவுஜீவிகளோ குடித்துக் கூத்தடிப்பதைத் தவிர வேறு எதுவும் செய்வதில்லை. பேச்சு! பேச்சு... இதைத் தவிர நாம் எதுவும் செய்வதில்லை, காத்யா! எப்போது பார்த்தாலும், நாம் ஆபாசக் கிடங்கிலேயே அழுத்திக் கிடக்கிறோம். ஜனங்களோ உயிரோடு உளுத்து அழுகிக் கொண்டிருக்கிறார்கள். மேகரோகமும் ஒட்கா மதுவும் ருஷ்ய நாட்டையே தின்று அரித்து விட்டன. ருஷ்ய நாடு முழுவதுமே உளுத்துக் கலகலத்துவிட்டது. அதனை லேசாக ஊதினாலும் போதும்; உடனே அது தவிடு பொடியாவிடும். இத்தகைய வாழ்க்கையை இன்னும் சகித்துக் கொண்டிருக்க முடியாது... நமக்கு ஒரு தியாக வேள்விதான் தேவை. அந்தப் பெரு நெருப்பால்தான் நமது நாட்டைப் புனிதமாக்க முடியும்.”

நிகலாய் இவானவிச்சின் மெல்லிய குரலில் ஆர்வம் குடி கொண்டிருந்தது; கண்கள் அகல விரிந்து வட்டமாகத் தோன்றின; அவரது கையிலே இருந்த காகிதம் வெட்டும் கத்தி அங்குமிங்கும் பாய்ந்து திரிந்தது. காத்யா நாற்காலியின் முதுகுப் புறத்தைப் பிடித்தவாறு அவருக்குப் பக்கத்தில் நின்றாள். சொல்ல வேண்டியதையெல்லாம் சொல்லி முடித்துவிட்டு, பத்திரிகையின் பக்க மடிப்புக்களை அவர் வெட்டத் தொடங்கியதும், அருகே சென்று அவரது தலை மயிரின் மீது கையை வைத்தாள்.

“அன்பே நிகலாய், நான் சொல்லப் போகும் விஷயம் உங்களுக்கு மிகவும் வேதனை தரும். நான் அதை மூடி மறைத்து விடத்தான் விரும்பினேன். ஆனால் இப்போதோ

சொல்ல வேண்டி வந்துவிட்டது."

நிகலாய் இவானலிச் தம் தலை மீதிருந்த அவளது கரத்தை விலக்கியவாறு, அவளைக் கவனமாய் நோக்கினார்.

"சொல்லு காத்யா, நான் கவனமாய்க் கேட்கிறேன்."

"உங்களுக்கு ஞாபகமிருக்கிறதா? ஒரு நாள் நாம் இருவரும் சண்டையிட்டுக் கொண்டபோது, நான் உணர்ச்சி வேகத்தில், என்னை ஒன்றும் அளவுக்குமீறி நம்பிக்கொண்டிருக்காதீர்கள் என்று சொன்னேன். பின்னர் அதை மறுத்தேன்."

"ஆமாம் நினைவிருக்கிறது."

அவர் பத்திரிகையைக் கீழே போட்டுவிட்டு, தமது நாற்காலியிலிருந்தவாறே காத்யாவை நோக்கத் திரும்பினார். காத்யாவின் அமைதியும் வெகுளித்தன்மையும் நிறைந்த கண்களைச் சந்தித்த அவரது கண்கள் நிலையற்று அங்குமிங்கும் அலைந்து திரிந்தன.

"நல்லது, அப்போது அந்தச் சமயத்தில் நான் உங்களிடம் பொய்தான் சொன்னேன்... உண்மையில் நான் உங்களுக்கு நம்பிக்கைத் துரோகம் செய்துள்ளேன்..."

அவர் தமது முகத்தைப் பரிதாபகரமாகச் சுழித்தவாறே புன்னகை புரிய முயன்றார். அவரது வாய் உலர்ந்து வாடியது. தம்மால் வாய் மூடி மௌனமாயிருக்க முடியாது என்பதை உணர்ந்ததும், அவர் கரகரத்த குரலில் சொன்னார்:

"நீ இதனை என்னிடம் சொன்னது நல்லது, காத்யா. அதற்கு நன்றி."

அவர் இவ்வாறு கூறியதும் காத்யா அவரது கரத்தை எடுத்து, முத்தமிட்டவாறே, தனது மார்பில் வைத்து அழுத்திப் பிடித்துக்கொண்டாள். எனினும் அக்கரம் அவள் பிடியிலிருந்து விலகிக்கொண்டது; அவள் அதனைப் பற்றிப் பிடித்துக்கொள்ள முயலவில்லை.

பின்னர் காத்யா அங்கு விரிக்கப்பட்டிருந்த ஜமுக்காளத்தின் மீது அமர்ந்தவளாய், தலையை அந்த நாற்காலியின் மெத்தைக் கைப்பிடியில் சாய்த்துக் கொண்டாள்.

"மேற்கொண்டு நான் எதுவும் சொல்ல வேண்டாமா, என்ன?"

"போதும் காத்யா, நீ இங்கிருந்து போ."

அவள் எழுந்து சென்று விட்டாள். சாப்பாட்டு அறையின் வாசலுக்குச் சென்றதும் தாஷா அவள் மீது பாயந்து விழுந்து அவளை ஆரத் தழுவிக் கொண்டாள்; இரு கைகளாலும் இறுக அணைத்தாள்; அவளது கழுத்தையும் கூந்தலையும் முத்தமிட்டாள்; பின்னர் அவளது காதுக்குள் கிசுகிசுத்தாள்:

"என்னை மன்னித்து விடு! மன்னித்து விடு! நீ அற்புதமானவள்! அதிசயமானவள்! நான் எல்லாவற்றையும் கேட்டுக் கொண்டிருந்தேன். என்னை மன்னிப்பாயா? மன்னிக்க மாட்டாயா?"

தன் தங்கையின் பிடியிலிருந்து தன்னை மெல்ல விடுவித்துக்கொண்டு, காத்யா மேசையருகே சென்றாள்; மேசை விரிப்பிலிருந்த சுருக்கத்தை இழுத்துச் சரி செய்தவாறே சொன்னாள்:

"நீ சொன்னபடியே செய்து விட்டேன், தாஷா!"

"காத்யா, என்னை இப்போதாகிலும் மன்னிப்பாயா?"

"நீ சொன்னதுதான் சரி, தாஷா. நடந்ததெல்லாம் நல்லதுதான்."

"நான் சொன்னது சரியல்ல. நான் குரோதத்தால் அப்படிச் சொன்னேன். ஆமாம், குரோதம்... இப்போதோ உன்னைக் குறை சொல்ல யாரும் துணிய மாட்டார்கள். இதற்காக நாம் எவ்வளவு திண்டாடினாலும், என்ன கஷ்டப்பட்டாலும் சரி நீ நேர்மையானவள். நான் அதை உணர்கிறேன். நீ அனைத்திலும் நேர்மையானவள்.

என்னை மன்னித்துவிடு காத்யா!'

தாஷாவின் கன்னங்களில் உருண்டு திரண்ட பெரிய கண்ணீர்த் துளிகள் வழிந்தோடின. அவள் தன் தமக்கைக்குப் பின்புறமாக நின்று கொண்டே உரத்த குரலில் கிசுகிசுத்தாள்:

"நீ. என்னை மன்னிக்கா விட்டால், நான் உயிரோடு இருக்கவே விரும்பவில்லை."

காத்யா சட்டென்று தன் தங்கையை நோக்கித் திரும்பினாள்:

"என்னிடமிருந்து நீ வேறு என்னதான் எதிர்பார்க்கிறாய்? இனிமேல் எல்லாம் பழையபடி சுமுகமான நிலைமைக்கு வந்துவிட வேண்டும் என்று நீ விரும்புகிறாய். அப்படியானால் சொல்கிறேன், கேள். நான் பொய் சொன்னேன் என்றால், என் வாயை மூடிக் கொண்டிருந்தேன் என்றால், அதற்குக் காரணம் நிகலாய் இவானவிச்சுடன் சுமுகமாக இன்னும் கொஞ்சம் வாழ வேண்டும் என்ற ஒரே காரணம் தான். இப்போதோ அந்த வாழ்வு முடிவு கண்டுவிட்டது. புரிந்ததா? நான் நிகலாய் இவானவிச்சின் மீதிருந்த காதலை எப்போதோ துறந்துவிட்டேன். வெகு நாட்களுக்குமுன்பே நான் அவருக்குத் துரோகம் செய்துவிட்டேன். அவர் என்னைக் காதலிக்கிறாரா, இல்லையா என்று எனக்குத் தெரியாது. எனினும் எங்களிருவருக்கிடையிலும் எந்தவிதமான நெருங்கிய உறவும் இல்லவே இல்லை. புரிகிறதா? ஆனால் நீயோ ரசாபாசமான நிகழ்ச்சிகளைக் காணக் கூடாது என்று உன் கண்களை இறுக மூடிக்கொள்ள விரும்புகிறாய்; உன்னை நீயே தற்காத்துக் கொள்ள விரும்புகிறாய். ஆனால் நானோ அவற்றைக் கண்ணால் கண்டேன்; அவற்றைப் புரிந்தும் கொண்டேன். நான் ஒரு மனோதிடமற்ற பெண்ணாதலால், இத்தகைய ஆபாசத்தில் அழுந்திக் கிடந்து வாழவும் வாழ்ந்தேன். நீயும் அந்த ஆபாச வாழ்க்கையின்பால் கவர்ந்திழுக்கப்பட்டாய் என்பதையும் நான் கண்டேன். அதனால்தான் உன்னைக்

காப்பாற்ற முயன்றேன். பெஸ்ஸோனவ் நம் வீட்டுக்கு வருவதை நான் தடுத்து நிறுத்தவும் செய்தேன். அதெல்லாம் என்னை அவர்.... அதையெல்லாம் சொல்லி என்ன பயன்? இப்போதோ எல்லாம் முடிந்துவிட்டது. குட்டிச்சுவராகி விட்டது..."

காத்யா திடீரென்று தன் தலையை நிமிர்த்தி, காதுகளைத் தீட்டிக்கொண்டு கேட்டாள். தாஷாவின் முதுகு பயத்தால் குளிர்ந்தது, வாசல் திரைகளை விலக்கிக் கொண்டு, நிகலாய் இவானவிச் வாசல் நடையில் வந்து நின்றார். அவரது கைகள் இரண்டும் பின்புறத்தில் மறைந்திருந்தன.

"பெஸ்ஸோனவ்தானா?" என்று அவர் தமது தலையை ஆட்டிப் புன்னகை புரிந்தவாறே சொன்னார். பின்னர் சாப்பாட்டு அறைக்குள் பிரவேசித்தார்.

காத்யா பதிலே பேசவில்லை. ரத்தம் குபீரெனப் பாய்ந்து அவளது கன்னங்கள் கன்றிச் சிவந்தன; கண்கள் கரித்து உறுத்தின. அவள் தன் உதடுகளை இறுகக் கடித்துக் கொண்டாள்.

"நமக்குள் நடந்த பேச்சுவார்த்தை அப்போதே முடிந்து விட்டது என்று எண்ணுகிறாயா, காத்யா? அப்படி நீ நினைத்தால் அது பெருந்தவறு" என்றார் நிகலாய் இவானாவிச்.

அவர் தொடர்ந்து புன்னகை புரிந்தார்.

"தாஷா! எங்களைத் தனியே இருக்க விடு."

"முடியாது. நான் வெளியேறப் போவதல்லை!"

தாஷா தன் தமக்கைக்கு அருகில் சென்று நின்று கொண்டாள்.

"நான் கேட்டுக் கொண்டால் நீ போகத்தான் வேண்டும்."

"இல்லை. போக மாட்டேன்."

"அப்படியானால், நான்தான் இந்த வீட்டை விட்டு

அலெக்சேய் தல்ஸ்தோய் ▲ 153

வெளியேற வேண்டும்.”

“வெளியேறுங்கள்!” என்று அவரைக் கோபாவேசத்தோடு பார்த்தவாறே கூறினாள் தாஷா.

நிகலாய் இவானவிச்சின் முகம் கன்றிச் சிவந்தது. எனினும் மறுகணமே அவரது கண்கள் முன்போலவே ஒரு உல்லாசப் பைத்தியத்தின் கண்களைப் போலச் சுடர்ந்தன.

“அதுவும் நல்லதுக்குத்தான். நீயும் இரு தாஷா! காத்யா, விஷயத்தைக் கேள்... நீ என்னைவிட்டுப் பிரிந்து வந்த பின்னர் அப்படியே உட்கார்ந்திருந்தேன். அந்தச் சில நிமிஷ நேரத்தில் நான் அடைந்த மன வேதனைக்கு அளவே இல்லை. உன்னைக் கொன்று விடவேண்டுமென்று அப்போது நான் முடிவுக்கு வந்து விட்டேன். ஆமாம், ஆமாம்!”

இந்த வார்த்தைகளைக் கேட்டதும் தாஷா தன் தமக்கையைச் சட்டென்று இரு கைகளாலும் அணைத்துக் கொண்டாள். காத்யாவின் உதடுகளோ ஏளன பாவத்தோடு துடித்து நடுங்கின.

“உங்களுக்கு நரம்பு அதிர்ச்சி ஏற்பட்டிருக்கிறது... மருந்து சாப்பிட வேண்டும், நிகலாய்!”

“இல்லை, காத்யா! இப்போது எனக்கு நரம்பு அதிர்ச்சி ஒன்றும் இல்லை!”

“அப்படியானால் வந்த காரியத்தை நிறைவேற்றுங்கள்” என்று தாஷாவை ஒதுக்கித்தள்ளி விட்டு, நிகலாய் இவானவிச்சின் முன்னால் வந்து நின்று சொன்னாள். நான் நேருக்கு நேர் சொல்கிறேன். நான் உங்களைக் காதலிக்கவில்லை!”

அவர் ஓரடி பின்வாங்கினார். இத்தனை நேரமும் பின்புறமாகக் கட்டியிருந்த தமது கையில் மறைத்து வைத்திருந்த சிறு கைத்துப்பாக்கியை மேசைமீது வைத்தார். விரல் முனைகளை வாயில் வைத்துக் கடித்தவாறே

வாசலை நோக்கித் திரும்பினார். காத்யா அவர் போவதையே பார்த்துக்கொண்டிருந்தாள். திரும்பிப் பார்க்காமலே நிகலாய் சொன்னார்:

"ஐயோ என்ன வேதனை! என்ன வேதனை!"

அவள் அவரை நோக்கி ஓடி, அவரது தோள்களைப்பற்றிப் பிடித்து, அவர் முகத்தை தனது முகத்துக்கு நேராகத் திருப்பினாள்.

"பொய்! நீங்கள் எப்போதும் பொய் சொல்கிறீர்கள்! இப்போதும் பொய் சொல்கிறீர்கள்!"

ஆனால் அவரோ தலையை ஆட்டிவிட்டு வெளியே சென்று விட்டார், காத்யா மேசை அருகே வந்து உட்கார்ந்தாள்.

"பார்த்தாயா, தாஷா? நாடகத்தில் மூன்றாவது அங்கத்தில் நடைபெறும் துப்பாக்கிக் காட்சி தொடங்கி விட்டது. இனி நான் அவரை விட்டுப் போகப் போகிறேன்" என்றாள் காத்யா.

"ஐயோ! காத்யா! அப்படியெல்லாம் செய்யாதே!"

"செய்யத்தான் போகிறேன். இந்த மாதிரி வாழ்ந்து கொண்டிருக்க என்னால் முடியாது. இன்னும் ஐந்து வருஷ காலத்தில் கிழடு தட்டிப்போவேன். அதன் பின்னால் ஒன்றுமே செய்ய முடியாது. காலம் கடந்து போய் விடும். இந்த மாதிரி வாழ்ந்து கொண்டிருக்க இனிமேல் என்னால் ஒருக்காலும் முடியாது... இது மகா பயங்கரம்!"

அவள் கைகளால் முகத்தைப் பொத்திக் கொண்டு மேசை மேலிருந்த முழங்கையின் மீது தன் முகத்தைச் சாய்த்தாள்.

தாஷாவோ அவளுக்கு அருகில் அமர்ந்தவளாய், காத்யாவின் தோள்களின் மீது ஆர்வத்தோடும் அவசரத்தோடும் முத்தங்களைச் சொரிந்தாள். காத்யா தலையை நிமிர்த்தினாள்.

"அவருக்காக நான் வருந்தவில்லை, என்றா நினைக்கிறாய்?

எப்போதும் நான் அவருக்காக வருத்தப்படத்தான் செய்கிறேன். நீயே யோசித்துப் பார். இப்போது நான் அவரிடம் சென்றால், ஒரு நீண்ட பேச்சு நடக்கும். அதைச் சுற்றிப் பொய்தான் இருக்கும். எங்கள் இருவருக்கிடையேயும் ஏதோ ஒரு பிசாசு வந்து குறுக்கிட்டுப் பதுங்கிப் படுத்துக்கொண்டிருப்பது போல் தோன்றுகிறது... நிகலாய் இவானவிச்சுடன் பேசுவதென்பது சுதி இழந்த பியானோவை வாசிப்பது போலாகும்... அதனால் எந்த நன்மையும் விளையாது. நான் போய்விடத்தான் வேண்டும்... ஐயோ தாஷா! தாஷா! நான் படும் வேதனையை நீ கொஞ்சம் உணர்ந்தால்!"

ஆனால் மாலையே காத்யா தனது கணவரின் படிப்பறைக்குள் போகத்தான் செய்தாள்.

அவர்கள் இருவரும் நெடுநேரம் பேசினார்கள். வருத்தத்தோடும் அமைதியோடும் ஒருவருக்கொருவர் விட்டுக் கொடுக்காமல் நேர்மையாகவே பேச முனைந்தார்கள். எனினும் இறுதியிலோ தமது பேச்சினால் எவ்விதமான தெளிவோ, முடிவோ ஏற்படவில்லை என்ற உணர்ச்சியே இருவருக்கும் மிஞ்சியது. அந்தப் பேச்சு அவர்கள் இருவரையும் ஒன்றுபடுத்தவோ, இருவருக்குள்ளும் ஒரு பரஸ்பர உறவை ஏற்படுத்தவோ இல்லை.

பின்னர் நிகலாய் இவானவிச் தன்னந்தனிமையிலே இருந்து, விடியும் வரையிலும் பெருமூச் செறிந்தவாறே அசையாது உட்கார்ந்திருந்தார். அந்தச் சில மணிநேரப் பொழுதில் தமது வாழ்க்கை முழுவதையுமே ஆராய்ந்து கொண்டிருந்தார் என்பதைக் காத்யா பின்னர் கண்டறிந்து கொண்டாள். இந்த ஆராய்ச்சியின் பயனாக அவரிடமிருந்து மனைவிக்கு நீண்ட அறிவுரை கூடிய ஒரு கடிதம்தான் வந்து சேர்ந்தது. அந்தக் கடிதம் பின்வரும் வாசகங்களோடு முடிவுற்றிருந்தது: "காத்யா! ஒழுக்க விஷயத்திலோ நாம் இருவரும் இருளிலே கிடந்துதான் தடுமாறுகிறோம்; கடந்த ஐந்து வருஷ காலத்தில் எனக்கு எவ்விதமான சக்தி வாய்ந்த மகத்தான பரவச உணர்ச்சியும்

ஏற்பட்டதில்லை; அத்தகைய உணர்ச்சி வேகத்துக்கான முயற்சியும் எதுவும் செய்யவில்லை. நான் உன் மீது கொண்டுள்ள காதலாயினும் சரி, நமது கல்யாணமாயினும் சரி, எல்லாமே எப்போதும் உள்ள நிரந்தரமான குழப்பத்தில் ஒரு பகுதியேதான். நமது மணவாழ்க்கை அர்த்தமற்ற வெறும் வாழ்க்கையாக, பைத்தியக்காரத்தனமாக, மதி மயக்கமாகத்தான் இருந்து வந்திருக்கிறது. எனவே இதிலிருந்து விடுபட இரண்டே வழிகள்தான் உண்டு. ஒன்று நான் தற்கொலை செய்துகொள்ள வேண்டும்; அல்லது எனது எண்ணங்களையும் உணர்ச்சிகளையும் மனச்சாட்சியையும் பின்னிப் பிணைத்து வலையிட்டுக் கொண்டிருக்கும் அந்த மாயத் திரையைக் கிழித்தெறிய வேண்டும். ஆனால் இந்த இரண்டில் எதையுமே செய்ய இயலாதவனாக இருக்கிறேன், நான்..."

அவர்களது குடும்பத்தில் நல்லுறவு இவ்வாறு திடீரென்று கலகலத்துச் சரிந்தது; இல்லற உலகம் இருவேறு கூறாகப் பிளந்து சாய்ந்தது; இந்தக் களேபரத்தில் தாஷாவால் தனது நிலைமையைப்பற்றி எண்ணிப் பார்க்க முடியவில்லை. கன்னிப் பருவத்து எண்ணங்களெல்லாம் புரியாத குழப்பமாகத் தோன்றின. அவள் சிறு குழந்தையாயிருந்தபோது, அவளைக் கவனித்து வந்த ஆயா தாஷாவைப் பயமுறுத்துவதற்காகக் காட்டிய சுவரில் விழுந்த நிழலைப்போல் அவை அவளுக்குத் தோற்றமளித்தன.

தாஷா ஒவ்வொரு நாளும் பலமுறை காத்யாவின் அறைக்குச் சென்றாள்; அந்த அறையின் கதவை விரலால் கொட்டித் தட்டினாள். ஆனால் அப்படித் தட்டுகின்ற வேலையிலெல்லாம் காத்யா உள்ளேயிருந்துகொண்டே சத்தமிட்டாள்:

"தாஷா. என் அன்பே! என்னைக் கொஞ்சநேரம் தனியாக இருக்கவிட மாட்டாயா?"

அந்த நாட்களில் நிகலாய் இவானவிச் நீதிமன்றத்தில் வாதிட வேண்டியிருந்தது. அதிகாலையிலேயே அவர்

வீட்டைவிட்டுக் கிளம்பிவிடுவார்; காலைச் சாப்பாடு, மதிய உணவு எல்லாவற்றையும் எங்காவது ஒரு ஹோட்டலிலேயே முடித்துக்கொள்வார்; இரவிலோ வெகுநேரம் கழித்து வீடு வருவார். நீதிமன்றத்தில் ஒரு வழக்கு நடந்தது. அந்த வழக்கில் நிகலாய் இவானவிச் சுங்க அதிகாரி ஒருவரின் மனைவியான சோயா இவானவ்னா லாத்நிகவா என்பவளின் தரப்பில் வாதாடினார். அவள் கரோஹவயா தெருவிலுள்ள ஒரு வீட்டில் இரவில் அருகே படுத்திருந்த கள்ளக் காதலனைக் கொன்று விட்டாள். அவன் ஒரு மாணவன்; பல வீடுகளுக்குச் சொந்தக்காரனான பீட்டர்ஸ்பர்க்கிலுள்ள ஒருவரின் மகன்; பெயர் ஷ்லிப்பே. சோயா இவானவ்னாவுக்காக நிகலாய் இவானவிச் வாதாடிய சாதுர்யத்தையும் கண்டு நீதிமன்றத்திலுள்ள அனைவரும், நீதிபதியும்கூட, வியந்து பிரமித்துப்போனார்கள். அந்த வாதத்தைக் கேட்ட பெண்களெல்லாம் பொருமி அழுதார்கள். குற்றம்சாட்டப்பட்டிருந்த சோயா இவானவ்னா கூட தான் அமர்ந்திருந்த ஆசனத்தின் மீதிலேயே பட்பட்டென்று தனது தலையை மோதி அறைந்து கொண்டாள். கடைசியில் அவள் விடுதலையும் அடைந்து விட்டாள்.

சோர்ந்து குழிந்த கண்களோடும், வெளிறிய முகத்தோடும் நிகலாய் இவானவிச் நீதிமன்றத்தைவிட்டு வெளியே வந்தவுடன் ஏராளமான பெண்கள் அவரைச் சூழந்து கொண்டார்கள்; அவர் மீது பூக்களை எறிந்தார்கள்; கூச்சலிட்டார்கள்; அவரது கையைப் பிடித்து முத்தமிட்டார்கள். நீதிமன்றத்திலிருந்து அவர் நேராக வீட்டுக்குச் சென்றார்; காத்யாவோடு இதமான உணர்வோடு விஷயங்களைப் பேசி முடித்தார். காத்யாவின் பெட்டி முதலியன மூட்டை கட்டப்பெற்றன. எந்தவிதமான பாரபட்சமும் தொனிக்காத முறையில் அவளுக்குப் பன்னிரண்டாயிரம் ரூபிள்களைச் செலவுக்குக் கொடுத்து, அவளை பிரான்ஸ் நாட்டின் தென் பகுதிக்குச் செல்லுமாறு ஆலோசனை கூறினார். அவளோடு பேசிகொண்டிருந்த அதே சமயத்தில் அவர் தம்மிடமுள்ள வழக்குகளையெல்லாம் தமது உதவி வக்கீலிடம்

ஒப்படைத்துவிட்டு, தாமும் கிரிமியா பிரதேசத்துக்குச் சென்று ஓய்வெடுத்துக் கொண்டு, ஆலோசிக்க வேண்டும் என்றும் தமக்குத் தாமே தீர்மானித்துக்கொண்டார்.

இருவருக்குள்ளும் ஏற்படும் இந்தப் பிரிவு தாற்காலிகமானதா அல்லது நிரந்தரமானதுதானா என்பதையோ, அல்லது தங்கள் இருவரில் யார் யாரைவிட்டுப் பிரிய முனைகிறார்கள் என்பதையோ அவர்கள் இருவரில் எவருமே உண்மையில் தெரிந்துகொள்ளவில்லை. ஊரை விட்டுப் பிரிந்து செல்லும் ஆரவாரத்திலே இத்தகைய முக்கிய அம்சங்கள் அனைத்தும் மிகுந்த ஜாக்கிரதையோடு மறைத்து வைக்கப்பட்டு விட்டன. அவர்கள் இருவரும் தாஷாவையே மறந்து விட்டார்கள். புறப்படப் போகும் நேரத்தில்தான் காத்யா தன் தங்கையைப் பற்றி நினைவு கூர்ந்தாள். சாம்பல் நிறமான பிரயாண உடை தரித்து, அழகிய தொப்பியும் சல்லா முகத்திரையும் அணிந்து நளினத்தோடு காட்சியளித்த காத்யா வீட்டுக் கூடத்துக்குள் நுழைந்தபோது, அங்கு தாஷா ஒரு டிரங்குப் பெட்டியின் மீது அமர்ந்திருக்கக் கண்டாள். தனது கால்களை ஆட்டியவாறே ரொட்டியும் ஜாமும் தின்று கொண்டிருந்தாள். அன்று சமையலுக்கு ஏற்பாடு செய்யவே எல்லோரும் மறந்துபோய் விட்டார்கள்.

"தாஷா! என் அன்பே!" என்று தனது முகத்திரையின் ஊடாக, தாஷாவை முத்தமிட்டவாறே பேசினாள் காத்யா; "நீ என்ன செய்யப் போகிறாய்? நீயும் என்னுடன் வந்து விடுகிறாயா?"

ஆனால் தாஷாவோ தான் மாபெரும் முகமதியரோடு அந்த வீட்டிலேயே தன்னந்தனியாக இருக்கப்போவதாகவும், தனது பரீட்சைகளில் தேறப் போவதாகவும், மே மாதக் கடைசியில் கோடை காலத்தைக் கழிப்பதற்காகத் தன் தந்தையின் இருப்பிடத்துக்குப் போகப் போவதாகவும் தெரிவித்தாள்.

9

தாஷா வீட்டில் தன்னந்தனியாகவே வாழ நேர்ந்துவிட்டது. வீட்டின் பெரிய பெரிய அறைகள் எல்லாம் அவளுக்குச் சலிப்புத் தருவதாகத் தோன்றின; அங்குள்ள சாமான்களோ அநாவசியமானதாக, அபரிமிதமானதாக தோன்றின. வீட்டின் எஜமானரும் எஜமானியும் வெளியூர் சென்ற பின்பு, கூடத்தில் தொங்க விடப்பட்டிருந்த புதுமைக் கலைச் சித்திரங்கள் கூட பயங்கரமூட்டும் தமது சக்தியையும் ஒளியையும் இழந்து விட்டவைபோல் தோன்றின. வீட்டின் திரைகளோ உயிரற்ற மடிப்புகளோடு சோர்ந்து தொங்கின. ஒவ்வொரு நாள் காலையிலும் மாபெரும் முகமதியர் வழக்கம் போலவே தனது தூசி தட்டும் துடைப்பத்தை எடுத்துக் கொண்டு அமைதியாகவும் அரவமில்லாமலும் அங்குள்ள அறைகளிலெல்லாம் சென்று சுத்தம் செய்தாள். எனினும் கண்ணுக்குத் தெரியாக ஏதோ ஒரு தூசிப் படலம் அந்த வீட்டினுள் முன்னைவிட அதிகமாகப் படிந்திருப்பதுபோல் தோன்றியது.

அவளது தமக்கையின் அறையிலோ, அந்த அறைக்கு உரியவளான காத்யாவின் வாழ்க்கையையே தெள்ளத் தெளிவாகக் கண்டுவிடலாம் போலிருந்தது. அறையின் மூலையொன்றிலே சித்திரம் வரையும் சிறு பலகை ஒன்று இருந்தது. அந்தப் பலகையின் முன்னால் அரை குறையாகத் தீட்டப்பட்டிருந்த ஒரு சித்திரம் காட்சியளித்தது. அந்தச் சித்திரத்தில் ஒரு பெண் தலையில் வெண் மலர்களைச் சூடியிருந்தாள்; விரிந்து பரந்த கண்களோ முகத்தின் பெரும் பகுதியையே ஆக்கிரமித்துக் கொண்டிருந்தன. தன்னைச் சுற்றியுள்ள குழப்பங்களை மறந்திருப்பதற்குத்தான் காத்யா அந்தச் சித்திர வேலையிலே ஈடுபட்டிருக்கிறாள். எனினும் அதிலும் அவளால் முழுமையாக ஈடுபட முடியவில்லை. அங்கு கடந்த பழங்கால மோஸ்தர் மேசைமீது முடிக்காமல் விடப்பெற்ற பூத்தையல் பின்னல்களும், பளபளப்பான வர்ணத்துணிகளும் குவிந்து கிடந்தன. எல்லாம் அரை குறையாக அலங்கோலமாகக் கிடந்தன. அவள் இத்தகைய வேலைகளில் ஈடுபட்டுத் தன்னை மறந்திருக்க

முயன்றிருக்கிறாள். அவளது புத்தக அலமாரியிலும் இதே போன்றதொரு குழப்பம்தான் பிரதிபலித்தது. அந்த அலமாரியைப் பார்க்கும் போதும், அவள் ஏதோ ஒரு குறிப்பிட்ட முறையோடு புத்தகங்களைப் பாகுபடுத்தி வாசிக்க முயன்றிருக்கிறாள் என்பதும், ஆனால் அந்த முயற்சியையும் இடையிலேயே கைவிட்டிருக்கிறாள் என்பதும் தெரிந்தது. சில புத்தகங்களில் பக்க மடிப்புகள் பாதிவரையிலும் தான் கிழிக்கப்பட்டிருந்தன; அவையும் அங்குமிங்கும் சிதறிக் கிடந்தன. யோகாசன தத்துவம் பற்றிய நூல்கள், மானிட வரலாற்றியல் சம்பந்தமான பிரசங்கக் கோவை, கவிதைப் புத்தகங்கள், நாவல்கள்... இவ்வாறு எத்தனை எத்தனையோ பயனற்ற முயற்சிகளின் மூலம் அவள் தனது உள்ளத்தை மாற்றியமைக்க முயன்றிருக்கிறாள்! ஒப்பனை மேசையின் மீது வெள்ளி நிறமான ஒரு பாக்கெட் டைரி கிடப்பதை தாஷா கண்டாள். அதில் சில குறிப்புகள் காணப்பட்டன: "24 உள் பாவாடைகள்; 8 பாடிஸ்கள்: லேஸ் வைத்துத் தைத்த பாடீஸ்கள் 6... 'வான்யா மாமா'[9] என்ற நாடகத்திற்குச் செல்வதற்காக கெரென்ஸ், குடும்பத்தாருக்கு டிக்கட்டுகள்." மேலும் அதில் கோணல் மாணலான குழந்தைத்தனம். மிகுந்த பெரிய கையெழுத்திலே 'தாஷாவுக்கு ஆப்பிள் பழ ஜாம் வாங்க வேண்டும்' என்ற குறிப்பும் காணப்பட்டது.

தாஷா அந்த ஆப்பிள் பழ ஜாமைப்பற்றி நினைத்தாள்; காத்யா அதனை வாங்கி வரவே இல்லை. தன் தமக்கையைப் பற்றி நினைவு அவளது கண்களில் கண்ணீரைப் பிதுக்கியது. பாசமும் பரிவும் நிறைந்து, வாழக்கையில் லகுவில் மனம் புண்படுபவளாக வாழ்ந்து வந்த அவள் தனது வாழ்வுக்கு ஓர் ஊன்றுகோலைக் கண்டுபிடிப்பதற்காக, தன்னை படுநாசச் சீரழிவிலிருந்து பாதுகாத்துக் கொள்வதற்காக எத்தனை எத்தனையோ குழப்பங்களுக்கெல்லாம் ஆளாப் பாடுபட்டாள். ஆனால் அவளுக்கு எவ்விதப் பயனும் விளையவில்லை. எவருமே

9 "வான்யா மாமா" மாபெரும் ரஷ்ய எழுத்தாளர் சேகவ் (1860–1904) எழுதிய நாடகத்தின் பெயர்.-(ப-ர்.),

அவளுக்கு உதவ இயலாமலும் போய்விட்டது.

தாஷா அதிகாலையில் எழுந்தாள்; புத்தகங்களைப் படிக்க முனைந்தாள்: தனது பரீட்சைகள் அனைத்திலும் விசேஷமான தகுதிகளோடு தேறினாள். நிகலாய் இவானவிச்சின் படிப்பறையிலே இடைவிடாது அலறிக்கொண்டிருக்கும் டெலிபோனின் அழைப்புகளுக்குப் பதிலளிக்கக்கூட, அவள் மாபெரும் முகமதியரை அனுப்பி வைத்தாள். மாபெரும் முகமதியரோ டெலிபோனை எடுத்து எல்லோருக்கும் ஒரே விதமான பதிலை எவ்வித மாறுதலும் இன்றித் திரும்பத் திரும்பச் சொல்லி வந்தாள்: “எஜமானியும் எஜமானரும ஊரிலில்லை; சின்னம்மாவால் போனில் வந்து பேச முடியாது.”

தாஷா தனது மாலை நேரம் முழுவதையும் பியானோ வாத்தியத்துடன் போக்கினாள். அந்தச் சங்கீதம் வழக்கமாக அளிக்கும் உணர்ச்சிப் பரவசத்தைக் கூட, இப்போது அவளுக்கு அளிக்கவில்லை; அவளது தெளிவற்ற ஆசாபாசங்களை அவை தூண்டிவிடவில்லை; அல்லது அவளது கவலை நிறைந்த இதயத்தைக் கூடத் திடுக்கிடச் செய்யவில்லை. இப்போதோ அவர் பியானோ வாத்தியத்தை முழு அமைதியோடு அமர்ந்து வாசித்தாள்; எதிரே சங்கீதப்பாடம் இருந்தது; அதன் இரு புறங்களிலும் இரண்டு மெழுகு வத்திகள் எரிந்து ஒளி வீசின. வாழாக்குடியான பாழ்வீட்டின் சுவர்களிலே மோதி மோதி எதிரொலிக்கும் இசையின் மூலம் தன்னைத்தானே புனிதப்படுத்திக் கொள்வதாகத்தான் தாஷாவுக்குத் தோன்றியது.

சில சமயங்களில் அந்தச் சங்கீதானுபவத்தின் மத்தியிலேயே சில வேண்டாத விரும்பாத பழம் நினைவுகள் பகைவர்கள் போல் தலை காட்டும்; அவ்வாறு அந்த நினைவுகள் தன் மனத்தில் எழுந்து உறுத்தும் போதோ, தாஷா வாசிப்பதை நிறுத்தி தன் கைகளை அப்படியே சோரவிட்டுவிட்டு முகத்தைச் சுழிப்பாள். பின்னரோ அந்த வீட்டில் ஒரே பேரமைதிதான் நிலைத்திருக்கும்; அந்த அமைதியினூடே பொரிந்து விழும் மெழுகுவர்த்திச் சுடரின் மெல்லிய

ஓசைகூடத் தெளிவாகக் கேட்கும். தாஷா ஆழ்ந்து பெருமூச் செறிவாள்; பின்னர் மீண்டும் பியானோ வாத்தியத்தின் சுரக் கட்டைகளின் மீது விரல்களை அழுத்தி வாசிக்க முனைவாள். உடனே அந்தச் சில்லறைப் பகைவர்களான பழம் நினைவுகள் அனைத்தும் காற்றினால் விசிறியடிக்கப் பெற்றது. துரும்பு போல் அந்தப் பெரிய அறையை விட்டுப் பறந்தோடி மறையும்; அறைக்கு வெளியே இருண்டு கிடக்கும் நடைபாதையை நோக்கி ஓடும்; அலமாரிகளுக்கும் அட்டைப்பெட்டிகளுக்கும் இடையில் போய் ஒளிந்து கொள்ளும்... பெஸ்ஸோனவின் வீட்டு வாசல் மணியை அடித்த அந்த தாஷா, நிராதரவான பாதுகாப்பற்ற காத்யாவின்மீது வசைமொழிகளை வாரிச்சொரிந்த அந்த தாஷா மறைந்தே போய் விட்டாள். அந்தக் கிறுக்குப் பெண் ஒரு பெருந்துன்பத்தை உருவாக்க இருந்தாள். உலகிலேயே காதல் ஒன்று மட்டும்தான் இருக்கிறது என்று எண்ணிய அந்தப் பித்துக்குளித்தனம் மறைந்து போய் விட்டது. இவ்வளவுக்கும், உண்மையில் அவளுக்கு எவ்விதமான காதலும் ஏற்பட்டதே இல்லை!

பதினோரு மணி சுமாருக்கு தாஷா பியானோவை மூடி வைப்பாள்; மெழுகுவத்தி விளக்குகளை ஊதி அணைப்பாள்; பின்னர். படுக்கைக்குப் போவாள். இவையனைத்தையும் மிகுந்த அமைதியோடும் நிதானத்தோடும் உறுதியோடும் செய்து முடிப்பாள். இந்த நாட்களில் அவள் தனக்குத்தானே ஒரு தீர்மானமும் செய்துகொண்டாள். அதாவது தான் கூடிய சிக்கிரமே சுதந்திரமான வாழ்க்கையை மேற்கொள்ள வேண்டுமென்றும், வாழ்க்கைத் தேவைக்குத் தானே சம்பாதித்துக் கொள்ள வேண்டுமென்றும், காத்யாவையும் தன்னோடு அழைத்துக்கொண்டுவிட வேண்டுமென்றும் தீர்மானித்தாள்.

மே மாத இறுதியில், பரீட்சைகள் அனைத்தையும் முடித்து விட்டாள். பின்னர் அவள் ரீபின்ஸ்சின் வழியாகச் செல்லும் வோல்கா நதி மார்க்கத்தின் மூலமாக, தன் தந்தையிடம் போய்ச் சேர்ந்தாள். மாலை வேளையில்

அவள் ரயிலிலிருந்து நேராக அந்த வெண்மையான நீராவிக் கப்பலுக்குச் சென்றாள்; இருண்டு தோன்றிய நீர்ப் பரப்பின் மீது அந்தக் கப்பல் ஒளிமயமான விளக்குகளோடு பிரகாசித்தது. கப்பலில் ஏறியதும், அவள் அதிலிருந்த சுத்தமான சிறு அறைக்குள் சென்று தனது மூட்டை முடிச்சுகளை அவிழ்த்தாள்; தலையை வாரிச் சீவி முடித்துக் கொண்டாள்; சுதந்திர வாழ்க்கை மிக நன்றாகத் தொடங்கி விட்டது என்று தனக்குத்தானே சொல்லிக் கொண்டாள். தனது முழங்கை மீது தலையைச் சாய்த்து, மகிழ்ச்சியோடு புன்னகை புரிந்தவாறு நீராவிக்கப்பலின் யந்திரங்கள் எழுப்பும் தாளம் தவறாத ஒலியைக் கேட்டவாறே ஆழ்ந்த உறக்கத்திற்கு ஆளானாள்.

கப்பலின் மேல் தளத்தில் அங்குமிங்கும் ஆட்கள் ஓடுவதால் ஏற்பட்ட கனத்த காலடியோசையைக் கேட்டு அவள் கண் விழித்துக் கொண்டாள். சாய்த்து வைக்கப்பெற்ற ஜன்னல் கதவு இடுக்குகளின் வழியாக சூரிய ஒளி அந்த அறைக்குள் விழுந்தது; அதன் ஒளிக் கதிர்கள் அங்கிருந்த தேக்கு மரத்தாலான கழுவு தொட்டியின் மீது விளையாடின. ஜன்னல் திரைகளைப் துடைத்து வைத்த சுகமான காற்றில் தேன் ததும்பும் நறுமலர்களின் இனிய மணம் கமழ்ந்து வீசியது. அவள் ஜன்னல் கதவுகளை லேசாகத் திறந்தாள். அந்தக் கப்பல் ஒரு ஏகாந்தமான கரையோரத்தில் ஒதுங்கி நின்றது. சமீபத்தில் ஏற்பட்ட நிலச்சரிவு ஒன்றினால் தெத்தும் குத்துமான மரத்தின் வேர்களும், மண்ணாங்கட்டிகளும் தலை காட்டிக்கொண்டிருந்த செங்குத்தான ஆற்றங்கரையின்மீது மரப்பெட்டிகளைப் பாரம் ஏற்றிவைத்த சில வண்டிகள் இழுத்து விடப்பட்டிருந்தன. தண்ணீர்க்கரை ஓரத்தில், கபில நிறமான ஒரு குதிரைக் குட்டி தடித்த மூட்டுக்கள் கொண்ட தனது ஒடிசலான கால்களை அகட்டி வைத்தவாறு தண்ணீர் பருகிக் கொண்டிருந்தது. கரைக்கு மேல், அதன் உச்சியில் பெரியதொரு செஞ்சிலுவை போல் தோன்றிய ஒரு கலங்கரை விளக்கு காட்சியளித்தது.

தாஷா தனது படுக்கையிலிருந்து துள்ளியெழுந்தாள்;

குளியல் தொட்டியில் நீர் நிரப்பினாள்; அதிலுள்ள கடற்பஞ்சை நீருறிஞ்சச் செய்து, பின்னர் தன் உடம்பின் மீது பிழிந்து விட்டுக்கொண்டாள். தண்ணீரின் குளிர்ச்சி அவளைக் குளிர்ந்து நடுங்கச் செய்தது; குன்றிக் குறுகச் செய்தது; இதைக் கண்டு அவள் தனக்குத்தானே சிரித்துக் கொண்டாள். பின்னர் அவள் தான் முந்தைய தினத்தன்று தயார் செய்து வைத்திருந்த ஆடையணிகளை தரித்துக்கொண்டாள். வெள்ளைக் காலுறைகள், வெள்ளைக் கவுன், வெள்ளைத் தொப்பி முதலியன கொண்ட ஆடையலங்காரம் அவளுக்குக் கச்சிதமாகப் பொருந்தி அழகு செய்தது. அவற்றைத் தரித்தும், அவள் மிகவும் தன்னுணர்வு பெற்றது போன்ற ஓர் உணர்ச்சிக்கு ஆளானாள். எனவே அவள் கப்பலின் மேல் தட்டுக்குச் செல்லும் முன் சிந்தனைவயப்பட்டவளாக இருந்த போதிலும், மிகுந்த குதூகலத்துடன் அவள் விளங்கினாள்.

சூரிய ஒளியின் கதிர்க் கொத்துகள் அந்த வெண்மை நிறங்கொண்ட கப்பலின் மீது விளையாடின. ஆற்று நீர்ப் பரப்பு அந்தக் கதிர் வெள்ளத்தால் பளிச்சிட்டு மின்னிப் பளபளத்து அலை வீடியது. அந்த ஒளி வெள்ளத்தைப் பார்க்கவே கண்கள் கூசின. எதிர்க்கரையில் தோன்றிய மேடும் பள்ளமுமான கரைப் பகுதிக்கு மத்தியில், ஒரு தேவாலய மணிக்கூண்டின் வெண்மையான சுவர்கள் பெர்ச் மரச் செறிவினூடே மறைந்தும் மறையாமலும் ஒளி வீசின.

அந்தக் கப்பல் கரையைவிட்டுக் கிளம்பி, அரைவட்டப் பாதையில் வளைந்து திரும்பி, தனது பிரயாணத்தைத் தொடங்கியபோது, ஆற்றின் கரைகள் இரண்டும் கப்பலை நோக்கி மெதுவாக நெருங்கி வருவது போல் தோன்றின. கரைப் பகுதிகளிலுள்ள மண் மேடுகளுக்குப் பின்னாலிருந்து, மழையாலும் வெயிலாலும் பாதிக்கப்பட்ட வீடுகளின் பழைய வேய்ந்த கூரைகள் இங்குமங்கும் தலை காட்டின. கரையோரத்தில் நீலம் பாய்ந்து கறுத்திருந்த மேகக் கூட்டங்கள் வான மண்டலத்தில் குவிந்து காட்சியளித்தன; ஆற்று நீர்ப்

பரப்பின் நீலமும் மஞ்சளுமாகக் காட்சியளிக்கும் நீராழத்தின்மீது வெள்ளிய நிழல்களை விழச் செய்தன. தாஷா கால்மேல் கால்போட்டு, கைகளால் முழங்காலைக் கட்டிப்பிடித்தவாறு, ஒரு பிரம்பு நாற்காலியின் மீது அமர்ந்திருந்தாள். ஒளி வெள்ளத்தால் பளபளக்கும் ஆற்றொழுக்கின் வளைவுகள், மேகக் கூட்டங்கள், அவற்றின் வெண்மையான நிழல்கள், பெர்ச் மரங்கள் செறிந்த மலைச்சரிவுகள், நெடிய புல்வெளிகள், புதிதாக உழுது போடப்பட்ட நிலத்தின் மண்வாடையையும், சதுப்புநிலத் தாவரங்களின் நறுமணத்தையும் கால் நடை நாற்றுக்களும் காஞ்சிரைப் பயிர்களும் வளர்ந்திருந்த வயல்வெளிகளின் நறுமணத்தையும் சுமந்து வந்த இளங்காற்று—இவையெல்லாமே அவளது இதயத்தினுள்ளே புகுந்து செல்வது போல அவளுக்குத் தோன்றியது. எனவே அவளது இதயமும் அமைதி நிறைந்த ஆனந்த பரவசத்தால் நிரம்பித் தளும்பியது.

யாரோ ஒருவன் மெதுவாக அவளை நெருங்கி கப்பலின் கைப்பிடிக் கம்பியின் அருகே பக்கவாட்டாகத் திரும்பி நின்றான். அந்த நபர் அவளையே வெறித்து நோக்குவதாகவும் அவளுக்குத் தோன்றியது. அவள் அவ்வப்போது அந்த ஆசாமியை மறந்தாள். எனினும் அவளது பார்வை அந்தப் பக்கம் திரும்புகின்ற சமயங்களில் அவன் அங்கேயே நின்று கொண்டிருப்பதைக் கண்டாள். அந்தப் பக்கமாக, இனித் தன் தலையைத் திருப்பவே கூடாது என்று அவள் உறுதி பூண்டாள். எனினும் அந்த உறுதிப்பாட்டை அமைதியுடன் நிறைவேற்றும் வைராக்கியம் அவளிடமில்லை. அவளது உறுதி குலைந்தது. அவள் கன்றிச் சிவந்து போனவளாக, ஆத்திரத்தோடு முகத்தைத் திருப்பினாள். அவளுக்கு எதிரில் தெலேகின்தான் நின்றுகொண்டிருந்தான். அவன் ஒரு கம்பத்தைப் பிடித்தவாறு, அவளை நோக்கி வந்து அவளிடம் பேச முனைவதா அல்லது அப்படியே போய்விடுவது நல்லதா என்ற பிரச்சினைக்கு முடிவு காண முடியாதவனாக அங்கு நின்று கொண்டிருந்தான். தாஷாவுக்குச் சிரிப்பை அடக்கவே முடியவில்லை--

அவனைப் பொறுத்த வரையில் ஏதோ ஒரு விவரித்துச் சொல்ல முடியாத குதூகலமும் அன்பும் பிரதிபலிப்பதாக அவள் உணர்ந்தாள். கட்டுறுதி வாய்ந்த, நாணம் மிகுந்த, அகன்ற உடலில் வெள்ளைச் சட்டை அணிந்திருந்த தெலேகின் அந்த ஆற்றின் அமைதி அனைத்துக்கும் முழுமை செய்யும் ஒரு தேவையாகத் தோன்றினான். தாஷா அவனிடம் தனது கரத்தை நீட்டினாள்.

"நீங்கள் படகில் ஏறிய போதே நான் பார்த்து விட்டேன்" என்று தொடங்கினான்: "உண்மையைச் சொன்னால் நாம் இருவரும் பீட்டர்ஸ்பர்கிலிருந்தே ஒரே பெட்டியில்தான் பிரயாணம் செய்து வருகிறோம். எனினும் நான்தான் உங்களுக்குத் தொல்லை கொடுக்க விரும்பவில்லை. நீங்கள் ஏதோ ஆழ்ந்த சிந்தனை வசப்பட்டவராகத் தோற்றமளித்தீர்கள்... சரி என் பேச்சு உங்களுக்கு ஒன்றுந் தடையாக இல்லையே!.."

"உட்காருங்கள்"-என்று சொல்லியவாறே அவள் ஒரு பிரம்பு நாற்காலியை அவன் பக்கமாகத் தள்ளினாள்: "நான் என் தந்தையைக் காணப் போகிறேன். நீங்கள் எங்கே போகிறீர்கள்?"

"உண்மையைச் சொன்னால், தான் எங்கே போகிறேன் என்று எனக்கே தெரியாது. தற்சமயத்துக்கு நான் கனெஷ்மாவிலுள்ள எனது உறவினர் ஒருவரிடம் போகிறேன்."

அவளுக்கு அருகில் அமர்ந்தவாறே, தெலேகின் தனது தொப்பியைக் கழற்றினான். அவனது புருவங்கள் நெரிந்து சுருங்க; நெற்றியில் சுருக்கங்கள் விழுந்தன. அவன் தனது கண்களைச் சுருக்கி விழித்தவாறே, நீரைக் கிழித்துச் செல்லும் கப்பல், நீர்ப்பரப்பின் மீது வரைந்த நுங்கும் நுரையுமாகத் தோன்றிய வளைந்த நீர்த்தடத்தைப் பார்த்தான். நீர்ப் பறவைகள் தமது கூரிய சிறகுகளை விரித்துப் பறந்தவாறே, கப்பலின் கூம்பு முனைக்கு மேலாக வளையமிட்டன; கப்பலின் மேல் தளத்தை நோக்கி விறுட்டென்று பாய்ந்து இறங்கின; தூரத்தில் நீரின்

அலெக்ஸேய் தல்ஸ்தோய் ▲ 167

மீது மிதந்து கொண்டிருந்த ரொட்டித் துண்டுகளுக்காகச் சண்டையிட்டுக் கொண்டும் வளையமிட்டுச் சுற்றிக் கொண்டும் காச்மூச் என்று கர்ண கடூரமாகக் கத்தின.

"இன்று மிகவும் அருமையான நாள். இல்லையா, தார்யா திமித்ரியவ்னா?"

"ஆமாம். இன்று ஒரு மகோந்நதமான நாள், இவான் இலீச், மாபெரும் நாள்! இதோ இங்கு அமர்ந்தவாறு, தான் நகரத்திலிருந்து விடுதலைபெற்றுத் தப்பி வந்து விட்டதாக எனக்கு நானே சொல்லிக்கொண்டிருக்கிறேன். நாம் இருவரும் ஒருநாள் தெருவில் பேசிக்கொண்டோமே, உங்களுக்கு நினைவு இருக்கிறதா?"

"ஒவ்வொரு வார்த்தையும் ஞாபகமிருக்கிறது, தார்யா இமித்ரியவ்னா!"

"அதற்குப் பின்னால் நடந்து போன பயங்கரமான விஷயங்களை நீங்கள் தெரிந்து கொண்டால்! அவையனைத்தையும் பற்றி உங்களுக்கு ஒருநாள் அவசியம் சொல்லுறேன்." அவள் தன் தலையைச் சிந்தனை வயப்பட்டவளாக ஆட்டிக் கொண்டு மேலும் பேசத் தொடங்கினாள்! "பீட்டர்ஸ்பர்கிலுள்ள ஜனங்களிலேயே நீங்கள் ஒருவர் மட்டும்தான் பைத்தியம் பிடிக்காமல் தப்பித்துக்கொண்டு விட்டீர்கள் என்று எனக்குத் தோன்றுகிறது." அவள் புன்னகை புரிந்தவாறே, கரத்தை அவனது சட்டைக் கையின் மீது வைத்தாள். தெலேகினின் கண்ணிமைகள் தெறியிழந்து படபடத்தன; அவன் தனது உதடுகளை இறுக மூடிக்கொண்டான். அவள் மேலும் பேசினாள்: "இவான் இலீச்! நான் உங்களை முழுமையாக நம்புகிறேன். உண்மையிலேயே நீங்கள் பயங்கரமான மனவுறுதிபடைத்தவராக இருக்க வேண்டும். அவ்வாறே நீங்கள் இருக்கிறீர்கள். என்ன அப்படித்தானே?"

"நீங்கள் ஏன் அவ்வாறு நினைக்கிறீர்கள்?"

"உறுதி மட்டுமல்ல. நம்பிக்கைக்கும் உரியவர் நீங்கள்!"

தனது உள்ளத்தில் அன்பும் எளிமையும் இனிமையும் நிறைந்த எண்ணங்கள் மட்டுமே உதிப்பதாக தாஷாவுக்குத் தோன்றியது. அதே போன்று தெலேகினின் உள்ளத்திலும் அன்பும் உண்மையும் உறுதியும் நிறைந்த சிந்தனைகளே உதித்துக் கொண்டிருக்கவேண்டும் என்று அவள் கருதினாள். மேலும் அவனோடு பேசிக்கொண்டிருப்பதில் ஒரு அலாதி இன்பம் கொண்டாள்; உணர்ச்சியின் ஒளி மிகுந்த எண்ண அலைகள் தன்னுள் பொங்கிப் பொங்கி எழுவதற்கு அவள் இன்பத்தோடு இடங்கொடுத்து வந்தாள்.

"இவான் இலீச்! நீங்கள் யாரையாவது காதலித்திருந்தால்..." என்று தொடங்கினாள் தாஷா: "நீங்கள் மனவுறுதியோடும் ஆண்மையோடும் எப்போதும் நடந்து கொண்டிருப்பீர்கள் என்பது மட்டும் நிச்சயம், மேலும் நீங்கள் விரும்பும் பொருளை அவ்வளவு லகுவில் கைநழுவ விட்டுவிட மாட்டீர்கள்."

தெலேகின் பதிலே பேசவில்லை. அவன் கரத்தைச் சட்டைப் பைக்குள் மெதுவாகச் செலுத்தி, ஒரு ரொட்டித் துண்டை வெளியே எடுத்தான். அதனைப் பிய்த்துப் பிய்த்து அங்கு பறந்து தரித்த பறவைகளுக்கு விட்டெறியத் தொடங்கினான். ஆகாய வீதியில் துள்ளிவரும் அந்த ரொட்டித்துண்டுகளை, ஒரு வெண்பறவைக் கூட்டம் ஆவேசத்தோடு கூச்சலிட்டவாறே பாய்ந்து கொத்திப் பிடித்தன. தாஷாவும், தெலேகினும் தமது நாற்காலிகளை விட்டு எழுந்து, தளத்தின் கைப்பிடிக் கம்பிக்கருகில் சென்றார்கள்.

"அதோ அந்தப் பறவைக்கும் ஒரு துண்டை எறியுங்கள். அதற்கு பேய்ப்பசி போலிருக்கிறது" என்றாள் தாஷா.

தெலேகின் தன் கையில் மீந்திருந்த ரொட்டித் துண்டை அப்படியே முழுமையாக ஆகாயத்தை நோக்கி உயரமாக வீசி விட்டெறிந்தான். உடனே பெரிய தலையும், கொழுத்த உடலும் கொண்ட ஒரு பறவை கத்தி போன்ற தனது இறக்கைகளை அசைவற்று அகல விரித்து மிதந்தவாறு,

முன்னால் பாய்ந்து வந்தது; எனினும் அந்த ரொட்டித் துண்டைக் கொத்திப் பிடிக்க அது தவறிவிட்டது. ரொட்டித் துண்டு கப்பலைச் சுற்றி நுரைத்துக் கொண்டிருக்கும் நீரின் மீது விழத் தொடங்கியது; அதற்குள் வேறு பல பறவைகள் அந்த ரொட்டித் துண்டைப் பற்றிப் பிடிப்பதற்காக, அடிபிடி சண்டை போட்டவாறு குபீரென்று பாய்ந்தன.

"நான் எப்படிப்பட்ட பெண்ணாக இருக்க விரும்புகிறேன் என்பது உங்களுக்குத் தெரியுமா?" என்று கேட்டாள் தாஷா; "நான் அடுத்த ஆண்டிலேயே பட்டம் பெறவிரும்புகிறேன். பின்னர் ஏராளமாகப் பணம் சம்பாதிக்க விரும்புகிறேன். அதன்பின் அக்காள் காத்யாவை அழைத்து என்னோடு வைத்துக் கொள்ளப் போகிறேன். இவற்றை நீங்கள் பார்க்கத்தான் போகிறீர்கள், இவான் இலீச்!"

அவள் அவ்வாறு சொல்லிக்கொண்டிருக்கும் போது, தெலேகின் தனது சிரிப்பை அடக்குவதற்காக முகத்தைச் சுழித்தான். ஆனால் முடியவில்லை. எனவே தனது உறுதி வாய்ந்த வெள்ளிய பல்வரிசை வெளியே தோன்றும்படி வாய்விட்டுக் கொக்கரித்துச் சிரித்தான்; சிரித்த சிரிப்பில் கண்ணில் கண்ணீர் முட்டிக் கொண்டு வந்து கண்ணிமைகளை நனைத்தது. தாஷாவுக்கு முகம் வடிந்தே போய் விட்டது. அவளது மோவாய் நடுங்கத் தொடங்கியது. அவளும் தெலேகினைப் போலவே வாய்விட்டுச் சிரித்தாள். ஏன் சிரித்தோம், எதற்காகச் சிரிக்கிறோம் என்பதை அறியாமலே சிரித்தாள்.

"தார்யா. திமித்ரியவ்னா!" என்று அவன் தன்னைச் சுதாரித்துக்கொண்டு பேசத் தொடங்கினான்: "நீங்கள் மிகவும் அற்புதமானவர். உங்களைக் கண்டு நான் உண்மையிலேயே பெரும் பயம் கொண்டிருந்தேன்... ஆனால், நீங்களோ மிக மிக அற்புதமானவர்!"

"சரி, வாருங்கள், நாமிருவரும் சாப்பிடப் போகலாம்?" என்று எரிச்சலுடன் சொன்னாள் தாஷா.

"ஆனந்தமாக!" என்றான், தெலேகின்.

தெலேகின் கப்பலின் மேல் தளத்துக்கே ஒரு மேஜையைக் கொண்டு வருமாறு உத்தரவிட்டான். பின்னர் தனது வழவழப்பான மோவாயை ஏதோ சிந்தனைவயப் பட்டவனாகச் சொரிந்து கொடுத்தவாறே, உணவுவகைப் பட்டியலை ஆராயத் தொடங்கினான்.

"என்ன தார்யா இமித்ரியவ்னா? நாம் கொஞ்சம் வெள்ளை ஒயின் சாப்பிட்டால் என்ன? என்ன சொல்கிறீர்கள்?"

"கொஞ்சமாக என்றால் நன்றாகத்தானிருக்கும்."

"சரி, வெள்ளை ஒயினா அல்லது சிவப்பு ஒயினா?"

"எதுவானாலும் சரி" என்று அவனைப் போலவே சொன்னாள் தாஷா.

"அப்படியானால் நுரை தள்ளும் ஒயின் குடிப்போம்."

மலைப்பாங்கான ஆற்றங்கரை அவர்களைக் கடந்து மிதந்து சென்றது. அந்தக் கரைப் பகுதியிலிருந்து பட்டுப்போன்ற கோதுமைக் கதிரின் பச்சைத் தாள்களும், கரும் பச்சை நிறமான ரை தானியக் கதிரும், பூக்கள் நிறைந்து பழுப்பு நிறமாகத் தோன்றும் வால் கோதுமைப்பயிரும் ஒளிர்ந்தன. ஆற்றின் வளைந்த கரையின் மீது பழங்கூரைகள் வேய்ந்த தாழ்ந்த குடிசைகள் காணப்பட்டன. அந்தக் குடிசைகளின் சாளரங்கள் மீது சூரிய ஒளி பளபளத்தது. களிமண் மேட்டின் மீது கட்டப்பட்ட அந்தக் குடிசையின் சுவரோரங்களில் பசு மாட்டின் சாணம் சிறுசிறு குவியலாகக் கிடந்தது.அதற்குப் பின்னால், கிராமாந்திர இடுகாட்டின் சிலுவைச் சின்னத்தின் கும்பல்கள் காட்சியளித்தன. பின்னர் ஆறு இறக்கைகள் கொண்ட ஒரு காற்றாடி யந்திரம் காட்சியளித்தது. அந்தக் காற்றாடி யந்திரத்தின் ஒரு பகுதி உடைந்து போயிருந்தது. கப்பலைப் பார்த்துக் கூச்சலிட்டுக்கொண்டே வந்த கிராமத்துச் சிறுவர்கள் கும்பல் கும்பலாகக் கரை மீது ஓடிவந்தவாறே ஆற்றில் கற்களை விட்டெறிந்தார்கள். அந்தக் கற்கள் ஆற்று நீரைக்கூட எட்டிப்பிடிக்க முடியாமல் கரையிலேயே விழுந்தன. கப்பல் அந்த வளைவைக் கடந்து

திரும்பியது; அதன்பின் அத்துவானமாகக் காட்சியளித்த அந்த ஆற்றங்கரையில் கழுகுகள் வட்டமிடும் தாழ்ந்த புதர்களைத்தவிர வேறு எதையுமே காணமுடியவில்லை.

மெல்லிய இளங்காற்று உணவு மேஜையின் விரிப்பையும், தாஷாவின் பாவாடையையும் அலைபாய்ந்து படபடக்கச் செய்தது. பட்டை வெட்டிய கண்ணாடிக் கோப்பைகளிலே பொன் மயமாகப் பொங்கி நுரைத்துப் பூரித்து நின்ற ஒயின் மது கடவுள் பிரசாதம் போல் காட்சியளித்தது. தாஷா தெலேகினை நோக்கி, தான் அவன்மீது பொறாமை கொள்வதாகத் தெரிவித்தாள். அதாவது அவனுக்கென்று ஒரு தொழிலும் வாழ்வில் ஒரு நம்பிக்கையும் இருக்கிறது என்றும், ஆனால் தானோ இன்னும் ஒன்றரை வருட காலத்துக்குப் புத்தகங்களையே கட்டி மாரடிக்க வேண்டியிருக்கிறது என்றும், மேலும் தான் பெண்ணாகப் பிறந்துவிட்ட துரதிருஷ்டமும் தன்னைப் பாடுபடுத்துகிறது என்றும் அவள் குறிப்பிட்டாள்.

தெலேகினோ சிரித்துக்கொண்டே சொன்னான்:

"ஆனால், எனக்கு வேலையிலிருந்து கல்தா கொடுத்து விட்டார்களே!"

"உண்மையாகவா?"

"ஆமாம். இருபத்து நான்கு மணி நேரத்துக்குள் வெளியேறும்படி உத்தரவிட்டு விட்டார்கள்! இல்லையெனில் நான் எப்படி வோல்கா நதியில் மிதக்கும் இந்தக் கப்பலில் வந்திருக்க முடியும்? எங்கள் தொழிற்சாலையில் என்ன நடந்து கொண்டிருக்கிறது என்பதைப்பற்றி நீங்கள் ஒன்றும் கேள்விப்படவில்லையா?"

"இல்லை. கேள்விப்படவேயில்லை."

"நான் ஏதோ சுலபமாக வெளிவந்து விட்டேன். ஆமாம்..."

அவன் பேசுவதை நிறுத்திவிட்டு, மேசை விரிப்பின் மீது முழங்கையை ஊன்றிக் கொண்டான். பின்னர் மீண்டும். பேசத் தொடங்கினாள்: "எத்தனை முட்டாள்தனமாகவும்

திறமையற்ற முறையிலும் இங்கே எல்லாக் காரியங்களும் நடைபெறுகின்றன என்பதை எண்ணிக்கூடப் பார்க்கவோ நம்பவோ உங்களால் முடியாது! ருஷ்யர்களாகிய நாம் எத்தகைய மதிப்பைச் சம்பாதித்து வருகிறோம் என்பதைக் கடவுள்தான் அறிவார். அத்தனையும் ஒரே வெட்கக்கேடு! ஒரே அவமானம்! நீங்களே பாருங்களேன். திறமை வாய்ந்த நாடு இது; ஏராளமான இயற்கைச் செல்வங்கள் நிறைந்த நாடு இது! ஆனால் காட்டுவதற்கு நம்மிடம் என்ன இருக்கிறது? வெறுக்கத்தக்க குமாஸ்தாக் கூட்டத்தைத் தவிர வேறு ஒன்றுமே இல்லை. வாழ்க்கைக்கு மாறாக, மையையும் காகிதத்தையும் உண்டாக்கியிருக்கிறோம். நாம் நாசமாக்கும் காகிதமும் மையும் எவ்வளவு என்பதை உங்களால் எண்ணிக் கூடப் பார்க்க முடியாது. இந்த அதிகார வர்க்கத் தோரணை எல்லாம் பீட்டர் சக்கரவர்த்தியின் காலத்திலேயே தொடங்கி விட்டோம். அன்று தொட்டு அந்தச் சனியன் நம்மைத் தொடர்ந்து பீடித்து வருகிறது. சமயங்களில் மை கூட விஷமாக மாறக் கூடும், தெரியுமா?"

தெலேகின் தனது மதுக்கோப்பையைப் பக்கத்தில் தள்ளி வைத்துவிட்டு, ஒரு சிகரெட்டைப் பற்ற வைத்தான். விஷயங்களை மேற்கொண்டு சொல்வது வேதனையளிக்கும் என்று அவனுக்குத் தெரிந்தது.

"போகட்டும். நடந்து போனதைக் குறித்துப் பேசுவானேன்? நம் விஷயத்திலாவது என்றாவது ஒரு நாள் எல்லாம் நல்லபடியாக அமையட்டும். குறைந்த பட்சம் மற்றவர்களுக்குக் கிட்டிய கதியை நாம் அடையாமல் இருப்போமென்று நம்புவோம்!"

அன்றைப் பொழுது முழுவதையும் அவர்கள் கப்பலின் மேல் தளத்திலேயே கழித்தார்கள். இருவரும் பேசிக்கொள்வதை எவனாவது ஒரு ஒற்றன் கேட்டால், இரண்டு பேரும் பொருளின்றி ஏதேதோ உளறிக்கொண்டிருப்பதாகத்தான் நினைத்திருப்பான். ஆனால் உண்மையில் அவர்கள் தமக்குள் ஒரு பரிபாஷையில் தான் பேசிக்கொண்டிருந்தார்கள். ஏதோ

ஒரு அற்புதமான மர்மமான முறையில் அவர்களும் பேசிக்கொள்ளும் சர்வ சாதாரணமான வார்த்தைகள் கூட, இரட்டைப் பொருளில் ஒலித்தன. அதாவது பழுப்பு நிறமான மப்ளரைக் காற்றிலே புடைத்து நிற்குமாறு கட்டிக்கொண்டு திரியும் ஒரு தடித்த பெண்ணின் பால் தாஷாவின் கண்கள் திரும்பிய போதும் அதன் பின்னர் அவளுக்கு அருகில் ஆர்வத்தோடு நடந்து வரும் காப்டனின் இரண்டாம் உதவியாளனை நோக்கும்போதும் அவள் "அதோ பாருங்கள், இவான் இலீச்! அவர்கள் இருவரும் அன்புடன் பழகுகிறார்கள் என்றே தோன்றுகிறது" என்று அவள் சொன்னாள். "ஆனால் எனக்கும் உங்களுக்கும் இடையில் ஏதாவது நடந்தாலோ, அது வேறு மாதிரியாகத்தான் இருக்கும்!" என்ற அர்த்தபாவத்தோடு கூறினாள். இருவரும் என்னதான் பேசிக்கொண்டார்கள் என்பதை இருவரில் எவருமே நிச்சயமாக நினைவுகூர்ந்துவிட முடியாது. எனினும் தெலேகினுக்கோ தன்னைவிட தாஷா மிகுந்த சாமர்த்தியமும், நாசூக்கும், நிறைந்தவளாகத் தோற்றமளித்தாள்; தாஷாவுக்கோ தன்னைக் காட்டிலும் தெலேகின் மிகுந்த பரிவும், எல்லையற்ற புத்தி சாதுரியமும் அமையப்பெற்ற மனிதனாகத் தோற்றமளித்தான்.

பெஸ்ஸோனவைப் பற்றி அவனிடம் சொல்லிவிட வேண்டும் என்று அவள் எத்தனையோ முறை தைரியத்தை வரவழைத்துக் கொண்டாள்; ஆனால் ஒவ்வொரு முறையும் அவள் அதைச் சொல்லாமலிருப்பது நல்லது என்ற முடிவுக்கே வந்தாள். சூரிய ஒளி அவளது முழங்கால்களில் பட்டுப் பிரதிபலித்தது. அவளுக்குக் கதகதப்பு ஊட்டியது; இளங்காற்று அவளது கன்னங்களையும், தோள்களையும், கழுத்தையும் தனது மெல்லிய விரல்களால் வருடிச் சென்றது.

"நாளை அவனிடம் அதைச் சொல்லிவிடுவேன். மழை பெய்யத் தொடங்கினால், நான் அவனிடம் சொல்லிவிட வேண்டும்" என்று தனக்குத்தானே கூறிக்கொண்டாள் தாஷா.

மனிதர்களைப் பார்த்துக்கொண்டிருப்பதில் தாஷா எப்போதும் விருப்பம் கொண்டவள். மேலும் எல்லாப் பெண்களையும் போலவே அவளும் கூரிய பார்வையும் விஷயங்களைக் கவனிக்கும் திறமையும் பெற்றவள். எனவே அன்றைய மாலைப் பொழுதுக்குள் அவள் அந்தக் கப்பலில் பிரயாணம் செய்து வந்த பிரயாணிகளில் கிட்டத்தட்ட எல்லோரையும் பற்றி எவ்வளவோ தெரிந்து கொண்டு விட்டாள். ஆனால் தெலேகினுக்கோ அவளது இத்தகைய சாமர்த்தியம் ஏதோ ஒரு பெரிய அதிசயமாகத்தான் பட்டது.

கறுப்புக் கண்ணாடியும் நீள் அங்கியும் உம்மனா மூஞ்சியுமாகத் தோற்றமளித்த பீட்டர்ஸ்பர்க் சர்வசலாசாலையின் டீன் அதே கப்பலில் பிரயாணம் செய்வதைப் பார்த்ததும் என்ன காரணத்தாலோ, அவரை ஊர் ஊராகச் சுற்றித் திரிந்து ஏமாற்று வேலைகளால் பணத்தைச் சுருட்டிக் கொண்டுபோகும் பிரபலமான பேர்வழி என்றே தாஷா தீர்மானித்தாள். அவர் ஒரு டீன் என்பதை தெலேகினும் அறிந்திருந்தான். இருப்பினும் அவனுக்கும் அவரைப் பற்றி அத்தகைய சந்தேகங்களே எழுந்தன. ஒரு வேளை உண்மையிலேயே அவர் ஒரு ஏமாற்றுப் பேர்வழியாகவே இருக்கக்கூடும்! மொத்தத்தில் எதார்த்தம் பற்றி அவன் கொண்டிருந்த கோட்பாடுகள் அன்று எவ்வாறோ ஆட்டம் கண்டுவிட்டன. தனது தலைதான் கிறு கிறுக்கிறதா அல்லது கனவுதான் கலைந்து விட்டதா என்பதை அவன் அறிந்துகொள்ளவில்லை. தான் காண்கின்ற கேட்கின்ற பொருள்களின் மீது அவ்வப்போது அலையலையாய் பாயும் காதலுணர்ச்சியிலிருந்து தன்னைக் கட்டுப்படுத்திக் கொள்ள முடியவில்லை அதோ குட்டைத் தலைமயிர் கொண்ட அந்தக் குமரிப்பெண் கால்தவறிக் கப்பலிலிருந்து தண்ணீருக்குள் விழநேர்ந்தால், மறுகணமே அவளைப் பின்பற்றித் தானும் தண்ணீருக்குள் பாயநேர்ந்தால், அந்த நிகழ்ச்சி எத்தனை ஆனந்தமயமானதாயிருக்கும் என்று அவன் தனக்குத்தானே கூறிக் கொண்டான். அவள் மட்டும் அப்படி விழுந்து விட்டால்...

நடுச்சாம வேளையின் போது தாஷாவுக்கு ஆனந்தமயமான தூக்கவெறி திடீரென்று வந்து ஆட்கொள்ள முனைந்தது: அந்த வெறியில் அவளால் தனது அறைக்குக்கூட சரிவர நடந்து செல்ல முடியவில்லை. எனவே அவள் அறையின் வாசலுக்குச் சென்று கொட்டாவி விட்டவாறே சொன்னாள்:

"இரவு வணக்கம்! சரி, நீங்கள் அந்த எத்தன் மீது ஒரு கண் வைத்துக் கொள்ளுங்கள்."

தெலேகின் நேராக முதல் வகுப்பு அறைக்குச் சென்றான். அங்கு அந்த டீன் தூக்கம் பிடிக்காத வியாதிக்காரரான படியினால், விழித்திருந்தவாறே டியூமாவின்[10] புத்தகம் ஒன்றைப் படித்துக் கொண்டிருந்ததைப் பார்த்தவாறே சற்று நின்றான். அந்த மனிதர் ஒரு எத்தனாய் இருக்க நேர்ந்த போதிலும் உண்மையிலேயே ஒரு நல்ல மனிதர்தான் என்ற முடிவுக்கு வந்.த பின்னர், தெலேகின் மீண்டும் கப்பலின் ஒளி மிகுந்த நடைபாதைக்கு வந்தான். அந்த நடைபாதையில் இயந்திரத்தின் எண்ணெய் நாற்றமும், வார்னிஷ் வாடையும், தாஷா உபயோருத்திருந்த வாசனைப் பொருள் மணமும் பரவி நின்றன. தெலேகின் அவளது அறை வாசலுக்கு முன்னால் சத்தமின்றி மெல்ல நடந்து தனது அறைக்குச் சென்றான். தனது அறைக்குள் சென்று தொப்பென்று படுக்கையில் விழுந்து கண்களை மூடினான். தனது உள்ளம் முழுவதுமே உறுதி குலைந்து ஆட்டம் கண்டு விட்டதாக அவன் உணர்ந்தான். அதாவது, பல்வேறு விதமான குரல்களும், வாசனைகளும், சூரியனின் கதகதப்பும், இதய வலியைப்போல் உறுத்திய ஏதோ ஓர் இன்பக் குறுகுறுப்பும் அவனது உடல் முழுதையும் ஆட்கொண்டு, அவனை அலைக்கழித்தன.

ஆறு மணிக்குப் பிறகு, அவன் கப்பலின் சங்குச் சத்தத்தைக் கேட்டு திடுக்கிட்டு விழித்தெழுந்தான். கப்பல் அவன் இறங்க வேண்டிய இடமான கீனெஷ்மாவை நெருங்கிக் கொண்டிருந்தது. அவன் அவசர அவசரமாக

10 டியூமா (1809–1870) – பிரெஞ்சு எழுத்தாளர். —(ப-ர்.)

உடை உடுத்தியவாறே, கப்பலின் நடைபாதைக்கு வந்து எட்டிப்பார்த்தான். எல்லாக் கதவுகளும் மூடியிருந்தன; எல்லோருமே இன்னும் தூங்கிக் கொண்டுதானிருந்தார்கள். தாஷாவும் கூட, தூங்கிக்கொண்டிருந்தாள். "நான் எப்படியும் இங்கு இறங்கிவிட வேண்டியதுதான். இல்லையெனில் அது விபரீதமாகத் தோன்றும்" என்று அவன் தனக்குள் சொல்லிக் கொண்டான். கப்பலின் மேல் தளத்துக்குச் சென்றதும், கொஞ்சம் கொஞ்சமாகத் தன்னை நெருங்கி வரும் கீனெஷ்மாவின் வருகை தவிர்க்க முடியாத தர்மசங்கடமாக அவனுக்குப் பட்டது. கீனெஷ்மா நகரம் உயரமான செங்குத்தான ஆற்றங்கரையின் மீது காட்சியளித்தது. அந்த நகரத்தின் கட்டைப்படிகள், மரத்தாலான வீடுகளின் கூட்டங்கள், காலைக்கதிரொளியில் பளபளக்கும் முனிசிபல் பூங்காவிலுள்ள எலுமிச்சை மரங்களின் இளம் பச்சை இலைகள், அந்த நகரத்தின் ஏற்றமும் இறக்குமுமான பாதைகளில் மேலும் கீழும் இயங்கிச் செல்லும் வண்டிகளுக்கு மேலே அசைவற்றுத் தோன்றும் தூசிப்படலம்—எல்லாம் கொஞ்சம் கொஞ்சமாக அவனுக்குப் புலப்படத் தொடங்கின. தெலேகினின் இளங் கபில நிறம் கொண்ட டிரங்குப் பெட்டியைத் தூக்கிகொண்டு கப்பலின் மேல் தளத்தின் மீது டக் டக்கென்று நடந்தவாறே ஒரு கப்பல் மாலுமி வந்து சேர்ந்தான்.

"நான் இங்கு இறங்கவில்லை, இந்தப் பெட்டியைக் கொண்டுபோய் வை" என்று படபடத்த தொனியில் சொன்னான் தெலேகின்; "நான் நீஷ்னி நோவ்கரத் வரைக்கும் போவதாக தீர்மானித்து விட்டேன். கீனிஷ்மாவில் இறங்கித் தானாகவேண்டும் என்ற அளவுக்கு பிரத்தியேகமான அவசியமும் நிர்ப்பந்தமும் இல்லை. சரி. அந்தப் பெட்டியை படுக்கைக்கு அடியிலேயே வைத்து விடு. சரி, தம்பி மிக்க நன்றி."

தெலேகின் தனது அறைக்குள்ளேயே மூன்று மணி நேரம் முடங்கி உட்கார்த்திருந்தான். ஆபாசமான, அழையா விருந்தாளி போல் ஏதோ செய்துவிட்டதாகக் கருதிய

தெலேகின், தனது நடத்தையைப்பற்றி தாஷாவுக்கு என்ன விளக்கம் கூறுவது என்று நினைத்தான். அது பற்றி எந்த விதமான விளக்கமுமே கொடுக்க இயலாது என்று தீர்மானித்தான். அது பற்றி அவளிடம் பொய் சொல்லவோ அல்லது உண்மையையே சொல்லிவிடவோ--இரண்டுமே--முடியாது என்று அவன் கருதினான்.

பத்து மணிக்குமேல், அவன் தன்னைத்தானே முழுக்க முழுக்க வெறுத்தும் பகைத்தும் மனம் வருந்தியவனாக, மேல் தளத்துக்கு வந்து சேர்ந்தான். கைகள் இரண்டையும் பின்புறமாகக் கட்டியவாறு, ஏதோ தண்ணீரில் பாயப் போகிறவன் போல் வந்து நின்றான்; அவனது முகத்திலோ ஆபாசத்தின் உருவமாகக் காட்சியளிக்கும் இயற்கைக்கு மாறான முக பாவம் பிரதிபலித்தது. ஆனால் தளத்தை முற்றும் சுற்றி வந்தும் தாஷாவை எங்கும் காணமுடியாது ஏமாந்தான். எனவே அவன் மனம் குழம்பியவனாய் அவளைத் தேடிக் கப்பலுக்குள் அங்குமிங்கும் பார்த்தான். தாஷா கண்ணில் தட்டுப்படவே இல்லை. அவனது வாயெல்லாம் உலர்த்து விட்டதுபோல் தோன்றியது. ஏதாவது எதிர்பாராத விதமாக நடந்துவிட்டதா? திடீரென்று அவன் அவளை எதிரும்புதிருமாகக் கண்டு கொண்டான். முந்திய நாள் இரவில் அவர்கள் எங்கு அமர்ந்திருந்தார்களோ அதே இடத்தில், அவள் ஒரு பிரம்பு நாற்காலியில் தனிமையில் அமைதியாக அமர்ந்திருந்தாள். அவளது மடிமீது ஒரு புத்தகமும் ஒரு இலந்தைப் பழமும் கிடந்தன. அவள் தெலேகினை நோக்கித் தனது தலையை மெதுவாகத் திருப்பினாள். அவனைப் பார்த்த போது எடுத்த எடுப்பில் அவளது கண்கள் பயத்தால் விரிவன போன்று விரிந்தன; மறு கணமே அந்தக் கண்களில் மகிழ்ச்சி துள்ளியது; கன்னங்களிலே செம்மை புரையோடிக் குவிந்தது; மடியில் இருந்த இலந்தைப்பழம் நழுவி உருண்டோடியது.

"நீங்களா? இங்கேயா? நீங்கள் இறங்கவில்லையா?" என்று மெதுவாகக் கேட்டாள் தாஷா.

தெலேகின் தனது உள்ளப் பரபரப்பை உள்ளே

விழுங்கியவாறே, அவள் அருகில் அமர்ந்து உள்ளடங்கிப் போன குரலில் பேசினான்:

"என்னைப்பற்றி நீங்கள் என்ன நினைத்துக்கொள்வீர்கள் என்று எனக்குத் தெரியாது. எனினும் நான் கீனெஷ்மாவில் இறங்குவதில்லை என்று முடிவு செய்து விட்டேன்."

"உங்களைப்பற்றி நான் என்ன நினைக்கப் போகிறேன்? அதையொன்றும் நான் உங்களிடம் வாய்விட்டுச் சொல்லப் போவதில்லை" என்று கூறியவாறே தாஷா சிரித்தாள்; பின்னர் எதிர்பாராத விதமாக அவள் தனது கரத்தை அவனது கையின் மீது ஆர்வத்தோடும் அநாயாசத்தோடும் வைத்தாள்; அதைக் கண்டதும் தெலேகினின் தலை மீண்டும். கிறுகிறுத்துச் சுழலத் தொடங்கியது; முந்திய நாள் இருந்ததைவிட மோசமான நிலைமையில் அந்தக் கிறுகிறுப்பின் கிறக்கத்திலேயே அவன் அன்றைய தினம் முழுவதும் ஆழ்ந்திருந்தான்.

10

தெலேகின் வேலை பார்த்து வந்த என்ஜீனியரிங் தொழிற்சாலையில் நடந்தது என்னவோ இதுதான்; மழை பெய்து கொண்டிருந்த ஒருநாள் மாலை வேலை; கந்தகப் புகை போன்று மேகக்கூட்டங்கள் நிறைந்து காணப்பட்டன. சங்கொலி வேலை நேரம் முடிவுற்றதை அறிவித்தது. அந்தச் சமயத்தில் தண்ணீர் புகாத மழைக்கோட்டை அணிந்து, அந்தக் கோட்டின் தலையுறையைத் தலைக்குமேல் இழுத்து மூடியவனாக யாரோ ஒருவன் அங்கு வந்தான்; பெரிய தொழிற்சாலைகளின் சுற்று வட்டாரத்துக்கே உரிய காட்சியாக, கரியும் தூசியும் படிந்த அந்த ஒடுங்கிய, நாற்றமெடுத்த சந்து வழியாகத் தொழிலாளர்கள் வீடுகளுக்குச் செல்கின்ற சமயத்தில், அவர்களுக்கு மத்தியில் அந்த வேற்றாள் காட்சியளித்தான்.

அவன் அந்தக் கூட்டத்தினரோடு தானும்

சிறிது தூரம் சென்றான்; பின்னர் திடீரென்று நின்றவனாய், கூட்டத்தினரிடையே அங்குமிங்குமாக துண்டுப்பிரசுரங்களை வேகமாக வழங்கியவாறே, ரகசியமாகச் சொன்னான்:

"மத்தியக் கமிட்டியிலிருந்து வந்த பிரசுரம் இது... இதனை வாசியுங்கள், தோழர்களே!"

தொழிலாளர்கள் நடந்து சென்றவாறே அந்தப் பிரசுரங்களை எட்டி வாங்கி, தமது சட்டைப் பைகளுக்குள்ளோ அல்லது தமது தொப்பிக்குள்ளோ மறைத்து வைத்துக் கொண்டார்கள்.

மழைக்கோட்டு அணிந்த அந்த மனிதன் தன்னிடமிருந்த பிரசுரங்கள் அனைத்தையும் அநேகமாகக் கொடுத்து முடியும் தருணத்தில், ஒரு காவலாளி அவனை நோக்கக் கூட்டத்தினரை இடித்துத் தள்ளிக்கொண்டு வந்தான்; வந்து, அவனைப் பின்புறமிருந்து கோட்டை எட்டிப்பிடித்தவனாக "உன்னைத் தான், நில் இங்கே!" என்று அவசர அவசரமாகச் சொன்னான். ஆனால், மழையிலே வெகுநேரம் நின்று நனைந்து போயிருந்த அந்த மனிதனோ அந்தப் பிடியிலிருந்து லகுவில் நழுவி விட்டான்; அந்தக் காவலாளியின் பிடியிலிருந்து தப்பித்து, ஓடி மறைய முனைந்தான். அதற்குள் கீச்சுக்குரலில் ஒரு விசில் சப்தம் கேட்டது; அந்தச் சப்தத்துக்கு மற்றொரு கோடியிலிருந்து வேறொரு விசில் சப்தம் பதிலளித்தது. கலைந்து சென்று கொண்டிருந்த கூட்டத்தினரிடையே உள்ளடங்கிய கசமுசப்புக் குரல் கேட்டது. எனினும் அந்த மனிதனோ தான் வந்த காரியத்தை முடித்து விட்டு, மறைந்தே போய் விட்டான்.

ஒன்றிரண்டு நாட்களுக்குப் பின்னால், தொழிற்சாலையின் நிர்வாகிகள் எதிர்பார்க்காத முறையில், கொல்லுத் தொழிலாளர்கள் முற்றிலும் வேலை நிறுத்தம் செய்து விட்டார்கள். அவர்கள் சமர்ப்பித்த கோரிக்கைகள், சாதாரணமானவை தான் என்றாலும், அளவுக்கு மிஞ்சிய நிர்ப்பந்தத்தை வற்புறுத்துவதாக இருந்தன.

நீண்டு கிடந்த தொழிற்சாலைக் கூடங்களில், அழுக்கடைந்த ஜன்னல்கள் வழியாகவும், புகை படிந்த கண்ணாடிக் கூரைகளின் வழியாகவும் வந்து விழுந்த மங்கிய ஒளி மூட்டத்தில், அங்குமிங்கும் பலவாறான பேச்சுக்குரல்களும், கோபாவேசமான வார்த்தை வீச்சுகளும் தீப்பொறிகள் மாதிரி படபடத்துப் பொரிந்தன. தொழிலாளர்கள் தங்கள் தங்கள் கடைசல் யந்திரங்களின் முன்னே நின்றவாறு, தம்மைக் கடந்து செல்லும் காரியாலயப் பணியாளர்களைக் குறுகுறுப்போடு கவனித்தார்கள்; உள்ளடங்கியிருந்த உணர்ச்சி வேகத்தோடு, அடுத்து வரும் அறிவிப்புக்களை எதிர்பார்த்து நின்றார்கள்.

முதலாளிகளின் கையாளும், வேவுகாரனும், தலைமை மேஸ்திரியுமான பாவ்லவ் என்பவன், தண்ணீர் இயந்திரத்துக்கு அருகில் திரிந்துகொண்டிருந்தபோது, பழுக்கக் காய்ந்த ஒரு இரும்புப் பாளம் அவன் காலின் மீது விழுந்து காலை நசுக்கி விட்டது. அவனது படுபயங்கரமான கூச்சல்களால், யாரோ கொல்லப்பட்டு விட்டார்கள் என்ற ஒரு வதந்தி தொழிலாளர்கள் மத்தியில் பறந்து பரவியது. ஒன்பது மணி சுமாருக்கு, தலைமை என்ஜினீயரின் பெரிய மோட்டார் கார் புயலைப்போல் உறுமிச் சீறிக்கொண்டு தொழிற்சாலையின் முற்றத்தில் பாய்ந்து புகுந்தது.

வார்ப்புத் தொழிற்சாலைக்கு தான் வழக்கமாக வரும் நேரத்துக்கு வந்து சேர்ந்தான் தெலேகின். பெரும் வட்ட வடிவமான அந்தக் கட்டிடத்தில் இங்குமங்கும் கண்ணாடி சன்னல்கள் உடைந்து போயிருந்தன; தலைக்கு மேல் தொங்கிய பளுதூக்கிகளிலிருந்து இரும்புக் கம்பிகள் தொங்கிக் கொண்டிருந்தன; சுவரோரத்தில் நெருப்பு உலைகள் இருந்தன; தரை மண் தரையாகக் காட்சியளித்தது. அந்தக் கட்டடத்தின் தலைவாசலில் நின்றவாறு, தன்னை நோக்கி வந்த புங்கோ என்ற மேஸ்திரியோடு உற்சாகமாக வார்த்தையாடியவாறு தெலேகின் கைகுலுக்கினான்.

மோட்டர்களின் முன்புற மூடிகளுக்காக ஒரு அவசரமான

ஆர்டர் வந்திருந்தது. அவற்றை உற்பத்தி செய்வது குறித்து, தெலேகின் புங்கோவுடன் கலந்து பேசினான். இரண்டு பேருக்குமே எந்தவிதச் சந்தேகமும் இல்லாத விஷயங்களைப்பற்றி, தெலேகின் அவனிடம் மிகுந்த கவலையோடு விசாரித்தான். தெலேகின் செய்த இந்தச் சாகஸம், புங்கோவினுடைய தற்பெருமையுணர்ச்சிக்கு மிகுந்த திருப்தியளித்தது. தெலேகினின் பேச்சைக் கேட்டு அவன் உள்ளம் குளிர்ந்து போனான். புங்கோ பதினைந்து வருஷங்களுக்கு முன்னால், அந்தத் தொழிற்சாலைக்கு வேலை பழகும் தொழிலாளியாக வந்து சேர்ந்தான். இப்போதோ அவன் அந்த வார்ப்புத் தொழில் பகுதியின் தலைமை மேஸ்திரியின் இடத்துக்கு உயர்ந்து விட்டான். எனவே அவன் தன் தொழில் அறிவையும், அனுபவத்தையும் மிகவும் உயர்வானதாக மதித்திருந்தான். புங்கோவின் மனத்தைத் திருப்திப்படுத்திவிட்டால், குஷிப்படுத்திவிட்டால், எல்லாக் காரியங்களும் செவ்வனே நிறைவேறும் என்ற ரகசியத்தை தெலேகின் நன்கு தெரிந்து வைத்திருந்தான்.

வார்ப்புத் தொழிற்சாலையில் சுற்றித் திரிந்தவாறே, தெலேகின் அங்கிருந்த உருக்கும் தொழிலாளிகள், வார்க்கும் தொழிலாளிகள் முதலியோரிடம் ஆங்காங்கே சிறிது நின்று பேசினான். வேடிக்கையும், நட்புரிமையும் மிகுந்த தொனியில் அவர்களுக்கிடையே இருந்த உறவு நிலைகளைத் தெள்ளத் தெளிவாக வரையறுத்துப் பேசினான் அவன்; "நாம் எல்லோரும் தோழர்கள்தான்; ஆனால் நானோ ஒரு என்ஜினீயர். நீயோ ஒரு தொழிலாளி. எனவே உண்மையில் நாம் இருவரும் ஒருவருக்கொருவர் பகைவர். இருந்தாலும் நாம் எப்படியோ ஒருவரையொருவர் மதிக்கிறோம். நாம் செய்யக்கூடியதெல்லாம் ஒருவரையொருவர் கிண்டல் செய்து கொள்வதுதான்!" என்று இந்த ரீதியில் அவர்களிடம் பேசினான்.

ஒரு நெருப்புலைக்கு மேலாக, பளுதூக்கி ஒன்று வளையமிட்டுத் திரும்பியது; அந்தப் பளுதூக்கியின் இரும்பு வடங்கள் ஒன்றுடனொன்று மோதிக் கலகலத்தன.

ஷூபினும், அரேஷ்னிகவும் உடனே வேலையைக் கவனிக்கத் தொடங்கினார்கள். அவர்கள் இருவரும் கட்டுமஸ்தான உடலும், நல்ல உயரமும் கொண்டவர்கள். ஷூபினின் கரிய தலைமயிரில் கபில நிறம் ஆங்காங்கே கண்டிருந்தது; அத்துடன் அவன் மூக்குக் கண்ணாடியும் அணிந்திருந்தான். அரேஷ்னிகவோ சுருட்டையான தாடி வைத்திருந்தான்; அத்துடன் தனது அழகிய தலைமயிரை ஒரு தோல் வாரினால் இழுத்துக் கட்டியிருந்தான்; கண்கள் நீல நிறமாக இருந்தன; உடம்பு கட்டுறுதி வாய்ந்ததாகத் தோன்றியது. அந்த நெருப்பு உலையின் முன்னாலிருந்த செங்கல் தடுப்பை ஒரு கடப்பாரைக் கம்பியினால் தாக்கித் தகர்த்தான், ஷூபின். அரேஷ்னிகவோ வெளுக்கக் காய்ந்திருந்த உயரமான கொப்பரையின்மீது பளுதூக்கியின் கம்பிவடங்களை இணைத்தான். உலையிலிருந்து வெளிக்கிளம்பி ஊசலாடியது அந்தக் கொப்பரை; தொழிற்சாலைக் கூடத்தின் நடுப்பாகத்தை நோக்கி, வானில் மிதந்து சென்றது; மிதந்து செல்லும்போது, உஸ்ஸென்று இரைந்து கொண்டும், சுவாலை வீசிக்கொண்டும், உருகிய உலோகக் குழம்பை லேசாகச் சிந்திக்கொண்டும் சென்றது.

“நிறுத்து!” என்று கத்தினன் அரேஷ்னிகவ்:

“இறக்கு கீழே!”

மீண்டும் பளுதூக்கியின் சக்கரங்கள் முனகின; கொப்பரை கீழிறங்கியது; உருகிய வெண்கலத்தின் திரவக் குழம்பு கண்களைக் கூசச் செய்தது; அந்தக் குழம்பு வடிந்து கொட்டும் போது, பச்சை நிறமான தாரகைகள் போல் ஒளிச்சிதறல் தோன்றியது; தொழிற்சாலையின் தரையின் மீது ஆரஞ்சு நிறமான ஒளிவெள்ளத்தைப் பரப்பியது; மூக்கைத் துளைக்கும் நெடியோடு கூடிய செம்புப் புகையைக் கிளப்பியவாறே தரை மீது ஓடிப் பரந்தது.

இத்தகைய சமயத்தில் தான் தொழிற்சாலையின் அடுத்த கூடத்துக்குச் செல்லும் வழியிலுள்ள இரட்டைக் கதவு படீரென்று திறக்கப்பட்டது. உடனே அங்குக் கோபாவேசத்தோடு வெளுத்த முகம் கொண்ட ஒரு

தொழிலாளி தோன்றினான். அவன் விறுவிறென்று வார்ப்புப் பகுதிக்குள் நடந்து வந்தான்.

“வேலையை நிறுத்திவிட்டு வெளியேறுங்கள்!” என்று அவன் கரகரத்து நடுங்கும் குரலில் கூறியவாறே தெலேகினை ஓரக்கண்ணிட்டுப் பார்த்தான்! “நான் சொல்வதைக் கேட்டீர்களா, இல்லையா?”

“கேட்டுக்கொண்டுதான் இருக்கிறோம். வீணில் கத்தாதே!” என்று அரேஷ்னிகவ் அமைதியோடு பதிலளித்துவிட்டு, பளுதூக்கியைப் பார்ப்பதற்காக தலையை நிமிர்த்தினான்: “அப்பா இமித்ரி! அங்கே என்ன தூங்குகிறாயா?...”

“நல்லது. நான் சொல்லி விட்டதால், இனிமேல் என்ன செய்ய வேண்டுமென்பது உங்களுக்கே தெரியும், மீண்டும் நான் உங்களிடம் சொல்ல வேண்டியதில்லை” என்று கூறியவாறு அந்தத் தொழிலாளி தனது சட்டைப்பைகளுக்குள் கைகளைச் செலுத்தினான்; விறுட்டென்று திரும்பி, அந்த இடத்தைவிட்டு வெளியேறினான்.

தெலேகின் புதிதாக வார்க்கப்பட்ட உலோகத்துக்கு அருகில் அமர்ந்திருந்தவாறே, அதில் ஒட்டிக்கொண்டிருந்த மண்ணை ஒரு கம்பியினால் சுரண்டிக் கொண்டிருந்தான். புங்கோவோ வாசலை அடுத்துக் கிடந்த மேசை முன்னாலுள்ள உயரமான பெஞ்சின் மீது ஏறியமர்ந்து சாம்பல் நிறம்படிந்த தனது ஆட்டுத் தாடியைப் படபடப்போடு தடவிவிட்டுக் கொண்டிருந்தான்.

அவன் தனது கண்களை அங்குமிங்கும் அலைத்துப் பார்த்தவாறே. சொன்னான்: “நமக்கு இஷ்டமிருந்தாலும் சரி, இல்லாவிட்டாலும் சரி, நாம் வேலை நிறுத்தம் செய்தே ஆக வேண்டுமாம். நாளைக்கு நம்மை வேலையைவிட்டு நீக்கி வெளியே தள்ளினால் நமது பிள்ளை குட்டிகளுக்கு நாம் எப்படி உணவளிக்க முடியும்? இதனை அந்தப் பயல்கள் கொஞ்சமேனும் சிந்தித்துப் பார்க்கிறார்களா?”

“என்ன வலி ஸ்தெபானவிச்? நீர் இந்த விஷயத்தில்

குட்டையைக் குழப்பாமல் சும்மா இருந்தாலே போதும்” என்று எரிச்சலோடு பதிலளித்தான் அரேஷ்னிகவ்.

“ஏன்? எனக்கு இதில் சம்பந்தமில்லையா?”

“இதெல்லாம் எங்கள் விவகாரம். நீர் சும்மா வாயைப் பொத்திக் கொண்டிருந்தால் போதும்! உம் பாடு ஒன்றும் மோசமாகிவிடாது. நீர் பாட்டுக்கு ஓடிப்போய் முதலாளி மார்களிடம் கூழைக்கும்பிடு போடவேண்டியதுதானே!”

“அது சரி, எதற்காக இந்த வேலை நிறுத்தம்?” என்று கேட்டான் தெலேகின். “சரி. கோரிக்கைகள் என்னென்ன?”

அரேஷ்னிகவ் தனது கண்களை புங்கோவிடமிருந்து அப்பால் திருப்பிக்கொண்டான். தெலேகினின் கேள்விக்கு, புங்கோவே பதிலளித்தான்:

“கொல்லுப் பட்டறைத் தொழிலாளிகள் தான் வேலை நிறுத்தம் செய்திருக்கிறார்கள். சென்ற வாரம் பரிசோதனை செய்வதற்காக, அறுபது கடைச்சல் இயந்திரங்கள் ‘முடிந்த வேலைக்குச் சம்பளப்’ பிரிவுக்கு ஒதுக்கப்பட்டன. ஆனால் அப்படிச் செய்வதன் மூலம், அவர்கள் முன்னை மாதிரி அதிகமாக உற்பத்தி செய்ய முடியவில்லையாம். அதிக நேரம் வேலை பார்க்க வேண்டியிருக்கிறதாம்! எனவே அவர்கள் என்னென்ன கோரிக்கைகளையெல்லாமோ சமர்ப்பித்திருக்கிறார்கள். அவையனைத்தும் ஆறாம் எண் கூடத்துக் கதவின்மேலே ஒட்டப்பட்டுள்ளன. எனினும் அவற்றில் குறிப்பிட்டுச் சொல்லக் கூடிய விஷயம் ஒன்றுமில்லை.”

பின்னர் அவன் விஷமத்தனத்தின் வெறிவேகத்தோடு, மைப் புட்டிக்குள் பேனாவை முக்கினான்; தான் தயாரித்துக் கொண்டிருந்த பட்டியலைத் தொடர்ந்து எழுதத் தொடங்கினான். தெலேகினோ தனது கைகளைப் பின்புறமாகக் கட்டியவாறு, உலைகளின் அருகே அங்குமிங்கும் நடந்து திரிந்தான். பின்னர் செந்நெருப்பின் தாங்க முடியாத வெப்பத்தினால் பாம்புகள் போல் நெளிந்து சுருண்டு நடனமிடும் உருகிய வெண்கலக்

குழம்பை, வட்ட வடிவமான ஜன்னல் வழியாக எட்டிப்பார்த்துவிட்டுச் சொன்னான்:

"என்ன அரேஷ்னிகவ்? இதோ இந்த வெண்கலம் உருகு வெகு நேரமாகவில்லையா?"

இந்தக் கேள்விக்கு அரேஷ்னிகவ் பதிலே சொல்லாமல் தான் அணிந்திருந்த தோல் உடையைக் கழற்றி எடுத்து, அதனை அங்கிருந்த ஆணியொன்றில் மாட்டினான்; தனது ஆட்டுத்தோல் தொப்பியையும் நீண்ட முரட்டுக் கோட்டையும் எடுத்துப் போட்டுக்கொண்டான்; பின்னர் தனது கனத்த கரகரத்த குரலில் அந்தத் தொழிற்சாலைக்கூடம் முழுவதும் கேட்குமாறு உரத்துக் கத்தினான்:

"தோழர்களே! வேலையை நிறுத்துங்கள். எல்லோரும் ஆறாம் நம்பர் கூடத்துக்கு வந்து சேருங்கள்."

அவன் வெளிவாசலை நோக்கி நடந்தான். ஏனைய தொழிலாளர்களும் ஒன்றும் பேசாமல் தமது கருவிகளைக் கீழே வைத்து விட்டு, கடைசல் யந்திரங்களிலிருந்தும், பளுதூக்கி யந்திரங்களிலிருந்தும், தரையில் உள்ள பள்ளங்களிலிருந்தும் வெளிப்பட்டார்கள்; அவர்கள் எல்லோரும் அரேஷ்னிகவைச் சுற்றி வட்டமிட்டார்கள். திடீரென்று வாசற் புறத்திலிருந்து ஒரு பெரும் சத்தம் கேட்டது, யாரோ ஒருவன் வெறிபிடித்த கீச்சுக் குரலில் கத்தினான்:

"எழுதவா செய்கிறாய்? நாய்க்குப் பிறந்த பயலே! எழுது, எழுது? என் பெயரையும் எழுதிக்கொள். நிர்வாகிகளிடம் போய்ச் சொல்!"

வார்ப்புத் தொழிலாளியான நோசவ் என்பவன்தான் புங்கோவை நோக்கி அவ்வாறு கத்திக்கொண்டிருந்தான். சவரம் செய்யப்படாது வதங்கிப் போயிருந்த தோற்றமும், ஒளியிழந்து உட்குழிந்த கண்களும் கொண்ட அவனது முகம் கோபத்தால் வலித்து வக்கரித்தது; அதன் காரணமாக, எலும்பும் தோலுமான அவனது கழுத்தில் ஒரு ரத்தக்குழாய்

தடித்துப் புடைத்தது. அவன் கறுத்துப் போயிருந்த தனது முட்டியால் மேஜை விளிம்பை ஓங்கியறைந்தவாறே புங்கோவை நோக்கிக் கத்திக்கொண்டேயிருந்தான்:

"ரத்தம் குடிப்பவர்களே! சித்திரவதை வெறியர்களே! உங்களுக்கு ஒரு முடிவு கட்டுவோம்!"

அரேஷ்னிகவ் பின்னர் நோசவின் இடுப்பில் கைபோட்டு இழுத்தவாறே அவனை அந்த மேசையைவிட்டு விலக்கி, வாசலை நோக்கித் தள்ளிக் கொண்டு சென்றான். நோசவும் அத்துடன் அடங்கிப் போய் விட்டான். பின்னர் தொழிற்சாலைக் கூடம் முழுவதும் ஆள் அரவமற்று வெறிச்சோடிப் போயிற்று.

நன்பகலுக்குள் தொழிற்சாலை முழுவதுமே வேலை நிறுத்தம் செய்து விட்டது. மேலும் ஒபுஹவ் தொழிற்சாலையிலும், நேவா என்ஜீனியரிங் தொழிற்சாலையிலும் தகராறுகள் வெடித்திருப்பதாக வதந்திகள் உலவின, தொழிலாளர்கள் எல்லோரும் தொழிற்சாலையின் முற்ற வெளியில் கும்பல் கும்பலாகக் கூடி நின்றார்கள். வேலை நிறுத்தச் செயற்குழுவினருக்கும், நிர்வாகத்துக்கும் இடையே நடைபெறும் பேச்சு வார்த்தையின் முடிவை தெரிந்து கொள்வதற்காக அவர்கள் காத்து நின்றார்கள்

அந்த ஆலோசனைக் கூட்டம் தொழிற்சாலை அலுவலகத்லேயே நடந்தது. நிலைமையைக் கண்டு பதறிப்போன நிர்வாகிகள் சலுகைகள் வழங்கவும், விட்டுக் கொடுக்கவும் தயாராகி விட்டார்கள். எனினும் ஒரே ஒரு விஷயத்தில்தான் இரு சாராருக்கும் இடையில் உடன்பாடு காண முடியாதிருந்தது. அது நிர்வாகிகள் கட்டிடத்தை ஒட்டியுள்ள வேலிச்சுவரிலுள்ள ஒரு வாசற்கதவுப் பிரச்சனைதான். அந்தக் கதவைப் பூட்டி வைக்கக் கூடாது என்றும், பூட்டி வைத்திருப்பதால், தாங்கள் அந்தச் சுவரை முற்றிலும் சுற்றி வரவேண்டியிருப்பதோடு, கால்மைல் தூரத்துக்குச் சேற்றில் நடந்து வரவேண்டியிருக்கிறது என்றும் தொழிலாளர்கள் கூறினார்கள். உண்மையில் யாருமே அந்தக் கதவைப் பற்றிக் கொஞ்சம் கூட அக்கறை

கொள்ளவில்லை. எனினும், இப்போதோ அந்தக் கதவு பற்றிய பிரச்சினை இருசாராருக்கும் ஒரு கௌரவப் பிரச்சனையாக மாறிவிட்டது. இதன் விளைவாக, நிர்வாகிகள், திடீரென்று மீண்டும் பிடிவாதம் பிடிக்கத் தொடங்கினார்கள்; அத்துடன் நீண்டதொரு விவாதம் மீண்டும் ஆரம்பமாகிவிட்டது.

அச்சமயத்தில் உள்நாட்டு மந்திரியின் அலுவலகத்திலிருந்து போன் மூலமாக அவர்களுக்கு ஒரு உத்தரவு வந்து சேர்ந்தது. அதாவது வேலை நிறுத்தச் செயற் குழுவின் எந்த ஒரு கோரிக்கையையும் ஏற்க வேண்டாம் என்றும், மறு அறிவிப்பு வரும் வரையிலும் அவர்களோடு எந்தவிதமான பேச்சு வார்த்தைகளையும் மேற்கொள்ள வேண்டாமென்றும் அந்த உத்தரவு அறிவித்தது.

அந்த உத்தரவினால் படுமோசமான விளைவுதான் ஏற்பட்டது. உத்தரவு கிடைத்தவுடன், வேலை நிறுத்தம் பற்றி முழுமையாகத் தெளிவு பெற்றுவரும் நோக்கத்தோடு, தலைமை என்ஜீனியர் நகரத்துக்குப் பறந்தார். தொழிலாளர்களோ அதைக் கண்டு திகைத்துப் போய் விட்டார்கள்; எனினும் அவர்கள் உள்ளம் அமைதியை இழந்துவிடவில்லை. என்ஜினீயர்கள் கூடி நிற்கும் தொழிலாளர்களிடையே சென்று ஏதும் செய்ய முடியாதென்று கையை விரித்தார்கள். ஆங்காங்கே அரிப்பும் கிண்டலும் கூட ஒலித்தன. கடைசியில் பூதாகாரமான தோற்றமும் நரைத்த தலைமயிரும் கொண்ட பூல்பின் என்னும் என்ஜினீயர் தொழிற்சாலை முற்றத்தின் கடைகோடி வரைக்கும் கேட்கக் கூடிய உரத்த குரலில், பேச்சுவார்த்தைகள் அனைத்தும் மறுநாள் வரையிலும் ஒத்தி வைக்கப்பட்டு விட்டதாக அறிவித்தார்.

மாலை நேரம் வரையிலும் வார்ப்புத் தொழில் கூடத்திலேயே இருந்த தெலேகின், அங்கிருந்த உலை எப்படியும் உக்கரம் அணையத்தான் போகிறது என்பதைக் கண்டறிந்தான்; எனவே அவன் அங்கு சிறிது நேரம் தலையைச் சொரிந்து விட்டு, தனது வீட்டுக்குப் போய்ச் சேர்ந்தான். சாப்பாட்டு. அறையில் கூடியிருந்த 'சம்பிரதாய

விரோதிகள்' அன்றையத் தேதியில் தொழிற்சாலையில் நடந்த சம்பவங்களைக் கேட்டு அறிவதில் மிகுந்த உற்சாகம் காட்டினார்கள். ஆனால் தெலேகின் அவர்களிடம் எதுவுமே பேசவில்லை. தன் முன்னால் எலிசவேதா கீயவ்னா கொண்டு வந்து வைத்த சமோசாக்களை மட்டும் அவன் சாப்பிட்டான்; பின்னர் நேராகத் தனது அறைக்குள் சென்று கதவைத் தாளிட்டுக்கொண்டு, படுக்கையில் படுத்தான்.

மறுநாள் அவன் தொழிற்சாலைக்குப் புறப்பட்டுச் சென்ற போது, வெகுதூரத்தில் வந்து கொண்டிருந்த சமயத்திலேயே, அங்கு நிலைமைகள் சரியாக இல்லை என்பதை லகுவில் கண்டுணர்ந்து கொண்டான். தெருவில் எங்கு பார்த்தாலும் தொழிலாளர்கள் கும்பல் கும்பலாக நின்று பேசிக் கொண்டிருந்தார்கள். தொழிற்சாலையின் வாசலின் முன்னால் பெரிய கூட்டம் ஒன்று நின்றது; நூற்றுக்கணக்கான தொழிலாளர்கள் கோபமூட்டப் பெற்ற தேனீக் கூட்டைப் போன்று கும்மென்று இரைந்து கொண்டு நின்றார்கள்.

சாதாரண கோட்டும், பட்டுத்தொப்பியும் அணிந்து கொண்டுவந்த தெலேகினின் வரவை அங்குள்ளவர்கள் யாருமே கவனிக்கவில்லை. எனினும் ஆங்காங்கு கூடி நின்று பேசிக் கொண்டிருக்கும் தொழிலாளர்களின் பேச்சுக் குரல்களிலிருந்து, வேலை நிறுத்தச் செயற்குழுவினர் எல்லோரும் இரவில் கைது செய்யப்பட்டு விட்டனர் என்றும், தொழிலாளர்களை மேலும் மேலும் கைது செய்து வருகிறார்கள் என்றும் தெலேகின் அறிந்துகொண்டான். மேலும், புதியதொரு வேலை நிறுத்தச் செயற்குழு தேர்ந்தெடுக்கப் பட்டதையும், அந்தப் புதிய குழுவின் கோரிக்கைகள் பொருளாதாரக் கோரிக்கைகளாக மட்டுமல்லாமல் அரசியல் கோரிக்கைகளாகவும் இருப்பதையும், தொழிற்சாலையின் முற்றவெளி முழுவதும் கசாக்குக்[11] குதிரைப்படை வீரர்கள் நிறைந்து நிற்பதாகவும்,

---

11 **கசாக்குகள்–ஆரம்ப காலங்களில் நிலப்பிரபுத்துவ ஒதுக்கு முறையிலிருந்து தப்பி ஓடி ரஷ்யாவின் எல்லைகளில்**

கூட்டத்தினரைக் கலைக்குமாறு அவர்களுக்கு உத்தரவு கொடுக்கப்பட்டுள்ளதாகவும், ஆனால் அந்த வீரர்கள் அதற்கு மறுத்துவிட்டதாகவும் தொழிலாளர்கள் பேச்சிலிருந்து தெலேகின் புரிந்துகொண்டான். இதற்கும் மேலாக, ஒபுஹவ் தொழிற்சாலையிலும், நேவா கப்பல் கட்டும் தொழிற்சாலையிலும், பிரஞ்சு ஆலையிலும் மற்றும் வேறு பல சிறு தொழிற்சாலையிலும் உள்ள தொழிலாளர்களும் முழு வேலை நிறுத்தம் செய்துள்ளார்கள் என்று அறிந்து கொண்டான்.

எனினும் அலுவலகத்துக்குச் சென்று விஷயங்களைத் தெரிந்து கொள்ளலாம் என்ற உத்தேசத்துடன் தெலேகின் முன்னேறிச் செல்ல முனைந்தான். அத்தனை கூட்டத்தினுள் அடித்துப்பிடித்து முன்னேறிச் சென்ற போதிலும் அவனால் தொழிற்சாலையின் வாசல் வரையிலும்தான் செல்ல முடிந்தது. அங்கு தொளதொளத்த ஆட்டுத்தோல் மோஸ்தர் கோட்டணிந்து கொண்டு வழக்கமாக நிற்கும் வாயில் காப்போனைத்தவிர வேறு இரண்டு குதிரைப்படை வீரரும் நின்று கொண்டிருந்தார்கள். அந்தப் படைவீரரின் வட்ட வடிவமான தொப்பிகள் ஒருபுறமாகச் சரிந்திருந்தன; அவர்களது தாடிகள் நடுவில் வூடு பிளந்து காட்சியளித்தன. அங்கு கூடி நின்ற தொழிலாளிகளின் கோபமும் வருத்தமும் கொண்ட முகங்களை, அந்தப் படைவீரர்கள் குதூகலத்துடன் அலட்சியமாகப் பார்த்தார்கள்; அதே சமயம் அந்தப் படை வீரர்களின் வழவழப்பான செம்மை பாய்ந்த முகங்களோ ஏளனமும் எக்களிப்பும் கொண்டு விளங்கின.

"இந்தப் பயல்கள் எதற்கும் கூச்சப்பட மாட்டார்கள்" என்று எண்ணியவாறே தெலேகின் தொழிற்சாலையின் முற்றத்துக்குள் நுழைய முனைந்தான். உடனே அவனுக்கு அருகில் நின்ற படைவீரன் அவனைத் தடுத்து

குடியேறிய அடிமை விவசாயிகள். 16--17ம் நூற்றாண்டுகளில் கசாக்குகள் ஒரு இனமாக வடிவெடுத்தனர். இவர்கள் நல்ல குதிரை வீரர்களானதால் பின்னர் ஜார் ராணுவத்துக் குதிரைப்படையின் முக்கிய பகுதியாக விளங்கினர். (ப-ர்.)

நிறுத்திக் கண்டனம் நிறைந்த முறையில் கடுமையாகப் பார்த்தவனாகக் கத்தினான்.

"எங்கே போகிறாய்? நில்!"

"நான் அலுவலகத்துக்குப் போக வேண்டும். நான் ஒரு என்ஜினீயர்."

"சொல்வதைக் கேள், நில்லு!"

கூட்டத்தில் கூச்சல் கிளம்பியது:

"துரோகிகளா! ரத்த வெறிபிடித்த நாய்களா!"

"எங்கள் ரத்தத்தைக் குடித்தது இன்னுமா போதாது?"

"கொழுத்துப்போன விலங்குகளா! 'குலாக்'[12]குகளா!"

இந்தச் சமயத்தில் வளைந்த பெரிய மூக்கும், பருக்கள் நிறைந்த முகமும் கொண்ட குட்டையான இளைஞன் ஒருவன் உடம்புக்குப் பெரிதான ஒரு கோட்டையும், சுருட்டை முடியின்மீது வைக்கப்பெற்ற தொப்பியையும் அணிந்தவனாய் கூட்டத்தினரை இடித்துக்கொண்டு முன் வரிசைக்கு வந்து சேர்ந்தான். அவன் எலும்பும் தோலுமான மெலிந்த கரங்களை ஆட்டிக்கொண்டே, தட்டுத் தடுமாறிய குரலில் சொன்னான்:

"கசாக்குத் தோழர்களே! நாம் எல்லோருமே ருஷ்ய மக்கள். இல்லையா? அப்படியானால் நீங்கள் யாருக்கு எதிராக ஆயுதங்களைத் தாங்கி நிற்கிறீர்கள்? உங்கள் உடன்பிறப்புக்கு எதிராகவா? நீங்கள் சுட்டுத் தள்ளவேண்டிய எதிரிகள் நாங்களா? நாம் விரும்புவதென்ன? ருஷ்ய மக்கள் எல்லோருமே இன்பமாக வாழவேண்டும் என எல்லா மனிதர்களும் விடுதலை பெற வேண்டும் என்று விரும்புகிறோம். எதேச்சாதிகாரத்தை ஒழித்துக்கட்ட விரும்புகிறோம்..."

அந்தக் கசாக்கு படைவீரன் தனது உதடுகளை இறுக

12 குலாக்: ரஷ்யப் பணக்கார விவசாயிகள்.--(மொழி-ர்.) 165

மூடி கடித்தவாறு, அந்த இளைஞனை மேலும் கீழும் பார்த்தான்; பின்னர் அங்கிருந்து திரும்பி, தொழிற்சாலை வாசலில் மேலும் கீழும் நடந்து பாராக் கொடுக்க முனைந்தான்; மற்றொரு கசாக்கு படைவீரனோ அதிகாரத் தொனி மிகுந்த கரகரத்த குரலில் கூறினான்:

"கலகம் செய்வதை நாங்கள் அனுமதிக்க முடியாது; நாங்கள் சத்தியப் பிரமானம் செய்தவர்கள்."

அந்தச் சுருட்டைத்தலை இளைஞனுக்கு என்ன பதிலளிப்பது என்பது பற்றி ஒரு முடிவுக்கு வந்தவனாய், முதலில் சென்ற கசாக்கு படைவீரன் திரும்பி வந்து நின்றவனாய்ச் சத்தமிட்டான்:

"சகோதரர்களே! சகோதரர்களே!.. காற்சட்டையை இழுத்துக்கட்டுங்கள்! இல்லையேல் இழந்துவிடுவீர்கள்!"

இரண்டு படைவீரர்களும் சிரித்தார்கள்.

அந்த வாசலிலிருந்து திரும்பிய தெலேகினை கூட்ட நெரிசல் ஓர் ஓரத்துக்குத் தள்ளியது. சுடைசியில், வேலிச் சுவருக்கு அருகில் கிடந்த பழைய இரும்புக் குவியலின் அருகே வந்து சேர்ந்தான், அந்தக் குவியலின் மீது ஏறி நிற்க முயன்ற போதுதான், அவனது கண்களில் அரேஷ்னிகவ் தென்பட்டான். அவனது ஆட்டுத்தோல் தொப்பி தலையின் பின்புறமாக நழுவிக்கிடந்தது; அவன் ஒரு ரொட்டியை அமைதியாக அசைபோட்டுக்கொண்டிருந்தான். தெலேகினை அவனும் கண்டு கொண்டவுடன் தனது புருவங்களை உயர்த்தி விழித்தவாறே சுனத்த குரலில் சொன்னான்:

"நிலைமை மிக அழகாக இருக்கிறது, இவான் இலீச்!"

"வணக்கம் அரேஷ்னிகவ்! எல்லாம் எப்படி முடியும் என்று நீங்கள் நினைக்கிறீர்கள்?"

"நாம் பாட்டுக்கு இவ்வாறே கொஞ்ச நேரம் சத்தம் போடுவோம், பின்னர் எங்கள் தொப்பிகளைக் கையில் எடுத்துக்கொண்டு நிர்வாகிகளை நாடிப்போவோம்.

அவ்வளவு தான். கலகம் பண்ணுவதால் விளையக் கூடிய லாபம் இதுதான். அவர்கள் கசாக்குகளைக் கொண்டு வந்து விட்டார்கள். அவர்களை எதிர்த்துப் போராடுவதற்கு நம்மிடம் என்ன இருக்கிறது? இதோ என் கையில் வைத்திருக்கும் முள்ளங்கித் தண்டை. அவர்கள் மீது விட்டெறிந்து இரண்டு பேரைக் கொல்வதா, என்ன?"

இந்தச் சமயத்தில் கூட்டத்தினிரிடையே ஏதோ ஒரு கசமுசப்பு எழுந்தது; தொடர்ந்து சிறிதே அமைதி. ஓரிரு கணங்களுக்குப் பிறகு, தொழிற்சாலை வாசலிலிருந்து அதிகார முறுக்குடன் கூடிய ஒரு குரல் கனீரென்று ஒலித்தது:

"நீங்கள் எல்லோரும் வீடுகளுக்குப் போங்கள். தயவு செய்து போய் விடுங்கள். உங்கள் கோரிக்கைகள் அனைத்தும் கவனிக்கப்படும். தயவு செய்து அமைதியாக கலைந்து செல்லுங்கள்."

ஆத்திரமடைந்த கூட்டத்தினர் முன்னும் பின்னும் நகர்ந்தார்கள். அவர்களிடையே நிலவிய பேச்சுக் குரலின் ஓசை அதிகரித்தது. அரேஷ்னிகவ் சொன்னான்:

"அவர்கள் மூன்றாவது முறை மரியாதையாகப் பேசிப் பார்க்கிறார்கள்."

"பேசுவது யார்?"

"கசாக்கு படை அதிகாரிதான்!"

"தோழர்களே! கலைந்து செல்லாதீர்கள்!" என்று உணர்ச்சி வசப்பட்ட ஒரு குரல் உரத்துக் கேட்டது. தெலேகின் நின்று கொண்டிருந்த இரும்புக் குவியலின் மீது ஒழுங்கிழந்த கரிய தாடியும், பெரிய தொப்பியும் அணிந்த ஒரு மனிதன் ஏறி நின்றான்; அவனது வெளிறிய முகத்தில் உணர்ச்சி வேகம் குடிகொண்டிருந்தது; கரிய தாடிக்குக் கீழே நெருக்கமான ஒரு சட்டை காட்சியளித்தது; அந்தச் சட்டையின் திறப்புகள் ஓர் ஊக்கினால் இழுத்துப் பிடித்து மாட்டப்பட்டிருந்தன.

அவன் இறுக மூடிய முட்டியை உயர்த்தி ஆட்டியவாறு மிகவும் உரத்த குரலில் கத்தினான்: "தோழர்களே! நீங்கள் என்ன செய்தாலும் சரி, இங்கிருந்து போகமட்டும் செய்யாதீர்கள். காசாக்குகள் நம்மீது துப்பாக்கிப்பிரயோகம் செய்ய மறுத்து விட்டார்கள் என்ற செய்தியை நாம் தக்க ஆதாரத்துடன் கூறுகிறோம். எனவே நிர்வாகிகள் நடுவர்களைக் கொண்டு வேலை நிறுத்தக் குழுவிடம் பேச்சு வார்த்தைகள் நடத்தி வருகிறார்கள். அது மட்டும் அல்ல. ரயில்வே ஊழியர்களும் கூட, ஒரு பொதுவேலை நிறுத்தத்தை மேற்கொள்வது பற்றி ஆலோசித்து வருகிறார்கள். அரசோ பீதி கண்டு கதி கலங்கிப் போயிருக்கிறது."

"சபாஷ்" என்று ஓர் உத்வேகமான குரல் எங்கிருந்தோ ஒலித்தது. கூட்டத்தனரிடையே கசமுசப்பு எழுந்தது; இந்தக் கசமுசப்பில் அந்தப் பிரசங்கி கூட்டத்தினரிடையே பாய்ந்து புகுந்து ஓடி மறைந்தான்; சந்து வழியே மக்கள் ஓடுவதைக் காண முடிந்தது.

தெலேகின் மீண்டும் அரேஷ்னிகவைக் கண்டுபிடிக்க முனைந்தான். ஆனால் அரேஷ்னிகவோ அதற்குள் வெகுதூரம், அதாவது தொழிற்சாலையின் வாசலுக்கே சென்று விட்டான். "புரட்சி" என்ற சொல் இடையிடையே அடிக்கடி ஒலிக்கத் தொடங்கியது.

தெலேகினுக்கு உணர்ச்சிப் படபடப்பினால் உடம்பு புல்லரித்தது; அதில் இன்ப மயமான ஓர் உணர்ச்சி வேகமும் இருந்தது. அவன் அந்தப் பழைய இரும்புக் குவியலின் மீது ஏறி நின்றவாறே, அந்தப் பிரமாண்டமான மக்கள் கூட்டத்தை ஏறிட்டுப் பார்த்தான். அந்தச் சமயத்தில் தனக்கு வெகு அருகில் அகூன்தின் நின்று கொண்டிருப்பதைக் கண்டான். அகூன்தின் உயரமான தொப்பியும், கறுத்த உடுப்பும் மூக்குக் கண்ணாடியும் அணிந்திருந்தான். 'பௌலர்' தொப்பி அணிந்த வேறொரு மனிதன் கூட்டத்தினரை இடித்துக்கொண்டு அகூன்தினை நோக்கி விரைந்து வந்தான்; வந்தவன் அகூன்தினை நோக்கி உதடுகள் துடிக்கப் பின்வருமாறு பேசியதை

தெலேகினும் கேட்டான்:

"அகூன்தின்! வாருங்கள். அவர்கள் உங்களுக்காகக் காத்துக் கொண்டிருக்கிறார்கள்?"

"நான் வரவில்லை?" என்று முரட்டுத்தனமாக பதிலளித்தான் அகூன்தின்.

"குழுவினர் எல்லோருமே அங்கு இருக்கிறார்கள். நீங்கள் வராமல் அவர்கள் ஒரு முடிவும் செய்ய மாட்டார்கள்."

"நான் என் தீர்மானத்தை மாற்றிக் கொள்ளப் போவதில்லை. எல்லோருக்கும் அது தெரியும்."

"உங்களுக்குப் பைத்தியமா, என்ன? நிலைமை எப்படிப் போய்க்கொண்டிருக்கிறது என்பதை நீங்களே பாருங்கள். அவர்கள் எந்த நிமிஷத்திலும் துப்பாக்கிப் பிரயோகம் செய்யத் தொடங்கிவிடுவார்கள். அதுமட்டும் எனக்கு முழு நிச்சயம்,"

அந்த மனிதனின் உதடுகள் மேலும் படபடத்துத் துடித்தன.

"முதலில்--சத்தம் போடாமல் இருங்கள்!" என்றான் அகூன்தின்; "சமரச முடிவை நீரே போய்ச் சொல்லிப்பாரும். ஆத்திரமூட்டும் செயலுக்கு உடந்தையாயிருக்க நான் விரும்பவில்லை."

"நாசமாப் போச்சு! இவருக்குப் பைத்தியம்தான் பிடித்திருக்கிறது!" என்று கூறியவாறே அந்த மனிதன் கூட்டத்தினரை இடித்துக் கொண்டு திரும்பிச் சென்றான்.

முந்தின நாளன்று தெலேகின் வேலை பார்க்கும் வார்ப்புப் பகுதிக்கு வந்து தொழிலாளர்களை, கருவிகளைக் கீழே வைத்து வேலை நிறுத்தம் செய்யுமாறு கேட்டுக்கொண்ட அதே தொழிலாளி இப்போது அகூன்தினை நோக்கிக் கூட்டத்தினரிடையே முண்டியடித்துக்கொண்டு முன்னேறி வந்தான். அகூன்தின் அவனிடம் ஏதோ சொன்னான்; அவனும் தலையை ஆட்டிவிட்டு, அங்கிருந்து மறைந்து சென்றான். இதே போன்று வேறொரு தொழிலாளியும்

அங்கு வந்தான். அதே சில வார்த்தைகள்; அதே தலையசைப்பு; அந்தத் தொழிலாளியும் சென்று மறைந்தான்.

அந்தச் சமயத்தில் கூட்டத்தினரிடையே எச்சரிக்கை செய்யும் கூக்குரல்கள் எழும்பின; திடீரென்று துப்பாக்கிக் குண்டுகள் மூன்று முறை சீறின. அங்கு திடீரென்று பேரமைதி நிலவியது. எங்கோ இயற்கைக்கு மாறான தொனியில் ஆ... அ... அ... என்று இழுத்தது. கூட்டத்தினர் தொழிற்சாலை வாசலிலிருந்து பின்வாங்க வழி விட்டு ஒதுங்கினார்கள். மிதித்துத் துவைக்கப்பெற்ற சேற்றில் ஒரு கசாக்கு முகம் குப்புற விழுந்து கிடந்தான்; அவனது கால்கள் இரண்டும் மேல் நோக்கி நின்றன. தொழிற்சாலையின் வாசற்கதவுகள் படாரென்று திறக்கப்பட்டதைக் கண்டதும், பயங்கரமான ஆட்சேபக் குரல்கள் கூட்டத்தினரிடையே பட்டென்று வெடித்தன.

பின்னர் எங்கிருந்தோ நான்காவது வேட்டுச் சத்தம் கேட்டது; தொடர்ந்து காற்றிலே பல கற்கள் பறந்தன; அந்தக் கற்கள் வேலியின் மீது நடப்பட்டிருந்த இரும்புப் பட்டைகளை முறித்தெறிந்தன. அச்சமயத்தில் தெலேகின் மீண்டும் அரேஷ்னிகவைக் கண்டான். இப்போது அவன் தலையில் தொப்பியைக் காணோம். குழப்பத்தினால் கலைந்து சென்று கொண்டிருந்த கூட்டத்துக்கு முன்னால் திறந்த வாயோடு தன்னந்தனியே நின்று கொண்டிருந்தான். அவன் தனது பெரிய பூட்சுகளை அணிந்தவாறு, பய உணர்ச்சியால் ஆடாது அசையாது அப்படியே நின்று கொண்டிருந்தான். சவுக்கினால் சொடுக்கி அடிப்பதுபோல வானவெளியில் துப்பாக்கி வேட்டுக்களின் சப்தம் பட்பட்டென்று கேட்டது. ஒரு வேட்டு, இரண்டு வேட்டு, தொடர்ந்து படபடவென்று பல வேட்டுக்கள்... அரேஷ்னிகவ் அமைதியாக முழங்காலிட்டு, முகம் குப்புறத் தரைமீது சாய்ந்து விழுந்தான்.

ஒரு வாரகாலத்தில் தொழிற்சாலையில் நடத்த தகராறுகள் பற்றிய விசாரணைகள் முடிவடைந்தன. தொழிலாளர்களோடு அனுதாபம் காட்டிவந்தவர்களாகச்

சந்தேகிக்கப்பட்ட நபர்களின் பட்டியலில் தெலேகினின் பெயரும் காணப்பட்டது. எனவே அலுவலகத்திலிருந்து அவனுக்கு அழைப்பு வந்தது. எவருமே எதிர்பார்க்காத முறையில் அவன் நிர்வாகிகளிடம் ஆத்திரத்தோடு பேசினான்; அத்துடன் தனது விலகல் கடிதம் எழுதிக் கொடுத்து விட்டான்.

11

தாஷாவின் தந்தையான டாக்டர் இமித்ரி ஸ்தெபானவிச் புலாவின் சாப்பாட்டு அறையில் கொதிக்கின்ற தேநீர்க் கெட்டிலுக்கு அருகில் அமர்ந்து 'சமாரா செய்தி' என்ற உள்ளூர் பத்திரிகையைப் படித்துக் கொண்டிருந்தார். அவரது கையிலிருந்த சிகரெட் அதன் வாய் முனையிலுள்ள பஞ்சு வரையிலும் எரிந்து முடிந்தவுடன், அவர் தமது தடித்த சிகரெட் பெட்டியில் நிறைத்து வைக்கப்பட்டிருந்த சிகரெட்டுகளில் ஒன்றை எடுத்து, ஏற்கனவே எரிந்து கரிந்து போன சிகரெட்டின் தீயில் பற்றவைத்துக் கொண்டார்; பின்னர் தமது முகமெல்லாம் சிவக்கும்படி இருமினார்; மயிரடர்ந்த தமது மார்பை, சட்டையின் திறப்பு வழியாகக் கைவிட்டுத் தடவிக் கொடுத்தார். படித்துக் கொண்டிருக்கும் போதே, அவர் தேநீரை வாய் வைத்துப் பருகி ருசித்துக்கொண்டார். அப்போது அவர் புகைத்த சிகரெட்டின் சாம்பல் அவரது கையிலிருந்த பத்திரிகை மீதும், மேஜை விரிப்பின் மீதும் அவரது சட்டையின் மீதும் விழுந்தது.

அடுத்த அறையில் படுக்கை கிரீச்சிடும் சத்தமும், தொடர்ந்து காலடி ஓசையும் கேட்டன. தாஷா அங்கு வந்தாள். அவள் தனது சயன உடுப்பின் மீது ஒரு பெரிய அங்கியைத் தூக்கிப் போட்டிருந்தாள். அவளது முகம் தூக்க வெறியால் கன்றிப் போயிருந்தது. திமித்ரி ஸ்தெபானவிச் தமது கீறல் விழுந்த கண்ணாடிக்கு மேலாக தாஷாவைப் பார்த்தவாறே, தமது கன்னத்தை அவளிடம் காட்டினார்.

அவரது கண்கள் தாஷாவின் கண்களைப்போலவே குளுமையும் குறும்பும் கொண்டனவாக இருந்தன. தாஷா தன் தந்தையின் கன்னத்தில் முத்தமிட்டு விட்டு, அவருக்கு எதிராக அமர்ந்து, ரொட்டியையும் வெண்ணெயையும் எட்டி எடுத்தாள்.

"இன்றைக்கும் ஒரே காற்றுத்தான்!" என்றாள் அவள்.

முந்திய நாளிலிருந்தே வெப்பம் மிகுந்த பலத்த காற்று வீசிக் கொண்டிருந்தது. அந்தக் காற்றினால், நகரத்தின் வான வெளியில், புகை மட்டலம் கப்பிக் கவிந்து, சூரியனையே மறைத்து விட்டது. தெருக்களிலோ நெறு நெறுக்கும் மண்ணும் புழுதியும் புகைபோல் மண்டி வாரியடித்தது. அந்தப் புழுதிப்புயலை எதிர்த்து நிற்க மாட்டாமல், தெருவில் எப்போதாவது நடந்து செல்லும் பாதசாரிகள் தமது முதுகைத் திருப்பிக் காட்டி, அந்த மண்வாரியிலிருந்து தப்பிக்க முனைந்தார்கள். மண்வாரி எல்லா இடைவெளிகளிலும் இடுக்குகளிலும் புகுந்தது; ஜன்னல் சட்டங்களின் வழியாக உள்ளே புகுந்தும், ஜன்னல் கண்ணாடிகளின் மீது படிவமாகப் படிந்தும் வாய்க்குள் புகுந்தும் தெறுநெறுத்தது. பேய்க் காற்றோ ஜன்னல்களை ஆட்டிப்படைத்து அலைத்தது; கூரைகளையும் தகரங்களையும் சலகலக்கச் செய்தது. அதே சமயம் அந்தக் காற்றோடு வெப்பமும் புழுக்கமும் சேர்ந்து வந்தன. தெருக்களின் பல்வேறு நெடியும் நாற்றமும் வீடுகளின் உள்ளறைகள் வரையிலும் கூட எட்டிப் பார்த்தன.

"ஊரெல்லாம் ஒரே கண்நோய் தொத்திப் பரவப் போகிறது. வரட்டும், வரட்டும்!" என்றார் திமித்ரி ஸ்தெபானவிச்.

தாஷா பெருமூச்செறிந்தாள்.

பதினைந்து நாட்களுக்கு முன்னர்தான் அவளும் தெலேகினும் துறைமுகத்தின் நடை பாதைப் பாலத்தில் ஒருவருக்கொருவர் விடைபெற்றுக் கொண்டார்கள். அவளோடு சமாரா வரையிலும் துணை வந்து விட்டுத்தான் தெலேகின் திரும்பிச் சென்றான்.

அன்று முதல் அவள் தன் தந்தையுடன்தான் வசித்து வந்தாள். பழக்கமற்ற, ஆளரவமற்ற அந்தப் புதிய அறையில், செய்வதற்கு எந்தவொரு காரியமுமில்லாது செயலற்றிருப்பது அவளுக்கே சிரமமாக இருந்தது. அந்த வீட்டின் கூடத்தில் திறக்கப்படாத புத்தகப் பெட்டிகள் இருந்தன; ஜன்னல்களுக்கோ திரைகூட இல்லை. அங்கு எல்லாமே ஒரு ஒழுங்கற்றுத் தாறுமாறாக இருந்தன. எனவே அவளால் எந்தவொரு அறையிலும் வசதியாகத் தங்கியிருக்க முடியவில்லை. சொல்லப்போனால், ஏதோ ஒரு சத்திரத்தில் குடியிருப்பது போல் அத்தனை மோசமாக இருந்தது, அங்கே வாழும் சிரமம்.

தனது கோப்பையிலிருந்த தேநீரைக் கலக்கிக் கொண்டே, ஜன்னலுக்கு வெளியே தூசிப் படலத்தைக் கிளப்பிச் சுழன்றடிக்கும் காற்றை விரக்தியோடு பார்த்தாள். கடந்து இரண்டு வருட காலமும் ஏதோ ஒரு கனவுபோல் கழிந்து விட்டது, இதோ அவள் பிறந்த வீடு வந்துவிட்டாள் என்று அவளுக்குத் தோன்றியது. இரைச்சல் மிகுந்த பீட்டர்ஸ்பர்க் நகரத்திலும், அந்த நகரத்தில் அவள் வாழ்ந்த காலத்தில் சந்தித்த எண்ணற்ற மனிதர்களிலும், அவளடைந்த எத்தனை யெத்தனையோ நம்பிக்கைகள், உணர்ச்சிப் பரவசங்கள் முதலிய அனைத்திலும் அவளுக்கு இப்போது எதுவுமே மிச்சமில்லாதது போல் தோன்றியது. அதே அங்கு வீசிய அந்தப் புழுதிப் படலங்கள் மட்டும்தான் மிச்சம்.

“அரச பிரபுவைக் கொன்று விட்டார்களாமே!” என்று பத்திரிகையின் பக்கத்தைப் புரட்டியவாறே சொன்னார் இமித்ரி ஸ்தெபானவிச்.

“எந்த அரச பிரபு?”

“ஆஸ்திரியா தேசத்து அரச பிரபு பெர்டினாந்து தான்! சரயேவாவில் அவரைக் கொன்று விட்டார்களாம்.”

“அவர் என்ன, வாலிபரா?”

“அது எனக்குத் தெரியாது. சரி. எனக்கு இன்னொரு

கோப்பைத் தேநீர் ஊற்று."

திமித்ரி ஸ்தெபானவிச் தமது வாயில் ஒரு சர்க்கரைக் கட்டியை எடுத்துப் போட்டுக்கொண்டார்; அவர் எப்போதுமே வாயில் சர்க்கரையைப் போட்டுக் கொண்டு, பற்களுக்கிடை வழியாகத்தான் தேநீர் அருந்துவார். சர்க்கரையை எடுத்துப் போட்டவாறே, அவர் தாஷாவைக் குறுகுறுப்போடு பார்த்தார்.

பின்னர் அவர் தேநீரை உதட்டருகில் கொண்டு போனவாறே தாஷாவை நோக்கிக் கேட்டார்: "காத்யா தன் கணவனை விட்டு முடிவாக விலகி விட்டாளாமே?"

"நான் தான் எல்லாவற்றையும் உங்களிடம் சொல்லி விட்டேனே, அப்பா"?

"சரி, சரி..."

அவர் மீண்டும் பத்திரிகையைப் படிக்கத் தொடங்கினார். தாஷா ஜன்னலருகே சென்றாள். எல்லாமே எத்தனை படுமோசமாய், உப்புச் சப்பற்று இருக்கின்றன! அவள் அந்த வெண்மையான கப்பலை நினைவு கூர்த்தாள். அங்கு வீசிய சூரிய ஒளி, நீல வானம், ஆற்று நீர்பரப்பு, கப்பலின் சுத்தமான மேல் தளம் எங்கு பார்த்தாலும் ஒரே சூரிய ஒளி, குளுமை, புதுமை எல்லாம் இருந்தன. மெல்ல மெல்ல வளைந்து செல்லும் அந்த அகன்ற ஆற்றின் பளபளக்கும் நீர்ப்பரப்பு அந்தப் பரப்பின் மீது மிதந்து சென்ற 'பியோதர் தஸ்தயேவ்ஸ்கி'[13] என்ற அந்தக் கப்பல், அந்தக் கப்பலிலே அவளும், தெலேகினும்—அந்தச் சமயத்தில் அவையெல்லாமே மகிழ்ச்சியும் ஒளியும் மிகுந்த கங்கு கரை காணாத ஏதோ ஒரு பேரின்பத்தை நோக்கிச் செல்வதுபோல் அவளுக்குத் தோன்றியது. தெலேகின் எத்தகைய மனப்போராட்டத்தில் ஈடுபட்டிருக்கிறான் என்பதை அவள் தெரிந்திருந்தும்கூட, அவள் அப்போது எந்தவிதமான அவசரமும் கொள்ளவில்லை. அவனது

---

13 தஸ்தயேவ்ஸ்கி (1881-1987)-மாபெரும் ருஷ்ய எழுத்தாளர்.- (ப-ர்.)

மனோ நிலையைத்தான் தெரிந்து கொண்டது குறித்து அவள் வருத்தப்படவும் இல்லை. அவர்களது பிரயாணத்தின் ஒவ்வொரு கணமும் இன்பமயமாகத் தோன்றும் பொழுது, எப்படியும் அவர்கள் இருவரும் மகிழ்ச்சியை நோக்கியே மிதந்து செல்லுகின்றபொழுது, அவள் ஏன் அவசரமோ ஆத்திரபுத்தியோ கொள்ள வேண்டும்?

எனினும் சமாராவை நெருங்க நெருங்க, தெலேகினின் முகத்தில் சோகத்திரை படரத் தொடங்கியது; வர வர அவன் தனது வேடிக்கைப் பேச்சுக்களை மட்டுப்படுத்திக் கட்டுப்படுத்திவிட்டான். "நாங்கள் மகிழ்ச்சியை நோக்கி மிதந்து செல்கிறோம்!" என்று தாஷா தனக்குத்தானே சொல்லிக்கொண்டாள். அப்போதுதான் தன்மீது தெலேகினின் பார்வை பதிந்து நிற்பதை அவள் கண்டுணர்ந்தாள். ஒரு காலத்தில் உறுதியும் அநாயசமும் மிகுந்த இதயம் படைத்தவனாக இருந்த மனிதனின் பார்வை, கொடியதான வாழ்க்கைச் சக்கரத்தினிடையே நசுக்குண்டு வந்துள்ள ஒரு மனிதனின் பார்வை தன் மீது பதிந்து நிற்பதாக அவள் உணர்ந்தாள். அவள் அவனுக்காகப் பரிவு கொண்டாள்; எனினும் அந்த அனுதாப உணர்ச்சிக்கு அதிகமாக தான் என்னதான் செய்ய முடியும் என்பது அவளுக்குத் தெரியவில்லை. அவள் எப்படி அவனைத் தன்னருகிலே லேசாகவேனும் நெருங்கி வருவதற்கு அனுமதிக்க முடியும்? அப்படி நெருங்க அனுமதித்து விட்டால், எந்த ஒரு காலத்திலேயோ நடக்க வேண்டிய ஒரு நிகழ்ச்சி, அந்த ஒரு கணத்திலேயே முன்கூட்டியே நிகழ்ந்துவிடும் அபாயம் நிகழ்ந்து விடாதா? அவள் அவ்வாறு செய்து விட்டால், அவர்கள் இருவருமே தங்கள் மகிழ்ச்சியை என்றென்றைக்கும் அடைய முடியாது; ஏனெனில் அந்த மகிழ்ச்சியை அவர்கள் தங்கள் பொறுமையின்மையால், ஆத்திரத்தால் வருகிற வழியிலேயே வீணடித்துப் போக்கடித்து விடுவார்கள். எனவே அவள் தெலேகினிடம் பாசமும் பரிவும் காட்டுவதோடு மட்டும் நின்று கொண்டாள். ஆனால் தெலேகின் தன்னை நான்கு நாள்களாக இரவெல்லாம்

தூங்க விடாது பண்ணிய அந்த விஷயத்தைப்பற்றி அவளிடம் சூசகமாகத் தெரிவித்தால்கூட, தாஷா மனம் புண்பட்டுப் போவாள் என்ற பயத்திலேயே இருந்து வந்தான். சொல்லப் போனால் அவன் ஒரு தனியான கனவு உலகில்தான் வாழ்ந்து வந்தான். அந்த உலகில் நீல மயமான பனிப்புகை மண்டலத்தில் புற உலகத்தின் காட்சிகள் வழுவி மறைந்தன. மேலும் அந்த உலகில் தாஷாவின் சாம்பல் நிறக் கண்கள் மட்டும் தான் ஏக்கமூட்டும் ஒளியைப் பரப்பி ஒளிர்வதாக அவனுக்குத் தோன்றியது. அவனுக்கு நினைவில் மிஞ்சி நின்றதெல்லாம் சூரிய ஒளியும், நறுமணமும், இதயத்தின் இடையறாத வேதனையும்தான்.

சமாராவுக்கு வந்து சேர்ந்தவுடன், தெலேகின் வேறொரு கப்பலில் ஏறி, வந்த வழியே திரும்பிப் போய் விட்டான். தாஷா அமைதியாக மிதந்து வந்த, அவள் கனவு கண்டு வந்த அந்த ஒளி மிகுந்த இன்பக் கடல் மறைந்தே போய்விட்டது; அதற்குப் பதிலாக இப்போது அவளது கண்முன்னால் கடகடக்கும் ஜன்னல் கதவுகளுக்கு அப்பால் தோன்றும் புழுதிப் படலங்கள் மட்டும் தான் மிஞ்சி நின்றன.

"ஆஸ்திரியாக்காரர்கள் அந்த செர்பியகளுக்குச் சரியான சூடு கொடுக்கத்தான் போகிறார்கள்" என்று கூறியவாறே, இமித்ரி ஸ்தெபானவிச் தமது மூக்குக் கண்ணாடியைக் கழற்றிப் பத்திரிகையின் மீது விட்டெறிந்தார். பின்னர் தாஷாவை நோக்கிக் கேட்டார். "என்ன செல்லப்பெண்ணே! ஸ்லாவ் பிரச்சினையைப்பற்றி நீ என்ன நினைக்கிறாய்?"

தாஷாவோ ஜன்னலருகில் நின்றவாறே தனது தோள்களை மட்டும் உலுக்கினாள்.

"சரி, நீங்கள் மத்தியானச் சாப்பாட்டுக்கு வீட்டுக்கு வந்து விடுவீர்களல்லவா?" என்று சோர்ந்து போய்க் கேட்டாள் தாஷா.

"வரவா? முடியவே முடியாது. நகருக்கு வெளியே,

போஸ்த்னிகவின் குடும்பத்தில் அம்மைக் காய்ச்சல் கண்டிருக்கிறது. எனவே என்னால் வரமுடியாது."

திமித்ரி ஸ்தெபானவிச் மேசைமீது கிடந்த கோட்டை எடுத்து ஆர அமர மாட்டிக்கொண்டார்; பின்னர் அதன் பித்தான்களையும் சாவாதானமாக போட்டார். பிறகு, தமக்கு வேண்டிய சாமான்கள் அனைத்தும் இருக்கறதா என்று சட்டைப்பைகளைத் துழாவிப்பார்த்துக்கொண்டார். அதன் பின் நெற்றியின் மீது புரளும் நரையோடிய சுருட்டைத் தலைமயிரை ஒரு உடைந்த சீப்பினால் வாரிச் சீவிவிட்டுக்கொண்டார்.

"நல்லது. ஸ்லாவ் பிரச்சனையைப்பற்றிக் கேட்டேனே. நீ என்ன நினைக்கிறாய்? ம்?"

"ஐயோ! அதெல்லாம் எனக்கு என்ன தெரியும், அப்பா? இதையெல்லாம் என்னிடம் ஏன் கேட்கிறீர்கள்?"

"அப்படியா? ஆனால் தாஷா, அது பற்றி எனக்கு ஒரு கருத்து உண்டு."

அவருக்கு ஊருக்குள் போவதற்கு எவ்வித அவசரமும் இருப்பதாகத் தெரியவில்லை. அவர் அவசரப்படவே இல்லை. மேலும், காலையில் தேநீர் சாப்பிடும் சமயத்தில் அரசியலைப் பற்றிப் பேசுவதென்றால் அவருக்கு எப்போதுமே பிடிக்கும். எனவே அவர் அது பற்றித் தமது கருத்தைக் கூறத் தொடங்கிவிட்டார்; "ஸ்லாவ் பிரச்சனை இருக்கிறதே—சரி சரி. நான் சொல்வதைக் கேட்கிறாயா? —ம்:—ஆம். அந்தப் பிரச்சனை தான் உலகத்தின் அரசியல் பிரச்சனைகளுக்கே திறவுகோல். எனவே பலபேர் அது விஷயத்தில் கண்ணீர் வடிக்க முன் வருவார்கள். ஸ்லாவ் சாதியாரின் புராதனப் பிறப்பிடமான பால்கன் பிரதேசம் தாம் கிட்டத்தட்ட ஐரோப்பிய நாட்டின் குடல்வால் மாதிரி இருந்து வருகிறது. ஏன் என்று நீ கேட்கக் கூடும். நான் சொல்கிறேன், கேட்டுக் கொள்" என்று கூறியவாறே அவர் தமது தடித்த கைவிரல்களை ஒவ்வொன்றாக மடக்கி, தாம் கூறும் காரணங்களைச் சரி பார்த்துக் கணக்கிட்டுக் கொண்டார்; "முதலாவதாக, இருபதுகோடி

ஜனத்தொகைக்கு மேல் ஸ்லாவ் இனத்தினர் உலகில் இருக்கிறார்கள். அத்துடன் அவர்கள் குழிமுயலைப் போல், குட்டிகள் போட்டு அபரிமிதமாகப் பெருகிக் கொண்டும் இருக்கிறார்கள். இரண்டாவதாக, ஸ்லாவ் இனத்தினர் ருஷ்ய பேரரசு போன்ற பெரியதொரு சக்தி வாய்த்த ராணுவ அரசை உருவாக்குவதிலும் வெற்றி பெற்று விட்டார்கள். மூன்றாவதாக, ஸ்லாவ் இனத்தின் சிறுபான்மையினரோ ஏனைய இனத்தாரோடு ஒன்று கலந்து விட்டபோதிலும் கூட, தமக்குத் தாமே சுதந்திரமான குழுக்களையும் அரசுகளையும் உருவாக்குகிறார்கள். அதன் மூலம் ஸ்லாவ் சாதியினர் எல்லோரையும் ஒன்றுபடுத்தும் இயக்கம் என்று சொல்லப்படும் உறவு நிலை மேலும் மேலும் அதிகரிப்பதற்கு உதவுகிறார்கள். கடைசியாக, ஸ்லாவ் சாதியினர் முற்றிலும் புதியதொரு ஒழுக்க முறையைக் கொண்ட, ஒருவிதத்தில் ஐரோப்பிய நாகரிகத்துக்கு ஒரு பெரும் அபாயமாகவும் விளங்கும் 'கடவுளைத் தேடுபவர்'களைப் பிரதிநிதித்துவப் படுத்துகிறார்கள். 'ஆண்டவனைத் தேடுவது' இருக்கிறதே! - என்ன, தாஷா, சொல்வதைக் கேட்கிறாயா?-- அந்த ஆத்திகம் புதிய நாகரிகத்தின் அழிவையும் தேய்வையும் தான் பறைசாற்றுகிறது. நானும் கடவுளை நாடுகிறேன். அதாவது சத்தியத்தை நாடுகிறேன். அதனை என்னுள்ளேயே நாடுகிறேன். இந்தக் காரியத்தை நான் செய்ய வேண்டுமென்றால், நான் எல்லாச் சுதந்திரமும் பெற்றிருக்க வேண்டும்! அதனால் எந்த விதமான ஒழுக்கங்களின் அடித்தளத்துக்குக் கீழே நான் புதைந்து சமாதியாகிக் கிடக்கின்றேனே அந்த அடித்தளத்தை, என்னைத் தளையிட்டு அடிமைப்படுத்தி வைத்திருக்கும் ராஜ்யத்தை அழித்தொழிக்க வேண்டும்!"

"புறப்படுங்கள், அப்பா!" என்று சோர்ந்து போய்ச் சொன்னாள் தாஷா.

"சத்தியத்தை அங்குதான் காண வேண்டும்!" என்றார் இமித்ரி ஸ்தெபானவிச். அவர் பாதாள லோகத்தையே சுட்டிக் காட்டுவது மாதிரி தரையை நோக்கிக் கையைக்

காட்டியவாறே தமது பேச்சை முடித்துவிட்டு, வாசல் நடைக்குச் சென்றார். அதற்குள் வெளிவாசலில் மணிச்சத்தம் கிணிங் கென்று ஒலித்தது. "தாஷா! போ. போய்க் கதவைத் திற, அம்மா!" என்றார் அவர்.

"இல்லை. நான் போக முடியாது. நான் இன்னும் உடையை மாற்றிக் கொள்ளவில்லை!" என்றாள் அவள்.

"மத்ரியோனா!" என்று கத்தினார் திமித்ரி ஸ்தெபானவிச்; "அவள் நாசமாய்ப் போக!" என்று திட்டியவாறே தாமே வெளி வாசல் கதவைத் திறக்கச் சென்றார்; பின்னர் அங்கிருந்து கையில் ஒரு கடிதத்துடன் திரும்பி வந்தார்.

"காத்யாவிடமிருந்து தான்!" என்று சொன்னார் அவர்: "பொறு, பொறு. கடிதத்தைப் பிடுங்கப் பார்க்காதே, தாஷா. நான் சொல்ல வேண்டியதைச் சொல்லி முடித்துவிடுகிறேன். நல்லது. நான் என்ன சொன்னேன்? ஆம்- அழிவைத் தொடர்ந்துதான் 'கடவுளைத் தேடும் படலம்' துவங்குகிறது. இந்தக் காலகட்டம் படுபயங்கரமானது; தொத்துநோய் போல் பரவக்கூடியது. இந்த நோய்க் காலத்தைத் தான் இப்பொழுது ருஷ்யா கடந்து கொண்டிருக்கிறது. மாலை வேளையிலே நகரின் பெருவீதி வழியே சென்று பாரேன். எங்கு பார்த்தாலும் ஒரே விதமான குரல்கள். 'உதவுங்கள்! காப்பாற்றுங்கள்!' என்பதைத் தவிர வேறு சத்தமே கேட்காது. தெருக்களில் எங்கு பார்த்தாலும் கழுத்தறுக்கிற கயவாளிப் பயல்கள் கூட்டம் கூட்டமாகத் திரிகிறார்கள். இந்தக் குண்டர்களின் அட்டகாசத்தைப் போலீஸாரால் கூடச் சமாளிக்க முடியவில்லை. இந்தப் பயல்களுக்கு எவ்விதமான ஒழுக்க வரம்புகளும் கிடையாது. எனினும் இவர்கள்தான் கடவுளைத் தேடுபவர்கள். நான் சொல்வதைக் கேட்கிறாயா, கண்ணே! இன்று இவர்கள் இந்த நகரின் பெருவீதியில் மட்டும் நடமாடுகிறார்கள்; நாளை இதே கூட்டம் ருஷ்ய நாடு முற்றிலுமே நடமாடும். கடவுளைத் தேடும் முயற்சியின் முதல் படியாக, தேசம் முழுவதும் இந்தப் பாதையில் போய்க்கொண்டிருக்கிறது. அதாவது, அடித்தளத்தை அழித்தொழிக்கும் கட்டத்தில் சென்று கொண்டிருக்கிறது!"

இமித்ரி ஸ்தெபானவிச் தமது மூக்கை ஓங்கிச் சிணுங்கி விட்டு, ஒரு சிகரெட்டைப் பற்ற வைத்தார். தாஷாவோ இதுதான் சமயமென்று காத்யாவின் கடிதத்தைத் தட்டிப் பறித்துக் கொண்டு, தனது அறைக்குள் ஓடி மறைந்தாள். இமித்ரி ஸ்தெபானவிச் மேலும் சிறிது நேரம் ஏதேதோ பேசிவிட்டு, கதவுகளை அறைந்து சாத்தினார்; வீட்டின் அறைகளை ஒவ்வொன்றாகக் கடந்து வெளியேறினார்; கடைசியில் அவர் நாட்டுப்புறத்துக்குப் புறப்பட்டுச் சென்றார்.

காத்யா பின்வருமாறு எழுதியிருந்தாள்:

"அருமை தாஷா! இது நாள் வரையிலும் உன்னைப்பற்றியும் நிகலாயைப் பற்றியும் எனக்கு ஒரு தகவலும் கிட்டவில்லை. நான் இப்போது பாரிஸில் இருக்கிறேன். இப்போது இங்கு பருவநிலை உச்சநிலையில் இருக்கிறது. இங்குள்ளவர்கள் தமது பாவாடையை மிகவும் ஒடுக்கமாகத் தைத்துக்கொள்கிறார்கள். இப்போது இங்கு 'சிபான்' பட்டுதான் நாகரிகமாக இருந்து வருகிறது. பாரிஸ் நகரம் மிகமிக அழகாகக் காட்சியளிக்கிறது. மேலும் இங்கு எல்லோருமே 'டான்கோ' என்ற நடனம் ஆடுகிறார்கள். நீ அவர்கள் ஆடுவதைப் பார்க்க வேண்டும். சாப்பாட்டுக்குரிய இடைவேளையிலும், தேநீர் அருந்தும் சமயத்திலும், பகல் சாப்பாட்டு வேளையிலும் –எந்த நேரம் என்று கிடையாது– எல்லா நேரத்திலும் அவர்கள் ஆடுகிறார்கள். அந்த நாட்டிய இசையின் கவர்ச்சியிலிருந்து என்னால் விடுபடவே முடியவில்லை. அந்த இசையில் ஏதோ ஒரு சோகமும், வெறுமையும் ஏக்கமும் குடிகொண்டிருப்பதாகத் தோன்றுகிறது. அதாவது உயரமற்ற உடுப்புக்களை அணிந்த இங்குள்ள பெண்மணிகளையும், மைதட்டி அழகுபடுத்திய அவர்களது கண்களையும், அவர்களைச் சுற்றிச் சுற்றி வட்டமிடும் ஆண்களையும் பார்க்கும்போது, எனது இளமைக் காலத்தையே சமாதி செய்வதைப்போல், ஏதோ ஒன்று நினைவு மண்டலத்திலிருந்தே மறைந்து போவதைப் போல் உணர்கிறேன். மொத்தத்தில் சோர்ந்து போயிருக்கிறேன். யாரோ ஒருவர் சாகக்கிடப்பதாக

எண்ணிக் கொண்டேயிருக்கிறேன். அப்பாவைப் பற்றித்தான் பயப்படுகிறேன். என்னதான் இருந்தாலும், அவருக்கும் வயதாகி விட்டது. இங்கு பாரிஸில் ஒரே ரஷ்யர்கள் மயமாக இருக்கிறது. நமது நண்பர்கள் எல்லோரும் இங்கிருக்கிறார்கள். ஒவ்வொரு நாளும் நாங்கள் எல்லோரும் எங்காவது ஓரிடத்துக்குச் சென்று வருகிறோம். இப்போதும் நான் பீட்டர்ஸ்பர்க் நகரத்தை விட்டு வெளியேறியதாகவே எனக்கு உணர்ச்சியில்லை. இன்னொரு விஷயம். நிகலாய் யாரோ ஒரு பெண்ணோடு வாழ்ந்து வருவதாக இங்கு யாரோ சொன்னார்கள். அவள் ஒரு விதவையாம்; மூன்று குழந்தைகள் இருக்கிறதாம்; கடைக்குட்டிப்பிள்ளை இன்னும் கைக்குழந்தைதானாம். இந்த விஷயத்தைக் கேள்விப்பட்டதும் ஆரம்பத்தில் என் மனம் பயங்கரமாகப் புண்பட்டது. பின்னால் அந்தக் குழந்தைக்காக எப்படியோ அனுதாபம் கொள்ளத் தொடங்கிவிட்டது. தாஷா! சில சமயங்களில் நானும் ஒரு குழந்தையைப் பெறவில்லையே என்று ஏங்குகிறேன்! ஆனால் ஒரு மனிதனைக் காதலிக்காத வரை இது எப்படி சாத்தியமாகும்? உனக்கும் கல்யாணமாகும்போது, நீ அவசியம் ஒரு குழந்தையைப் பெற்றெடுத்துவிட வேண்டும். என்ன, நான் சொல்வது சரி தானே!"

தாஷா அந்தக் கடிதத்தை மீண்டும் மீண்டும் வாசித்தாள்; சிறிது கண்ணீரும் சிந்தினாள்; குறிப்பாக அந்தக் கடிதத்தில் குறிப்பிட்டிருந்த ஒன்றுமறியா அப்பாவிக் குழந்தையை எண்ணிக் கண்ணீர் சொரிந்தாள். பின்னர் அந்தக் கடிதத்திற்கு உடனடியாகப் பதிலும் எழுத உட்கார்ந்தாள். மதியச் சாப்பாட்டு வேளையிலும் கடிதம் எழுதுவதற்கே அவளுக்குப் பொழுது சரியாக இருந்தது. அதன் பின் அவள் மதியச் சாப்பாட்டைத் தன்னந்தனிமையில் அமர்ந்து ஏதோ ஒன்றிரண்டுமாகக் கொறித்துச் சாப்பிட்டாள். சாப்பாட்டுக்குப் பின்னர் அவள் படிப்பறைக்குள் சென்று அங்கு குவிந்து, கிடந்த பழம்பத்திரிகைக் குவியல்களைச் சுண்டிக் கிளறினாள்; கடைசியாக அதில் ஒரு நாவலைக் கண்டுபிடித்தாள். நீளமான நாவல்தான். பின்னர் தன்னைச் சுற்றிலும் நிறைந்திருந்த புத்தகங்களோடு

சோபாவில் படுத்துக்கொண்டு, அந்த நாவலைப் படிக்க முனைந்தாள்; பொழுது இருட்டுகிற வரையிலும் படித்தாள். கடைசியில் ஒரு வழியாக அவளது தந்தை அலுத்துக்களைத்து, மேலெல்லாம் தூசி படிந்தவராய் வந்து சேர்ந்தார். இரவுச் சாப்பாட்டின் போது அவள் கேட்ட கேள்விகளுக்கெல்லாம் அவர் ஏதோ நினைவில் 'ம்-ம்' என்றே பதில் கொடுத்து வந்தார்; கடைசியில் அம்மைக் காய்ச்சல் கண்டிருந்த அந்த மூன்று வயதுப் பையன் இறந்து விட்டான் என்ற செய்தியை கிண்டிக் கிண்டி அறிந்து கொண்டு விட்டாள்.

இந்த அளவுக்குத் தமது மகளிடம் விஷயங்களைத் தெரிவித்துவிட்டு, இமித்ரி ஸ்தெபானவிச் மூக்கைச் செருமிச் சிணுங்கினார்; தமது மூக்குக் கண்ணாடியைக் கண்ணாடிக் கூட்டில் வைத்தார்; படுக்கச் சென்றார். தாஷாவும் படுக்கையில் போய் படுத்து, தனது முகத்தைப் போர்வையினால் இழுத்து மூடிக்கொண்டாள்; மிதமிஞ்சிய சோக உணர்ச்சிக்கு ஆளாகக் கண்கள் இரண்டும் கலங்கிச் சிவக்கும்வரை அழுதாள்; கண்ணீர் விட்டாள்.

இரண்டு நாட்கள் கழிந்தன. ஊருக்குள் சுழன்றடித்த புழுதிப் புயலுக்குப் பின், தொடர்ந்து பலத்த இடியுடன் பெருத்த மழை பெய்யத் தொடங்கியது, இரவு முழுவதும் வீட்டுக் கூரைகளின் மீது சோவென்று அடைத்துப் பெய்தது. மறுநாள் அதாவது ஞாயிற்றுக் கிழமையன்று பொழுது விடிந்தபோது, காற்றும் மழையும் இடியும் ஓய்ந்து அமைதியும் புதுமையும் நிறைந்த நாளாகப் பொழுது மலர்ந்தது.

அன்று காலையில் செமியோன் செமியோளவிச் கவ்யாதின், தாஷாவைப் பார்க்க வந்தபோது, அவள் படுக்கையை விட்டுக்கூட எழுந்திருக்கவில்லை. கவ்யாதின் அந்த ஜில்லாவின் அரசாங்க காரியாலயத்தில் புள்ளி விபரம் தயாரிக்கும் குமாஸ்தாவாக வேலை பார்த்து வந்தான். தாஷாவின் குடும்பத்தினருக்கு நெடு நாளைய நண்பன் அவன். அவன் ஒல்லியாகவும், ஒடுங்கிய தோள்களையுடையவனாகவும் இருந்தான். அழகிய தாடி

வைத்திருந்த அவன் தன் மயிர்க்கற்றையை காதுகளுக்கு அப்பால் இழுத்துச் சீவியிருந்தான். அவன் அருகில் வந்தால் அவனுடம்பிலிருந்து கட்டித்தயிர் வாடை வீசியது. அவனிடம் புகைபிடிக்கும் பழக்கமோ, மதுவருந்தும் வழக்கமோ இல்லை. மாமிசத்தைத் தொட்டுக்கூடப் பார்க்க மாட்டான். அதனால் போலீஸார் அவன் மீது எப்போதும் ஒரு கண் வைத்திருந்தார்கள்.

கவ்யாதின் தாஷாவை முகமன் கூறிச் சந்தித்தவுடனேயே, காரண காரியம் எதுவுமே இல்லாமல் களிப்போடு பின் வருமாறு கூறினான்:

"தங்களுக்காகத்தான் வந்திருக்கிறேன் அம்மணி! இன்று நாமிருவரும் வோல்கா நதியில் படகோட்டி வரப்போகிறோம்!"

"கடைசியில் இந்தக் கணக்குப்பிள்ளை கவ்யாதினுடனா, என் கதை முடியவேண்டும்?" என்று தாஷா எண்ணினாள்.

எனினும் அவள் தனது வெள்ளைக் குடையை எடுத்துக் கொண்டு, கவ்யாதினைப் பின்தொடர்ந்து போகத்தான் செய்தாள்; ஆற்றங்கரையின் படகுத்துறைக்குச் செல்லும் சரிவில் இறங்கி நடக்கத்தான் செய்தாள்.

அகன்ற தோள்களும் மார்பும் கொண்டு, மூடாத கழுத்தும், தொப்பியற்ற தலையுமாக ஆட்களும் இளைஞர்களும் துறைமுகத் தொழிலாளிகளும், சுமைகூலி யாட்களும் அங்கு மிங்கும் நடமாடினர்கள்; தானியக் கிடங்குகள், மரக் கட்டை அடுக்குகள், பஞ்சு, கம்பளி போன்ற பொருள்களின் பொதிமூட்டைகள் இவற்றினூடே அவர்கள் அலைந்து திரிந்தார்கள். சில தொழிலாளிகள் காசு வைத்துப் 'பூவா, தலையா' விளையாடிக் கொண்டிருந்தார்கள்; வேறு சிலர் சாக்கு மூட்டைகளின் மீதும், மரப்பலகைகளின் மீதும் படுத்துத் தூங்கிக் கொண்டிருந்தார்கள். சுமார் முப்பதுக்கு மேற்பட்ட தொழிலாளிகள் தங்கள் தோள்களின் மீது பெரிய பெட்டிகளைத் தூக்கிக்கொண்டு, ஆட்டங் கொடுக்கும் துறைமுக நடைபாதைகளின் மீது அங்குமிங்கும் ஓடிக்

கொண்டிருந்தார்கள். உடம்பெல்லாம் அழுக்கும், புழுதியும் படிந்த ஒரு குடிகாரன் ஒரு வண்டிக்குப் பக்கத்தில் நின்று கொண்டிருந்தான்; அவனது கன்னத்தில் ரத்தம் வழிந்தது; தனது நிஜாரை இரண்டு கைகளாலும் இழுத்துப் பிடித்துக்கொண்டு, வாய்க்கு வந்தபடி ஆபாசமாக வசை பாடிக்கொண்டிருந்தான் அவன்.

"இந்த ஜனங்கள் ஓய்வையும் அறியமாட்டார்கள்; விடுமுறையையும் அறியமாட்டார்கள்'' என்று வறட்டுத்தனமாகக் கூறினான் கவ்யாதின்! "ஆனால் நீயும் நானுமோ சாவதானமாக, ஆனந்தமாக இயற்கையை ரசிக்கப்போகிறோம், படித்த பெரிய மனிதர்களைப்போல!"

இவ்வாறு சொல்லியவாறே அவன் தரைமீது மல்லாந்து படுத்துக் கடந்த, திறந்த வாயும் உள்ளடங்கிய மார்பும் கொண்ட ஒரு மனிதனின் பெரிய கால்களைத் தாண்டினான். இன்னொருவனோ ஒரு பெரிய மரக்கட்டையின் மீது அமர்ந்து, ஒரு ரொட்டியை அசைபோட்டுக் கொண்டிருந்தான். தாஷா அப்பால் சென்றதும் தரையில் கிடந்தவன் கூறிய சொற்கள் தாஷாவின் காதிலும் விழுந்தன:

"பிலிப், இது மாதிரி நமக்கொன்று கிடைத்தால்..."

வாயில் ரொட்டியை அசைபோட்டுக் கொண்டிருந்த மனிதனோ, "ரொம்ப நாசூக்கானால் தொந்தரவு தாங்காது!" என்று வாய் நிறைய ரொட்டியுடன் பதில் சொன்னான்.

ஆற்றின் மணல் நிறைந்த அக்கரையை நோகச் சென்று கொண்டிருந்த சின்னஞ்சிறு படகுகள், நீர் பரப்பின் மீது மஞ்சள் வெயில் மயமாகத் தகதகக்கும் சூரியக் கதிரின் அலை வெள்ளத்தின் பகைப்புலத்திலே நிழற்காட்சி வடிவங்களாகத் தோற்றமளித்தன. கவ்யாதினும் அத்தகைய படகுகளில் ஒன்றை வாடகைக்கு அமர்த்தினான். அந்தப் படகை ஓட்டுமாறு அவன் தாஷாவுக்குக் கூறிவிட்டுத் தானும் கைகளில் துடுப்பு தாங்கி, ஆற்று வெள்ளத்துக்கு எதிராகப் படகைச் செலுத்த ஆரம்பித்தான். சிறிது

நேரத்திலேயே அவனது வெளிறிய முகத்தில் வியர்வைத் துளிகள் முத்து முத்தாக அரும்பின.

“விளையாட்டு ஒரு பெரிய விஷயம்தான்!” என்று கூறியவாறே, கவ்யாதின் தனது மேல் சட்டையைக் கழற்ற முனைந்தான்; முகத்தில் அசடு வழிய, அதன் நாடாக்கள் அவிழ்த்தான்: பின்னர் அந்தச் சட்டையைப் படகுக்குள் எறிந்தான். அவனது மெலிந்த ஒல்லிக் கரங்களின் மீது நீள மயிரடர்ந்து வளர்ந்திருந்தது; அந்தக் கைகளில் அவன் அணிந்திருந்தான். தாஷா தனது குடையை விரித்தாள்; தனது கண்களைச் சுருக்கி விழித்தவாறே, ஆற்று நீரை வெறித்து நோக்கினாள்.

“அதிகப் பிரசங்கித்தனமாக நான் கேட்கும் இந்தக் கேள்விக்காக என்னை மன்னித்து விடுங்கள் தார்யா திமித்ரியெவ்னா! உங்களுக்குக் கல்யாணம் ஆகப் போவதாக ஊரில் பேசிக் கொள்கிறார்களே. உண்மைதானா?”

“இல்லை. அப்படி ஒன்றும் இல்லை.”

இதைக் கேட்டதும் அவன் பற்களெல்லாம் வெளியே தெரிய வாயை இளித்தான்; ஆனால் இந்த இளிச்சவாய்ப் புன்னகை அவனது ஆர்வமும் விதயமும் மிகுந்த முகத்துக்குப் பொருத்தமாகத் தோன்றவில்லை. பின்னர் அவன் “வோல்காவின் மீது போவோம்!” என்ற பாட்டை சில்லுக் குரலில் பாடத் தொடங்கினான்; ஆனால் மறுகணமே வெட்கம் மேலிட்டவனாய்ப் பாட்டை நிறுத்திவிட்டு, திடீரென்று மீண்டும் துடுப்புக்களை ஏந்திப் படகைச் செலுத்த முனைந்தான்.

அவர்களை நோக்கி வேறொரு படகு வந்தது. அந்தப் படகு நிறைய மனிதர்கள் இருந்தார்கள். பச்சையும் சிவப்புமாகக் காட்சியளித்த காஷ்மீரத்துக் கம்பளித்துணி உடுப்புகள் அணிந்திருந்த மூன்று சாதாரணப் பெண்மணிகள் அதில் இருந்தார்கள். அவர்கள் மூவரும் சூரியகாந்தி விதைகளைக் கொறித்து அதன் உமியைத் தமது மடி மீதே துப்பிக்கொண்டிருந்தார்கள். அவர்களுக்கு எதிராக சுருட்டை முடியும், கறுத்த மீசையும் கொண்ட

சரியானதொரு ரௌடிப் பேர் வழி தன் கண்களை உருட்டி விழித்தவாறு தலைக்கு மிஞ்சிய குடிவெறியில் கிறுகிறுத்துக் கொண்டிருந்தான். அவன் தனது அக்கார்தியனில் ஏதோ ஒரு பாட்டை அரைத்துத் துவைத்து அதம் செய்து கொண்டிருந்தான். அதே படகில் இருந்த வேறொரு இளைஞன் ஆத்திரத்தோடு துடுப்புத் தள்ளி வந்தான்; அவனது அசைவினால் அந்தப் படகே அங்குமிங்கும் சாய்ந்தாடிக் கொண்டிருந்தது. மூன்றாமவனோ தனது கையிலிருந்த துடுப்பை வீசியாட்டிக் கொண்டு, கவ்யாதினை நோக்கிச் சத்தமிட்டான்:

"அசடே, அசடு! உன்னைத்தான்! வலது பக்கமாக ஒதுங்கிப் போ."

இருவரது படகுகளும் ஒன்றையொன்று நெருங்கி இரு வேறு இசைகளில் பிரிந்த சமயத்தில் அவர்கள் கூச்சலிட்டு வைது கொண்டார்கள்.

கடைசியாக கவ்யாதின் ஓட்டி வந்த படகு ஆற்றங்கரை மணலில் கரைதட்டி நின்றது; தாஷா கரைமீது தாவிக் குதித்தாள். கவ்யாதின் மீண்டும் தன் கோட்டையும், சட்டையையும் மாட்டிக் கொண்டான்.

"நான் என்னவோ நகரவாசிதான். இருந்தாலும், நான் இயற்கையழகை மிக மிக ரசிக்கிறேன்" என்று கண்களைச் சுருக்கி விழித்தவாறே கூறினான், கவ்யாதின்: "அதிலும் அந்த இயற்கைக் காட்சியின் நடுவே ஒரு அழகிய கன்னிப் பெண்ணின் திருக்காட்சியும் கலந்திருக்கும் போது, அதனை மிக மிக ரசிக்கிறேன். காரணம் அதில் துர்கேனிவின்[14] கதாம்சம் ஏதோ தென்படுவதாக என் மனத்துக்குப்படுகிறது, சரி. நாமிருவரும் காட்டுக்குள் போகலாமே."

அவர்கள் இருவரும் ஆற்றங்கரையின் சுடு மணலின் மீது நடந்து சென்றார்கள், அந்த மணலில் அவர்களது

---

14 துர்கேனிவ் (1818–1883) –தலைசிறந்த ருஷ்ய எழுத்தாளர்.– (ப–ர்.)

கணுக்கால் வரையில் கால்கள் புதைந்தன. நாலைந்து அடிகளுக்கு ஒரு முறை கவ்யாதின் நடப்பதை நிறுத்தி, தனது முகத்தைத் துடைத்தவாறே தாஷாவை நோக்கிக் கூறிக் கொண்டிருந்தான்:

“அதோ அந்தக் காட்சியைப் பார். அந்த இடம் எத்தனை அழகாக இருக்கிறது!”

கடைசியில் ஒருவழியாக மணல்வெளி முடிந்தது. செங்குத்தான சிறு மேடொன்றை ஏறிக் கடக்க வேண்டியிருந்தது. மணல் வெளிக்கு அப்பால் ஒரு பரந்த புல் வெளி, அந்தப் புல் வெளியில் வளர்ந்திருந்த பச்சைப் பசிய புல் இங்குமங்கும் அரியப்பட்டிருந்தது; அரியப்பட்ட புல்லின் இதழ்கள் குவியல் குவியலாக ஆங்காங்கே காய்ந்து வாடிக்கொண்டிருந்தன. அங்கு தேன் நிறைந்த மலர்களின் இனிய நறுமணம் பரவி நின்றது. பள்ளத்தில் ஒரு சிறு வாய்க்காலுக்கு மேலாக, தெத்தும் குத்துமாக வளர்ந்திருந்த ஒரு கொட்டை மரம் கூனி வளைந்து நின்றது. பச்சைப் பசும் கோரைப்புற்கள் மண்டி வளர்ந்திருந்த பள்ளத்தில் ஒரு சிற்றோடை சல சலத்துச் ஓடிச் சென்றது. பின்னர் சின்னஞ்சிறு குளமாக விரிந்து அடங்கியது. அந்த ஓடைக்கரையில் பழங்காலத்து லைம் மரங்களும், முண்டும் முடிச்சுமான ஒரு தேவதாரு மரமும் வளர்ந்திருந்தன. அந்த மரத்தின் ஒரு கிளை ஏதோ கையை அகல நீட்டிக்கொண்டு நிற்பதுபோலக் காட்சியளித்தது. அதற்கப்பால், மேட்டின் மீது வெள்ளை காட்டு ரோஜாச் செடிகள் புதராக மண்டிப் பூத்துக் கிடந்தன. உள்ளாங்குருவிகள் பருவந்தோறும் வந்து குடியேறிச் செல்லும் இடம், அது. தாஷாவும், கவ்யாதினும் அங்கிருந்த புல்லந்தரிசின் மீது உட்கார்ந்தார்கள். அவர்கள் இருந்த இடத்துக்குக் கீழாக விரிந்து வளைந்து செல்லும் சிற்றோடையின் தெளிந்த நீர்பரப்பு நீலவானவெளியையும், தன்மீது குனிந்து படிந்து தொங்கும் மரக்களைகளின் பசிய இலைக் கூட்டத்தையும் பிரதிபலித்தது. தாஷா இருந்த இடத்துக்குச் சிறிதே தள்ளி, இரு சாம்பல் நிறச் சிறுபறவைகள் கீச் கீச்சென்று இடைவிடாது.

கத்திக்கொண்டு, ஒரு புதரில் அங்கு மிங்கும் கிளைக்குக் கிளை தாவி விளையாடிக் கொண்டிருந்தன. எங்கோ அடர்ந்த வனச் செறிவிலிருந்து ஒரு காட்டுப்புறா குறுகுறுத்து ஒலி பரப்பியது; அவ்வொலி கைகூடாது போன காதலை எண்ணி உருகும் ஒரு காதலனின் சோகமெல்லாம் திரண்டு வந்து ஒலிப்பது போலிருந்தது. தாஷா தனது கால்களை நீட்டி, கைகளை முழங்கால்களின் மீது வைத்தவாறு, அந்தச் சோகக் குரலின் மெல்லிய ஒலியலைகளைக் கூர்ந்து கேட்டாள்.

'தாஷா! அடியே, தாஷா! உனக்கு என்ன வந்து விட்டது? நீ. ஏன் இவ்வளவு வருத்தத்தோடு, சோகத்தோடு இருக்கிறாய்? அழ வேண்டும் என்ற விருப்பம் உனக்கு ஏன் ஏற்படுகிறது? எதனால் ஏற்படுகிறது? இது வரையிலும் அப்படி எதுவுமே நேர்ந்துவிடவில்லையே. நீ என்னவோ உனது. வாழ்க்கையே முற்றுப்புள்ளி பெற்று முடிந்துவிட்டது போலல்லவா துக்கப்படுகிறாய்! வாழ்க்கை என்பதே உன்னைக் கைவிட்டு பறந்து போய் விட்டது போலல்லவா கவலைப்படுகிறாய்? நீ வெறும் அசட்டுப் பிள்ளை; அழுகுணிப் பெண். ஆமாம். ஆமாம்!'

"தார்யா இமித்ரியெவ்னா! நான் உங்களிடம் பட்டவர்த்தனமாகவே பேச விரும்புகிறேன்!" என்று ஆரம்பித்தான் கவ்யாதின்: "அதாவது மற்றவர்கள் சொல்வது மாதிரி, சம்பிரதாயங்களை ஒதுக்கி வைத்துவிட்டு, நேரடியாகவே..."

"நீங்கள் எப்படி வேண்டுமானாலும் சொல்லுங்கள்.எனக்கு. எல்லாம் ஒன்று தான்" என்று கூறியவாறே தாஷா புல்வெளி யின்மீது படுத்து, தலையைக் கைகளால் அணைத்துத் தாங்கிக் கொண்டாள். அவளது கண்கள் ஆகாயத்தை நோக்கிக் கொண்டிருந்தன. எனவே அவளது வெள்ளிய காலுறைகளின் மீதே நிலை குத்தி நின்றவாறு, அவளை மேலும் கீழும் அளவிட்டுப் பார்க்கும் கவ்யாதினின் குறுகுறுத்த பார்வையை அவள் கவனிக்கவில்லை.

"நீங்கள் பெருமிதமும், துணிச்சலும் மிகுந்த கன்னி; அழகும்

இளமையும் நிறைந்த பெண்: மங்கைப்பருவம் பொங்கி வழியும் வாலைக்குமரி..."

"சரி. அதற்கென்ன?" என்றாள் தாஷா.

"உங்களது பள்ளிப் படிப்பாலும், குடும்பச் சூழ்நிலையாலும் உங்கள் மனத்திலே உருவேறிவிட்ட சம்பிரதாயபூர்வமான ஒழுக்கு நியதிகளைத் தகர்த்தெறிய வேண்டுமென்று சில சமயங்களிலாவது நிச்சயம் வேட்கை கொண்டிருக்கத்தான் செய்வீர்கள். இல்லையா? ஒழுக்க நியதி என்ற பெயரால், சகல விதமான சட்ட திட்டங்களாலும் விலக்கப்பட்டுள்ள உங்களது அழகிய இதயவுணர்ச்சிகளை, உள்ளத்தின் உள்ளுணர்ச்சிகளை அடக்கியொடுக்க வேண்டிய அவயம் இல்லை என்று நிச்சயம் நீங்கள் சில சமயங்களில் உணரத்தான் செய்திருப்பீர்கள். இல்லையா?"

"நல்லது—நான் எனது அழகிய இதயவுணர்ச்சிகளை அடக்க விரும்பவில்லை என்றே வைத்துக்கொள்ளுங்களேன்-- அதனால் என்ன இப்போது?" என்று சோர்வு தட்டிய குறுகுறுப்போடு கேட்டாள்.

சூரியன் அவளது மேனியில் கதகதப்பை ஊட்டியது? ஆழம் காண முடியாத அகண்ட நீலவானப் பரப்பிலே பரவிய கதிரொளியை வெறித்து நோக்குவதில் அவள் இன்பம் கண்டாள். எந்த விதமான சிந்தனையும் செயலும் இன்றி, அசைவும் அங்கலாய்ப்பும் இன்றி அதனையே வெறித்து நோக்க வேண்டுமென நினைத்தாள் அவள்.

கவ்யாதின் அதன்பின் மௌனமாகிவிட்டான்; தனது கைவிரலால் நிலத்தை மட்டும் கிளைத்துக் கொண்டிருந்தான். அவன் மரீயா தவீதவ்னா என்ற மருத்துவச்சியை மணந்து கொண்டிருக்கிறான் என்பது தாஷாவுக்குத் தெரியும். வருஷத்தில் பலதடவை மரியா தவீதவ்னா தனது மூன்று குழந்தைகளையும் அழைத்துக்கொண்டு, தாய் வீட்டுக்குக் கோபித்துக் கொண்டு போய்விடுவாள். அவளது தாயும் அதே தெருவில் எதிர்த்த வரிசையில் தான் வசித்து வந்தாள். கவ்யாதினும் தனது குடும்பத்தின் இத்தகைய சச்சரவுகளைப் பற்றித் தனது காரியாலயத்தில்

வேலை பார்க்கும் சக ஊழியர்களிடம் சொல்வதுண்டு; எனினும் அவன் இத்தகைய சச்சரவுகளுக்கெல்லாம் மரீயா தவீதவ்னாவின் மட்டுக்கு மீறிய ஆசைவெறியும் ஆத்திர வேட்கையுமே காரணம் என்று கூறுவான். மரீயா தவீதவ்னாவும் இத்தகைய குடும்ப சச்சரவுகளைப் பற்றித் தான் வேலை பார்த்து வந்த ஆஸ்பத்திரியில் உள்ளவர்களிடம் சொல்வாள். அவளோ தன் கணவன் வழியில் வரும் எவளோ ஒருத்திக்காக, தன்னை எந்த நிமிஷமும் ஏமாற்றி விடுவார் என்றும், அதைத் தவிர அவருக்கு வேறு எண்ணமே கிடையாது என்றும் கூறுவாள். இது வரையில் தனது கணவர் அவ்வாறு தன்னை ஏமாற்றிக் கைவிடாமல் இருக்கிறார் என்றால் அதற்குக் காரணம் அவரது கோழைத்தனமும், சுரணை கெட்ட தன்மையுமே தவிர வேறில்லை என்றும், படுமோசமான இந்தக் குணங்கள் ஒரு புறமிருக்க, மரக்கறி வாடை வீசும் நீண்ட முகத்தை ஏறிட்டுப் பார்க்கவே தன்னால் முடியவில்லை என்றும், அதற்கான சகிப்புத் தன்மை இல்லையென்றும் அவள் கூறுவாள். கணவன் மனைவியரிடையே ஏற்படும் இத்தகைய பிணக்குகளால் அவர்கள் பிரிந்திருக்கும் சமயங்களிலே, கவ்யாதின் அந்தத் தெருவிலேயே ஒரு நாளைக்குப் பல தடவை மேலும் கீழும் தொப்பியின்றி நடந்து திரிவான். இதன்பின்னர் கணவனும் மனைவியும் இணக்கமாகி விடுவார்கள்; மரீயா தவிதவ்னா தனது குழந்தைகளோடும், படுக்கை தலையணைகளோடும் வீட்டுக்குத் திரும்பி வருவாள். இதுதான் வழக்கம்.

“ஒரு பெண் ஒரு ஆணுடன் தன்னந் தனிமையிலே இருக்க நேர்ந்தால், தான் அவனுக்கு உரிமையாக வேண்டும் என்ற ஒரு ஆசை அவள் உள்ளத்திலே எழுவது இயற்கை. அதே போல் ஆணுக்கும் அவளது உடலைத் தழுவி அணைக்க வேண்டும் என்ற ஆசை ஏற்படுவது சகஜம்!” என்று தனது தொண்டையை இருமிச் செருமி விட்டுக் கூற முனைந்தான் கவ்யாதின்; “நீங்கள் நேர்மையோடும் ஒளிவு மறைவற்றும் பதில் சொல்ல வேண்டும் என்று மட்டும் கேட்டுக் கொள்கிறேன். உங்களது இதயத்தின்

அடித்தளத்தின் பேராழத்திலே அந்த இதய பாதாளத்திலே, பொய்யும் பொச்சரிப்பும் நிறைந்த உணர்ச்சிகளுக்கு மத்தியிலே, இயற்கைக்கு ஒத்த பருவத்துக்கிசைந்த சரீர வேட்கையின் ஒளி மினுமினுத்துக் கொண்டிருப்பதை நீங்களே காண்பீர்கள்!"

"என் இதயத்திலே எந்தவிதமான வேட்கையுமே ஒளி செய்யவில்லை. அது ஏன் என்றும் எனக்குப் புரியவில்லை" என்றாள் தாஷா.

அவள் குதூகாலத்தோடும் ஆயாசத்தோடும் இருப்பதாக உணர்ந்தாள். ஒரு தேனீ வெளிறிய மலரின்மீது வட்டமிட்டுத் திரித்தது; அவள் தலைமீது ஒரு வெள்ளைக் காட்டு ரோஜாவின் மகரந்தத் தூள் சிந்தியது. ஆஸ்பென் மரங்களடர்ந்த தோப்பிலிருந்து ஏங்கி யேங்கிக் குறுகுறுத்த அந்தக் காதலனின் ஏக்கம், கைகூடாக் காதலன் போல் விம்மி விம்மி குறுகுறுத்த அந்தக் காட்டுப்புறாவின் குரல் கேட்டுக் கொண்டேயிருந்தது.

"தாஷா! ஓ தாஷா! ஒரு வேளை நீங்கள் உண்மையிலேயே காதலுக்குத்தான் ஆளாவிட்டீர்களா? ஆமாம். காதல் கொண்டு விட்டீர்கள். அதுதான் விஷயம். அதனால்தான் நீங்கள் சோகமாய் இருக்கிறீர்கள்!"

அத்தச் சோகக் குறுகுறுப்பு அவள் இதயத்தில் இத்தகைய ஒலியை எழுப்பியது; இந்த ஒலியைக் கேட்டு, தாஷா அமைதியாகச் சிரிக்கத் தொடங்கினாள்.

"அடடே! உங்கள் பூட்சுகளுக்குள் மணல் ஏறிவிட்டது. போலிருக்கிறதே, அதனை உலுக்கிப் போக்கிவிடுகிறேன்" என்று மெல்லிய குரலில் சொல்லியபடி கவ்யாதின் பூட்சை அவளது காலிலிருந்து கழற்ற முனைந்தான். இந்தச் செய்கையைக் கண்டதும் தாஷா துள்ளியெழுந்தாள்; தனது பூட்சை அவனது கையிலிருந்து வெடுக்கென்று பிடுங்கினாள்; அவனது கன்னத்தில் பளீரென்று ஒரு அறை அறைந்தாள்.

"அயோக்கியப் பயலே! நீ ஒரு விலங்காக இருப்பாய்

என்று நான் கனவில்கூட நினைக்கவில்லை!" என்று கூறினாள் தாஷா.

பின்னர் அவள் தனது பூட்சை மாட்டிக் கொண்டு, புல் வெளியை விட்டு எழுந்தாள்; தனது குடையைக் கையில் எடுத்தாள்; கவ்யாதினை ஏறிட்டும்கூடப் பார்க்காமல், ஆற்றங்கரையை நோக்கி நடக்க முனைந்தாள்.

'சே! நான் ஒரு படு முட்டாள். அவரது விலாசத்தைக் கூடக் கேட்டுத் தெரிந்து கொள்ளவில்லையே. அது தெரிந்தால் அவருக்கு ஒரு கடிதமாவது எழுலாமே' என்று அவள் தனக்குத்தானே சொல்லிக்கொண்டாள்; 'அவர் கீனெஷ்மாவுக்குத்தான் போனாரோ, இல்லை நீஷ்னி நோவ்கரத்துக்குத்கான் போனாரோ? இப்போது என்னடா வென்றால், நான் இங்கே இந்தக் கவ்யாதினோடு அவதிப்படவேண்டியிருக்கிறது. கடவுளே, கடவுளே!'

திரும்பிப் பார்த்தபோது, கவ்யாதின் அந்தப் புல்லந்தரிசிலிருந்து கொக்கு மாதிரி தனது கால்களைத் தூக்கி நிறுத்தியவாறு எங்கோ பார்த்தவனாக இறங்கிக் கொண்டிருந்ததை, தாஷா பார்த்தாள். பின்னர் அவள் தனக்குத் தானே கூறிக்கொண்டாள்: "நான் காத்யாவுக்கு இதுபற்றி எழுத வேண்டும். 'உனக்கு வேடிக்கை தெரியுமா? நான் காதல்கொ'ண்டு விட்டேன். ஆமாம். நிச்சயமாக நான் இப்போது காதலிக்கிறேன்' என்று எழுத வேண்டும்."

பின்னர் தாஷா தனது தொண்டைக்குழிக்குள்ளாகவே பின்வருமாறு பல தடவை கூறிக் கொண்டாள்:

"என் அருமையிலும் அருமையிலும் அருமையிலும் அருமையான இவான் இலீச்!"

இந்தச் சமயத்தில் எங்கோ வெகு சமீபத்திலிருந்து ஒரு குரல் கேட்டது. "ஊஹுஊம்! நான் வர மாட்டேன். வரவே மாட்டேன். இதென்ன இது? என் பாவாடையை விடுங்கள். இல்லாவிட்டால், அது கிழிந்து போய்விடும்!" குட்டையான தாடியும் எலும்புக்கூடான தோற்றமும், ஒடுங்கிய மார் பின்மீது தொங்கும் கருநிறமான சிலுவையும் கொண்ட

ஒரு பெரிய மனிதன் ஆற்றங்கரை வழியே முழங்காலளவு தண்ணீரில் நிர்வாணமாக ஓடிக்கொண்டிருந்தான். ஆபாசமாகக் காட்சியளித்த அந்த மனிதன் களையிழந்து அலுத்துக் கத்துத் தோன்றிய ஒரு பெண்ணை ஒரு வார்த்தை கூடப் பேசாமல் ஆத்திரத்தோடு தண்ணீருக்குள் இழுத்துச் செல்ல முயன்று கொண்டிருந்தான். அவளோ "ஐயோ! என்னை விட்டுவிடுங்கள்! என் பாவாடையை விடுங்கள்! இதோ என் பாவாடையைக் கிழித்து விடுவாய்!" என்று மாறி மாறிக் கூறிக் கொண்டேயிருந்தாள்.

தாஷா தான் எவ்வளவு வேகமாக ஓடமுடியுமோ அவ்வளவு வேகமாக ஆற்றங்கரை வழியே, தனது படகை நோக்கி ஓடினாள்; வெட்கத்தாலும் வெறுப்பாலும் அவளது தொண்டைக்குழியே அடைத்துக் கம்மிப் போய்விட்டது. படகைத் தண்ணீருக்குள் தள்ளிக்கொண்டிருந்த சமயத்தில், கவ்யாதின் மேல்மூச்சு கீழ் மூச்சு வாங்க ஓடோடியும் வருவதை அவள் பார்த்தாள். தாஷா தனது குடையை விரித்துத் தனது முகத்தை மறைத்துக் கொண்டு, அவனுக்கு எவ்விதமான பதிலும் சொல்லாமல், அவனைத் திரும்பிக் கூடப் பார்க்காமல் படகின் முனையிலேயே அமர்ந்திருந்தாள். வழியில் எங்கும் அவள் ஒரு வார்த்தை கூடப் பேசவில்லை.

இத்த உல்லாசப் பிரயாணத்துக்குப் பிறகு, தாஷா தனக்குத்தானே புரியாத ஒரு காரணத்துக்காக, தெலேகினின் மீது ஒரு குரோத பாவத்தை வளர்த்துவரத் தொடங்கினாள். அவன் மீது எதற்கெல்லாமோ, எடுத்தற்கெல்லாம் குறை கண்டாள். சூரிய வெப்பமும், தூசிக் காற்றும் நெருங்க முடியாதிருந்த அந்த நகரத்தின் சூழ்நிலை, பெட்டிகளைப் போல் கட்டப்பட்டிருந்த மட்டமான வீடுகள், உளுத்துக் கலகலக்கும் வேலிகள், வெறுக்கத்தக்க வெளி வாசல்கள், தந்திக் கம்பங்கள், மரங்களற்ற தெருக்களிலேயுள்ள டிராம் வண்டித் தூண்கள்—எல்லாவற்றுக்குமே அவள் தெலேகின் மீதுதான் குற்றம் கண்டாள். புழுக்கத்தைக் கிளப்பிவிடும் அந்த மத்தியான வேளையின், சூரிய வெப்பத்திலே, தூசிப்படலம் பறக்கும் நிழலற்ற தெரு விதிகளிலே

கண்களைக் கூசிக்கொண்டு ஒரு பெண் நடந்து சென்றது, அவள் தனது தோளின் இரு புறத்திலும் தொங்கிவிட்டுச் சுமந்து வந்த கூடைகளில் வறுத்த மீன்களைக் கூறு கூறாகக் கட்டிவைத்துக் கொண்டு வந்தது, தெருக்களிலுள்ள தூசி படிந்த ஜன்னல்களையெல்லாம் ஏறிட்டுப் பார்த்து, "வறுத்த மீன் வாங்கலையோ, வறுத்த மீன்!" என்று கூவி விற்றது, அவளது குரலை தெருவில் சென்ற ஒரே ஒரு நாயைத் தவிர வேறு எவருமே சட்டை செய்யாத - அந்த நாயும் கூட, சூரிய ஒளியால் கண்களைக் கூசி விழித்து, அரைப் பைத்தியம் பிடித்த நிலையில் அந்த மீனை மோப்பம் பிடித்து மூஞ்சியைச் சிணுங்கிக் கொண்டது, இத்தனைக்கும் மத்தியிலே எங்கோ தூரதொலைவிலிருந்து ஏதோ ஒரு பாண்டு வாத்தியம் ஏதோ ஒரு பழைய நாட்டிய மெட்டை வெளுத்து வாங்கி முழங்கிக்கொண்டிருந்தது- இவையனைத்துக்கும் கூட, அவள் தெலேகின் மீது தான் குறைபட்டுக் கொண்டாள்.

எல்லாவற்றுக்குமே தெலேகின்தான் காரணம். இந்த மாதிரியான மத்தியதரவர்க்கத்து மக்குப் பிடித்த வாழ்க்கையைக் கண்டு, மனம் புழுங்குவதற்கும், இத்தகைய மனப்பு முக்கத்துக்கு என்றென்றைக்குமே இரையாகி, அதிலிருந்து தப்பிப்பதற்காக, தெருக்களிலே ஓடோடியும் வந்து, தொண்டை கிழிபடும் உரத்த குரலில், "நான் வாழ விரும்புகிறேன்! ஆம். வாழ விரும்புகிறேன், தெரிகிறதா?" என்று கத்திக்கொண்டு அலைவதற்கும் தாஷாவை ஆளாக்கிவிடக் கூடிய இந்த நிலைமைக்கெல்லாம் தெலேகின்தான் காரணம். இதற்கெல்லாம் தெலேகின் தான் பொறுப்பாளி; குற்றவாளி!

அவன் அளவுக்கு மீறிய வெட்கமும் அடக்கமும் கொண்டவனாக நடந்து கொண்டதே ஒரு குற்றம்தான். என்னதான் இருந்தாலும், "நான் உங்களைக் காதலிக்கும் உண்மையை நீங்கள் இன்னுமா உணரவில்லை?" என்று தாஷா சொல்வாளென்று அவனும்தான் எதிர்பார்க்க முடியுமா? அப்படி தாஷாவால் தான் சொல்ல முடியுமா? அவன் தன்னைப் பற்றி அவளுக்கு இதுவரை ஒரு

வார்த்தைகூடச் சொல்லாமல் இருப்பதும் குற்றம்தான். அவளுக்கு மீண்டும் ஆலோசிப்பதற்கே இடம் தராத முறையில், ஏதோ காற்றோடு காற்றாய் மறைந்துபோன மனிதன் மாதிரி ஒரே போக்காய் போய் விட்டானே. அது தான் அவனது குற்றம்...

இத்தனை துன்பங்களுக்கும் மேலாக, புழுக்கம் நிறைந்த ஒரு நாள் இரவில், கரிய குப்பையைப்போல் இருள் மண்டிக் கிடந்த அந்தகார வேளையில் தாஷா ஒரு கனவு கண்டாள். பீட்டர்ஸ்பர்கில் இருந்தபோது ஒரு நாள் இரவு கனவு கண்டு கண்ணீர் விட்டவாறே விழித்தெழுந்தாளே, அப்போது கண்ட அதே கனவை அவள் திரும்பவும் கண்டாள். கண்ணாடி மீது பட்ட நீராவிப் புகை சீக்கிரத்திலேயே மீண்டும் ஆவியாகி மறைந்து விடுவது போல் அவளது நினைவு மண்டலத்தை விட்டு அப்போதே மறைந்துவிட்ட அதே கனவை அவள் மீண்டும் கண்டாள். உள்ளத்தை உலுப்பக்கூடிய பயபீதி ஊட்டும் அந்தக் கனவு தனக்கு நேரப் போகும் ஏதோ ஒரு படு நாசச் சீரழிவுக்கான முன்னறிவிப்புத்தானோ என்ற எண்ணத்திலிருந்து அவளால் விடுபடவே முடியவில்லை, அவளது தந்தையான திமித்ரி ஸ்தெபானவிச்சோ அவள் ஆர்செனிக் மருந்து ஊசிகள் போட்டுக்கொள்வது நல்லது என்று ஆலோசனை கூறினார். பின்னர் காத்யாவிடமிருந்து மற்றொரு கடிதம் வந்தது.

அதில் அவள் எழுதியிருந்தாள்:

“அருமை தாஷா! உன்னையும் எல்லோரையும் ருஷ்யாவையும் காணாமல் நான் தவியாய்த் தவிக்கிறேன். நிகலாயை விட்டுப் பிரிந்து, வந்தது என் குற்றமே என்று நான் நாளுக்கு நாள் அதிகமாக உணரத் தொடங்குகிறேன். காலையில் எழுந்திருக்கும் போது அதே நினைவுடன் எழுகிறேன். ஏதோ ஒரு குற்றத்தைச் செய்துவிட்ட உணர்வோடு, அழுகி நாற்ற மெடுத்தாற்போலுள்ள ஏதோ ஒரு மனவேதனையோடு நாள் பூராவும் திரிந்தலைகிறேன். பிறகு--நான் இது விஷயத்தை உனக்கு தெரிவித்தேனா இல்லையோ? எனக்கு ஞாபகமில்லை-- என்னை

ஒரு மனிதர் வாரக் கணக்காக வட்டம் போட்டுப் பின் தொடர்ந்து வருவதை நான் பார்த்தேன். நான் வீட்டைவிட்டு வெளியே செல்லும்போதெல்லாம் அவர் என்னை நோக்கி வருவார். ஒரு நாள் நான் ஒரு பெரிய கடையின் 'லிப்டில்' ஏறிய போது, அது உயரக் கிளம்பும் நேரத்தில் அவரும் வந்து உள்ளே குதித்து ஏறிக்கொண்டார். நேற்று நான் லூரவ்ரில் உள்ள கண்காட்சியில் ஒரு பெஞ்சின் மீது களைத்துப்போய் உட்கார்ந்திருந்தேன். அந்தச் சமயத்தில் திடீரென்று யாரோ ஒருவருடைய கை என் முதுகைத் தடவியது போல் உணர்ந்தேன். உடனே திரும்பிப் பார்த்தேன். அங்கே அந்த மனிதர் எனக்குப் பின்னால் சமீபத்திலேயே இருந்தார். அவரது கரிய தலைமயிரில் இளநரை புரையோடிக் காணப் பட்டது: அவரது தாடியோ இரண்டு கன்னங்களிலும் ஒட்ட வைத்த மாதிரி காட்சியளித்தது. அவர் கைத்தடியின் பிடியை இரண்டு கைகளாலும் பிடித்திருந்தார். குழிந்த கண்களால் வெறித்து நோக்கியபடி அமர்ந்திருந்தார். அவர் என்னிடம் ஒரு வார்த்தைகூடப் பேசுவதில்லை; என்னைத் தொல்லைப்படுத்துவதும் இல்லை. எனினும் நான் அவரைக் கண்டு பயப்படுகிறேன். அவர் ஏதோ என்னைச் சுற்றி வலை விரித்து, மாயக் கண்ணிகள் வைத்து வருவது போலவே நான் உணர்கிறேன்..."

தாஷா அந்தக் கடிதத்தைத் தன் தந்தையிடம் காட்டினாள்; மறு நாள் காலையில் இமித்ரி ஸ்தெபானவிச் பத்திரிகை படித்துக் கொண்டிருந்த வேளையில் பேச்சுப் பராக்கில் சொல்வது போல அவளை நோக்கிச் சொன்னார்;

"தாஷாக் கண்ணு! திரீமியாவுக்குப் போய்விட்டு வாயேன்."

"எதற்கு, அப்பா?"

"நிகலாயை எப்படியாவது தேடிப்பிடித்து, அவரது ஞாபக மறதியைச் சுட்டிக் காட்டு. அவரை பாரிசுக்குத் தம் மனைவியிடம் போகச் சொல்... ஊம்... அவர் இஷ்டம் எப்படி எப்படியோ? இது அவர்களுடைய சொந்த விஷயம்."

திமித்ரி ஸ்தெபானவிச் தமது உணர்ச்சிளை வெளியே காட்டிக் கொள்வதை வெறுப்பவரேயென்றாலும், அவர் கோபமாகவும்; ஆத்திரமாகவும் இருக்கிறார் என்பதை அவரது முகம் காட்டிக்கொடுத்தது. தாஷாவுக்கோ உடனேயே குதூகலம் பிறந்து விட்டது. கிரீமியாவின் நீலக்கடல் பரப்பையும் அலை முழக்கத்தையும் அவள் கனவு காணத் தொடங்கிவிட்டாள். கரீமியாக் கடற்கரையிலுள்ள நெடிதுயர்ந்த பாப்லார் மரத்தின் நிழல் நீண்டு விழும் மணல்வெளி, அங்குள்ள கல்லாலான பெஞ்சு, அவளது தலைமீது கட்டப் பெற்ற தலைக்கச்சை காற்றில் படபடக்கும் கோலாகலம், அமைதியற்று அவளையே ஆர்வத்தோடு நோக்கும் ஏதோ கண்கள்... -- இத்தகைய நினைவுகள், கனவுகள் எல்லாம் அவளது மனவரங்கில் வட்டமிடத் தொடங்கின.

அவள் விரைவிலேயே தனது மூட்டை முடிச்சுக்களைக் கட்டி எடுத்துக் கொண்டு, எவ்பதோரியாவுக்குப் புறப்பட்டுச் சென்றாள்; கடலில் குளிப்பதற்காக நிகலாய் இவானவிச் அங்குதான் முகாம் செய்திருந்தார்.

12

அந்த வருடத்துக் கோடைப் பருவத்தின்போது நாட்டின் வடபாகத்திலிருந்து வழக்கத்துக்கும் அதிகமான ஏராளமான மக்கள் இரிமியாவுக்கு வந்திருந்தார்கள். இருமல் நோயுடனும், கபக்கட்டுடனும், வெயிலால் உரிக்கப்பட்ட எடுப்பான மூக்குக் கொண்ட பீட்டர்ஸ்பர்க்வாசிகள் இருந்தார்கள். இழுத்து இழுத்துப் பேசும் தலை விரிகோல மாஸ்கோவாசிகள் இருந்தார்கள்; 'ஆ' வுக்கும் 'ஓ' வுக்கும் வித்தியாசமின்றிப் பேசும் கரிய கண்களையுடைய கீவ் நகரவாசிகளும் வந்தார்கள்; ருஷ்யர்களின் பரபரப்பை வெறுக்கும் சைபீரியப் பிரதேசத்துப் பணக்காரர்களும் வந்திருந்தார்கள். இவர்கள் எல்லோரும் கடற்கரையில் மேலும் கீழும் திரிந்தார்கள்; எல்லோரும் தங்கள் தங்கள்

உடம்புகளை வெயிலில் குளிர்காய விட்டார்கள்; வறுத்தெடுக்க விட்டார்கள்; கறுக்க விட்டார்கள். இளம் பெண்கள், நெடிய கால்களையுடைய வாலிபர்கள், மத குருக்கள், அரசாங்க உத்தியோகஸ்தர்கள் கெளரவமான தம்பதிகள்—இவர்கள் எல்லோருமே ருஷ்ய நாடு முழுவதும் அந்தச் சமயத்தில் வாழ்ந்து வந்த, ஒழுக்கங்கெட்ட படு நாச வாழ்க்கையையே வாழ்ந்து வந்தார்கள்; அதாவது, ருஷ்ய நாட்டைவிட்டே ஒழுக்கம் என்ற உயர் குணம் அடியோடு போய்விட்டது போல் அவர்கள் வாழ்ந்தார்கள்.

கோடைப் பருவத்தின் உச்ச நிலையிலோ உப்புக் கரிக்கும் கடல் நீரும் சரி, சூரிய உஷ்ணமும் சரி, வெயிலால் கறுத்திருந்த உடம்பும் சரி, எல்லாம் ஒன்று சேர்ந்து அவர்களது நாண உணர்ச்சியையே சாகடித்து விட்டது; சாதாரண, அத்தியாவசியமான ஆடைகள் கூட, அவர்களுக்கு அளவுக்கு மீறிய ஆபாசமானதாக பட்டது. எனவே பெண்களெல்லாம் தமது உடம்பைத் தத்தாரிய நாட்டுத் துண்டுகளால் பேருக்கு மட்டும் மூடியவர்களாக மணல் வெளிகளிலே மல்லாந்து படுத்திருந்தார்கள்; ஆண்களோ எட்ரூஸியா நாட்டு மண் ஜாடிகளில் வரையப்பட்ட கலைச்சித்திரங்களில் உள்ள மனிதர்களைப்போலக் காட்சியளித்தார்கள்.

கால் தடுக்கும் இடமெல்லாம் கண்டபடி படுத்திருக்கும் நிர்வாணமான மேனிகள், கொதிக்கின்ற சுடுமணல், நீலத் திரைக் கடலின் நெடிய அலைக்கூட்டம் இவையெல்லாம் ஒன்று கூடி, இல்லற தர்மத்தையே, குடும்ப உறவின் நிலைத் தன்மையே ஆட்டிப் படைத்து அச்சுறுத்தி வந்தன. அங்கு எந்த ஒரு செய்கையுமே சுலபமாகவும், காரிய சாத்தியமானதாகவும் தோன்றியது. சுகவாசம் முடிந்து தாம் வீடு, திரும்பும் காலத்தில், தமது வீட்டு ஜன்னல் கண்ணாடிகளின் மீது ஓயாத அடை மழை பெய்ய இருப்பதையும், தமது வீட்டுக் கூடத்தில் டெலிபோன் மணி கணகணத்துத் தொல்லை கொடுக்க இருப்பதையும், அலுத்துச் சலித்துப்போன தமது குடும்ப வாழ்வில் கோபதாபங்கள் குமுறி வெடிக்க இருப்பதையும்

நிறைவேற்றப் படாத வாக்குறுதிகளால் ஏற்படும் நிரந்தர உணர்ச்சிகள் தம்மை வருத்த இருப்பதையும் அவர்கள் மறந்தே விட்டார்கள். ஆம். அவற்றைப்பற்றி அவர்களுக்கு இப்போதென்ன கவலை? கடல் நீரோ மெல்லிய சலசலப்போடு கரைக்கு ஓடிவந்து, அங்கு படுத்திருப்பவர்களின் கால்களைத் தொட்டு வருடியது. அந்தக் குளிர்ச்சி நிறைந்த வருடலிலோ அவர்கள் ஒரு அநாயசமான சுகத்தை, கதகதப்பை, இனிமையை உணர்ந்தார்கள். அந்தச் சுகானந்தம் நீட்டி நிமிர்ந்து கடக்கும் அவர்களது உடம்புகளிலும், அகல விரிந்து கடக்கும் கைகளிலும், மூடியிருக்கும் கண்ணிமைகளிலும் ஊர்ந்து ஊடுருவிப் பரவிச் சிலிர்த்தது. ஆம். ஆபத்து நிறைந்த எல்லாமே அங்கு ஆனந்தம் தருவதாகவும் சுலபமானதாகவும் இருந்தது.

இந்த ஆண்டின் கோடைப்பருவத்திலோ அந்த யாத்திரிகர்களின் ஒழுக்கக் கேடும், சிறுமைத் தன்மையும் மட்டுக்கு மீறி மிதமிஞ்சிப் போய்விட்டது; அதாவது ஜூன் மாதத்தின் காலை வேளையில் தோன்றும் செக்கச் சிவந்த சூரிய கோளத்திலிருந்து வீங்கிப் புடைத்து விடுபெற்று வந்த ஏதோ ஒரு பிரம்மாண்டமான சக்தி ஆயிரக்கணக்கான நகரவாசிகளின் நினைவையும் அறிவுத்திறனையும் முற்றிலும் மழுங்கடித்து விட்டது போல் தோன்றியது.

அந்தக் கடற்கரையிலுள்ள எந்த ஒரு குடும்பத்தாரிடையே எல்லாம் நல்லபடியாக உள்ளது என்று சொல்வதற்கே வழியில்லை. உறுதி வாய்த்த பந்த பாசங்களெல்லாம் கூட, எதிர்பாராத முறையில் பட்டென்று அறிந்து முறிந்தன. அங்கு நிலவிய சூழ்நிலை அனைத்திலும் காம வேட்கை நிறைந்த ரகசியப் பேச்சுக்களும், செல்லச் சிரிப்புகளும் நிறைந்திருப்பதாகத் தோன்றியது. என்றோ செத்து மடிந்துவிட்ட தேசா தேசங்களின் எலும்புகளும், புராதன நகரங்களின் மிச்ச சொச்சங்களுமாகச் சிந்திச் சிதறிக் காணப்படும் அந்த வெம்மையான மணல் வெளியிலே விவரித்துச் சொல்ல முடியாத சகலவிதமான அபத்தங்களும், ஆபாசப் பேச்சுக்களும் ஒலித்தன.

இலையுதிர் காலத்தின் மழையை எதிர்நோக்கி, ஏதோ ஒன்று பழி தீர்ப்பதற்காகக் கண்ணீரும் கம்பலையுமாய்க் காத்திருப்பதுபோல் தோன்றியது.

எவ்பதோரியாவுக்கு தாஷா மதியத்துக்குமேல் வந்து சேர்ந்தாள். புழுதி படிந்த வெண்மையான பாதை வழியாக உப்பளப் பாத்திகளையும், சமதளமான புல்வெளியில் காணப்பட்ட வைக்கோல் போர்களையும் சுற்றி வளைத்து நகருக்குள் சென்ற போது, சூரிய ஒளியின் பகைப் புறத்திலே நிழற் படம்போல் காட்சியளித்த ஒரு பெரிய மரக்கப்பலை தாஷா கண்டாள். அந்தக் கப்பல் புல் வெளியின் மீது மெதுவாகப் போய்க் கொண்டிருப்பதுபோலத் தோன்றியது; அதனுடைய கரிய பாய்மரங்கள் முன்னும் பின்னும் அலைக்கழிந்து ஆடின. அந்தக் காட்சி தாஷாவுக்கு ஒரு அதிசயமாகப் பட்டது; எனவே அவள் அதனைப் பிரமித்துப்போய் பார்த்தாள். அவள் பிரயாணம் செய்து வந்த காரில், அவளுக்கு அருகில் ஒரு ஆர்மீனியாக்காரன் உட்கார்ந்திருந்தான். அவன் அவளை நோக்கி புன்னகை புரிந்தவாறே சொன்னான்:

“இன்னும் ஒரே நிமிஷத்தில் நீங்கள் கடலைப் பார்க்கலாம்.”

நீண்ட சதுர வடிவமான உப்பளப் பாத்திகளை வலம் செய்தவாறே, அந்தக்கார் ஒரு மணல்மேட்டின் மீது ஏறியது; ஏறியவுடன் கடல் கண்ணுக்குப் புலப்பட்டது. அந்தக் கடல்நீர் தரை மட்டத்துக்கு மேலாக ஒரு புறமாகச் சாய்த்து உயர்த்தி வைக்கப்பட்டிருப்பதுபோல் அவளுக்குத் தோன்றியது; வெண்மையான நுரையால் விளிம்பு கட்டப் பெற்றுத் தோன்றிய அந்தக் கருநீலமான கடற்பரப்பு அவளுக்கு அத்தகைய பிரமையைத்தான் உண்டாக்கியது. கடற்காற்று கும்மென்று குதூகலத்தோடு இரைந்தது. தாஷா தனது மடி மீதிருந்த பெட்டியை இறுகப் பற்றியவாறே தனக்குள் கூறிக் கொண்டாள்:

“ஒரு வழியாக வந்து விட்டோம்! இதுதான் இடம்!”

அதே சமயத்தில் நிகலாய் இவானவிச் ஸ்மகோவ்னி கவோ கடலுக்குள் நிறுத்திய கட்டைகளின் மீது கட்டப்பட்ட ஒரு

மாடத்தில் அமர்ந்து, 'நாடக மேடைக் காதலனோடு' காபி குடித்துக் கொண்டிருந்தார். கோடைக்கால யாத்திரிகர்கள் சாப்பாட்டுக்குப் பின்னர் வந்து தங்கினார்கள்; அங்குள்ள சின்னஞ்சிறு மேஜைகளுக்கெதிரே போய் அமர்த்து கொண்டு, ஒருவருக்கொருவர் குசலம் விசாரித்தார்கள்; பெண்களைப் பற்றியும், கடல் நீராடல் பற்றியும், அயோடின் சிகிச்சையால் ஏற்படும் நன்மைகளைப் பற்றியும் விவாதித்தார்கள். அந்த உல்லாச மாடியின் உட்புறம் குளுமை நிரம்பியதாக இருந்தது. கடற்காற்று வெண்மையான மேஜை விரிப்புக்களையும், பெண்களின் கழுத்துக் கச்சைகளையும் பட படக்கச் செய்து சரசரத்து வீசிற்று. ஒற்றைப் பாய் மட்டும் கட்டிய ஓர் உல்லாசப் படகு பக்கத்திலே மிதந்து சென்றது; அதிலிருந்து குதூகலம் நிறைந்த கூச்சல்கள் கிளம்பின. பிரமுகர்களான சில மாஸ்கோ நகரவாசிகள் அங்கிருந்த பெரிய மேஜைகளில் ஒன்றின் முன்னால் கூட்டமாக அமர்ந்திருந்தார்கள். அந்த மனிதர்களைக் கண்டு முகத்தைச் சுழித்த 'நாடக மேடைக் காதலன்' தான் எழுத உத்தேசித்துள்ள நாடகத்தின் கதையைத் தொடர்ந்து கூறிக் கொண்டிருந்தான்.

நிகலாய் இவானவிச்சின் முகத்தை ஈடுபாட்டோடு கூர்ந்து பார்த்தவனாக, அவன் சொன்னான்: "நான் இந்த நாடகத்தின் கருத்து முழுவதையும் நன்றாக உருவாக்கிவிட்டேன். எனினும் அதன் முதல் அங்கத்தை மட்டுமே எழுதியிருக்கிறேன். நிகலாய்! நீ ஒரு புத்திசாலி. எனவே எனது கருத்தை நீ லகுவில் புரிந்து கொள்வாய். இது தான் என் கதையின் கருத்து, ஒரு அழகிய இளம் பெண் இருக்கிறாள். எப்போது பார்த்தாலும் அவள் வருத்தத்தோடும் சோர்வோடும் காணப்படுகிறாள். அவளைச் சுற்றிலுமுள்ள சகல விஷயங்களுமே அர்த்தமற்ற விஷயங்களாகப்படுன்றன. மது பானத்தாலும், சீழ்பிடித்த மனவுணர்ச்சகளாலும் கெட்டுச் சீரழிந்து, வாழ்க்கைச் சுழலில் சிக்கித் தவித்து முங்கி முழுகிப் போன கண்ணியமான மனிதர்களை அவள் காண்கிறாள். என்ன? நான் சொல்வது உங்களுக்குப் புரிறதா?.. சரி. அவள் என்ன சொன்னாள் தெரியுமா? 'நான் போயாக வேண்டும்;

இந்த வாழ்க்கையிலிருந்தே விடுபட்டு ஓட வேண்டும்; ஒளி தெரின்ற எங்கேனும் ஒரு இடத்தை நோக்கி நான் போயே ஆக வேண்டும்...' என்று சொல்கிறாள். அவளைத் தவிர, அவளது கணவனும், நண்பனும் வருகிறார்கள். அவர்களும் துன்பப்படுகிறார்கள். என்ன நிகலாய்! நான் கூறுவதைப் புரிந்து கொள்கிறாயா? அதாவது அவர்கள் வாழ்க்கைச் சுழலில் சிக்கித் தவிக்கிறார்கள்... கடைசியில் ஒரு வழியாய் அவள் போயே விடுகிறாள்... ஆனால் யாரிடம் போய்ச் சேர்கிறாள் என்பதை மட்டும் நான் சொல்லவில்லை... அவளுக்குக் காதலன் என்று ஒருவனும் இல்லை... எல்லாம் ஏதேதோ சித்த சபலங்களால் ஏற்பட்ட விளைவு... பிறகு அந்த இரண்டு ஆண்களும் ஒரு ஹோட்டலில் அமர்ந்து அமைதியாகக் குடித்துக் கொண்டிருக்கிறார்கள்; தாங்கள் குடிக்கும் பிராந்தியோடு தங்கள் கண்ணீரையும் சேர்த்து அருந்துகிறார்கள்... புகை போக்கியில் காற்று மோதும் ஓலம் கேட்டது... அவர்களது மரணக் கிரியையின்போது வேதபாராயணம் நடக்கிறது... ஒரே அந்தகாரம்... பாழிருள்..."

"இதுபற்றி எனது அபிப்பிராயத்தை நீ அறிய விரும்புகிறாயா?" என்றார் நிகலாய் இவானவிச்.

"நிச்சயமாக, 'மிஹயில்! போதும் நிறுத்து!' என்று நீ சொல்ல வேண்டியதுதான். நான் இத்துடன் எழுதுவதை நிறுத்தி விடுகிறேன்."

"உனது நாடகம் அற்புதமாயிருக்கிறது. அதில் வாழ்க்கையே குடி கொண்டிருக்கிறது!" என்று தன் கண்களை மூடியவாறே நிகலாய் இவானவிச் தலையை ஆட்டினார்; பின்னர் மேலும் சொன்னார்:

"ஆமாம், மிஹயில். நாங்கள் எங்களுடைய ஆனந்தத்தைப் புரிந்து பாராட்ட இயலாதுதான் போய் விட்டோம். இப்போதோ அது மறைந்து போய் விட்டது. நீயும் நானும்- நம்பிக்கையோ மனவுறுதியோ எதுவுமே இல்லாமல்- இங்கமர்ந்து குடிக்கிறோம்... காற்று நமது சமாதிக் குழிகளின் மீது ஊளையிட்டுத் திரிகிறது... உனது

நாடகம் விவரித்துச் சொல்ல முடியாதபடி உள்ளத்தை நெகிழ்ச்சியடையச் செய்கிறது..."

'நாடக மேடைக் காதலனின்' கண்களை மூடியுள்ள தொள தொளத்த கண்ணிமைகள் பட படத்தன; அவன் நிகலாய் இவானவிச்சை ஆர்வத்தோடு முத்தமிட்டான். பின்னர் அவன் இருவருக்கும் இரண்டு கோப்பைகளில் ஒயின் மதுவை ஊற்றினான். அவர்கள் இருவரும் தங்கள் ஒயின் மதுக் கோப்பைகளை ஒன்றுடன் ஒன்றாய் தொட்டுக் கொண்டு அதனைப் பருக முனைந்தார்கள்; மேஜை மீது தங்கள் முழங்கைகளை ஊன்றியவாறு, தமது உரையாடலை மீண்டும் தொடங்கினார்கள்.

'நாடகமேடைக் காதலனோ' தனது நண்பரைச் சோர்ந்து போன கண்களால் பார்த்தவாறே கேட்டான்:

"நிகலாய்! நான் உனது மனைவியைக் காதலித்தேன் என்பதை, என் உள்ளத்தில் தெய்வம்போல வைத்து வணங்கினேன் என்பதை நீ அறிவாயா?"

"நீ காதலித்தாய் என்றே நானும் நினைத்தேன்."

"ஆம், நிகலாய்! அதனால் நான் தாங்கமுடியாத மனோ வேதனைகளுக்கு, சபலங்களுக்கு ஆளானேன். எனினும் நீ என் நண்பர்... எத்தனை தடவை உன் வீட்டுத் தலைவாசலை இனி ஒரு போதும் மிதிப்பதில்லை என்று எனக்கு நானே சத்தியம் செய்துகொண்டு உன் வீட்டை விட்டு ஓடி வந்திருக்கிறேன், தெரியுமா? எனினும் என் சத்தியம் நிலைக்கவில்லை. நான் உன் வீட்டுக்கு வந்தேன்; கோமாளி வேஷம் போட்டேன்... நிகலாய்! நீ அவளைக் குறை கூற இடமில்லை..."

அவன் தன் உதடுகளைப் பயங்கரமாகப் பிதுக்கினான்.

"அவள் என்னை கொடுமையாக நடத்தினாள், மிஹயில்!"

"இருக்கலாம்... ஆனால் அவள் முன்னே நாமனைவரும் குற்றவாளிகள். நிகலாய்! எனக்கு ஓரே ஒரு விஷயம்தான் புரிய மாட்டேனென்கிறது. அந்த மாதிரியான ஒரு

பெண்ணோடு வாழ்ந்து வந்த அதே சமயத்தில், நீ எப்படி அந்த விதவை சாப்பியா இவானவ்னாவின் விவகாரத்தில் போய் மாட்டிக்கொண்டாய்? அது எப்படி சாத்தியமாயிற்று? அது தான் எனக்குப் புரியவில்லை."

"அதெல்லாம் பெரிய சிக்கலான விவகாரம், அப்பா!"

"பொய். நான் அவளைப் பார்த்தேன். -அவள் ஒரு சாதாரணப் பெண்!"

"அது சரி, மிஹயில்; எல்லாம் முடிந்து போன விவகாரம். இதோ பார். சாப்பியா இவானவ்னா நல்ல குணம் படைத்தவள். அவ்வளவுதான். அவள் எனக்கு அவ்வப்போது சுகம் தந்தாள். அவளது உறவில் நான் இன்பம் கண்டேன். அவள் என்னிடமிருந்து பிரதியாக எதையுமே எதிர்பார்க்கவில்லை. எனது வீட்டிலோ ஒரே சிக்கலாகவும், சிரமமாகவும், ஆழமாகவும் விவகாரங்கள் முற்றிவிட்டன... காத்யாவின் மனப்பான்மைக்கு ஏற்ற ஆத்ம சக்தி என்னிடம் இருக்கவில்லை...."

"ஆனால், நிகலாய்!.. நீ சொல்ல விரும்புவது?.. நாம் மீண்டும் பீட்டர்ஸ்பர்குக்குப் போவோம்; மீண்டும் செவ்வாய் கிழமைகள் வரும்... நாடகம் முடிந்த பின்னர் நான் உங்கள் வீட்டுக்கு வருவேன். உங்கள் வீடோ வெறிச்சோடிக் கிடக்கும்... அந்தக் காட்சியை நான் எப்படித்தான் சகித்துக் கொள்வதோ தெரியவில்லை... சரி, உன் மனைவி இப்போது எங்கிருக்கிறாள்?"

"பாரிஸில்."

"நீ அவளுக்குக் கடிதம் எழுதுவதுண்டா?"

"இல்லை."

"பாரிசுக்குப் போய் வா, நாமிருவருமே போவோமே!"

"அதனால் ஒரு பயனுமில்லை!"

"சரி, அவளுடைய நலத்துக்காக நாம் மது அருந்துவோம்!"

“தாராளமாக!”

திடீரென்று அந்த உல்லாச மேடையின் மீது நடிகை சரதேயவா காட்சியளித்தாள். பெரிய தொப்பியும், பச்சை நிறமான கண்ணாடி போன்ற மெல்லிய துணியாலான உடையும் தரித்து, அவள் அங்கிருந்த மேசைகளுக்கிடையே தென்பட்டாள். அவள் ஒல்லியாகவும், பாம்புபோல் நளினமுடையவளாகவும் தோற்றமளித்தாள்; அவளது கண்களுக்குக் கீழே நிறம் நிழலிட்டது. தன்னை நேராக நிற்க வைக்க, தனக்கு முதுகெலும்பே இல்லாதவள்போல், அநாயசமாக வளைந்தாள்; நெளிந்தாள்; சுருண்டாள். ‘கந்தர்வர்களின் கோஷ்டிகானம்’ என்ற பத்திரிகையின் ஆசிரியர் எழுந்து அவளிடம் சென்றார்; அவளது கரத்தைப்பற்றி, முழங்கைக்குக் கீழே மெதுவாக முத்தமிட்டார்.

“அற்புதமான பெண்!” என்று தன் வாயை முழுதும் திறக்காமலே வாய்க்குள் சொல்லிக்கொண்டார் நிகலாய் இவானவிச்.

“இல்லை, நிகலாய்! சரதேயவா ஒரு செத்த சவம்! ஜனங்கள் அவளிடம் என்னத்தைக் கண்டு விட்டார்கள்? அவள் என்ன, பெஸ்ஸோனவோடு ஏதோ மூன்று மாத காலம் வாழ்ந்தாள்; சங்கீதக் கச்சேரிகளின்போது, கவிதைகள் சிலவற்றை ஒப்பாரி வைக்கிறாள். வேறு என்ன செய்கிறாள்!.. அவளைத்தான் கொஞ்சம் ஏறிட்டுப் பாருங்களேன். அவள் வாயோ ஒரு காதிலிருந்து மறு காதுவரையிலும் நீண்டு போயிருக்கிறது; கழுத்தோ கம்பிக் கழுத்து. அவள் ஒரு பெண்ணா? இல்லவே இல்லை! அவள் ஒரு கழுதைப்புலி!”

ஆனால், அங்குமிங்கும் தலை தாழ்த்தி வணங்கிய போதோ, அசைந்தாடும் தொப்பியோடும், தனது அகன்ற பழுப்பு நிறமான வாயில் புன்னகையோடும் சரதேயவா அவர்களது மேஜையருகே நெருங்கிவந்த போதோ, அந்த ‘நாடக மேடைக் காதலன்’ மெதுவாக தன் இடத்தை விட்டு எழுந்தான்; ஏதோ ஒரு மனமயக்கத்துக்கு ஆளானவன்

போல் தனது கைகளை அகல விரித்துப் பின்னர் அந்தக் கரங்களை தனது மோவாய்க்குக் கீழே ஒன்று சேர்த்துத் தாங்கியவாறே சொன்னான்:

"நீனா... என் கண்ணே!.. நீ எத்தனை அழகாக இருக்கிறாய்! இந்த அழகுக் கொலுவைப் பூரணமாக அனுபவிக்க முடியவில்லையே. என் அன்பே! பூரணமாக ஓய்வு பெறவேண்டும் என்றல்லவா டாக்டர் எனக்குக் கூறி விட்டார்!"

தன் மூக்கைச் சுழித்தவாறே, சரதேயவா அவனது கன்னத்தைத் தனது எலும்புக் கரத்தால் லேசாகக் கிள்ளினாள்.

"அது சரி. நேற்று ஹோட்டலிலே என்னைப் பற்றி என்ன சொன்னீர்கள்?"

"நேற்றா? ஹோட்டலிலா? ஹோட்டலில் உன்னைப்பற்றி மோசமாகவா பேசினேன்? ஐயோ, நீனா! நானா பேசுவேன்?"

"நீங்கள் பேசவில்லையா? பின்னே?"

"ஹே! சத்தியவதி! யாரோ உன்னிடம் என்னைப்பற்றி அவதூறு கிளப்பியிருக்கிறார்கள்!"

சரதேயவா சிரித்துக்கொண்டே, தனது விரலால் அவனது உதடுகளைப் பொத்தினாள்: "உங்கள் மீது என்றால் ஒரேயடியாய்க் கோபப்பட முடியாது என்பதுதான் உங்களுக்குத் தெரியுமே!" என்றாள்.

பின்னர், அவள் தன் குரலைச் சட்டென்று மாற்றிக் கொண்டு, ஏதோ ஒரு சமூக நாடகத்தில் நடிப்பவள் மாதிரி, நிகலாய் இவானவிச்சின் பக்கம் திரும்பிச் சொன்னாள்.

"நான் தற்செயலாக உங்கள் அறையின் பக்கமாக வந்தேன். அப்போது உங்கள் அறைக்குள் உங்களைப் பார்ப்பதற்காக யாரோ வந்திருப்பதைக் கண்டேன். உங்களுக்கு உறவு

என்று நினைக்கிறேன். ஒரு அழகான கவர்ச்சி மிகுந்த பெண் அங்கு காத்திருக்கிறாள்."

நிகலாய் இவானவிச் தம் நண்பனைச் சட்டென்று ஒரு பார்வை பார்த்துவிட்டு, தாம் பாதி புகைத்துவிட்டு, சிகரெட் தட்டின் மீது வைத்திருந்த சுருட்டை எடுத்து வாயில் வைத்து பக்பக்கென்று இழுத்தார். அவர் சுருட்டுப் பிடித்த வேகத்தில் சுருட்டுப் புகை மண்டலம் அவரது தாடியையும் முகத்தையுமே கவிந்து மறைத்துவிட்டது. பின்னர் அவர் கூறினார்: "இதென்ன திடுமென்று? என்னவாயிருக்கும்? இதோ ஓடிப் போய்ப் பார்க்கிறேன்."

தமது கையிலிருந்து கரிந்த சுருட்டுத் துண்டைக் கடலுக்குள் சுண்டி எறிந்துவிட்டு, அவர் கரையை நோக்கச் செல்லும் படிகளில் இறங்கி நடந்தார்; தமது தொப்பியைத் தலைக்குப்பின் புறமாக ஒதுக்கித் தள்ளிவிட்டு, வெள்ளிப் பூண் பிடித்த கைத்தடியைச் சுழற்றியவாறே நடந்தார். ஹோட்டலுக்கு வந்து சேர்வதற்குள் அவருக்கு மேல் மூச்சு கீழ் மூச்சு வாங்கி ஆயாசம் தட்டி விட்டது.

"தாஷா! நீ எதற்காக இங்கு வந்தாய்? என்ன விஷயம்?" என்று கேட்டுக்கொண்டே, நிகலாய் இவானவிச் அறைக் கதவை உட்புறமாகத் தாளிட்டுக்கொண்டார். தாஷா திறந்து கிடந்த தனது பெட்டிக்கு அருகில் தரைமீது அமர்ந்து, தனது காலுறை ஒன்றைத் தைத்துக் கொண்டிருந்தாள். அவளது அத்தான் உள்ளே நுழைந்ததும், அவள் ஆர அமர அந்த இடத்தை விட்டு எழுந்தவளாய், முத்தம் பெறுவதற்காகக் கன்னத்தைக் காட்டியவளாக, நினைவற்றுப் பேச முனைந்தாள்.

"உங்களைப் பார்க்க முடிந்ததில் எனக்கு மிகுந்த சந்தோஷம். நீங்கள் உடனே பாரிசுக்குப் போயாக வேண்டும் என்று அப்பாவும் நானும் கருதுகிறோம். காத்யாவிடமிருந்து வந்த இரண்டு கடிதங்களை நான் கையோடுகொண்டு வந்திருக்கிறேன். இதோ அந்தக் கடிதங்கள். இவற்றை நீங்கள் படித்துப் பார்க்க வேண்டும் என்று விரும்புகிறேன்."

நிகலாய் இவானவிச் அந்தக் கடிதங்களை அவள்

கையிலிருந்து பறித்தெடுத்துக்கொண்டு, ஜன்னலருகே சென்று அமர்ந்தார். தாஷா உடை மாற்றிக்கொள்ளும் அறைக்குள் சென்றாள்; தன் அத்தான் கடிதங்களைப் புரட்டிப் படிக்கும்போது எழும் காகிதத்தின் சலசலப்பையும், தொடர்ந்து எழும் அவரது பெருமூச்சையும் அங்கிருந்தவாறே அவளால் கேட்க முடிந்தது. பின்னர் அவர் ஒரே மௌனியாகி விட்டார். தாஷாவின் புலனுணர்ச்சிகள் எல்லாம் அவரது செயல்களைக் கூர்மையுடன் கவனித்து வந்தன.

திடீரென்று அவர் கேட்டார்: "சரி, தாஷா! நீ காலையில் சாப்பிட்டாயா, இல்லையா? உனக்குப் பசியாயிருந்தால் கடற்கரை மேடைக்கு வா, போவோம்.?"

"இவர் அவளைக் காதலிப்பதாகவே தெரியவில்லையே!" என்று தனக்குத்தானே கூறிக்கொண்டாள் தாஷா.

அவள் இரு கைகளாலும், தொப்பியைத் தலைமீது வைத்து அழுத்தியவளாய் வெளிவந்தாள்; மறுநாள் வரையிலும். பாரிஸ் பற்றிய பேச்சையே அவரிடம் எடுக்கக் கூடாதென்றும் தீர்மானித்துக் கொண்டாள்.

கடற்கரை மேடைக்குச் செல்லும் வழியில் நிகலாய் இவானவிச் அவளிடம் எதுவுமே பேசவில்லை. அவர் தமது கண்களைப் பூமியில் பதித்தவாறே, தலை நிமிராமல் நடந்து வந்தார். வழியில் "நீங்கள் கடலில் குளித்து வருகிறீர்களா?" என்று தாஷா கேட்டாள். அதைக் கேட்டவுடன் அவர் உவகையோடு தலையை நிமிர்த்தி முக்கியமாக சுகாதார மேம்பாட்டுக்கான காரணங்களுக்காகத் தோற்றுவிக்கப் பட்டுள்ள கழகத்தைப் பற்றி, அதாவது குளியல் உடைகளைத் தடை செய்யும் கழகத்தைப் பற்றி அவளிடம் கூற முனைந்து விட்டார்.

"அதிசயம்தான். இந்தக் கடலில் குளிப்பதால் ஒரே வார காலத்தில் நம் உடம்பில் ஏராளமான அயோடின் சத்து சேர்ந்து விடுகிறது. மருந்து மூலமாகச் சாப்பிட்டால்கூட, உடம்பு அவ்வளவு தேறாது. மேலும், நம் உடம்பு சூரியக்கதிர்களையும், சூரிய வெப்பத்தால் சூடேறியுள்ள

கடற்கரை மணலின் உஷ்ணத்தையும் உடம்பினுள் கிரகித்துக் கொள்கிறது. ஆண்கள் பாடு அவ்வளவு மோசமில்லை. நாங்கள் குட்டையான சிறு லங்கோடுகளை அணிந்து கொள்கிறோம். ஆனால் பெண்களோ தங்கள் உடம்பில் மூன்றில் இரு பாகத்தையே மூடிக்கொண்டு விடுகிறார்கள். இதை எதிர்த்து நாங்கள் ஒரு உறுதியான இயக்கத்தையே நடத்தத் தொடங்கி விட்டோம்... வருகிற ஞாயிற்றுக்கிழமையன்று நான் இந்த விஷயத்தைப்பற்றிப் பிரசங்கம் செய்யப்போகிறேன்..."

அவர்கள் இருவரும் கடற்கரையின் நீரையொட்டி, மஞ்சள் நிறமான மணல் வெளியில் நடந்து சென்றார்கள்; அந்த மணல் பட்டுப்போல் மென்மையாகவும், மெதுவாகவும் இருந்தது; அந்த மணலில் கடலின் அலை வெள்ளத்தால். நொறுக்கித் தூளாக்கப்பட்ட சங்கும் சிப்பியும் கலந்து கிடந்தன. அவர்களுக்குச் சிறிது தூரத்தே தெரிந்த மணல் மேட்டின் மீது கடலின் அலைகள் நுங்கும் நுரையுமாகப் பொங்கி வடிந்திறங்கும் இடத்தில், சிவப்பு நிறமான குளியல் குல்லாய்கள் தரித்த இரண்டு பெண்கள் கார்க்குக் கட்டைகளைப்போல் மேலும் கீழும் அலைபாய்ந்து மிதந்து நீந்திக் கொண்டிருந்தார்கள்.

"அவர்கள் எங்கள் இயக்கத்தின் முன்னோடிகள்!" என்று குதூகலத்தோடு கூறினார் நிசலாய் இவானவிச்.

தாஷா தனது உள்ளத்தில் கிளர்ச்சியோ, கவலையோ ஏதோ ஒன்று பெருகி விம்முவதை உணர்ந்தாள். வரும் வழியில் பரந்து கடந்த புல்வெளிக்கு அப்பால் தெரிந்த கறுப்பு நிறக் கப்பலை அவள் காண நேர்ந்த கணத்திலிருந்தே, அந்த உணர்ச்சி அவளது இதயத்திலே தோன்றி வளரத் தொடங்கிவிட்டது.

கடற்கரை மணலின் மீது அலைவீச்சின் மெல்லிய நீர்த் திரை படிந்து வழிவதையும், சின்னஞ் சிறு சிற்றோடைகளாக கடல் நீர் ஓடி மறைவதையும் அவள் அப்படியே அசையாது நின்று பார்த்தாள். தண்ணீர் கரை மீது வந்து தொட்டு விளையாடும் அந்தக் காட்சியில்

ஏதோ ஓர் இன்பகரமான நிரந்தரமான ஆனந்தம் குடி கொண்டிருப்பதாக அவளுக்குத் தோன்றியது. எனவே அந்தக் கடற்கரை மணலின் மீது அமர்ந்து அம்மணல் மீது கைகளைத் தாழ்த்தினாள். அவள் உட்கார்ந்த சமயம், தட்டையான சிறு நண்டு ஒன்று பக்கவாட்டில் விடுவிடென்று ஓடிச் சென்றது; அதன் கால்பட்டுக் கிளர்ந்த மணல் புயலில் சிக்கியதுபோல் சுழன்று சுழன்று சிதறியது; பின்னர் அந்த நண்டு, தண்ணீருக்குள் முழுகி மறைந்து போய்விட்டது. தாவி வந்த அலைத் தண்ணீர் அவளது முழங்கை வரையிலும் ஏறிக் கைகளை நனைத்து விட்டது.

"உன்னிடம் நான் ஏதோ ஒரு புதுமையைக் காண்கிறேன்" என்று கண்களை நெருக்கிச் சரக்க விழித்தவாறே சொன்னார் நிகலாய் இவானவிச்: "ஒருவேளை நீதான் முன்னைவிட மிகவும் அழகாக வளர்ந்து விட்டாயோ அல்லது மெலிந்து உருமாறியிருக்கிறாயோ தெரியவில்லை; அல்லது உனக்கு கல்யாணம் பண்ணிக்கொள்ளும் பருவம்தான் வந்து விட்டதோ, என்னவோ?"

தாஷா தன் முகத்தைத் திருப்பி, அவரை விசித்திரமாகப் பார்த்தாள்; பின்னர் வெடுக்கென்று அந்த இடத்தை விட்டு எழுந்தாள். தனது கைகளைத் துடைக்காமலேயே, அந்தக் கடற்கரை மேடையை நோக்கி நடந்தாள். அங்கோ 'நாடக மேடைக் காதலன்' தனது நாணற்புல் தொப்பியை ஆட்டியவாறே அவர்களை வரவேற்றான்.

அங்கு அவர்கள் அவளுக்கு தத்தாரிய நாட்டுத் தின்பண்டங்களை வழங்கினார்கள்; குடிப்பதற்கு நல்ல சாம்பேன் மதுவும் தந்தார்கள். 'நாடக மேடைக் காதலன்' மட்டும் பரபரப்போடு இடையிடையே மயங்கிப் பிரமித்துப்போனவன் மாதிரி பம்மாத்து பண்ணியவாறு, "அட, கடவுளே! இவள் எவ்வளவு அழகாயிருக்கிறாள்!" என்று தனக்குத் தானே கூறிக் கொண்டிருந்தான். பின்னர் அவன் எழுந்து சென்று அங்குள்ள இளைஞர்கள் சிலரை அழைத்து வந்து அவளை அவர்களுக்கு அறிமுகம் செய்து வைத்தான். அந்த இளைஞர்களோ ஒரு நாடகக்

குழுவிலிருந்து வந்திருந்த மாணவார்கள், அவர்கள் ஏதோ பாவ மன்னிப்புக் கோருபவர்கள் போல, உள்ளடங்கிய குரலில்தான் முணு முணுத்தார்கள். "தனது தாஷாக் குட்டி." அவர்களிடம் வெற்றியோடு பழகுவது கண்டு நிகலாய் இவானவிச் மனம் குளிர்ந்து போனார்.

தாஷா மதுவை அருந்தினாள்; சிரித்தாள்; முத்தமிடுவதற்காக மற்றவர்களிடம் தன் கரத்தை நீட்டினாள்; அமைதியற்றுக் குமுறிக்கொண்டிருக்கும் அந்த நீலமயமான கடலை மட்டும் வெறித்து நோக்கியபடியே இருந்தாள். "இது தான் ஆனந்தம்!" என்று தனக்குத்தானே சொல்லிக் கொண்டாள்.

நடந்து திரிவதிலும் குளிப்பதிலுமே அவர்கள் இருவரும் ஒரு நாள் பொழுதை முற்றும் கழித்துவிட்டு, ஆரவாரமும், அலங்காரமும், அழகிய ஒளி வெள்ளமும் நிரம்பித் ததும்பும் ஹோட்டலுக்கு இரவுச் சாப்பாட்டுக்காகத் திரும்பி வந்து சேர்ந்தார்கள். 'நாடக மேடைக காதலனோ' காதலைப் பற்றி ஆர்வத்தோடு வாய் ஓயாமல் சளசளவென்று பேசிக் கொண்டேயிருந்தான். நிகலாய் இவானவிச்சோ, தாஷாவையே பார்த்தவாறு, நன்றாகக் குடித்து, தமக்குத் தாமே சோகமயமான ஒரு மனோ நிலையைப் படைத்துக் கொண்டு விட்டார். அவர்கள் சாப்பிடும்போது, விலக்கப்பட்டிருந்த திரைகளின் இடைவெளி வழியாக எங்கோ சமீபத்தில் விளக்கொளி அணைந்தணைந்து தெரிந்து கொண்டிருந்ததையே தாஷா கவனித்துக் கொண்டிருந்தாள். கடைசியாக அவள் அவ்விடத்தை விட்டு எழுந்து, கடற்கரைக்குச் சென்றாள். ஷெகர்ஜாதியின் கதைகளிலே வரும் ஒரு காட்சிபோல, தெளிவான உருண்டையான நிலா கடல் வெள்ளத்தின் மீது ஒளிமயமாக துடிதுடிக்கும் ஒரு நடைபாவாடையை விரித்தது. தாஷா தனது இரு கைவிரல்களையும் ஒன்றாகப் பிணைந்து, சொடுக்கு விட்டுக் கொண்டாள்.

நிகலாய் இவானவிச்சின் குரலைக் கேட்டதும், அவள் சோர்ந்து சளசளக்கும் அலைகளை ஒட்டி, கரை மீது அவசர அவசரமாக நடக்கத் தொடங்கினாள்.

தூரத்தில் ஒரு பெண் மணல் மீது உட்கார்ந்திருக்கும் காட்சி தென்பட்டது; அவளருகிலே ஒரு மனிதன் காணப்பட்டான்; அவள் மடிமீது தலைவைத்துப் படுத்திருந்தான் அவன். இருண்டு பழுப்பு நிறமாகத் தோன்றிய கடல் நீருக்குள் யாரோ ஒருவருடைய தலை நிலாவொளியினூடே மேலும் கீழும் அலை மோதியது. சந்திர ஒளி பிரபலிக்கும் இரண்டு கண்கள் தாஷாவையே வெறித்து நோக்க; அவள் நடந்து செல்லும்போது அந்தக் கண்கள் அவளையே வெகு நேரம் தொடர்ந்து சென்றது. பின்னர், அவள் ஒரு காதல் ஜோடியைக் கண்டாள்; அந்தக் காதலர்கள் இருவரும் ஒருவரை யொருவர் இறுக அணைத்தவாறு நின்று கொண்டிருந்தார்கள். அவள் அவர்களைக் கடந்து சென்றபோது, இச்சென்று சொரிந்த முத்தங்களின் ஓசையைத் தொடர்ந்து நெடிய பெருமூச்சின் ஒலியும் அவள் காதில் விழுந்தது.

வெகு தூரத்திலிருந்து கூப்பிடு குரல் தெளிவாகக் கேட்டது:

“தாஷா! தாஷா!”

தாஷா மணல் மீது உட்கார்ந்து, தனது கைகளை முழங்கால் மீது ஊன்றி, மோவாயை உள்ளங்கையால் தாங்கிக் கொண்டாள். அந்தச் சமயத்தில் மட்டும் தெலேகின் வந்தால், வந்து அவளருகில் அமர்ந்தால், அமர்ந்து அவளது இடையைச் சுற்றித் தனது கையைப்போட்டு, அவளை வளைத்து அணைத்தால், அணைத்து, உறுதி நிறைந்த தணிந்த குரலில் “நீ என்னுடையவள் தானே?” என்று கேட்டிருந்தால், தாஷா “ஆம்!” என்று ஒரே வார்த்தையில் பதில் கூறியிருப்பாள்.

அங்குள்ள மணற்குன்றுக்கு அப்பால் சோர்ந்து படுத்துக் கிடந்த ஒரு மனித உருவம் அசைந்து கொடுத்தது; குனிந்த தலையோடு எழுந்து உட்கார்ந்தது; பின்னர் குழந்தைகளை மகிழ்விப்பதற்காகவே நாட்டியமாடிக் காட்டுவதுபோல் தோன்றிய நிலவு வெள்ளம் பரந்த கடற்பரப்பை வெறித்து நோக்கியது; பிறகு அரைகுறை உயிரோடு இயங்கும் ஓர் உயிரைப் போல் எழுந்து நின்று தள்ளாடி நடந்து,

தாஷாவைக் கடந்து சென்றது. அவ்வாறு தன்னை கடந்து சென்ற அந்த உருவத்தை அடையாளம் கண்டு கொண்டதும், தாஷாவின் இருதயம் வெறிகொண்டது போல் படபடத்துத் துடித்தது. அந்த உருவம் வேறு யாருமல்ல; பெஸ்ஸோனவ்.

கழிந்து மறையும் பழைய உலகன் இறுதி நாட்கள் தாஷாவுக்கு இவ்வாறுதான் ஆரம்பமாயின. கோடைக் காலத்தின் வெப்பமும் புழுக்கமும் கலந்து விளங்க கவலையற்ற களிப்பு நிறைந்த நாட்கள்--அந்த நாட்களில் இப்போது ஒரு சிலவே மிஞ்சி நின்றன. தூரதொலையிலுள்ள நீல மயமான மலைத்தொடரைப்போல, எதிர்காலம் மலர்ந்து உதயமாகும் என்ற கருத்துக்கு ஆளாகவிட்ட பெரிய மனிதர்கள், கூர்ந்து நோக்கும் தன்மையும் அறிவு விசாலமும் பெற்ற. பெரிய மனிதர்களால் கூட, தாங்கள் வாழும் அந்தக் கணநேர வாழ்வை, தற்கால வாழ்வைத் தவிரவேறு எதையும் காண முடியவில்லை; எதிர்காலம் அவர்கள் கண்ணுக்குப் புலப்படவே இல்லை. இந்த ஒரு கண வாழ்க்கைக்கு அப்பால், வர்ணஜாலங்களும் நறுமணங்களும் நிறைந்து வாழ்க்கைத் தேன் வழிந்தோடித் துடிதுடிக்கும் இந்தக் கனத்து வாழ்வுக்கு அப்பால், எங்கும் ஊடுருவிக் கடக்க முடியாத பெரியதொரு இருள் மண்டலமே அரண் வகுத்து நிற்பதாகத் தோன்றியது.

எதிர்காலத்தின் மீது படிந்துள்ள இந்த இருள் மண்டலத்தை எந்த ஒரு நோக்குமே ஊடுருவ முடியவில்லை; எந்த உணர்ச்சியும் அல்லது எண்ணமும் அதனுள் புகுந்துவிட முடியவில்லை. என்றாலும் புயலின் வருகையை முன் கூட்டியே உணர்ந்துவிடும் சில விலங்குகளைப் போல், ஏதோ ஒரு சிலர் மட்டும்தான் தம்மை எதிர் நோக்கு ஏதோ ஒன்று வருவது போன்ற ஒரு மங்கிய தெளிவற்ற உள்ளுணர்ச்சியின் குறுகுறுப்பை உணர்ந்தார்கள்; ஆனால் இந்த உணர்ச்சியோ சொல்லற்கரிய ஒரு கவலையுணர்ச்சியையே தோற்றுவித்து விட்டது. இத்தனை காலமும் கண்ணுக்குத் தெரியாத ஏதோ ஒரு கார்மேகம், வெற்றி மமதையோடு சுற்றிச் சுழன்று சூறாவளியாகச் சீறி வருவதுபோல், அந்தக்

கருமேகத்தின் விளிம்புகள் எல்லாம் நெளிந்து சுழிந்து உருமாறிப் புரள்வதுபோல், இந்த நேரத்தில் உலகத்தின் மீது சாடிமோதத் தயாராக இருப்பதுபோல் தோன்றியது. உலகத்தில் நடக்கும் பழமையான கேளிக்கையான, கெடுபுத்தியான வாழ்க்கையை முற்றும் அழித்தொழித்து, நாட்டின் தென்கிழக்கு கோடியிலிருந்து வட கிழக்குக் கோடிவரையிலும் பரவி நின்று, தோன்றுகின்ற கரிய நிழல் கீற்றுத் தான் அந்தப் படு நாசச் சீரழிவை அறிவுறுத்திக்கொண்டிருந்தது.

13

பெஸ்ஸோனவ் கடற்கரையில் படுத்துக் கடந்தே ஒவ்வொரு நாளையும் கழித்து வந்தார். தம்மைச் சுற்றிலும் காணப்படும் முகங்களை அவர் கூர்ந்து பார்த்தார். தளதளப்பும் சிரிப்பும் ததும்பும் பெண்களின் முகங்களை, செம்புத் தகடுபோல் ரத்தம் பாய்ந்து சிவந்திருந்த ஆண்களின் முகங்களை அவர் பார்த்தார். அவற்றைப் பார்க்கும்போது, அவர் தமது மார்புக் கூட்டுக்குள்ளே அடைபட்டுக் உடைக்கும் உணர்ச்சியற்ற வெறும் பனிக்கட்டித் துண்டு தான் தமது இதயம் என்று சோர்வோடு உணர்ந்தார். கடலைப் பார்க்கும் போது, “இதோ இந்தக் கடலின் அலைகள் இந்தக் கடற்கரை மீது ஆயிரக்கணக்கான வருஷங்களாக முழங்கி மோதிக் கொண்டிருக்கின்றன” என்று தமக்குத் தாமே கூறிக்கொண்டார். “இந்தக் கடற்கரையில், ஒரு காலத்தில் வெறும் பாலைவனமாகக் காட்சியளித்த இந்தக் கடற்கரையில் இப்போது மனித உயிர்கள் நிரம்பியிருக்கின்றன. இத்த மனிதர்கள் சாவார்கள்; மீண்டும் இந்தக் கடற்கரை ஆளறவற்றுப் பாலைவனமாகும்; எனினும் கடல் மட்டும் எப்போதும் போல் கரைமீதுள்ள மணலை ஓங்கி ஓங்கி அறைந்துகொண்டேயிருக்கும்.” இத்தகைய எண்ணங்களுக்கு ஆளான அவர் தமது முகத்தைச்

சுழித்தவாறே, மணலில் கிடக்கும் சிப்பிகளையெல்லாம் பொறுக்கிச் சிறு குவியலாகக் குவிப்பார்; எரிந்து கரிந்து போன தமது சிகரெட்டை அந்தக் குவியலின்மீது புகுத்தி வைப்பார்; பின்னர் அவர் குளிக்கச் செல்வார்; பிறகு சாவாதானமாகச் சாப்பிடுவார்; சாப்பிட்டுவிட்டுப் படுப்பார்.

கடந்த இரவில் அவர் அமர்ந்திருந்த இடத்துக்குச் சிறிதே தள்ளி ஒரு பெண் வந்து உட்கார்ந்தாள்; நிலவொளியையே வெறித்து நோக்கினாள்; அவளிருந்த இடத்திலிருந்து கருநீல மலர்களின் மெல்லிய நறுமணம் மிதந்து வந்தது. சிந்தனை மந்தித்துப்போயிருந்த பெஸ்ஸோனவின் மூளையில் ஏதோ ஒரு பழம் நினைவு குறுகுறுத்தது. எனினும் அவர் தம் முகத்தைத் திருப்பிக்கொண்டு, தமக்குத்தாமே சொல்லிக் கொண்டார்: “பாவம், அந்தப் பெண் பிழைத்துப் போகட்டும்... எப்படியும் போகட்டும்... நான் படுக்கப்போக வேண்டியதுதான்.” பின்னர் அவர் எழுந்து ஹோட்டலை நோக்கி ஆடியசைந்து நடக்கத் தொடங்கினார்.

தாஷாவுக்கோ எதிர்பாராதவிதமாக நேர்ந்த இந்தச் சந்திப்பு அதிர்ச்சியைத் தந்தது. அமைதியைக் குலைத்த அந்தகார இரவுகள் நிறைந்த பீட்டர்ஸ்பர்க் நகர வாழ்க்கையும், அந்த வாழ்வின்போது பெஸ்ஸோனவின் மீது தனக்கு ஏற்பட்ட விசித்திரமான கவர்ச்சியும் தன்னைப் பொறுத்த வரையில் மீதமிச்சம் எதுவுமே இல்லாமல் அடியோடு போய் விட்டது என்றே தாஷா எண்ணியிருந்தாள்.

ஆனால் அவள் பார்த்த அந்த ஒரே நோக்கு, அவளைக் கடந்து அவர் சென்ற அந்த ஒரு கண நேரத்தில், நிலவொளியின் பகைப்புலத்திலே நிழலுருவமாகத் தோன்றிய அந்த உருவத்தைப் பார்த்த அந்த ஒரே பார்வை அவளது உள்ளத்தில் பழைய எண்ணங்கள் எல்லாவற்றையும் முழு வேகத்தோடு கிளறிவிட்டது. அந்த எண்ணங்களும் உணர்ச்சிகளும் முன்னைப்போல் தெளிவற்ற, விவரிக்க முடியாத மர்மமான உணர்ச்சிகளாகவும் இருக்கவில்லை. இப்போதோ அந்த

உணர்ச்சி, உச்சிவேளைப் பொழுதின் சுடுநெருப்பைப் போல் தாக்கும் வேட்கையுணர்ச்சி என்பதையும் அவள் உணர்ந்தாள். அந்த மனிதரை உணர்ந்து பார்க்க வேட்கை கொண்டாள். அவரைக் காதலிப்பதற்கு அல்ல, தன்னைத் தானே சித்திரவதைக்கு ஆளாக்கிக் கொள்ளவும் அல்ல, தயங்கிப் பின்வாங்குவதற்கும் அல்ல- உணர்ந்து பார்க்க மட்டுமே விரும்பினாள்.

நிலவொளி நிறைந்து வெண்மையாகத் தோன்றும் அறையில் வெண்மையான படுக்கையின் மீது அமர்ந்தவளாய், தனக்குத் தானே மீண்டும் மீண்டும் அவள் கூறிக் கொண்டாள்: "கடவுளே! என் தெய்வமே! எனக்கு என்னதான் நேர்ந்து விட்டது?"

மறுநாள் காலையில் ஏழு மணிக்கு முன்பே தாஷா கடற்கரைக்குச் சென்றாள்; உடைகளைக் களைத்துவிட்டு, முழங்கால் அளவு ஆழம் வரையிலும் கடலுக்குள் இறங்கினாள்; பின்னர் கடலின் கவர்ச்சியிலே ஈடுபட்டு அப்படியே நின்றாள். கடல் வெளிறிய நீல நிறமாய்க் காட்சியளித்தது; அங்குமிங்கும் முத்தொளி சிதறும் சிற்றலைகள் சிதறின. அந்தச் சிற்றலைகள் அவளது முழங்கால்களின் மீது மெல்ல ஏறின; இறங்கின. தாஷா தனது கைகளை அகல விரித்து நீட்டியவாறு, தெய்வீகமான குளுமை நிறைந்த அந்த நீரில் பாய்ந்து நீந்தத் தொடங்கினாள். சிறிது நேரம் கழித்து அவள் தன்னுடம்பில் புத்துணர்ச்சியும் உப்புவாடையும் மணக்க, தேங்காய்ப்பூத் துண்டை உடம்பில் போர்த்தி மூடிக்கொண்டு, மணல் மீது வந்து படுத்தாள். மணலில் அப்போதே கதகதப்பு ஏறிவிட்டது.

"தெலேகினைத் தவிர வேறு எவரையுமே நான் காதலிக்கவில்லை" என்று அவள் தனக்குத் தானே கூறியவாறு குளுமையும் புதுமையும் ததும்பிய தனது கையின் மீது கன்னத்தை வைத்துப் படுத்துக் கொண்டாள்: "நான் தெலேகினைக் காதலிக்கிறேன். அவரைத்தான் காதலிக்கிறேன். அவர்தான் என் உள்ளத்தில் பரிசுத்தத்தையும், புதுமையையும் பரவசத்தையும்

தோன்றச் செய்கிறார். நல்ல வேளை! நான் தெலேகினைக் காதலிப்பதே கடவுளின் அருள்தான்! நான் அவரையே மணந்துகொள்வேன்."

அவள் தன் கண்களை மூடித் தூங்கத் தொடங்கினாள். தனது உடம்பில் எவ்வாறு நாடி துடிக்கறதோ அதே போன்று தான் கடலும் ஏறித் தாழ்ந்து உயிர்த் துடிப்போடு மூச்சுவிட்டு இயங்கிக் கொண்டிருக்கிறது என்பதையொத்ததோர் உணர்விலேயே அவள் தூங்கிப்போய் விட்டாள். அது இன்பகரமான தூக்கம். அந்தத் தூக்கத்திலும் மணல்மீது அநாயசமாகப் படுத்துக் படக்கும் தன் உடம்பைப்பற்றிய நினைவு அவளுக்கிருந்தது. அவள் தூங்கியபோது, அவள் தன்மீதே ஏதோ ஒரு அதீதமான பரிவுணர்ச்சி கொண்டாள்; அந்தப் பரிவுணர்ச்சி தன் உள்ளத்தை நிறைத்து விம்முவதை உணர்ந்தாள்.

அந்த மாலை நேரத்தில், மேகமற்ற அடிவானில் இளமஞ்சள் ஒளிப்பிரவாகமாக, வட்ட வடிவமான தட்டைப் போல் சூரியன் மறைந்து கொண்டிருந்த சமயத்தில், தாஷா பெஸ்ஸோனவைக் கண்டு விட்டாள். எட்டிமரக் கன்றுகள் ஏராளமாக வளர்ந்து இடக்கும் சமவெளிப் பரப்பினூடே வளைந்து வளைந்து செல்லும் நடைபாதையை அடுத்திருந்த ஒரு பாறை மீது பெஸ்ஸோனவ் அமர்ந்திருந்தார். அவள் ஏதோ நினைவில் கால்போன போக்கில் நடந்து அந்த இடத்துக்கு வந்து சேர்ந்து விட்டாள். பெஸ்ஸோனவைக் கண்டதும், சட்டென்று நின்றாள். கண்டவுடனேயே அங்கிருந்து திரும்பி ஓட்டம் பிடித்திருக்கலாம். எனினும் வழக்கமான அநாயசமான குணபாவம் அந்தச் சமயத்தில் அவளைக் கைவிட்டு விட்டது; அவளது கால்கள் ஓடுவதற்குச் சக்தியற்றுக் கனத்து விட்டது போலவும், தரையிலேயே வேர் பாய்ச்சி நின்று நிலைத்து விட்டதுபோலவும் தோன்றியது. எனவே புருவங்களுக்கு மேலாக வெறித்து நோக்கியவாறு, பெஸ்ஸோனவ் அந்தப் பாறையிலிருந்து தன்னை நோக்கி இறங்கி வருவதை அவளால் செயலற்றுப்

பார்த்துக் கொண்டிருக்கத்தான் முடிந்தது. அவர்கள் இருவருக்கும் ஏற்பட்ட அந்தச் சந்திப்பைக் கண்டு, அவர் எவ்விதமான வியப்பு உணர்ச்சியமே கொண்டதாகக் காட்டிக்கொள்ளவில்லை. அவர் தமது தொப்பியை எடுத்து, பணிவோடு, கிட்டத்தட்ட பயபக்தியோடு, அவளுக்கு வணக்கம் செலுத்தினார்.

"அப்படியானால், நேற்று நான் தவறு செய்யவில்லை, தார்யா திமித்ரியெவ்னா. நேற்றிரவு கடற்கரையில் இருந்தது நீங்கள் தானே?"

"ஆம். நான் தான்."

அவர் தமது கண்களை மௌனமாகக் கீழ்நோக்கித் தாழ்த்தினார்; பின்னர் தாஷாவுக்கு அப்பால் இருண்டு கிடக்கும் சமவெளியை வெறித்து நோக்கியவாறே கூறினார்:

"அந்தி சாயும் மாலை வேளையில் இந்த வயல் வெளியில் இருப்பது ஏதோ பாலைவனத்தில் இருப்பது போலத்தான் இருக்கிறது. எனவே எவரும் இங்கு வருவது அபூர்வம்தான். எங்கு பார்த்தாலும் இந்தப் பாறைகளையும், வாசனைப் புற்களையும் தவிர, வேறு எதுவுமே கிடையாது. அதிலும், இத்தகைய அந்திக் கருக்கலில் உலகில் எவருமே உயிரோடு இல்லை என்று கற்பனை பண்ணிக்கொள்வது மிகமிகச் சுலபமான காரியம்."

பெஸ்ஸோனவ் தமது வெண்மையான பற்களை மெதுவாக வெளிக்காட்டியவாறே சிரித்தார். தாஷா விறுட்டென்று பாய்ந்து மறையும் காட்டுப் பறவையைப் போல் அவரை ஒரு கணம் பார்த்தாள். பின்னர் அவருக்கு அருகிலேயே நடைபாதை வழியில் நடந்துசென்றாள். பாதையின் இருமருங்கிலும் கார நெடி மிகுந்த வாசனைப் புற்புதர்கள் கண்ணெட்டும் தூரம் வரையிலும் பரந்து வளர்ந்திருந்தன; ஒவ்வொரு குத்துப் புதரும் தன் காலடியில், தரையின் மீது மங்கை நிழலைப்படியச் செய்தது. அந்திக் கருக்கலின் மங்கிய ஒளியிலே, இரண்டு வௌவால்கள் அவர்கள் தலைக்கு மேலே வீச்சென்றுதாவி, மேலும் கீழும் ஏறியிறங்கியவாறு பறந்து சென்றன.

“சபலம், சபலம், சபலம்--அவற்றிலிருந்து மீளவே முடியவில்லை!” என்றார் பெஸ்ஸோனவ்; “சபல சித்தம். கவர்ந்து இழுக்கிறது; கட்டிப்பிணைக்கிறது. இதனால் மீண்டும் நாம் வெறும் மாய சொரூபங்களுக்கு இரையாகி விடுகிறோம். எல்லாம் எவ்வளவு திறமையோடு அமைந்து இடக்கின்றன என்பதைச் சிறிது எண்ணிப்பாருங்கள்!” இவ்வாறு கூறி விட்டு, பெஸ்ஸோனவ் தமது கைத்தடியால், அடிவான வளையத்தில் தொங்கிக்கொண்டிருந்த சந்திர வளையத்தைச் சுட்டிக் காட்டினார்: “அந்தச் சந்திரன் இன்று இரவு பூராவும் கிரணக் கீற்றுகளால் வலை பின்னும்; இதோ நாம் நடத்து செல்லும் இந்த மணற்பாதை ஏதோ ஓர் ஓடையைப்போன்று பிரமை அளிக்கும்; இங்குள்ள புதர்களிலெல்லாம் உயிர்ப் பிராணிகள் வாழ்வதாக நமக்குத் தோன்றும்; இந்த நிலவொளியில் ஒரு பிரேதம்கூட அழகாக தோற்றமளிக்கும்; ஒரு பெண்ணின் முகமோ மர்மமாய்த் தோன்றும்; ஒருவேளை அப்படித்தான் உலகம் இருக்க வேண்டுமோ, என்னவோ? ஒருவேளை இத்தகையதொரு மன மயக்கத்திலேதான் ஞான விலாசம் அத்தனையுமே புதையுண்டிருக்கிறதோ, என்னவோ?.. தார்யா திமித்ரியெவ்னா! நீங்கள் எவ்வளவு அதிருஷ்டசாலி தெரியுமா?”

“இது ஏன் வெறும் மாயையாக இருக்க வேண்டும்? இதில் எந்தவிதமான மாயையும் இல்லையென்றே நான் நினைக்கிறேன். இது-இது வெறும் நிலவொளி, அவ்வளவு தான்!” என்று உறுதியோடு சொன்னாள் தாஷா.

“ஆமாம்! உண்மை தான், தார்யா திமித்ரியெவ்னா, உண்மை தான்! ‘நீங்கள் எல்லோரும் குழந்தைகள்போல் ஆகிவிடுங்கள்!’ இந்த மாயத்தோற்றம் ஏன் உண்டாகிறது? ஏனெனில் நான் அதில் எதையுமே நம்ப மறுப்பதுதான் அதற்குக் காரணம். ‘எனவே நீங்கள் எல்லோரும் நாகப் பாம்புகளைப்போல் ஆகிவிடுங்கள்!’ இந்த இருவிதமான போக்குகளையும் இணைப்பது எப்படி? அதனை எப்படி நிறைவேற்றுவது? காதல் ஒன்றுதான் எல்லாச் சந்தேகங்களையுமே போக்கி இணைப்புக்கு

வழி கோலுகிறது என்று கூறுவார்கள். நீங்கள் என்ன நினைக்கிறீர்கள்?"

"எனக்குத் தெரியாது. நான் அதைப்பற்றி நினைப்பதே இல்லை."

"சரி. காதல் என்பது எங்கிருந்துதான் தோன்றுகிறது? அதனை இங்கு இழுத்துக்கொண்டு வருவது எப்படி? எத்தகைய வார்த்தைகளினால் அதனை அறைகூவி அழைப்பது? ஒரு வேளை காதலை விரும்புகிறவன் மண் தரைமீது மல்லாந்து படுத்துக்கொண்டு, 'கடவுளே! எனக்குக் கொஞ்சம் காதலை அனுப்பிவைக்க மாட்டாயா?' என்று ஓலமிடுவதா?"

அவர் தமது பற்களைக் காட்டியவாறே மெல்லச் சிரித்தார்.

"நான். இதற்கு மேல் நடக்க விரும்பவில்லை. நான் கடலுக்குப் போக வேண்டும்" என்றாள் தாஷா.

அவர்கள் இருவரும் திரும்பினார்கள்; எட்டிமரக்கன்றுகள் நிறைந்த மணற்குன்றுகள் வழியாக நடந்து வந்தார்கள். திடீரென்று பெஸ்ஸோனவ் தணிந்த, கூச்சம் நிறைந்த குரலில் சொல்லத் தொடங்கினார்:

"அன்று, பீட்டர்ஸ்பர்கில் நீங்கள் சொன்ன வார்த்தைகள் ஒவ்வொன்றும் என் நினைவில் இருக்கிறது. நான்தான் அன்று உங்களை பயமுறுத்தி விரட்டி விட்டேன்" இதற்குள் தாஷா தன் முகத்தைச் சிறிதும் திருப்பாமலே நேராக வெறித்துப் பார்த்தவாறு விடுவிடென்று நடந்தாள். "அன்றைக்கு ஓர் உணர்வு என்னை உலுக்கியது. உங்களுடைய அழகைக் கண்டு நான் மயங்கிவிட்டேன் என்பதல்ல... இல்லை. உங்களது குரலில் குடி கொண்டிருக்கும் வருணிக்கமுடியாத இசை இனிமை இருக்கிறதே, அதுதான் என் உள்ளத்தை ஊடுருவி, என்னை விழ வைத்துவிட்டது. நான் உங்களைப் பார்த்தவாறு என்னவெல்லாமோ சிந்தித்தேன். 'என் விமோசனம் இங்குதான் குடி கொண்டிருக்கிறது-இவளுக்கு என் இதயத்தை அர்ப்பணிக்க வேண்டும்; இவளிடம்

நான் ஒரு யாசகனாக மாற வேண்டும்; என்னை நானே தாழ்த்திக்கொள்ள வேண்டும்; இதன் மூலம் இவளது ஒளிப்பிரவாகத்திலே உருக்கலந்துவிடவேண்டும். இல்லையெனில்... இவளது இதயத்தை வெற்றிகொண்டு, என்றென்றைக்கும் அடையாத மனநிறைவோடு வாழ வேண்டும்...' என்றெல்லாம் நான் எண்ணினேன். தார்யா திமித்ரியெவ்னா! இதோ பாருங்கள். இங்கு நீங்கள் வந்து சேர்ந்து விட்டதால், நீங்கள் எனக்கு மீண்டும் ஒரு புதிரை ஏற்படுத்தி விட்டீர்கள். இந்தப் புதிருக்கு விடை காணும் நிர்பந்தத்துக்கும் என்னை ஆளாக்கி விட்டீர்கள்!"

அவருக்கு முன்னால் நடந்துகொண்டிருந்த தாஷா ஒரு மணற்குன்றின் மீது ஏறி ஓடத் தொடங்கினாள். நீண்டதொரு ஒளிக்கோடு தென்படும் அடிவான விளிம்பில் கடலும், வானமும் சந்தித்தன; நீர்ப்பரப்பின் மீது அலை நெளியும் ஒளிப் பாதையாகத் தோன்றிய நிலாவின் நிழல் அந்த அடிவான வளையத்தில் போய் முடிவடைந்தது. அவ்வளையத்துக்கு அப்பாலோ ஏதோ ஒரு இருள் மயக்கம் குடி கொண்டிருந்தது. தாஷாவின் இதயம் மூர்க்கத்தனமாகப் படபடத்துத் துடித்தது. எனவே அவள் தன் கண்களை மூடிக்கொண்டு, "கடவுளே! என்னை இவரிடமிருந்து காப்பாற்று!" என்று தனக்குத் தானே கூறிக்கொண்டாள். பெஸ்ஸோனவோ தமது கைத் தடியை மணலுக்குள் பலதடவை குத்தி நடந்து வந்தார்.

"ஒரு முடிவுக்கு வரவேண்டியது தான் பாக்கி, தார்யா இமித்ரியெவ்னா!.. இந்த நெருப்பில் நம்மிருவரில் ஒருவர் பொசுங்கிக் கலந்துவிட வேண்டும்... அவ்வாறு பொசுங்கிப் போவதற்குரியவர்கள் யார்? நீங்களா?.. இல்லை, நானா?.. யோசியுங்கள். யோசித்துப் பதில் சொல்லுங்கள்!"

"எனக்கு ஒன்றுமே புரியவில்லை!" என்று பட்டென்று சொன்னாள் தாஷா.

"தார்யா திமித்ரியெவ்னா! எல்லாவற்றையுமே இழந்து, எதுவுமற்ற நிலையிலே பிச்சைக்காரனாக மாறும் போதுதான், உண்மையான வாழ்க்கை என்பதே வாழ்வில்

ஆரம்பமாகும். அதாவது எந்தவிதமான சில்லறைக் கவர்ச்சிகளோ, சந்திர ஒளி மயக்கமோ இல்லாமலே வாழ்க்கை துலங்கும். அப்போதுதான் ஞானம் பிறக்கும், எனவே நீங்கள் செய்ய வேண்டுவது எல்லாம் ஒன்றே ஒன்றுதான். கன்னிமை என்ற ஒரு கவசத்தைப் பூண்டிருக்கிறீர்கள். முதலில் நீங்கள் அதனைக் கழற்றி எறிந்துவிட வேண்டும்!"

பெஸ்ஸோனவ் தாஷாவின் சுரத்தை எடுத்து, தமது குளிர்ந்த கரத்தின்மீது வைத்துக்கொண்டு, அவளது கண்களையே கூர்ந்து பார்த்தார். தாஷாவால் மௌனமாக இருப்பதைத் தவிர வேறு எதுவுமே செய்ய இயலவில்லை; அவள் தன் கண்களை மட்டும் மெதுவாக மூடினாள். எல்லையற்றதாய்த் தெரிந்த இத்தகைய மௌனத்தில் சில கணநேரம் கழிந்த பின் அவர் சொன்னார்:

"ஒரு வேளை இப்போது நாம் செய்யக்கூடிய மிக மிக நல்ல காரியம் இரண்டு பேரும் அவரவர் இடத்துக்குச் சென்று படுத்துறங்குவதுதான். நாம் பேசியாயிற்று; பிரச்சினையைச் சகல கோணங்களிலிருந்தும் விவாதித்துவிட்டோம் - மேலும், பொழுது இப்போதே அகாலமாகி விட்டது."

அவர் ஹோட்டல்வரை அவள் கூடவே சென்றார்; பின்னர் அவளிடம் பவ்வியத்தோடு விடைபெற்றுக் கொண்டு, தமது தொப்பியை தலைக்குப் பின்புறமாகத் தள்ளிவிட்டவாறு, கடற்கரையோரமாக நடக்கத் தொடங்கினார். கடற்கரை வழியே அடையாளம் காண இயலாமல் நடந்து வரும் நபர்கள் ஒவ்வொருவரையும் கூர்ந்து பார்த்தவாறே நடந்தார். திடீரென்று அவர் நின்றார்; திரும்பி நடந்தார்; வெண்மையான போர்வையைப் போர்த்திக் கொண்டு ஆடாது அசையாது நின்று கொண்டிருந்த ஓர் உயரமான பெண்ணை நோக்கிச் சென்றார். கைத்தடியைப் பிடரியின் மீது போட்டு, அதனைத் தமது இரு கைகளாலும் பிடித்துக்கொண்டு கூப்பிட்டார்:

"வணக்கம், நீனா!"

"வணக்கம்!"

"கடற்கரையில் தன்னந் தனியாக என்ன செய்து கொண்டிருக்கிறாய்?"

"சும்மா நின்று கொண்டிருக்கிறேன்."

"ஏன் தனியாக இருக்கிறாய்?"

"தனியளாயிருப்பதால்தான் தனியாயிருக்கிறேன்!" என்று உள்ளடங்கிய கோபக் குரலில் பதில் சொன்னாள் சரதேயவா:

"என்மீது உனக்கு இன்னுமா கோபம்?"

"இல்லை, அன்பே! அந்தக் கோபத்தை நான் என்றோ மறந்து விட்டேன்."

"நீனா! என்னிடம் வாயேன்."

அவளோ தன் தலையைப் பின்புறமாக வெட்டித் திருப்பியவாறே, சிறிது நேரம் நெடிய மௌனத்தோடு நின்றாள். பின்னர் நடுநடுங்கித் தெளிவற்று அதிர்ந்த குரலில் கேட்டாள்:

"உங்களுக்கு என்ன பைத்தியமா?"

"உனக்கு அந்த விஷயம் தெரியாதா?"

அவர் அவளது கரத்தைப் பிடித்தார்; ஆனால் அவளோ வெடுக்கென்று தன் கையைத் தட்டிப் பறித்துக்கொண்டு, நடக்க முனைந்தாள்; கரிய எண்ணெய் போல் மினுக்கும் கடல் நீரின் மீது தோன்றும் நிலவின் நிழலைத் தாண்டி, அவருக்கு அருகில் மெதுவாக நடக்க ஆரம்பித்தாள்.

மறு நாள் காலையில் நிகலாய் இவானவிச் தாஷாவின் அறைக்கதவை மெல்லத் தட்டித்தான் அவளைத் தூக்கத்திலிருந்து விழிப்புறச் செய்தார்.

"தாஷாக் கண்ணு! எழுந்திரு. வந்து காபி சாப்பிடு."

தாஷா தனது கால்களைப் படுக்கைக்கு கீழே தொங்க விட்டவாறே, தனது காலுறைகளையும் செருப்புக்களையும்

பார்த்தாள். அவற்றில் ஒரே மண்ணும் புழுதியும் அடைந்து போயிருந்தன. ஏதோ நடந்து போயிருக்கிறது அல்லது இதுவும் அதே பயங்கரமான கனவு. தானா? இல்லையில்லை. கனவையும்விட மோசமான விஷயம் அது! தாஷா தனது போர்வையை உதறித் தள்ளிவிட்டு, குளிப்பதற்காக ஓடினாள்.

என்றாலும் கடல்நீர் அவளுக்குக் களைப்பை உண்டாக்கியது; சூரிய ஒளியோ அவளைச் சுட்டெரித்தது. நீச்சல் உடையைத் தரித்தவாறு மணலிலே உட்கார்ந்து, அவள் தனது கைகளால் முழங்கால்களைக் கட்டிக்கொண்டாள்; இந்த இடத்தில் நல்ல விஷயங்கள் எதுவுமே நடைபெற முடியாது, என்று தனக்குத் தானே கூறிக்கொண்டாள்.

"என்னிடம் புத்திசாலித்தனமும் இல்லை; பொறுமையும் இல்லை; துணிச்சலும் கூட இல்லை. எனது கற்பனை வீங்கிப் போய் விட்டது. என்ன வேண்டுமென்று எனக்கே தெரியவில்லை. நான் காலையில் ஒன்றை விரும்புறேன்; மாலையில் வேறொன்று. நான் எதை வெறுக்கிறேனோ அந்த ரகம்தான் இது."

தாஷா தன் தலையைத் தொங்கவிட்டவாறே கடலை வெறித்து நோக்கினாள். அவளுக்கு எல்லாமே சோகம் நிறைந்ததாகவும், நிலையற்றதாகவும், நிச்சயமற்றதாகவும் தோன்றின. எனவே அவளது கண்களில் கண்ணீர் பொங்கிக் கொண்டு வந்தது.

"நான் ஏன் இந்தப் பாழாய்ப் போகிற பொக்கிஷத்தை – என் கன்னிமைக் கற்பைப் போற்றிப் பாதுகாக்க வேண்டும்? அந்தப் பொக்கிஷம் இங்கு யாருக்குத் தேவை? யார் அதை விரும்புகிறார்கள்? எவருமே இல்லை. உண்மையில் காதலிக்கும் நபர் என்று எனக்கு ஒருவருமே இல்லை. என்னதான் இருந்தாலும், அவர் சொல்வதும் ஒரு வகையில் சரிதான். எல்லாவற்றையும் எரித்துச் சாம்பலாக்கிவிடுவது, நெருப்பிலேயே முற்றும் பொசுங்கிவிடுவது, அதன்பின் புத்தி தெளிவடைந்து

ஞானம் பெறுவது--ஆம். அது தான் நல்லது. அவர் என்னைத் தன்னிடம் வருமாறு அழைத்தார். ஏன்? இன்று மாலையே நான் அவரிடம் போனால் என்ன?--சே! கூடாது!"

உடம்பெல்லாம் வெப்பம் பரவுவதாக உணர்ந்த தாஷா தன் தலையை முழங்கால்களுக்கிடையில் புதைத்து மறைத்துக் கொண்டாள். இந்த மாதிரியான இரட்டை வாழ்க்கையை இனிமேலும் சகித்துக்கொண்டிருக்க அவளால் முடியாது. இந்த இரட்டை வாழ்க்கையை மேலும் வாழ முடியாது என்று தெளிவாகத் தெரிந்தது சகிக்க முடியாத பாரச் சுமையாக அவளை அழுத்திக்கொண்டிருக்கும் அந்தக் கன்னி கழியாத புனிதத்தன்மையிலிருந்து விடுபட, ஏதாவதொரு வழியில் விமோசனம் பிறந்தாக வேண்டும். எதுவானாலும் சரி--படு நாசச் சீரழிவேயானாலும் சரி -- அதுகூட மேலானதாகத் தான் இருக்கும்!

"ஒரு வேளை நான் இங்கிருந்து போய்விட்டால்?" என்று அவள் விரக்தி நிலையிலே இந்தித்துப் பார்த்தாள்; "அப்பாவிடம் போய்ச் சேரலாம். அங்குள்ள புழுதியிலும் ஈக்கூட்டத்திலும் அடுத்த வருடம் இலையுதிர்காலம் வரை அகப்பட்டுக் கொண்டு தவிக்கலாம். பிறகு கல்லூரி வகுப்புகள் ஆரம்பமாகும். தினசரி பன்னிரண்டு மணி நேரம் படிப்பேன். அதனால் வாடி மெலிவேன்; பயங்கரமான உருவத்தைப் பெறுவேன்... சர்வதேசியச் சட்டம் முழுவதையுமே மனப்பாடம் செய்வேன்... பிளானல் துணியில் தைத்த உள்ளாடைகளை அணிவேன்... பிறகு 'மதிப்புக்குரிய வழக்கறிஞர் திருமதி தாஷா புலாவினா' என்று பெயர் வாங்குவேன் பேஷ்! பேஷானதொரு விமோசன மார்க்கம்தான் அது!"

பின்னர் தாஷா தன் உடம்பில் ஒட்டிக்கொண்டிருந்த மணலைத் தட்டிவிட்டு வீட்டுக்கு திரும்பி வந்தாள். வீட்டில் நிகலாய் இவானவிச் பட்டு பைஜாமாவை அணிந்தவராய், வீட்டின் முன் உப்பரிகையில் இருந்த ஆடும் நாற்காலியில் மல்லாந்து படுத்து அனதோள்

பிரான்ஸின்[15] தடைசெய்யப் பட்டிருந்த நாவல் ஒன்றைப் படித்துக் கொண்டிருந்தார். தாஷா அந்த நாற்காலியின் கைப்பிடியின் மீது அமர்ந்து, செருப்புக் காலை ஆட்டியவாறு சிந்தனை வயப்பட்டவளாய்ச் சொன்னாள்:

"நாமிருவரும் காத்யாவைப்பற்றி பேச வேண்டியது அவசியம்" என்றாள் தாஷா.

"ஓ! செய்யலாமே."

"இதோ பாருங்கள், நிகலாய்! பெண்ணாய் பிறந்து விட்டாலே வாழ்க்கை சிரமமயமாகத்தானிருக்கிறது. பத்தொன்பது வயசுப் பெண்ணுக்குக்கூட, எந்த மாதிரி நடந்து கொள்வது என்று தெரிவதில்லை."

"தாஷா, உன் வயதுப் பெண்களெல்லாம் வாழ்க்கையை முழு மூச்சோடு அனுபவிக்க வேண்டும்; வாழ்க்கையை முழுக்க முழுக்க வாழ்ந்து பார்க்க வேண்டும்; அதாவது வாழ்க்கையைப் பற்றி அளவுக்கு மீறிச் சிந்தனை செய்து மனத்தை அலட்டிக் கொள்ளக் கூடாது. அளவுக்கு மீறிய சிந்தனையால் விளைப்போவது எதுவுமே இல்லை. நீ இப்போது எத்தனை அழகாக வளர்ந்திருக்கிறாய், தெரியுமா?"

"நீங்கள் இப்படிச் சொல்வீர்கள் என்று எனக்குத் தெரியும். உங்களிடம் பேசுவதில் ஒரு புண்ணியமுமில்லை, நிகலாய்! உங்களுக்குக் கொஞ்சம்கூட வாக்குச் சாதுர்யம் கிடையாது. நீங்கள் எப்போதும் வேண்டாத விஷயத்தையே பேசுகிறீர்கள். எனவே தான் காத்யா உங்களை விட்டுப் போய் விட்டாள்."

நிகலாய் இவானவிச் சிரித்தார்; புத்தகத்தைத் தமது வயிற்றின் மீது போட்டுவிட்டு, தடித்த கரங்களைத் தலைக்குப் பின்னால் வைத்துக் கொண்டார்.

"மழை பெய்யத் தொடங்கிவிட்டால், வெளியே சென்றிருந்த

---

15 அனதோள் பிரான்ஸ் (1844-1924)--மாபெரும் பிரெஞ்சு எழுத்தாளர். (ப-ர்.)

பறவை தானே கூட்டுக்குத் திரும்பிவந்து விடும். அவள் எப்படியெல்லாம் தன்னை அழகு படுத்திக்கொண்டாள் என்பது உனக்கு நினைவிருக்கிறதா? இப்படியெல்லாம் இருந்தும் கூட, நான் காத்யாமீது மிகவும் பிரியம் கொண்டிருக்கிறேன். எது எப்படியிருந்தென்னன? இப்போது நாங்கள் கணக்குத் தீர்த்துக் கொண்டோம்."

"அப்படியென்றால், நீங்கள் இப்போது இப்படித்தான் பேசுவீர்கள் போலிருக்கிறது! காத்யாவின் இடத்தில் நான் இருந்திருந்தாலும், நானும் கூட, உங்களை அவள் மாதிரியே நடத்தியிருப்பேன்."

அவள் மனக்குழப்பமுற்ற நிலையில் எழுந்து கைப்பிடிச் சுவரருகே சென்றாள்.

"உனக்கும் வயதாகி விட்டால், அப்போது நீயும் அதை உணர்வாய். வாழ்க்கையின் மேடு பள்ளங்களையும் வெற்றி தோல்விகளையும் பற்றி மிகவும் தீவிரமாகக் கவலைப்படுவது இங்கு பயப்படுவதோடு மட்டுமல்லாமல், முட்டாள்தனமும் ஆகும் என்பதை நீயும் ஒரு நாள் உணரத்தான் செய்வாய்!" என்று சொன்னார் நிகலாய் இவானிவிச்: "புலாவின் குடும்பத்தாரின் குணமே இப்படித்தான். நீங்கள் எல்லோரும் எந்த ஒரு விஷயத்தையுமே சிக்கலாக்கி விடுகிறீர்கள். நீங்கள் இன்னும் எளிய முறையில் நடந்து கொள்ள வேண்டும்; இயற்கையை ஒட்டிய முறையில் பழகக் கற்றுக்கொள்ள வேண்டும்..."

அவர் பெருமூச்சுவிட்டவாறே மௌனமானார்; தமது கைவிரல் நகங்களைமட்டும் அக்கறையோடு பார்த்துக் கொண்டிருந்தார். தபாலாபீசுக்குச் சென்று கடிதங்கள் வாங்கிவரச் சென்றிருந்த பணிப்பையன் வேர்க்க விறுவிறுக்க, சைக்கிளில் திரும்பி வந்து கொண்டிருந்தான்.

"கிராமத்துப் பள்ளிக்கூட ஆசிரியையாக நான் வேலை பார்க்கப் போகிறேன்" என்று ஏதோ நினைவாகச் சொன்னாள் தாஷா.

"என்னவாகப்போகிறாய் நீ?" என்று ஆச்சரியத்தோடு

கேட்டார் நிகேலாய் இவானவிச்.

தாஷா பதிலே சொல்லாமல், அறைக்குள்ளே சென்றாள். அங்கே அவளுக்கு இரண்டு கடிதங்கள் வந்திருந்தன. ஒன்று காத்யாவிடமிருந்து, மற்றொன்று தந்தையிடமிருந்து.

அவளது தந்தை பின்வருமாறு எழுதியிருந்தார்:

“காத்யாவிடமிருந்து வந்த கடிதத்தையும் நான் உனக்கு அனுப்பியிருக்கிறேன். நான் அதைப் படித்துவிட்டேன். அது எனக்கு கொஞ்சம்கூடப் பிடிக்கவில்லை. இருந்தாலும் உங்கள் விருப்பம் எப்படியோ, அப்படியே நீங்கள் நடந்துகொள்ள வேண்டும். இங்கு எல்லாம் வழக்கம் போலத்தான் இருக்கிறது. வெப்பம்தான் ரொம்ப அதிகமாகியிருக்கிறது. வேறு என்ன? ஆமாம் ஒரு விஷயம் இருக்கிறது. நேற்று முனிஸிபல் பூந்தோட்டத்தில் வைத்து, சில போக்கிரிகள் கவ்யாதினுக்குச் செம்மையாக உதை கொடுத்து விட்டார்களாம். ஆனால் அவர்கள் ஏன், என்ன காரணத்துக்காக அடித்தார்கள் என்பதை மட்டும் அவன் சொல்ல மறுக்கிறான். இங்குள்ள செய்திகள் எல்லாம் இவ்வளவுதான். ஆமாமாம். இன்னொரு விஷயம். தெலேகினோ அல்லது... எனக்குப் பெயர் சரியாக ஞாபகமில்லை—அந்த நபரிடமிருந்து உனக்கு ஒரு போஸ்ட் கார்டு வந்தது. ஆனால் அதனை நான் கைத்தவறுதலாக எங்கோ வைத்துவிட்டேன். அகப்படவில்லை. அந்த நபர் இப்போது தான் இரீமியாவிலிருப்பதாக எழுதியிருப்பதாக ஞாபகம். எனினும் எனக்குத் திட்டவட்டமாக நினைவில்லை.”

தாஷா அந்தக் கடிதத்தின் இந்தக் கடைசி வரிகளை மட்டும் மிகவும் கூர்ந்து படித்தாள்; கவனித்துப் படித்தாள். உடனே அவளது இதயம் திடீரென்று படபடத்துத் துடிக்கத் தொடங்கிவிட்டது. அதே சமயம் அவள் முகத்தில் கலவர உணர்ச்சியும் பிரதிபலித்தது. “எத்தனை இன்பகரமான செய்தி! ‘அந்த நபர் இப்போது தான் கிரீமியாவிலிருப்பதாக எழுதியிருந்த ஞாபகம். எனினும் எனக்குத் திட்ட வட்டமாக நினைவில்லை!’”

அவளது தந்தை எத்தனைப் பொறுப்பற்ற மனிதராக இருக்கிறார்! – எவ்வளவு அலட்சியம்! எத்தனை சுயநலம்!.. அவள் அந்தக் கடிதத்தைக் கசக்கிச் சுருட்டியவாறே, தனது மோவாயைக் கையினால் தாங்கியபடி மேசை முன்னால் வெகு நேரம் மௌனமாக உட்கார்ந்திருந்தாள். பின்னர் அவள் காத்யாவின் கடிதத்தை எடுத்துப் படிக்கத் தொடங்கினாள்:

"தாஷா! எங்கு சென்றாலும் என்னையே பின் தொடர்ந்து வந்த ஒரு மனிதரைப் பற்றி உனக்கு முன்னமேயே எழுதியிருக்கிறேன் என்று நினைக்கிறேன். நேற்றிரவு அவர் என்னிடம் வந்தார்; லக்ஸம்பர்க் பூங்காவில் நான் அமர்ந்திருந்தபோது, அவர் என்னருகில் வந்து உட்கார்ந்தார். முதலில் நான் மிகவும் பயந்தே போனேன்; எனினும் நான் அந்த இடத்தை விட்டு எழுந்து செல்லவில்லை. பின்னர் அவர் என்னை நோக்கி 'நான் உங்களைத் தொடர்ந்து வந்தேன். நீங்கள் யார், உங்கள் பெயரென்ன என்று அறிவேன். பின்னர்தான் எதிர்பாராத விதத்தில் எனக்கு அந்தத் துரதிருஷ்டம் சம்பவித்தது. அதாவது நான் உங்கள்மீது காதல் கொண்டு விட்டேன்!' என்று சொன்னார். நான் அவரைப் பார்த்தேன்; அவர் பெருமிதத்தோடும், ஒளியிழந்து பசந்த உறுதி வாய்ந்த முகத்தோடும் அங்கேயே அமர்ந்திருந்தார். 'நீங்கள் என்னைக் கண்டுப் பயப்பட வேண்டிய அவசியமே இல்லை. நானோ வயதானவன்; அத்துடன் தனியாள். மேலும் இதய நோயினால் தொல்லைப் பட்டுக்கொண்டிருக்கிறேன். எந்த நிமிடமும் நான் சாகக்கூடும். இந்த நிலைமையில் இந்தத் துரதிருஷ்டம் பிடித்த காதல் தோன்றியுள்ளது!' என்று மேலும் சொன்னார் அவர். அவரது கன்னத்தின் மீது ஒரு துளிக் கண்ணீர் சொட்டியது. பின்னர் அவர் தலையை ஆட்டியவாறே, 'ஆகா! உங்கள் முகம் எவ்வளவு அழகாக எவ்வளவு இனிமையாக இருக்கிறது!' என்றார். நானோ, 'தயவு செய்து இனிமேல் என்னைப் பின் தொடர்ந்து வராதீர்கள்' என்று சொன்னேன். நான் எழுந்து போய்விட எண்ணினேன். எனினும் அவரது நிலையைக் கண்டு பரிதாபப்பட்டேன்;

எனவே அங்கேயே இருந்து, அவருடன் பேசினேன். அவர் தமது கண்களை மூடி, தலையை ஆட்டியவாறே நான் கூறியதையெல்லாம் காது கொடுத்துக் கேட்டார். இன்னொரு அதிசயத்தைக் கேள், தாஷா இன்றோ எனக்கு யாரோ ஒரு பெண்ணிடமிருந்து ஒரு கடிதம் வந்தது; அவர் இருக்கும் வீட்டிலுள்ள அவருடைய வேலைக்காரி என்று நினைக்கிறேன். நேற்றிரவு அவர் செத்துப் போய் விட்டாராம். அவருடைய 'உத்தரவுப்படி' அவள் அந்தச் செய்தியை எனக்குத் தெரிவித்திருக்கிறாளாம்... இதை நினைக்கவே பயங்கரமாக இருக்கிறது! இப்போதும் கூட, நான் ஜன்னலின் அருகே அமர்ந்து தெருவிலே தெரியும் லட்சோப இலட்சக் கணக்கான விளக்குகளைப் பார்க்கிறேன்; தெருவிலே விரைந்து செல்லும் வாகனங்களைக் காண்கிறேன்; மரங்களின் ஊடாகப் புகுந்து மறைந்து செல்லும் மனிதர்களைப் பார்க்கிறேன். மழைக்குப் பின் பனி மூட்டம் கவிந்து படர்ந்து எனக்கோ இவையெல்லாமே இறந்துவிட்டதுபோல் தோன்றுகிறது; அந்த மனிதர்கள் எல்லோருமே இறந்து விட்டார்கள் போலத் தோன்றுகிறது. இப்போது நான் பார்க்கின்ற உருவங்களிலோ, காட்சிகளிலோ உயிரே அற்றுப்போய் விட்டதாக, அந்த உருவங்களே இல்லாது போய் விட்டதாக உணர்கிறேன். தான் இங்கு நின்று வெறித்து தோக்கிக் கொண்டிருக்கிறேனே, அவற்றில் எதையுமே நான் காணவில்லை. மாறாக, அவையெல்லாம் முடிவு பெற்றுவிட்டதையே நான் காண்கிறேன். எனக்கு உடம்புக்குச் சரியில்லை என்று நினைக்கறேன். சில சமயங்களில் நான் வெறுமனே படுத்துக்கிடந்து, விழலாய்ப் போன என் வாழ்வை எண்ணிப் பார்த்து அழுது கண்ணீர் வடிக்கிறேன். எனது வாழ்க்கை மாபெரும் வாழ்க்கையாக இல்லாது போயிருக்கலாம். எனினும் அந்த வாழ்க்கையில் ஏதோ ஒரு விதமான ஆனந்தம் இருந்தது; அதில் தான் நேசித்து வந்த மனிதர்களும் இருந்தார்கள்... இப்போதோ அவற்றில் எதுவுமே மிஞ்சி நிற்கவில்லை. என் இதயமே வறண்டு ஈரப்பசையற்று வாடிச் சுருங்கிவிட்டது. தாஷா! ஏதோ ஒரு பயங்கரமான சோக நிகழ்ச்சி என்னை எதிர்

நோக்கியிருப்பதாக நான் திடமாக நம்புகிறேன். நாம் நடத்திய தய வாழ்வுக்கெல்லாம் உரிய தண்டனையாக அந்த நிகழ்ச்சி வந்தே தீரும் என்று நான் நம்புகிறேன்."

தாஷா அந்தக் கடிதத்தை நிகலாய் இவானவிச்சிடம் காட்டினாள்.

அதைப் படிக்கும்போது அவர் பெருமூச்செறிந்தார்; பின்னர் காத்யாவைப் பற்றி எண்ணும்போது தம் மனம் எவ்வாறு குற்ற உணர்ச்சியால் குறுகுறுத்து உறுத்துகிறது என்பதைப்பற்றிச் சொல்லத் தொடங்கினார்:

"நமது வாழ்க்கை முறை அத்தனையுமே தவறான போக்கில் போய்க்கொண்டிருந்தது என்பதை அறிவேன். அதாவது இன்பத்தை மட்டுமே நாடித் திரியும் இந்த வாழ்க்கை முறை என்றோ ஒரு நாள் நிராசையுற்று அடியோடு தகர்த்து பொடிப் பொடியாகப் போகிறது என்பதையும் நான் உணர்ந்தேன். ஆனால் நான் மட்டும் என்ன செய்ய முடியும்? என்னுடைய வாழ்க்கை, காத்யாவின் வாழ்க்கை, நம்மைச் சுற்றியுள்ள எல்லோருடைய வாழ்க்கை-- இவை எல்லாமே இன்பத்தைத் தவிர வேறு எதையுமே நாடவில்லை என்னும் போது நான் தான் என்ன செய்ய இயலும்? சமயங்களில் நான் கடலையே வெறித்து நோக்கியவாறு எனக்கு நானே பேசிக் கொள்வேன். 'எங்கோ ஒரு ருஷ்ய நாடு இருக்கிறது. அந்த ருஷ்ய நாடு பூமியை உழுகிறது; கால்நடைகளை மேய்க்கிறது, நிலக்கரியை வெட்டி எடுக்கிறது; தறி நெய்கிறது; சுத்தியால் அடிக்கிறது; கட்டிடத்தைக் கட்டுகிறது. இத்தகைய பணிகளையெல்லாம் செய்யுமாறு வற்புறுத்துவதற்கும் அங்கு மனிதர்கள் இருக்கிறார்கள். ஆனால் நாமோ, மூன்றாமவராய் புத்திசாலித்தனமான வர்க்கமாய், அறிவுஜீவிகளாய் இந்த ரஷ்யாவுடன் எந்தவிதச் சம்பந்தமுமற்றவராய் இருக்கிறோம். சொல்லப்போனால், நாமெல்லாம் வெறும் வண்ணாத்திப் பூச்சிகளைப்போல் திரிந்து வருகிறோம். அதுதான் நமது சோக வாழ்க்கை; சோக நாடகம். உதாரணமாக, நான் காய்கறிகளைப் பயிர் செய்யவோ அல்லது வேறு ஏதாவது ஒரு உபயோகமான

வேலையைச் செய்யவோ முனைந்தேனென்று வைத்துக்கொள். அதனால் விளையப்போவது ஒன்றுமே இல்லை. வாழ்நாள் முழுவதும் வண்ணாத்திப் பூச்சியைப் போல் படபடத்துப் பறந்து திரிவதுதான். எனக்கு விதித்த விதி. வேறு வழியேயில்லை. நாம் புத்தகங்கள் எழுதுகிறோம், பிரசங்கங்கள் செய்கிறோம், அரசியலில் ஈடுபடுகிறோம் என்பதெல்லாம் எனக்கும் தெரியும். ஆனால் அவையனைத்தும் நமக்கு வெறும் பொழுது போக்குத்தான். மனச்சாட்சியின் கட்டளைக்குக் கீழ்ப்படிந்து நாம் அவற்றைச் செய்தாலும் கூட, அவை தமக்கு என்னவோ ஒரு பொழுது போக்குத் தான். இடையறாது இன்ப வேட்டையாடித்திரிந்த இந்த வாழ்க்கைதான் காத்யாவின் உள்ளத்திலும் ஆத்ம நாசத்தை உருவாக்கியது. வேறுவிதமாக நடக்கக்கூடும் என்றும் எதிர் பார்ப்பதற்கே இல்லை.... ஒரு காலத்தில் எத்தனை அன்பும் பரிவும் இனிமையும் கொண்ட ஜீவனாக அவள் இருந்து வந்தாள் என்பதை நீ மட்டும் அறிய நேர்ந்தால்...' அவளை நான்தான் கெடுத்தேன்! கெடுத்துக் குட்டிச்சுவராக்கினேன்;.. ஆம். நீ சொல்வது சரிதான். நான் அவளிடம் போயாக வேண்டியதுதான்."

பாஸ்போர்ட்டுகள் கிடைத்த மறுகணமே, இருவரும் பாரிசுக்குப் புறப்பட வேண்டும் என்று அவர்கள் இருவரும் தீர்மானித்துக் கொண்டார்கள். மதியச் சாப்பாட்டுக்குப் பிறகு நிகலாய் இவானலிச் நகருக்குள் சென்றுவிட்டார். தாஷா தனது பிரயாணத்துக்கு ஏற்றவாறு தனது நாணற்புல் தொப்பியைச் சீர்திருத்தம் செய்ய முனைந்தாள்; ஆனால் அவளால் அந்தத் தொப்பியை ஒன்றுக்கு முதவாமல் மோசமாக்கத்தான் முடிந்தது. எனவே அவள் அவனை அந்த ஹோட்டலிலுள்ள பரிசாரசியிடம் கொடுத்துவிட்டு, மன நிம்மதி அடைந்தாள். பின்னர் அவள் தன் தந்தைக்கு ஒரு கடிதம் எழுதினாள். பொழுது இருண்ட பிறகு, படுக்கையிலே வந்து படுத்தாள்; உடனே அவளுக்கு ஆயாசம் மேலிட்டது. அவள் கன்னத்தை உள்ளங்கையின் மீது தாங்கிப் படுத்தவாறு, கடலின் ஓலத்தைக் காது கொடுத்துக் கேட்டாள். அந்தக் குடலின் அலையோசை

வரவர மங்கி மறைந்து தூர தொலைக்குச் செல்வது போலவும் அவ்வாறு மங்கி மறைந்து பின் வாங்கிச் செல்லும் அந்த ஓசையில் அலாதி சுகம் இருப்பது போலவும் அவளுக்குத் தோன்றியது.

பின்னர் அவளுக்குத் தன்மீது யாரோ ஒருவர் குனிந்து கொண்டிருப்பது போலவும், தனது முகத்தின் மீது விழுந்து இடைக்கும் மயிர்ச்சுருளை விலக்கிவிட்டு, தனது கண்ணிமைகள் மீதும், கன்னங்களின் மீதும் இதழ்க்கடையோரங்களிலும் மெல்லிய இளம் மூச்சு போல மெதுவாக முத்தமிடுவது போலவும் தோன்றியது. அந்த முத்தங்களிலே பிறந்த இன்பரசம் அவளது உடம்பெல்லாம் சில்லென்று ஊடுருவிப் பரந்தது. தாஷா மெல்ல மெல்லக் கண் விழித்தாள். திறந்து கடந்த ஜன்னல் வழியாக தனிமையிலே துடிதுடிக்கும் சில தாரகைகளை அவள் கண்டாள். ஜன்னல் வழியாகப் புகுந்து பரபரத்துக் காற்றில், அவள் எழுதி வைத்திருந்த கடிதம் படபடத்தது. அந்தச் சமயத்தில் ஜன்னலில் ஒரு உருவம் தென்பட்டது; அந்த உருவம் ஜன்னலின் வெளிப்புற விளிம்பில் முழங்கைகளை ஊன்றியவாறு தாஷாவை உற்றுப் பார்த்தது.

இப்போது தாஷா நன்றாக விழித்து விட்டாள்; அவள் சட்டென்று எழுந்து உட்கார்ந்து பொத்தான்கள் விடுபட்டிருந்ததால் திறந்து கடந்த தன் மார்பகத்தைச் சட்டென்று மூடிக் கொண்டாள்.

“உங்களுக்கு என்ன வேண்டும்?” என்று தெளிவற்ற குரலில் கேட்டாள்.

ஜன்னலில் நின்று கொண்டிருந்த அந்த உருவம் பெஸ்ஸோனவின் குரலில் பதிலளித்தது.

“உங்களுக்காக நான் கடற்கரையில் வெகுநேரம் காத்துக்கொண்டிருந்தேன். நீங்கள் ஏன் வரவில்லை? பயமாயிருக்கிறதா?”

கணநேர மௌனத்துக்குப் பின்னர் தாஷா சொன்னாள்:

"ஆமாம்."

இதைக் கேட்டவுடன் பெஸ்ஸோனவ் ஜன்னலின் மீது ஏறி, ஜன்னலையொட்டி அறைக்குள் கடந்த மேசையை ஒதுக்கித் தள்ளிவிட்டு, தாஷாவின் படுக்கையை நோக்கி வந்தார்.

"இரவு பொழுது எனக்குப் படு பயங்கரமாக இருந்தது. தூக்குப்போட்டுக் கொண்டு சாகக்கூட நான் தயாராக இருந்தேன். என்மீது உங்களுக்கு எள்ளளவேனும் கருணை இருக்கிறதா?"

தாஷா தலையை அசைத்தாள்; எனினும் அவள் வாயே திறக்கவில்லை.

"இதோ பாருங்கள், தார்யா இமித்ரியெவ்னா. இன்று இல்லாவிட்டால் நாளை, நாளை இல்லாவிட்டால் ஒரு வருஷம் கழித்து--எப்படியும் இந்த விஷயத்துக்கு ஒரு முடிவு கண்டுதானே ஆக வேண்டும். நீங்களில்லாமல் என்னால் வாழவே முடியாது! என்னிடம் மிஞ்சியுள்ள மனிதத் தன்மையை எச்சமிச்சமில்லாமல் அழித்தொழித்துவிடாதீர்கள்!"

அவர் தாஷாவுக்கு மிகவும் அருகில் நெருங்கி வந்தவராய், தணிந்த உள்ளடங்கிய குரலில் போனார். திடீரென்று அவள் ஓசையெழுப்ப ஆழ்ந்த மூச்செடுத்தவளாய், அவரது முகத்தையே வைத்த கண் வாங்காமல் வெறித்துப் பார்த்தாள்.

"நேற்று நான் சொன்னது அத்தனையும் பொய். நான் மிகமிகக் குரூரமாக அவதிப்படுகிறேன். உங்களது உருவமே என் உள்ளத்தை வாட்டி வதைக்கிறது; ஆட்டிப்படைக்கிறது. நீங்கள் என் மனைவியாகி விடுங்கள்!"

அவர் தாஷாவின் மீது குனிந்து, அவளது உடம்பில் பரிமளிக்கும் சுகந்தத்தை உள்ளிழுத்துச் சுவாசித்தார்; தமது கரத்தை அவளது கழுத்துக்குப் பின்னால் வைத்தார், அவளது உதடுகளின் மீது தமது உதடுகளைச் சேர்த்துப்

பொருத்தி அழுத்தினார். தாஷா அவரைப் பிடித்துத் தள்ள முயன்றாள்; எனினும் அவளது கைகளோ வலுவிழந்து விட்டன. அப்போது தான் அவளது இதயத்திலே அமைதி நிறைந்த ஒரு எண்ணம் தலை தூக்கியது; "நான் ஒருபுறம் பயந்தும், மறுபுறம் விரும்பியும் வத்த அந்த நிகழ்ச்சி சம்பவித்தேவிட்டது. ஆனால், இந்தச் செய்கை கொலை பாதகச் செயலைவிட படு மோசமானது..." அவள் தன் முகத்தை அப்பால் திருப்பிக்கொண்டாள். அப்போது சாராய நாற்றம் அடிக்கும் வண்ணம் அவள் மீது குனிந்திருந்த பெஸ்ஸோனவ் தனது காதுக்குள் என்னவோ முணு முணுப்பதையும் அவள் கேட்டாள். அச்சமயம் தாஷா தனக்குள் சொல்லிக்கொண்டாள்: "காத்யாவிடமும் இவர் இப்படித்தான் நடந்து கொண்டிருக்கிறார்!" இவ்வாறு நினைத்த மாத்திரத்திலேயே அவளது உடம்பெல்லாம் திடீரென்று ஒரு சிலிர்ப்பு குளிர்ந்தோடி அவளுக்கு விழிப்பூட்டியது; அதே சமயம் அந்தச் சாராய நாற்றத்தின் நெடியும் காரமாக உறைத்தது; அவர் மூணு முணுத்த வார்த்தைகளும் அருவருக்கத்தக்கவையாக ஒலித்தன.

"விடுங்கள் என்னை!" என்று கூறியவாறே, அவள் அவரைப் பலமாகப் பிடித்துத் தள்ளிவிட்டு, வாசலை நோக்கி ஓடினாள். அத்துடன் பொத்தான் மாட்டப்படாமல் திறந்து கிடந்த தன் மார்பகத்தையும் ரவிக்கையால் மூடிக்கொண்டு விட்டாள்.

இந்தச் செய்கை பெஸ்ஸோனவின் கோபத்தையே கிளறி விட்டது. எனவே அவர் தாஷாவை இருகைகளாலும் எட்டிப் பிடித்து, அவளைத் தம்பால் இழுத்து அணைத்தவராய், அவளது கழுத்தின் மீது முத்தங்களைச் சொரியத் தொடங்களர். அவளோ தனது உதடுகளை இறுகக் கடித்துக்கொண்டு, வாய் பேசாமல் அவரிடமிருந்து திமிறிக் கொண்டிருந்தாள். கடைசியில் அவர் அவளைக் கட்டிப்பிடித்து, குண்டுக் கட்டாய்த் தூக்கிக் கொண்டுபோக முயன்றபோதுதான் அவள் வேகமாய் முனகினாள்.

"முடியவே முடியாது. உயிர் போவதானாலும் சரிதான், என்னால் முடியவே முடியாது!"

அவள் தனது பலத்தையெல்லாம் பிரயோகித்து அவரிடமிருந்து திமிறி விடுபட்டாள்; விடுபட்டு, சுவரோரமாகப் போய்ச் சாய்ந்து நின்றாள். அவரோ மேல் மூச்சு, கீழ்மூச்சு வாங்க, அங்கிருந்த நாற்காலியில் தொப்பென்று விழுந்து, அசைவற்றுக் கிடந்தார். தாஷாவோ தனது உடம்பில் அவரது கைவிரல்கள் பதிந்த அடையாளத்தைத் தனது கையால் தடவிப் பார்த்தாள்.

"உங்கள் விஷயத்தில் நான் இத்தனை ஆத்திரம் காட்டி யிருக்கக்கூடாது!" என்றார் பெஸ்ஸோனவ்.

"உங்களைக் கண்டாலே எனக்கு எரிகிறது!" என்றாள் தாஷா. இதைக் கேட்டவுடன், பெஸ்ஸோனவ் நாற்காலியில் தமது தலையை அப்படியே சாய்த்தார்.

தாஷா மீண்டும் சொன்னாள்: "உங்களுக்கு வெறிபிடித்து விட்டது. போங்கள் வெளியே! ம்..."

இதே வார்த்தைகளை அவள் திரும்பத் திரும்பப் பல முறை சொன்னாள். பெஸ்ஸோனவ் விஷயத்தை ஒருவாராய்ப் புரிந்து கொண்டார்; பின்னர் தம் இடத்தைவிட்டு எழுந்து ஜன்னலின் மீது வேண்டா வெறுப்பாக ஏறி, வெளிப்புறம் இறங்கினார். தாஷா உடனேயே ஜன்னல் கதவுகளைச் சாத்திவிட்டு, இருண்டு கிடந்த அந்த அறைக்குள்ளேயே மேலும் கீழும் நடக்கத் தொடங்கினாள். அன்று இரவு முழுவதும் அவளால் தூங்கவே முடியவில்லை.

காலையில் நிகலாய் இவானவிச் பூட்ஸ் அணியாத வெறுங் கால்களோடு தாஷாவின் அறைப்பக்கம் வந்து, தூக்கக் கலக்கம் குலையாத குரலில் கேட்டார்:

"என்ன தாஷா! உனக்கென்ன பல்வலியா?"

"இல்லையே!"

"பின்னே இரவெல்லாம் என்ன ஒரே முனகல்?"

"எனக்குத் தெரியாதே!"

"அதிசயம் தான்?" என்று முனகிவிட்டு, அவர் அப்பால்

சென்றார். தாஷாவால் படுத்துக் கிடக்கவும் முடியவில்லை; உட்கார்ந்திருக்கவும் முடியவில்லை. வாசல் கதவருகிலிருந்து ஜன்னலுக்கும், ஜன்னலிலிருந்து கதவுக்குமாக மேலும் உழும் நடப்பதைத் தவிர அவளால் வேறு எதுவுமே செய்ய இயலவில்லை. தாங்க முடியாத பல்வலியைப் போல் வேதனை தந்து கொண்டிருந்த அவளது சுய வெறுப்புணர்ச்சியைப் போக்கடிக்கும் முயற்சியாக அவள் அப்படி நடந்து திரிந்தாள். அவளிருந்த நிலையில், பெஸ்ஸோனவ் தம் இஷ்டப்படியே நடந்து கொள்ளுமாறு இடம் கொடுத்துவிட்டுப் போயிருந்தால்கூட நன்றாயிருந்திருக்கும் என்று தனக்குத் தானே கூறிக் கொண்டாள். மேலும் அவள் படுமோசமான இதய வேதனையோடு சூரிய ஒளி பரவி நின்ற அந்த வெண்மையான கப்பலை நினைவு கூர்ந்தாள்; பின்னர் ஆஸ்பென் மரத்தோப்பில் கைகூடாக் காதலை எண்ணிக் கரையும் காதலனைப்போலக் குறுகுறுத்து, தாஷாவின் உள்ளக் காதலைப் புலப்படுத்திய அந்தக் காட்டுப் புறாவையும் நினைவு கூர்ந்தாள்; அந்தக் காட்டுப் புறாவின் குறுகுறுப்பு அத்தனையுமே வெறும் மாய்மாலம் என்றும் நினைத்தாள். இதன் பின் உதய காலத்தின் ஒளி மயக்கத்தால் வெண்மை துலங்கிக் காட்சியளித்த தன் படுக்கையை தாஷா பார்த்தாள். அதே அந்தப் பயங்கரமான இடத்தில் தான், சில மணி நேரத்துக்கு முன்னால்தான், மனித முகம் கொண்ட ஒரு உருவம் விலங்காக மாறிக் காட்சியளித்தது என்று உணர்ந்தாள். இந்த உணர்ச்சியைத் தனது மனத்தில் தாங்கிக் கொண்டு தன்னால் உயிர் வாழவே இயலாது என்றும் அவள் உணர்ந்தாள். இத்தகைய வெறுப்புணர்ச்சியை நெஞ்சில் தாங்கிக் கொண்டிருப்பதைவிட, வேறு எவ்விதமான சித்திரவதையையும் கூட அவள் தாங்கிக் கொள்ளத் தயாராகயிருந்தாள். அவளது தலையே கொத்துக் குமுறிப் பற்றியெரிந்தது. அவளது முகத்தின் மீதும், கழுத்தின்மீதும், உடம்பின் மீதும் ஏதோ ஒரு சிலந்திவலை மேலும் மேலும் பின்னிப் படர்வதாக அவள் உணர்ந்தாள். அந்தச் சிலந்தி வலையை அறுத்தெறிந்து விடுதலை பெறுவதற்காக அவள்

எதுவும் செய்யத் தயாராக இருந்தாள்.

ஆம். பொழுது விடிந்துவிட்டது. அதோ ஜன்னல் கதவுகளின் இடைவழியாக வந்து பாய்ந்து விழுவது பகலவனின் ஒளிக்கதிர்கள் தான். அந்த வீட்டில் கதவுகள் திறந்து மூடும் சப்தமும் கேட்கிறதே. ஆம். விடிந்துவிட்டது. அதோ அத்தக் கணீர்க்குரல் கேட்கிறதே! "மத்ரியோனா! கொஞ்சம் தண்ணீர் கொண்டுவா!" நிகலாய் இவானவிச் படுக்கையை விட்டு எழுந்து, பல் தேய்த்துக் கொண்டிருக்கும் சத்தம் சுவரையும், ஊடுருவி வந்து ஒலித்தது. தாஷா தன் முகத்தைத் தண்ணீர் விட்டுக் கழுவிக்கொண்டாள்; பின்னர் தனது தொப்பியைப் புருவங்கள் வரையிலும் மறைக்கும். படியாக இழுத்து மூடியவாறு, கடற்கரைக்குச் சென்றாள். கடல் நீர் பால்போலக் காட்சியளித்தது; மணல் ஈரம் பாய்ந் இருந்தது. அத்துடன் அங்கு கடற்பாசியின் மணமும் வீசியது. தாஷா கடற்கரையிலுள்ள வயல் வெளியை நோக்கித் திரும்பி அங்கிருந்து பாதைக்கு வந்தாள்; அந்தப் பாதையில் மனம் போன போக்கில் நடந்து சென்றாள். மூங்கில் கூண்டு கட்டிய ஒரு ஒற்றைக் குதிரை வண்டி எதிர்த் திசையிலிருந்து அவளை நோக்கி வந்தது; அதன் சக்கரங்கள் ரோட்டுப் புழுதியையெல்லாம் கிளப்பிக்கொண்டு வந்தது. வண்டியை ஓட்டி வந்தவன் ஒரு தத்தாரியன்; வெள்ளையுடையும் பரந்து தோள்களும் கொண்ட மனிதன் ஒருவன் அந்த வண்டியில் இருந்தான். அந்த மனிதனை லேசாகப் பார்த்துவிட்டு, தாஷா தூங்கி வழியும் கண்களோடு, "மற்றொரு குஷியான நல்ல மனிதன் போலும்--ஹூம்! இவர் நல்லவராயிருந்தாலென்ன, குஷியான பேர்வழி ஆனாலென்ன?" என்று தனக்குள் நினைத்துக்கொண்டாள். காலை நேரத்தின் பிரகாசமான ஒளியும் உடம்பிலுள்ள களைப்பும் சேர்ந்து அவளது கண்களை முழுதும் திறக்க விடாமல் செய்தன. அவள் பாதையை விட்டு விலகிப்போக முயன்றாள். அந்தச் சமயத்தில் அந்த வண்டிக்குள்ளிருந்து திடீரென்று திடுக்கிட்டெழுந்த ஒரு குரல் கேட்டது:

"தார்யா திமித்ரியெவ்னா!"

வண்டியிலிருந்து யாரோ ஒருவன் சட்டென்று கீழே குதித்து, தாஷாவை நோக்கி ஓடி வந்தான். அந்தச் சத்தத்தைக் கேட்டதுமே, தாஷாவின் இதயம் திடுக்கிட்டுத் துள்ளிக் குதித்தது; அவளது முழங்கால்கள் குழலாடித் தளர்ந்தன. அவள் திரும்பிப் பார்த்தாள். வெயிலால் கறுத்துக் களைத்தவனாய், நீல விழிகளை விரித்துப் பார்த்தவனாய், உணர்ச்சிப் பரவசமுற்றவனாய் அவளை நோக்கி நெருங்கிய சொந்தக்காரனான தெலேகின் ஓடோடியும் வந்தான். அவன் வந்ததுதான் தாமதம். தாஷா எதிர்பாராத விதமாக அவனது மார்பின் மீது கரங்களை ஆவேசத்தோடு போட்டவளாய், தனது முகத்தை அவனது மார்பில் புதைத்துக்கொண்டு, சிறு குழந்தையைப் போல் விம்மி விம்மி அழத் தொடங்கி விட்டாள்.

தெலேகின் அவளது தோள்களை உறுதியாகப் பற்றிப் பிடித்துக் கொண்டான். தாஷா தட்டுத்தடுமாறிக் குழறி நடுங்கும் குரலில் ஏதோ கூறத்தொடங்கியபோது, தெலேகின் குறுக்கிட்டுப் பேசினான்:

"கவலைப்படாதே, தார்யா திமித்ரியெவ்னா! கவலையே படாதே... எல்லாம் பின்னால் பார்க்கலாம். அதனால் பரவாயில்லை."

அவன் அணிந்திருந்த 'லினன்' சட்டையின் முன்பாகம் முழுவதும் தாஷாவின் கண்ணீரால் நனைந்து ஈரமாகிவிட்டது. இப்போது அவளுக்கு மனப்பாரம் குறைந்து எவ்வளவோ அமைதி பிறந்தது போலிருந்தது.

"நீங்கள் எங்களைத் தேடித்தான் வந்தீர்களா?" என்று கேட்டாள் தாஷா.

"ஆம். தார்யா திமித்ரியெவ்னா, நான் உங்களிடம் விடை பெற்றுச் செல்ல வந்தேன். நேற்றுத்தான் நீங்கள் இங்கு வந்திருக்கும் செய்தியைக் கேள்விப்பட்டேன். உடனே உங்களிடம் நேரில் வந்து விடைபெற விரும்பினேன்..."

“விடைபெறவா?”

“ஆமாம். எனக்கு அழைப்பு வந்து விட்டது; அதைத் தவிர்க்க முடியாது.”

“அழைப்பா?”

‘‘அப்படியென்றால் நீங்கள் ஒன்றுமே கேள்விப்படவில்லையா?”

“கேள்விப்படுவதா? எதைப்பற்றி?”

“போர்! ஆம். சண்டை தொடங்கிவிட்டது, தார்யா திமித்ரியெவ்னா!”

தாஷா அவனைப் பார்த்தாள்; பரக்கப் பரக்க விழித்தாள்; கண்களை மூடி மூடி விழித்தாள். அப்போதும் அவளுக்கு ஒன்றும் புரியவில்லை.

14

‘மக்கள் வாக்கு’ என்ற பிரபலமான மிதவாதகப் பத்திரிகையின் ஆசிரியர் அறையில் ஒரு அவசரக் கூட்டம் கூடியிருந்தது. ஒரு முக்கியமான தலையங்கம் பற்றி விவாதிப்பதற்காகக் கூட்டப்பெற்ற கூட்டம் அது. முந்திய நாளில்தான் வடி சாராயம் கலந்த மதுபான வகையறாக்கள் அனைத்தும். தடை செய்யப்பட்டு விட்டதால், வழக்கத்து மாறாகப் பத்திரிகாலயத் தேநீருடன் கன்யாக்கும், ரம்மும் வழங்கப் பட்டன.

தாடியும் பெருத்த உடலும் கொண்ட மிதவாத பிரமுகர்கள் குழிவிழுந்த சாய்வு நாற்காலிக்குள் புதைந்து கிடந்தவாறு புகைத்துக் கொண்டிருந்தார்கள். அவர்கள் எல்லோருக்குமே இன்னது செய்வது என்று தெரியவில்லை. முறியடிக்கப் பட்ட பயனற்றவர்களாக உணர்ந்தார்கள். இளைஞர்களான எழுத்தாளர்களோ ஜன்னல் விளிம்புகள் மீதும், தோல் வைத்துத் தைத்த

சோபாவின் மீதுமாக உட்கார்ந்திருந்தார்கள். அந்தச் சோபா மிகவும் பிரபலமானது. எதிர்க் கட்சியாளவர்களின் கோட்டை என்று பெயர் பெற்றது. ஆனால் பிரபலமான எழுத்தாளர் ஒருவரோ அந்தச் சோபா முழுவதிலும் மூட்டைப்பூச்சிகள் தான் நிறைந்திருக்கின்றன என்று வெகுளித்தனமாகச் சொல்லிவிட்டார்.

நரைத்த தலையும், சிவந்த கன்னமும், ஆங்கில நாட்டு நடையுடை நாகரிகமும் கொண்டிருந்த பத்திரிகை ஆசிரியர் தாம் சொல்லவிருந்த விஷயத்தை - அதாவது தாம் செய்ய விருந்த பிரசங்கங்களில் ஒன்றை—ஒவ்வொரு வார்த்தையாக நிறுத்தி அளவிட்டு, ஆணித்தரமாகப் பேச முனைந்தார். உண்மையைச் சொல்லப்போனால், அவர் மிதவாதிகளின் பத்திரிகைகள் அனைத்துக்குமே அந்தப் பேச்சே வழிக்காட்டியாக விளங்க இருந்தது.

“நமக்கு ஏற்பட்டுள்ள இக்கட்டான நிலைமையின் முக்கியத்துவத்தை நாம் உணரவேண்டும். ஒரு புறத்தில் ஜாரின் அரசாட்சிக்கு எதிராக நாம் காட்டும் எதிர்ப்பிலிருந்து அணுவும் பின்வாங்கிவிடக் கூடாது; மறுபுறுத்திலோ ருஷ்ய நாட்டின் அரசுரிமையே அச்சுறுத்திக்கொண்டிருக்கும் பேரபாயத்தை எண்ணிப்பார்த்து, இந்த அரசாட்சிக்குக் கைகொடுத்து உதவவும் வேண்டியிருக்கிறது. நாம் காட்டுகின்ற ஆதரவு வெளிப்படையாகவும் மனப்பூர்வமாகவும் இருக்க வேண்டும். ருஷ்ய நாட்டை யுத்த அரங்கத்துக்குள் இழுத்துவிட்ட ஜார் அரசு குற்றம் சம்பந்தமான பிரச்சனையை இந்தச் சந்தர்ப்பத்தில் நாம் இரண்டாம் பட்சமாகவே கருத வேண்டும். முதலில் நாம் யுத்தத்தில் வெற்றி பெற வேண்டும்; பின்னர் நாம் குற்றவாளிகள் மீது தீர்ப்புக் கூறுவோம். கனவான்களே! நாம் இதோ இங்கு உட்கார்த்து பேசிக்கொண்டிருக்கும் இதே நேரத்திலே, சராஸ்னஸ்தவில் ரத்த பயங்கரமான யுத்தம் நடந்து கொண்டிருக்கிறது. அந்தப் போர் முனையிலே தகர்ந்துவிட்ட ராணுவ அரணைப் பலப்படுத்த நமது தொண்டர்படை விரைந்து சென்றிருக்கிறது.

இந்த யுத்தத்துக்கான அந்தரங்க நோக்கங்கள் நமக்கு இன்னும் தெரியவில்லை; எனினும் ஈவ் பிரதேசம் ஆபத்துக்குள்ளாகியிருக்கிறது, என்பதை நாம் மறந்து விடக்கூடாது. இந்த யுத்தம் மூன்று நான்கு மாதங்களுக்கு மேல் நடக்கப் போவதில்லை என்பதில் ஐயமில்லை. இந்த யுத்தத்தின் விளைவு எதுவாக இருந்த போதிலும் சரி, பெருமையுடன் தலையுயர்த்தி ஜார் அரசாட்சியை நோக்கிச் சொல்லுவோம், 'ஆபத்துக் காலத்தில், நாங்கள் உங்களோடு சேர்ந்து நின்றோம். இப்போது எங்களுக்கு நீங்கள் பதில் சொல்லியாக வேண்டும்!'

நிலப் பிரச்சனைகளில் நிபுணரும், ஆசிரியர் குழாத்தின் நெடுநாளைய அங்கத்தினர்களில் ஒருவருமான பெலஸ்வெதவ் இதற்கு மேலும் பொறுமையைக் கையாள முடியாமல், ஆத்திரமடைந்த குரலில் குறுக்கிட்டுப் பேசினார்:

"ஜார் அரசாங்கம் தானே போர் புரிந்து கொண்டிருக்கிறது. நாம் ஏன் அதற்கு உதவ முன்வரவேண்டும்? இத்த மாதிரியான ஒரு போக்கை என் வாழ்நாளிலேயே கண்டதில்லை. சர்வ சாதாரணமான தர்க்க விதிகளின் படியே பார்த்தாலும் இந்தச் சமயத்தில் நாம் செய்யக் கூடியது என்ன? அபாயகரமான இந்த விளையாட்டிலிருந்து நாம் ஒதுங்கி நிற்க வேண்டும்; நமக்குப் பின்னால் அனைத்து அறிவு ஜீவிகளும், ஜார்களும், மன்னர்களும் அவரவர் குரல்வளையை அவரவரே பிடித்துக்கொண்டு சாகட்டும். அவர்கள் அழிந்தால் அது நமக்கு லாபம் தான்!"

"ஆமாம். இரண்டாவது நிகலாய் மன்னனுக்கு நாம் உதவி செய்ய முனைவது என்பது நமது கொள்கைக்கே விரோதமான செய்கைதான், கனவான்களே. நீங்கள் என்ன சொன்னாலும் சரி, அது சரியல்ல" என்று பத்திரிகையின் தலையங்க எழுத்தாளர்களில் ஒருவரான ஆல்பா சொன்னார். சொல்லிவிட்டு, மேஜை மீதிருந்த தட்டிலிருந்து ஒரு கேக்கை தேர்ந்தெடுத்துக் கொண்டார்: "நமது ரத்தம் உறைய இது ஒன்று போதும்..."

உடனேயே அங்கு பல்வேறு குரல்கள் சளசளக்கத் தொடங்கின:

"அரசாங்கத்தோடு சமரசம் செய்து கொள்ளும்படி நிர்ப்பந்த நிலைமைகள் எதுவும் ஏற்பட்டு விடவில்லை. அவை ஏற்படவும் முடியாது..."

"இதெல்லாம் என்ன இது? நான் கேட்கிறேன்- இதென்ன -சரணாகதியா?"

"முற்போக்கு இயக்கம் முற்றிலும் ஊரெல்லாம் பழி தூற்றுமாறு அழிந்தொழிந்து போகவேண்டுமென்ற எண்ணமா?"

"கனவான்களே! இந்த யுத்தத்தின் நோக்கங்களைப் பற்றி வேறு யாரேனும் விளக்கிப் பேசினால் நல்லது என்று கருதுகிறேன் நான்!"

"பொறுங்கள். ஜெர்மானியர்கள் நம்மைச் செம்மையாக உதைத்து வெளுத்துக் கட்டும் வரையிலும் பொறுத்திருங்கள்- -அப்போது தெரியும், விஷயம்!"

"ஆகா! நண்பரே! அப்படியென்றால் நீர் ஒரு தேசியவாதி என்று சொல்லும்!"

"நான் ஒன்றும் உதை வாங்கத் தயாராக இல்லை."

"உங்களை யார் உதைக்கப் போகிறார்கள்? உதைபடப் போவது இரண்டாம் நிகலாய் மன்னன்தான்!"

"மன்னிக்க வேண்டும். போலந்தின் நிலைமை எப்படியிருக்கிறது? வலீன் நிலைமை என்ன? கீவ் நிலைமை என்ன?"

"எவ்வளவுக்கெவ்வளவு நாம் உதை வாங்குகிறோமோ, அவ்வளவுக்கவ்வளவு விரைவில் இங்கு புரட்சி தோன்றும்!"

"நீர் எதிர்பார்க்கும் எந்த ஒரு புரட்சிக்காகவும் நான் கீவ் நகரத்தை இழக்கத் தயாராக இல்லை. ஆமாம்!"

"பியோதர்! வெட்கம், வெட்கம்!"

பத்திரிகை ஆசிரியர் மிகுந்த சிரமத்துக்குப்பின் அங்கு அமைதியை நிலை நாட்டினார். பின்னர் அவர் விஷயங்களைத் தெளிவாக்கி விளக்க முனைந்தார். அதாவது ராணுவச் சட்டத்தின் கீழ் வெளியிடப்பட்டுள்ள ஒரு சுற்றறிக்கையின் மூலம் செய்திகளைப் பிரசுரிப்பதில் ராணுவத் தணிக்கை முறை அமல் நடத்தப்படுகிறது என்றும், எனவே அரசாங்கத்தைத் தாக்கி எழுதுவதாகக் கடுகளவு சந்தேகத்துக்கு இடம் கொடுத்தாலும் சரி, உடனே அந்தப் பத்திரிகை தடை செய்யப்பட்டு மூடப்படும் என்றும், எனவே இந்த நிலைமையை மதிக்காது போனால், எப்படி எப்படியெல்லாமோ சக்திகளைத் திரட்டிப் போராடி, ஏதோ ஓரளவுக்கேனும் சம்பாதித்துள்ள பேச்சுரிமை இருக்கிறதே, அந்தப் பேச்சுரிமையும் பறிமுதலானக் கணத்தில் அழிந்தொழியும் என்று அவர் குறிப்பிட்டார்.

"எனவே நான் கூறிய இந்த விஷயங்களையெல்லாம் கருத்தில் கொண்டு, எல்லோரும் ஒப்புக்கொள்ளக்கூடிய நடை முறை சாத்தியமான ஒருமுடிவை இங்கு கூடியுள்ள பெருமக்கள் அனைவரும் தீர்மானிக்க வேண்டும் என்று கருதுகிறேன். என்னைப் பொறுத்தவரையில் உங்களுக்கெல்லாம் விசித்திரமாகப் படக்கூடிய அதே முடிவைத்தான் தெரிவிக்க விரும்புகிறேன். இந்த யுத்தத்தால் என்னென்ன விளைவுகள் நேர்ந்த போதிலும் சரி, நாம் இந்த யுத்தத்தைப் பூரணமாகப் பொறுப்பேற்று நடத்த வேண்டும். இந்த யுத்தம் பற்றி மக்களும் அபரிமிதமான ஆர்வம் காட்டி வருகிறார்கள் என்ற உண்மையையும் நாம் காணத்தவறிவிடக் கூடாது. மாஸ்கோவில் இந்த யுத்தத்தை 'இரண்டாவது தேசிய சுதந்திரப் போராட்டம்' என்று சொல்கிறார்கள்." அவர் இவ்வாறு பேசிவிட்டு, மெல்லப் புன்னகை புரிந்தவாறு கீழே நோக்கினார். பிறகு மேலும் தொடர்ந்தார்: "மாஸ்கோவில் மன்னர் அநேகமாக ஆர்வத்துடன் வரவேற்கப்பட்டார். நாம் எதிர்பார்க்க முடிந்ததற்கு மேலாக சாதாரண மக்கள் மத்தியில் ராணுவத்திற்கு ஆள்சேர்த்தல் நடந்துவருகிறது.

"வசலி வசீலியவிச்! நீங்கள் வேடிக்கையா பண்ணுகிறீர்களா?" என்று இரங்கத்தக்க குரலில் கேட்டார் பெலஸ்வேதவ்! "நீங்கள் தத்துவம் முழுமையையுமே அழிக்க முனைகிறீர்கள் என்பதையேனும் உணர்கிறீர்களா?.. அரசாங்கத்துக்கு நாம் உதவ முன் வருவதா? சைபீரியாவிலே சீரழிந்து நாசமாகக் கொண்டிருக்கும் அந்தப் பத்தாயிரம் ரஷ்யப் பெருமக்களின் கதி என்ன ஆவது? தொழிலாளிகள்மீது துப்பாக்கிப் பிரயோகம் செய்த துரோகம் என்ன ஆவது? ஏன்? அந்தத் தொழிலாளிகள் சிந்திய ரத்தம் கூட இன்னும் காயவில்லையே!.."

இத்தகைய பேச்செல்லம் மகத்தானதாகவும் பெருமிதம் மிக்கதாகவும் தான் இருந்தது. எனினும் அங்கிருந்தோர் எல்லோருமே அரசாங்கத்தோடு உடன்பாட்டுக்கு வருவதைத் தவிர, தமக்கு வேறு வழியில்லை என்ற உண்மையை உணர்ந்து கொண்டார்கள். எனவே, "ஜெர்மானியரின் படையெடுப்பைக் கருத்தில் கொண்டு, நாம் நமது ஆதரவாளர்கள் அனைவரையும் ஒரு ஐக்கிய முன்னணியில் அணிவகுத்து நிற்குமாறு செய்ய வேண்டும்" என்ற வாக்கியத்தோடு தொடங்கிய தலையங்கத்தின் 'புரூப்' அச்சகத்திலிருந்து வந்து சேர்ந்ததும், அங்கு கூடியிருந்தவர்கள் எல்லோரும் மௌனமாக அந்த 'காலி புரூபுகளை' படித்தார்கள்; இடையிடையே பெருமூச்செறிந்தார்கள்; உள்ளடங்கிப்போன குரலில், "கடைசியில், இந்த நிலைமைக்காக நாம் வந்து விட்டோம்!" என்று கூறிக்கொண்டார்கள். பெலஸ்வேதவ் சாம்பல் தெறித்திருந்த தமது கறுத்த கோட்டின் பொத்தான் ஒவ்வொன்றையும் விடுவிடென்று மாட்டிக்கொண்டார்; எனினும் அவர் அங்கிருந்து வெளியேறவில்லை. அன்றைய பத்திரிகை பின்வரும் தலைப்புடன் வெளியாயிற்று:

"தாயகத்துக்கு ஆபத்து! ஆயுதம் தாங்குங்கள்!"

எல்லோருடைய இதயத்திலும் பய பீதியும் குழப்பமுமே குடிகொண்டுவிட்டது. அந்தப் பத்திரிகையின் ஆசிரியர் குழாத்துக்கோ எல்லாமே ஒரு புதிர். ஐரோப்பிய நாட்டின் நிலையான சமாதானம் எவ்வாறு இருபத்து நான்கு

மணி நேரத்துக்குள் தகர்ந்து தவிடுபொடியாயிற்று என்பதையோ, எந்த ஒரு மனிதாபிமானம் மிகுந்த ஐரோப்பிய நாகரிகத்துக்கு வக்காலத்து வாங்கி, அதன் பெயரால் 'மக்கள் வாக்கு' என்ற பத்திரிகை நாள் தவறாமல், ருஷ்ய அரசாங்கத்தைக் குறை கூறி, பொது மக்களின் மனசாட்சியைத் தூண்டி வந்ததோ, அந்த ஐரோப்பிய நாகரிகம் எப்படி பொம்மை வீடு போல் பொலபொலவென்று சரிந்தது என்பதையோ அவர்களால் புரிந்து கொள்ள முடியவில்லை. மனிதர்கள் அச்சு யத்திரத்தையும், மின்சாரத்தையும் கண்டு பிடித்திருக்கிறார்கள்; அவர்கள் இப்போது ரேடியத்தைக் கூட கண்டறிந்தும் விட்டார்கள். ஆனால் சமயம் வரும் போதோ, பசைபோட்டுத் தேய்த்த சட்டைக்குள்ளிருந்து அடர்த்தியான மயிருடன் விலங்கு போல் பண்டைக் காட்டுமிராண்டி மனிதன்தான் கையில் தடியை ஏந்திக்கொண்டு காட்சியளிக்கிறான்! அத்தகைய மனிதன்தான் வெளிப்படுகிறான்! பத்திரிகைக்கு இந்த உண்மை சசப்பாய் இருந்தது.

அவர்களது ஆலோசனைக் கூட்டம் அமைதியாய் முடிவடைத்தது. மதிப்புக்குரிய எழுத்தாளர் பெருமக்கள் எல்லாம் கூபா ஹோட்டலுக்கு விருந்துண்ணச் சென்றார்கள்; இளைஞர்களோ செய்தி ஆசிரியரின் அறைக்குள் குழுமினார்கள். நாட்டு மக்களின் பல்வேறுவிதமான பகுதியினரிடையேயும் எத்தகைய மனநிலை நிலவுகின்றது என்பதை விரிவாக ஆராய வேண்டும் என்று அவர்கள் முடிவு செய்தார்கள். ராணுவத் தணிக்கை முறை எவ்வாறு செயல்படுகிறது என்பதை ஆராய்ந்து வரும் பொறுப்பு அர்னோல்தவிடம் ஒப்படைக்கப் பட்டது. உடனேயே அவன் தன் செலவுக்கு முன் பணம் கேட்டான், பின்னர் அவன் வண்டியில் ஏறிக்கொண்டு நேவ்ஸ்டி பெருஞ்சாலை வழியே, ராணுவத்தலைமை அலுவலகத்தை நோக்கிச் சென்றான்.

அந்தத் தலைமை அலுவலகத்தில், செய்தி இலாகாவுக்குத் தலைவராக இருந்த கர்னல் சோல்ன்செவ் என்பவர்

அர்னோல்தவைத் தமது அறையில் வரவேற்றார்; தமது தெளிந்த, களிப்பு நிறைந்த அகன்ற கண்களால் அவனது முகத்தைப் பார்த்தவாறே, அவன் கூறியதையெல்லாம் மரியாதையோடு கேட்டார். பத்திரிகைச் சுதந்திரத்துக்கே பரம வைரியாகவும் சங்கம்போல் காட்சியளிக்கக் கூடியவனாகவும், கரடு முரடான தேகம் உடையவனாகவும் காட்சியளிக்கக்கூடிய கதைகளில் வரும் பூத பயங்கரமான மனிதன் ஒருவனையேதான் சந்திக்கப் போவதாக எண்ணிக்கொண்டுதான் அர்னோல்தவ் மிகுந்த தயாரிப்போடு அங்கு வந்திருந்தான்; ஆனால் அவன் எதிர்பார்த்ததற்கு மாறாக, கண்ணியமும் கௌரவமும் தெரிந்த ஒரு பெரிய மனிதரை அங்கு கண்டான். அவரோ அவனை நோக்கிக் கரகரத்துக் கனக்கும் முரட்டுக் குரலில் கத்தவில்லை; எந்தவிதமான அபிப்பிராயத்தையும் அடக்கி ஒடுக்கவோ, தடை செய்யவோ விரும்புகிறவராகக் கட்சியளிக்கவில்லை. ஜார் அரசாங்கத்தின் கைக்கூலி ஒருவனைப் பற்றி நிலவிவந்த பொதுவான கற்பனைக் கருத்துக்கும் அந்தக் கர்னலின் தோற்றத்துக்கும் சிறிதும் பொருந்தவில்லை.

"அப்படியானால்--கர்னல் அவர்களே; நான் இங்கு தெரிவித்த பிரச்சினைகள் குறித்து, தங்களது அதிகாரபூர்வமான அபிப்பிராயத்தைத் தெரிவிக்க மறுக்க மாட்டீர்கள் என்று நம்புகிறேன்" என்று கூறினான் அர்னோல்தவ். கூறியவாறே அங்கு தொங்கிய முதலாம் நிகலாய் மன்னனின் முக வடிவச் சித்திரத்தைப் பார்த்தான். அந்தச் சித்திரத்திலுள்ள நிகலாய் மன்னனின் அகந்தை மிகுந்த கண்களோ பத்திரிகை நிருபரான அர்னோல்தவின் தோற்றத்தையே பின்வருமாறு எடைபோடுவது போல் தோன்றின: 'குட்டையான சட்டை, பழுப்புநிற பூட்ஸ், வியர்த்து நனைந்த மூக்கு, பரிதாபமான தோற்றம். சீ! நீ ஒரு கோழை! பயந்தாங்கொள்ளி-- நாய்க்குப் பிறந்த பயலே!'

அர்னோல்தவ் மேலும் பேசத்தொடங்கினான்: "புது வருஷம் பிறப்பதற்குள் ரஷ்யத் துருப்புகள் பெர்லின்

நகருக்குள் புகுந்துவிடும் என்பதில் எனக்குச் சிறிதும் சந்தேகம் இல்லை; எனினும் எங்கள் பத்திரிகை சில குறிப்பிட்ட பிரச்சனைகளில் முக்கிய கவனம் செலுத்த விரும்புகிறது..."

கர்னல் சோல்ன்செவ் அவனது பேச்சில் மரியாதையோடு குறுக்கிட்டார்:

"தற்போதைய போரின் பரவல் தன்மையை ருஷ்யப் பொது மக்கள் இன்னும் சரிவரப் புரிந்துகொள்ளவில்லை என்றே எனக்குத் தோன்றுகிறது. நமது வெற்றிப்படை வீரர்கள் பெர்லின் மாநகரத்துக்குள்ளே புக வேண்டும் என்ற உங்களது அபாரமான விருப்பத்தை நானும் வரவேற்க வேண்டியதுதான் இயற்கை. என்றாலும், நீங்கள் எதிர்பார்ப்பதைப் போல், இந்தச் செயல் உண்மையிலேயே சாத்தியமானதுதானா என்றே சந்தேகிக்கிறேன். என்னைப் பொருத்த வரையிலும் நான் கூறக் கூடியதெல்லாம் ஒன்றே ஒன்றுதான். இன்றைய நிலையில் நமது நாட்டையே அச்சுறுத்திக் கொண்டிருக்கும் படு பயங்கரமான ஆபத்தைப் பற்றிய கருத்தையும் அதன் மூலம்நாம் நமது நாட்டுக்குச் செய்யவேண்டிய மகத்தான தியாகங்களைப் பற்றிய உணர்வையும், பொது மக்களின் உள்ளத்தில் உருவேறச் செய்வதுதான் இன்றைய பத்திரிகை உலகத்தின் முழுமுதற் கடமையாக விளங்க வேண்டும் என்பதே என் அபிப்பிராயம்."

அர்னோல்தவ் தனது நோட்டுப்புத்தகத்தைக் கீழே தாழ்த்தியவாறே, அந்தக் கர்னலை வியப்போடு பார்த்தான்!

அவர் மேலும் பேச முனைந்தார். "இந்தப் போரை நாமாக வரவழைத்துக் கொள்ளவில்லை. இன்றைய நிலையில் நாம் நமது தற்காப்புக்காகத்தான் போராடி வருகிறோம். நம்மிடம் இருப்பதைவிட, ஜெர்மனியரிடம் அதிகப்படியான ஆயுதபலம் இருக்கிறது. மேலும், அவர்களது எல்லைப்புறத்தில் ரயில் போக்குவரத்துக்களும் பரந்த அளவில் ஒருமுகப் படுத்தப்பட்டுள்ளன. எது எப்படியிருந்தாலும், எல்லைகளைத் தாண்டி, எதிரிகள் நம்

நாட்டுக்குள் புகுவதைத் தடுக்க நாம் நம்மாலான சகல முயற்சிகளையும் செய்வோம். தமக்குக் கொடுக்கப்பட்டுள்ள கடமையை ரஷ்யத் துருப்புக்கள் நிறைவேற்றியே வருகிறார்கள். அதேபோல் நாட்டு மக்களும் தங்கள் தாயகத்துக்குத் தாம் ஆற்றவேண்டியே கடமையைப் பற்றிய உணர்வைப் பெறுவது மிக மிக நல்லது என்றே நான் கருதுகிறேன்.

சோல்ன்செவின் புருவங்கள் நெரிந்து மேலேறின. அவர் மேலும் தொடர்ந்து பேசினார்: "தேசபக்தி உணர்ச்சி இருக்கிறதே, அது சில வட்டாரங்களில் ஏதோ ஒரு வகையில் சிக்கல் முக்கலில் மாட்டிக்கொண்டிருக்கிறது என்று நான் உணர்கிறேன். ஆனால் தக்கதொரு சமயம் வரும் வரையிலும் நம்மிடையே காணப்படும் சகலவிதமான தகராறுகளும் மனத் தாங்கல்களும் ஒத்திவைக்கப்படும் என்று நான் நிச்சயமாக நம்புகிறேன். ஏனெனில் நமக்கு இன்று ஏற்பட்டுள்ள ஆபத்து அத்தனை பயங்கரமானது. 1812[16] ஆண்டில் கூட, ரஷ்யப் பேரரசுக்கு இத்தகைய ஆபத்து நேரவில்லை. உங்களிடம் நான் குறிப்பிட்டுக் கூறக்கூடியதெல்லாம் இவ்வளவே. மேலும் இன்னொரு விஷயம். இப்போது போரில் காயமடைவோர் யாவருக்கும் இடவசதி செய்து தர, அரசுவசமுள்ள ராணுவ ஆஸ்பத்திரிகளின் தொகை காணவே காணாது. இந்த விஷயத்தையும் பொது மக்களுக்கு நீங்கள் எடுத்துச் சொல்ல வேண்டும். இது சம்பந்தமாக, பொது ஜனங்களும் தாராளமாக உதவி ஒத்துழைக்க முன் வரவேண்டும் என்பதையும் எடுத்துக்கூற வேண்டும்..."

"மன்னிக்க வேண்டும், கர்னல் அவர்களே! ஆனால், யுத்தத்தில் எவ்வளவு பேர் காயமடையக்கூடும் என்பதை

---

16 1812ம் ஆண்டில் நடந்த மகத்தான தேசபக்த யுத்தம் பற்றிக் கூறப்படுவது. ரஷ்யாவை அடிமைப்படுத்தவும், உலக ஆதிக்கத்திற்காகவும் நெப்போலியன் தொடுத்த போரில், சுதந்திரத்திற்காகவும், நியாயத்திற்காகவும் ருஷ்ய மக்கள் நடத்திய வீரஞ்செறிந்த போராட்டம்.--(ப-ர்.)

நான் தெரித்து கொள்ள விரும்புகிறேன்."

சோல்ன்செவின் புருவங்கள் மீண்டும் மேலே சென்றன:

"எனக்குத் தெரிந்த வரையிலும், அடுத்த சில வார காலத்துக்குள் சுமார் இரண்டரை லட்சத்திலிருந்து மூன்று லட்சம்பேர் வரை காயப்பட நேரும் என்று நினைக்கிறேன்."

அர்னோல்தவ் சடக்கென்று எச்சிலை விழுங்கியவனாய், அந்த எண்களைக் குறித்துக் கொண்டான்; பின்னர் மேலும் மிகுந்த மரியாதையோடு கேட்டான்:

"மொத்தம் எவ்வளவு பேர் கொல்லப்படுவார்கள் என்று எதிர்பார்க்கிறீர்கள்?"

"காயப்படுவோரின் தொகையில் ஐந்திலிருந்து பத்து சதவீதம் வரையிலும் கொல்லப்படுவார்கள் என்று கணிப்பதுதான் எங்கள் வழக்கம்."

"அப்படியா? நன்றி."

சோல்ன்செவ் தம் இடத்தைவிட்டு எழுந்தார். அர்னோல்தவ் அவரது கரத்தை விறுட்டென்று பற்றிப் பிடித்துக் குலுக்கினான்; திரும்பும் போது அந்த அறையில் வாசலிலேயே அட்லாந்து என்பவன் மீது மோதிக்கொண்டு விட்டான். கசங்கியும் அழுக்கடைந்தும் இருந்த உடையும், காசநோயும் கொண்ட அந்த அத்லாந்து என்பவனும் ஒரு பத்திரிகை நிருபர் தான். நேற்றிலிருந்து அட்லாந்து, வோத்கா குடிக்கவில்லை.

"கர்னல்! யுத்த விஷயமாக உங்களைக் கண்டு பேசிப் போகவே வந்தேன்" என்று சொல்லிவிட்டு அழுக்கான தனது சட்டையின் முன்புறத்தைத் கைகளால் மறைக்க முயன்றவாறே கேட்டான் அட்லாந்து: "நல்லது. நிலைமை எப்படி இருக்கிறது? நாம் பெர்லின் நகரத்தைச் சீக்கிரமே கைப்பற்றி விடுவோமா?"

அர்னோல்தவ் ராணுவக் காரியாலயத்திலிருந்து வெளியேறி

அரண்மனைச் சதுக்கத்தில் வந்து தனது தொப்பியைத் தலைமீது வைத்தான்; பின்னர் தன் கண்களைச் சுருக்கி விழித்தவாறே சிறிது நேரம் அங்கு நின்றான்.

“போர் வெற்றிகரமாக முடியப் போகிறது!” என்று அவன் தன் வாய்க்குள்ளாகவே கூறிக்கொண்டான்: “பொறுங்கள், பத்தாம் பசலிகளே! பொறுங்கள்! ‘தோல்வி மனப்பான்மை’ என்றால் என்ன என்பதை உங்களுக்கு நாங்கள் எடுத்துக் காட்டுகிறோம்!”

சுத்தமாகத் தூர்த்துப் பெருக்கப்பட்டிருந்த அந்தப் பரந்த மைதானச் சதுக்கத்தின் மத்தியிலே கருங்கல்லான அலெக்சான்தர் நினைவுத் தூண் நின்றது; அதைச் சுற்றிலும் அந்த மைதானத்தில் தாடியையுடைய நோஞ்சல் விவசாயிகள் கும்பல் கும்பலாக திரிந்து கொண்டிருந்தார்கள். இடையிடையே கர்ண கடூரமான ஆணைக்குரல்கள் கேட்டன. உடனே அந்த விவசாயிகள் வரிசை வரிசையாக அணிவகுத்து நின்றார்கள்; கட்டளைக் குரலுக்குக் கீழ்ப்படிந்து ஓடினார்கள்? படுத்தார்கள். மற்றோர் இடத்தில் சுமார் ஐம்பதுபேர் நடை மேடை மீதிருந்து திடீரென்று குதித்தெழுந்துவாறு, ‘ஓ’ வென்று தாறுமாறாய்க் கத்திக்கொண்டு, குதித்தோடத் தொடங்கினார்கள். உடனே ஒரு கரகரத்த முரட்டுக்குரல், “நில்லுங்கள்! நேராக நில்லுங்கள்! நாய்களா! நாய்க்குப் பிறந்த பயல்களா!” என்று கரகரத்த குரல்கள் ஓங்கிக் கத்தின. வேர் இடத்திலோ இன்னொரு குரல் ஒலித்தது? “நேராக ஓடிப்போய் எதிரியைக் குத்துங்கள். உங்களுடைய துப்பாக்கிச் சனியன் ஒடிந்து போனால், உடனே துப்பாக்கியை மாற்றிப் பிடித்து, மட்டையடி கொடுத்துத் தாக்குங்கள்!”

விசிறிபோல் கலைந்து பறக்கும் தாடியும், சட்டை குட்டையான சட்டைகளும் மரப்பட்டைகளான செருப்புக்களும் கொண்டவராம், கந்தலும் கிழிசலுமாய் காட்சியளிக்கும் இத்தகைய விவசாயிகள்தான், முதுகின்மீது வழிந்தோடிய வியர்வையால் நனைந்து போன சட்டையின் ஈரம் திட்டுத் திட்டாய்க் காய்ந்து மறையும் கோலத்தில்

நிற்கும் இதே விவசாயிகளைப் போன்ற ஒரு சிலர்தான், சுமார் இரு நூறு ஆண்டுகளுக்கு முன்னால், சதுப்பு நிலமாக இருந்த இந்த நதிக்கரைக்கு வந்து சேர்ந்தார்கள். ஆம் இந்த நிலத்தில் ஒரு நகரத்தை நிர்மாணிப்பதற்காக வந்து சேர்ந்தார்கள். இப்போதோ அதே விவசாயிகளுக்கு வேறொரு வேலை கொடுக்கப்பட்டிருந்தது; அறுத்துக் கலகலத்து உடைந்து சரிந்து கொண்டிருக்கும் பேரரசின் தூண்களைத் தமது தோள்களால் தாங்கிப் பிடிப்பதற்காக அவர்கள் வர வழைக்கப்பட்டிருக்கிறார்கள்.

அர்னோல்தவ் தான் எழுதவேண்டிய கட்டுரையைப்பற்றி யோசித்தவனாய், நேவ்ஸ்கி பெருஞ்சாலைக்குள் திரும்பினான். அந்தத் தெரு வீதியின் மத்தியில், இலையுதிர் காலத்துக் காற்றைப் போல் ஓலமிடும் ராணுவ பாண்டு வாத்திய இசையோடு, இரண்டு ராணுவப் படைகள் சகலவிதமான முஸ்தீபுகளுடனும் அணிவகுத்துச் சென்றன. ராணுவ வீரர்களின் தட்டுமுட்டுச் சாமான்கள், உணவு விடுதி உபகரணங்கள், மண் வெட்டிகள் முதலியவற்றோடு அந்தப் படைகள் சென்றன. வீரர்களின் பரந்த முகங்கள் அனைத்தும் நாசமடிந்தும் கறுத்தும் களைப்புற்றும் தோன்றின. பச்சை உடுப்பும், அந்த உடுப்பின் மீது குறுக்காக ஓடும் புத்தம் புதிய தோல்வார்களும் அணிந்த ஒரு குட்டையான அதிகாரி அடிக்கொரு தரம் குதியங்காலை ஊன்றி நிமிர்ந்து நின்று, தலையைத் திருப்பி, கண்களை உருட்டி விழித்து நோக்கினான். “வலது, இடது!” என்று உத்தரவு கொடுத்தான். பளபளக்கும் வாகனங்களும் கண்ணாடி அலமாரிகளும் நிறைந்து களிப்போடு விளங்கும் நேவ்ஸ்சியில் அன்று ஏதோ கனவில் ஒலிப்பது போல இரைந்தது. “வலது, இடது, வலது”--அடக்கம் மிகுந்த அந்த விவசாயிகள் தமது கனத்த பூட்ஸ் கால்களைத் தூக்கிவைத்தவாறு, அந்தக் குட்டை அதிகாரியைப் பின் தொடர்ந்து ஆடியசைந்து சென்றார்கள். அப்போது அந்தப் படையினரைக் தாண்டி முந்திக் கொண்டு ஒரு வண்டி சென்றது; வாயெல்லாம் நுரை தள்ளிக் கொண்டிருந்த ஒரு முரட்டுக் கறுப்புக் குதிரை அந்த வண்டியை இழுத்துச் சென்றது. அகன்ற

முதுகையுடைய அந்த வண்டியோட்டி குதிரையின் கடிவாளத்தைக் கையில் தாங்கி வண்டியை ஓட்டிச் சென்றான். அந்த வண்டி படையினரைக் கடந்து செல்லும் சமயம் படையினரை எட்டிப் பார்ப்பதற்காக, அந்த வண்டிக்குள்ளிருந்த அழகிய பெண்ணொருத்தி எழுந்து நின்று தனது வெள்ளைக்கையுறை அணிந்த கரத்தால் அந்தப் படையினருக்கு சிலுவையைக் கீறிக்காட்டினாள்.

ராணுவ வீரர்கள் முன்னேறிச் சென்றார்கள்; அந்த வீதியில் ஓடிய வண்டிகளின் நெருக்கத்தால் கண் மறைந்து சென்று விட்டார்கள். வீதியின் நடைபாதையில் குழுமி நின்ற ஜனக் கூட்டத்தினிடையே புழுக்கமும் நெரிசலும் அதிகரித்தது. அங்கு நின்று கொண்டிருந்த ஒவ்வொருவருமே ஏதோ ஒரு நிகழ்ச்சியை எதிர்பார்த்துக் காத்து நிற்பதுபோல் தோன்றியது. தெருவில் நடந்து செல்பவர்கள் திடீரென்று நிற்பார்கள்; ஆங்காங்கே நடைபெறும் பேச்சுக்கள், துண்டு துக்காணியான கூச்சல்கள் முதலியவற்றை அரையும் குறையுமாகக் கேட்பார்கள்! ஒருவரையொருவர் நெருக்கியடித்துக் கொண்டு முன்னே செல்வார்கள்; ஏதேதோ கேள்விகளைக் கேட்பார்கள்; பரபரப்போடு ஒரு கும்பலிலிருந்து மற்றொரு கும்பலை நோக்கிச் செல்வார்கள்.

ஒழுங்கு கெட்டுத் தவித்த போக்குவரத்து சீராயிற்று; அங்கு கூடிநின்ற ஜனக்கூட்டம் நேவ்ஸ்டி வீதியிலிருந்து மர்ஸ்காயா தெருவுக்குள் திரும்பியது; அங்கிருந்து பாதையெல்லாம் அந்த ஜனக்கூட்டம் பரந்து பொங்கி வழிந்தது. அந்த ஜனங்களுக்கு முன்னால், குள்ளமாகத்தோன்றிய சில மனிதர்கள் மௌனமாகவும் சிந்தனை வயப்பட்டவர்களாகவும் ஓடினார்கள். தெரு மூலைகளில் தொப்பிகள் எறியப்பட்டன; குடைகள் மேலெழும்பி ஆடின. மர்ஸ்காயா தெரு முழுவதுமே ஓவென்ற இரைச்சல் கும்மென்று இரைந்தது. பையன்கள் சில்லுக் குரலில் சீட்டியடித்தார்கள். எங்கு பார்த்தாலும் வண்டிகள் ஆங்காங்கு தடைப்பட்டு நின்றன; அந்த வண்டிகளில் நல்ல உடைகள் தரித்த பெண்கள்

நின்று கொண்டிருந்தார்கள். ஜனக்கூட்டமோ இசாக் சதுக்கத்தினுள் தாறுமாறாய் ஓடத் தொடங்கியது; அந்தச் சதுக்கம் முழுவதிலும் மக்கள் கூட்டம் விரிந்து பெருகிப் பரவியது; சதுக்கத்தின் வேலிக் கம்பிகளினூடே புகுந்து சென்றது. எங்கு பார்த்தாலும் மக்கள் திரள்! ஜன்னல்களிலும், வீட்டுக் கூரைகளிலும், இசாக் தேவாலயத்தின் கற்படிக் கட்டுக்களிலும் ஜனங்கள் நின்றார்கள். பல்லாயிரக் கணக்கில் கூடிநின்ற அந்த ஜனங்கள் அத்தனைபேரும் எதிரே தெரியும் ஜெர்மானிய தூதரகத்தின் கருஞ்சிவப்பு நிறமான பெரிய கட்டிடத்தையும், அந்தக் கட்டிடத்தின் மேல்மாடி ஜன்னல்களின் வழியாக வெளிவரும் புகை மண்டலத்தையுமே கவனித்துக் கொண்டிருந்தார்கள். உடைந்து போயிருந்த ஜன்னல்களின் வழியே ஜனங்கள் இங்குமங்கும் ஓடித்திரிவதையும், மக்கள் கூட்டத்தின் மத்தியில் ஏதோ சிலர் காகிதக் கட்டுக்களை விட்டெறிவதையும், அந்தக் காகிதங்கள் சகல திசைகளிலும் பறந்து சென்று பின்னர் கீழ்நோக்கி இறங்குவதையும் பார்க்க முடிந்தது. அந்தப் பெரிய கட்டிடத்திலிருந்து புதிதாகப் பெரியதொரு புகை மண்டலம் தென்பட்டாலும் சரி, அல்லது எந்த ஒரு வீட்டு ஜன்னலிருந்தாவது கூட்டத்தினரின் தலைக்குமேலே யாரேனும் காகிதக் கட்டுக்களை வீசி எறியும் போதும் சரி, கூட்டத்தினரிடையே ஓரே ஆரவாரம் எழுந்தது. இரண்டு. வெண்கலக் குதிரைச் சிலைகளும், அந்த வெண்கலக் குதிரைகளின் கடிவாளத்தைப் பற்றிப் பிடித்திருக்கும் இரண்டு வெண்கலப் பெரும் சிலைகளும் இருபுறமும் நிறுத்தி வைக்கப்பட்டிருந்த அந்தக் கட்டிடத்தின் முன்னால், முன்னர் குறிப்பிட்ட அந்தக் குட்டையாகத் தோற்றமளித்த மனிதர்கள் மீண்டும் காட்சியளித்தார்கள். உடனே கூட்டத்தினர் அனைவரும் அமைதியானார்கள். சுத்தியல்களால் வெண்கலத்தின் மீது ஓங்கியறையும் கணீரொலி மட்டும்தான் கேட்டது. சிறிது நேரத்தில் வலது புறத்தில் நின்ற வெண்கலச் சிலை ஆட்டங்கொடுத்து, தரைமீது சாய்ந்து விழுந்து தொறுங்கியது! உடனே கூட்டம் ஓவென்று ஊளையிட்டது. சகல திசைகளிலுமிருந்து

ஜனங்கள் அந்த இடத்தை நாடி ஓடி வந்தார்கள்; எனவே அங்கு தாங்கமுடியாத ஜனநெருக்கம் ஏற்பட்டது. "மோய்கா ஆற்றுக்குள் இவர்களை, இந்தப் பிசாசுகளைக் கொண்டு தள்ளுவோம்!" என்று கூச்சல் கிளம்பியது. இடதுபுறமிருந்த சிலையும் தகர்ந்து விழுந்தது. மூக்குக் கண்ணாடி அணிந்திருந்த ஒரு தடித்த பெண் அர்னோல்தவின் தோளைப் பற்றிப் பிடித்து, அவனது காதுக்குள் சத்தமிட்டாள்: "நாம் அவர்கள் அனைவரையும் மூழ்கடித்தே தீருவோம், இளைஞனே!" பின்னர் அந்தக் கூட்டம் மோய்கா ஆற்றை நோக்கித் திரும்பியது. இதற்குள் தீயணைக்கும் எஞ்சின்களின் குழலோசை கேட்டது; தொடர்ந்து தூரத்தில் தீயணைக்கும் படையினரின் பித்தளைத் தொப்பிகளும் தென்பட்டன. குதிரைப் போலீசார் தெரு மூலையில் திடுமென்று தோன்றினார்கள். பின்னர் அங்கு ஓடுவோர், கூச்சலிடுவோர் நடுவில் அர்னோல்தவ் ஒரு மனிதனைக் கண்டான்; தொப்பியிழந்த தலையும், சவக்களை தட்டி வெளிறிய முகமும், அசைவற்று உணர்ச்சியற்று அகலத் திறந்தவாறு விழிக்கும் கண்களும் கொண்ட மனிதனைக் கண்டான். பார்த்தவுடனேயே அந்த மனிதன் பெஸ்ஸோனவ்தான் என்று அடையாளம் கண்டு கொண்டான். உடனே அவரை நோக்கிச் சென்றான்.

"நீங்களும் அங்குதான் நின்றீர்களா? அங்கு யாரோ கொல்லப்படுவதாகக் கூறினார்களே!" என்று கேட்டார் பெஸ்ஸோனவ்.

"கொலையா? அங்கேயா? யார் கொலையுண்டது?"

"அது எனக்குத் தெரியாது!"

பெஸ்ஸோனவ் திரும்பினார்; அந்தச் சதுக்கத்தின் குறுக்கே குருடன் போல் தட்டுத் தடுமாறி நடந்து சென்றார். மிஞ்சி நின்ற ஜனக்கூட்டம் நேவ்ஸ்கி பெருஞ்சாலையை நோக்கி கும்பல் கும்பலாக ஓடத் தொடங்கியது. அந்தப் பெரு வீதியிலிருந்த ரைத்தர் கபே தாக்குதலுக்கு உள்ளாகியிருந்தது.

அன்று மாலையில் அர்னோல்தவ் பத்திரிகை

அலுவலகத்தின் புகை மண்டிய அறையொன்றில், உயர்ந்த மேஜைக்கு எதிரே நின்றவாறு, நீளநீளமான காகிதங்களில் எவ்வளவு வேகமாக எழுத முடியுமோ அவ்வளவு வேகமாகப் எழுதிக் கொண்டிருந்தான்:

"... மக்கள் கூட்டத்தின் கோபாவேசத்தின் அழகையும் அளவையும் இன்று தாம் கண்ணாரக் கண்டு விட்டோம். ஜெர்மானியத் தூதரகக் கட்டிடத்து அறைகளிலிருந்து வெளியே எடுக்கப்பட்ட மதுபானப் புட்டிகளில் ஒன்றைக்கூட மக்கள் தொட்டுக் குடிக்கவில்லை; அத்தனை பாட்டில்களையும் அவர்கள் உடைத்தெறிந்தார்கள்; அந்த மது வகையறாக்களெல்லாம் மோய்கா ஆற்றுக்குள்ளேயே ஐக்கியமாயின. போரில் சமரசம் என்ற பேச்சுக்கே இனி இடமில்லை. நாம் இறுதி வரையிலும், வெற்றிகரமான முடிவைக் காணும் வரையிலும் போராடுவோம். அதற்காக நாம் எத்தகைய தியாகங்களையும் செய்வோம். தூங்கிக்கொண்டிருந்த ருஷ்ய நாட்டை லகுவில் கட்டிப் பிடித்து விடலாம் என்று ஜெர்மானியர்கள் தப்புக் கணக்குப்போட்டு விட்டார்கள். ஆனால், 'நமது தாயகத்துக்கு ஆபத்து!' என்ற இடி முழுக்கம் போன்ற குரலைக் கேட்டு, ருஷ்ய நாட்டு மக்கள் எல்லோரும் ஏகோபித்து விழித்தெழுந்து விட்டார்கள். அவர்களுடைய கோபாவேசம் படு பயங்கரமானது. 'தாயகம்' என்ற இந்தச் சக்தி வாய்ந்த சொல்லை, நாம் மறந்தே போய்விட்டோம். ஆனால் ஜெர்மன் பீரங்கிகளின் முதல் முழக்கம் கேட்டதுமே, அந்தச் சொல் தனது பவித்திரமான அழகையெல்லாம் ஒன்று திரட்டிக் கொண்டு, மீண்டும் நம் இதயத்தில் உயிர்பெற்று எழுந்து விட்டது; அத்தனை மகத்தான சொல்லின் ஒவ்வொரு எழுத்தும் நம் ஒவ்வொருவரின் இதயத்தினுள்ளும் அக்கினிப் பிழம்பாக நின்று எரிகிறது..."

அர்னோல்தவ் தன் கண்களை மூடினான்; அவனது உடம்பு அப்படியே சில்லிட்டுப் புல்லரித்தது. எழுதுவதற்குத்தான் அவனுக்கு எத்தகைய மணிமணியான வார்த்தைகள் வந்து வாய்க்கின்றன. ஆனால் பதினைந்து நாட்களுக்கு

முன்பு, அவன் எழுதிய எழுத்துக்கும், இதற்கும் எத்தனை வித்தியாசம்? அன்றோ அவன் ஆசிரியரின் உத்தரவுப்படி கோடை. காலத்துப் பொழுதுபோக்கான குட்டிக் கட்டுரைகள் எழுதி வந்தான். அவனுக்கு அந்தச் சமயம் ஒரு நடிகனைப்பற்றிய நினைவு எழுந்தது. பூப்பா நாடகமேடை மீது தோன்றிய ஒரு நடிகன் ஒரு பன்றியைப்போன்று வேஷம் போட்டுக்கொண்டு பின் வருமாறு பாடினான்:

"நானோர் பன்றிக் குட்டி! - இந்த

நல்ல பெயரைச் சூடி

மாநிலத்தில் வாழ்வேன்! - இதில்

மானம் வெட்கம் காணேன்!

என்னைப் பெற்ற தாயும் - ஒரு

இனிய பன்றிப் பேடே!

அன்னையைப்போல் நானும் - இருப்ப

தறியும் இந்த நாடே!"

"இப்போதோ நாம் ஒரு வீராவேச காலத்தில் பிரவேசித்துக் கொண்டிருக்கிறோம். நெடுங்காலமாகவே நாம் சாகமாட்டாமல் அழுகி நாற்றமெடுத்துப் போயிருக்கிறோம். இதோ இந்தப் போர் நம்மைப் புனிதப்படுத்தப் போகறது!" என்று தன் பேனாவிலிருந்து மைகொட்டக்கொட்ட எழுதிச் சென்றான், அர்னோல்தவ்.

பெலஸ்வேதவின் தலைமையின் கீழ் பல்வேறு மிதவாதகள் காட்டிய பெரும் எதிர்ப்புக்களையெல்லாம் புறக்கணித்து விட்டு, அர்னோல்தவின் கட்டுரை பத்திரிகையில் பிரசுரமாயிற்று.

ஆனால் அந்தக் கட்டுரை பத்திரிகையின் மூன்றாம் பக்கத்தில், "போர்க் காலத்தில்" என்று பட்டுக்கொள்ளாத பொதுத்தலைப்பின் கீழ் பிரசுரமாயிற்று; அந்தப்

பத்திரிகையின் முந்திய சம்பிரதாயங்களுக்கு அளித்த ஒரே ஒரு சலுகை அது. அக்கட்டுரையைப் பற்றி உடனடியாகப் பல வாசகர்களிடமிருந்து கடிதங்கள் வந்து குவியத் தொடங்கின. சிலர் அந்தக் கட்டுரையை அமோகமாகப் பாராட்டி எழுதியிருந்தார்கள்; வேறு சிலரோ கசப்பு நிறைந்த கிண்டலோடு தாக்கி எழுதியிருந்தார்கள். ஆனால், முன்னவர்கள் பெருமளவிலிருந்தனர் அர்னோல்தவ் எழுதும் கட்டுரைகளுக்குரிய சன்மானத் தொகை அதிகரிக்கப்பட்டது; ஒரு வாரம் கழித்து, தலைமை ஆசிரியரின் அலுவலகத்துக்கு வரும்படி, அவனுக்கு அழைப்பு வந்தது. அவன் அங்கு சென்றான். அங்கு நரைத்த தலையும், சிவந்த கன்னமும், இங்கிலாந்தில் தயாரிக்க பெற்ற வாசனைத் தைலத்தின் நறு மணமுமாக வீற்றிருந்த தலைமை ஆசிரியர் வசலி வசீலியவிச் அவனை வரவேற்றார்; அவனுக்கு இடமளித்து உட்காரச் சொன்னார்; பின்னர் மிகுந்த அக்கறையோடு கூறினார்:

"நீங்கள் கிராமப்புறத்துக்குச் சுற்றுப் பிரயாணம் போக வேண்டும்."

"ஆகட்டும்."

"கிராமவாசிகள், விவசாயிகள் என்ன நினைக்கிறார்கள், என்ன பேசிக்கொள்கிறார்கள் என்பதை நாம் தெரிந்தாக வேண்டும்" என்று கூறியவாறே அவர் மேசை மீதிருந்த ஒரு பெரிய கடிதக் கட்டை உள்ளங்கையினால் தட்டிக் கொடுத்தார்: "அறிவுஜீவிகளுக்குக் கிராமத்தைப் பற்றி அக்கறை வந்திருக்கிறது. கிராமத்தில் என்ன நினைக்கிறார்கள் என்பதை நீ நேரில் சென்று பார்த்து, அதுபற்றி உயிருள்ள விளக்கம் தர வேண்டும்."

"வசீலி வசீலியவிச்! பட்டாளத்தில் நிறையப்பேர் சேர்ந்து வருவதானது விரிந்து பரந்த தேசபக்தி உணர்ச்சியைத் தானே காட்டுகிறது!"

"ஆம். நானும் அதை அறிவேன். ஆனால் அந்த உணர்ச்சி எங்கிருந்து எப்படி வெளிப்படுகிறது? சரி, எங்கு வேண்டுமானாலும் இஷ்டப்பட்ட இடங்களுக்கெல்லாம்

போங்கள். காதில் விழுவதையெல்லாம் கேளுங்கள்; கேள்விகள் கேட்டு விசாரித்துத் தெரிந்து கொள்ளுங்கள் எப்படியும் சனிக்கிழமைக்குள் 'கிராமப்புறத்து நினைவுகள்' என்ற தலைப்பில் ஐந்நூறு வரிகள் கொண்ட கட்டுரை ஒன்று எனக்குக் கிடைத்தாக வேண்டும்!"

பத்திரிகை நிலையத்திலிருந்து அர்னோல்தவ் நேவ்ஸ்கி பெருஞ்சாலைக்கு வந்தான்; அங்கு அவன் ராணுவ மோஸ்தரில் தைக்கப்பட்டிருந்த பிரயாண உடுப்பு ஒன்றையும், பழுப்பு நிறமான காலணிகளையும், குமிழான தொப்பி ஒன்றையும் வாங்கிக்கொண்டான். பின்னர், அவன் அந்தப் புதிய உடைகளை அணிந்து கொண்டு, தானோன் ஹோட்டலுக்குச் சென்று சாப்பிட்டான்; சாப்பிடும்போது, ஒரு பாட்டில் சாம்பேன் மதுவையும் துளிவிடாமல் முழுக்கக் குடித்தான்; பின்னர் எலிசவேதா கீயவ்னா தன் சகோதரன் கீயுடன் தங்கியிருக்கும் ஹிலீபி என்ற சிராமத்துக்குப்போவதே சுலபமான காரியம் என்று முடிவு செய்தான். அன்றிரவே அவன் படுக்கும் வசதியுடன் கூடிய ரயிலில் ஏறிக்கொண்டான்; ஒரு சுருட்டுப் பற்ற வைத்துக்கொண்டு, கிரீச்சிட்டு அலறும் தனது புதிய பூட்சுகளைப் பார்த்தவாறு, "இது தான் வாழ்க்கை!" என்று தனக்குத்தானே சொல்லிக் கொண்டான்.

ஹிலிபி என்ற அந்தக் கராமமோ ஸ்வினூகா' நதிக்கும், பரந்த சதுப்பு நிலம் ஒன்றுக்கும் இடையிலுள்ள பள்ளத்தாக்கில் அமைந்திருந்தது. அங்குச் சுமார் அறுபது பண்ணை வீடுகள் இருந்தன. அவற்றின் கொல்லைப் புறத்தில் ஏராளமான காட்டிலந்தைச் செடிகள் நிறைந்திருந்தன. தெருக்களிலோ வைரம் பாய்ந்த பழைய லைம் மரங்கள் வரிசை வரிசையாக நின்றன; குன்றின் மீது ஒரு பள்ளிக்கூடம் இருந்தது. அந்தப் பள்ளிக்கூடக் கட்டிடம் ஒரு காலத்தில் பண்ணையாரின் வீடாக இருந்தது. அந்தக் கிராமத்தில் செய் நிலங்கள் மிகவும் குறைவு; பெரும்பான்மையான நிலம் தரிசாகக் கிடந்தது. வெள்ளாமை இல்லாத காலத்திலோ விவசாயிகளில் பெரும்பாலோர் வேலை தேடி மாஸ்கோவுக்குச் சென்று

விடுவார்கள்.

மாலை நேரத்தில் அந்தக் கிராமத்துக்குள் அவன் ஏறிவந்த வண்டி புகுந்தவுடன், அர்னோல்தவின் மனத்தில் தைத்த முதல் விஷயம் அங்கு நிலவிய பேரமைதிதான். குதிரை லாயத்தில் குதிரையின் காலடிக்குள் மிதிபடாது தப்பித்துப் பறந்த ஏதோ ஒரு அசட்டுக் கோழியின் அபயக்குரல், களஞ்சியத்துக்கு அடியில் படுத்திருக்கும் ஏதோ ஒரு கிழட்டுப் பட்டி நாயின் குலைப்பு, ஆற்றங்கரையிலே தொப் தொப்பென்று துணியைத் தப்பியடிக்கும் ஓசை முதலிய ஒலிகளைத் தவிர, அங்கு வேறு சத்தமே கேட்கவில்லை. கிராமத்துத் தெருவின் நடுவிலோ இரண்டு முரட்டுச் செம்மறியாடுகள் தங்கள் கொம்புகள் சாடிமோத, ஒன்றுடன் ஒன்று முட்டிக் கொண்டு சண்டை போட்டுக் கொண்டிருந்தன.

ரயில் நிலையத்திலிருந்து கிராமத்துக்குள் வண்டியோட்டி. வந்த செவிட்டுக் கிழவனான வண்டிக்காரனுக்கு அர்னோல்தவ் கூலி கொடுத்து விட்டு பொர்ச் மரத் தோப்புக்கு அப்பால் தெரிந்த கிராமப் பள்ளிக்கூடத்தை நோக்கிச் சென்றான். பள்ளிக் கூடத்தின் உளுத்துப்போன முன் வாசற்படிகளின் மீது பள்ளியாசிரியரான கீய கீயவிச் அமர்ந்திருந்தான்; அவன் தன் சகோதரி எலிசவேதா கீயவ்னாவோடு சாவதானமாகப் பேசிப் பொழுது போக்கிக் கொண்டிருந்தான். அவர்களுக்கு கீழே பரந்து கடந்த வயல் வெளிகளின் மீது ஏராளமான தூங்குமூஞ்சி மரங்களின் நிழல்கள் நீண்டு விழுந்தன. தலைக்கு மேல் கரிச்சான் குருவிகள் கருமேகக் கூட்டம்போல் ஒன்றாகச் சேர்ந்து முன்னும் பின்னும் பறந்து சென்றன; தூரத்தில் எங்கோ ஆடுமாடுகளை மேய்ச்சலிலிருந்து இரும்ப அழைக்கும் குரலோசை கேட்டது. நாணற் காட்டுக்குள்ளிருந்து செவலைப் பசுக்கள் வெளி வந்தன; அவற்றில் ஒரு பசு தன் தலையை உயர்த்தி இரங்கிக் கனைத்தது. தனது சகோதரியைப்போலவே விசித்திரமான கண்கள் கொண்டிருந்த கீய் கீயவிச் ஒரு கோரைப்புல் தண்டை வாயிலிட்டு அசை போட்டவாறு கூறினான்:

"லீசா![17] காம சம்பந்தமான எல்லா விவகாரத்திலும் நீ சிறிதும் கட்டுப்பாடில்லாமல் நடந்து கொள்கிறாய். உன்னைப் போன்ற நபர்கள் இருக்கிறார்களே, அவர்களெல்லாம் பூர்ஷ்வா கலாசாரத்தின் நாற்றமெடுத்துப் போன அழுகல் குப்பையேதான்!"

எலிசவேதா கீயவ்னாவோ மெல்லப் புன்னகை புரிந்தவாறே, தூரத்தில் தெரிந்த ஒரு புல் வெளியைப் பார்த்தாள்; அந்தப் புல் வெளியில் மாலைச் சூரியனின் மஞ்சள் வெயிலால், புல்லும் நிழலும் மஞ்சள் நிறம் பெற்றுத் திகழ்வதைக் கவனித்தாள்.

"கீய்! உன் பேச்சைக் கேட்டுக்கொண்டிருப்பது சகிக்க முடியாத பயங்கரமாக இருக்கிறது. நீ எல்லாவற்றையுமே மனப்பாடம் பண்ணிக் கொண்டு பேசுவது போலிருக்கிறது. உனக்கோ எல்லா விஷயங்களுமே புத்தகத்தில் காணப்படுவதுபோல், வரிக்கு வரி தெளிவாகத் தென்பட்டு விடுகிறது!"

"இல்லை, லீசா! நாம் நமது கருத்துக்களை எப்போதும் ஒரு ஒழுங்கோடு வைத்துக் கொள்ளப் பாடுபட வேண்டும்; அந்தக் கருத்துக்களைத் தெள்ளத் தெளிவாகத் திட்ட வட்டப் படுத்திவிட வேண்டும். நாம் சொல்வது பிறருக்குச் சகிக்கக்கூடியதாக இருக்கிறதா, இல்லையா என்பதைப் பற்றி நாம் கவலைப்படக்கூடாது."

"சரி. சரி. உன் இஷ்டம்போலவே பாடுபடு, அப்பனே!"

அந்த மாலைப்பொழுது அமைதி நிரம்பியிருந்தது. வளைந்து தொங்கிக் கொண்டிருந்த பெர்ச் மரக்கிளைகள் அந்தப் பள்ளிக்கூடத்தின்மீது அசைவற்ற திரைபோல் காட்சியளித்தன. குன்றின் அடிவாரத்தில் ஒரு தானிய அறுவை யந்திரம் முணுமுணுத்து முறுகியது. கீய் கீயலிச் அந்தக் கோரைத் தண்டையே அசைபோட்டுக் கொண்டிருந்தான். எலிசவேதா கீயவ்னாவோ இருண்டு வரும் அந்திக் கருக்கலோடு மங்கி மறையும் மரங்களைச்

---

17 லீசா - 'எலிசவேதா'வின் செல்லப்பெயர்.-(ப-ர்.)

சொக்கிப் போன கண்களோடு பார்த்துக்கொண்டிருந்தாள். திடீரென்று அவர்கள் முன்னால் கைபெட்டியுடன் சுறுசுறுப்பு நிறைந்த ஒரு மனிதன் தோன்றினான்.

“அடே, அதோ இருக்கிறாளே!” என்று ஆச்சரியத்தோடு சொன்னான் அர்னோல்தவ்: “வணக்கம், என் அழகு லீசா!”

அவனைக் கண்டதில் எலிசவேதா கீயவ்னாவுக்கு விவரித்துச் சொல்லமுடியாத மகழ்ச்சி ஏற்பட்டது. அவள் தன்னையும் அறியமறியாமல் எழுந்தோடிப் போய், அவனை ஆரத் தழுவிக்கொண்டாள்.

கீய் கீயவிச்சோ அவனை வெறுமனே வரவேற்றுவிட்டு, கோரையை மீண்டும் அசைபோடத் தொடங்கி விட்டான். அர்னோல்தவ் அந்தப் படிக்கட்டுகளின் மீது கால்களை அகலப் போட்டு அமர்ந்தவாறு, ஒரு சுருட்டைப் பற்ற வைத்தான்.

“கீய் கீயவிச்! நான் உங்களிடமிருந்து செய்தி சேகரிக்கத் தான் வந்திருக்கிறேன். போரைப் பற்றி இங்கு, ஹிலீபி கிராமத்திலுள்ள மக்கள் என்ன நினைக்கிறார்கள், என்ன பேசிக்கொள்கிறார்கள் என்பதைப் பற்றி எவ்வளவு விபரம் கொடுக்க முடியுமோ அவ்வளவு விபரத்தையும் நீங்கள் எனக்குத் தெரிவிக்க வேண்டும்.

கீய் கீயவீச் ஒரு கோணற் புன்னகை புரிந்தான்.

“அவர்கள் என்ன இழவை நினைக்கிறார்களோ, யாருக்குத் தெரியும்?.. மேலும் அவர்கள் எதையும் வாய்விட்டுச் சொல்வதேயில்லை. இதோ பாருங்கள். ஓநாய்கள் கூட்டமாக ஒன்று திரளும்போது, அவை அமைதியாகத்தானிருக்கும் தெரியுமா?”

“அப்படியென்றால் பட்டாளத்துக்கு ஆள் சேர்ப்பது பற்றி இங்கு எந்தவிதமான எதிர்ப்புமே இல்லையென்று சொல்கிறீர்கள்?”

“ஆமாம். எந்தவித எதிர்ப்புமே இல்லைதான்.”

"ஜெர்மானியர்கள் நமது எதிரிகள் என்பதையேனும் அவர்கள் உணர்ந்திருக்கிறார்களா?"

"இது ஒன்றும் ஜெர்மானியர் சம்பந்தப்பட்ட பிரச்சினையல்ல."

"பின்னே--என்னவாம்?"

கீய் கீயவிச் மீண்டும் புன்னகை புரிந்தான்.

"இது ஒன்றும் ஜெர்மானிய சம்பந்தமான பிரச்சனையல்ல, துப்பாக்கி சம்பந்தப்பட்ட பிரச்சினை இது! அவர்கள் கையில் இப்போது துப்பாக்கிகள் கிட்டுகின்றன. துப்பாக்கியைக் கையில் ஏந்திக் கொண்டிருக்கும் மனிதர்களின் மனோதத்துவம் முற்றிலும் வேறானது. அவர்கள் தமது துப்பாக்கிகளை எந்தப் பக்கத்தில் திருப்பிக்காட்ட உத்தேசிக்கிறார்கள் என்பதை நாமெல்லாம் ஒரு நாள் பார்க்கத்தான் போகிறோம்... அது தான் நிலவரம்."

"இருந்தாலும்... சரி. அவர்கள் போரைப் பற்றிப் பேசிக்கொள்கிறார்கள் அல்லவா?"

"கிராமத்துக்குள் சென்று நீங்களே அவர்களிடம் நேரில் கேட்டுப்பாருங்கள்."

அர்னோல்தவும் எலிசவேதா கீயவ்னாவும் இருட்டிய பின்பு கிராமத்துக்குள் சென்றார்கள். தெளிவான ஆகஸ்ட் மாத வானவெளியில் நட்சத்திரங்கள் ஏராளமாகச் சிந்திக் கிடந்தன. குன்றுக்குக் கீழேயுள்ள ஹிலீபி கிராமத்தில் ஈர வாடை வீசியது; புதிதாகக் கறந்த பாலின் மணமும், ஆடுமாடுகள் மந்தையிலிருந்து திரும்பி வரும்போது மேலே கிளம்பி, இன்னும் கீழே படியாது மிதந்து கொண்டிருந்த தூசிப் படலத்தின் மணமும் கலந்து வீசியது. பண்ணை வீடுகளின் வெளி வாசலில் வண்டிகள் அவிழ்த்துப் போடப்பட்டிருந்தன. இருண்டு தோன்றிய லைம் மரச் செறிவினூடே, ஒரு கணற்றுக் கமலை மொறுமொறுத்து முனகியது; எங்கோ ஒரு குதிரை கனைத்தது; பின்னர்

அந்தக் குதிரை புர்புர்ரென்று ஓசையெழும்பத் தண்ணீர் குடித்தது. ஓலைக்கூரையோடு மரக்கட்டையால் கட்டப்பெற்ற ஒரு தானியக் கிடங்கின் எதிரே தென்பட்ட வெட்ட வெளியில் மூன்று இளம் பெண்கள் பெரிய மரக்கட்டைகளின் மீது அமர்த்திருந்தார்கள். எலிசவேதா கீயவ்னாவும், அர்னோல்தவும் அவர்களை நோக்கிச் சென்றார்கள், அவர்களுக்குச் சிறிதே தள்ளி இருவரும் அந்தக் கட்டைகளின் மீது உட்கார்ந்தார்கள்.

அந்தப் பெண்கள் தமது பிறந்த ஊரான ஹிலீபியின் அழகைக் புகழ்ந்து பாடிக் கொண்டிருந்தார்கள். ஹிலீபியில் ஏராளமான பூக்களும், அழகிய மரச் சாமான்களும், சித்திரங்களைப் போன்ற அழகுக் குமரிகளும் உண்டு என அவர்கள் பாடினார்கள். பின்னர் தமக்கு அருகே அமர்ந்திருந்த அந்தப் புதிய நபர்களைப் பார்த்ததும், அந்தப் பெண்களில் ஒருத்தி மெதுவாகச் சொன்னாள்:

"என்னடி? நேரமாகவில்லை? நாம் படுக்கப் போக வேண்டாமா?

என்றாலும் அவர்கள் மூவரும் அந்த இடத்தைவிட்டு அசையவில்லை. அந்தக் கடங்கியினுள் யாரோ நடமாடும் சப்தம் கேட்டது; பின்னர் அதன் மரக்கதவு கிரீச்சிட்டுத் திறந்தது. வழுக்கைத் தலையோடும் பொத்தான்களில்லாத ஆட்டுத்தோல் மோஸ்தர் சட்டையோடும் ஒரு குடியானவன் உள்ளிருந்து வெளியே வந்தான். அவன் அந்தக் கதவின் நாதாங்கியை மிகவும் கஷ்டப்பட்டுத் தடவிப் பிடித்துப் பூட்டினான்; லொக் லொக் என்று இருமினன்; கொற கொறத்துச் சுவாசித்தான். பின்னர் அவன் இடுப்பில் கையை வைத்தவாறும், சிக்கிக் குலைந்த தாடியை முன்னே நீட்டியவாறும் அந்தப் பெண்களிடம் வந்து சேர்ந்தான்.

"அடி என் மைனாக் குஞ்சுகளா! நீங்கள் இன்னமுமா பாடிக்கொண்டிருக்கிறீர்கள்?"

"ஆமாம், பியோதர் தாத்தா! ஆனால் உன்னைப் பற்றியல்ல."

"அப்படியா சேதி? உங்களை நான் ஒரே நிமிஷத்தில் உதைத்து விரட்டுகிறேனோ, இல்லையா பாருங்கள். இரவிலே பாட்டா பாடிக்கொண்டிருக்கிறீர்கள்?-இது தான் நீங்கள் நடந்து கொள்ளும் லட்சணமோ?"

"பியோதர் தாத்தா! நீ வெறும் பொறாமைப் பேர்வழி!" என்று சொன்னாள் ஒரு பெண்.

மற்றொருத்தியோ பெருமூச்செறிந்தவாறே, "தாத்தா! எங்களுக்கு என்னதான் செய்வதற்கு இருக்கிறது?-- ஹிலீபியைப்பற்றி பாடுவதைத் தவிர!" என்றாள்.

"ஆமாம். உங்கள் நிலமை மோசமானதுதான். நீங்கள் மட்டும் தன்னந் தனிமையிலே வாடுகிறீர்கள். ஆண்கள் எல்லோருமே போய்விட்டார்கள்."

பியோதர் அந்தப் பெண்களுக்கு அருகில் குந்தி உட்கார்ந்தான். அவனுக்கு அடுத்தாற்போல் அமர்ந்திருந்த பெண் அவனை நோக்கிச் சொன்னாள்:

"உலகத்திலுள்ள ஆண் மக்களில் பெரும்பாலானோர் அனைவரையும் போருக்கு அழைத்துச் சென்றுவிட்டதாக கஸமதெம்யானிலுள்ள பெண்கள் எல்லாம், கூறுகிறார்கள்."

"உங்கள் முறையும் சீக்கரமே வந்து விடும், பெண்களே!"

"என்னது? போருக்குப் போவதா? நாங்களா? பெண்களா?"

அவர்கள் கிளுகிளுத்துச் சிரித்தார்கள்; அவர்களில் ஒருத்தி கேட்டாள்:

"என்ன பியோதர் தாத்தா! நமது மன்னர் யாருடன் போர் புரிகிறார்?"

"இன்னொரு மன்னரை எதிர்த்து!"

அந்தப் பெண்கள் ஒருவரையொருவர் பார்த்துக் கொண்டார்கள்; ஒருத்தி பெரு மூச்செறிந்தாள்; இன்னொருத்தியோ தன் கழுத்துக் கச்சையை முடிந்தாள்; மற்றொருத்தி மட்டும் சொன்னாள்:

“கஸ்மதெம்யான்ஸ்கியிலுள்ள பெண்களும் அப்படித் தான் சொன்னார்கள்--நமது மன்னர் இன்னொரு மன்னரை எதிர்த்துத்தான் சண்டை போடுகிறாராம்!”

அவள் இவ்வாறு சொல்லி முடித்தவுடன், அந்த மரக்கட்டைகளுக்கு பின்னிருந்து, ஒரு கறுத்த தலை தென்பட்டது; அந்த மனிதன் தனது ஆட்டுத்தோல் மேலணியை இழுத்து மூடியவாறே கரகரத்த குரலில் கூறினான்:

“உன்னைத்தான். போதும் நிறுத்து! புளுகு மூட்டையை அவிழ்ப்பதை நிறுத்து. நாம் இன்னொரு மன்னரை எதிர்த்துச் சண்டைபோடவில்லை; நாம் ஜெர்மானியரை எதிர்த்துப் போர் செய்கிறோம்!”

“இருக்கலாம்!” என்றான் பியோதர்.

அந்தத் தலை மறைந்து விட்டது. அர்னோல்தவ் சிகரெட் பெட்டியிலிருந்து, பியோதருக்கு ஒரு சிகரெட்டை வழங்கினான்.

“உங்கள் ஊரிலிருந்து பட்டாளத்துக்குச் சென்றவர்கள். எல்லோரும் மனப்பூர்வமாகத்தான் சென்றார்களா?” என்று தனது வார்த்தைகளை அளந்து நிறுத்திக் கேட்டான், அர்னோல்தவ்.

“பலபேர் விருப்பத்தோடு தான் சென்றார்கள்.”

“அப்படியென்றால், அவர்களிடம் மிகுந்த ஆர்வ உணர்ச்சி இருந்ததா?”

“ஆமாம். இருந்தது. அங்கேயும் நிலைமைகள் எப்படி யெப்படி இருக்கின்றன என்று பார்த்து வரலாம் அல்லவா? போரில் அவர்கள் செத்தால்தான் என்ன?--இங்கும் தான் மனிதர்கள் சாகிறார்கள். எங்கள் நிலங்களோ மேனி குறைந்த, விலை குறைந்த நிலங்கள். வாழ்கையோ தொட்டுக் கொள், துடைத்துக் கொள் என்று சொல்லக் கூடிய, கைக்கும் வாய்க்கும் எட்டாத வறுமை வாழ்க்கை. ஆனால் பட்டாளத்திலோ இரண்டு வேளை கறியும்,

தேநீரும், சர்க்கரையும், புகையிலையும் கூடத் தருவதாக எல்லோரும் சொல்கிறார்கள். பின்னே, என்ன? எவ்வளவு வேண்டுமானாலும் புகைத்துத் தள்ளலாம், பாருங்கள்.”

“என்றாலும், சண்டை என்றால் சாமானியமானதா? பயங்கரமானதாயிற்றே!”

“ஆமாம். பயங்கரம்தான். இல்லையென்று யார் சொன்னது?”

15

தார்ப்பாய்களால் மூடப்பெற்ற பண்ணைப் பாரவண்டிகள், வைக்கோல், வைத்தியத்துக்கான மருந்துகள், உபகரணங்கள், ஆற்றைக் கடப்பதற்கான பெரிய பரிசல் படகுகள் முதலியவற்றைச் சுமந்து செல்லும் வண்டிகள் முதலியன அனைத்தும் தண்ணீர் தேங்கி நின்ற ராஜபாட்டை வழியாக ஆடியசைந்தவாறும், கிரீச்சிட்டு முனகியவாறும் சரசரத்துச் சென்றன. சாய்ந்து விழும் மெல்லிய மழைத்தாரையோ இடையறாது சிலுசிலுத்துக்கொண்டிருந்தது. ராஜபாட்டையை அடுத்துள்ள உழுது போட்ட வயல்களிலும், பள்ளங்களிலும் மழைத் தண்ணீர் நிரம்பி நின்றது. தூரத்திலே அங்கொன்றும் இங்கொன்றுமாக நிற்கும் மரங்களும், சோலைகளும் மங்கிய வரிவடிவத்தோடு காட்சியளித்தன.

வண்டிச் சக்கரங்கள் கிரீச்சிட்டு அலறும் ஓசை, சாட்டையைச் சொடுக்கும் சப்தம், கூச்சல்கள், வசவுகள் முதலிய சத்தங்களோடு, மழையிலும் சேற்றிலும் இழுபட்டுக் கொண்டு, சென்ற ருஷ்ய ராணுவத்தின் பயங்கரமான பனிச்சரிவே முன்னேறியது. பாதையின் இருமருங்கிலும் குதிரைகள் செத்துக் கிடந்தன; வண்டிகள்

குடைசாய்ந்து, சக்கரங்கள் இடம் பெயர்ந்து கிடந்தன. இடையிடையே எங்கிருந்தோ ஒரு ராணுவக் கார் பாதையில் தேங்கியுள்ள நீரைக் கிழித்துக்கொண்டு அந்த வண்டிகளைக் கடந்து பாய்ந்து வந்தது; உடனே அந்த வண்டிகளை ஓட்டிவருபவர்கள் மத்தியில் கூச்சல்களும், வசவுக் குரல்களும் கேட்டன; குதிரைகள் மிரண்டு கலைந்தன; ஏதாவதொரு பாரவண்டி ரோட்டையடுத்துள்ள பள்ளத்தில் குடை சாய்ந்து விழுந்தது; அவ்வாறு விழும்போது, அந்த வண்டியில் ஏறிவந்த மனிதர்கள் எல்லோரும் திக்குக்கு ஒருவராகத் தூக்கியெறியப்பட்டார்கள்.

இடையிடையே அந்த வண்டித் தொடரின் அணிவகுப்பு சீர்குலைந்தது; காலாட் படையினரோ சாக்குமூட்டைகளையும், கூடாரத்துணிகளையும், முதுகில் சுமந்து கொண்டு, வழுக்குகின்ற ஈரப்பாதை மீது தள்ளாடித் தள்ளாடி நடந்து வந்தார்கள்; நீண்டு தோன்றும் அவர்களது அணிவகுப்பும் ஒழுங்கும் குலைந்தது. அவர்கள் அணி குலைந்து செல்லும்போது, மூட்டை முடிச்சுக்களையும் வேறு பல உபகரணங்களையும் சுமந்து செல்லும் வண்டிகளும் அவர்களுக்கு மத்தியில் செல்ல முனைந்தன; அந்த வண்டிகளிலோ எங்கு பார்த்தாலும் துப்பாக்கிகள் தலை நீட்டிக் கொண்டிருந்தன; அந்த மூட்டை முடிச்சுக்களுக்கு மேல் வேலைக்காரச் சிப்பாய்கள் அமர்ந்து கொண்டிருந்தார்கள். இடையிடையே எவனாவது ஒருவன் பாதையை விட்டு விலகி வயலுக்குள் ஓடுவான்; தனது துப்பாக்கியைப் புல்மீது போட்டுவிட்டு, உட்கார்ந்து கொள்வான்.

பின்னர் மேலும் பல பண்ணை பாரவண்டிகள், வாகனங்கள், பரிசல்கள் எல்லாம் வந்தன; அந்த வாகனங்களில் தெப்பமாக மழை நீரில் நனைந்து போயிருந்த ராணுவ வீரர்கள் உட்கார்ந்திருந்தார்கள். இடி முழக்கத்தோடு சென்று கொண்டிருந்த அந்த ராணுவ ஊர்வலம் ஒரு ஒடுங்கிய கணவாய் மூலம் செல்ல முனைந்தது; அப்போது ஊர்வலம் தடுமாறியது; நெருக்கமுற்றுக் கசங்கியது;

ஊர்வலத்தில் சென்றவர்கள் கூட்டத்தில் இடிபட்டவாறு ஓலமிட்டார்கள்; பின்னர் அவர்கள் ஒரு குன்றின்மீது திணறித் திணறி மூச்சு வாங்க ஏறினார்கள்; குன்றின் கொரத்துக்கப்பால் இறங்கி மறைந்து விட்டார்கள். மேலும் மேலும் பல வண்டிகள் வந்தன; உணவு தானியம், வைக்கோல், வெடிகுண்டுகள் முதலியவற்றைச் சுமந்து கொண்டு, இருமருங்கிலும் பல வண்டிகள் வந்தன. எப்போதாவது சிறுசிறு குதிரைப் பட்டாளங்கள் வந்தன; அந்தக் குதிரை வீரர்கள் வயல்வெளிகளின் ஊடாகச் சவாரி செய்து வந்து, ரோட்டில் செல்லும் ராணுவ ஊர்வலத்தை முந்திக்கொண்டு சென்றார்கள்; வண்டிகளுக்கு மத்தியிலே சென்று கொண்டிருந்த பீரங்கிப் படை காது செவிடுபடக் கணகணத்துச் சென்றது. தாடி வைத்த பயங்கரமான தோற்றம் கொண்ட தத்தாரியர்கள் மார்பகன்ற பெரிய குதிரைகளின் மீது சென்றார்கள்; அவர்கள் தம் கைகளிலிருந்த சவுக்குகளால் குதிரைகளையும் மனிதர்களையும் சுண்டி அடித்தார்கள்; அந்த ராஜபாட்டையில் ஓர் உழுபடையைப்போன்று கிழித்து முன்னேறினார்கள்; குதிரைகளோ தமக்குப் பின்னால் தத்திக் தத்திவரும் மூக்கில்லாத பீரங்கிகளை இழுத்து வந்தன. ஜனங்கள் சகல திசைகளிலுமிருந்தும் ஓடி வந்தார்கள்; சிலர் தங்களது வண்டிக் கூண்டுகளின் மீது ஏறி நின்று, கைகளை ஆட்டினார்கள். பின்னர் மீண்டும் ஒரு பட்டாளம் வந்தது; அழுகிய இலைகளும் காளான்களும் நாற்றமடிக்கும், மழைச்சாரல் சிணுங்கும் ஏதாவதொரு காட்டுக்குள் அந்தப் பட்டாளம் புகுந்து மறைந்தது.

வேறு சில இடங்களில் பாதையின் இருமருங்கிலும் குவித்து இருந்த எரிந்து போன கட்டைகள், குப்பைக் கூளங்கள், முதலியவற்றின் மத்தியில் அடுப்பின் புகைபோக்கிக் குழாய்கள் கவனிப்பாரற்று எட்டிப் பார்த்துக் கொண்டிருந்தன. ஒரு பக்கத்தில் உடைந்துபோன விளக்கொன்று அங்குமிங்கும் ஊசலாடியது; இன்னொரு பக்கத்திலோ, வெடி. குண்டுகளால் நாசமாக்கப்பட்ட ஒரு வீட்டின் செங்கற் சுவரின் மீது ஒரு சினிமா விளம்பரம்

கிழிந்து படபடத்துக் கொண்டிருந்தது. இத்தனைக்கும் மத்தியிலே, இரண்டு முன் சக்கரங்களையும் இழந்து அச்சு முறிந்து கடந்த ஒரு பண்ணை வண்டியின் மீது நீல நிறக் கோட்டை அணிந்த ஆஸ்திரியச் சிப்பாய் ஒருவன் காயப்பட்டு விழுந்து கிடந்தான். அவனது முகம் வெளுத்துச் சுருங்கிப் போயிருந்தது; கண்கள் ஒளியிழந்து அழுது வடிந்தன.

இருபது மைல் தூரத்துக்கு அப்பால், புகை படர்ந்த அடிவான விளிம்பை ஒட்டி, இடிபோல் முழங்கிய பீரங்கி முழக்கம் உள்ளடங்கிக் கும்மிட்டு எதிரொலித்தது. பீரங்கிகள் முழங்கிய அந்தப் போர் முனையை நோக்கித்தான் இரவும் பகலும் ராணுவங்கள் சென்றன; வண்டிகள் சென்றன; அந்த ஒரு இடத்தை நோக்கித்தான், ருஷ்ய நாட்டின் சகல திசைகளிலுமிருந்தும், உணவு தானியங்களையும் ஆயுதங்களையும் மனிதர்களையும் ஏற்றிக் கொண்டு ரயில்கள் விரைந்து சென்றன. பீரங்கிக் குண்டின் இடி முழக்கத்தால் தூங்கிக் கிடந்த நாடு முற்றிலும் திடுக்கிட்டு விழித்தெழுந்து விட்டது. கொடுங்கோன்மையாலும் அடக்குமுறையாலும் கொதித்துக் குமுறிக் கொண்டிருந்த சகல விதமான பேராசை பிடித்த, தீராத வேட்கை கொண்ட தீய உணர்ச்சிகள் அத்தனையும் கட்டுத் தறியிழந்து விடுதலை பெற்றுவிட்டன.

அருவருக்கத்தக்க, ஒழுக்கங்கெட்ட வாழ்க்கையிலேயே முங்கி முக்குளித்து சலித்துச் சப்பிட்டுப்போன நகரத்து மாந்தர்களோ ஏதோ ஒரு பயங்கரக் கனவிலிருந்து விழித்துக் கொண்டவர்கள் போல் காணப்பட்டார்கள். அந்தப் பீரங்கிக் குண்டுகளின் இடி முழக்கத்தலேயே ஒரு பிரபஞ்சப் பிரளயத்துக்கான வஞ்சின வாக்கு எதிரொலித்தது. பழைய வாழ்க்கை முறை திடீரென்று சகிக்க முடியாத வாழ்க்கையாயிற்று. மக்களோ கபடம் நிறைந்த வேட்கை வெறியோடு யுத்தத்தை வரவேற்றார்கள்.

இந்த யுத்தத்திலே நமக்கு எதிரி யார், இந்த யுத்தம் எதற்காக நடைபெறுகிறது என்பதையெல்லாம் தெரிந்துகொள்ள கிராமத்திலுள்ள மக்கள் சிறிதும் விரும்பவில்லை. எதிரி

யாராயிருந்தால் என்ன, யுத்தம் எதற்காக நடந்தால் என்ன? அதனால் அவர்களுக்கென்ன லாபம்? கோபத்தாலும் குரோதத்தாலும் உருவான குரூரச் சிந்தனை அவர்கள் கண்களைக் குருடாக்கி எவ்வளவோ காலமாகிவிட்டது! இப்போதோ பயங்கரமான கொடுமைகளைப் புரிவதற்குரிய காலம் பிறந்துவிட்டது. எனவே கிராமங்களிலுள்ள ஆண்களும் இளைஞர்களுமான விவசாயிகள் எல்லாம் தங்கள் காதலிகளையும் மனைவிமார்களையும் துறந்து, உற்சாகத்தோடும் வேகத்தோடும் ராணுவ லாரிகளிலே கூட்டம் கூட்டமாக ஏறினார்கள்; ஆபாசமான பாட்டுக்களைப் பாடிக்கொண்டும் சீட்டியடித்துக்கொண்டும், பற்பல பட்டணங்களையும் ஊர்களையும் தாண்டிப் போர் முனைக்கு விரைந்து சென்றார்கள். பழைய வாழ்க்கை முறை ஸ்தம்பித்து விட்டது; ருஷ்ய நாடு முழுவதையுமே ஒரு பிரம்மாண்டமான மரத்தைக் கொண்டு திருகிக் கடைந்து விட்டது போலவும், அவ்வாறு கடைந்ததால், ருஷ்ய நாட்டின் சகல அம்சங்களுமே விரைவாகச் சுற்றிச் சுழன்று ஒன்றோடொன்று மோதி விரைவது போலவும் தோன்றியது; போர்ப் பயங்கரத்தின் போதையூட்டும் புகை மண்டலத்தைச் சுவாசித்து, ரஷ்ய மக்கள் எல்லோருமே கிறுகிறுத்துப் போயிருந்தார்கள்.

பல மைல் தூரத்துக்கு இடி முழக்கம்போல் கிடு கடுக்கும் அந்தப் போர்முனையை நாடி, ஓடோடியும் வந்த வண்டிகளையும் படைகளையும் அந்தப் போர் முனை உடனுக்குடன் விழுங்கி விடுவதுபோல் தோன்றியது. அங்கே மனிதத்தன்மையும் உயிரும் படைத்த எல்லா ஜீவராசிகளும் ஸ்தம்பித்து நின்றன. ஒவ்வொருவருக்கும் ஒவ்வொரு பதுங்கு குழிக்குள்ளும் குறிப்பிட்ட இடம் ஒதுக்கப்பட்டது. அங்குதான் அவர்கள் உறங்க வேண்டும்; உண்ண வேண்டும்; செள்ளுப் பூச்சிகளைக் கொல்ல வேண்டும்; மழையின் இருள் மூட்டத்தைக் கிழித்துக்கொண்டு, துப்பாக்கியால் சுட்டுத் தள்ள வேண்டும்; புலனுணர்ச்சிகள் அனைத்தும் கிறுகிறுத்து மரத்துச் சோரும் வரையிலும் சுட்டுக்கொண்டேயிருக்க

வேண்டும்.

இரவிலோ போர்முனையின் அடிவான எல்லை எங்கணும் தீயிட்டுப் பொசுக்கிய சொக்கப்பானைகளின் செக்கச் சிவந்த ஒளிப்பிழம்பின் மயக்கம் மெல்ல மெல்ல விரிந்து பரவியது; தீப்பொறி தெறிக்கப் புகை கக்கிக்கொண்டு விண்ணில் பறந்த வாணவெடிகள் படீரென்று வெடித்து நட்சத்திரங்களை உலுப்பித் தள்ளின; பீரங்கிக் குண்டுகள் ஒப்பாரி வைத்து ஓலமிட்டுக் கொண்டு பறந்து சென்று விழுந்தன; நெருப்பாகவும் புகையாகவும் புழுதியாகவும் வெடித்துச் சிதறின.

அந்தப் போர்முனையில் பய உணர்ச்சி ஜீவாதாரமான உறுப்புக்களையே கடித்துக் குதறியது; உடம்புத் தோலை ஊர்ந்து போகச் செய்தது; விரல்களை மடக்கவும் விரிக்கவும் செய்தது. நள்ளிரவின் போது அங்கு ராணுவ சமிக்கை காட்டப்படும். உடனே ராணுவ அதிகாரிகள் ஓடோடியும் வருவார்கள்; அவர்களது முகங்களெல்லாம் கோரமாகக் காட்சியளிக்கும்; தூக்கத்திலும் ஈரத்திலும் விழுந்து இருந்த சிப்பாய்கள் எல்லோரும் கூச்சல், ஏச்சு, உதை முதலியவற்றால் அதட்டி எடுப்பப்படுவார்கள். பின்னர் அந்த மனிதர்கள் போர்முனை வழியாக ஓடுவார்கள்; தடுமாறி விழுவார்கள்; வாய்க்கு வந்தபடி திட்டுவார்கள்; வஞ்சினம் கூறுவார்கள்; காட்டு மிருகங்களைப்போல் ஊளையிடுவார்கள்; பின்னர் திடீரென்று கீழே விழுந்து படுப்பார்கள்; துள்ளி எழுந்து ஓடுவார்கள்; கடைசியில், கோபத்தாலும், பயங்கரத்தாலும் செவிடாகி, குருடாகி, வெறிபிடித்து விவேகம் இழந்தவர்களாய் எதிரிகளின் பதுங்கு குழிகளுக்குள் திடீரென்று சாடிப் பாய்வார்கள்.

இதன் பின்னரோ, அந்தப் பதுங்கு குழிகளுக்குள் என்னென்ன நடந்தன என்ற விபரம் எவருக்குமே நினைவிருக்காது. வீராவேசமான நிகழ்ச்சிகளை விவரித்துச் சொல்ல வேண்டுமென்று விரும்பினால்கூட, அவர்களுக்குச் சொல்வதற்கு எதுவும் இருக்காது. துப்பாக்கிச் சனியனால் நான் இப்படிக் குத்தி வீழ்த்தினேன், துப்பாக்கியை மாற்றிப் பிடித்து மட்டையடி கொடுத்து அவனது தலையை

உடைத்தெறிந்தேன் என்றெல்லாம் அவர்கள் சொல்லிக் கொள்ளலாம். ஆனால் அந்த விளக்கங்கள் அத்தனையும் பொய்; வெறும் கற்பனை, இத்தகைய தாக்குதல்களால் ஏற்படக் கூடிய, ஆட்சேபனைக்கே இடம்தராத விளைவு ஒன்றே ஒன்று தான்- செத்த பிணங்கள்!

அடுத்த நாள் பிறந்தது; பொழுது விடிந்தது. போர்முனைச் சமையல்கூடங்கள் முன்னேறின. களைத்தும் விறைத்தும் போயிருந்த ராணுவ வீரர்கள் உண்டார்கள்; புகை பிடித்தார்கள். அதன் பின் அவர்கள் ஆபாசமான விஷயங்களைப் பற்றியும், பெண்களைப் பற்றியும் பேசினார்கள்; இதிலும் அவர்கள் தாராளமாகக் கட்டுக் கதைகளையும் கற்பனையையும் அள்ளி விட்டார்கள். இடையிலே சறிது நேரம் செள்ளுப் பூச்சிகளை வேட்டையாடிக் கசக்கிக் கொன்றார்கள்; பின்னர் தூங்கினார்கள். இவ்வாறு எத்தனையோ நாட்களாக அங்கு தூங்கினார்கள்; மலமும் ரத்தமும் கலந்து நாறும் அந்த இடத்திலே, சாவும் இடிமுழக்கமும் குடிகொண்ட அந்த வெட்டவெளி வெம்பரப்பிலே, அவர்கள் தூங்கினார்கள்.

காலில் அணிந்த பூட்சுகளையும் மேலேயணிந்த சட்டை யையும் வாரக்கணக்கில் கழற்றாமல் அவதிப்பட்டு, புழுதியிலும் ஈரத்திலும் புரண்டு வாழ்ந்து வந்த அத்தச் சிப்பாய்கள் அனைவரையும் போலவே, அவர்களில் ஒருவனாகவே, தெலேகினும் வாழ்ந்து வந்தான். நிரந்தர ராணுவப்படையில் அவன் தன்னை ஓர் உதவி லெப்டினென்டாகப் பதிவு செய்து கொண்டிருந்தான். அந்த ராணுவப்படை தான் தாக்குதலை நடத்திக் கொண்டிருந்தது. அந்தப் படையிலிருந்த பாதிக்கு மேற்பட்ட அதிகாரிகளும் படைவீரர்களும் செயலற்றிருக்கும் நிலைமைக்கு ஆளாகியிருந்தார்கள்; போதுமான ராணுவ தளவாடங்களும், படைவீரர்களும் வந்து சேரவில்லை. அவர்கள் எல்லோரது உள்ளத்திலும் ஒரே ஒரு எண்ணம்தான் மேலோங்கி நின்றது. அதாவது தங்களது உடைகளெல்லாம் கிழிந்து கந்தலாகி, உடலெல்லாம் களைத்துச் சோர்ந்து சாய்கின்ற வேளையில்கான் தம்மைப்

பின்னணிக்குத் திரும்ப அனுப்பி வைப்பார்கள் என்ற எண்ணம் அந்தக் கணத்தில் மேலோங்கி நின்றது.

ஆனால் மாரிக் காலம் வருவதற்குள் எப்பாடு பட்டேனும் கார்ப்பேதிய மலைத் தொடரைக் கடந்துவிட வேண்டுமென்றும், கடந்து, ஹங்கேரிக்குள் புகுந்துவிட வேண்டும் என்றும், அந்த நாட்டைச் சுடுகாடாக்கிக் கொட்டை பரப்பிவிட வேண்டும் என்றும் ராணுவத் தலைமைப்பீடம் பேராவல் கொண்டிருந்தது. படைவீரர்களைக் காவு கொடுக்க அவர்கள் தயங்குவில்லை; ஏனெனில் மனிதர்களின் தொகை பலத்துக்கு அவர்களிடம் பஞ்சமே இல்லை. இப்போது சீர்குலைந்து போய், தொடர்ந்து பின்வாங்கிக் கொண்டிருக்கும் ஆஸ்ட்ரியா ராணுவத்தை, இன்னும் ஒரு மூன்று மாத காலம் வரையிலும் இடைவிடாமல் உறுதியோடு தாக்கிப் போராடிக்கொண்டிருந்தால், அந்த ராணுவம் முற்றிலும் முறியடிக்கப்பட்டுச் சின்னாபின்னமாகும்; கிராகோவும், வியன்னாவும் வீழ்ச்சியடையும்; இடது புறமிருந்து ரஷ்யர்கள் பாதுகாப்பற்ற ஜெர்மானியரின் பின்னணி நிலையை அடைய ஏதுவாகும்-- இதுதான் அவர்கள் நம்பிக்கை; திட்டம்.

இந்தத் திட்டத்தை நிறைவேற்றுவதற்காகத்தான் ரஷ்யத் துருப்புக்கள் எந்தவிதமான ஓய்வும் ஒழிச்சலும் பெறாமல் மேலைத் திசையை நோக்கி இடையறாது முன்னேறின. ஆயிரக்கணக்கில் எதிரிப்படை வீரரைக் கைது செய்தனர், ஏராளமான ஆயுதங்கள், தளவாடங்கள், துப்பாக்கிகள், துணிமணிகள், உணவுச் சரக்குகள் எல்லாவற்றையும் பறிமுதல் செய்து கைப்பற்றினர். முந்திய போர்களில் எல்லாம் இத்தகைய பெருங் கொள்ளையிலே ஒரு சிறு பகுதி மட்டுமே, பட்டாளங்களைப் படைபடையாகக் கூண்டோடு கொன்று வீழ்த்தும். படு பயங்கரமான போர்களிலே ஏதாவதொரு தனிப்போர் மட்டுமே, தாக்குதலின் தலை விதியை நிர்ணயித்துவிடும். ஆனால் இப்போதோ, முதலில் நடந்த போர்களிலேயே நிரந்தர ராணுவப் படையினர் சாரிசாரியாக அழிக்கப்பட்டு

விட்டபோதிலும் கூட, அந்தப் போராட்டம் முடிவு காணவில்லை; மாறாக, அது மேலும் வலுப்பெற்றது. ஒவ்வொருவரும் போரில் பங்கெடுத்தார்கள்; இளையவர்களிலிருந்து முதியவர்கள்வரை, சகலமும், தேச மக்கள் பூராவுமே போருக்குச் சென்றனர். இந்தப் போரில் மனித அறிவுக்கு அப்பாற்பட்டு நின்ற, புரிந்து கொள்ள முடியாத ஏதோ ஒன்று தென்படுவதாகத் தோன்றியது. எதிரியோ முற்றிலும் தகர்ந்து தவிடு பொடியாகி விட்டது போல் தோன்றியது; தனது கடைசிச் சொட்டு ரத்தத்தையும் அவன் சிந்தித் தீர்த்து விட்டதாகத் தோன்றியது. இன்னும் ஒரே ஒரு தாக்குதல் மட்டும் நடத்திவிட்டால், வெற்றி நிச்சயம் என்ற ஒரு நிலைமையே நிலவியது. அத்தகைய இறுதித் தாக்குதலையும் கூட மேற்கொண்டாயிற்று. இத்தகையதொரு சந்தர்ப்பத்தில், மங்கி மறைந்து கொண்டிருந்த எதிரிப் படையினரின் இடத்திலே புத்தம் புதிய படைவீரர்கள் தமுதிமுவெனத் தோன்றினார்கள். மூர்க்கத்தனமான வைராக்கிய சித்தத்தோடு சாவையும் அழிவையும் நோக்கிச் சாடி வந்தார்கள். செல்லமாய் வளர்ந்த ஐரோப்பியர்களைப்போலவோ, தந்திர புத்தி படைத்த, தங்கள் அனைவரும் வாயில்லா ஜந்துக்களான வெறும் ஆடுமாடுகள் தான் என்பதையும், தங்களது எஜமானர்கள் கட்டிவைத்துள்ள கசாப்புக்கடையில் தாம் பலியாக, கறியாக மாற வேண்டியவர்களே என்பதையும் தெரிந்து வைத்திருந்த ருஷ்ய விவசாயிகளைப் போலவோ ஒருபோதும் தத்தாரிய நாடோடிகளும், பாரசீகக் காலாட் படையினரும் மூர்க்கத்தனமாகப் போராடி தீரமாக உயிரை விட்டதில்லை.

தெலேகினின் பட்டாளத்தில் மிஞ்சியிருந்தவர்கள் எல்லோரும் ஆழமும் ஒடுக்கமும் கொண்ட சிற்றாற்றின் கரைச்சரிவில் பம்பிப் பதுங்கியிருந்தார்கள். அவர்கள் இருப்பிடம் படுமோசமானதாக இருந்தது; எந்தவிதமான அரணும் பாதுகாப்பும் இன்றி அவர்கள் தவித்தார்கள்; அங்கிருந்த பதுங்குகுழிகளும் ஆழமற்றதாக இருந்தன. எந்த ஒரு நிமிஷத்திலும் எதிர்த் தாக்குதலுக்கான உத்தரவு வரலாம் என்று அவர்கள் எதிர்பார்த்தார்கள். எனினும்

அதற்குள் ஒரு சிறு தூக்கம் தூங்கிக்கொள்ளவும், உடை மாற்றிக் கொள்ளவும், சிறிதே ஓய்வு கொள்ளவும் அவர்கள் விரும்பினார்கள்; ஆஸ்திரியத் துருப்புக்களின் படை ஒன்று பதுங்கியிருந்த எதிர்கரையிலிருந்து இடையறாத துப்பாக்கிப் பிரயோகம் நடத்திக் கொண்டிருந்த போதிலும், அவர்கள் சிறிது களைப்பாற விரும்பினார்கள்.

வழக்கம் போல் இரவு நேரத்தில் துப்பாக்கிப் பிரயோகம் செய்யும் சத்தம் சில மணிநேரம் நின்று போய் அமைதி நிலவியது; அந்தச் சமயத்தில் தெலேகின் சுமார் ஒரு மைல் தூரத்துக்கு அப்பாலிலுள்ள பாழடைந்த கோட்டையில் அமைக்கப்பட்டிருந்த தனது படையின் தலைமைக் காரியாலயத்துக்குப் போக முனைந்தான்.

வளைந்து வளைந்து செல்லும் கோரைப் புற்கள் வளர்ந்து மண்டிய அந்த ஆற்றின் நீர்ப்பரப்பின் மீதும் கரையோரம் உள்ள சில புதர்கள் மீதும் ஒரு மெல்லிய பனிப்போர்வை படிந்திருந்தது. அன்றிரவு அமைதியும், குளிர்ச்சியும் நிறைந்து விளங்கியது; காற்றில் நனைந்து அழுகிப்போன இலைகளின் மணமும் கலந்து வீசியது. இடையிடையே ஆற்று நீர்ப் பரப்புக்குமேல் ஒரு துப்பாக்கிக் குண்டு வெடித்துச் சிதறியது.

தெலேகின் பாதையோரமாகவுள்ள பள்ளத்தைத் தாண்டிக் குதித்தவுடன், சிகரெட் பற்றவைத்துக் கொள்வதற்காகச் சிறிது நின்றான். ரோட்டின் இரு மருங்கிலும் இலைகளற்ற பெரிய மரங்கள் பல நின்றன; அங்கு நிலவிய பனி மூட்டத்தில் அந்த மரங்கள் மிக மிக உயரமானவையாகக் காட்சியளித்தன. அந்த மரங்களின் வேரடியிலுள்ள ஈர நிலத்தில் தென்பட்ட பள்ளங்களிலும் பொந்துகளிலும் பால் நிரம்பி நிற்பது போலத் தோன்றியது. அங்கு நிலவிய அமைதியைக் குலைத்து, ஒரு துப்பாக்கிக் குண்டு வீச்சென்று கத்திக்கொண்டு பறந்தது. தெலேகின் ஆழ்ந்து மூச்செடுத்தவாறு, நெறுநெறுக்கும் ரோட்டுக் கற்களின் மீது நடந்து சென்றான்; தனது தலைக்குமேல் நிழலிட்டுக் கவிந்துள்ள மரக்கிளைகளையும் நிமிர்ந்து பார்த்தான். அங்கு நிலவிய அமைதியும், தான் தன்னந் தனியாகச் சிந்தனை

செய்தவாறே நடந்து செல்கிறோம் என்ற உணர்ச்சியும் அவனது இதயத்துக்கு இதமளித்தது. காது செவிடுபட ஒலிக்கும் பகல் நேரத்தின் வேட்டுச் சப்தங்களெல்லாம் ஓய்ந்துவிட்டன; இப்போதோ அவனது இதயத்தில் ஏதோ ஒரு சூட்சுமமான சோக உணர்ச்சி குடிபுகுந்து உறுத்தியது. மீண்டும் அவன் பெருமூச்செறிந்தான்; தன் கையிலிருந்த சிகரெட்டை விட்டெறித்தான்; தனது இரு கைவிரல்களையும் பிடரியில் பிணைத்துக்கோத்தவாறு ஏதோ கனவுலகத்தில் நடப்பதுபோல் நடந்து சென்றான். அதாவது, பூதமாய் நின்ற மரங்களும், காதல் நோய்க்கு ஆளாய்த் துடிதுடிக்கும் தனது இதயத்தையும், கண்ணுக்குப் புலப்படாத தாஷாவின் எழிலும் மட்டும் உள்ள ஒரு கனவுலகில் நடப்பதுபோல் அவன் நடந்து சென்றான்.

ஓய்வும் அமைதியும் ஒன்று கூடிய அந்த நேரத்தில் தாஷா அவனிடமே இருந்தாள். பீரங்கிக் குண்டுகளின் பெரு முழக்கமும், துப்பாக்கிக் குண்டுகளின் படபடக்கும் சப்தமும், கூச்சல்களும் வசவுகளும்- அதாவது தெய்வீகமான பிரபஞ்சத்துக்கே அன்னியமான இந்தச் சப்த பேதங்கள் அனைத்தும்- சமாதி அடைந்து அமைதி நிலவும் வேளைகளிலெல்லாம், ஏதாவதொரு பதுங்கு குழிக்குள்ளே அடங்கி முடங்கி அமரந்திருக்க நேர்கின்ற வேளையிலெல்லாம், அவனது இதயம் தாஷாவின் மனோ சக்தியைத் தொட்டுணர்வது போலவே தோன்றியது.

தான் சாக நேர்ந்தாலும்கூட, தனது இதயத்திலே தோன்றிய அந்த ஆத்ம சங்கமம் பற்றிய உணர்ச்சி, கடைசி மூச்சு தன்னை விட்டுப்பிரியும் வரையிலும், இதயத்திலே குடி. கொண்டு விளங்கும் என்றே அவனுக்குத் தோன்றியது. அவனுக்கு மரணத்தைப் பற்றிய பயமே இல்லை; சொல்லப் போனால், அவன் அதை நினைத்துக்கூடப் பார்க்கவில்லை. உயிர் வாழ்கிறோம் என்ற இந்த அற்புதமான உணர்ச்சியை எந்த ஒரு சக்தியும், ஏன், மரணமும் கூடப் போக்கடிக்க முடியாது.

சென்ற கோடைப்பருவத்தின் போது, கடைசி முறையாக தாஷாவைப் பார்க்கப் போகிறோம் என்று அவனுக்குத்

தோன்றியது. அதற்காக அவன் எவ்பதோரியாவுக்குச் சென்றான்; அங்கு செல்கின்ற போது வழியெல்லாம் அவனுக்கு ஒரே மனக் கலவரம்; தயக்கம். தாஷாவைத்தான் பார்க்க வந்த காரணம் பற்றி அவளிடம் என்னென்ன காரணங்களைச் சொல்லலாம் என்று எண்ணித் தவித்தான். ஆனால் எதிர்பாராத விதமாக அவன் தாஷாவை வழியிலேயே சந்திப்பது, திடீரென்று பொங்கி வந்த தாஷாவின் கண்ணீர்ப் பெருக்கு, அவனது மார்பின் மீது புதைந்திருந்த அவளது அழகிய தலை, கடல் மணம் வீசும் தலைமயிர், அழகிய கைகள், தோள்கள், பிள்ளைத் தன்மையோடு விளங்கும் அவளது போதை வாய், கண்ணீரால் நனைந்து போயிருந்த கண்ணிமைகள் படபடக்க அவள் முகத்தை அண்ணாந்து திரும்பி, "இவான் இலீச், அருமை இவான் இலீச்! நான் உங்களைக் காணத் துடியாய்த் துடித்துக்கொண்டிருந்தேன்!" என்று அவள் கூறிய அந்த மதுர மொழிகள் - கடற்கரையை அடுத்திருந்த அந்தப் பாதையில் நேர்ந்த இத்தகைய நம்பமுடியாத நிகழ்ச்சிகள் அனைத்தும் எதிர்பாராத நேரத்தில் இடி மாதிரி விழுந்து அவனது வாழ்க்கையின் போக்கையே ஒரு சில நிமிஷத்தில் தலை கீழாக மாற்றியமைத்து விட்டன. அவன் அவளது காதல் திருமுகத்தைக் கனிவோடு பார்த்தவாறே, "உங்களை நான் என்றென்றும் காதலிப்பேன்!" என்று சொன்னான்.

அதன் பின்னர், அந்த வார்த்தைகளை உண்மையிலேயே வாய்விட்டுச் சொன்னோமா அல்லது அவ்வாறு சொல்ல வேண்டுமென்று நினைக்கத்தான் செய்தோமா என்று அவன் தனக்குத் தானே வியந்து கொண்டான். எனினும் அவள் என்னவோ அதைப் புரிந்து கொண்டு விட்டாள். அவள் அவனது தோள்களின் மீதிருந்த தனது கரங்களை விலக்கியவாறு சொன்னாள்:

"உங்களிடம் நான் எவ்வளவோ விஷயங்கள் பேச வேண்டியிருக்கிறது. நாம் மேலே போகலாமா?"

அவர்கள் கடற்கரைக்குச் சென்றார்கள்; தண்ணீர் அருகே அங்குள்ள மணலில் உட்கார்ந்தார்கள். தாஷா

தனது கைநிறைய சிறு சிறு பரல் கற்களைப் பொறுக்கி வைத்துக் கொண்டு அவற்றை ஒவ்வொன்றாக ஆர அமரத் தண்ணீருக்குள் விட்டெறிந்து கொண்டிருந்தாள்.

"எல்லா விஷயங்களையும் கேட்டு முடிந்த பின்னரும் கூட, நீங்கள் என்னை விரும்பி ஏற்றுக்கொள்ள முடியுமா என்பது ஒரு பிரச்சனைதான். ஆனால், அதனால் ஒன்றும் கவலையில்லை. உங்கள் விருப்பம் எப்படியோ அப்படித்தான் நீங்கள் நடந்துகொள்ள வேண்டும்" என்று சொல்லி விட்டு, தாஷா பெருமூச்செறிந்தாள்: "இவான் இலீச்! நீங்கள் இல்லாத போது நான் மிகவும் மோசமாக நடந்து கொண்டு விட்டேன். நீங்கள் உண்மையை ஆராய்ந்து, என்னை மன்னிக்க வேண்டும்."

பின்னர் அவள் அவனிடம் சகல விஷயத்தையும் ஒளிக்காமல் மறைக்காமல் விவரமாகச் சொல்லத் தொடங்கினாள். சமாராவைப் பற்றியும், சமாராவிலிருந்து தான் இங்கு எப்படி வந்தாள் என்பதையும், இங்கே பெஸ்ஸோனவைச் சந்தித்ததையும் தனக்கு எப்படி வாழ்க்கை மீது விருப்பமே அற்றுப் போயிற்று என்பதையும், பீட்டர்ஸ்பர்க்கில் தனது இதயத்தில் தொற்றிக் கொண்ட அந்தக் கெடுபுத்தி எவ்வாறு மீண்டும் தன் வாழ்வில் தலைகாட்டியது என்பதையும், எப்படி தனது இதயத்தில் அது விஷமேற்றி, குறுகுறுப்புணர்ச்சியைக் குத்திக் கிளறிவிட்டது என்பதையும், அதனால் எப்படி தனக்கு எல்லாவற்றின் மீதும் வெறுப்பு ஏற்பட்டது. என்பதையும் அவனுக்கு எடுத்துச் சொன்னாள்.

"எவ்வளவு நாள்தான் மனத்தைக் கட்டுப்படுத்திக் கொண்டிருக்க முடியும்? அந்தச் சேற்றுப் படுகுழியிலே முங்கி முழுகிப் பார்த்து விடுவோமே என்று ஒரு வேட்கை என் உள்ளத்திலே திடீரென்று எழுந்தது--அதுதான் சரி என்று கூட எண்ணினேன். ஆனால், கடைசி நிமிஷத்தில் நான் பயந்து போய்விட்டேன்... இவான் இலீச்! என் அன்பே!" தாஷா தன் கரங்களை அகல விரித்தாள்; "என்னைக் காப்பாற்றுங்கள். இனிமேலும் என்னை நானே வெறுத்துக் கொண்டிருக்க முடியாது. என்னிடமுள்ள

எல்லாம் அழிந்து போய் விடவில்லை. என்பது மட்டும் நிச்சயம். நான் முற்றிலும் புதிதான, வேறானதொன்றை விரும்புகிறேன்!"

இதன்பின் தாஷா வெகு நேரம் வரையிலும் மௌனம் சாதித்தாள். தெலேகின் சூரிய ஒளியால் கண்ணாடி போல் பளபளக்கும் நீலக்கடலையே வெறித்து நோக்கியவாறு அமர்ந்திருந்தான். என்னதான் நடந்து போயிருந்த போதிலும், அவன் இதயத்தில் மட்டும் ஆனந்தமே பொங்கி வழிந்தது.

சிறிது நேரத்துக்குப்பின்னர் காலடியிலே ஒரு கடலலை வந்து மோதி நனைத்த வேளையில்தான், யுத்தம் தொடங்கி விட்டது என்பதையும், தெலேகின் மறுதினமே படையில் போய்ச் சேர வேண்டும் என்பதையும் தாஷா நினைவு கூர்ந்தாள்.

"இவான் இலீச்?"

"என்ன?"

"நீங்கள் என்னை விரும்புகிறீர்களா?"

"ஆமாம்."

"ரொம்பவுமா?"

"ஆமாம்."

பின்னர் அவள் அவனுக்கு அருகில் மணலில் ஊர்ந்து நெருங்கிச் சென்று அமர்ந்தாள்; அன்றொரு நாள் கப்பலில் செய்தது போலவே, தனது கரத்தை அவனது கரத்தின் மீது வைத்துக் கொண்டாள்.

"இவான் இலீச்--உங்களை நானும் விரும்புகிறேன்."

பின்னர் அவள் தனது நடுங்கும் கைவிரல்களைப் பிசைந்தவாறே, சிறிது நேர மௌனத்துக்குப் பின்னர் கேட்டாள்:

"ஆமாம். வழியில் நீங்கள் என்னிடம் ஏதோ விஷயம்

சொன்னீர்களே. என்ன அது? யுத்தமா? யாரோடு?" அவள் தன் நெற்றியை உயர்த்தி நெரித்தாள்.

"ஜெர்மானியரோடு."

"அப்படியா?---சரி. நீங்கள்?"

"நான் நாளை போயாக வேண்டும்."

,தாஷா மூச்சு வாங்கினாள்; மீண்டும் மௌனமானாள். படுக்கையை விட்டு அப்போது தான் எழுந்து வந்த நிகலாய் இவானவிச் சோ கோடு போட்ட பைஜாமாவை அணிந்தவராய் அவர்களை நோக்கி, சிறிது தூரத்தில் ஓடி வந்து கொண்டிருந்தார்; அவர் தமது கையிலுள்ள செய்தித்தாளை ஆட்டிக் கொண்டும், அவர்களை நோக்கிக் கத்திக் கொண்டும் ஓடி வந்தார்.

முதலில் அவர் தெலேகின் அங்கிருந்ததைக் கவனித்ததாகத் தெரியவில்லை. பின்னர், தாஷாதான் தெலேகினை அவருக்கு அறிமுகப்படுத்தி வைத்துச் சொன்னாள்; "நிகலாய், இவர்.தான் மிகப் பெரும் எனது நண்பர்."

உடனே நிகலாய் இவானவிச் தெலேகின் அணிந்திருந்த கோட்டின் முன் புற மடிப்புக்களைப் ।ற்றிப் பிடித்துக் கொண்டு, அவனது முகத்துக்கு நேராக கர்ஜித்தார்; "கடைசியில் நமது நிலைமை எப்படியாகிவிட்டது, பார்த்தாயா? இளைஞனே உங்கள் நாகரிகம் அதோ தெரிகிறது! அது பிசாசுத்தனமானது. சுத்தப் பைத்தியக்காரத்தனம்!"

அன்று முழுவதும் தாஷா சிந்தனை வயப்பட்டவளாய் அமரிக்கையோடு காணப்பட்டாள்; தெலேகினை விட்டு ஒரு கணம் கூடப் பிரிந்திருக்கவில்லை. தெலேகினுக்கோ சூரிய ஒளியும் கடலின் ஓலமும் நிறைந்து விளங்கிய அந்த நாள் ஆதியந்தமற்ற காலம் போல் தோன்றியது; அந்த நாளின் ஒவ்வொரு நிமிஷமும் ஒரு வாழ்நாளாக விரிந்து நீண்டு விளங்குவதாகத் தென்பட்டது.

தெலேகினும் தாஷாவும் கடற்கரையிலே அலைந்து

திரிந்தார்கள்; மணலிலே படுத்துக் கிடந்தார்கள்; ஹோட்டலின் முன் மாடியிலே உட்கார்ந்திருந்தார்கள்; எல்லாவற்றையும் ஏதோ ஒரு பிரமையிலேயே செய்வதுபோல் செய்தார்கள். இருந்த போதிலும் நிகலாய் இவானவிச்சைத் தட்டிக் கழித்து, அவரிடமிருந்து தப்பித்துத் தனியே சென்று இருக்க அவர்களால் முடியவே இல்லை; அவர்கள் எங்கு சென்றாலும், நிகலாய் இவானவிச்சும் கூடவே வந்தார்; போரைப் பற்றியும், ஜெர்மானியரின் காட்டுமிராண்டித்தனத்தைப் பற்றியும் அவர் வாய் ஓயாமல் பேசிக்கொண்டும் இருந்தார்.

எனினும் மாலை நேரத்தில் நிகலாய் இவானவிச்சை ஒருவாறு தட்டிக் கழித்துவிட்டு, தாஷாவும் தெலேகினும் அலையலையாகப் படிந்திருந்த கடற்கரை மணல் மீது வெகுதூரம் நடந்து சென்றார்கள். இரண்டு பேரும் ஒன்றுமே பேசாது அமைதியாக, ஒருவர் அருகில் ஒருவராக வைத்த அடி தவறாமல் நடந்து சென்றார்கள். அந்தச் சமயத்தில் தான் தாஷாவிடம் ஏதாவது சொல்லத்தான் வேண்டும் என்ற எண்ணம் தெலேகினுக்கு உண்டாயிற்று. என்ன தான் இருந்தாலும், அவளும் அவனிடமிருந்து ஆசையும் பாசமும் மிகுந்த, சந்தேகத்துக்கே இடமில்லாத, தெள்ளத்தெளிவான உறுதி மொழியை எதிர்பார்க்கத்தானே செய்வாள்! ஆனால் அவளிடம் அவன் என்ன சொல்லமுடியும்? எவ்வளவுதான் பேசினாலும் அவனது இதயத்திலே நிரம்பி நின்ற அந்த உணர்ச்சியினையெல்லாம் வெளியிட்டு விளக்கிவிட முடியுமா? முடியாது அந்த உணர்ச்சிகளை வெளியிட்டுவிட முடியாது.

"இல்லையில்லை" என்று தரையைப் பார்த்தவாறே தனக்குத்தானே சொல்லிக் கொண்டான்: "அந்த மாதிரியான விஷயங்களை அவளிடம் சொல்வதே ஈவு இரக்கமற்ற செய்கையாகும். அவள் என்னை காதலிக்காமலிருக்கலாம்; என்னை மணந்து கொள்ளுமாறு அவளை நான் கேட்டால்; ஒரு நல்ல நேர்மையான பெண்ணைப் போல், அவள் அந்த வேண்டுகோளை ஏற்றுக்கொள்வதே தனது கடமை என்று கருதிவிடவும்

கூடும். அப்படியானால் என்னுடைய வேண்டுகோள் அவள் விஷயத்தில் பலாத்காரமாகவே அமையும். மேலும், நாங்கள் இருவரும் காலவரையின்றிப் பிரிந்திருக்க வேண்டிய நிலைமை எதிர் நோக்கி நிற்கிறது. அதிலும், நான் போரிலிருந்து விடுபட்டு உயிரோடு தப்பி வராமல் போய் விட்டால்?.. இந்த நினைவே அவளிடம் திருமணப் பேச்சை எடுக்கவொட்டாமல் என் வாயைக் கட்டிப்போடுகிறது..."

அவன் இவ்வாறு தன்னைத்தானே தாக்கி வதைத்துக் கொண்டான். திடீரென்று தாஷா சட்டென்று நின்றாள்; அவனது தோள்மீது சாய்ந்தவாறே, தனது ஒரு கால் பூட்சைக் கழற்றினாள்.

"அட கடவுளே! எவ்வளவு மணல்!" என்று கூறியவாறே அவள் அந்தப் பூட்சுக்குள் புகுந்துவிட்ட மணலை உலுப்பிக் கொட்டினாள். பின்னர் அவள் அந்தப் பூட்சைக் காலில் அணிந்து விட்டு, நிமிர்ந்து நின்றவளாய் ஆழ்ந்து மனநிறைவோடு பெருமூச்செறிந்தாள்.

"நீங்கள் போன பிறகு நான் உங்களை மேன்மேலும் அதிகமாகக் காதலிப்பேன், இவான் இலீச்!" என்று சொன்னாள்.

தன் கரத்தை அவனது கழுத்தின்மீது போட்டவளாய், தனது தெளிந்த சாம்பல் நிறக் கண்களால் அவனது முகத்தையே உற்றுப் பார்த்தாள்; அந்தக் கண்களில் ஏதோ ஒரு கண்டிப்பு தான் பிரதிபலித்தது; பின்னர் அவள் மீண்டும் லேசாகப் பெருமூச்செறிந்தாள்:

"நாம் இருவரும் அங்கும் ஒன்றாகத்தான் இருப்போம். இல்லையா?"

தெலேகின் அவளைத் தன்பால் மெல்ல இழுத்து அணைத்துக் கொண்டான்; அவளது துடிதுடிக்கும் மெல்லிய இதழ்களில் முத்தமிட்டான். தாஷா தன் கண்களை மூடினாள். இருவருமே சிறிது நேரம் மூச்சு விடாமல் ஒருவரையொருவர் அணைத்தவாறே நின்றனர்;

பிறகு தாஷா அரவணைப்பிலிருந்து விடுபட்டு, அவனது கையை மட்டும் பிடித்துக் கொண்டாள். பின்னர் அவர்கள் இருவரும் கறுத்துக் கனத்துத் தோன்றிய கடல் நீரின் அருகில் நடந்து சென்றனர்; அந்தக் கடல் நீரோ தனது செந்நாக்குகளால் அவர்களது காலடியில் மிதிபடும் மணலை நீக்கிவிட்டுச் சென்றது.

எப்போதாவது தனக்கு ஒரு கணநேர அமைதி கிட்டினாலும், தெலேகின் இந்த நிகழ்ச்சிகளையெல்லாம் புத்தம் புதிய உணர்ச்சியோடு நினைவுபடுத்திப் பார்ப்பான். இப்போதோ அவன் பனிமூட்டம் கவிந்த பாதை வழியே, பாதையின் இரு மருங்கிலுமுள்ள மரங்களுக்கிடையே தனது கைகளைப் பிடரியில் சுட்டிப் பிடித்துக்கொண்டு நடந்து சென்றான்; அவ்வாறு நடந்து செல்லும் வேளையில் தாஷாவின் அந்த வெறித்த பார்வையும், அவள் அளித்த நெடிய முத்தத்தையும் அவன் மீண்டும் உணர்ந்தான்.

"நில்! யாரங்கே?!" என்று அந்தப் பனி மூட்டத்தினுள்ளிருந்து ஒரு முரட்டுக் குரல் அலறியது.

"நண்பன்! நண்பன்!" என்று பதில் கூறியவாறே, தெலேகின் தனது கைகள் இரண்டையும் எடுத்து, தனது கம்பளிக் கோட்டின் பைகளுக்குள் செலுத்தினான்; பின்னர் அங்கு நின்ற. சில ஓக் மரங்களினூடே புகுந்து, தூரத்திலே மங்கலாகத் தெரியும் அந்தப் பழங்கோட்டையை நோக்கிச் சென்றான். அந்தக் கோட்டையின் ஜன்னல்கள் சிலவற்றில் மஞ்சள் நிறமான ஒளி தெரிந்தது. அந்தக் கோட்டையின் வாசலில் நின்று. கொண்டிருந்த மனிதன் தெலேகினைக் கண்டதும் தன் கையிலிருந்த சிகரெட்டைத் தூர எறிந்துவிட்டு, மரியாதை செலுத்தி நேராக நின்றான்.

"கடிதம் இன்னும் வந்து சேரவில்லையா?"

"இல்லை, ஸார். இன்று அதனை எதிர்பார்த்துக் கொண்டிருக்கிறோம்."

தெலேகின் உள் கூடத்துக்குள் சென்றான்; அந்தக் கூடத்தின் கடையோரத்தில் தென்பட்ட அகன்ற ஓக் மரத்தாலான

படிக்கட்டுக்கு மேலே ஒரு பழம் துணிச் சித்திரம் தொங்கிக் கொண்டிருந்தது. அந்தச் சித்திரத்தில் ஆதாமும், ஈவும் சில செடிகொடிகளுக்கு மத்தியில் நின்று கொண்டிருந்தார்கள். ஈவ் தன் கையில் ஒரு ஆப்பிள் பழம் வைத்திருந்தாள்; ஆதாமோ கையில் ஒரு பூங்கொடியை வைத்திருந்தான். மங்கிப் போயிருந்த அவர்களது முகங்களையும் கறுத்துப் போயிருந்த உடலங்கங்களையும் அங்கிருந்த ஒரு கண்ணாடிப்புட்டிக்குள் செலுத்தப்பட்டிருந்த மெழுகுவத்திச் சுடர் லேசாக ஒளி செய்து துலக்கியது; அந்தக் கண்ணாடிப் புட்டி படிக்கட்டுக்கு அடியில் நிறுத்தப்பட்டிருந்த ஒரு தூணின் மீது நின்றது.

தெலேகின் வலதுபுறமாகத் தென்பட்ட கதவைத் திறந்து கொண்டு, அடுத்திருந்த காலி அறைக்குள் சென்றான்; அந்த அறையின் முகட்டில் சிற்ப வேலைப்பாடு நிறைந்த விதானம் இருந்தது; எனினும் முந்திய நாளன்று அந்த அறைச்சுவரின் மீது ஒரு வெடிகுண்டு மோதி வெடித்ததால், அந்தச் சிற்ப விதானம் பெயர்ந்து விழுந்து விட்டது. தகதகவென்று எரிந்து கொண்டிருந்த நெருப்பின் முன்னால், லெப்டினெண்ட் பேல்ஸ்கியும், இரண்டாம் லெப்டினெண்ட் மர்தீனவும் ஒரு கட்டிலின் மீது அமர்ந்திருந்தனர். தெலேகின் அவர்களுக்கு வணக்கம் கூறிவிட்டு, தலைமைக் காரியாலயத்திலிருந்து எப்போது கார் வந்து சேரக்கூடும் என்று கேட்டான்; பின்னர் அவர்களுக்குச் சிறிது தூரம் தள்ளி, துப்பாக்கிக் குண்டுகள் வைத்திருந்த கள்ளியப் பெட்டிகளின்மேல் ஏறியமர்ந்து கொண்டான். அங்கு எரிந்த நெருப்பின் ஒளி அவனது கண்களைக் கூசச் செய்தது.

“சரி. இப்போதும் அங்கு துப்பாக்கிப் பிரயோகம் நடத்து கொண்டுதான் இருக்கிறதா?” என்று கேட்டார் மர்தீனவ்.

தெலேகின் வெறுமனே தோள்களை மட்டும் உலுக்கினான்; பேல்ஸ்கி தணிந்த குரலில் பேசிக்கொண்டே போனார்:

“அந்த நாற்றம் இருக்கிறதே, அதுதான் சகிக்க முடியாததாக இருக்கிறது. நான் சாவைக் கண்டு பயப்படவில்லை என்று

என் வீட்டாருக்குக் கடிதம் எழுதினேன்; சொல்லவும் சொன்னேன். எனது தாய்நாட்டுக்காக என் உயிரையும் தத்தம் செய்யச் சித்தமாயிருக்கிறேன். சொல்லப்போனால், அதற்காகவே நான் தரைப்படைக்கு மாற்றுதல் வாங்கி வந்தேன். இப்போதோ நான் பதுங்கு குழிகளில் சிக்கிக் கொண்டு விட்டேன். அங்குள்ள அந்த நாற்றம்–அதுதான் என்னைக் கொன்று கொண்டிருக்கிறது!"

"நாற்றம் என்ன செய்யப்போகிறது? அந்த நாற்றம் உங்களுக்குப் பிடிக்கா விட்டால், நீங்கள் அதை சுவாசிக்காமல் இருந்தால் சரியாய்ப்போகிறது!" என்று கூறியவாறே மர்தீனவ் தமது சட்டையின் தோள்பட்டை நாக்கை இழுத்து விட்டுக்கொண்டார்: "இங்குள்ள படுமோசமான நிலைமை என்னவென்றால், இங்கு ஒரு பெண்ணையும் காணோம். இந்த மாதிரி இருந்தால் நிலைமை ஒன்றும் சரிப்பட்டு வராது. கொஞ்சம் நினைத்துப் பாருங்கள். நமது ராணுவத்தலைவரோ ஒரு கிழட்டு முட்டாள். எனவே நாமெல்லாம் மதுவையும் மங்கையரையும் தொட்டுப்பார்க்கக்கூட விதியற்றுப் போய், சன்னியாசிகள் மாதிரி வாழ வேண்டியிருக்கிறது. இதுதானா பட்டாளத்தாரின் நலத்தைப் பராமரிக்கும் அழகு? இது தானா போரின் அழகு?"

மர்தீனவ் கட்டிலிலிருந்து எழுந்து, தமது பூட்ஸ்காலின் முனையால் எரிந்து கொண்டிருந்த ஒரு விறகுக் கட்டையை எட்டி மிதித்தார். பேல்ஸ்சியோ அந்த நெருப்பின் தழலையே வெறித்து நோக்கியவாறு, சோர்ந்துபோய் சிகரெட் பிடித்துக்கொண்டிருந்தார்.

"இந்த இடத்தில் ஐம்பது லட்சம் படைவீரர்கள் அகப்பட்டுக்கொண்டு அழுகி நாறுகிறார்கள்" என்று அவர் பேச முனைந்தார். "போதாக்குறைக்கு செத்துப்போன மனிதர்களின் பிணங்களும் குதிரைகளின் சவங்களும் வேறு அழுக நாற்றமெடுத்துக் கொண்டிருக்கிறது. கெட்ட நாற்றம் பிடித்ததாக இந்தப் போர் என் நினைவில் பதிந்துவிடும்."

வெளி முற்றத்தில் காரின் படபடத்த இயந்திரச் சப்தம் கேட்டது.

"கனவான்களே! கடிதம் வந்து விட்டது!" என்று வாசலிலிருந்து ஒரு குரல் ஆர்வத்தோடு ஒலித்தது.

அந்த அதிகாரிகள் முற்றத்துக்குச் சென்றார்கள். காரைச் சுற்றிலும் சில கரிய உருவங்கள் நடமாடின; வேறு சிலர் முற்றத்தில் அங்கு மிங்கும் ஓடினார்கள். ஒரு கரகரத்த குரல் திரும்பத் திரும்பச் சொல்லியது:

"தயவு செய்து பிடுங்காதீர்கள். நான் தான் தருவேனே! பொறுங்கள், பொறுங்கள்."

கடிதங்களையும், பார்ஸல்களையும் சுமந்து வந்த சாக்குப் பைகள் கூடத்துக்குள் கொண்டு வரப்பட்டன; பின்னர் அங்கிருந்த மாடிப் படிக்கட்டில் ஆதாம் ஈவ் சித்திரத்துக்குக்கீழே கொண்டுபோய் அந்தப் பைகளை அவிழ்த்தார்கள். அந்தப் பைகளில் ஒரு மாதகாலத்துக் கடிதங்கள் அனைத்தும் வந்திருந்தன. அழுக்குப்படிந்து அட்டும் புழுதியுமாய் வந்திருந்த அந்தத் துணிப்பைகளுக்குள் கடல்போல் விரிந்த காதலும் சோகமுமே அடைபட்டு வந்திருப்பது போல் தோன்றியது; நினைத்துக்கூடப் பார்க்க இயலாது போன இன்பகரமான கடந்த கால வாழ்க்கையையெல்லாம் அவை சுமந்து வந்திருப்பது போல் தோன்றியது.

"தயவு செய்து பிடுங்காதீர்கள்! பறிக்காதீர்கள்!"

சிவந்து பரந்த முகத்தையுடைய பாப்சன் என்ற காப்டன் முனகினார்: "ஸப்-லெப்டினெண்ட் தெலேகினுக்கு ஆறு கடிதங்கள், ஒரு பார்ஸல் நேஷ்னிக்கு இரண்டு கடிதங்கள்..."

"ஆனால், நேஷ்னி கொல்லப்பட்டு விட்டானே!"

"எப்போது?"

"இன்று காலையில்தான்."

தெலேகின் கடிதங்களை எடுத்துக்கொண்டு கணப்பு

நெருப்பருகே சென்றான். அவனுக்கு வந்திருந்த ஆறு கடிதங்களும் தாஷாவிடமிருந்து தான் வந்திருந்தன. கவரின் மீது எழுதப் பட்டிருந்த விலாசங்கள் குண்டு குண்டாக, மணி மணியாக எழுதப்பட்டிருந்தன. குண்டு குண்டான எழுத்துக்களை எழுதிய அந்த அன்புக் கரத்தின் மீது தெலேகினின் உள்ளத்தில் ஒரு கருணையுணர்ச்சி ஏற்பட்டது. கணப்பு நெருப்பருகே குனிந்து அமர்ந்தவாறு, அவன் முதல் கடிதத்தின் உறையைக் கவனமாகக் கழித்தான். அந்தக் கடிதத்தைக் கையில் எடுத்தபோது அவனது உள்ளத்தில் என்னென்னவோ பழம் நினைவுகள் எல்லாம் எழுந்தன. எனவே அவன் அந்த இன்ப நினைவை அனுபவித்து ஒரு கணம் கண்களை மூடிக்கொண்டான். பின்னர் அத்தக் கடிதத்தைப் படிக்கத் தொடங்கினான்:

"உங்களை வழியனுப்பிய பிறகு, நிகலாய் இவானவிச்சும் நானும் நேராக சிம்பிரோபலுக்குச் சென்றோம்; அங்கிருந்து பீட்டர்ஸ்பர்க்குக்குச் செல்லும் ரயிலில் ஏறினோம். இப்போது நாங்கள் எங்கள் பழைய வீட்டில்தான் குடியிருக்கிறோம். நிகலாய் இவானவிச் மிகவும் படுமோசமாக மன மொடிந்து போயிருக்கிறார். காத்யாவிடமிருந்து ஒரு தகவலும் கிடையாது; அவள் இப்போது எங்கிருக்கிறாள் என்பது கூட எங்களுக்கும் தெரியவில்லை. உங்களுக்கும் எனக்கும் இடையில் ஏற்பட்டுள்ள உறவு திடீரென்று ஏற்பட்ட மகத்தான உறவாகும். எனவே அந்த உறவின் நினைவிலிருந்தும் அதிர்ச்சியிலிருந்தும் நான் இன்னும் தெளிந்து நிதானம் பெறவில்லை. ‘உங்கள்’ என்ற சொல்லை உபயோகிபிப்பது குறித்து என்மீது கோபம் கொள்ளாதீர்கள். நான் உங்களைக் காதலிக்கிறேன். நான் உங்களுக்கு விசுவாசமாகவும் இருப்பேன். உங்களை மனப்பூர்வமாக என்றென்றும் காதலிப்பேன். ஆனால் இப்போதோ எல்லாம் ஒரே குழப்பமாகத் தோன்றுகிறது. பாண்டு வாத்தியம் முழங்க, பட்டாளத்து வீரர்கள் வந்து போய்க் கொண்டிருக்கிறார்கள். அதைப் பார்க்க ஒரு வருத்தமாக இருக்கிறது. அந்தப் பட்டாளத்து வீரரோடும் பாண்டு வாத்தியத்தோடும் எனது ஆனந்தமும் வெளியே புறப்பட்டுப் போகிறதோ என்ற

அச்சம் தோன்றுகிறது. இப்படியெல்லாம் சொல்லக்கூடாது என்பதை நானும் அறிவேன். எதற்கும் நீங்கள் அங்கு, போர்க்களத்தில் மிகவும் கவனமாக இருங்கள்...”

“பிரபு!”

தெலேகின் வேண்டா வெறுப்பாகத் திரும்பிப் பார்த்தான். கூடத்தின் வாசலில் ஒரு வேலைக்காரச் சிப்பாய் நின்று கொண்டிருந்தான்.

“தங்களுக்கு ஒரு தந்தி வந்திருக்கிறது. தங்களை போர் முனைக்கு வரச்சொல்லியிருக்கிறார்கள்.”

“யார் வரச் சொல்வது?”

“லெப்டினெண்ட் கார்னல் ரோசனவ். தங்களை வெகு சீக்கிரத்தில் அங்கு வரச் சொன்னார்கள்.”

தெலேகின் கடிதத்தைப் படித்து முடிக்காமலே அதனை மடித்தான்; பின்னர் மற்ற கடிதங்களுடன் அதையும் சேர்த்து, தன் சட்டைக்கடியில் திணித்தவனாய், தொப்பியை நெற்றி வரையிலும் இழுத்துவிட்டுக் கொண்டு வெளியே சென்றான்.

பனித்திரை முன்னைவிட கனமாகக் கவிந்து படிந்திருந்தது; மரங்கள் இப்போது கண்ணுக்கே புலப்படவில்லை. ஏதோ பாற்கடலைப் பிளந்து கொண்டு செல்வது மாதிரி அந்தப் பனியில் நடந்து செல்ல வேண்டியிருந்தது. காலடியிலே நெறுநெறுக்கும் கற்களின் ஓசையைக் கொண்டுதான் அந்தப் பாதையைத் தான் கண்டுகொள்ள வேண்டியிருந்தது. நடந்து செல்லும்போதே தெலேகின் தனக்குத்தானே அந்த வார்த்தைகளை திரும்பத் திரும்பச் சொல்லிக் கொண்டான். “நான் உங்களுக்கு விசுவாசமாகவும் இருப்பேன்; உங்களை மனப்பூர்வமாக என்றென்றும் காதலிப்பேன்.” திடீரென்று அவன் நின்றான்; நின்று காது கொடுத்துக் கேட்டான். அந்தப் பனிமூட்டத்தினூடேயிருந்து எவ்விதச் சத்தமும் வரக் காணோம்; மரத்தின் மேலிருந்து மட்டும் ஒரு பெரிய மழைத் துளி சளப்பென்று விழுந்தது. பின்னர் அவனுக்கு

மிகவும் அருகிலேயே நீரோட்டத்தின் களகளப்பு போன்ற சிறு சலசலப்பு ஒலிப்பதை அவன் கேட்டான். பிறகு அவன் மேலும் நடந்தான். அந்தக் கலகலக்கும் சப்தம் இப்போது முன்னை விடத் தெளிவாகக் கேட்டது. உடனே அவன் சட்டென்று பின் வாங்கினான்; அவனது காலடி பட்டு உடைத்து சிதறிய ஒரு மண் கட்டி தண்ணீருக்குள் தொப்பென்று விழுந்து சப்தித்தது.

ராஜபாட்டை அந்த இடத்தில் சிற்றாற்றின் மரப் பாலத்தோடு வந்து முடிந்தது; ஆனால் அந்தப் பாலமோ இப்போது எரிக்கப்பட்டு விட்டது. ஆற்றுக்கு அக்கரையில் சுமார் நூறு கஜங்களுக்கு அப்பால்தான் கிட்டத்தட்ட ஆற்றங்கரையின் எல்லை வரையிலும் ஆஸ்ட்ரிய சேனையின் பதுங்கு குழிகள் பரவலாக வெட்டப்பட்டிருந்தன என்பதை அவன் அறிவான். அதை உறுதிப்படுத்துவதுபோல், அவனது காலடிபட்டுத் தண்ணீருக்குள் பெயர்ந்து விழுந்த மண் கட்டியினால் எழுந்த சத்தத்தைத் தொடர்ந்து, எதிர்க்கரையில் ஒரு துப்பாக்கி வேட்டு படாரென்று வெடித்தது; சவுக்கைச் சொடுக்கியது போல் கேட்ட அந்த வேட்டுச் சப்தம் ஆற்றின் நீர்ப்பரப்பின் மீது சிலிர்த்து எதிரொலித்தது. அந்தச் சத்தத்தைத் தொடர்ந்து மற்றொரு வேட்டு; பின்னொரு வேட்டு; பிறகு தொடர்ந்து பல வேட்டுக்கள். அந்த வேட்டுச் சப்தங்கள் அனைத்தும் பனி மூட்டத்தைக் கிழித்துக்கொண்டு சகல திசைகளிலிருந்தும் வரும் பேரொலியால் கணகணத்தன. அந்த நதிப்பரப்பின் மீது ஒலித்த இடி முழக்கம் வரவர அதிகமாயிற்று; படுபயங்கரமான அந்த நாராச நரக வேதனைக்கிடையே, ஒரு இயந்திரத் துப்பாக்கியும் படபடவென்று இடைவிடாது பொரிந்து தள்ளியது, 'டூமீல்!' என்று ஏதோ ஒன்று மரத்தைத் தாக்கியது. கப்பிக் கனத்து எதிரொலி செய்து கொண்டிருந்த பனிமூட்டமோ அந்த வெறுக்கத்தக்க, எனினும் பழகிப் போய்விட்ட நிகழ்ச்சியை மூடி மறைப்பது போல் தரைமீது படிந்தது.

தெலேகினுக்கு அருகிலிருந்த மரத்தில் பலமுறை குண்டுகள் பாய்ந்தன; அவ்வாறு பாயும்போது,

ஏதாவதொரு மரக்கிளை முறிந்து கீழே விழுந்தது. அவன் பாதையிலிருந்து திரும்பி வயற்புறத்தில் இறங்கினான்; அங்குள்ள புதர்களுக்கடையே தட்டுத் தடுமாறித் தடவிக் கொண்டே இருட்டில் நடந்து சென்றான். அந்த வெடி முழக்கம் எப்படி திடீரென்று, ஆரம்பமாயிற்றோ, அதே போன்று திடீரென்று ஓயவும் தொடங்கியது; கடைசியில் வெடி முழக்கம் முற்றிலும் நின்று போயிற்று. தெலேகின் தனது தொப்பியைக் கையிலெடுத்தவாறு, முகத்தைத் துடைத்துக் கொண்டான். மீண்டும் எங்கும் சவ அமைதி நிலவியது; புதர்களிலிருந்து சொட்டிக் கொண்டிருக்கும் மழைத்துளிகளின் ஓசையைத் தவிர வேறு அரவமே இல்லை. நல்ல வேளை. இன்றைக்காவது தாஷாவின் கடிதங்களை அவன் படித்தாக வேண்டும்! தெலேகின் சரித்துக்கொண்டான்; பின்னர் ஒரு பள்ளத்தைத் தாண்டிக் குதித்தான். திடீரென்று அவனுக்கு மிகவும் சமீபத்தில் கொட்டாவிவிடும் சப்தமும், பேச்சுக்குரலும் கேட்டன;

"வசிலி! தூக்கம் போட்ட லட்சணத்தைப் பாரேன்!"

"நிறுத்து! யாரோ வருகிறார்கள்!" என்று பரபரத்தது மற்றொரு குரல்.

"யாரங்கே?"

"நண்பன்! நண்பன்!" என்று அவசர அவசரமாகச் சொன்னான் தெலேகின். அதே சமயத்தில், ஒரு பதுங்கு குழியின் மண் சுவரைக் கண்டான். அதற்குள்ளிருந்து தாடி வைத்திருந்த இரண்டு முகங்கள் மேல்நோக்கிப் பார்த்துக் கொண்டிருந்தன.

"எந்தப் பிரிவு?" என்று கேட்டான்.

"மூன்றாம் பிரிவு, பிரபு. உங்கள் பிரிவுதான், பிரபு. அது சரி. நீங்கள் மேலேயே நடந்து வருகிறீர்களே, ஏன்? குண்டு எதுவும் பாய்ந்துவிடக் கூடுமே, பிரபு!"

தெலேகின் அந்தப் பதுங்கு குழிக்குள் குதித்து, அதன் வழியே அதிகாரிகளின் பாசறையை நோக்கச் செல்லும், செய்திப் போக்குவரத்துக்குரிய வழியே நடந்தான்.

துப்பாக்கிச் சத்தத்தால் விழித்துக் கொண்ட வீரர்கள் பேசிக் கொண்டிருந்தார்கள்.

"இந்த மாதிரியான பனிமூட்டத்திலே, 'அவன்' ஆற்றை எங்காவது ஓரிடத்தில் லகுவில் கடந்து வந்துவிட முடியுமே!"

"ஆமாம். மிக மிகச் சுலபமாக!"

"திடீரென்று இப்படித் துப்பாக்கிப் பிரயோகம் செய்வதும், 'அவன்' என்ன நம்மைப் பயமுறுத்த விரும்புகிறானா? அல்லது 'அவனே' பயந்து போய் கிடக்கிறானா?"

"உனக்கு மட்டும் பயமில்லையா?"

"நானா? நான்தான் ஒரு பயந்தாங்கொள்ளியாச்சே. உனக்குத் தெரியாது?"

"டேய் பயல்களா! கவ்ரீலாவுக்குக் கைவிரல் போய்விட்டது!"

"அப்போது அவன் போட்ட சத்தத்தை நீ கேட்டிருந்தால்!"

"சில பேருக்கு அதிருஷ்டம் தானாகவே வருகிறதப்பா. அவனை இனி வீட்டுக்கு அனுப்பிவிடுவார்கள்."

"அவனை அனுப்ப மாட்டார்கள். கை முழுவதுமே போயிருந்தால் ஒரு வேளை அனுப்பக் கூடும். ஆனால் போனது ஒரே ஒரு விரல்தானே! எனவே அவன் கொஞ்ச நாட்களுக்கு எங்கேயாவது பக்கத்திலே நாறிக்கொண்டிருப்பான். பிறகு மீண்டும் பிரிவுக்குக் கொண்டு வந்து தள்ளப்படுவான்!"

"இந்தப் போர் எப்போதுதான் முடிந்து தொலையப் போகிறதோ?"

"ஊம்! சவத்தைத் தள்ளு! விடு பேச்சை!"

"எப்படியும் போர் முடியத்தான் செய்யும். ஆனால் நாம்தான் அதைப் பார்க்கப் போவதில்லை!"

"நாம் மட்டும் வியன்னாவைக் கைப்பற்றி விட்டால்?"

"வியன்னாவைக் கைப்பற்றி உனக்கு ஆகப்போவதென்ன?"

"உம். ஒன்றுமில்லை. இருந்தாலும்..."

"வசந்தகாலம் வருவதற்குள் யுத்தம் நிற்காது போனால், எல்லோரும் ஊரைப்பார்க்க ஓடிவிடுவார்கள். பின்னே ஊரில் உள்ள வயல்களையெல்லாம் யார் உழுவார்கள்? பெண்களா? ஆண்களோ கும்பல் கும்பலாகக் கொலையுண்டு வீழ்ந்திருக்கிறார்கள். அதிகம் குடித்துவிட்டோம், இனி விழுந்து புரளத்தான் வேண்டும்."

"ஆனால், ராணுவ அதிகாரிகளுக்கு போரை நிறுத்த வேண்டுமென்று எந்த அவசரமும் அக்கறையும் இல்லை, தெரியுமா?"

"இதெல்லாம் என்ன பேச்சு? யார் அப்படிச் சொன்னார்களா?"

"ஆகாகா! சார்ஜெண்ட்! சும்மா நிறுத்துங்கள். நீ பேசப்பா!"

"அதிகாரிகள் யுத்தத்தை நிறுத்தப் போவதில்லை..."

"பயல்களா! இவன் சொல்வதுதான் சரி. ஏனெனில் முதன் முதலாக அவர்களுக்கு இரட்டைச் சம்பளம் கிடைக்கிறது. அத்துடன் பதக்கங்களும் பட்டங்களும் கிடைக்கின்றன. அதுவுமல்லாமல் என்னிடம் ஒருவன் ஒரு விஷயம் சொன்னான். அதாவது, வெள்ளைக்காரர்கள் நமது ஒவ்வொரு சிப்பாய்க்கும் முப்பத்துயெட்டு ரூபிள் வீதம் நமது அதிகாரிகளுக்குக் கொடுக்கிறார்களாம்!"

"பன்றிப்பயல்கள்! நம்மை ஆடுமாடு மாதிரி விற்கவா செய்கிறார்கள்?"

"சரி, சரி, இன்னும் கொஞ்ச நாள் போகட்டும். நாமும் நமது கைவரிசையைக் காட்டுவோம்!"

தெலேகின் தனது மேலதிகாரிகள் இருந்த பாசறைக்குப் போய்ச் சேர்ந்தான். அங்கு அந்தப் படையின் தலைவரான லெப்டினெண்ட் கர்னல் ரோசனவ் இருந்தார். கொழுத்த உடம்பும், அங்கொன்றும் இங்கொன்றுமான தலைமயிரும்

கொண்ட அவர் மூக்குக் கண்ணாடி அணிந்திருந்தார். தேவதாரு மரக்கிளைகளால் மூடப்பட்டிருந்த ஒரு சேனத்தின் மீது அமர்ந்திருந்த அவர் அங்கிருந்தவாறே தெலேகினைக் கூப்பிட்டார்:

"என்ன பெரிய மனிதா! ஒரு வழியாக வந்து சேர்ந்து விட்டீர்களா?"

"மன்னிக்க வேண்டும், பியோதர் குஸ்மீச்! பனிமூட்டத்தில் நான் வழி தவறிப்போய் விட்டேன்."

"சரி, இன்றிரவு நிறைய வேலை இருக்கிறது." அவர் தமது உறுதி வாய்ந்த கரத்தில் இவ்வளவு நேரமும் வைத்துக்கொண்டிருந்த ரொட்டித் துண்டை தனது வாய்க்குள் திணித்தார். தெலேகினின் வாய் அசை போட்டுக் கொண்டிருந்தது.

"சரி, இவான் இலீச்! இதைக் கேளுங்கள். இன்றிரவே நாம் அக்கரைக்குச் சென்றுவிட வேண்டும் என்று நமக்கு உத்தரவு வந்திருக்கிறது. இந்தக் காரியத்தை நாம் நாசூக்காக செய்து முடித்து விட்டால் மிகவும் நல்லது. வாருங்கள், அருகில் உட்காருங்கள். வேண்டுமானால் கொஞ்சம் பிராந்தி சாப்பிடுகிறீர்களா? பாருங்கள். இதுதான் நான் உத்தேசித்துள்ள திட்டம்... எதிர்த்த கரையிலே ஒரு பெரிய கள்ளிப் புதர் தெரிகிறது, பாருங்கள். அதற்குச் சரி நேராக நாம் ஒரு தொங்கு பாலம் போட வேண்டும். பின்னர் அதன் வழியே இரண்டு படைப் பிரிவுகளை நாம் அனுப்பிவிட வேண்டும்!"

16

"சூசவ்?"

"இதோ இருக்கிறேன்."

"இங்கே தோண்டு!.. மெதுவாக!--மண்ணை ஆற்றுக்குள்

போடாதே. ம்! சீக்கரம், தம்பிகளா, விரைவாய்!.. சூப்சோவ்?”

“இங்கிருக்கிறேன் பிரபு!”

“கொஞ்சம் பொறு! அதை அப்படிப் போடு! இன்னும் கொஞ்சம் தோண்டு!.. தணித்து இறக்கு!.. நிறுத்திக்கொள் இப்போது!”

“தம்பிகளா! உங்களைத்தான் நிறுத்துங்கள்! என் கையையே தொலைத்துவிடப் பார்க்கிறீர்களே! தள்ளுங்கள் அப்பால்!..”

“சரி, வாருங்கள். ம்! தள்ளு!”

“சத்தம் போடாதேடா, பன்றிப்பயலே! ‘கம்’ மென்றிரு?”

“அந்த முனையைக் கீழே இறக்குங்கள்... சரி. நாங்கள் மேலே தூக்கலாமா, பிரபு?”

“இரண்டு கோடிகளையும் சரியாக இணைத்தாயிற்றா?”

“எல்லாம் ஆயிற்று.”

“இழுத்துக் கட்டுங்கள்!”

மேகக்கூட்டமும், சந்திர ஒளியும் பனிமூட்டமும் நிறைந்திருந்த அந்த இருள் மயக்கத்திலே குறுக்கும் கட்டைகளால் இணைக்கப்பட்ட இரண்டு உயரமான மரத்தூண்கள் முனகிக் கொண்டே நிமிரத்தொடங்கின. அதுதான் அவர்கள் கட்ட உத்தேசித்த தொங்கு பாலம் அந்தத் தொண்டர் படை வீரர்கள் ஆற்றங்கரையருகே அங்குமிங்கும் நடமாடிய போதிலும் அவர்களது மங்கிய உருவங்கள் அநேகமாகக் கண்களுக்குப் புலப்படவில்லை. அவர்கள் ஆத்திரத்தோடு உள்ளடங்கிய குரலில் தமக்குள் பேசிக்கொண்டார்கள்; வைது கொண்டார்கள்.

“என்ன, சரியாக நிறுத்தியாயிற்றா?”

“ஆமாம். நன்றாக இறங்கிவிட்டது.”

“இறக்குங்கள்! அதோ அந்தப் பக்கம் ஜாக்கிரதை!”

"மெதுவாக! தம்பிகளா! மெதுவாக!"

ஆற்றின் ஒடுக்கமான பிரதேசத்தில் ஆற்றங்கரைமீது நடப்பட்டிருந்த அந்த இரண்டு மரத்தூண்களும் மெல்ல மெல்ல முன்புறமாகத் தாழ்ந்து இறங்கின; ஆற்று நீர்ப் பரப்பின் மீது படிந்திருந்த பனி மூட்டத்துக்கு மேலாகத் தொங்கின.

"அது அக்கரையைத் தொட்டுவிடுமா என்ன?"

"முதலில் இறக்குகிற வேலையைக் கவனி."

"அப்பாடா! என்ன கனமாக இருக்கிறது!"

"நிறுத்து!.. நிறுத்து! மெதுவாக!"

ஆனால் அந்தத் தொங்கு பாலத்தில் முன்காடி திடுமென்று பெருத்த ஓசையெழும்பத் தண்ணீருக்குள் விழுந்தது. உடனே தெலேகின் தனது கையை ஆட்டினான்.

"பாருங்கள், கீழே!"

அந்தத் தொண்டர் படையினர் கீழே குப்புறப்படுத்தார்கள். ஆற்றங்கரையின் புல்வெளிக்குள் பம்மியவாறு அரவமின்றிப் பதுங்கக் கொண்டார்கள். பனிமூட்டம் மெல்ல விலகத் தொடங்கியது; எனினும் கும்மிருட்டு குவிந்து கவிந்தது; அருணோதயப் பொழுதின் வரவை எதிர்நோக்கி, காற்று சிலிர்த்து வீசியது. எதிர்க்கரையில் அமைதிதான் நிலவியது. தெலேகின் மீண்டும் குரல் கொடுத்தான்:

"சூப்சோவ்!"

"இதோ இங்கிருக்கிறேன்."

"சரி. மீண்டும் வேலையைத் தொடங்குங்கள்!"

மூக்கைத் தாக்கும் வியர்வை நாற்றம் வீச, சூப்சோவின் உயர்ந்த உருவம் தெலேகினைத் தாண்டி அப்பால் சென்றது; தண்ணிருக்குள் தொப்பென்று விழுந்தது. சூப்சோவின் பெரிய கை நடு நடுங்கியவாறே கோரைப்புல்லை எட்டிப் பிடித்ததையும், பின்னர் அந்தப் பிடியையும் நழுவவிட்டு,

தண்ணீருக்குள் மறைந்ததையும் தெலேகின் கண்டான்.

"ஒரே ஆழம்!" என்று சூப்சோவின் சத்தம் எங்கோ அடியிலிருந்து கம்மிப்போன குரலில் கேட்டது. "தம்பிகளா! பலகைகளைக்கொண்டு வாருங்கள்..."

"பலகைகள்!--பலகைகளை எடுத்துக்கொடுங்கள்!"

அந்தப் பலகைகளை ஒவ்வொன்றாய் கைமாற்றிக் கை மாற்றி, சத்தமில்லாமல் அங்கு கொண்டுபோய்ச் சேர்த்தார்கள். அவற்றை ஆணி அறைந்து இறுக்க முடியவில்லை; ஆணி அறைந்தால் பலத்த சத்தம் கேட்கும் என்று அஞ்சினார்கள். முதல் வரிசைப் பலகைகளைப் போட்டு முடிந்ததும், சூப்சோவ் அந்தப் பாலத்தைப் பற்றிப் பிடித்து, தண்ணீரைவிட்டு அமைதியாக மேலேறினான். பின்னர் பற்கள் கிடுகிடுக்க நெடு மூச்சு வாங்கித் தவிக்க, முனகினான்:

"பலகைகளைச் சீக்கரம் அனுப்புங்கள்!.. சீக்கிரம்! தூங்காதீர்கள், பயல்களா!"

பாலத்துக்கு அடியில் பனிக்குளிர் படிந்த தண்ணீர் சளசளத்துச் சென்றது; அந்த மரத்தூண்கள் தண்ணீருக்கு மேல் அசைந்தாடின. அக்கரையிலேயுள்ள புதர்களின் இருண்ட வரிவடிவத்தை தெலேகின் கண்டான். ருஷ்யப் படைவீரர்கள் இருந்த கரையிலும் அதே மாதிரியே தான் புதர்கள் இருந்தன; இருந்தாலும் அந்த அக்கரைப் புதர்களில் ஏதோ ஒரு வஞ்சகத் தன்மை குடிபுகுந்திருப்பது போல் தோன்றியது. ஏனைய தொண்டர் படையினர் எல்லோரும் படுத்துக்கிடந்த இடத்துக்கு தெலேகின் வந்து சேர்ந்தான்; அவர்களை நோக்கி உத்தரவிட்டான்:

"எழுந்திருங்கள்!"

உடனே தெளிவற்று உயரமாகத் தோன்றிய விசித்திரமான மனித உருவங்கள் வெள்ளிய புகையினூடே செல்லத் தொடங்கினார்கள்.

"ஒருவர் பின் ஒருவராய்!--ஓடுங்கள்!"

தெலேகின் பாலத்தை நோக்கி திரும்பினான். அதே சமயத்தில் அந்த மஞ்சள் நிறமான மரக்கட்டைப் பலகைகளின் மீது பனிப்படலத்தைக் கிழித்துக்கொண்டு பாயும் சூரியக் கதிரைப் போல் ஒரு ஒளிக்கிரணம் விழுந்து சென்றது. அத்துடன் கரிய தாடியுள்ள சூப்சோவின் தலையும் திடுக்கிட்டு உள் வாங்கியது.

துருவ விளக்கின் ஒளிக்கதிர் பக்க வாட்டில் திரும்பி, ஆற்றங்கரைப் புதரின் மீது விழுந்தது, பின்னர் தெத்தும் குத்துமாக வளைந்திருந்த ஒரு மொட்டை மரத்தின் கிளை மீது விழுந்தது; பின்னர் மீண்டும் அந்தப் பாலத்துப் பலகைகளின் மீது தாவியது. தெலேகின் பற்களை இறுகக் கடித்துக் கொண்டு, பாலத்தின்மீது ஓடினான். அங்கு நிலவிய கன்னங்கரிய பேரமைதியைக் குலைத்த பேரொலி அவனது இடிமுழக்கமாய் அவனது தலைமீது விழுந்த மாதிரி இருந்தது. மறுகணமே எதிர்க்கரையிலுள்ள ஆஸ்ட்ரியப் படையிலிருந்து துப்பாக்கிகளும் இயந்திரத் துப்பாக்கிகளும் படபடவென்று குண்டுகளைப் பொழிந்து தள்ளத் தொடங்கின. தெலேகின் கரை மீது தாவிக்குதித்து, சட்டென்று குனிந்து உட்கார்ந்தவாறு பின்னால் திரும்பிப் பார்த்தான். பாலத்தின்மீது நெட்டையான ஒரு போர்வீரன் துப்பாக்கியை மார்போடு அணைத்துப் பிடித்தவாறு ஓடி வந்து கொண்டிருந்தான்; ஆனால் தெலேகின் அவனை யாரென்று அடையாளம் கண்டுகொள்ள இயலவில்லை. திடீரென்று அந்தப் படைவீரன் தனது துப்பாக்கியை நழுவவிட்டான்; கைகளை அகல விரித்து உயர்த்தியவாறு, தண்ணீருக்குள் பக்கவாட்டாக விழுந்தான். ஒரு இயந்திரத் துப்பாக்கி பாலத்தையும், ஆற்றுத் தண்ணீரையும், ஆற்றங்கரையையும் சுற்றிச் சுற்றி வளைத்துச் சுட்டுக் கொண்டிருந்தது... பாலத்தின்மீது இன்னொருவன் ஓடிவந்தான்--ஆம். அவன் சூசவ்தான்--சூசவ் ஓடோடியும் வந்து தெலேகினின் அருகில் தரையோடு படுத்துக்கொண்டான்.

“பன்றிப் பயல்கள்! அவர்கள் குடலைக் கிழிக்க வேண்டும்!”

மீண்டும் ஒருவன்; அடுத்து மற்றொருவன்; இப்படியே நான்கு

பேர் ஓடிவந்தார்கள், அடுத்தாற் போல் ஓடிவந்தவனோ பாலத்தின் மேலிருந்து தூக்கியெறியப்பட்டான்; அவன் தண்ணீரில் விழுந்து தத்தளித்தான்.

ஆற்றைக்கடந்து, அக்கரைக்கு வந்து சேர்ந்தவர்கள் எல்லோரும் தரையோடு தரையாய்ப் படுத்துக் கிடந்தவாறு, தம்மிடமிருந்த மண்வெட்டிகளால், தமக்கு முன்னால் சிறிது மண்ணைக் குவித்துக் கொட்டி, ஒரு சிறு அரணை உண்டாக்கிக் கொண்டார்கள். இப்போதோ ஆற்றின் கரையை நோக்கி மேலும் கீழும் இடமும் வலமும் இடையறாத துப்பாக்கிப் பிரயோகம் நடந்து கொண்டேயிருந்தது. அவர்கள் தமது தலையை மேலே உயர்த்தி எட்டிப் பார்க்க சிறிதும் துணியவில்லை. ஏனெனில் தெலேகினும் அவனது சகாக்களும் படுத்துக்கிடந்த இடத்தை நோக்கி, ஒரு இயந்திரத்துப்பாக்கி இடையறாது குண்டு மழை பொழிந்து கொண்டேயிருந்தது. திடீரென்று அவர்களது தலைக்கு மேலாக ஏதோ ஒன்று உஸ்ஸென்று இரைந்து கொண்டு ஒன்றன் பின் ஒன்றாக ஆறு முறை பறந்தது; தொடர்ந்து காது செவிடுபடும் ஆறு வெடி முழக்கங்கள் கேட்டன. ஆம் இப்போது ருஷ்யர்களின் அணியிலிருந்து, அந்த இயந்திரத் துப்பாக்கி இருக்கும் இடத்தை நோக்கி, எதிர் தாக்குதல் தொடங்கப்பட்டு விட்டது; அந்தக் குண்டுகள் தலைக்குமேல் பறந்து சென்றன.

தெலேகினும் அவனுக்கு முன்னால் தரையில் படுத்திருந்த சூப்சோவும் துள்ளியெழுந்து நாற்பதடி முன்னேறினார்கள்; பின்னர் சட்டென்று மீண்டும் படுத்துக் கொண்டார்கள். அந்த இயந்திரத் துப்பாக்கி இடது புறம் தென்பட்ட இருள் மண்டலத்திலிருந்து மீண்டும் குண்டு மழை பொழியத் தொடங்கியது. எனினும் ரஷ்யர்கள் பக்கமிருந்து வந்த தாக்குதல் பலமாக இருந்தது என்பதையும், அதனால் ஆஸ்ட்ரியப் படைவீரர்கள் தரைக்குள் பதுங்கிவிட்டார்கள் என்பதையும் அவர்கள் லகுவில் உணர்ந்து கொண்டார்கள். அந்தத் துப்பாக்கிப் பிரயோகத்தின் இடையிலே நிலவிய சிறு அமைதியின் போது, அந்தத் தொண்டர்படையினர்

குனிந்தவாறே முன்னேறி ஓடினர்; ஆஸ்ட்ரியப் படையினரின் பதுங்கு குழிகளுக்கு முன்னாலிருந்த முள்வேலிகள் இருந்த இடத்துக்கு வந்து சேர்ந்தனர்; முந்தின நாளன்றுதான் ருஷ்யர்களின் பீரங்கிப்படை அந்தமுள் வேலியை முற்றாக வெட்டியெறிந்தது.

அந்த முள்வேலியை இரவோடு இரவாகச் செப்பனிட்டு, மீண்டும் நிறுத்திவிட அவர்கள் முயன்றிருக்கிறார்கள்; எனினும் அதன் விளைவாக அந்த முள்வேலியின் மீது ஒரு பிணம்தான் தொங்கிக்கொண்டிருந்தது. சூப்சோவ் அந்த முள்வேலியின் கம்பிகளை அறுத்தெறிந்தான். உடனே அந்த ஆஸ்ட்ரிய வீரனின் பிணம் தெலேகினின் காலடியில் பொத்தென்று விழுந்தது. லாப்தெவ் என்ற வீரனோ மற்றவர்களையெல்லாம் முந்திக் கொண்டு கையாலும் காலாலும் ஊர்ந்த படி முன்னேறிச் சென்றான்; அவன் கையில் துப்பாக்கி கொண்டு செல்லவில்லை; அவன் முன்னால் சென்று, ஆஸ்ட்ரியப் படையினர் எழுப்பியிருந்த தாற்காலிக அரணருகே சென்று, தரையில் படுத்துக்கொண்டான். சூப்சோவ் அவனை நோக்கிக் கத்தினான்.

"எழுந்திரு, ஒரு வெடிகுண்டை விட்டெறி!"

ஆனால் லாப்தெவோ எதுவும் பேசவில்லை; அசையவில்லை; திரும்பவும் இல்லை. அவன் பயபீதியில் விறைத்துச் செயலிழந்து போனவன் போல் தோன்றினான். துப்பாக்கிப் பிரயோகம் மேலும் அதிகரித்தது; எனவே அந்தப் படை வீரர்கள் இருந்த இடத்தைவிட்டு அசையவில்லை. அவர்களால் வெறுமனே தரையோடு தரையாய் படுத்திருக்கவும் தரையில் தமக்குத்தாமே பதுங்குவதற்குக் குழி தோண்டிக் கொண்டிருக்கவும்தான் முடிந்தது.

"எழுந்திருடா! குண்டை வீசு! பன்றிக்குப் பிறந்தவனே! சீக்கரம் எறியடா!" என்று சூப்சோவ் கத்தினான்.

பின்னர் தன்னால் தன் உடம்பை எவ்வளவு தாரம் முன்னால் நீட்ட முடியுமோ அவ்வளவு தூரம்

நீட்டியவனாய், தனது துப்பாக்கியின் கட்டைப் பாகத்தைப் பிடித்துக்கொண்டு, லாப்தெவின் தடித்த சும்பளிக் கோட்டை, துப்பாக்கிச் சனியனால் குத்தி இடித்தான். லாப்தெவ் பயமடித்துப் போன முகத்தோடு, தனது இடைவாரிலிருந்த வெடிகுண்டை எடுத்தான்; எதிரிலிருந்த அரணின் மீது தாவி ஏறினான்; வெடி குண்டைப் பதுங்கு குழிக்குள் விட்டெறிந்தான்; அது வெடித்தவுடன் தானும் அதனுள் குதித்தான்.

“நொறுக்கு! நொறுக்கு!” என்று இயற்கைக்கு மாறான குரலில் சூப்சோவ் ஊளையிட்டான்.

ஒன்பது அல்லது பத்து படைவீரர்கள் எழுந்து முன்னே ஓடினார்கள்; மறுகணம் அவர்களும் பதுங்கு குழிகளுக்குள் புகுந்து தலை மறைந்து விட்டார்கள். அதன்பின் உயிரை உலுக்கும் பெருத்த வெடிச் சத்தங்களைத் தவிர வேறு ஒன்றுமே கேட்கவில்லை.

தெலேகினோ தன் கையிலிருந்த வெடிகுண்டை விட்டெறியச் சந்தர்ப்பம் கிட்டாதவனாய், அந்த மதில் சுவரருகிலேயே மேலும் கீழும் இன்னது செய்வதெனத் தெரியாமல் ஓடினான். கடைசியில், அவனும் பதுங்கு குழிக்குள் குதித்து தட்டுத்தடுமாறிக் கொண்டும், பதுங்கு குழியின் பசைபோன்ற ஈரக் களிமண் சுவரோடு மோதி உராய்ந்து கொண்டும், முடிந்த மட்டும் சத்தம் போட்டுக்கொண்டும் ஓடினான்... அப்போது அவன் சவம்போல் வெளுத்துவிட்ட ஒரு முகத்தைக் கண்டான்; அந்த முகத்தையுடைய மனிதன் பதுங்கு குழியின் அடியில் மிதிபட்டுப் பிதுங்கிக்கொண்டிருந்தான். தெலேகின் அந்த மனிதனின் தோளைப் பற்றிப் பிடித்தான். அவன் தூக்கத்தில் பேசுவது மாதிரி ஏதேதோ உளறினான்.

“வாயை மூடுடா, முட்டாள்! நான் உன்னை ஒன்றும் செய்யப்போவதில்லை!” என்று தெலேகின் அந்த வெளிறிய முகத்தை நோக்கிக் கத்தினான். அவனது கண்களில் கண்ணீரே வந்துவிட்டது; பின்னர் அவன் அங்கு கடந்த பிணங்களையெல்லாம் தாண்டிக் கொண்டு ஓடினான்.

ஆனால் இப்போதோ சண்டை ஓய்ந்து விட்டது. தங்களது துப்பாக்கிகளைத் தூர விட்டெறிந்தவர்களாய், ஆஸ்ட்ரியப் படைவீரர்கள் குழிகளைவிட்டு வெளியே வந்தார்கள். அவர்களை ருஷ்ய படை வீரர்கள் பின்னாலிருந்து தமது துப்பாக்கி மட்டைகளால் இடித்து முன்னே தள்ளிக்கொண்டு வந்தார்கள். இந்த நிலைமையிலும் கூட, சுமார் நாற்பது அடிகளுக்கு அப்பால் உள்ள ஒரு மறைவிடத்திலிருந்து, ஒரு இயந்திரத் துப்பாக்கி ஆற்றுப் பாலத்தை நோக்கி இடையறாது சுட்டுக் கொண்டேயிருந்தது. தெலேகின் சகாக்களையும், யுத்தக் கைதிகளையும் இடித்துக் கொண்டு முன்னே வந்தவனாய்க் கத்தினான்:

"யாராவது அந்தச் சத்தத்தை நிறுத்தக்கூடாதா? சூப்சோவ்! சூப்சோவ்! நீ எங்கிருக்கிறாய்?"

"இங்கேதான், பிரபு."

"முட்டாளே! அந்தத் துப்பாக்கிப் பிரயோகத்தை நிறுத்த முடியாதா, என்ன?"

"அதனை எப்படிக் கைப்பற்றுவது என்று மட்டும் தெரிந்தால்…" அவர்கள் முன்னே ஓடினார்கள்.

"நில்லுங்கள்—இதோ இருக்கிறது வழி!"

பதுங்கு குழியின் வழியாக, ஒரு ஒடுக்கமான பாதை, அந்த இயந்திரத் துப்பாக்கி இருந்த இடத்தை நோக்கச் சென்றது. கீழே குனிந்தவனாய் தெலேகின் பதுங்குமிடத்துக்குள் ஓடினான்; அங்கு எல்லாமே சகிக்க முடியாத இடி முழக்கம் போன்று இருட்டுக்குள் அதிர்ந்து கொண்டிருந்தது. தெலேகின் அந்த இருளில் எவனோ ஒருவனின் கையை எட்டிப் பிடித்து, அவனை இழுத்துத் தள்ளினான். மறுகணமே துப்பாக்கிச் சத்தம் நின்றது. அந்த இயந்திரத் துப்பாக்கியிடமிருந்து தெலேகின் பிரித்து இழுத்து வர முயன்ற மனிதன் திமிறுவதாலும் பெருமூச்சு விடுவதாலும் ஏற்பட்ட முக்கலையும் முனகலையும் தவிர, வேறு சத்தங்களே இல்லை.

“பன்றிப் பயலே! சொன்னால் போகமாட்டாயா? போகிறாயா, இல்லையா? இதோ உன்னைப் போக வைக்கிறேன் பார்!..” என்று சூப்சோவ் பின்னாலிருந்து அதட்டியவாறே, அந்த ஆஸ்ட்ரிய வீரனைத் தனது துப்பாக்கிக் கட்டையால் மண்டையில் மூன்றுமுறை ஓங்கி அடித்தான். அந்த வீரன் நடுங்கினான்; முனகினான்; பின்னர் அடங்கி ஒடுங்கி விட்டான். தெலேகின் அவனை விட்டுவிட்டு, குழியிலிருந்து மேலேறினான். பின்னர் சூப்சோவ் குழிக்குள்ளிருந்தவாறே தெலேகினை நோக்கக் கத்தினான்.

“பயலை இந்த இயந்திரத் துப்பாக்கியுடனேயே கட்டிப் போட்டிருக்கிறார்கள், பிரபு!”

சீக்கிரமே பொழுது புலரத்தொடங்கியது. வெளிச்சம் பரவப்பரவ, மஞ்சள் நிறமான களிமண்தரையின்மீது ரத்தக்கறை திட்டுத்திட்டாகத் தெரிந்தது; சில இடங்களில் ரத்தமே ஓடியது. எங்கு பார்த்தாலும் நைந்து கிழிந்து போன தோல்பைகளும், தகர டப்பாக்களும், சாப்பிடும் தட்டுக்களும் தாறுமாறாகச் சிதறிக் கிடந்தன; மனிதப் பிணங்கள் சாக்கு மூட்டைகளைப் போல் ஆங்காங்கே குவித்து இருந்தன. இவ்வளவு நேரமும் போரிட்டு அலுத்துக் களைத்துப் போன அந்த ருஷ்ய வீரர்கள் தங்களிடமிருந்த டப்பாக்களிலிருந்து உணவை எடுத்து தின்றார்கள்; சிந்தச் சிதறி இருந்த ஆஸ்ட்ரிய வீரர்களின் பைகளையும் துழாவிப்பார்த்து ஏதாவது அகப்படுமா என்று தேடினார்கள்.

போரில் பிடித்த கைதிகளை அப்போதே ஆற்றின் மறு கரைக்கு அனுப்பி வைத்து விட்டார்கள். ஆற்றங்கரையில் முகாமிட்டிருந்த ருஷ்யப்படையினரும் ஆற்றைக்கடந்து, இக்கரைக்கு வந்து, இங்கிருந்து தமது துப்பாக்கிகளை முழக்கினார்கள்; ஆஸ்ட்ரியப் படைவீரரின் இரண்டாவது அணியைத் தாக்க முனைந்தார்கள். ஆனால், மறு தரப்பிலிருந்தோ பலத்த எதிர்ப்பு எதுவுமே இல்லை. பின்னர் மழை தூறத் தொடங்கியது; பனிமூட்டம் கலைந்து மறைந்தது. தெலேகின் பதுங்கு குழியின் மீது

தனது முழங்கையை ஊன்றியவனாய், முந்திய நாள் இரவில் தானும் தன் சகாக்களும் ஓடிவந்த வயல் வெளியை வெறித்துப் பார்த்தான். எல்லா வயல்களையும் போலத்தான் அந்த வயலும் பழுப்புநிறமாகவும் ஈரமாகவும் இருந்தது. இடையிடையே மட்டும் சுருட்டிக் கட்டப்பெற்ற முள்வேலிகள் தென்பட்டன; தரையிலே பதுங்கு குழிகள் தோண்டப்பட்ட இடங்கள் மேலோட்டமான பார்வைக்குக் கரிய தட்டுக்களாய்த் தெரிந்தன; அத்துடன் அவனோடு போரிட்ட சக வீரர்கள் சிலரின் பிணங்களும் அங்கு கிடந்தன. ஆறு வெகு சமீபத்தில் ஓடிக் கொண்டிருந்தது. இரவில் தெரிந்த புதர்களையும் மரங்களையும் இப்போது காணமுடியவில்லை. ஒரு சில கெஜங்களே உள்ள இந்தச் சிறு தூரத்தைக் கடந்து இக்கரைக்கு வருவதற்குத்தான் எத்தனை மனிதர்களையும் தளவாடங்களையும் பொருள்களையும் காவு கொடுக்க வேண்டியிருந்தது!

ஆஸ்ட்ரியர்கள் பின்வாங்கிக் கொண்டே இருந்தார்கள்; ரஷ்யத் துருப்புக்களோ கணம்கூடச் சோர்ந்து ஓய்வுபெறாமல், பொழுது இருட்டுகிறவரையிலும் அவர்களைத் துரத்திக் கொண்டே சென்றார்கள். தூரத்துக் குன்று ஒன்றின் மீதிருந்த காட்டைக் கைப்பற்ற வேண்டுமென தெலேகினுக்கும் அவனது சகாக்களும் உத்தரவு கொடுக்கப் பட்டது. சிறிது நேரம் விரைவாய்த் தொடர்ந்து துப்பாக்கிப் பிரயோகம் செய்த பின்பு, அன்று மாலையே அவர்கள் அந்தக் காட்டைக் கைப்பற்றி விட்டார்கள். அதனைக் கைப்பற்றியவுடனேயே தங்கள் பாதுகாப்பு ஏற்பாடுகளை கவனித்தார்கள்; ஆங்காங்கே காவல், போட்டார்கள்; படைத்தளத்தோடு டெலிபோன் தொடர்பை ஏற்படுத்தினார்கள்: பைகளிலிருந்த உணவுப்பொருளை எடுத்துத் தின்றார்கள். இரவு பூராவும் சுட்டுக்கொண்டேயிருக்க வேண்டும் என்று அவர்களுக்கு உத்தரவிட்டிருந்த போதிலும் பலர் அந்த இருளில், அழுகிக்கொண்டிருந்த சருகுகளுக்கு மத்தியில் சிலுசிலுக்கும் மழைத்தூரறலில் தூங்கத் தொடங்கி விட்டார்கள்.

தெலேகின் ஒரு வேரின் மீது மெல்லிய பாசி படர்ந்த மரத்தின் மீது சாய்ந்தவாறு அமர்ந்திருந்தான். இடையிடையே மரத்திலிருந்து அவனது தோளின்மீதோ, அல்லது சட்டைக்குள்ளோ மழைத்துளி விழுந்து கொண்டிருந்தது. ஒருவகையில் அவனுக்கு உதவிகரமாகவே இருந்தது. அவனைத் தூங்கவிடாமல், அந்த மழைநீர் உசுப்பி விழிப்பூட்டிக்கொண்டேயிருந்தது. அன்று காலை நிகழ்ச்சியால் ஏற்பட்டிருந்த படபடப்பும் பரபரப்பும் எப்போதோ ஓய்ந்து விட்டது; அவிந்து அழுகிப்போன பயிர்களை மிதித்துக் கொண்டு நடந்து வந்தது, வேலிகளின் மீது ஏறியது, குண்டுகுழிகளைத் தாண்டியது. தாங்க முடியாத தலைவலியோடும், மரத்துப்போன கால்களோடும் குழிகளிலிருந்து வெளியேறியது முதலிய பற்பல செய்கைகளால் ஏற்பட்டிருந்த படுமோசமான அலுப்பும் களைப்பும் மறைந்து விட்டன.

யாரோ ஒருவன் கீழே விழுந்து கிடந்த இலைகளின் வழியாக அவனை நோக்கி நடந்து வந்தான். வந்தவன் சூப்சோவ் தான். அவன் அன்போடு கேட்டான்:

"ரொட்டி வேண்டுமா, பிரபு?"

"மிக்க நன்றி."

அவன் கையிலிருந்த ரொட்டியை வாங்கி வாயில் திணித்து அசைபோட ஆரம்பித்தான் தெலேகின். அந்த ரொட்டி மிகவும் இனிமையாக இருந்தது; வாயில் போட்டவுடனேயே கரைந்து விட்டது. சூப்சோவ் அவனருகில் உட்கார்ந்தான்.

"நான் புகை பிடிக்கலாமா, பிரபு?"

"தாராளமாக, ஆனால், ஜாக்கிரதையாக!"

"என்னிடம் புகைக்குழாய் இருக்கிறது."

"சூப்சோவ்! நீ அவனைக் கொன்றிருக்கக்கூடாது. தெரிந்ததா?"

"யாரை? அந்த இயந்திரத் துப்பாக்கி வீரனையா?"

"ஆம்."

"உண்மைதான். கொன்றிருக்கக் கூடாதுதான்."

"உனக்குத் தூக்கம் வருகிறதா?"

"எனக்கா? நான் தூங்காமலேயே விழித்திருப்பேன்."

"சரி, அப்படியென்றால், நான் தூங்கிவிட்டால், என்னை எழுப்பிவிடு!"

மழைத் துளிகள் மெதுவாகவும், மென்மையாகவும் அங்கு கடத்த அழுகிப்போன இலைகளின் மீதும், தெலேகினின் கையின் மீதும், தொப்பியின்மீதும் விழுந்தன. போர்க்களத்தில் நிலவிய கூச்சல்கள், சத்தங்கள், வெறுப்பூட்டும் களேபாரங்கள், அந்த இயந்திரத் துப்பாக்கி வீரனின் மரணம்—இத்தியாதிச் சம்பவங்களுக்குப் பின்னர் அந்த மழைத்துளிகள் கண்ணாடி மணிகளைப் போல் தெறித்து விழுந்தன. அழுகிய இலைக் கூட்டத்தின் மணம் நிரம்பிய இருளின் ஆழத்தினுள் விழுந்தன. அந்த மழைத்துளிகள் விழும் சப்தம் தூக்கத்துக்கு இடையூறாக இருந்தது. தூங்கக் கூடாது! தூங்கவே கூடாது!.. தெலேகின் தன் கண்ணிமைகளைப் பலவந்தமாகத் திறந்து விழித்தான்; அவனது பார்வை எதிரேயுள்ள மரங்களின் மங்கிய வரிவடிவத்தின் மீது விழுந்தது; அந்த மரங்களெல்லாம் கரிக்கோட்டால் வரைந்து நிறுத்திய மாதிரி தெரிந்தன. இரவு முழுவதும் சுட்டுக்கொண்டேயிருப்பதில் என்ன அர்த்தம் உள்ளது... பாவம், இவர்கள் இப்போதாவது கொஞ்சம் ஓய்வு பெற்றுக் கொள்ளட்டும்... எட்டுப் பேர் இறந்து விட்டார்கள்... பதினோரு பேருக்குக் காயம்... ஆம். ஆம்! போர்களத்தில் மிகுந்த ஜாக்கிரதையோடுதான் இருக்க வேண்டும். தாஷா! என் தாஷா! இந்தக் கண்ணாடி மழைத்துளிகள் எவ்வளவு இதம் தருகின்றன! அமைதி அளிக்கின்றன!..

"இவான் இலீச்!"

“என்ன? நான் தூங்கவில்லை, ரூப்சோவ்!”

“ஒரு மனிதனைக் கொல்வது என்பது தவறுதான் இல்லையா? அவனுக்கு ஒரு வீடு உண்டு; மனைவி மக்கள் உண்டு. ஆமாம் அதில் சந்தேகமில்லை. எனினும், ஏதோ ஒரு பொம்மையைக் குத்தித் தள்ளுவதுபோல், துப்பாக்கிச் சனியனைக் கொண்டு அவனை குத்திக் கொல்கிறோம். அத்தோடு அவன் தீர்ந்து விடுகிறான். முதன் முதல் நான் ஒரு மனிதனைக் கொன்று விட்டபிறகு, அன்று முழுவதும் என்னால் சாப்பிடவே முடியவில்லை; எனக்கு உடம்பே சரியில்லை. இப்போதோ ஒன்பது பத்துப் பேரைக் கொன்று தள்ளி நான் பழகிப் போய்விட்டேன்... இது மிகவும் பயங்கரமானது, இல்லையா? எவனாவது ஒருவன் இந்தப் பாவத்தை ஏற்றுக்கொள்கிறானா?”

“எந்தப் பாவத்தை?!”

“என் பாவத்தைத்தான்! நான் கேட்கிறேன். எவனாவது ஒருவன், எவனாவது ஒரு ஜெனரல் அல்லது பீட்டர்ஸ்பர்கிலுள்ள எவனோ ஒருவன், இத்தகைய விஷயங்களையெல்லாம் பார்த்துக் கொண்டிருக்கும் ஒருவன் இதை ஏற்றுக்கொள்கிறானா?”

“நீ உன் சொந்தத் தாய் நாட்டைக் காப்பதற்காகப் போராடுகிறாய் என்றால், அதில் பாவம் என்ன இருக்கிறது?”

“அப்படித்தான்... ஆனால்... கேளுங்கள், இவான் இலீச்! இது எவனோ ஒருவனுடைய குற்றம். அந்தக் குற்றவாளியை நாம் கண்டு பிடிப்போம். இந்தப் போரை யார் தொடங்கி வைத்தார்களோ அவர்களே இதற்குப் பதில் சொல்ல வேண்டும். அவர்களே இந்தப் பழிக்கு, பாவத்துக்குத் தமது ரத்தத்தைச் சிந்திப் பதில் சொல்லியாக வேண்டும்...”

காட்டுக்குள் ஒரு வெடிச் சத்தம் உள்ளடங்கி ஒலித்தது. தெலேகின் விழித்தெழுந்து கொண்டான். எதிர்த்திசையிலிருந்து பல்வேறு வெடிச் சத்தங்கள் பதிலளித்தன.

அவர்களுக்கு ஒரே வியப்பு, ஏனெனில் மாலையிலிருந்து எதிரிகளோடு எவ்வித மோதலும் ஏற்படவில்லை. தெலேகின் உடனே டெலிபோனுக்கு ஓடினான். கரைக்குள்ளிருந்த ஒரு பொந்துக்குள்ளிருந்து டெலிபோன் இயக்கி தலை நீட்டினான்.

"டெலிபோன் வேலை செய்யவில்லை, பிரபு!"

காட்டின் நாலா திசைகளிலிருந்தும் தொடர்ந்து வெடிச் சத்தங்கள் கேட்டுக் கொண்டேயிருந்தன; துப்பாக்கிக் குண்டுகள் மரக்கிளைகளில் மோதி அவற்றை ஓசையுடன் முறித்தன; முன்னணி வீரர்கள் நாலா திசைகளிலும் சென்று பதிலுக்குச் சுட்டார்கள். பின்னர் கிளிமவ் என்ற வீரன் தெலேகினின் பக்கமாக வந்தான்; வந்து, விகாரமான விசித்திரமான குரலில் சொன்னான்:

"நம்மை வளைத்துக் கொண்டு விட்டார்கள், பிரபு!" பின்னர் அவன் தன் முகத்தைத் தூங்கிக் கொண்டு, தரையில் முகம் குப்புற விழுந்து விட்டான். இருளில் வேறொரு குரல் எங்கிருந்தோ அலறியது;

"நான் சாகிறேன், சகோதரர்களே!"

அங்கு நின்ற மரங்களின் ஊடாக, தெலேகின் தனது படைவீரரைப் பார்த்தான். அவர்கள் அனைவரும் அசைவற்று, செயலற்று நின்று கொண்டிருந்தார்கள். எல்லோரும் தன்னையே எதிர்நோக்கி நிற்கிறார்கள் என்பதை அவன் உணர்ந்து கொண்டான். அவர்கள் எல்லோரையும் ஒவ்வொருவராக, காட்டின் வடபகுதிக்குச் செல்லுமாறு உத்தரவிட்டான். வடபகுதியை மட்டிலும் தான் எதிரிகள் இன்னும் சூழ்ந்து கொண்டிருக்க முடியாது என்ற எண்ணம் அவனுக்கு. தன்னோடு எவரேனும் துணை நிற்க முன்வந்தால், தானும் அவர்களுமாகப் பதுங்கு குழிக்குள் இருந்து கொண்டு எதிரியைச் சமாளிக்க முயல்வதாகக் கூறினான்.

"ஐந்து பேராவது வேண்டும். யார் யாரெல்லாம் இங்கு நிற்க முன்வருகிறீர்கள்?"

சூப்சோவ், சூசவ் இருவரரோடு, கோலவ் என்ற மற்றொரு இளைஞனும் மரங்களுக்குப் பின்னிருந்து வெளிப்பட்டு, தெலேகினின் அருகில் வந்து நின்றனர்.

"இன்னும் இரண்டு பேர் தேவை. ரியாபின்! நீயும் வா!" என்று தன் தலையைத் திருப்பியவாறு கத்தினான் சூப்சோவ்.

"நல்லது. வருகிறேன்."

"இன்னும் ஒருவர் வந்தால்தான் ஐந்துபேர் ஆகும்!"

ஆட்டுத்தோல் மோஸ்தர் சட்டையும், கசங்கிய தொப்பியும் அணிந்த ஒரு குட்டையான மனிதன் தரைக் குள்ளிருந்து வெளிப்பட்டான்.

"நானும் இங்கு நிற்கத் தயார்."

அந்த ஆறுபேரும் இருபது அடிக்கு ஒருவராகப் படுத்துக் கொண்டு சுடத்தொடங்கினார்கள். மரங்களுக்குப் பின்னால் தென்பட்ட வீரர்கள் மறைந்து விட்டார்கள். தெலேகின் தொடர்ந்து சில முறை சுட்டான். பின்னரோ அவன் நடக்க விருப்பதைத் தெளிவாகக் கண்டான். நாளைக் காலையில் ,தனது பிணத்தை நீல நிறக்கோட்டுக்கள் அணிந்த எதிரிகள் மல்லாக்கப் புரட்டிப் பார்ப்பார்கள்; அத்துடன் தனது சடலத்தின்மீதுள்ள உடுப்புக்களையும் சோதனை போடுவார்கள்; பைகளை எல்லாம் அலசிப் பார்ப்பார்கள்! தெலேகினுக்குத் தன் சட்டைக்குள்ளே ஏதோ ஒரு முரட்டுக் கை புகுந்து துழாவுவதுபோலவே தோன்றியது.

அவன் உடனே துப்பாக்கியைக் கீழே வைத்தான்; ஈரம் மிகுந்த அந்த மெதுவான மண்ணில் ஒரு சிறு குழியைப் பறித்தான்; தனது சட்டைக்குள் மறைத்து வைத்திருந்த தாஷாவின் கடிதங்களை எடுத்து, அவற்றை முத்தமிட்டான்; பின்னர் அவற்றை அந்தக் குழிக்குள் போட்டு மூடி, அதற்கு மேல் அழுகிப்போன இலைகளைப் பரப்பிவைத்தான்!

"சகோதரர்களே! சகோதரர்களே!" என்று இடது பக்கத்திலிருந்து சூசவின் குரல் கேட்டது. இன்னும் இரண்டு முறைகளுக்கான தோட்டாக்களே மிஞ்சியிருந்தன. தெலேகின் பதுங்கிக் குனிந்தவாறே சூசவின் அருகில் ஊர்ந்து சென்று, படுத்தான், சூசவின் தோட்டாப்பையிலிருந்து ஒரு ரவுண்டுக்கான தோட்டாக்களை எடுத்துக்கொண்டான். இப்போதோ அவனும், அவனுக்கு வலது புறத்திலிருந்த மற்றொருவனும் தான் சுட்டுக் கொண்டிருந்தார்கள். கடைசியில் எவரிடமுமே தோட்டாக்கள் இல்லை. தெலேகின் ஒரு கணம் தயங்கினாள்; மறுகணம் எழுந்து நின்றான்; அங்குமிங்கும் சுற்றிப்பார்த்தவாறு, தன்னோடு தங்கிய போர் வீரர்களைப் பெயர் சொல்லி அழைத்தான். ஒரு குரல் உடன் பதிலளித்தது. "இதோ இருக்கிறேன்!" என்றபடி கோலவ் தன் துப்பாக்கி மீது சாய்ந்தவாறே வந்தான்.

"தோட்டாக்கள் இருக்கிறதா?" என்று கேட்டான் தெலேகின்.

"இல்லை."

"சரி, மற்றவர்களாவது சுடுகிறார்களா?"

"இல்லை. இல்லை."

"நல்லது. நாம் போவோம். ஓடு! ஓடு!"

கோலவ் தனது துப்பாக்கியைத் தோள்மீது போட்டவாறு, மரங்களுக்கிடையே புகுந்து ஓடினான். ஆனால் தெலேகின் பத்தடி தூரம் ஓடுவதற்குள், மொட்டை மொழுக்கட்டையான ஒரு இரும்பு விரல் அவனது தோள் பட்டை மீது ஓங்கிக் குத்துவதாகத் தோன்றியது!

17

போர் என்றால் குதிரைப்படைகளைக் கொண்டு மூர்க்கமாகத் தாக்குதல் நடத்துவது, கண்ணுக்கோர் விருந்தாக ராணுவ வீரர்கள் ராஜநடைபோட்டுச் செல்வது, சேனாதிபதிகளும் வீராதி வீரர்களும் தங்களது அசகாய சூரத்தனத்தைக் காட்டுவது என்றெல்லாம் கருதப்பட்டு வந்த பழைய சம்பிரதாயம் இருக்கிறதே, அது இப்போது பத்தாம் பசலியாகி விட்டது.

ரெஜிமெண்டல் கமாண்டர் தல்கரூகவ் என்பவர் நடத்திய பிரபலமான குதிரைப் படைத் தாக்குதலால் கிட்டிய நிகர லாபம் இதுதான்; அவர் வழக்கம்போலவே, பிரெஞ்சு மொழியில் ராணுவ வீரர்களை வைது அதட்டியவாறு, வாயில் சுருட்டைப் பற்றவைத்துக் கொண்டு, தமது தலைக்குமேல் பறந்து செல்லும் இயந்திரத் துப்பாக்கிக் குண்டுகளுக்குக் கீழாக, படையைச் செலுத்திச் சென்றார். காலாட்படைப் பிரிவைப்போல் மூன்று படைப்பிரிவினரை அணி வகுக்கச் செய்து, எதிரி முகாமின் முள்கம்பி வேலிகளையும் தாண்டிச் சென்றார். துப்பாக்கியை ஒருமுறைகூட உபயோக்காமல், எதிரி முகாமைச் சுற்றி வளைத்தார். படைவீரர்களில் பாதிப் பேர் கொல்லப்பட்டும் காயம் பட்டும் அவர்கள் கைப்பற்றியதெல்லாம் இரண்டே இரண்டு கனரகப் பீரங்ககள்தாம். அவையும் உபயோகத்துக்கு லாயக்கற்ற முறையில் எதிரிகளால் நாசமாக்கப்பட்ட நிலையிலேயே கிடைத்தன. இத்தனைக்கும் இவர்களை எதிர்த்து மிரட்டிக் கொண்டிருந்ததெல்லாம் ஒரே ஒரு இயந்திரத்துப்பாக்கிதான்.

இந்தச் சம்பவத்தைக் கேள்விப்பட்ட ஒரு கசாக்குப்படை அதிகாரி சொன்னார்:

“இந்தக் காரியத்தைச் செய்ய, மூன்று படைப்பிரிவுகள் வேண்டுமா, என்ன? ஒரு டஜன் கசாக்குகளைக் கொண்டே நான் அந்த ஓட்டைப் பீரங்கிகளைக்

கைப்பற்றியிருப்பேனே!"

போர் தொடங்கி ஒரு சில மாதங்களிலே அந்த உண்மை போதுமான அளவுக்குப் புலனாகிவிட்டது. அதாவது பெரிய மீசையும் கம்பீரமான தோற்றமும் கொண்ட ஒரு படை வீரன் இடையிலே உடைவாள் தொங்க, குண்டுகளைப் பற்றிச் சிறிதும் கவலை கொள்ளாமல் வாயு வேகம் மனோவேகமாய்க் களத்துக்குள் புகுந்து போராடும் அந்த அசகாய சூரச் செயல், பண்டைக் காலத்துக் போர் முறையின் பழைய கதை இனியும் நடவாது, உதவாது என்ற உண்மை விளங்கி விட்டது. இப்போதோ பின்னணிப் படையைத் திறமையோடும், நுணுக்கத்தோடும் திட்டமிட்டு நிர்வகிப்பதுதான் போருக்குத் தேவையான முக்கிய விஷயமாகி விட்டது. தேசப் படத்தில் குறிப்பிட்டுக் காட்டப்படும் இடங்களில் தீர்மான பணிவுணர்ச்சியோடு உயிரைவிட வேண்டும் என்பதற்காகவே படைவீரர்கள் சேர்க்கப்பட்டார்கள். அதேபோன்று, மறைந்து கொள்ளவும், தரையிலே குழி தோண்டவும், புகை மண்டலத்தினுள்ளே புகுந்து மறையவும் தெரிந்த சிப்பாய்களே தேவைப்பட்டார்கள். யுத்தத்தில் போர் வீரர்களைக் கொல்லும் முறை குறித்து, ஹேக் மகாநாட்டில் தீர்மானிக்கப்பட்ட தர்ம சம்பந்தப்பட்ட விதிமுறைகள் எல்லாம் மூச்சுப் பேச்சில்லாமல் கைவிடப்பட்டன. அத்துடன் தர்மம் குறித்த பண்டைய ஒழுக்க நியதிகளின் மிச்ச சொச்சங்களும் தேவையற்ற விஷயங்களாகிவிட்டன.

இவ்வாறாக, ஒரு சில மாதங்களாக நடந்த போரில், ஒரு நூற்றாண்டுக்குரிய காரியங்கள் நடந்தேறி விட்டன. மனித வாழ்க்கை என்பது மகோன்னதமான ஒழுக்க நியதிகளுக்குக் கட்டுப்பட்டுத்தான் இயங்கி வருகிறது என்றும் தர்மம் எப்படியும் அதர்மத்தை இறுதியில் வெற்றிகண்டே தீரும் என்றும், மனிதவர்க்கம் நிச்சயமாகச் சீர்திருந்தி முழுமை எய்தும் என்றும் நம்புவதற்கு இதுவரையிலும் பலபேர் இருந்து வந்தார்கள். அந்தோ! இப்போதோ அந்த எண்ணங்கள் எல்லாம் மனோ உறுதியைக் குலைத்துப்

பலவீனப்படுத்தி, மனித நாகரிகத்தின் முன்னேற்றத்துக்கே முட்டுக்கட்டையாக விளங்கும் மத்திய காலச் சரித்திரத்தின் மிச்ச சொச்சங்களாக உருமாறிவிட்டன. இப்போதோ முதுபெரும் லட்சியவாதிகளுக்கும் கூட தர்மம், அதர்மம் என்பதெல்லாம் தத்துவ சம்பந்தமான சுத்த சுயம்பான கருத்துக்கள் தான் என்பதும், மனித வர்க்கத்தின் மேதா விலாசமெல்லாம் ஒரு மோசமான எஜமானனுக்குச் சேவகம் புரிய முனைந்து விட்டது என்பதும் தெள்ளத் தெளிவாகப் புரிந்துவிட்டது.

கொலை செய்வதும், நாசம் செய்வதும், நாடுகளையெல்லாம் முற்றும் அழித்துச் சுடுகாடு ஆக்குவதும் வீரம் நிறைந்த புனிதமான காரியங்கள் என்று குழந்தைகளுக்குக் கற்றுக் கொடுக்கும் காலம் அந்தக் காலம். லட்சோப லட்சக்கணக்கான செய்தப் பத்திரிகைகளில் பத்திபத்தியாகத் தினம் தினம் வெளிவந்த விஷயங்களெல்லாம் இதைத்தான் உறுதிப்படுத்தின; இதைத்தான் அழுகையோடும் அங்கலாய்ப்போடும் தமது வாசகர்களுக்கு அறிவுறுத்தின. போர்களால் ஏற்படப் போகும் விளைவுகள் குறித்து ஒவ்வொரு நாளும் நிபுணர்கள் ஆரூடம் கூறினார்கள். மாடம் டேப் என்ற பிரபலமான ஜோசியக்காரியின் ஆரூடங்களையெல்லாம் பத்திரிகைகள் வெளியிட்டன. எண்ணற்ற ஜோசியர்களும்; தீர்க்கதரிசிகளும் ஜாதக நிபுணர்களும் தோன்றினார்கள். பொருள்கள் கிடைப்பது அரிதாயிற்று. வலைவாசிகளோ உயர்ந்துவிட்டன. ருஷ்ய நாட்டிலிருந்து கச்சாப் பொருள்களை ஏற்றுமதி செய்வது தடை செய்யப்பட்டது. வடக்கிலும் கிழக்கிலும் இருந்த மூன்று துறைமுகங்களுக்கும்-அதாவது, சுற்றி வளைக்கப்பட்டு, தனிமைப்படுத்தப்பட்ட ருஷ்ய நாட்டின் அடைபடா வாசல்களாக நின்ற அந்த மூன்றே மூன்று துறைமுகங்களுக்கும்--போர்த் தளவாடங்களையும் வெடிகுண்டுகளையும் தவிர வேறு எதுவுமே போய்ச் சேரவில்லை. விளைநிலங்களெல்லாம் விவசாயமிழந்து தரிசாகக் கிடந்தன. கோடானு கோடிக் கணக்கில் காகித நோட்டுக்கள் நாட்டுப்புறத்துக்குப் போயின. ஆனால் கிராமத்து விவசாயிகளோ தங்களது தானியத்தை

அரசாங்கத்துக்கு விற்கத் தமக்கு இஷ்டமில்லை என்பதைச் சாடைமாடையாய் நடத்திக்காட்ட முனைந்து விட்டார்கள்.

ஸ்டாக்ஹோமிலுள்ள மானிட தத்துவ மர்மவாதிகள் கழகத்தார் நடத்திய ரகசிய மகாநாட்டில், அந்தத் தத்துவவாதிகளின் குருநாதரான தலைவர் ஒரு விஷயத்தைப் பிரகடனப்படுத்தினார். அதாவது பிரபஞ்சத்தின் உயர்ந்த மட்டங்களிலே நடைபெற்றுக் கொண்டிருந்த பிரளயப் போராட்டம் இப்போது பூலோகத்துக்கு வந்துவிட்டதாகவும், எனவே ஓர் உலகப் பிரளயம் நேரும் காலம் நெருங்கிவிட்டதாகவும், அந்தப் பிரளய பயங்கரத்திலிருந்து, பாபத்திலிருந்து மனித வர்க்கத்தை மீட்பதற்காக, தற்சமயம் ருஷ்ய நாடு தியாக வேள்வியில் பலியாகத்தான் வேண்டும் என்பதாகவும் அவர் பேசினர். சகலவிதமான அறிவுக்குப் பொருத்தமான கூற்றுக்களும் இரண்டாயிரம் மைல் நீளமுள்ள ஐரோப்பாவை மூழ்கடித்துள்ள ரத்தக் கடலில் ஆழ்ந்தன. மனிதவர்க்கம் எஃகாலும், வெடிமருந்துகளாலும், பசி பட்டினியாலும் ஏன் தன்னைத்தானே விடாப்பிடியால் அழித்துக்கொண்டிருந்தது என்பதை விளக்குவதற்கு மூளைக்குச் சக்தியில்லை. வெகுகாலமாக உள்ளுக்குள்ளேயே பழுத்து முதிர்ந்து வந்த பிளவை நோய்கள் எல்லாம் இப்போது வெடித்துக் வெம்பிவிட்டன. பண்டைக் காலத்தின் பாரம்பரியம் தலையைத் தூக்கியது. ஆனால் இதுவும் கூட சரியான விளக்கமாகத் தோன்றவில்லை.

பற்பல நாடுகளில் பஞ்சம் ஆரம்பமாயிற்று. எங்கு பார்த்தாலும் வாழ்க்கை ஸ்தம்பித்தது; ஏதோ ஒரு பெரிய துன்பியல் நாடகத்தின் முதல் அங்கமாகத்தான் இந்த யுத்தம் வந்துள்ளது என்று தோன்றியது.

நேற்று வரை உயிரணுவாயிருந்து இப்போது உப்பி வீங்கிப் போயுள்ள ஒவ்வொரு தனிமனிதனும், இத்தக் கோரக் காட்சியைக் கண்டு கையறு நிலையில் தவிக்கும் சிறு தூசாகச் சுண்டிச் சுருங்கனான். இந்தச் சோக நாடகத்தில் தனிமனிதனின் இடத்தைப் புராதன காலத்து மன்மதக்

கூட்டம் ஆக்கிரமித்துக் கொண்டது.

பெண்களின் நிலைமையோ எல்லாவற்றையும் விடக் கடினமானதாயிற்று. ஒவ்வொரு பெண்ணும் தத்தம் அழகு, கவர்ச்சி, திறமை முதலியவற்றுக்குத் தக்கவாறும் மெல்லிய இழைகளால் தத்தம் அன்றாட வாழ்க்கையைத் தாங்கி நிற்கும் அளவுக்கு வலைகளைப் பின்னி வைத்திருந்தார்கள். எப்படியிருந்தபோதிலும் சிலந்திவலையில் விழுந்துதான் ஆகவேண்டிய விதி படைத்த மானிட ஈக்கள் அதில் விழுந்து சகக் காதல் வேட்கையால் இரைந்து துடித்தன.

ஆனால் அந்த காதல் வலைகளெல்லாம் போரால் அறு பட்டுப்போய்விட்டன. அத்தகைய பயங்கரமான காலத்திலே, அந்த வலைகளை மீண்டும் பின்னி முடிப்பதென்பதோ நடக்கக் கூடிய காரியமல்ல, அவர்கள் நல்ல காலத்தை எதிர்நோக்கிக் காத்துக்கிடப்பதைத் தவிர எதுவும் செய்ய இயலவில்லை. அந்தப் பெண்களும் காத்திருந்தார்கள்; அமைதியாகக் காத்திருந்தார்கள். காலம் மட்டும் கடந்து கொண்டே போயிற்று; ஒரு பெண்ணின் வாழ்க்கையில் ஒரே ஒருமுறை வரக்கூடிய மிக மிக அரிதான இளமைப் பருவமும் வறண்ட சோக வேதனையிலேயே கழிந்தது.

கணவர்கள், காதலர்கள், சகோதரர்கள், புத்திரர்கள்-- இந்த உறவு முறைகளெல்லாம் இப்போது வெறும் சுழிகளாகவும், எண்ணிக்கையாகவும், அர்த்தமற்ற தொகையாகவும் மாறிவிட்டன. அவர்களெல்லாம் ரோட்டுப்புறத்திலும், காட்டுப்புறத்திலும் வயல்களிலும் தென்பட்ட மண்மேடுகளின் கீழ் புதைந்து விட்டார்கள். வயது ஏற ஏற முதுமை படியும் பெண்களின் முகங்களிலே மேலும் மேலும் இடை விடாது தோன்றிக்கொண்டிருந்த சுருக்கங்களை எந்தவொரு முயற்சியாலும் போக்கடிக்க முடியவில்லை.

18

“ ‘நீ ஒரு வறட்டுத் தத்துவவாதி. நான் இந்தச் சமூக-ஜனநாயகவாதிகளையே வெறுக்கிறேன். ஒருவன் வாய்தவறி ஏதாவது ஒரு வார்த்தை சொல்லி விட்டால்கூட, நீங்கள் அதைப் பிடித்துக்கொண்டு அவனை வதைக்கத் தயாராகிவிடுவீர்கள். நீ லௌகிகமே தெரியாத ஜந்து!’ என்று இவ்வாறு என் சகோதரனைப் பார்த்து நான் சொன்னேன். ஆமாம். சொல்லத்தான் செய்தேன். எனது பேச்சைத் தாங்க அவனால் முடியவில்லை. எனவே அவன் என்னை வீட்டை விட்டும் வெளி யேற்றிவிட்டான். அதனால் நான் இங்கே, மாஸ்கோவுக்கு வந்து விட்டேன்; கையில் ஒற்றைக் காசுமில்லாமல் இங்கு நிற்கிறேன். என் நிலைமை வேடிக்கையாக இல்லை. தார்யா இமித்ரியவ்னா, நிகலாய் இவானவிச்சிடம் பேசிப்பாருங்கள். எந்த வேலை கிடைத்தாலும் நான் செய்யத் தயார். எனினும் ரயில் ஆஸ்பத்திரியில் வேலை பார்ப்பதையே நான் விரும்புவேன்.”

“நல்லது. நான் அவரிடம் பேசிப் பார்க்கிறேன்.”

“இங்கு எனக்கு நண்பர்கள் யாருமே இல்லை. உங்களுக்கு எங்களது ‘மத்திய பீடம்’ நினைவிருக்கிறதா? வாலெத் எங்கோ சீனாவுக்குப் போய்விட்டதாகச் சொல்கிறார்கள்... சாபஷ்கோவ் ஏதோ ஒரு போர் முனையில் இருக்கிறாராம். ஜீரவ் காகஸஸ் பிரதேசத்தில் இருக்கிறாராம்; அங்கு அவர் புதுக் கலை படைப்போர் தத்துவம் பற்றிப் பிரசங்கங்கள் செய்கிறாராம். இவான் இலீச் தெலேகின் எங்கே இருக்கிறாரோ? அது மட்டும் எனக்குத் தெரியவில்லை. நீங்கள் அவரைப் பற்றி நன்கு அறிவீர்கள் என்று நம்புகிறேன்.”

இருபுறத்திலும் குவிந்து கடக்கும் பனிக்கட்டிகளுக்கு ஊடே செல்லும் பக்கத்துச் சந்து வழியாக எலிசவேதா கீயவ்னாவும். தாஷாவும் மெதுவாக நடந்து சென்றார்கள். மெல்லிய பனி மழை பெய்துகொண்டிருந்தது; பனிக்கட்டித்

துகள்கள் அவர்களது காலடியிலே தெறு நெறுத்தன. ஒரு தணிந்த வழுக்கு வண்டி பக்கத்திலே ஓடிச் சென்றது; அந்த வண்டிக்காரன் தனது கம்பளிப் பூட்சை வெளியே தெரியும்படி அழுத்தி மிதித்தவனாய், அவர்களை நோக்கிச் சத்தமிட்டான்:

"அம்மா, பெண்டுகளா! பார்த்துப்போங்கள்! வண்டி மேலேறிவிடப் போகிறது."

அந்த ஆண்டின் மாரிக் காலத்தில் அமிதமான பனிமழை பெய்தது. லைம் மரங்களின் கிளைகள் பனிக்கட்டித் துகள்களின் பாரம் தாங்காமல், தெருவின் மீது வளைந்து தொங்கி நின்றன, பனி படர்ந்த வெள்ளிய வானத்திலே பறவைகள் முன்னும் பின்னும் பறந்து சென்றன. தேவாலயத்தின் கூரைகளின்மீது வாழ்ந்து வந்த காக்கைகள் கும்பல் கும்பலாகச் சிதறிப்போய், நகரத்தின் மீது கத்திக்கொண்டே பறந்து திரிந்தன; கோபுரங்களின் மீதும், கலச கூடங்கள் மீதும் சென்று உட்கார்ந்தன; அகாத உயரத்துக்கு மேலேறிப் பறந்தன. தெரு மூலை வந்ததும் தாஷா மெல்ல நின்றாள்; நின்று (தனது வெள்ளைச் சால்வையைத் தலைமீது இழுத்துப்போட்டுக் கொண்டாள். ஸீல் தோலில் தைத்த அவளது கோட்டின் மீதும், கையுறைகள் மீதும் பனித்துகள்கள் படித்திருந்தன. அவளது முகம் மெலிந்து காணப்பட்டது; அவளது கண்களோ முன்னைவிடப் பெரியனவாகவும், கவலை ததும்புவதாகவும் தோற்றமளித்தன.

"இவான் இலீச் தெலேகினைக் காணவில்லையாம்!" என்றாள் தாஷா: "அவரைப்பற்றி எனக்கு ஒன்றுமே தெரியாது."

தாஷா தன் கண்களை மேலே இருப்பி, பறந்து செல்லும் பறவைகளைப் பார்த்தாள். பனி மூடிய அந்தப் பட்டணத்திலே, அந்தக் காக்கைகள் பசியால் தவித்து அலைந்து போய் விட்டன. எலிசவேதா கீவ்னா அங்கேயே நின்றாள்; சன்னமாகச் சாயம் பூசப்பெற்ற உதடுகளில் புன்னகை பூத்தவாறு, தலை

குனிந்து நின்றாள். அவள் காதுகளை மூடி மறைக்கும் மடிப்புகள் உள்ள தொப்பியையும், ஆண்கள் அணியும் கோட்டையும் அணிந்திருந்தாள். அந்தக் கோட்டு அவளது மார்பகத்தின்மீது இறுக்கமாகப் பிடித்து நின்றது. கோட்டின் கம்பளிக் காலர் மிகவும் பெரிதாக இருந்தது; கோட்டின் குட்டையான கைகளோ அவளது சிவந்த கரங்கள் வரையிலும் எட்டவே இல்லை. அவளது வெளிறிய குழுத்தின் மீது பனித்துகள்கள் உருடி வழிந்தோடின.

"நான் உங்கள் விஷயமாக இன்றே நிகலாய் இவானவிச்சிடம் பேசுகிறேன்" என்றாள் தாஷா.

"எந்த வேலையானாலும் சரி" என்று தரையைப் பார்த்துக்கொண்டும் தலையை ஆட்டிக்கொண்டும் சொன்னாள் எலிசவேதா கீயவ்னா: "நான் இவான் இலீச்சை நேசித்தேன். ஆம். மகவும் நேசித்தேன்!" என்று மேலும் சொன்னாள். பின்னர் சிரித்தாள்; அவளது கண்களில் கண்ணீர் நிரம்பியது; "சரி. பின்னே நான் நாளை மீண்டும் சந்திக்கிறேன், வரட்டுமா?"

அவள் சட்டென்று திரும்பி நடக்கத்தொடங்கினாள்; கம்பளிப் பூட்சுகள் அணிந்த தனது கால்களை எட்ட எடுத்து வைத்தவாறும், ஆண்பிள்ளையைப் போல் தனது கைகள் இரண்டையும் கோட்டுப்பைகளுக்குள் திணித்தவாறும் அவள் நடந்து சென்றாள்.

தாஷா அவள் செல்வதையே பார்த்தாள்; பின்னர் தன் புருவங்களைச் சுழித்து நெரித்தவாறே, தெரு மூலையை விட்டுத் திரும்பினாள்; தற்சமயம் ஒரு ஆஸ்பத்திரியாக உபயோகப் படுத்தப்பட்டு வந்த ஒரு பெரிய வீட்டு வாசலைநோக்கி நடந்தாள். பிரமாண்டமாகக் கட்டப்பெற்றிருந்த அந்த வீட்டின் பெரிய அறைகளில் 'அயோடின்' மருந்தின் நெடி நிறைந்து வீசியது; அந்த அறைகளிலுள்ள படுக்கைகளில் ஒட்ட வெட்டப்பட்ட கிராப்புத் தலையையுடைய காயமுற்ற மனிதர்கள் நிலையங்கிகளை அணிந்தவாறு படுத்திருந்தார்கள்;: அல்லது உட்கார்ந்திருந்தார்கள். ஒரு ஜன்னலின் அருகே இரண்டு

பேர் "டிராட்ஸ்" என்ற சதுரங்க விளையாட்டை ஆடிக் கொண்டிருந்தார்கள். இன்னொரு மனிதன் கால்களில் செருப்புக்களை அணிந்து கொண்டு, அந்த அறைக்குள் மேலும் கீழும் மெதுவாக நடந்து கொண்டிருந்தான். தாஷா அங்கு வந்ததும், அவளைச் சட்டென்று ஒரு பார்வை பார்த்தான்; புருவத்தை நெரித்தான்; இரு கைகளையும் தலைக்குக் கீழ் கோர்த்தவாறு படுக்கையில் போய்படுத்தான்.

"நர்ஸ்!" என்று பலவீனமான ஒரு குரல் கேட்டது.

தடித்த உதடுகளும், பெருத்த உடம்பும் கொண்ட ஒரு மனிதனை நோக்கி தாஷா சென்றாள்.

"நீ நன்றாயிருப்பாய்! என்னை இடது பக்கமாகப் புரட்டிப் போட்டுவிடு, தாயே!" என்று ஒவ்வொரு வார்த்தையாக முக்கி முனகிச் சொன்னான் அவன். தாஷா அவனைப் பிடித்து, தனது பலத்தையெல்லாம் கொண்டு அவனைத் தூக்கிச் சாக்கு மூட்டையைப் புரட்டுவதுபோலப் புரட்டிப் போட்டாள்.

"எனக்கு 'உடல் வெப்ப நிலை' பார்ப்பதற்கு நேரமாகி விட்டது, நர்ஸ்!"

தாஷா தெர்மாமீட்டரை எடுத்து, அவனது கட்கத்தில் வைத்தாள்.

"நர்ஸ்! எனக்கு இன்னும் வாந்தி வந்துகொண்டேயிருக்கிறது. நான் துண்டு ரொட்டி சாப்பிட்டாலும் சரி, அத்தனையும் வாந்தியாகிவிடுகிறது. என்னால் இந்த வேதனையை இனிமேலும் சகிக்க முடியாது."

தாஷா அவனை ஒரு போர்வையால் இழுத்து மூடிவிட்டு, அப்பால் சென்றாள். பக்கத்துப் படுக்கைகளிலுள்ளவர்கள் அவளை நோக்கிப் புன்னகை புரிந்தார்கள். யாரோ ஒருவன் சொன்னான்:

"நர்ஸ்! அவனுக்கு ஒரு தகராறும் இல்லை. வேண்டுமென்று தான் உன்னை வேலை வாங்குகிறான். அவனுக்கென்ன?

எருமைமாடு மாதிரி பலமாகத்தான் இருக்கிறான்!"

"அவனும்தான் தமாஷ் பண்ணிவிட்டுப் போகட்டுமே! அவனுக்கு விளையாட்டு என்றால் நர்ஸம்மாளுக்கு அது வேலை. அதைக் கண்டு அவனுக்கு ஆனந்தம்!" என்றது மற்றொரு குரல்.

"நர்ஸ்! செமேன் உங்களிடம் ஏதோ கேட்க விரும்புகிறான். ஆனால் கூச்சப்படுகிறான்!"

தாஷா ஒரு விவசாயியிடம் சென்றாள். அவனது கண்கள் காடைக் கண்கள் மாதிரி வட்டமாகவும், களிப்பு மிகுந்ததாகவும் தென்பட்டன; அவனது வாய் மட்டும் கரடியின் வாய் மாதிரி சிறியதாக இருந்தது. விசிறி மாதிரி விரிந்து நின்ற அவனது தாடியை அவன் அழகாய் வாரி விட்டிருந்தான். தாஷா அவனை நோக்கிச் சென்றதும், அவன் தனது உதடுகளை பிதுக்கியவாறு, தாடியை முன்னால் நீட்டினான்.

"நர்ஸ்! அவர்கள் சும்மா தமாஷ் பண்ணுகிறார்கள். எனக்கு எல்லாம் முழுத் திருப்தி. நான் பணிவன்போடு உனக்கு நன்றி செலுத்துகிறேன்."

தாஷா புன்னகை புரித்தாள். தனது இதயத்திலே தென் பட்ட சுமையுணர்ச்சி குறைந்து விட்டதுபோல் அவள் உணர்ந்தாள். அவள் செமேனுக்கு அருகில் அப்படுக்கையின் ஒரு பக்கத்தில் அமர்ந்தாள்; பின்னர் அவனது சட்டைக் கைகளைத் திரைத்துச் சுருட்டிவிட்டு, கட்டுக்களைப் பரிசோதனை செய்தாள். அவனோ தனக்கு ஏற்படும் சகலவிதமான வலி, வேதனைகளையும் பற்றி விளக்கத் தொடங்கி விட்டான்.

தாஷா அக்டோபர் மாதத்தில் மாஸ்கோவுக்கு வந்து சேர்ந்தாள். அதாவது நிகலாய் இவானலிச் தேசபக்தி ஆவேசத்தால் தூண்டப்பெற்று, மாஸ்கோவுக்கு வந்து, தற்காப்புக்கான நகர மக்கள் சங்கத்தின் மாஸ்கோ கிளையில் ஒரு பதவியை ஏற்றுக்கொண்ட சமயத்தில்தான் அவளும் அங்கு வந்து சேர்ந்தாள். அவர் தாம் குடியிருந்து

வந்த பீட்டர்ஸ்பர்க் நகரத்து வீட்டை, ராணுவ கோஷ்டியிலிருந்து வந்த ஒரு ஆங்கிலேயருக்குக் கொடுத்து விட்டார். மாஸ்கோவிலோ அவர் தாஷாவுடன் மிகவும் எளிமையான முறையில் வாழ்ந்து வந்தார்; இப்போதோ அவர் உண்டு கொழுத்துப்போன அறிவுஜீவிகளை நிந்தனை செய்தார்; கோட்டையே அணிந்து திரிந்தார்; அவர் சொல்வது மாதிரியே மாடாய் உழைத்தார்.

தாஷா கிரிமினல் சட்டத்தில் கல்விப்யின்று வந்தாள்; அத்துடன் தான் வசித்து வந்த சிறிய வீட்டு வேலைகளைக் கவனித்தாள்; நாள் தவறாமல் தெலேகினுக்கு கடிதம் எழுதி வந்தாள். அவளது உள்ளத்திலோ இப்போது அமைதியும் குடி கொண்டிருந்தது. கடந்த கால நினைவுகள் என்பது ஏதோ ஒரு பூர்வாசிரம வாழ்வின் நிகழ்ச்சிகள் போல் மங்கி மறைந்து விட்டன. இப்போதோ அவள் அரைகுறை உயிரோடு வாழ்ந்து வருவதுபோலவே தோன்றினாள்: அதாவது, தெலேகினுக்காகத் தன்னைத்தானே புனிதமுடையவளாகவும், கட்டுப்பாடு உடையவளாகவும் பாதுகாத்து வரவேண்டுமென்று அவள் மிகவும் கவலை கொண்டாள்; எப்போது பார்த்தாலும் ஆதங்க உணர்ச்சிக்கு ஆளாகி, தெலேகினைப்பற்றிச் செய்திகளை எதிர்பார்த்துத் தவிப்பவளாகவே இருந்து வந்தாள்.

நவம்பர் மாதத் தொடக்கத்தில் தாஷா தனது காலைக் காப்பியை ரசித்துக் குடித்துக் கொண்டே, ‘ருஷ்ய வாக்கு’ என்ற பத்திரிகையைப் புரட்டிப் பார்த்துக்கொண்டிருந்தாள். அப்போது அவளது பார்வை போர்க்களத்தில் காணாமல் போய்விட்டவர்களின் பட்டியலில் காணப்பட்ட ‘தெலேகின்’ என்ற பெயரின் மீது விழுந்தது. இரண்டு பத்திகள் நிறைய மிகவும் சிறிய எழுத்தில் இருந்தது அந்தப் பட்டியல். காயமடைந்தோரின் ஏராளமான பெயர்கள், கொல்லப்பட்டவர்களின் பெயர்கள், காணாமற்போனவர்களின் பெயர்கள்-அவற்றின் கடைசியில்: ‘தெலேகின்-சப்லெப்டினெண்ட்’ என்று காணப்பட்டது.

மிகமிகச் சிறிய எழுத்தில் ஒரு பத்தியில் அந்த வரிக்குரிய

இடத்தை மட்டும் அடைத்துக் கொண்டிருந்த அந்த அச்செழுத்து அவளது வாழ்க்கை முழுவதையுமே இருளடையச் செய்துவிட்டது.

தாஷாவுக்கோ அந்தப் பத்திரிகையில் தென்பட்ட அந்தச் சின்னஞ் சிறிய எழுத்துக்கள், காய்ந்து உலர்ந்து போன வரிகள், பத்தி பத்தியான செய்திகள், செய்தித் தலைப்புகள் எல்லாமே ரத்தவெள்ளமாக மாறிக் காட்சியளிப்பதுபோல் தோன்றியது. அந்த அச்சுத் தாளில் எதார்த்த உருவமாகக் காணப்படுவதாக அவள் உணர்ந்தாள். அதாவது பிண நாற்றமும் ரத்த வாடையும் கலந்து மூக்கைப் பிடிக்கும் மூடை நாற்றமும், சத்தமான குரல்களும் கலந்து தோன்றும் விவரிக்கவொண்ணாத போர்களின் பயங்கரமே அந்தச் செய்தித்தாளில் ஒரு கணம் தெரிவது போல் தோன்றியது.

தாஷாவுக்கு உடலெல்லாம் நடுக்கமெடுத்து விட்டது. மிருகத்தனமான அந்தப் பயங்கரத்திலும், அருவருப்பிலும் அவளது நிராசையெல்லாம் கரைந்தோடிப் போயிற்று. அவள் அப்படியே சோபாவில் படுத்துக் கடந்தவாறு, தன்னுடம்பைக் கோட்டினால் இழுத்து மூடிக்கொண்டாள்.

மத்தியானச் சாப்பாட்டுக்காக வீட்டுக்கு வந்து சேர்ந்த நிகலாய் இவானவிச் தாஷாவின் காலருகே வந்து அமர்ந்து, அவளது பாதங்களை அமைதியாய்த் தடவிக் கொடுத்தார்.

“பொறுமையோடிரு, தாஷா!” என்றார் நிகலாய் இவானவிச்: “பொறுமையோடு காத்திரு. காணவில்லை என்று தானே போட்டிருக்கிறது. பெரும்பாலும் அவன் யுத்தக் கைதியாகவே இருப்பான். ஏராளமான பேர்கள் விஷயத்தில் இதே மாதிரி நடந்திருப்பதை நான் அறிவேன்.”

அன்றிரவு தாஷா ஒரு கனவு கண்டாள்: ஒரு ஒடுங்கிய காலியான அறை; அந்த அறையின் ஜன்னல்களிலெல்லாம் தூசியும் நூலாம்படையும் அடைந்து கிடக்கின்றன. ராணுவ உடை அணிந்த ஒரு மனிதன் ஒரு இரும்புக் கட்டிலில் அமர்ந்திருக்கிறான். அவன் தனது கோரமான முகத்தை வேதனை தாங்கமாட்டாமல் சுழித்து நெரிக்கிறான். பின்னர் அவன் தனது வழுக்கைத்

தலையை இருகைகளாலும் எடுத்து, அந்தத் தலையை ஒரு முட்டையை உடைப்பது போல் உச்சியில் தட்டி உடைத்து, அதனுள் உள்ள தலைச்சோற்றை எடுத்து, தனது வாய்க்குள்ளேயே திணிக்கிறான்!..

தாஷா இந்தப் படுபயங்கரமான கனவினால் அலறிக் கூச்சலிட்டுவிட்டாள்; அந்தச் சத்தத்தைக் கேட்டு, நிகலாய் இவானவிச் ஒரு போர்வையை இழுத்துப் போர்த்தியவராக, தாஷாவின் படுக்கையருகே ஓடிவந்தார்; என்ன விஷயம் என்று அவர் திரும்பத் திரும்பக் கேட்டும் அவளால் வெகு நேரம் வரையிலும் ஒன்றுமே சொல்ல முடியவில்லை. பின்னர் அவர் ஒரு ஒயின் கோப்பையை எடுத்து அதில் சிறிது தூக்க மருந்தை ஊற்றி, அவளுக்குக் கொடுத்தார்; தாமும் சிறிது உட்கொண்டார்.

தாஷா தன் படுக்கைமீது நிமிர்ந்து உட்கார்ந்தவாறு, கைவிரல் முனைகளால் மார்பின் மீது கொட்டியவாறே, விரக்தியோடு மெல்லச் சொல்லிக்கொண்டேயிருந்தாள்:

"இனிமேல் என்னால் வாழ முடியாது, நிகலாய்! தெரிகிறதா? நான் இனியும் வாழ முடியாது; இனியும் நான். வாழ விரும்பவில்லை!"

நடந்துபோன அந்தச் சம்பவத்துக்குப் பின்னர் அவளுக்கு வாழ்வதே மிக மிகச் சிரமமாகத் தான் இருந்தது; அதிலும் அன்று வரையிலும் தாஷா வாழ்ந்து வந்த அதே முறையில் இனியும் வாழ்வது என்பது இயலாததாகி விட்டது.

போர் தனது கொடிய இரும்புக் கரத்தின் முனையால் தாஷாவை லேசாகத் தொட்டதுதான் தாமதம், உடனே போரினால் ஏற்படும் சகலவிதமான கோர மரணங்களும் சிந்தும் கண்ணீரும் தாஷாவின் சொந்த விவகாரமாக மாறிவிட்டன. அந்தச் சம்பவத்தைத் தெரிந்துகொண்ட பிறகு, அவள் பல நாட்கள் அதிதீவிரமான நிராசையுணர்ச்சிக்கு ஆளாகியிருந்தாள். பின்னர் அவள் தன்னால் செய்யக்கூடிய அந்த ஒரே ஒரு காரியத்தை மேற்கொண்டாள். அதாவது ஆஸ்பத்திரி நர்ஸ் தொழிலில் சில நாட்கள் பயிற்சி பெற்றுவிட்டு, ஒரு ஆஸ்பத்திரியில்

நர்ஸாகப் பணி புரியச் சென்றாள்.

முதலில் அவளுக்கு அங்கு மிகமிகச் சிரமமாகத்தான் இருந்தது. போர் முனையிலிருந்து வந்து சேரும் காயப்பட்ட வீரர்களோ தமது காயங்களுக்குக் கட்டிய கட்டுக்களை நாட்கணக்கில் மாற்றி அவிழ்த்துக் கட்டாத நிலையில் வந்து சேர்ந்தார்கள். எனவே அந்தக் கட்டுக்களை அவிழ்த்த போது, தாங்க முடியாத நிண நாற்றம் அடித்தது; அந்த நாற்றத்தைச் சகிக்கமுடியாமல் சில நர்ஸுகள் மயக்கம்போட்டு விழுந்துவிட்டார்கள். அறுவை சிகிச்சைகள் செய்யும் போது தாஷா நோயாளியின் கறுத்துப்போன கால்களையும் கைகளையும் பிடித்துக் கொள்வாள். அந்த அவயவங்களிலிருந்து காய்ந்து கறுத்துப்போன ரத்தப் பொருக்குகள் விழுந்தன; அத்துடன் சீழும் கொட்டியது. அத்தகைய சிகிச்சைகள் நடைபெறும்போது, அந்த மனிதர்கள் தங்கள் பற்களை எவ்வளவு பலமாகக் கடித்து வலியைத் தாங்கக்கொள்கிறார்கள் என்பதையும், தாங்க முடியாத வலியால் அவர்களது அவயவங்கள் எவ்வாறு நடு நடுங்குகின்றன என்பதையும் அவள் கொஞ்சங்கொஞ்சமாகத் தெரிந்து கொண்டாள்.

அந்தப் போர்வீரர்கள் அனுபவித்த வேதனையைப் பரிவு காட்டுவதன் மூலம் ஆற்றிவிட முடியாது; உலகம் முழுவதிலுமுள்ள இரக்க சிந்தையையெல்லாம் ஒன்று திரட்டிக் கொண்டு வந்தால்கூட, அந்த வேதனையைச் சிறிதும் குறைக்க மூடியாது. அதாவது காயம் பட்டும் கால்கை இழந்தும் காண்கின்ற அந்த ரத்தசோரியான வாழ்க்கையோடு, தனது வாழ்க்கை என்றென்றும் இணைக்கப்பட்டு விட்டதாகவும், அதைத் தவிர தனக்கு இனி வாழ்வில் வேறு பணி எதுவுமே இல்லை என்றும் இப்போது தாஷா உணரத் தலைப்பட்டாள். ஆஸ்பத்திரிச் சப்பந்திகளின் அறையிலிருந்து பச்சை நிறமான விளக்கு ஒளி பரப்பியது; அந்த அறையின் சுவருக்கு அப்பால் யாரோ ஒருவன் ஜன்னி வேகத்தில் ஏதோ முனகிக் கொண்டிருந்தான். தெரு வழியே ஒரு மோட்டார் கார் கடகடத்து ஓடியது. அந்த அதிர்ச்சியிலே அறைக்குள்ளிருந்த

அலமாரியிலுள்ள மருந்துப் பாட்டில்கள் கலகலத்தன. துன்பமயமான இத்தகைய அன்றாட நிகழ்ச்சிகள் அனைத்தும் எதார்த்தமான வாழ்க்கையின் பிரிக்க முடியாத ஒரு பகுதியாக மாறிவிட்டன.

பணியாளர்கள் அறையிலிருந்த மேஜை முன்னால் தாஷா உட்கார்ந்திருந்தாள்; அன்று அவளுக்கு இரவு வேலை முறை. அவ்வாறு உட்கார்ந்திருக்கும் போதெல்லாம் தாஷா தனது கடந்த காலத்தை எண்ணிப் பார்ப்பாள்; அந்தக் கடந்த கால வாழ்க்கையைக் கனவில் காண்பது போன்று தெள்ளத் தெளிவாக நினைவூட்டிப் பார்ப்பாள். இதற்கு முன்போ அவள் எட்டாத உயரத்திலே வாழ்ந்து வந்தாள்; அந்த உயரத்திலிருந்து பார்த்தால், தரைகூடத் தென்பட்டதில்லை. அவளைச் சுற்றியிருந்தவர்கள் எல்லோரும் எவ்வாறு வாழ்ந்தார்களோ, எவ்வாறு சுயநலத்தோடும், அகந்தையோடும் வாழ்ந்தார்களோ, அதுபோலவே அவளும் வாழ்ந்து வந்தாள். ஆனால் இப்போதோ அவள் அந்த உயரத்திலிருந்து கீழே விழுந்து விட்டாள்; விழும்படி நேர்ந்து விட்டது. அந்த உயரத்தின் மேக மண்டலத்திலிருந்து, ரத்துத்துக்குள், தூசிக்குள், இதோ இந்த ஆஸ்பத்திரிக்குள் வந்து விழுந்து விட்டாள் அவள்! புண்பட்டுக் கடக்கும் உடல்களின் நிண நாற்றமும், தூக்கத்திலும் வேதனையிலும் முனகிப் பிதற்றும் மக்களும் நிறைந்த இந்த ஆஸ்பத்திரிக்குள் வந்து சேர்ந்துவிட்டாள். அதோ அங்கு ஒரு தத்தாரியப் போர்வீரன் செத்துக் கொண்டிருந்தான்; இன்னும் பத்து நிமிஷத்தில் அவள் அவனுக்கு ‘மார்பிய’ ஊசி போட வேண்டும்.

அன்று எலிசவேதா கீயவ்னாவைச் சந்திக்க நேர்ந்ததால் தாஷா மனம் குழம்பிப் போயிருந்தாள். அன்று முழுவதுமே அவளுக்குக் கடுமையான வேலை, கலீஷியப் போர் முனையிலிருந்து கொண்டு வரப்பட்ட காயம்பட்ட வீரர்களின் நிலைமை படுமோசமாக இருந்தது. ஒருவனுக்கு முன் கையை மட்டும் வெட்டியெடுக்க வேண்டியிருந்தது; இன்னொருவனுக்கு முழுக்கையையுமே துண்டிக்க வேண்டியிருந்தது. வேறு இருவரோ மரண

வேதனையில் சிக்கி, ஜன்னி வேகத்தில் பிதற்றிச் செத்துக் கொண்டிருந்தார்கள்.

அன்றைய வேலை முடிந்த பின்னர் தாஷா மிகவும் களைத்துப் போய் விட்டாள். எனவே வந்த கைகளும், ஆண்கள் அணியும் கோட்டும், பரிதாபகரமான புன்னகையும், குனிவு நிறைந்த கண்களும் கொண்ட எலிசவேதா உயவ்னா அன்று அவள் நினைவை விட்டகலவில்லை.

அன்றிரவு ஓய்வெடுத்தவாறு அமர்ந்திருந்த சமயத்தில், அந்த இரவில் ஒளி செய்த பெரிய விளக்கை வெறித்துப் பார்த்தாள்; அந்தச் சமயத்தில், அவள் தனக்குத் தானே எண்ணிக்கொண்டாள்:

தெரு மூலையில் நின்று ஒளிவு. மறைவற்று அழுது கண்ணீர் சிந்தவும், அன்னியர் ஒருவரிடம் "நான் அவரை நேசித்தேன்!" என்று வாய்விட்டுச் சொல்லவும் கூடிய சக்தி தனக்கு இருக்குமானால் எவ்வளவு நன்றாயிருக்கும் என்று நினைத்துக் கொண்டாள்.

தாஷா ஒரு சோபாவின்மீது அமர்ந்தவாறே, சிறிது நேரம் நிலை கொள்ளாமல் புழுங்கினாள்; தனது கால்களை மடித்துப் போட்டு உட்கார்ந்தாள். பின்னர் "நகர மக்கள் சங்கத்தின் மூன்று மாத நடவடிக்கைகள்" பற்றி வெளி வந்திருந்த அறிக்கைப் புத்தகம் ஒன்றைத் திறந்தாள். அந்தப் புத்தகத்திலோ பத்தி பத்தியாக பற்பல புள்ளி விபரங்களும், எண்களும், அர்த்தமற்ற பல்வேறு சொற்களும் தான் காணப்பட்டன. அந்தப் புத்தகத்தின் மூலம் எவ்வித மன ஆறுதலுமே கிட்ட விழியில்லை. பின்னர் அவள் கைக்கடிகாரத்தைப் பார்த்தாள்; பெருமூச்செறிந்தாள்; ஆஸ்பத்திரி வார்டுக்குள் சென்றாள்.

நெருக்கம் மிகுந்த அந்த அறையில் காயம்பட்ட வீரர்கள் தூங்கிக் கொண்டிருந்தார்கள். ஓக் மரத்தாலான உத்திரக் கட்டை போடப்பட்டிருந்த அந்த அறையின் முகட்டில், உத்திரக் கட்டைக்குக் கீழே வட்ட வடிவமான அலங்கார இரும்புச் சர விளக்கில் ஒன்றே ஒன்று மட்டும் எரிந்து

கொண்டிருந்தது. வெட்டியெடுக்கப்பட்ட முடமான கையோடு இருந்த அந்தத் தத்தாரிய இளைஞன் ஜன்னி வேகத்துக்கு ஆளாகியிருந்தான்; அவனது மொட்டையடிக்கப்பெற்ற தலை, தலையணை மீது அங்குமிங்கும் புரண்டு துள்ளித்துள்ளி விழுந்தது. தாஷா தரையிலிருந்த ஐஸ் பெட்டியிலிருந்து ஒரு ஐஸ் குட்டித்துண்டை எடுத்து, அனலாய்க் கொதித்துக் கொண்டிருந்த அவனது நெற்றியின் மீது வைத்தாள்; போர்வையை இழுத்து மூடினாள். பின்னர் அங்குள்ள எல்லாப் படுக்கைகளையும் சுற்றிப் பார்த்துவிட்டு வந்து, ஒரு சிறு பெஞ்சின் மீது அமர்ந்தாள்; தனது இரு கைகளையும் மடி மீது மடித்துப் போட்டவாறு உட்கார்ந்திருந்தாள்.

"என் இதயம் இத்தகைய விஷயங்களிலெல்லாம் பழக்கப்படவில்லை. அதுதான் விஷயம்!" என்று அவள் தனக்குத் தானே சொல்லிக் கொண்டாள்: "அழகாகவும், உயர்ந்ததாகவும் உள்ள விஷயங்களை நேசிப்பதற்குத்தான் என் இதயம் தெரிந்து வைத்திருந்தது. நேசிக்க முடியாத ஒன்றை நேசிக்கவும், அதன் மீது பரிவுணர்ச்சி கொள்ளவும் என் இதயம் என்றுமே பழக்கப்பட்டதில்லை."

"என்ன நர்ஸ்? தூக்கமா?" என்று ஒரு கனிவு நிறைந்த குரல் கேட்டது. தாஷா திரும்பினாள்.

தாடி வைத்திருந்த செமேன் தனது படுக்கையிலிருந்த வாறே தாஷாவைப் பார்த்தான்.

"நீ ஏன் தூங்காமல் இருக்கிறாய்?" என்று கேட்டாள் தாஷா.

"பகலில் நன்கு தூங்கிவிட்டேன்."

"உன் கை வலிக்கிறதா?"

"இப்போது வலியில்லை.. நர்ஸ்?"

"என்ன?"

“உன் முகம் எவ்வளவு சுருங்கிப்போயிருக்கிறது!-- உனக்குத் தூக்க வெறிதான், நீ ஏன் கொஞ்ச நேரம் தூங்கக் கூடாது? நான் வேண்டுமானால் காவல் இருக்கிறேன்— அவசியமானால், குரல் கொடுத்து உன்னை அழைக்கிறேன்.”

“எனக்குக் கொஞ்சங்கூடத் தூக்கம் வரவில்லை.”

“உனக்கு வேண்டியவர்கள் யாராவது போர் முனையில் இருக்கிறார்களா?”

“என் காதலர்!”

“கவலைப்படாதே! கடவுள் அவரைக் காப்பாற்றுவார்!”

“ஆனால் காணாமற்போனவர்களின் பட்டியலில் அவரது பெயரைப் பார்த்தேன்.”

“ஐயோ, பெண்ணே!” என்று பெருமூச்செறிந்தான் செமேன். அவனது தாடி மேலும் கீழும் அசைந்தது: “அதற்காகவா கவலைப்படுகிறாம்? என் தம்பியும்தான், காணாமற் போனான். பின்னர் அவனிடமிருந்தே எங்களுக்குக் கடிதம் வந்தது. அவன் ஒரு போர்க்கைதியாக இருந்தான். சரி. உன் காதலர் நல்லவரா?”

“ரொம்ப ரொம்ப நல்ல மனிதர்.”

“ஒரு வேளை நான் கூட அவரைப்பற்றிக் கேள்விப்பட்டிருக்கக் கூடும். அவரது பெயர் என்ன?”

“இவான் இலீச் தெலேகின்.”

“கேள்விப்பட்டிருக்கிறேனே! கொஞ்சம் பொறு! ஆம். கேள்விப்பட்டிருக்கிறேன். அவரைப் போர்க் கைதியாக்கிக் கொண்டு போயிருப்பதாக சொன்னார்கள். சரி. எந்தப் படைப் பிரிவு?”

“கஸான் படைப்பிரிவு!”

“அவரேதான்! ஆம். அவர் போர்க்கைதியாகத்தான் சிக்கியிருக்கிறார். உயிரோடு தான் இருக்கிறார். ரொம்ப

நல்ல மனிதர்! கவலைப்படாதே, நர்ஸ்! பொறுமையோடு காத்திரு. பனிக்காலம் மறையும், போரும் முடியும்; சமாதானமும் பிறக்கும். பின்னர் நீ அவருடன் கூடி. வாழ்ந்து பிள்ளைகளைப் பெற்றுத் தள்ளலாம்! ஆமாம் நான் சொல்வதை நம்பு?"

அவன் கூறியதைக் கேட்டுக்கொண்டிருந்தபோது, தாஷாவுக்குத் தொண்டைக்குழி வரையிலும் அழுகை வந்து விட்டது. செமேன் தன்னைத் தேற்றுவதற்காக வெறுமனே சுதையளக்கிறான் என்பதையும், தெலேகினைப் பற்றி அவனுக்கு ஒன்றுமே தெரியாது என்பதையும் அவள் லகுவில் அறிந்து கொண்டாள். எனினும் அவன்பால் நன்றியுணர்வு ஏற்பட்டது.

"பாவம்! அப்பாவிப் பெண்ணே!" என்று செமேன் மெதுவாகச் சொல்லிக்கொண்டான்.

சிப்பந்திகள் அறைக்குள் மீண்டும் தாஷா சென்றாள். அங்கு கிடந்த சாய்வு நாற்காலியில் தனது கன்னத்தைச் சாய்த்து அமர்ந்தவாறு சிந்தித்தாள். அன்னியப் பெண்ணான அவளை அவர்கள் அன்போடு ஏற்றுக்கொண்டு விட்டது போலவும், ஏதோ ஒரு குரல் அவளை நோக்கு, "நீயும் எங்களில் ஒருத்தியாகிவிடு!" என்று சொல்வது போலவும் உணர்ந்தாள். இதன் பின்னர்தான் அங்கு தூங்கக் கொண்டிருந்த அந்த நோயாளிகள் மீது தானும் பரிவுணர்ச்சி கொள்ள முடியும் என்பதை உணர்ந்தாள். பின்னர் அவர்களுக்காக அவள் பரிவுள்ளம் கொண்டு சிந்தை இளகி சிந்திக்கும் போது, திடீரென்று தெலேகினைப் பற்றியும் தன் மனக்கண் முன்னால் நினைத்துப் பார்த்தாள். அதாவது தெலேகினும் இதே போன்று, இதே மனிதர்களைப் போன்று எங்கோ ஏதோ ஒரு கட்டிலின் மீது படுத்துத் தூங்கிக்கொண்டிருப்பதாகவும் ஆழ்ந்து மூச்சுவிடுவதாகவும் கற்பனை பண்ணினாள்...

அவள் அந்த அறைக்குள்மேலும் மூம் நடக்கத் தொடங் இனாள். திடீரென்று டெலிபோன் மணி அடித்தது. தாஷா திடுக்கிட்டு நடுங்கிவிட்டாள். ஏனெனில் பேரமைதி

நிறைந்த அந்தச் சூழ்நிலையிலே அந்த மணியின் அலறல் கர்ண கடுரமானதாகவும், சகிக்க முடியாததாகவும் இருந்தது. ஒரு வேளை போரில் காயப்பட்டவர்களைச் சுமந்து கொண்டு மற்றொரு ரயில் தான் வந்து சேர்ந்து விட்டதோ, என்னவோ?

அவள் டெலிபோனை எடுத்து "ஹலோ!" என்று குரல் கொடுத்தாள்; பதிலுக்கோ ஒரு பெண் குரல்--பரவசமும் பரிவும் மிகுந்த உணர்ச்சி வசப்பட்ட பெண் குரல்-- பதிலளித்தது.

"நான் தார்யா திமித்ரியவ்னா புலாவினுவோடு பேச வேண்டும்!"

"நான்தான் பேசுகிறேன்!" என்று பதிலளித்தாள், தாஷா. அவளது இருதயம் படபடத்துத் துடித்துத் துள்ளியது; "யார் பேசுவது? காத்யாவா? நிஜமாகவே நீதானா? அடி, என் அருமை அக்கா!"

19

"என்ன பெண்களே! ஒரு மட்டும் நாம் மீண்டும் ஒன்று கூடிவிட்டோம்!" என்று கூறியவாறே நிகலாய் இவானவிச் தாம் அணிந்திருந்த மேல் சட்டையைத் தமது வயிற்றின் மீது இழுத்துவிட்டுக் கொண்டார்; பின்னர் காத்யாவின் மோவாயைப் பிடித்து முகத்தைத் திருப்பி, அவளது கன்னத்தில் ஆர்வத்தோடு முத்தமிட்டார்; "வணக்கம், கண்ணே! நன்றாகத் தூங்கினாயா?"

தாஷாவின் இடத்தருகே வந்ததும், அவளை உச்சி மோந்து தலையில் முத்தமிட்டார்.

"காத்யா! இப்போது தாஷாவும் நானும் இணைபிரியாதவர்களாக விட்டோம். அவள் மிகவும் நல்லவள்! கடினமான உழைப்பாளி!"

சுத்தமான துணிவிரிக்கப்பட்டிருந்த மேசை முன்னால் சென்று அமர்ந்தார். மேசை மீதிருந்த முட்டை வைக்கும் பீங்கான் கோப்பையை எட்டி எடுத்து, அதனுள் இருந்த முட்டையைத் தமது கத்தியினால் துண்டுபோட ஆரம்பித்தார்.

“காத்யா! இந்த வேடிக்கையைப் பார். இப்போதோ நான் கடுகும் வெண்ணெயும் கலந்து ஆங்கில முறையில் பக்குவப்படுத்தப்பட்ட முட்டைகளையே விரும்பிச் சாப்பிடுகிறேன். தெரியுமா? நீயும் சாப்பிட்டுப் பார். இது மிகவும் ருசியாயிருக்கிறது. ஜெர்மானியர்களுக்கோ இரண்டு வாரங்களுக்கு ஒரு முறை தலைக்கு ஒரு முட்டை வீதம் தான் கிடைத்து வருகிறதாம். அதைப்பற்றி நீ என்ன நினைக்கிறாய்?”

அவர் தமது பெரிய வாயை அகலத் திறந்து கடகட என்று சிரித்தார்.

“இந்த முட்டை விவகாரமே ஜெர்மானியரின் சூழ்ச்சியாகத்தான் இருக்கும். அங்கு பிறக்கும் குழந்தைகளெல்லாம் அங்கஹீனத்தோடு, பூரண வளர்ச்சியின்றிப் பிறக்கின்றனவாம். ருஷ்யாவோடு அவர்கள் சமாதானமாக வாழ வேண்டும் என்று அவர்களுக்கு, அந்த முட்டாள்களுக்கு, பீஸ்மர்க் எடுத்துச் சொன்னாராம். அவர்கள் தான் அதனைக் கேட்கவில்லை; அவர்களுக்கு நம்மீது ஒரே வெறுப்பு! ஆனால் இப்போதோ-அவர்கள் இரண்டு வாரத்துக்கு ஒரு முட்டை பெறுகிறார்கள்!”

“குழந்தைகள் அங்கஹீனமாகப் பிறக்கிறார்கள் என்றால் அது பயங்கரமான விஷயம்!” என்று தன் கண்களைத் தாழ்த்தியவாறு சொன்னாள், காத்யா: “எந்த நாட்டின் பிறந்தாலும் சரி, இங்கானாலும் சரி, ஜெர்மனியில் ஆனாலும் சரி, அது படுபயங்கரமானதுதான்!”

“என்னை மன்னித்துவிடு, காத்யா! ஆனால் நீ அர்த்தமற்றுப் பேசுகிறாய்!”

“தினம் தினம் கொன்று தள்ளுவதைத் தவிர வேறு வேலையில்லை என்றால், அந்த வாழ்க்கையை வாழ்வதிலும் எவ்வித அர்த்தமும் பயனும் இல்லை! இதுதான் எனக்குத் தெரிந்த விஷயம்.”

“என் அன்பே! இதற்கு நாம் என்ன செய்வது? ஒரு ராஜ்யத்துக்கு உரிமையாவது என்றால் என்ன அர்த்தம் என்பதை நாம் நமது சொந்த அனுபவத்திலிருந்தான் கற்றுக்கொள்ள வேண்டியிருக்கிறது. ஆனால் இது வரையிலும் நாம் இலவாய்ஸ்டி முதலிய சரித்திர ஆசிரியர்கள் எழுதிவைத்த புத்தகங்களை மட்டும்தான் படித்தோம். குலிகோவா,[18]

பரதினோ[19] முதலிய போர்க் களங்களில் தங்களுடைய நிலங்களுக்காக விவசாயிகள் எவ்வாறு போர் புரிந்தார்கள் என்பதை நாம் அவற்றில் படித்தோம். நாம் நமது நாட்டின் வரைபடம் ஒன்றைப் பார்த்தவாறே, ‘அடேயப்பா! ருஷ்யா எவ்வளவு பெரிய நாடு!’ என்று வியந்து சொன்னோம். இப்போதோ அந்த வரைபடத்தில் ஐரோப்பாவிலிருந்து ஆசியாக் கண்டம் வழியாக பச்சைப்பசேலென்று வர்ணம் இட்டப் பட்டுள்ள பரந்த பகுதியைக் காப்பாற்றுவதற்காக, எத்தனை சதவீதம் மனித உயிர்களைப் பலியிட வேண்டியிருக்கும் என்று கணக் கிட்டுப் பாருங்கள்? நமது நாட்டின் அரசாங்கம் மோசமாக இருக்கிறது என்று நீ சொன்னால், நான் அதை மறுக்கப் போவதில்லை. இப்போதோ, நாட்டுக்காக நான் உயிரைவிடத் துணிந்து நிற்கும் வேலையிலும் நான் இந்தக் கேள்வியைக் கேட்பேன்.

---

18 குலிகோவா--1880ஆம் ஆண்டு ரஷ்ய ராணுவத்துக்கும், மங்கோலியத் தத்தாரியப் படைகளுக்குமிடையே போர் நடந்த இடம். இப்போர்தான் மங்கோலியத் தத்தாரியத் தளையிலிருந்து ருஷ்ய மக்கள் விடுதலையடைந்ததற்குத் தொடக்கமாகும். (ப-ர்.)

19 பரதினே என்ற சிற்றூரின் அருகில் ருஷ்ய ராணுவத்திற்கும் நெப்போலியன் படைகளுக்கும் இடையே 1812ம் ஆண்டு நடந்த போர்ச் சண்டை. (ப-ர்.)

'உங்களைத்தான், என்னைச் சாவுலகத்துக்கு வழியனுப்பி வைக்கும் உங்களைத்தான் கேட்கிறேன். இந்த நாட்டின் ஞான விலாசத்தையெல்லாம் பிரதிபலிப்பவர்கள் தானா நீங்கள்? நான் அத்தகைய பூரண நம்பிக்கையோடு எனது ரத்தத்தையும் உயிரையும் என் தாய் நாட்டுச்காகச் சிந்தலாமா?' என்று கேட்பேன். ஆமாம், காத்யா! நமது அரசாங்கமோ பழக்க தோஷத்தால் சமூக அமைப்புக்களை இன்னும் சந்தேகக் கண்ணோடுதான் பார்க்கிறது; எனினும் தமது உதவியில்லாமல் அவர்களால் ஒன்றுமே செய்ய முடியாது என்பதும் வெகு நாள்களுக்கு முன்பே தெரிந்துவிட்டது. அவர்கள் முயன்று பார்க்கட்டும்! நமக்குக் கொஞ்சம் இடம் கொடுக்கட்டும், நாம் மடத்தையே பிடுங்கிக்கொள்வோம். ஆம். நான் இது விஷயத்திலெல்லாம் மிகுந்த தன்னம்பிக்கையோடு தான் இருக்கிறேன்."

நிகலாய் இவானவிச் மேசையை விட்டு எழுந்தார்; அரங்கிலிருந்து தீப்பெட்டியை எடுத்து, தமது சிகரெட்டைப் பற்றவைத்தார்; எரிந்து கருகிய தீக்குச்சியை, மூட்டைத் தோட்டுக்குள் போட்டுவிட்டு அங்கேயே நின்றார்.

"ரத்தம் சிந்துவது வீண் போகாது. சமூக ஊழியர்களான எங்களையொத்த கூட்டத்தார் இந்த அரசாங்கத்தின் அதிகாரத்தைக் கைப்பற்றுவதோடு, இந்த யுத்தமும் முடிவு காணும். "நிலமும் சுதந்திரமும்"[20] என்ற கூட்டத்தாரும், புரட்சிக்காரர்களும், மார்க்சியவாதிகளும் செய்ய முடியாத காரியத்தை யுத்தமே செய்து முடித்துவிடும். சரி, வருகிறேன். பெண்களே!"

அவர் தமது சட்டையை இழுத்துவிட்டவாறு வெளியே சென்று விட்டார்; பின்னாலிருந்து பார்க்கும்போது அவரது தோற்றம் ஒரு தடித்த பெண்மணி ஆண்வேடம்

---

20 'நிலமும் சுதந்திரமும்'-எதேச்சாதிகாரத்திற்கெதிராக விவசாயிகளைத் தட்டியெழுப்புவதற்கென்று பீடர்ஸ் பர்க்கில் 1876ம் ஆண்டு புரட்சிகர-ஜனநாயகவாதிகளால் தொடங்கப்பட்ட கட்சியின் பெயர்.-(ப-ர்.)

பூண்டு நடந்து செல்வதுபோல் காட்சியளித்தது.

காத்யா பெருமூச்செறித்தவாறே, ஜன்னருகே சென்று அமர்ந்து தனது பின்னல் வேலையைக் கவனிக்கத் தொடங்கினாள். தாஷாவோ தமக்கை அமர்ந்திருந்த நாற்காலியின் கைப்பிடி மீது அமர்ந்தவளாய், அவளது கழுத்தைச் சுற்றித் தனது கையைப் போட்டுக் கொண்டாள். அவர்கள் இருவருமே உயர்ந்த கழுத்துப்பட்டிகள் கொண்ட உடைகளையே அணிந்திருந்தார்கள். இருவரும் ஒருவர் பக்கத்தில் ஒருவராக மௌனமாகவும் அமைதியாகவும் அமர்ந்திருந்தபோது, இருவரும் ஒரே ஜாடையாகத் தோற்றமளித்தார்கள். பனித் துகள்கள் இடையறாது சிணு சிணுத்துப் பெய்துகொண்டேயிருந்தன; குளிர்வாடையும் கூசும் வெளிச்சமும் கொண்ட பகலொளி அந்த அறையின் சுவர்களில் பட்டுப் பிரதிபலித்தது. தாஷா தன் தமக்கையின் தலைமுடி மீது தனது கன்னத்தை வைத்தாள்; அவளது மயிரில் ஏதோ புதியதொரு வாசனைத் தைலத்தின் நறுமணம் மெல்லிதாகக் கமழ்ந்தது.

"காத்யா! இவ்வளவு நாளும் நீ என்ன செய்து கொண்டிருந்தாய்? என்னிடம் அதுபற்றி எதுவுமே சொல்வதில்லையே!"

"சொல்வதற்கு என்ன இருக்கிறது, கண்ணு? எல்லாவற்றையும் நான் உனக்கு எழுதியிருந்தேனே!"

"இருந்தாலும்-- காத்யா! எனக்குப் புரியவே இல்லை. நீ அழகாய் இருக்கிறாய், இனிமையாகவும் இருக்கிறாய். உன்னை மாதிரி வேறொரு பெண்ணை நான் பார்த்ததே இல்லை. எனினும் நீ மகிழ்ச்சியற்றிருக்கிறாய். உன் கண்களில் எப்போதும் துயரமே குடிகொண்டிருக்கிறது."

"ஒரு வேளை என் இதயத்தில் தான் மகிழ்ச்சியில்லையோ, என்னவோ?"

"இல்லை. நன்றாக யோசித்துப் பதில் சொல், உண்மையாக..."

"என்னை எந்நேரமும் அலைக்கழிக்கும் புதிரே அதுதான்,

கண்ணே! வாழ்க்கையிலே எல்லா வசதிகளும் நிரம்பப் பெற்றவன் உண்மையிலேயே மகிழ்வற்றவன் என்றே எனக்குத் தோன்றுகிறது. எனக்கு நல்ல கணவர் இருக்கிறார்; அருமைத் தங்கை நீ இருக்கிறாய்; சர்வ சுதந்திரமும் எனக்கு இருக்கிறது... இருந்தும் ஏதோ கனவில் வாழ்வதுபோல் வாழ்கிறேன்; பேய் போன்று உலாவித்திரிகிறேன். பாரிஸில் இருந்த காலத்தில் நான் அடிக்கடி நினைத்துக் கொண்ட அந்த விஷயம் நினைவுக்கு வருகிறது: 'நான் மட்டும் ஏதாவதொரு மூலையில் எங்கோ தூர தொலைவிலுள்ள ஒரு குக்கிராமத்தில் வாழ்ந்தால், அந்தக் கிராமத்தில் கோழிகளையும் காய்கறிகளையும் பேணி வளர்ப்பவளாக இருந்தால், அந்தி மயங்கும் நேரத்திலே ஆற்றங்கரைக்குச் சென்று எனது காதலரைச் சந்தித்தால்...' என்றெல்லாம் நான் நினைப்பதுண்டு. தாஷா! என் வாழ்க்கை முடிவு கண்டுவிட்டது: முற்றுப் பெற்றுவிட்டது!"

"காத்யா! அசட்டுத்தனமாகப் பேசாதே!"

"உனக்கே அது தெரியும்" என்று கூறியவாறே, காத்யா தன் தங்கையைப் பார்த்தாள். அவளது கண்களோ இருண்டு ஒளியற்று. உணர்வற்றிருப்பது போல் தோன்றின. பின்னர் அவள் மேலும் சொன்னாள்: "நான் அந்த நாளை இப்போதே தெள்ளத் தெளிவாகக் கண்ணால் காண்கிறேன்... கோடு போட்ட மெத்தை, நழுவி விழும் போர்வை,.. பித்த வாந்தியெடுத்த எச்சில் பாத்திரம்... இத்தனைக்கும் மத்தியில் நரைத்துப் போன தலைமயிரோடும் மஞ்சள் பூத்துப் பசந்து போன உடம்போடும் நான் கிடப்பதை, உயிரற்ற சவமாகச் செத்துக் கிடப்பதை இப்போதே என் மனக்கண் முன்னால் காண்கிறேன்..."

தனது கையிலிருந்த பின்னலைக் கீழே வைத்துவிட்டு, காத்யா ஜன்னலுக்கு வெளியே நிலவும் அமைதியான சூழ்நிலையில் அரவமற்றுப் பொழியும் பனித்துகள்களைப் பார்த்தாள். தூரத்திலே, கிரெம்ளின் கோட்டையில் தங்க நிறமான கழுகுச் சிலை ஒன்று கால் பரப்பி நின்று காட்சியளிக்கும் கோபுரத்தின் உச்சிக்கும் அப்பால், கரிய

இலைகளாலான மேகக் கூட்டமே பறப்பது போல், காக்கைக் கூட்டம் வட்டமிட்டுப் பறந்தது.

"ஒரு நாள் நான் அதிகாலையிலேயே விழித்தெழுந்து விட்டேன், தாஷா. நான் வசித்து வந்த இடத்தின் முன் மாடத்திலிருந்து பாரிஸ் நகரம் முழுவதையுமே பார்க்க முடியும். ஏதோ ஒரு நீல நிறமாக ஒளி மயக்கத்தில், வெள்ளை, நீலம், பழுப்பு முதலிய பலரக நிறத்திலுமுள்ள புகை மண்டலங்கள் திரைத்துச் சுருண்டு எங்கும் எழும்பிக் கொண்டிருப்பதை அங்கிருந்தே பார்க்க முடிந்தது. முந்திய நாள் இரவில் நல்ல மழை பெய்திருந்தது. வெளியில் இனிய குளிர்ந்த மணம் வீசியது. தெருவில் குழந்தைகள் புத்தகங்களைத் தூக்கிக்கொண்டு சென்றார்கள்; பெண்கள் கூடைகளை ஏந்திக் கொண்டு சென்றார்கள்; பலசரக்கு கடைகளோ அப்போது தான் திறக்கப்பட்டு வந்தன. எனக்கு அவை எல்லாமே நிலை யானதாகவும் நிரந்தரமானதாகவும் தோன்றியது. நான் மாடியிலிருந்து கீழிறங்கச் சென்று, அந்த ஜனங்களோடு கலக்க விரும்பினேன்; இனிய கண்களையுடைய யாராவது ஒருவரைச் சந்திக்க விரும்பினேன். அவனது மார்பின்மீது எனது கைகளை வைக்க விரும்பினேன். ஆனால், நான் கீழே இறங்கி அந்தப் பெரியசாலைகளில் நடந்து சென்ற போதோ, அதற்குள் அந்த நகரத்துக்கு வெறிபிடிக்கத் தொடங்கிவிட்டது. பத்திரிகை விற்கும் பையன்கள் ஓடோடியும் வந்தார்கள்; எங்கு பார்த்தாலும் ஜனங்கள் பரபரப்போடு கும்பல் கும்பலாக நின்று கொண்டிருந்தார்கள். பத்திரிகைகளிலோ பகைமையையும் மரணத்தையும் பற்றிய பயபீதிகளே முழுக்க முழுக்க இடம் பெற்றிருந்தன. ஆம். யுத்தம் தொடங்கிவிட்டது. அன்று முதல் நான் சாவு, சாவு என்ற அந்த ஒரே வார்த்தையைத் தவிர வேறு எதையுமே கேட்கவில்லை. இந்த நிலைமையில் என்ன எதிர்பார்ப்பது, தாஷா?" சிறிது நேர மௌனத்துக்குப்பின் தாஷா கேட்டாள்:

"காத்யா!"

"என்ன, கண்ணே?"

“நிகலாய்க்கும் உனக்கும் உள்ள உறவு என்னவாயிற்று?”

“அதைப் பற்றிச் சொல்வதென்றால் கஷ்டம்தான். நாங்கள் இருவரும் சமாளித்துக் கொண்டு விட்டோம் என்றே தோன்றுகிறது. பாரேன். மூன்று நாட்கள் ஆகிவிட்டன; இப்போதும் அவர் என்னிடம் இனிமையோடுதான் நடத்து கொள்கிறார். பழைய மனப்புண்களை கிண்டிக் கிளறுவதற்கு நேரமில்லைதான். யாரும் துன்பப்படலாம்; பைத்தியத்துக்குக்கூட இரையாகலாம்--அதைப்பற்றி இப்போது யார் கவலைப் படுகிறார்கள்? மாட்டு ஈ மாதிரி செவியடைக்க ரீங்காரித்து இரையாகலாம். நான் கிழவிகளை, முதிய பெண்களைக் கண்டு பொறாமைப்படுகிறேன். அவர்களுக்கு எல்லாமே சுலபமாகிவிட்டது. சாவுக்குத் தயாராக வேண்டியது ஒன்றுதான் அவர்களுக்குப் பாக்கி.”

தாஷா அந்த நாற்காலியின் கைப்பிடியின் மீது தாளம் போட்டாள்; ஒன்றிரண்டு தடவை பெருமூச்செறிந்தாள்; பின்னர் காத்யாவின் கழுத்திலிருந்து தன் கையை எடுத்தாள்.

“தாஷா!” என்று கனிவோடு அழைத்தாள் காத்யா: “நீ இப்போது மணப் பெண் என்று நிகலாய் சொன்னாரே, உண்மை தானா! சொல்லடி, கண்ணு!”

அவள் தாஷாவின் கரத்தைக் கையில் எடுத்து அதனை முத்தமிட்டாள்; பின்னர் அந்தக் கரத்தைத் தன் மார்போடு அணைத்தவாறு, அதனைத் தடவிக் கொடுத்தாள்.

“இவான் இலிச் உயிரோடு இருக்கிறார் என்று நிச்சயமாக நம்புகிறேன். உண்மையிலேயே நீ அவரைக் காதலிப்பாயானால், உலகத்தில் உனக்கு இனி வேறு எதுவுமே தேவையில்லை!” என்றாள் காத்யா.

சகோதரிகள் இருவரும் மீண்டும் மௌனமானார்கள்; ஜன்னல் வழியே வெளியே விழுந்து கொண்டிருக்கும் பனி மழையையே பார்த்துக் கொண்டிருந்தார்கள். வெளியே ஒரு பயிற்சிப் படைப்பிரிவினர் குவிந்து கிடக்கும் பனித்

துகள்களின் மேலாக நடந்து சென்றார்கள்; அவர்களது பூட்சுகள் உறைந்து போன பனிக்கட்டிமீது வழுக்க. அவர்கள் எல்லோரும் தமது கக்கத்தில் மாற்று உடையையும், சில குச்சிகளையும் வைத்திருந்தார்கள். எல்லோரும் குளியல் அறைக்கு அழைத்துச் செல்லப்பட்டார்கள். அவர்கள் அந்த ஜன்னலைக் கடந்து செல்லும்போது ஒரு குழுப்பாடலைப் பாடிச் சென்றார்கள். பாட்டின் ஒவ்வொரு அடியின் முடிவிலும் அவர்கள் பெருமிதத்தோடு சீட்டியடித்துக்கொண்டார்கள்:

“பருந்துகளே! எழுமின்!–விண்ணில்

பறந்திடுமின் கழுகாய்!

வருந்துவதை விடுமின்!––கண்ணீர்

வழிவதனைத் தொலைமின்!”

ஒன்றிரண்டு நாட்களுக்குப் பின்னர் தாஷா மீண்டும் ஆஸ்பத்திரிக்குப் போகத் தொடங்கினாள். எனவே காத்யா மட்டும் அந்த வீட்டில் தன்னந் தனியாக இருந்தாள்; அங்கோ அவளுக்கு எல்லாமே புதிதாகவும் வேறாகவும் இருந்தன. அந்த வீட்டுச் சுவரில் இரண்டு மங்கிய, கவர்ச்சியற்ற இயற்கைக் காட்சிப் படங்கள் வரையப்பட்டிருந்தன. அந்தப் படங்களில் ஒரு வைக்கோல்போரும், மொட்டையாகிப்போன பெர்ச் மரங்களுக்கடையிலே பனி உருருக் கொண்டிருக்கும் ஒரு சிறு குளமும் தீட்டப்பட்டிருந்தன. அந்த வீட்டின் முன் கூடத்தில் கடந்த சோபாவுக்கு மேலாக இனந்தெரியாத பல பேருடைய புகைப் படங்கள் எல்லாம் தொங்கின. அந்த அறையின் வேறொரு மூலையில் ராவணன் மீசைப்புல் போன்ற செடி காணப்பட்டது.

காத்யா நாடகத்துக்குச் சென்று பார்த்தாள்; அங்கு சிறந்த நடிகர்கள் அஸ்திரோவ்ஸ்கியின்[21] நாடகங்களை நடித்துக்

---

21 அஸ்திரோவ்ஸி (1823–1886)–புகழ்பெற்ற ருஷ்ய நாடகாசிரியர்.–(ப–ர்.)

காட்டி வந்தார்கள்; பின்னர் அவள் பொருட்காட்சி சாலைகளுக்கும் படக் கண்காட்சிகளுக்கும் சென்று பார்த்தாள். ஆனால் எல்லாம் குற்றுயிருடன் வெளிறித் தோன்றின. வெட்டவெளிப் பாழாய்க் கவனிப்பாரற்றுக் கிடக்கும் உலகில் ஏதோ ஒரு நிழலைப் போல் தான் திரிந்து வருவதாகவே அவளுக்குத் தோன்றியது.

அவள் வெந்நீர்க் குழாய்க்கு அடுத்தாற்போலுள்ள ஜன்னலின் மீது ஏறியமர்ந்து மணிக்கணக்காகப் பொழுது போக்கினாள்; அங்கிருந்தவாறே பனிபடிந்து அமைதியாகத் தோன்றும் மாஸ்கோ நகரத்தைப் பார்த்தாள். ஏதாவதொரு நினைவுச் சடங்குக்காகவோ, அல்லது போர் முனையிலிருந்து கொண்டு வரப்பட்ட யாரோ ஒரு போர் வீரனது மரணச் சடங்குக்காகவோ அடிக்கப்பெறும் தேவாலய மணிகளின் சோகமயமான சத்தம் அந்த அமைதியான சூழ்நிலையில் மிதந்து வந்து ஒலிக்கும். அப்போது அவளது கையிலேயுள்ள புத்தகம் தானே நழுவிக் கீழே விழும். படிப்பதற்கோ, கனவு காண்பதற்கோ இனிமேல் என்னதான் இருக்கிறது? முந்தைய எண்ணங்களும் கனவுகளும் எவ்வளவு வியர்த்தமானவை என்று இப்போது தானே தெரிகிறது/

காலத்தின் போக்கை காலையிலும் மாலையிலும் பத்திரிகைகள் எடுத்துக் கூறின. தன்னைச் சுற்றிலுமுள்ள அனைத்தும் எதிர்காலத்தில் நம்பிக்கை வைத்தேதான் வாழ்கின்றது என்பதும், வெற்றியும் சமாதானமும் கைகூடிவரும் எதிர் காலக் கற்பனையை எதிர்நோக்கியே வாழ்கின்றது என்பதும் காத்யாவுக்குத் தெளிவாகத் தெரிந்தது. இந்த எதிர்கால நம்பிக்கைக்கு வலுவூட்டும் நிகழ்ச்சிகள் எவையாயினும் அவற்றை அந்த மக்கள் மிதமிஞ்சிய குதூகலத்தோடு வரவேற்றார்கள்; அதேபோல், அதற்கு எதிரான நிகழ்ச்சிகள் நேர்ந்தால், அவர்கள் மனச்சோர்வும் அடைந்தார்கள். அதாவது வதந்திகள், துண்டு துக்காணியாகக் காதில் விழும் பேச்சுக்கள், கொஞ்சங்கூட நம்பமுடியாத செய்திகளை மக்கள் வெறி பிடித்தவர்கள் போல் சாடினார்கள். அதேபோல்

பத்திரிகைகளில் வெளிவரும் சில சொற்றொடர்களைக் கண்டு, உணர்ச்சிப் பரவசத்தால் குதூகலிக்கவும் செய்தார்கள்.

கடைசியாக, காத்யா தனக்குத்தானே ஒரு முடிவுக்கு வந்தாள்; தனக்கும் ஏதாவதொரு வேலை தேடித்தருமாறு தன் கணவனிடம் கேட்டாள். மார்ச் மாதத் தொடக்கத்திலிருந்து அவளும் தாஷா வேலைபார்த்து வந்த அதே ஆஸ்பத்திரியில் வேலை பார்க்கத் தொடங்கிவிட்டாள்.

ஆரம்பத்தில் அங்குள்ள அட்டும் அழுக்கும் வேதனையும் எவ்வாறு தாஷாவுக்கு வெறுப்பூட்டினவோ அதேபோல் காத்யாவுக்கும் வெறுப்பூட்டின. எனினும் அவள் அவற்றையெல்லாம் சகித்துக்கொண்டு, கொஞ்சங்கொஞ்சமாக வேலையில் ஈடுபாடு கொள்ளத் தொடங்கினாள். இத்தகைய ஈடுபாட்டை உண்டாக்கும் முயற்சியில் அவள் தனக்குத்தானே வெற்றி கண்டாள்; அந்த வெற்றி அவளுக்கு மகிழ்ச்சியையும் ஊட்டியது. முதன் முதலாக அவள் தன்னைச் சுற்றியுள்ள வாழ்க்கையோடு தான் கொண்டுள்ள தொடர்பை உணர்ந்தாள். அவள் அந்தக் கடினமான, அட்டுப்பிடித்த வேலையை நேசிக்கவும் கற்றுக்கொண்டாள்; தான் யாருக்காகச் சேவை செய்து வந்தாளோ அந்த ஜனங்கள் மீது பரிவும் அன்பும் கொள்ளப் பழகிக்கொண்டாள். ஒரு நாள் அவள் தாஷாவிடம் சொன்னாள்:

“நாமெல்லாம் மகோன்னதமான, பிரத்தியேகமான ஒரு வாழ்க்கையை மேற்கொள்ள வேண்டும் என்ற கருத்தை முதன் முதலில் எவன் சொல்லி வைத்தான்? என்னதான் இருந்தாலும் நீயும் நானும் பெண்கள்; வெறும் பெண்கள். நமக்குத் தேவையானதெல்லாம் ஒரு சாதாரணமான கணவன், வீடு நிறைந்த குழந்தைகள், எளிய வாழ்க்கை இவ்வளவே தான்!”

குருத்தோலைத் திருநாளுக்கு முந்திய வாரத்தின்போது

'பஸ்காவைத்'[22] தேவாலயத்துக்குக் கொண்டு சென்று படைத்து அருள் பெற்று வருவதற்காக சென்றாள்; அத்துடன் ஆஸ்பத்திரியலேயே தாஷாவுடன் தனது விரதத்தையும் முடித்துக் கொண்டாள். அன்றிரவு ஒரு விசேஷ ஆலோசனைக் கூட்டத்துக்கு நிகலாய் இவானவிச் போயிருந்ததால் அவர் இரவு இரண்டு மணிக்குத்தான் சகோதரிகளைக் கூட்டிப் போக ஒரு காரில் திரும்பி வந்தார். அவர் வந்தபோது, காத்யா தனக்கும் தன் தங்கைக்கும் தூக்கமே வரவில்லையென்றும், எனவே அந்தக் காரில் சிறிது சுற்றிவிட்டு வரலாம் என்றும் தன் கணவனிடம் கூறினாள். அந்த யோசனை என்னவோ உதவாக்கரை யோசனைதான்; என்றாலும், அவர்கள் அந்தக் காரை ஓட்டி வந்த டிரைவருக்கு ஒரு கோப்பை பிராந்தியை ஊற்றிக் கொடுத்து உபசரித்து பின்னர் அவர்கள் ஹதீன்ஸ்சுயாவயல் வரையிலும் காரில் போய்ச் சேர்ந்தார்கள்.

அப்போது லேசான பனிதான் இருந்தது; அந்தப் பனி வாடையில் கன்னங்கள் மட்டும் குளிரால் சில்லிட்டு நடுங்கின. வானமோ மேசமற்றுத் தெளிவாக இருந்தது; சில பிரகாசமான தாரகைகள் மட்டும் இங்கும் அங்குமாகச் சுடர் விட்டு மினு மினுத்துக்கொண்டிருந்தன. அந்தக் காரின் சக்கரங்களுக்கடியில் மெல்லிய பனிப்படலம் நெரிபட்டு நொறுங்கியது. காத்யாவும், தாஷாவும் வெள்ளைச் சால்வைகளையும், சாம்பல் நிறக்கோட்டுக்களையும் தரித்திருந்தார்கள். தாழ்வாக இருந்த அந்தக் காரின் ஆசனத்தில் ஒருவருக் கொருவர் நெருக்கமாக அணைத்து உட்கார்த்து கொண்டார்கள். காரோட்டியின் அருகில் அமர்ந்திருந்த நிகலாய் இவானவிச்சோ பின்னால் திரும்பி அவர்கள் இருவரையும் மாறிமாறிப் பார்த்துக் கொண்டே வந்தார்; இருவரது கரிய புருவங்களும், அகன்ற கண்களும் ஒரே மாதிரியாக வித்தியாசமே காண முடியாதவாறு

---

22 **பாஸ்கா--கிருஸ்துவப் பண்டிகையான எஸ்டரின் போது பாலாடையிலிருந்து தயாரிக்கப்படும் ஒரு இனிப்புப் பண்டம்.- (ப-ர்.)**

இருப்பதைக் கண்டு அவர் அதிசயித்தார்.

"உண்மையாகச் சொல்கிறேன். உங்கள் இருவரில் என் மனைவியார் என்பதையே என்னால் அடையாளம் கண்டுகொள்ள இயலவில்லை!" என்று மெதுவாகச் சொன்னார் நிகலாய் இவானவிச்.

"உங்களால் அதைக் கண்டுபிடிக்கவே முடியாது!" என்று அவர்களில் யாரோ ஒருத்தி சொன்னாள்; பின்னர் இருவரும் சிரித்தார்கள்.

ஒளி மங்கித் தோன்றிய அந்தப் பரந்த வயலுக்கு வந்த பின்னர், அடிவானம் மெல்லமெல்லப் பசிய நிறம் பெற்று வெளிறத்தொடங்கியது. தூரத்திலேயுள்ள வெள்ளி நிற தேவதாருக் காட்டின் வரிவடிவத் தோற்றம் கறுப்பாக விளிம்பு கட்டித் தோற்றமளித்தது.

"காத்யா! எனக்கு காதல் புரிய வேண்டும் போலிருக்கிறது!" என்று மெதுவாகச் சொன்னாள் தாஷா.

காத்யா அவளது கையை மெதுவாக அழுத்திப் பிடித்துக் கொண்டாள். தூரத்தே தெரிந்த காட்டுக்கு மேலாக, ஈரமும் பசுமையும் நிறைந்த அருணோதயப் பொழுதிலே, நாடித் துடிப்புப் போன்று படபடத்துத் துடிக்கும் ஒரு பெரிய நட்சத்திரம் ஒளி வீசியது.

"காத்யா! சொல்லவே மறந்து போய் விட்டேன்" என்று கூறியவராய் நிகலாய் இவானவிச் பின்புறம் திரும்பினார்: "எங்கள் பிரதிநிதியான சுமகோவ் இப்போது தான் திரும்பி வந்தார். கலிஷியப் போர் முனையின் நிலைமை நெருக்கடி மிக்கதாகவே தோன்றுகிறது என்று அவர் சொன்னார். ஜெர்மனியர்களோ சூறாவளித் தாக்குதல் மாதிரி தம்மீது அமோகமாகக் குண்டு மழை பொழிந்து தாக்குகிறார்களாம். இதனால், ஒரே தாக்குதலிலேயே படைபடையாகப் பட்டாளங்கள் அழிந்து மடிகின்றனவாம். ஆனால் நமது பக்கத்திலோ- சத்தியமாகச் சொல்கிறேன்- நம்மிடம் போதுமான குண்டுகள்கூட இல்லை! அவமானம்! அவமானம்!"

காத்யா பதிலுக்கு ஒன்றுமே பேசாமல், முகத்தை நிமிர்த்தி வானத்து நட்சத்திரங்களைப் பார்த்தாள். தாஷாவோ தமக்கையின் தோள்மீது தனது கன்னத்தை வைத்தவாறு அழுத்தி அணைத்தாள். நிகலாய் இவானவிச்சோ மீண்டும் ஒருமுறை வசை புராணம் பாடி விட்டு, வண்டியை வீட்டுக்குத் திருப்பி ஓட்டுமாறு காரோட்டியிடம் கூறினார்.

ஈஸ்டர் வாரத்தின் மூன்றாவது நாளன்று காத்யா உடம்புக்குச் சுகமில்லாததுபோல் உணர்ந்தாள். அன்று அவளால் ஆஸ்பத்திரிக்குப் போக முடியவில்லை; அவள் படுக்கையிலேயே படுத்திருக்க வேண்டியதாயிற்று. அன்றிரவில் வாடைக் காற்றில் அலைந்துவிட்டு வந்ததன் விளைவாக அவளுக்கு நிமோனியாக் காய்ச்சல் கண்டிருக்க வேண்டும் என்று தோன்றியது.

20

“நாம் சரியான சிக்கலில் வந்து மாட்டிக்கொண்டிருக்கிறோம்--அதை நினைக்கவே பயங்கரமாயிருக்கிறது!”

“சரி சரி. நீ வெகு நேரமாகக் குளிர் காய்ந்துவிட்டாய். போதும், போய்ப்படு!”

“சரியான சிக்கல்தான்!.. ருஷ்ய நாடு நாசமாகப் போகிறது, பயல்களா! நாசமாகப்போகிறது!”

உயர்ந்த கூரை வேயப்பட்ட ஒரு குடிசையின் மண் சுவருக்குப் பக்கத்தில் குளிர் காய்வதற்காக எரிக்கப்பட்ட கணப்புத் தீயின் நெருப்புக் கங்குகளைச் சுற்றிலும் மூன்று போர் வீரர்கள் அமர்ந்திருந்தார்கள். அவர்களில் ஒருவன் தனது கால்பட்டிகளைத் தரைமீது அடிக்கப்பட்டிருந்த முளைகளின் மீது விரித்துக் காயப்போட்டிருந்தான். அந்தப் பட்டிகளின் மீது தீப்பிடித்து விடாமல் அவற்றைப் பதனமாகப் பார்த்துக்கொண்டிருந்தான்; மற்றொருவனோ தனது கால்சராயின் கிழிசலுக்கு ஓட்டுப்போட்டுத் தைத்துக் கொண்டிருந்தான்; அவனும் ஊசியைக் கவனத்தோடு

பார்த்துக் குத்தித் தைத்துக்கொண்டிருந்தான். கொக்கி போன்ற மூக்கும், தழும்புகள் விழுந்த முகமும், கலைந்து பரந்த கரிய தாடியும் உடைய மூன்றாவது போர் வீரனோ கால்மேல் கால் போட்டவாறு தரையில் உட்கார்ந்திருந்தான்; கைகள் இரண்டையும் தனது ராணுவக் கோட்டின் பைகளுக்குள் செலுத்தியவாறு, அந்த நெருப்பிலிருந்து கிளம்பும் தீப் பொறிகளையே தனது குழி விழுந்த, கோபம் மிகுந்த கண்களால் வெறித்து நோக்கிக் கொண்டிருந்தான்.

“எங்கு பார்த்தாலும் ஒரே துரோகக் கும்பல்தான்! ஆமாம்!” என்று அவன் அமைதியாகச் சொன்னான்; “நாம் சிறிதே முன்னேறத் தொடங்கிவிட்டாலும் சரி, உடனே நாம் பின்வாங்க வேண்டும் என்று உத்தரவு வந்துவிடுகிறது! நம்மால் செய்யக்கூடியதெல்லாம் யூதர்களைப் பிடித்து கைக்கு எட்டிய மரக்கிளைகளில் தொங்க விட்டுக் கொல்வதுதான்; ஆனால் உண்மையான துரோகக் கும்பலோ உச்சாணிக் கொம்பில் பத்திரமாகப் பதுங்கி விடுகிறது!”

“இந்த யுத்தத்தைக் கண்டு எனக்குச் சலிப்பே தட்டி விட்டது. ஆனால் அவர்கள் இதைப் பத்திரிகைளில் வெளியிடமாட்டார்கள்!” என்று கால்பட்டிகளைக் காயவைத்துக் கொண்டிருந்த சிப்பாய் சொன்னான்; பின்னர் அவன் ஒரு காய்ந்த சுள்ளியை எடுத்து, அந்த நெருப்புக் கங்கின் மீது ஜாக்ரதையாகப் போட்டான்.

“முதலில் தாக்குதல்--பிறகு பின்வாங்கல்--பிறகு மீண்டும் தாக்குதல்--சேச்சே! நாசமாய்ப் போக--இவ்வாறு நாம் புறப்பட்ட இடத்துக்கே மீண்டும் மீண்டும் வந்து சேர்கிறோம். ஒன்றுமற்றதற்காக இப்படியெல்லாம் நாம் நாசமாகிறோம்!” என்று அவன் கூறியவாறே நெருப்பின் மீது காறித் துப்பினான்.

கால்சராயைத் தைத்துக் கொண்டிருந்தவனோ தனது தலையை நிமிர்ந்து பார்க்கவோ, தையலை நிறுத்தவோ செய்யாமல், சொல்லத்தொடங்கினான்: “அன்றைக்கொரு

நாள் லெப்டினனெண்ட் ஜாதவ் என்னிடம் வந்தார். அவருக்கே எல்லாம் அலுத்துப் புளித்துப்போய் விட்டது போலிருக்கிறது. எனவே அவர் என்னை நச்சரிக்கத் தொடங்கி விட்டார். 'உன் கால்சராயிலே ஏன் ஓட்டை விழுந்திருக்கிறது? நீ நிற்கிற லட்சணத்தைப் பார்!' என்று என்னென்னவோ தொளதொளத்தார். நானே பதிலுக்கு வாயையே திறக்கவில்லை. கடைசியில் எங்கள் உரையாடல் அவர் என் தாடையில் ஓங்கி ஒரு குத்து விடும் வரை தொடர்ந்தது!"

கால்பட்டியைக் காய வைத்துக்கொண்டிருந்த போர் வீரன் இதற்குப் பதிலளித்தான்:

"துப்பாக்கிகள் கிடையாது; சுடுவதற்கோ தோட்டாக்களும் கிடையாது. நமது படைப்பிரிவிலேயே ஒவ்வொரு துப்பாக்கிக்கும் ஏழு குண்டுகள்தான் தரப்படுகின்றன. பின்னே வேறு என்ன செய்வார்கள்? தாடையில் அடித்து நமது பற்களைத் தகர்த்து உதிர்க்கும் வேலையைத்தவிர, அவர்களுக்கு வேறு வேலை எதுவும் இல்லை."

கால்சராயைத் தைத்துக்கொண்டிருந்தவன் வியப்போடு நிமிர்ந்து பார்த்தான்; தலையை ஆட்டினான்.

கோபம் மிகுந்த கண்களையுடைய கறுத்த போர்வீரன் சொன்னான்:

"அவர்கள் எல்லோரையுமே பட்டாளத்தில் சேர்க்கிறார்கள். இப்போதோ நாற்பத்து மூன்று வயது ஆனவர்களைக் கூடச் சேர்க்கிறார்கள். இவ்வளவு பேர்களை வைத்துக் கொண்டு, இந்த உலகத்தையே ஜெயித்துவிட முடியும். நாம் 'மாட்டோம்' என்றா சொல்கிறோம்? நீங்கள் உங்கள் வேலையைப் பாருங்கள், நாங்கள் எங்கள் வேலையைப் பார்க்கிறோம் என்ற கதையாயிருக்கிறது!"

தையலில் ஈடுபட்டிருந்தவன் தலையை ஆட்டினான்;

"ஆமாம். சரிதான்!"

கறுத்த போர்வீரன் மேலும் தொடர்ந்தான்:

"நான் வார்சாவுக்கு அருகில் ஒரு போர்க்களத்தைப் பார்த்தேன். அங்கு ஐயாயிரம் அல்லது ஆறாயிரம் சைபீரியத் துப்பாக்கி வீரர்கள் இருந்தார்கள். எல்லோரும் செத்துக் கிடந்தார்கள்; அறுத்துப் போட்ட கதிர்கள் மாதிரிக் கிடந்தார்கள். ஏன் அவர்கள் அப்படி இருந்தார்கள்? எதனால் செத்தார்கள்? ஏன் என்று நானே சொல்கிறேன்... ராணுவக் கவுன்சில் கூட்டத்தில் அதிகாரிகள் அதைச் செய்ய வேண்டும், இதைச் செய்ய வேண்டுமென்று முடிவு செய்வார்கள்; இதன் பின் உடனடியாக ஒரு அதிகாரி வெளியே போய் பெர்லினுக்குத் தங்கள் முடிவு பற்றி ரகசியமாகத் தந்தி அனுப்பி விடுவான். ஆமாம். ரகசியமாகத்தான். தெரிகிறதா? ரயிலிலிருந்து இறக்கப்பட்ட இரண்டு பெரும் சைபீரியப் படைப் பிரிவை உடனுக்குடன் அந்தப் போர் முனைக்கு அனுப்பி வைத்தார்கள்; எதற்கு? இயந்திரத் துப்பாக்கிக்கு இரையாகிப் பூண்டோடு மாண்டு மடிவதற்குத்தான்! நீ ஏதோ அந்த அதிகாரி உன் கன்னத்தில் ஒரு குத்து விட்டதைப் பற்றிப் புகார் சொல்கிறாய். ஏன்? நான் குதிரைகளை ஏரில் சரியாகப் பூட்டாததற்காக என் தந்தையைக் கூட என் முகத்தில் அறைந்திருக்கிறார். அதுவும் சரிதான்! அப்படித்தான் நாம் வேலை செய்யக் கற்கவேண்டும்; அஞ்சி நடக்க வேண்டும். ஆனால், அந்தச் சைபீரியா துப்பாக்கி வீரர்கள் எல்லோரும் ஆட்டு மந்தை வெட்டுப்பட்டுச் சாவது போல் ஏன் முற்றோடு அழிய வேண்டும்? பையன்களா! உங்களுக்கு நான் திடமாகச் சொல்கிறேன். ருஷ்ய நாடு சீரழிந்து போய் விட்டது; நாம் காட்டிக் கொடுக்கப்பட்டுவிட்டோம். நம்மைப் போன்ற விவசாயி ஒருவனே நம்மைக் காட்டிக்கொடுத்து விட்டான்! அந்த விவசாயியும் நம் நாட்டவன்தான்; பாக்ரோஸ்வ்கி என்ற கிராமத்திலிருந்து வந்த ஓர் ஓடுகாலி, அவன்! நான் அவன் பெயரைக்கூடச் சொல்ல மாட்டேன். அவன் ஒரு முட்டாள். வழுவழுப்பான முகம் படைத்த ஒரு அறிவிலி அவன்! அவன் சகல விதமான ஏமாற்று வித்தைகளிலும் கைதேர்ந்தவன். தனது வேலையை நிறுத்தினான்; குதிரைகளைத் திருடத்தொடங்கினான்;

ஊரூராய் அலைந்தான் குடி, கூத்தி என்று கூத்தாடத் தொடங்கினான். இப்போதோ அவன் பீட்டர்ஸ்பர்கில் இருக்கிறான்; ஜார் சக்கரவர்த்தி மாதிரியே உயர்ந்த நிலைமையில், மந்திரிகளும், சேனாதபதிகளும் தனக்குப் பணிவிடை புரியும் நிலையில் இருக்கிறான். நாமோ இங்கு ஆடுகளைப்போல் கொன்று தள்ளப்படுகிறோம்! ஆயிரக்கணக்கில் இந்த ஈர மண்ணின் மீது மாண்டு மடிகிறோம். பீட்டர்ஸ்பர்க் நகரமோ மின்சார சக்தியால் ஒளிமயமாக விளங்குகிறது. மதுபானமும் பெருந்தீனியும் மிதமிஞ்சிப் போய் அவர்களெல்லாம் கொழுத்துக் கொள கொளத்து வருகிறார்கள்!"

திடீரென்று அவன் பேச்சை நிறுத்தினான். அங்கு அமைதியும் ஈரவாடையுமே நிலவின. அந்தக் குடிசைத் தொழுவத்துக்குள்ளிருந்த குதிரைகள் புல்லைக் கடித்துக்கொண்டிருந்தன... ஏதோ ஒரு குதிரை மட்டும் மண்சுவரின் மீது தொப்பென்று லேசாக உதைத்தது. ஒரு இராக்குருவி அந்தக் குடிசையின் கூரை முகட்டியிலிருந்து நெருப்பை நோக்கிப் பாய்ந்தது; பின்னர் பரிதாபகரமான குரலில் கீச்சட்டுக் கொண்டே மேலேறிப் பறந்து மறைந்தது. அதே கணத்தில், எங்கோ தூரத்திலிருந்து காது செவிடுபடும் ஒரு ஆரவாரம் கேட்டது; அது மேலும் மேலும் நெருங்கி வந்தது; ஏதோ ஒரு பயங்கரமான காட்டு விலங்கு தனது மூஞ்சியால் இருளைக் கிழித்துக்கொண்டு, நம்ப முடியாத பெரு வேகத்தில் முன்னேறிப் பாய்ந்து ஓடி வருவதுபோல் தோன்றியது; ஏதோ ஒன்று தரையைத் துளைப்பதுபோல் தோன்றியது; மறுகணமே அந்தத் தொழுவத்துக்கு அப்பால் ஒரு பெரிய வெடி குண்டு வெடித்த சப்தம் கேட்டது; அந்த அதிர்ச்சியில் பூமியே குலுங்கியது. குதிரைகள் தமது கால்களைத் தரைமீது உதைத்தன; அவற்றின் கடிவாளங்கள் கலகலத்தன. கால்சராயைத் தைத்துக் கொண்டிருந்த சிப்பாய் பயபீதியோடு சொன்னான்.

"அதோ போவதைப் பார்!"

"இதோ உனக்கு ஒரு பீரங்கி!"

"கொஞ்சம் பொறு!"

மூன்று பேரும் தங்கள் தலையை உயர்த்திப் பார்த்தார்கள். நட்சத்திரங்களற்ற இருண்ட வான வெளியில் ஏதோ ஒரு சத்தம் இரண்டு நிமிடம் மேலோங்கிக் கேட்டது; தொடர்ந்து மிகவும் சமீபமாக, எங்கோ ஒரு இடத்தில், குடிசைக்குப் பக்கத்திலேயே, இரண்டாவது வெடி முழக்கம் கேட்டது. அந்த வெடி முழக்கத்தில் தேவதாரு மரங்களின் உச்சிக் கொப்புகள் எல்லாம் பிய்த்துப் பிடுங்கிக்கொண்டு வானில் பறந்து விழுந்தன. மீண்டும் தரை குலுங்கி அதிர்ந்தது. அதைத் தொடர்ந்து மூன்றாவது வெடிகுண்டின் முழக்கமும் கேட்டது. அந்த வெடி முழக்கம் வெறிபிடித்த வேகமான சத்தமாகக் கிளம்பியது; சகிக்க முடியாத அந்தச் சத்தத்தைக் கேட்டு, அவர்கள் இதயமே நிலைத்து நின்று விட்டதுபோல் தோன்றியது. அந்தக் கறுத்த சிப்பாய் எழுந்திருந்து பின்வாங்க முனைந்தான். ஆனால் கண்ணுக்குத் தெரியாத மின்னல் மாதிரி ஏதோ ஒன்று கீழ்நோக்கிப் பாய்ந்து வந்தது; மறுகணமே நெருப்பும் புகையுமான ஒரு நெடுஞ்சுவர் காது செவிடுபடும் இடி முழக்கத்தோடு வானை நோக்கிக் கிளம்பிப் பாய்ந்தது.

அந்தச் சுவர் மீண்டும் தரையிலே வந்து விழுந்து அடங்கிய போதோ, அந்த மூன்று மனிதர்களும், கணப்புந்தியும் இருந்த இடத்தில் ஓர் ஆழமான பெருங்குழி மட்டுமே மிஞ்சி நின்றது. நிலை குலைந்து இடிந்து தகர்ந்து நின்ற அந்தக் குடிசையின் மேற்கூரை மஞ்சள் நிறமான புகை மண்டலமாகக் காட்சியளித்தது. நீண்ட பிடரிமயிர் கொண்ட ஒரு குதிரை மட்டும் அந்த நெருப்பினூடே கனைத்துக் கொண்டு ஓடத் தொடங்கியது; அடிவான முனையில் விளிம்பு கட்டித் தோன்றும் சவுக்குமரக் காட்டை நோக்கித் தலை தெறிக்க ஓடியது.

இப்போதோ, அந்தச் சமவெளியின் தெத்துக் குத்தான எல்லையோரத்துக்கு அப்பால், மின்னல் வீச்சுக்கள் பளிச்சிட்டன; பீரங்கிகள் முழங்க: பாம்புபோன்று புகைக் கொடியைக் கிளப்பியவாறு வாணவெடிகள் பறந்து சென்றன. அந்த வெடிகளின் நெருப்புத் தழல்கள் மெல்ல

மெல்லப் பூமி மீது வந்து விழுந்தன; ஈரமும் இருளும் படிந்த அந்த நிலத்தை ஒளி செய்தன; வெடிகுண்டுகள் ஆகாயத்தைக் கிழித்து அழுது ஓலமிட்டன; அலறி முழங்கின!

21

அதே இரவில், ஒரு குடிசைக்குச் சமீபத்திலேயேயுள்ள ராணுவ அதிகாரிகளின் பாதாளப் பாசறையில், உசோல்ஸ்கி படைப்பிரிவை சேர்ந்த அதிகாரிகள் விருந்து நடத்திக் கொண்டிருந்தார்கள்; அதாவது அந்தப் படைப் பிரிவைச் சேர்ந்த காப்டன் தேத்கின் என்பவருக்கு ஊரில் ஆண் குழந்தை பிறந்திருக்கும் செய்தி எட்டியதும் அதைக் கொண்டாடுவதற்காக அந்த விருந்து நடத்தப்பட்டது. பூமிக்கடியிலேயிருந்து அந்தப் பாதாளப் பாசறையில் எட்டு அதிகாரிகளும், ஒரு டாக்டரும், போர்முனை ஆஸ்பத்திரியிலிருந்து வந்த மூன்று நர்சுகளும் ஒரு மேஜையின் முன் அமர்ந்திருந்தார்கள், அந்த மேஜை மூன்று அடுக்கு முகடுகள் கொண்ட பாதாளக் கிடங்கினுள் போடப்பட்டிருந்தது; அந்தக் டங்கல் கண்ணாடிப் பாத்திரத்தினுள்ளே நட்டு வைத்த மிருகக் கொழுப்பாலான மெழுகுவத்திச் சுடர்கள் ஒளிசெய்து கொண்டிருந்தன.

அவர்கள் எல்லோரும் நிறையக் குடித்திருந்தனர். தகப்பன் என்ற பெருமிதத்துக்கு ஆளாகிவிட்ட காப்டன் தேத்சன் ஒரு எச்சில் தட்டின்மீது தலையை வைத்து நன்றாகத் தூங்கிக் கொண்டிருந்தார். அவரது வழுக்கைத் தலைக்கு மேலாக கைப்பிடியின் உருவத்திலுள்ள ஓர் அட்டுப்பிடித்த அலங்காரத் தொங்கட்டம் தொங்கிக் கொண்டிருந்தது. அங்கு நிலவிய மங்கிய மெழுகுவத்திச் சுடரொளியில், குடித்துத் சீர்க்கப்பட்ட மதுசாரத்தின் போதையில், ஒருவருக்கொருவர், நெருங்கி அமர்ந்திருந்த அழகில், தலைக்கச்சையும், சாம்பல் நிற உடையும் அணிந்திருந்த

அந்த நர்சுகள் அழகாகவே தோற்றமளித்தார்கள். மூஷ்கா என்ற பெயர் கொண்ட நர்ஸின் நெற்றிப் பொருத்துக்களில் கருமயிர்ச் சுருள்கள் அழகாக வளைந்து தோற்றமளித்தன; அவள் அடிக்கடி வாய் ஓயாமல் சிரித்துக் கொண்டேயிருந்தாள்; அவ்வாறு சிரிக்கும்போது அவளது வெண்மையான கழுத்து விம்மித் தெரித்தது. அப்போது அவளுக்கு எதிரே, அமர்ந்திருந்த இரு அதிகாரிகளும் அவளையே வெறித்து நோக்கினார்கள். வந்த முகமும், தடித்த உடம்பும் கொண்ட மரீயா இவானவ்னா என்பவள் நாடோடித் தெருக் கூத்துப் பாடல்களை அருமையாகப் பாடினாள். அந்தப் பாட்டைக் கேட்ட உற்சாகத்தில் அந்த அதிகாரிகள் மேசைமீது ஓங்கித்தட்டித் தாளம் போட்டார்கள்; "அந்தக் காலமல்லவா, காலம்!" என்று திரும்பத் திரும்பச் சொல்லிக்கொண்டார்கள். மூன்றாவது நர்ஸ்தான் எலிசவேதா கீயவ்னா. அவளோ அங்கிருந்த மெழுகு வத்திகளின் தீ நாக்குகளைக் கவனித்தாள்; அந்தத் தீச்சுடர்கள் நடு நடுங்கும் ஒளித்துண்டங்களாக, முடிவற்றுப் பெருகும் ஒளிப்பிழம்புகளாகத் தெரிந்தன. மெழுகுவத்திச் சுடர்கள் எழுப்பும் புகைமண்டலத்துக்கு அப்பால் மேசையைச் சுற்றிலும் அமர்த்திருப்பவர்களின் முகங்கள் வெள்ளை வெளேரெனத் தெரிவதைக் கண்டாள். அந்த முகங்களில் ஒன்றில், அதாவது அவளுக்கு அடுத்தாற்போல் அமர்ந்திருந்த லெப்டினெண்ட் ஜாதவின் முகத்தில், ஏதோ ஒரு பயங்கரமும் அதே சமயம் ஒரு கவர்ச்சியும் குடி கொண்டிருப்பது போலவும் அவள் உணர்ந்தாள். விரிந்த தோள்களும் அழகிய தோற்றமும், மழுமழுப்பான முகமும், வெளிறிய எனினும் ஒளிமிகுந்த கண்களும் உடையவராக ஜாதவ் காட்சியளித்தார். அவர் தமது இடைவாரை இழுத்துக் கட்டியவராய் விறைப்பாக நிமிர்ந்து உட்கார்ந்திருந்தார். அவர் அபரிமிதமாக அளவுக்கு மிஞ்சிக் குடித்தார்; முகம் மட்டும் வெளுத்தார். கரிய தலைமயிர் கொண்ட மூஷ்கா மீண்டும் கலகலத்துச் சரியத் தொடங்கியபோதும் மரீயா இவானவ்னாவோ தனது தந்தி வாத்தியத்தைக் கையில் எடுத்து, கசங்கிப் போன கைக்குட்டையால் முகத்தைத் துடைத்துவிட்டு,

"மல்தாவிய நாட்டுப் புல்வெளிப் பிரதேசத்தில் நான் பிறந்தேன்?" என்ற பாடலை அழுத்தமான குரலில் பாடத்தொடங்கிய போதும் ஜாதவ் தமது வடிவார்ந்த உதட்டோரத்தில் ஒரு மெல்லிய புன்னகை தோன்ற, மீண்டும் ஒரு கோப்பை நிறைய சாராயத்தை ஊற்றிக் குடித்தார்.

எலிசவேதா சயவ்னாவோ அவரது மழுமழுப்பான மடிப்புக்கள் விழாத முகத்தையே கூர்ந்து பார்த்தாள். அவரோ அவளோடு சம்பிரதாய பூர்வமான வம்பளப்பில் இறங்கி ஏதேதோ பேசினார். அத்துடன் தமது படையில் காப்டன் மர்தீனவ் என்று ஒருவர் இருந்தார் என்றும் அவர் 'வந்தது வரட்டும்' என்ற துணிந்த கொள்கையுடையவர் என்று பேர் பெற்றவர் என்றும் அவர் மட்டும் வேண்டிய அளவு பிராந்தியைக் குடித்து விட்டார் என்றால், எதிரிகளின் முள் கம்பி வேலியையும் தாண்டிப்போய், மிகவும் அருகிலிருந்தே எதிரியைச் சுட முயல்வார் என்றும், ஜெர்மானியர்களை நான்கு மொழிகளில் வாய்க்கு வந்தபடி வசைபாடிவிடுவார் என்றும் கூறினார். ஆனால் அதே காப்டன் சில நாட்களுக்கு முன்னால் தமது அசட்டுத் துணிச்சலுக்குரிய பரிசைப் பெற்றார் என்றும், அதாவது அடிவயிற்றிலே குண்டிபட்டு மண்டையைப் போட்டார் என்றும் கூறினார். இந்த விவரத்தைக் கேட்டு, எலிசவேதா கீயவ்னா பெருமூச்செறிந்தாள்; மர்தீனவ் ஒரு சிறந்த வீரர்தான் என்றாள். ஆனால். ஜாதவோ பல்லைக் காட்டிச் சிரித்தவாறே சொன்னார்:

"இங்கு புகழ் விரும்பிகள் உண்டு; முட்டாள்கள் இருக்கிறார்கள்--ஆனால் வீரர்கள் தான் இல்லை. மன்னிப்பீர்களாக!"

"அப்படியென்றால், நீங்கள் எதிரியைத் தாக்கப்போகிறீர்களே, அது மட்டும் வீரமில்லையா?"

"சொல்லப்போனால், யாரும் தாக்குவதற்காகப் போவ இல்லை; தாக்குதலை நோக்கி அவர்கள் அனுப்பப்படுகிறார்கள். ஏன் போகிறார்கள் என்றால்,

அவர்கள் கோழைகளாக இருப்பதால் தான்! எந்த விதமான நிர்ப்பந்தமும் இல்லாமலேயே தம் உயிரை தாமே பலிகொடுக்கத் துணியும் மனிதர்கள் உலகில் இருக்கத்தான் செய்கிறார்கள். ஆனால் இவர்களோ கொலை செய்ய வேண்டும் என்ற உள்ளுணர்ச்சியையே கொண்டவர்கள்." இவ்வாறு கூறிவிட்டு ஜாதவ் மேசை மீது தமது நகத்தின் முனைகளால் தாளமிட்டார்; பின் மேலும் கூறினர்: "நீங்கள் ஒப்புக்கொள்வீர்களோ, இல்லையோ? தற்காலத்திய கண்ணோட்டத்தின்படி, இத்தகைய மனிதர்கள்தான் சிந்தனா வளர்ச்சியின் சிகரத்தை எட்டியவர்கள் என்று கருதப்படுகிறார்கள்."

பின்னர் அவர் மெல்லத் தம் இடத்தைவிட்டு எழுந்து, அந்த மேசையின் கோடியில் இருந்த பழச்சாறு கொண்ட பெரிய பெட்டியை எட்டி எடுத்து, அதனை எலிசவேதா கீயவ்னாவுக்கு கொடுத்தார்.

"மிக்க நன்றி. எனக்கு இப்போது எதுவுமே வேண்டாம்!" என்று கூறினாள் அவள். ஆனால் தனது இதயம் படபடவென்று துடிப்பதையும், உடம்பெல்லாம் சில்லிட்டு வருவதையும் அவள் உணர்ந்தாள். அவரை நோக்கி அவள் கேட்டாள் "சரி. உங்கள் விவகாரம் என்ன? அதைச் சொல்லுங்கள்."

ஜாதவ் தமது நெற்றியைச் சுருக்கம்விழ நெரித்து உயர்த்தினார்; அப்போது அவரது முகத்தில் பல்வேறு சுருக்கங்கள் விழுந்தன. அந்தச் சுருக்கங்கள் அவரது முகத்தில் முதுமைக் கலையைத் தோற்றுவித்தன.

"என்னைப் பற்றியா?" என்று கரகரத்த குரலில் திருப்பிக் கேட்டார் அவர். "நேற்று அந்தக் குடிசைக்குப் பின்னால் ஒரு யூதனைச் சுட்டுக்கொன்றேன். அது இன்பகரமான அனுபவமா, இல்லையா என்பதைக்கூட நான் சொல்ல வேண்டுமா? கண்றாவி! கண்றாவி!"

பின்னர் அவர் தமது கூரிய பற்களின் இடையில் ஒரு சிகரெட்டைப் பற்றிப் பிடித்தவாறே ஒரு தீக்குச்சியை உரசிப் பற்றவைத்தார். அகன்று நீண்ட விரல்கள் அந்தத்

தீக்குச்சியை ஆடாது அசையாது நேராகப் பிடித்திருந்த போதிலும், அந்தச் சிகரெட்டின் மீது தீச்சுடர் படவும் இல்லை; நெருப்பு பற்றவும் இல்லை.

"நான் குடிவெறியில்தான் இருக்கிறேன்!" என்று கூறியவாறே அவர் அந்த தீக்குச்சியைத் தூர எறிந்தார்; எனினும் அத்தத் தீக்குச்சியின் நெருப்பு அதற்குள் அவரது கைவிரல்களைச் சுட்டுவிட்டது: "சரி. நாம் கொஞ்சம் காற்றாட வெளியே போய் வரலாம்!" என்றார்.

எலிசவேதா கீயவ்னா ஏதோ தூக்கத்தில் எழுந்து நடப்பவள் போல, தனது இடத்தைவிட்டு எழுந்து அவரைப் பின் தொடர்ந்து, அந்தப் பாதாளப் பாசறையிலிருந்து வெளியே வருவதற்கான ஒடுங்கிய பாதையில் நடக்கத்தொடங்கினாள். அவர்கள் இருவரும் புறப்பட்டுச் செல்லும்போது குடிவெறியும் குதூகலமும் நிறைந்த குரல்கள் அவர்களுக்குப் பின்னால் கேட்டன. மரீயா இவானவ்னா தனது வாத்தியத்தின் நரம்புகளை மீட்டி விட்டவாறு, "ஆசையின் இனிமை அந்தகார இருளில் பிறக்கிறது!" என்ற பாட்டை உச்சஸ்தாயில் பாடத்தொடங்கினாள்.

வெளியிலோ வசந்த காலத்தின் வரவை அறிவுறுத்துவது போன்று அழுகிய மரத்திலைகளின் நெடி நாற்றம் வீசியது. எங்கு பார்த்தாலும் இருளும் அமைதியும் இணைந்து நின்றன. ஜாதவ் அங்கிருந்த ஈரம் சுசியும் புல்வெளிமீது, கைகள் இரண்டையும் தமது சட்டைப் பைகளுக்குள் திணித்தவாறு விரைவாக நடந்து சென்றார். எலிசவேதா கீயவ்னா அவருக்குப் பின்னால் சிறிது தூரத்தில் நடந்து சென்றாள்? ஏதோ அடக்க மாட்டாதவள் போல் புன்னகை புரிந்தவாறே வந்தாள். திடீரென்று அவர் நின்றார்; அவளை நோக்கிச் சட்டென்று கேட்டார்:

"நல்லது, இனி என்ன?"

அவளது காதுகள் கொதித்துச் சுட்டன. அவள் தனது தொண்டைக் குழியில் எழுந்த உணர்ச்சியை அடக்கிக் கொண்டு, தெளிவற்ற குரலில் சொன்னாள்:

“எனக்குத் தெரியாது!”

“சரி வா, போகலாம்.”

அங்கிருந்த குடிசையின் இருண்ட பிரதேசத்தை நோக்கித் தலையை அசைத்தவாறு அவர் சில அடிகள் முன்னே சென்றார்; பின்னர் சட்டென்று நின்று, எலிசவேதா கீயவ்னாவின் கரங்களை இறுகப் பற்றிக்கொண்டார்.

“இதோ பாருங்கள். கற்சிலை மாதிரியான உறுதியான உடம்பு எனக்கு!” என்று வியக்கதக்க ஆர்வத்தோடு கூறினார் அவர். “என்னால் ஒரு வெள்ளி நாணயத்தை இரண்டு துண்டாக முறித்து எறிய முடியும். நான் மற்றவர்களையெல்லாம் கண்ணாடியாலான பொம்மைகளாகவே காண்டேன். அவர்களை வெறுக்கிறேன்!” அவர் எதையோ நினைவு கூர்ப்பவர் போல் தமது பேச்சை நிறுத்திவிட்டு, தரையைக் காலால் உதைத்தார். “அங்கே நடக்கிறதே அந்தக் கிளு கிளுத்த சிரிப்பு, பாட்டு, கோழைத்தனமான பேச்சு--எல்லாமே எனக்கு வெறுப்பூட்டுகின்றன. அவர்களெல்லாம், ஆம், அவர்கள் எல்லோருமே காய்த்து போன மலத்திலே பிறந்த நெளியும் புழுக்கள்தான்! நான் அவர்களை நசுக்கிவிடுவேன்!.. கேளுங்கள். நான் உங்களைக் காதலிக்கவில்லை; காதலிக்கவும். முடியாது. நான் உங்களைக் காதலிக்கப் போவதுமில்லை. உங்களைப்பற்றி நீங்களே பெருமையடித்துக் கொள்ளாதீர்கள் எனினும் நான் உங்களை விரும்புகிறேன். நீங்கள் எனக்குத் தேவை... இத்தகையதொரு அடிமையுணர்ச்சி? அதை என்னால் சகிக்க முடியாது! ஆமாம்... அதை நீங்கள் புரிந்து கொள்ள வேண்டும்...” அவர் தமது கைகள் இரண்டையும் எலிசவேதா கீயவ்னாவின் முழங்கைகளுக்குக் கீழாக: கொடுத்து அவளைத் தம்பால் பலவந்தமாக இழுத்து அணைத்தார்; அவளது நெற்றிப் பொருத்தின் மீது கனன்றெரியும் நிலக்கரித் தணலைப் போல் கொதிப்பும் வறட்சியும் மிகுந்த உதடுகளை வைத்து அழுத்தினார்.

அவள் தன்னை விடுவித்துக் கொள்வதற்காக, மிகவும்

முரண்டு பிடித்துத் திமிறினள்; அவரோ அவளை நன்றாக இறுகப் பிடித்திருந்தார்; அவரது இரும்புப் பிடியில் அவளது எலும்புகளே ஒடிந்துவிடும் போலிருந்தது. எனவே அவள் தன் தலையைத் தொங்க விட்டவாறு, அவரது கைகளின் மீது அவளது பலத்தையெல்லாம் கொண்டு தொங்கினாள்.

"மற்றவர்களைப்போல் ஒருவரல்ல நீங்கள்!" என்றார் அவர்; "நான் உங்களுக்குப் பாடம் புகட்டுகிறேன்..."

திடீரென்று அவர் பேச்சை நிறுத்திவிட்டு, தலை நிமிர்ந்தார்.

இருளில் எங்கோ செவியைப் பிய்க்கும் ஒரு சத்தம் ஓங்கி ஒலித்தது.

"நாசமாய்ப் போக!" என்று சொன்னவாறே, அவர் பற்களைக் கடித்தார்.

மறுகணமே தூரத்தில் ஒரு பெருத்த வெடிமுழக்கம் கேட்டது. எலிசவேதா கீயவ்னா மீண்டும் அவரது பிடியிலிருந்து விடுபடத் திமிறினாள். ஆனால் அவரது பிடியோ மேலும் இறுகிபது.

"என்னைப் போக விடுங்கள்!" என்று வெறிபிடித்தவள் போல கத்தினாள் எலிசவேதா கீயவ்னா.

மற்றொரு வெடிமுழக்கம் அதிர்ந்தது. ஜாதவ் தொடர்ந்து ஏதோ முனகினார். அவர்களுக்கு மிகவும் அருகிலேயே நெருப்பும் புகையுமாக ஒரு கரிய நெடுஞ்சுவர் வானை நோக்கி வெடித்துக் கிளம்பியது; அந்தக் குடிசைக்குப் பின்புறத்தில் அந்த வெடிமுழக்கத்தின் அதிர்ச்சி வைக்கோல் புரிகளை வானை நோக்கி வீசி எறிந்து சிதறியது.

எலிசவேதா கீயவ்னுவோ ஒரு மட்டும் அவரது பிடியிலிருந்து இமிறி விடுபட்டவளாய்ப் பாதாளப் பாசறையை நோக்கி ஓடினாள். உள்ளேயிருந்து ராணுவ அதிகாரிகளோ அதை விட்டு அவசரமாக வெளியேறி

வந்து கொண்டிருந்தனர். தமக்குப் பின்னால் எரிந்து கொண்டிருந்த அந்தக் குடிசைத் தொழுவத்தைத் திரும்பித்திரும்பிப் பார்த்தவாறே அவர்கள் கரடுமுரடான நிலத்தின் மீது வேகமாக ஓடினர். அதிலும் அங்கு வந்து விழுந்த நெடிய ஒளிக்கதிர்களைக் கண்டு, சிலர் இடதுபுறமாகத் திரும்பி, காட்டுக்குள் உள்ள பதுங்கு குழிகளை நோக்கி ஓடினார்கள். வேறு சிலர் வலதுபுறமாகத் திரும்பி ஆற்றங்கரை முகாமுக்கு வழி காட்டும் செய்திப் போக்கு வரத்துப் பதுங்குகுழியை நோக்கி ஓடினார்கள். ஆற்றுக்கு அக்கரையில் உள்ள குன்றுகளுக்கு அப்பாலிருந்து ஜெர்மானிய துப்பாக்கிகள் முழங்கிக்கொண்டிருந்தன. துப்பாக்கிப் பிரயோகமோ இருவேறு இடங்களிலிருந்து வந்தது. வலதுபுறத்தில் ஆற்றுப்பாலத்திலிருந்தும், இடது புறத்தில் உசோல்ஸ்க் படையினர் எதிர்த்த கடையில் சமீபத்தில் கைப்பற்றிய ஒரு பண்ணை வீட்டை நோக்கிச் செல்லும் வழியிலிருந்தும் குண்டுகள் பொழியப்பட்டன. அந்தத் துப்பாக்கிப் பிரயோகத்தின் ஒரு பகுதி ரஷ்யத் துப்பாக்கிப் படைத்தளத்தை நோக்கியே திரும்பியிருந்தது.

எலிசவேதா கீயவ்னா ஜாதவைப் பார்த்தாள். அவரோ தலையில் தொப்பியின்றி, தனது கைகள் இரண்டையும் பைகளுக்குள் செலுத்தியவராய், இயந்திரத் துப்பாக்கியுள்ள தளத்தை நோக்கி, வயல் வழியே நேராக நடந்து சென்று கொண்டிருந்தார். மறுகணத்திலே அவர் நடந்து சென்று கொண்டிருந்த இடத்தில் திடீரென்று நெருப்பும் புகையும் கலந்த ஓர் இருள் மண்டலம் வெடித்துப் படர்ந்தது! எலிசவேதா கீயவ்னா தன் கண்களை மூடிக் கொண்டாள்! அவள் கண்களை மீண்டும் திறந்து பார்த்த போதோ, அவர் தமது கைகள் இரண்டையும் விறுவிறுப்போடு ஆட்டியவராய், இடது பக்கமாக ஒதுங்கிச் சென்று கொண்டிருந்தார். எலிசவேதா கீயவ்னாவுக்கு அருகில் தூரதிருஷ்டிக் கண்ணாடியோடு நின்று கொண்டிருந்த் காப்டன் தேத்கின் சத்தமிட்டார்:

"இடிந்து தகர்ந்த அந்தப் பண்ணை வீடு நமக்குத் தேவையில்லை என்று நான் அவர்களிடம் மாரடித்துக்

கொண்டேன். இப்போது அவர்கள் என்ன செய்து விட்டார்கள் என்று பாருங்கள். அந்தத் துறை முழுதையும் சர்வநாசமாக்கி விட்டார்கள்! பன்றிப் பயல்கள்!"

அவர் தமது தூரதிருஷ்டிக் கண்ணாடியால் மீண்டும் ஒரு முறை பார்த்தார்.

"பன்றிப் பயல்கள்! அவர்கள் அந்தப் பண்ணை வீட்டையே குறிவைத்துச் சுடுகிறார்கள்! ஆறாம் நம்பர் கம்பெனி இனி அடியோடு தொலைந்த மாதிரிதான்!" என்று முனகியவாறே தமது பிடரியைப் பரபரவென்று சொரிந்து கொண்டார். "ஷ்லாசின்!" என்று சப்தமிட்டார்.

"இதோ இருக்கிறேன், பிரபு!" என்று ஷ்லாப்கின் பதில் கொடுத்தான். பெரிய மூக்கும், கசாக்குத் தொப்பியும் அணிந்த குட்டை மனிதனாகக் காட்சியளித்தான் அவன்.

"சரி. பண்ணை வீட்டோடு தொடர்பு கிட்டியதா?"

"இல்லை பிரபு. தந்திக் கம்பிகள் எல்லாம் அறுபட்டு விட்டன?"

"சரி. பண்ணை வீட்டுக்கு உடனே உதலவிப்படைகளை அனுப்புமாறு, எட்டாம் நம்பர் கம்பெனிக்கு தகவல் அனுப்புங்கள்?"

"நல்லது பிரபு!" என்றான் ஷ்லாப்கின். அவன் சலாமிட்ட கையைத் தலையிலிருந்து பட்டென்று எடுத்து இறக்கியவனாய் சில அடிகள் முன்னே நடந்து சென்றான்.

"லெப்டினெண்ட் ஷ்லாப்கின்!" என்று அந்த காப்டன் மீண்டும் மூர்க்கமான குரலில் கத்தினார்.

"இதோ--பிரபு!"

"உத்தரவுப்படி செய்யுங்கள்!"

"ஆகட்டும், பிரபு!"

ஷ்லாப்கின் மீண்டும் சில அடிகள் நடந்தான்; அவனது தலை குனிந்தது; மறுகணம் குச்சியால் நிலத்தைத்

தோண்டிக் கொண்டிருந்தான்.

"லெப்டினெண்ட் ஷ்லாப்கின்!"

"இதோ, பிரபு!"

"உங்களிடம் நான் எப்போது பேசினேன் என்று நினைவிருக்கறதா?""

"ஆமாம், பிரபு."

"நான் சொன்ன உத்தரவை உடனே எட்டம் நம்பர் கம்பெனிக்கு அனுப்புங்கள். அந்த உத்தரவுக்கு அவர்கள் பணிய வேண்டியதில்லை என்று நீங்கள் வேண்டுமானால், உங்கள் பொறுப்பில் சொல்லிக்கொள்ளுங்கள். அங்கு ஆட்களை அனுப்புவதற்கு அவர்கள் படுமுட்டாள்களல்ல. எதிரிகளின் துப்பாக்கிப் பிரயோகத்தை எதிர்த்து தாக்குவதற்கு அந்தத் துறைக்கு அவர்கள் குறைந்த பட்சம் பதினைந்து பேர்களையாவது அனுப்பட்டும்! அத்துடன் எட்டாம் நம்பர் கம்பெனி எதிரிகள் எல்லை கடந்து வருவதை வீராவேசமாகத் தடுத்து நிற்கிறது என்றும் தலைமை காரியாலயத்துக்குத் தகவல் கொடுங்கள். ஆறாம் எண் கம்பெனியில் ஏற்பட்டுள்ள சேதம் பற்றிய விபரத்தையும் நாம் எடுத்துக் கூறலாம். சரி, போங்கள்! உங்களைத்தான்! ஏ! பெண்ணே! நீங்களும் இந்த இடத்தை விட்டுப் போய்விடுங்கள்!" என்று கூறியவாறே அவர் எலிசவேதா கீயவ்னாவை நோக்கித் திரும்பினர்; "சீக்கிரம் இங்கிருந்து தொலைந்து போங்கள்! இன்னும் ஒரே நிமிஷத்தில் குண்டு வீச்சு ஆரம்பமாவிடும்!"

மறுகணமே ஒரு குண்டு உஸ்ஸென்று இரைந்து கொண்டு பறந்து வந்து, சமீபத்திலுள்ள் எதையோ தாக்கியவாறு வெடித்துச் சிதறியது!

22

ஜாதவ் அந்த இயந்திரத் துப்பாக்கித் தளத்தின் பாதுகாப்புச் சுவருக்கப்பால் படுத்துக் கடந்தவராய், தமது தூர திருஷ்டிக் கண்ணாடியை ஒரு கணம் கூடக் கண்களை விட்டு எடுக்காமல், யுத்தம் நடப்பதை கவனித்துக்கொண்டேயிருந்தார். அவர்களது பாதாளக் கிடங்கு மரங்கள் செறிந்த ஒரு குன்றின் சரிவில், ஆற்றங்கரையோரத்தில், ஆற்று நீர் லேசாக வளைந்து செல்லும் வளைவின் அருகில் அமைத்திருந்தது. அதற்கு வலப்புறத்திலிருந்த ஆற்றுப்பாலத்தில் சிறிது நேரத்துக்கு முன்னர் தீப்பிடித்தது; இப்போது, புகையும் நெருப்புமாய்ப் பொருமியெழுந்தது. அதற்கு அப்பாலுள்ள அக்கரையில்தான் உசோல்ஸ்க் படையினர் கைப்பற்றிய பதுங்கு குழிகள் இருந்தன. கோணல்மாணலாக வளைந்து வளைந்து செல்லும் அந்தப் பதுங்கு குழிகள் புல்லடர்ந்து மண்டிய நிலத்தில் தென்பட்டன. அவற்றுக்கெல்லாம் இடப்புறத்தில், கோரைப்புல் மண்டி வளர்ந்திருந்த ஒரு சிற்றோடைக்கும் அப்பால், பண்ணை வீட்டின் மூன்று கட்டிடங்களும் எரிந்து கொண்டிருந்தன. அந்தக் கட்டிடங்களுக்குப் பின்னால், இரு வேறு திசைகளில் சென்று திரும்பி ஒன்று கூடும் பதுங்கு குழிகளுக்குள்ளேதான் ஆறாம் நம்பர் கம்பெனிப் படையினர் இருந்தார்கள். அதிலிருந்து சுமார் முன்னூறு அடிகளுக்கு. அப்பால்தான் ஜெர்மானியரின் போரெல்லை தொடங்கியது; அந்தப் போரெல்லை வடபுறமாகத் திரும்பி, தூரத்திலேயுள்ள மரங்கள் செறிந்த குன்றுகள் வரையிலும் நீண்டு கடந்தது.

இரு புறத்திலும் எரிந்து கொண்டிருந்த நெருப்பின் ஒளியினால், ஆற்று நீர்ப்பரப்பே மங்கிய செந்நிறமாக காட்சியளித்தது. ஆற்றில் ஓடிக்கொண்டிருந்த தண்ணீரோ இடையறாது விழுந்து கொண்டிருந்த குண்டுகளால் பொங்குவதும் புகைமண்டலத்தினூடே தண்ணீரை மேல் நோக்கிச் சிதறி வெடிப்பதுமாக ஓடிக்கொண்டிருந்தது.

பீரங்கிக் குண்டுகளில் பெரும்பாலானவை அந்தப்

பண்ணை வீட்டையே இலக்கு வைத்துத் தாக்கின.

எரிந்து கொண்டிருந்த அந்தக் கட்டிடங்களுக்கு மத்தியில் குண்டுகள் வெடித்துச் சிதறும் ஒளி தொடர்ந்து தெரிந்து கொண்டிருந்தது; இரண்டு பதுங்கு குழிகளும் சேரும் இடத்துக்கு இருபுறத்திலும் கரும்புகை மண்டலங்கள் சுவர் போல எழுந்துகொண்டேயிருந்தன. தூரத்திலுள்ள சிற்றோடைக் கரையிலுள்ள கோரையும் நாணலும் மண்டிய புதருக்குள்ளிலிருந்து துப்பாக்கிக் குண்டுகள் வெடித்துக் கிளம்பியவாறே இருந்தன. கனத்த வெடிகுண்டுகள் கும்கும்மென்று வெடித்துச் சிதறும் வேகத்தில் ஆகாயமே நடுங்கி அதிர்ந்தது. ஆற்றின் மீதும், ஆற்றங்கரைப் புல்வெளியிலும், அதன் அருகிலும், இரண்டு, மூன்று, நான்காம் எண் கம்பெனிகள் இருந்த பதுங்கு குழிகளுக்கு மேலும், வெடித்துச் சிதறிய குண்டுகளின் துண்டு துக்காணிகள் வந்து விழுந்தன. மேலும், அங்கு தென்பட்ட குன்றுகளுக்கு அப்பாலிருந்து பன்னிரண்டு ஜெர்மானியப் பீரங்கிப் படைகள் மின்னல் வீச்சைப்போல் தொடர்ந்து குண்டுகள் வீசின; அந்தக் குண்டு வீச்சு இடையறாத இடிமுழக்கமாக ஒலித்துக் கொண்டேயிருந்தது. பதிலுக்கு ரஷ்யப் பீரங்கிப்படையும் இடையறாது குண்டு வீசிற்று. அந்தக் குண்டுகள் குன்றுகளைத் தாண்டிப்போகும் வேகத்தில் வான மண்டலத்தில் வீலென்று இரைந்துகொண்டு பறந்தன. குண்டுகளின் முழக்கத்தால் காதின் சவ்வுகளெல்லாம் வெடிபட்டுக் கிழிவது போலவும், மார்பெல்லாம் உள்வாங்கி ஒடுங்குவது போலவும் அங்கிருந்த மனிதர்களுக்குத் தோன்றிற்று. அவர்களது இதயங்களில் அந்தக் குண்டு முழக்கத்தால் கோபமும் குரோதமும்தான் பொங்கியெழுந்தன.

இதே போன்று வெகு நேரம் வரையிலும் நடந்துகொண் டேயிருந்தது. ஜாதவ் தமது கையிலுள்ள இருளில் பளபளக்கும் கைக்கடியாரத்தைப் பார்த்தார். மணி இரண்டரை. இன்னும் சிறிது நேரத்தில் பொழுது புலரத்தொடங்கிவிடும்; எனவே எந்த ஒரு கணத்திலும் இப்போதே பெருந்தாக்குதல் நேரக்கூடும்.

இதனை உறுதிப்படுத்துவது போன்று, பீரங்கிப் படையின் முழக்கம் திடீரென்று அதிகரிக்கத்தொடங்கியது. ஆற்று நீர் பளார் பளார் என்று தெறித்துச் சிதறியது; ரஷ்யர்கள் பக்கத்திலுள்ள மண்மேடுகள்மீதும், துறையின் மீதும் குண்டுகள் மழையாகப் பொழிந்து வெடித்தன. இடையிடையே பூமிப்பரப்பில் கும்மென்று வெடியோசை கிளம்பியது; அத்துடன் அந்தப் பாதாளக் கிடங்கின் சுவர்களிலிருந்தும், முகட்டிலிருந்தும் களிமண்ணும் கற்களும் பொலபொலத்து விழுந்தன. ஆனால் இப்போதோ அந்தப் பண்ணை வீட்டின் பக்கம் பூரண அமைதி நிலவியது. திடீரென்று, வெகுதூரத்திலிருந்து, எராளமான வாண வெடிகள் பாம்பு மாதிரி சீறிப் புகை கக்கிக்கொண்டு ஆற்றுக்கு மேலாக வேகமாகப் பாய்ந்து கீழ் நோக்கி வந்தன; மறுகணத்தில் பூமிப் பரப்பு எங்கணும் சூரிய ஒளி போன்ற பிரகாசம் எழுந்தது. அந்த வாணவெடிகள் பூமிக்குள் வந்து விழுந்தபின்னர், சில நிமிட நேரம் முழு அந்தகாரமே நிலவியது. அந்த அந்தகார இருளில் ஜெர்மானியர்கள் தங்களது பாதாளப் பாசறைகளை விட்டு வெளி கிளம்பி, தாக்குதலை மேற்கொள்வதற்காக முன்னேறி வந்தார்கள்.

அருணோதயப் பொழுதின் மங்கிய ஒளி மயக்கத்திலே, ஆற்றங்கரைப் புல்லந்தரிசின் மீது மனித உருவங்கள் நடந்து செல்வதை ஜாதவ் கண்டு கொண்டார். அந்த உருவங்கள் இடையிடையே நிற்பதும், பதுங்குவதும், பின்னர் தமக்கு முன்னாலிருப்பவர்களை முந்திக்கொண்டு முன்னேறுவதுமாக இருந்தன. பண்ணைவீடு இருந்த துறையிலிருந்து அவர்களை நோக்கி ஒரு தீப்பொறியும் வரவில்லை. ஜாதவ் திரும்பிப் பார்த்தவாறே, சத்தமிட்டார்:

"குண்டுநாடா கொடுங்கள்!"

ஏதோ ஒரு பைசாச வெறி பிடித்துவிட்ட மாதிரி, இயந்திரத் துப்பாக்கி அவசரம் அவசரமாக, கடகடவென்று ஈயக் குண்டுகளை உமிழ்ந்து தள்ளத் தொடங்கியது; அதே சமயம் நெடிமிகுந்த கருமருந்துப் புகையையும் இடைவிடாது கக்கத் தீர்த்தது. உடனே அந்தப்

புல்வெளியில் போய்க் கொண்டிருந்த மனித உருவங்கள் வெகுவேகமாகச் செல்லத் தொடங்கின; சில உருவங்கள் பம்பிப் பதுங்கத்தொடங்கின. இப்போதோ அந்தப் பரந்த புல்வெளி முழுவதிலும் மனிதர்கள் ஆங்காங்கே தாக்குதலுக்குத் தயாராகக் கும்பல் கும்பலாகச் சூழ்ந்து வளைந்து நின்றார்கள். அவர்களில் முன்வரிசையிலே நின்றவர்கள் ஆறாம் எண் கம்பெனியின் அழிந்துவிட்ட பதுங்கு குழிகளை நோக்க ஓடத் தொடங்கினார்கள். இருபது அல்லது அதற்கும் மேற்பட்ட பேர்கள் அந்தப் பதுங்கு குழிகளுக்குள்ளிலிருந்து தலைகாட்டினார்கள்; மிக மிகக் குறைந்த நேரத்துக்குள்ளே அந்த இடத்தைச் சுற்றி ஒரே கூட்டம் பெருகிவிட்டது.

பல நூறு மைல் நீளத்துக்கு நீண்டு பரந்து இடக்கும் போர்முனையில், இரு சாரரும் தத்தம் பக்கத்தில் ஆயிரக்கணக்கான போர் வீரர்களைப் பலிகொடுத்து நடத்தும் அந்த மாபெரும் போராட்டத்தில், இந்தப் பண்ணை வீட்டுப் போர், கணக்கிலேயே சேர்த்தியில்லாத ஒரு சிறு கடுகுதான்.

அந்தப் பண்ணை வீட்டை ரஷ்யர்கள் இரண்டு வாரங்களுக்கு முன்னர்தான் கைப்பற்றினார்கள். ஆற்றின் மறுபக்கமிருந்து எதிர்த்தாக்குதல் நேருங் காலத்தில் தமக்குத் தக்கதொரு பாதுகாப்புத் தளம் வேண்டும் என்ற நோக்கத்தோடுதான் அதைக் கைப்பற்றினர்கள். ஜெர்மானியர்களோ அந்தப் பண்ணை வீட்டை வேறொரு நோக்கத்தோடு கைப்பற்ற விரும்பினார்கள். அதாவது அந்தப் பண்ணை வீட்டைக் கைப்பற்றி விட்டால், ஆற்றுக்கு அருகில் தாம் அதனை ஒரு வேவு பார்க்கும் அங்கமாகப் பயன்படுத்திக்கொள்ளலாம். என்று அவர்கள் நினைத்தார்கள். இந்த இரண்டு வகை நோக்கங்களும் டிவிஷன்களின் தலைவர்களுக்குத் தான் முக்கியமாயிருந்தது. வசந்த பருவம் தொடங்கியதும் தாங்கள் நடத்த விருக்கும் யுத்த தந்திரத் திட்டத்தின் பகுதியாகத்தான், சகல அம்சங்களையும் திட்டவட்டமாக வரையறுத்து கொண்டு, இந்தப் பண்ணை வீட்டுப்போரை

நடத்திப் பார்த்தார்கள்.

ரஷ்யப் படை டிவிஷனின் தளபதியான ஜெனரல். தப்ரோவ் என்பவர், அதாவது தமது பூர்வமான, எதார்த்தமான ரஷ்யப் பெயரல்லாத பெயரை மேலிடத்தாரின் சம்மதத்தின் பேரின் தப்ரோவ் என்று மாற்றி வைத்துக் கொண்டவர்--உசோல்ஸ்க் படைப்பிரிவினர் பிடித்து வைத்திருந்த பகுதியின் மீது ஜெர்மானியர்கள் தாக்குதலைத் தொடங்கி விட்டார்கள் என்ற செய்தி கிடைத்தபோது, ஈட்டி விளையாடிக் கொண்டிருந்தார்!

பின்னர் அவர் அதனைக் கைவிட்டுவிட்டு, சில மேலதிகாரிகளோடும், இரண்டு உதவியதிகாரிகளோடும் ஒரு ஹாலுக்குள் சென்றார்; அந்த ஹாலில் ஒரு மேஜை மீது பூகோள வரைப்படங்கள் நிறைந்து கிடந்தன. ஆற்றின் பாலத்தின் மீதும், துறையின் மீதும் எதிரிகள் பீரங்கிப் பிரயோகம் செய்யத் தொடங்க விட்டார்கள் என்று போர் முனையிலிருந்து தகவல் வந்திருந்தது. ஜெனரல் நிலைமையை யூகித்துக் கொண்டார். ஜெர்மானியர்கள் அந்தப் பண்ணைவீட்டை ஆக்கிரமிக்க விரும்புகிறார்கள். அதாவது தாம் ஏற்கனவே ராணுவத் தலைவரிடம் சமர்ப்பித்துள்ள, படையின் தலைமைக் காரியாலயம் அங்கீகரித்துள்ள, தமது பிரபலமான திட்டத்தின்படி, எந்த ஒரு இடத்திலிருந்து தாக்குதலைத் தொடங்க வேண்டும் என்று அவர் தீர்மானித்திருந்தாரோ அந்த இடத்தையே-- அதாவது அந்தப் பண்ணை வீட்டையே ஜெர்மானியர்கள் ஆக்கிரமிக்கத் துணிந்து விட்டர்கள். பண்ணை வீட்டின் மீது ஜெர்மானியர்கள் தொடங்கிய தாக்குதலின் மூலம் அவரது திட்டம் முழுதையுமே கவிழ்த்து விட்டார்கள்.

ஒவ்வொரு நிமிடமும் அவர்களுக்குக் கிடைத்துள்ள செய்தியை உறுதி செய்து தந்திகள் வந்த வண்ணமாயிருந்தன. தமது பெரிய மூக்கின் மீதிருந்த கண்ணாடியைக் கழற்றி கையில் வைத்துக் கொண்டு விளையாடியவராய், ஜெனரல் அமைதியோடு, எனினும் உறுதியோடு, சொன்னார்:

"நல்லது. இப்போது கைப்பற்றியுள்ள இடத்திலிருந்து ஒரு அங்குலம் கூட, நான் அசைந்து கொடுக்கப் போவதில்லை!"

உடனே டெலிபோனில் செய்தி அனுப்பப்பட்டது, அந்த பண்ணை வீட்டைத் தற்காத்து போரிடுவதற்கான சகலவிதமான நடவடிக்கைகளும் அந்தச் செய்தி மூலம் அறிவிக்கப்பட்டன. துறையைக் காப்பாற்றுவதற்காகப் போரிடும் காப்டன் தேத்தினின் படையைப் பலப்படுத்துவதற்காக, குன்திராவின்ஸ்கி இருப்புப் பட்டாளத்திலிருந்து இரண்டு படைப்பிரிவுகளை உடனே அனுப்புமாறு உத்தரவு பிறப்பிக்கப்பட்டது. அதே சமயத்தில் ஒரு பெரிய பீரங்கிப் படையின் தளபதியிடமிருந்து கைவசமுள்ள குண்டுகளின் தொகை மிகவும் குறைந்துகொண்டே இருப்பதாகவும், ஏற்கனவே ஒரு பீரங்கி செயலற்றுப் போய்விட்டதாகவும், எதிரிகளின் சூறாவளித்தாக்குதலைப் போதுமான அளவுக்கு எதிர்த்துச் சமாளிக்க இயலவில்லை எனவும் தகவல் வந்தது.

இந்தத் தகவலைக் கேட்டதும் ஜெனரல் தப்ரோவ் தம்மைச் சுற்றி நின்றவர்களின் முகங்களையெல்லாம் கடுமையோடு பார்த்தவராய்ச் சொன்னார்:

"நல்லது! குண்டுகள் இல்லாதுபோனால், நாம் வெறும் இரும்புத் துண்டுகளைக் கொண்டே போரிடுவோம்!"

பின்னர் சாம்பல் நிறமும் சவப்பு மடிப்பும் கொண்ட தமது கோட்டுப் பையிலிருந்து வெள்ளை வெளேரென்று பளிச்சிடும் ஒரு கைக்குட்டையை உருவி எடுத்தார்; அதனை உதறினார்; மூக்குக் கண்ணாடியை அந்தக் கைக்குட்டையால் துடைத்துவிட்டு, மேஜைமீது இருந்த வரைப்படத்தின்மீது குனிந்தார்.

அதே சமயத்தில் ஹாலின் வாசற்புறத்தில் ஜூனியர் அசிஸ்டெண்ட் ஆன பப்ரூய்ஸ்கி பிரபு கையுறை மாதிரி உடம்போடு ஒட்டியுள்ள இருண்ட காக்கி நிற ராணுவ உடையோடு காட்சியளித்தார்:

"கனம் ஜெனரல் அவர்களே!" என்று இளமை ததும்பும்

அழகிய உதடுகளில் மெல்லிய புன்னகை ததும்பப் பேசத் தொடங்கினார் அவர். "எதிரிகள் படு நாசம் விளைவிக்கும். முறையில் குண்டு மழை பொழிந்த போதிலும் கூட, எட்டாம் எண் படைப்பிரிவு ஆற்றை மிகவும் வீரதீரத்தோடு கடக்கப் போரிட்டுக் கொண்டிருக்கிறது என்று காப்டன் தேத்கின் தகவல் அனுப்பியுள்ளார்."

ஜெனரல் தமது கண்ணாடியின் வழியாக அவரைப் பார்த்தார்; எதையோ அசை போடுபவர் போன்று தமது மழுமழுப்பான மேலுதட்டைப் பிதுக்கிவிட்டுச் சொன்னார்:

"ரொம்ப நல்லது!"

உற்சாக மூட்டக்கூடிய இத்தகைய செய்தி ஒன்று கட்டியும், தொடர்ந்து போர் முனையிலிருந்து வந்து கொண்டிருந்த செய்திகள் அனைத்தும் கவலையளிப்பதாகவே இருந்தன. குன்திராவின்ஸ்க படையினரோ அந்தத் துறைக்குப் போய்ச் சேர்ந்ததும் அங்கு முகாமிட்டுக் கொண்டனர்; எட்டாம் எண்படைப்பிரிவிலோ ஆற்றைக் கடந்து செல்வதற்காக, வீராவேசமான முயற்சிகளை மேற்கொண்டு இடையறாது முயன்று கொண்டிருந்தது; எனினும் அந்தப் படை ஆற்றைக் கடந்து விடவில்லை. இந்தச் சமயத்தில், மோட்டார் படையைச் சேர்ந்த காப்டன் இஸ்லம் பேகவ் என்பவர் தம்மிடமுள்ள பீரங்கிகளில் இரண்டுக்கு வேலையில்லை என்றும், தம்மிடமுள்ள குண்டுகளின் தொகையும் குறைந்து விட்டது என்றும் தகவல் அனுப்பினார். உசோல்ஸ்க் படையின் முதல் பிரிவைச் சேர்ந்த தளபதியான கர்னல் பரஸ்தின் என்பவரோ தப்பிக்கும் வழியின்றி நேரடியான தாக்குதலுக்கு ஆளானதால் இரண்டு, மூன்று, நான்காம் எண் படைப்பிரிவுகளுக்குப் பலத்த சேதம் ஏற்பட்டிருப்பதாக அறிவித்தார். எனவே அவர் அந்த அடங்காத எதிரிகளை ஒரே மூச்சாக எதிர்த்துத் தாக்குவதா அல்லது அக்கம்பக்கத்திலுள்ள காடுகளுக்குள் திரும்பிப் போவதா என்பது பற்றி தீர்மானித்து உத்தரவு அனுப்புமாறு கேட்டிருந்தார். பண்ணை விட்டை ஆக்கிரமித்தருந்த ஆறாம் எண் படையினரிடமிருந்தோ

ஒரு தகவலுமே வரவில்லை.

காலை இரண்டரை மணிக்கு ராணுவ ஆலோசனைக் குழு கூடியது. அப்பொழுது ஜெனரல் தப்ரோவ் சொன்னார். கைப்பற்றியுள்ள பிரதேசத்திலிருந்து அங்குலம் பின்வாங்குவதைக் காட்டிலும், தம்வசம் ஒப்புவித்துள்ள படைகளுக்குத் தாமே தலைமை தாங்கி நின்று போரிட்டுப் பார்த்து விடப்போவதாகக் கூறினார். அவர் அவ்வாறு கூறி முடித்த சமயத்தில் தான், அந்தப் பண்ணை வீட்டை ஜெர்மானியர்கள் கைப்பற்றிவிட்டார்கள் என்றும், ஆறாம் நம்பர் படைப் பிரிவு அடியோடு நாசமாகிவிட்டது என்றும் தகவல் வந்தது! இந்தச் செய்தியைக் கேட்டதும் ஜெனரல் அப்படியே இடிந்துபோய் தமது கையிலிருந்த வெண்பட்டுக் கைக்குட்டையைக் கைக்குள்ளே உருட்டிக் கசக்கியவராய்க் கண்களை மூடிக்கொண்டார். படைத் தலைமையகத்தின் முதல்வர் கானல் ஸ்வேச்சின் என்பவரோ தமது கொழுத்த தோள்களை உலுப்பியவராய், கரிய தாடியுள்ள தடித்த முகத்தில் ரத்தம் பாய்ந்து சிவந்த தோற்றத்தினராய், கரகரத்த, ஆனால் தெளிவான குரலில் சொன்னார்:

"ஆற்றின் வலது கரையில் நாம் தங்கியிருப்பதால் நமக்குப் பேராபத்துத்தான் விளையும் என்ற உண்மையைக் கனம் ஜெனரல் அவர்களின் கவனத்துக்கு நான் பலமுறையும் கொண்டு வந்திருக்கிறேன். இதே நிலைமையில் நாம் அத்தத் துறையிலேயே இரண்டு, மூன்று--ஏன் நான்கு படைகளையும் கூட நாம் இழந்துவிடுவோம்; அந்தப் பண்ணை வீட்டை நாம் இரும்பக் கைப்பற்றினலும் கூட, மீண்டும் நமது கையை விட்டுப் போகாமல் காப்பது என்பதே மிகமிகக் கடினமான காரியமாகத்தான் இருக்கும்!"

"நமக்குத் தேவையானதெல்லாம் அக்கரைக்குச் செல்வதற்குரிய ஒரு நுழைவாயில் தான். ஆம். நமக்கு அது தேவை; அதை நாம் எப்படியும் அடைந்தே தீருவோம்" என்று ஜெனரல் தப்ரோவ் கூறினார். அவரது மூக்கின் மீது வியர்வைத் துளிகள் பூத்து நின்றன; "அந்த நுழைவாயிலை

நாம் இழந்து விட்டால், எதிர்த்தாக்குதலுக்காக நான் போட்டிருக்கிற இட்டமெல்லாம் படு தோல்வியாகிவிடும்!"

கர்னல் ஸ்வேச்சின் மேலும் முகம் வந்தவராக வற்புறுத்திப் பேசினார்:

"கனம் ஜெனரல் அவர்களே! படுபயங்கரமான குண்டு வீச்சுக்கிடையிலே, படையின் உதவியோடு, நமது படை வீரர்கள் ஆற்றைக் கடப்பதற்கு இயலாது என்பது தான் எதார்த்த நிலைமை; பீரங்கிப்படையோ போதுமான குண்டுகள் இல்லாத நிலைமையில் இருக்கிறது என்பதும் வெளிப்படை. இதைத் தாங்களே அறிவீர்கள்."

இதற்கு ஜெனரல் பதில் சொன்னார்:

"நல்லது. இதுதான் நிலைமை என்றால், படை வீரர்களுக்கு இப்போதே செய்தி அனுப்புங்கள். ஆற்றுக்கு அக்கரையிலுள்ள கம்பி வேலிகளில் புனிதர் ஜார்ஜின் சிலுவைப் பதக்கங்கள் தொங்கிக் கொண்டிருக்கின்றன என்று சொல்லுங்கள்! என் படை வீரர்களின் குணத்தை நான் அறிவேன்!"

வைராக்கிய இத்தத்தோடு கூடிய இத்தகைய வார்த்தைகளைக் கூறிவிட்டு, அந்த ஜெனரல் தம் இடத்தைவிட்டு எழுந்தார்; தமது தங்க பிரேம் போட்ட மூக்குக் கண்ணாடியை பின்புறமாகக் கட்டியிருந்த கைகளின் தடித்த விரல்களில் பிடித்துச் சுழற்றியவாறே, ஜன்னல் வழியாக வெளியே பார்த்தார். வெளியிலே அருணோதயப் பனி மூட்டத்தின் இளநீல வானம் பரவியிருந்தது; அந்த நீல வெளிப் பின்னணியில் புல்வெளியின் மீது நின்று கொண்டிருந்த பெர்ச் மரத்திலிருந்து பனி சொட்டிக் கொண்டிருந்தது. அந்த மரத்தின் மெல்லிய கிளைகளில் ஒரு குருவிக் கூட்டம் வந்து உட்கார்ந்தது; கலவரப்பட்டுப் பரபரப்போடு கீச் சீச்சென்று சில நிமிடநேரம் அவை கத்தித் தீர்த்தன; பின்னர் அவை எவ்வளவு விரைவாக அங்கு வந்து அமர்ந்தனவோ அதே விரைவோடு அங்கிருந்து கும்பலாகப் பறந்தும் போய் விட்டன. மரக் கூட்டங்களின் மங்கிய

வரிவடிவத்தோடு விளங்கிய அந்தப் பனிமூட்டம் படிந்த புல்வெளி எங்கணும் சூரிய வட்டத்தின் சாய்ந்த ஒளிக்கதிர்கள் இப்போது பளபளத்துப் படியத்தொடங்கி விட்டன...

சூரியோதயத்தோடு, சண்டையும் ஓய்ந்து விட்டது. ஜெர்மானியர்கள் அந்தப் பண்ணை வீட்டையும், ஆற்றின் இடது கரையையும் ஆக்கிரமித்துக்கொண்டு விட்டார்கள். இப்போதோ முதலாம் எண் படைப்பிரிவு முகாமிட்டிருந்த சிற்றோடையின் வலது புறக்கரையில் தாழ்வான நிலப்பகுதியைத் தவிர வேறு எதுவுமே ருஷ்யர்கள் வசம் மிஞ்சவில்லை. அன்றைய பகற் பொழுது பூராவுமே சிற்றோடையின் மீது விட்டுவிட்டு குண்டுப் பிரயோகம் நடந்து கொண்டிருந்தது. எனினும், முதலாம் எண் படையை எதிரிகள் சுற்றி வளைத்துக் கொள்ளும் ஆபத்து எதிர்நோக்கி இருப்பது தெள்ளத் தெளிவாகத் தெரிந்தது. ஏனெனில் ஆற்றுப் பாலமும் அழிக்கப்பட்டு விட்டதால், அவர்களால் தமது பக்கவாட்டுப் படைத்தளத்தோடு நேரடியான தொடர்புகள் எதுவுமே கொள்ள இயலாத நிலைமை உண்டாகி விட்டது. எனவே, அன்றிரவே அந்தத் தாழ்ந்த சதுப்பு நிலப்பிரதேசத்தைக் காலி பண்ணிவிட்டு வாபஸ் வாங்குவதொன்றே புத்திசாலித்தனமான காரியம் என்பது நன்கு புலப்பட்டது.

ஆனால் முதற்படையின் தளபதியான கர்னல் பரஸ்தீனுக்கு மாலை நேரத்தில் ஒரு தகவல் வந்தது. அதன்படி, பொழுது சாய்ந்தபின்னர் சிற்றோடையைக் கடக்கத் தயாராக இருக்கவேண்டும் என்றும், சதுப்பு நிலப்பிரதேசத்தை எப்படியும் அடைந்து, முதலாம் எண் படைக்கு ஒத்துழைப்பு நல்க வேண்டும், என்றும் உத்தரவு கிடைத்தது. அதே போன்று காப்டன் தேத்கினுக்கும் ஒரு உத்தரவு வந்தது. அதன்படி அவர் ஐந்தாம், ஏழாம் நம்பர் படைகளிலுள்ள வீரர்களை பண்ணை வீட்டுக்குக் கீழ்ப்பகுதியில் ஒரு முகப்படுத்த வேண்டுமென்றும், பின்னர் அவர்கள் பரிசங்களின் மூலம் ஆற்றைக் கடக்க வேண்டுமென்றும் தெரிவிக்கப்பட்டது.

உசோல்ஸ்க் படையின் மூன்றாவது இருப்புப்படைப் பிரிவு நேரடித் தாக்குதலுக்குத் தயாராயிருக்க வேண்டுமெனத் தீர்மானிக்கப் பட்டது. குன்திராவின்ஸ்கி படையைச் சேர்ந்தவர்களோ எரிந்துபோன பாலத்தை ஒட்டிச் செல்லும் ஆழமற்ற தடத்தின் வழியாசு ஆற்றைக் கடக்க வேண்டும் என்றும், கடந்து எதிரியை நேர்முகமாகத் தாக்க வேண்டும் என்றும் முடிவாயிற்று.

இதுதான் தீர்மானமான உத்தரவாக இருந்தது; ஏற்பாடுகளும் தெள்ளத் தெளிவாக இருந்தன. *அந்தப் பண்ணை வீட்டைக் கிடுக்கித் தாக்குதல் மூலம் தாக்க வேண்டும். அதாவது முதல் படை வலது புறத்திலும், இரண்டாம் படை இடது புறத்திலும் தாக்க வேண்டும், அதே சமயத்தில் நேர்முகத் தாக்குதல் நடத்தும் குன்திராவின்ஸ்கி படை எதிரியின் கவனத்தையும் குண்டுப் பிரயோகத்தையும் தன் பால் நேர்முகமாகக் கவர வேண்டும். இத்தகைய தாக்குதலை இரவில் நட்ட நடுநிசியில் தொடங்குவது என்பது திட்டம்.*

பொழுது இருட்டியபிறகு ஆற்றைக் கடக்க வேண்டிய இடத்திலே நிறுவப்பட்டிருந்த இயந்திரத் துப்பாக்கிகளை ஜாதவ் பார்வையிடப் போனார். *அந்தத் துப்பாக்கிகளில்* ஒன்றை மிகுந்த ஜாக்கிரதையோடு ஆற்றினுள்ளிருந்த ஒரு சிறு இவுக்குப் படகின் மூலம் கொண்டு சேர்த்து விட்டார். அந்தச் சின்னஞ்சிறு திட்டு சுமார் நூறுசதுர அடிப் பரப் புள்ளதுதான். அந்தத் திட்டு முழுவதிலும் இளம் பிரம்புக் கொடிகள் வளர்ந்து மண்டியிருந்தன. திட்டிலே நிறுத்தப்பட்ட இயந்திரத் துப்பாக்கியுடன் ஜாதவும் தங்கிவிட்டார்.

அன்று பூராவுமே ரஷ்யப் படையினர் அந்தப் பண்ணை வீட்டின் மீதும், அதற்கு அப்பாலும்--அதாவது ஆற்றின் போக்கையொட்டி ஜெர்மானியர் கைப்பற்றியுள்ள இடங்களை நோக்கி சுட்டுக் கொண்டேயிருந்தனர். இடையிடையே இங்குமங்கும் ஆற்று நீருக்கு மேலாக ஒன்றிரண்டு துப்பாக்கிகளின் வேட்டுச் சத்தம் விட்டு விட்டுக் கேட்டுக்கொண்டிருந்தது. ஆற்றைக் கடக்கும்

வேலை நட்ட நடுநிசியில், எந்தவித அரவமும் இல்லாமல், மூன்று இடங்களில், ஏக காலத்தில் தொடங்கியது. ஆற்றின் போக்குக்கு எதிராகச் சுமார் மூன்று மைல் தூரத்துக்கு அப்பால் தங்கியிருந்த பெலசெர்கோவ்ஸ்கி படையின் ஒரு பகுதி எதிரிகளின் துப்பாக்கிப் பிரயோகத்தைத் தம்பால் கவரும் எண்ணத்தோடு இடையறாது துப்பாக்கிப் பிரயோகம் செய்தது. எனினும் ஜெர்மானியர்களோ அந்தத் துப்பாக்கிப் பிரயோகத்தைச் சிறிதும் சட்டை செய்யாமல் அமைதியைக் கைக்கொண்டு நின்றார்கள்.

அத்தச் சின்னஞ்சிறு தீவின்மீது பின்னிப் பிணைந்து மண்டிக் கடந்த பிரம்புக் கொடிகளை விலக்கியவாறு, ஜாதவ் ஆற்றைக் கடக்கும் சேனை வீரனைப் பார்த்தார். வலது புறத்திலே தெரிந்த மரங்களடர்ந்த குன்றின் சிகரத்துக்குச் சமீபமாக, மஞ்சள் நிறமான ஒரு தாரகை அசைவற்றுத் தொங்கியது; ஆற்று வெள்ளத்தின் கன்னங்கரிய நீர்ப்பரப்பின் மீது அத்தத் தாரகையொளி நீண்டதொரு கோடு மாதிரி விழுந்து மங்கலாகப் பிரதிபலித்து நடுங்கியது. அந்த நிழலை இடையிடையே சில கரிய உருவங்கள் மறைத்துவிட்டு, அப்பால் விலகிக் கடந்து சென்றன. ஆற்றுநீர்ப் படுகையில் உள்ள சின்னஞ்சிறு தீவுத்திட்டுகளின் மீதும், ஆழமற்ற பாறைப் பிரதேசங்கள் மீதும், ஓடுகின்ற மனித உருவங்கள் தோன்றின. ஜாதவுக்கு மிகவும் அருகிலேயே சுமார் பத்துப் பதினைந்து பேர் அதிகமான ஓசையெழும்பாமல் தண்ணீரைப் பிளந்துகொண்டு, மார்பளவு ஆழத்தில் போய்க்கொண்டிருந்தார்கள்; அவர்கள் தமது துப்பாக்கிகளையும், தோட்டா பெல்ட்டுக்களையும் தலைக்கு மேலே தூக்கிய கைகளிலே தாங்கியிருந்தார்கள். அவர்கள் தான் ஆற்றைக்கடந்து செல்லும் குன்திராவின்ஸ்கி படைப்பிரிவினர்.

திடீரென்று எதிர்க்கரையில் வெகுதூரத்திலிருந்து அதிக வேகமான குண்டுப்பிரயோகம் தொடங்கியது; குண்டுகள் சிட்டியடித்துக்கொண்டு பறந்தன. குண்டுகளின் துண்டுதுக் காணிகள் ஆற்று நீர்ப்பரப்புக்கு மேலாக உயரத்தில்

வெடித்துச் சிதறின. அந்தக் குண்டுகள் வான வெளியில் ஒளியோடு வெடித்துச் சிதறும் போதும், நீர்மட்டத்துக்கு மேலே தெரியும் தாடி வைத்த போர்வீரர்களின் முகங்களை ஒளி செய்தது. மணல் நிறைந்த ஆற்றங்கரையில் அங்குமிங்கும் மனிதர்கள் நிரம்பத் தொடங்கினர். படபடத்த வெடிச் சத்தம் மீண்டும் ஒருமுறை குண்டுப் பிரயோகம் நடப்பதை அறிவித்தது. ஆகாயம் ஓலம் நிரம்பி ஒலித்தது. கண்ணைக் கூச வைக்கும் நெருப்புத் தழலைக் கக்கக்கொண்டு, வெடிகள் வானில் பறந்தன. ரஷ்யப் பீரங்கிகளும் முழங்கத் தொடங்கின. ஆற்று நீரின் வேகம் நெளிந்து புரளும் ஒருமனிதனை ஜாதவின் காலருகிலியே புரட்டிக் கொண்டு வந்தது. அவனோ மூச்சடைத்துத் திணறும் குரலில் "ஐயோ, என் தலை! என் தலை! என் தலை!" என்று கத்திக்கொண்டும், பிரம்புக் கொடிகளை எட்டிப் பிடித்துக் கொண்டும் தவித்தான். ஜாதவ் திட்டின் மறுபுறத்துக்கு ஓடினார். தூரத்தில் மனிதர்கள் நிறைந்த பரிசல்கள் ஆற்றைக் கடந்து கொண்டிருந்தன. ஏற்கனவே கரையை எய்திவிட்ட போர் வீரர்கள் வயல் வெளியின் மீது ஓடிச்செல்வது தெரிந்தது. முந்தின நாளில் நடந்தது போலவே, அன்றும் ஆற்றின் மீதும், ஆற்றைக் கடக்கும் இடத்தின் மீதும், குன்றுகளின் மீதும் சூறாவளி போன்று மூர்க்கமான குண்டுவீச்சு நடக்கத் தொடங்கியது. பொங்கி வழிந்து கொண்டிருந்த ஆற்று நீர்ப்பரப்பில் உயிருள்ள புழுக்கள் நெளிந்து புரள்வது போலத் தோன்றியது. அதாவது கறுப்பும் மஞ்சளுமாய்க் கலந்து தோன்றும் புகை மண்டலத்துக்கிடையிலும் குண்டு வீச்சினால் மேலே தெறித்துப் பொங்கும் ஆற்றுநீருக்கிடையிலும், போர்வீரர்கள் உருண்டு புரண்டு கரையேறத் தவித்தவாறும், வாய்விட்டுக் குத்தியவாறும் காணப்பட்டனர். ஏற்கனவே கரையை எட்டி பிடித்து விட்டவர்களோ, கரைமீது ஏறிச்செல்ல முனைந்து நின்றனர். ஜாதவின் இயந்திரத் துப்பாக்கியோ பின்னணியிலிருந்து இடைவிடாது கடகடத்து அலறியது. அதற்கு முன்னேயோ, ருஷ்யர்களின் குண்டு வீச்சு பட்பட்டென்று வெடித்துச் சிதறிக் கொண்டிருந்தது. காப்டன் தேத்கினின் இரண்டு

படைகளும் அந்தப் பண்ணை வீட்டைநோக்கி இரு வேறு திசைகளிலிருந்து எதிரும் புதிருமாகத் துப்பாக்கிப் பிரயோகம் செய்தன. முன்னணிப் படையாகச் சென்ற குன்திராவின்ஸ்கி படையினரில் ஆற்றைக் கடக்கும் முயற்சியிலேயே பாதிப்பேர் வரை அழிந்து விட்டனர்; இப்போதோ மீதிப்படையினர் துப்பாக்கிச் சனியனைக் கொண்டு நேரடியாகத் தாக்க முனைந்தனர்; ஆனால் அத்தகையதொரு தாக்குதல் வெற்றிபெறவில்லை. எனவே அவர்கள் கம்பித்தடை மதிலுக்கு அப்பால் குனிந்து படுத்துக் கொண்டனர். கோரைப்புல் மண்டிய சிற்றோடைக்கு அப்பாலிருந்து முதல் படை நெருக்கமாகச் சுற்றி வளையமிட்டு முன்னேறியது; இந்தச் சமயத்தில் ஜெர்மானியர்கள் பதுங்கு குழிகளிலிருந்து புற்றீசல் போலத் தாவி வெளியே வந்தார்கள்.

ஜாதவ் தமது இயந்திரத் துப்பாக்கிக்கு அருகில் படுத்துக்கொண்டு, கண்மூடித்தனமாக அலறித் துடிக்கும் அதன் குதிரையின் மீது வைராக்கியத்தோடு தொங்கியவராய், ஜெர்மனியரின் பதுங்கு குழிகளுக்கு அப்பால் தோன்றிய புல்லந்தரிசான மேட்டை நோக்கி, குண்டு மழை பொழியத் தொடங்கினார். அந்த மேட்டின் மீது ஒருவர் இருவராகவும், பலபேராகவும் ஜெர்மானியர்கள் ஓடினார்கள். அப்படி ஓடியவர்களெல்லாம் ஒருவர் மேல் ஒருவர் மோதியும் குண்டடிபட்டும் முகம் குப்புற விழுந்து கொண்டேயிருந்தார்கள்!

"ஐம்பத்தெட்டு... அறுபது!" என்று எண்ணிக்கொண்டிருந்தார் ஜாதவ்.

ஒரு ஒடிசலான உருவம் தனது தலையை இறுகப் பிடித்துக் கொண்டு அந்தப் புல்மேட்டின் மீது தடுமாறி இறங்கியது; ஜாதவ் தனது இயந்திரத்துப்பாக்கியின் வாயை அந்தப் பக்கம் லேசாகத்திருப்பினார்; அவ்வளவுதான்; மறுகணமே அந்த உருவம் கால்கள் தளர்ந்து தொப்பென்று சாய்ந்து விழுந்தது. "அறுபத்து ஒன்று!" என்றார் ஜாதவ். ஆனால் அதே சமயம் ஏதோ ஒரு பயங்கரமான ஒளி அவரது கண்களின் முன்னால் பளிச்சிட்டது. தான் ஆகாயத்தில்

தூக்கியெறியப் பட்டதாகவும் தனது கையில் தாங்க முடியாத வேதனை ஏற்பது என்றுமே ஜாதவ் உணர்ந்தார்.

அந்தப் பண்ணை வீடும் அதையொட்டியிருந்த சகலவிதமான பதுங்கு குழிகளும் கைப்பற்றப்பட்டன. சுமார் இரு நூறு பேர்களுக்கு மேல் போர்க் கைதிகளாக பிடிபட்டார்கள். பொழுது விடிந்ததும், இரு புறத்திலுமே குண்டு வீச்சு நின்று விட்டது. காயம்பட்டவர்களையும், கொல்லப்பட்டவர்களையும் தேடி எடுத்தார்கள். ஆற்றிலுள்ள தீவுத் திட்டுக்களில் தேடித் திரிந்தபோது வைத்திய உதவிப்படையினர் அங்கு பிய்ந்து பிதிர்ந்து படர்ந்த பிரம்புக்கொடிகளின் மத்தியிலே ஒரு இயந்திரத்துப்பாக்கி தலை கீழாகத் தூக்கியெறியப்பட்டுக் கிடப்பதை கண்டார்கள். அதற்குப் பக்கத்திலேயே சிறு தூரத்தில் மணலுக்குள் பாதி புதைந்தும் புதையாமலும் உள்ள நிலையில் ஒரு போர்வீரன் இருந்தான். அவனது தலையின் பின்பகுதி சிதறிப்போயிருந்தது. அதற்கு சுமார் இருபது அடிகளுக்கு அப்பால், தீவின் வேறொரு பக்கத்தில், ஜாதவ் விழுந்திருந்தார். அவரது கால்கள் தண்ணீருக்குள் கிடந்தன. அவரைத் தூக்கியபோது, அவர் முனகினார். ரத்தம் உறைந்து போயிருந்த சட்டையின் கைப் பக்கத்திலிருந்த பழுப்பு நிறமான எலும்பு ஒன்று வெளியே துருத்துக்கொண்டு நின்றது.

ஜாதவை போர்முனை ஆஸ்பத்திரிக்குக் கொண்டு போய்ச் சேர்த்தார்கள். ஆஸ்பத்திரியிலுள்ள டாக்டர் உடனே எலிசவேதா கீயவ்னாவை கூப்பிட்டார்.

“இதோ உங்கள் இளைஞனை இவர்கள் கொண்டு வந்திருக்கிறார்கள்; உடனே இவரை மேசைமீது கிடத்த ஏற்பாடு செய்யுங்கள்!”

ஜாதவ் பிரக்கையற்ற நிலையில் இருத்தார்; அவரது மூக்கு மேல் நோக்கியிருந்தது; உதடுகள் கறுத்துப்போயிருந்தன. உடுப்பைக் கழற்றிய பின்னர், எலிசவேதா கீயவ்னா அவரது மார்பை, அந்த மார்பின் மீது குத்தப்பட்டிருந்த பச்சையைப் பார்த்தாள். இரண்டு குரங்குகள் தங்கள்

வால்களைப் பின்னிக் கொண்டு இருக்கும் காட்சி அதில் குத்தப்பட்டிருந்தது. அறுவைச் சிச்சை நடந்தபோது அவர் தமது பற்களை இறுகக் கடித்துக்கொண்டார்; முகத்தில் வேதனையின் கொடுமை வலித்து நெளிந்து தோன்றியது.

சிகிச்சையால் ஏற்படும் வேதனை தீர்ந்தது, காயத்துக்குக் கட்டுப் போட்டபின்னர், அவர் கண்களைத் திறந்தார். எலிசவேதா கீயவ்னா அவர்மீது குனிந்து பார்த்தாள். அவரோ "அறுபத்து ஒன்று" என்றார்.

பொழுது விடியும் வரையிலும் ஜாதவ் பிதற்றி முனகிக் கொண்டுதான் இருந்தார். அதன் பின்னர்தான் அவர் அமைதியாகத் தூங்கத் தொடங்கினார். எலிசவேதா சீயவ்னவோ தலைமைக் காரியாலயத்தோடு சம்பந்தப்பட்ட பெரிய ஆஸ்பத்திரிக்கு அவரை தானே கொண்டு போவதற்கு அனுமதி கோரினாள்.

23

தாஷா சாப்பாட்டு அறைக்குள் வந்தாள். உடனே நிகலாய் இவானவிச்சும் இமித்ரி ஸ்தெபானவிச் புலாவினும் தங்கள் பேச்சைச் சட்டென்று நிறுத்திக்கொண்டார்கள். ஆம். தமக்கு ஒரு அவசரத் தந்தி கிடைத்ததன் பேரில் திமித்ரி ஸ்தெபானவிச் இரண்டு தினங்களுக்கு முன்னர்தான் சமாராவிலிருந்து அங்கு வந்து சேர்ந்திருந்தார். தாஷா தனது வெள்ளிய சால்வையை மோவாய்க்குக்கீழே சேர்த்துப் பிடித்தவாறே தன் தந்தையின் கலைந்து கிடந்த தலைமயிரையும், சிவந்திருந்த முகத்தையும் பார்த்தாள். அவர் உட்கார்ந்திருந்த நிலையில் ஒரு காலை மேலே தூக்கி வைத்திருந்தார். தாஷா நிகலாய் இவானவிச்சையும் பார்த்தாள். அவரோ கன்றிச் சிவந்த கண்ணிமைகளோடும் வாடி வதங்கிய முகத்தோடும் காட்சியளித்தார். தாஷா அவர்களுக்குப் பக்கத்தில் சாப்பாட்டு மேஜை முன்பு அமர்ந்தாள். ஜன்னலுக்கு வெளியே கருநீல இருள்

மண்டலத்தில் கருக்கரிவாள் போன்ற பிறைச் சந்திரனின் மெல்லிய தெளிவான வரிவடிவம் காட்சியளித்தது.

திமித்ரி ஸ்தெபானவிச் புகை பிடித்துக் கொண்டிருந்தார்; சிகரெட்டின் சாம்பலெல்லாம் அவரது கம்பளி அரைக் கைச்சட்டை மீதே விழுந்துகொண்டிருந்தது. நிகலாய் இவானவிச்சோ மேஜை மீது இருந்த துண்டு துக்காணியான ரொட்டித் துண்டுகளையெல்லாம் பொறுக்கி ஒன்றாகக் குவித்துக் கொண்டிருந்தார். வெகுநேரம் வரையிலும் எவருமே வாய் திறக்கவில்லை.

கடைசியில் நிகலாய் இவானவிச் அடைப்பட்டுக் கரகரத்த குரலில் பேசினார்:

“ஏன் எல்லோரும் அவளைத்தனியே விட்டுவிட்டு வந்து விட்டீர்கள்? நாம் அப்படிச் செய்யவே கூடாது,”

“நீங்கள் இருங்கள். தான் போகிறேன்!” என்று கூறியவாறே தாஷா இடத்தை விட்டு எழுந்தாள். அவளுக்கு இப்போது களைப்போ வேதனையோ தென்படவில்லை.

அவள் தனது போர்வையை வாய்மீது வைத்து மூடியவளாகச் சொன்னாள்: “அப்பா! அவளுக்கு இன்னொருமுறை ஊசி போடுங்கள்.”

திமித்ரி ஸ்தெபானவிச் ஓசையெழும்ப மூக்கைச் சிணுங்கி விட்டு, எரிந்து கரிந்து போன சிகரெட்டைத் தமது தோள் பட்டைக்குப் பின்புறமாக விட்டெறிந்தார். அவரைச் சுற்றிலும் தரைமீது எங்குபார்த்தாலும் புகைத்துப் போட்ட சிகெரெட் கட்டைகளாகவே கிடந்தன.

“இன்னும் ஓர் ஊசி, அப்பா!--ஆம். அது போதும்.”

இதைக் கேட்டதும் நிகலாய் இவானவிச் இயற்கைக்கு மாறான, எரிச்சல் நிறைந்த குரலில் சொன்னார்.

“கற்பூர ஊசியினால் மட்டும் அவளைப் பிழைக்க வைக்க முடியாது, தாஷா. அவள் செத்துக்கொண்டிருக்கிறாள்!”

தாஷா அவர் பக்கம் சட்டென்று திரும்பினாள்;

“அப்படிச் சொல்லாதீர்கள். சொல்லவே செய்யாதீர்கள். அவள் சாகக்கூடாது!”

நிகலாய் இவானவிச்சின் வெளிறிய முகம் இறுகியது. அவர் ஜன்னல் பக்கமாகத் திரும்பிக் கொண்டார். தாஷாவைப் போலவே, ஜன்னலுக்கு வெளியே கருநீல இருள் வானில் தெரிந்த பிறைச்சந்திரனின் வடிவத்தை அவரும் பார்த்தார்.

“இது நரக வேதனை!” என்றார் அவர். “அவள் இறந்தால், என்னால் இனி மேல்..!” தாஷா அந்த அறையைவிட்டு, கூடத்துக்கு வந்தாள். வரும்போது, மீண்டும் ஜன்னல் வழியே வெளியே பார்த்தாள். வெளியிலோ நிரந்தரமான பனிக்குளிரே நிலைத்து நிற்பது போல் தோன்றியது. பின்னர் அவள் சத்தம் செய்யாமல் காத்யாவின் படுக்கையறைக்குள் வந்தாள். அங்கிருந்த விடிவிளக்கு இருளை விரட்டியடிக்க முடியாமல் திணறிக் கொண்டிருந்தது.

அந்த அறையின் மறு கோடியில் உள்ள தணிவான அகலமான படுக்கை மீது தலையணைகளின் மேல் அந்த அசைவற்ற. சின்னஞ்சிறு முகம் காட்சியளித்தது; வறண்டு ஒளியிழந்து போயிருந்த அதன் தலைமயிர் மேல்நோக்கி வாரி விடப் பட்டிருந்தது; அந்த உருவத்தின் மெலிந்த கரம் சிறிதேகீழ் நோக்கிச் சரிந்து இருந்தது. தாஷா அந்தப் படுக்கையருகே சென்று முழங்காலிட்டாள். படுக்கையில் இருந்த காத்யாவின் மூச்சு வெளிக்குத் தெரியாமல் ஊசிபோல் இழைந்து கொண்டிருந்தது. சிறிது நேரம் கழித்து, அவள் தணிந்த, பரிதாபமான குரலில் கேட்டாள்:

“இப்போது மணி என்ன?”

“எட்டு, காத்யாக் கண்ணு!”

காத்யா நீண்ட மூச்செழுத்தவாறு அதே பரிதாபகரமான குரலில் ஏதோ குறை சொல்பவள்போல் அதே கேள்வியைத் திரும்பவும் கேட்டாள்:

“இப்போது மணி என்ன?”

அவள் அன்று பூராவுமே இதே கேள்வியைத் தான் திரும்பத் திரும்பக் கேட்டுக்கொண்டிருந்தாள். அவளது மங்கியதெளிவு நிறைந்த முகத்தில் அமைதி தென்பட்டது; கண்கள் மூடியிருந்தன. அவள் அந்த நீண்ட மஞ்சள் நிறமான நடைக்கூடத்தில் இருந்த மென்மையான ஐமுக்காளத்தின்மீது யுகக் கணக்காக மேலும் கீழும் நடந்து திரிந்து கொண்டிருக்கிறாள். அந்த நடைகூடம் முழுவதும், சுவர்கள், கூரையெல்லாம் ஒரே மஞ்சள் நிறமாயிருந்தன. அந்தக் கூடத்துக்கு வலதுபுறக் கோடியில் நேர்மேலாகவுள்ள தூசி படிந்த ஜன்னல்களின் வழியாகக் கண்ணை உறுத்தும் மஞ்சள் ஒளி பாய்ந்து வந்து உறுத்தியது. இடது புறத்திலோ பல மடக்குக் கதவுகள் இருந்தன. அந்தக் கதவுகளுக்கு அப்பால், அதாவது அவற்றைத் திறந்து போட்டு விட்டால், உலகமே முடிந்து விட்டதுபோல், ஒரு பெரும் பள்ளம்தான், பாதாளம் தான் காணப்படும். காத்யா கனவில் நடப்பது போன்று அந்தக் கதவுகளையும் ஜன்னல்களையும் தாண்டி மெதுவாக நடந்தாள். அவளுக்கு முன்னால் சமதளமான அந்த நடை கூடம் ஒரே மஞ்சள் நிறமாய் நீண்டு கடந்தது. அந்த நடை கூடத்தில் இருப்பதற்கே நெஞ்சம் புழுங்கியது; அந்த நடை கூடத்தின் ஒவ்வொரு கதவிலிருந்தும் பயங்கரமான நிராசை யுணர்ச்சியே சுரந்து பரவுவதாகத் தென்பட்டது. எப்போது இதற்கெல்லாம் ஒரு முடிவுகாலம் வரும்? கடவுளே! எப்போது இதெல்லாம் முடிவடையும்? கண நேரம் நின்று, காது கொடுத்துக் கேட்கலாமா? ஆனால் கேட்பதற்கோ என்ன இருக்கிறது? ஒன்றுமே இல்லை. அந்தக் கதவுகளுக்கு அப்பால் நிலவும் அந்தகாரத்திலிருந்து கும்மென்று இரையும் ஒலியைத்தவிர, தாத்தா காலத்துக் கடிகாரத்தின் பெண்டுல ஓசைபோல ரீங்காரிக்கும் ஒரு ஒலியைத்தவிர வேறு எதுவும் கேட்கப் போவதில்லை... ஐயோ! எல்லாம் எத்தனை பயங்கரமாயிருக்கிறது! அவள் மட்டும் விழித்தெழ முடிந்தால்... ஏதாவது பேச முடிந்தால்... மனிதத் தன்மையும் எளிமையும் கொண்ட ஏதாவதொன்றைப் பற்றிப் பேச முடிந்தால்...

மீண்டும் காத்யா மிகுந்த சிரமத்தோடு அந்தக் கேள்வியைக்

குறை கூறும் பாவனையிலேயே கேட்டாள்:

"இப்போது மணி என்ன?"

"காத்யா! நீ என்ன கேட்கிறாய்? உனக்கு என்ன தெரியவேண்டும்?"

"நல்லது. தாஷா இங்கிருக்கிறாள்..."

மீண்டும் அந்த நீண்ட ஜமுக்காளம் அவளது பாதத்துக் கடியில் தனது மெதுவுணர்ச்சியை ஊட்டியது.. மீண்டும் அந்தத் தூசிபடிந்த ஜன்னல்களிலிருந்து கண்ணை உறுத்தும் ஒளி மயக்கம் பாய்ந்து வந்தது... மீண்டும் கடிகாரம் தூரத்தில் எங்கோ கும்மிட்டு இரைந்தது...

"ஒன்றையுமே கேட்காமல், ஒன்றையுமே பார்க்காமல், ஒன்றையுமே உணராமல்... இந்தப் படுக்கை விரிப்புக்குள் ளேயே வெறுமனே விழுந்து புதைந்து கிடந்து இருக்க முடியுமானால்... எனது முடிவு... எனது மரணமும் சீக்கிரமே வந்து விடுமானால்... ஆனால் தாஷா என்னை விட மாட்டாள்... அவள் என்னைத் தூங்கவிடாமல் தடுக்கிறாள்... அவள் என் கையைப் பிடித்துக் கொண்டிருக்கிறாள்... என்னை முத்தமிடுகிறாள் ... ஏதோ முனகுகிறாள்... அவளிடமிருந்து ஏதோ ஓர் உயிர்ச்சக்தி என்னுள் பாய்வது மாதிரி எனது பலமிழந்த உளுத்துப்போன உடம்பினுள் பாய்வது மாதிரி இருக்கிறது... என் அன்பே! அன்பே!.. சாவது என்பது எத்தனை லகுவாக இருக்கிறது என்பதை அவளுக்கு நான் எவ்வாறு எடுத்துரைப்பது?.. ஒருவரது உடம்பிலுள்ள இந்த உயிர்ச்சக்தியை உணர்ந்து பார்ப்பதை விட, சாவது எவ்வளவு லகுவாக இருக்கிறது என்பதை... அவள் ஏன் என்னைப் போகவிட மறுக்கிறாள்?.."

"காத்யா! நான் உன்னை நேசிக்கிறேன். உன்னை நேசிக்கறேன். என்ன, நான் சொல்வதைக் கேட்கிறாயா?"

"அப்படியென்றால் அவள் என்னைப் போகவிட மாட்டாள்... என்னை இழக்கச் சகிக்க மாட்டாள்... எனவே நான் சாகக் கூடாது... நான் செத்து விட்டால்,

அவள் தன்னந் தனியளாகி விடுவாள்... ஆமாம். தனியளாவிடுவாள். பாவம், குழந்தை!"

"தாஷா!"

"என்னம்மா? என்ன?"

"நான் சாகப் போவதில்லை."

புகையிலை வாடை வீசியது. அப்பாதான் வந்திருக்க வேண்டும். இப்போது அவர் அவள் மீது குனிகிறார். போர்வையை விலக்குகிறார். அவளது மார்பின்மீது ஓர் ஊசி இறங்குகிறது. கடுக்கன்ற, ஆனால் இனிமையான, வேதனை அதில் பிறக்கிறது. அவளது ரத்தக் கால்களில் ஏதோ ஒரு ஆனந்த மயமான குளிர்ச்சி இன்பகரமாகப் பாய்ந்தோடுகிறது. அந்த மஞ்சள் நிறமான நடை கூடத்தின் சுவர்கள் நடுங்குகின்றன; பிரிந்து வழி விடுகின்றன; குளிர்ந்த காற்று சில்லென்று உள்ளே புகுந்து வீசுகிறது. தாஷா படுக்கை விரிப்பின் மீது விழுந்து கிடக்கும் கையைத் தடவிக் கொடுக்கிறாள்; அதன் மீது தனது உதடுகளை வைத்து அழுத்தி முத்தமிடுகிறாள்; அதன்மீது அன்பை வாரிச் சொரிகிறாள். மறுநிமிஷம், அவளது உடம்பு உறக்கத்தின் இனிய இருள் மண்டலத்தினுள்ளே மெல்ல மெல்லக் கரைந்து விடும். ஆனால், மீண்டும் அந்தக் கண்ணைக் குத்தும் மஞ்சள் ஒளி பரவும்; அந்த ஒளி அவளது கடைக் கண்ணின் ஓரமாகக் கண்ணுக்குள்ளே புகுந்து உறுத்தும்... பின்னர் அந்த நடை கூடம் வளர்ந்து பெருகி அவளைத் திக்குமுக்காடச் செய்யும்...

"தாஷா! தாஷா! நான் அங்கு போகவே விரும்பவில்லை!"

தாஷாவின் கைகள் அவளது தலைமீது இருந்தன; அவளது தலையணைக்கு அருகில் தாஷா இருந்தாள்; அவளது உடம் போடு ஒட்டிக்கொண்டிருந்தாள்; உயிரோடு, உணர்ச்சியோடு, பலத்தோடு இருந்தாள்... அத்துடன் "வாழ்!" என்று சொல்லும் அசுர சக்தியும் அக்னி வேகமும் பொருந்திய ஓர் உயிர்ச்சக்தியை அவளுள்ளே பொழிந்து கொண்டிருந்தாள்!

பின்னர் மீண்டும் அந்த நடைகூடம் நீண்டு தென்பட்டது. அவள் படுக்கையை விட்டு எழ வேண்டும். தூக்க முடியாத பெரும்பளுவைப் போலக் கனத்து மரத்துப்போய் விட்ட கால்களைத் தூக்கிவைத்து, தட்டுத் தடுமாறியேனும் நடக்க வேண்டும். அவளால் படுத்துக் கடக்க முடியாது. தாஷா நிச்சயம் அவளைத் தன் கரங்களால் சுற்றி வளைப்பாள்; பிடித்துத் தூக்குவாள்; "வா! நட!" என்பாள்.

இவ்வாறாக மூன்று நாட்களாக இரவும் பகலும் காத்யா மரணத்தோடு போராடிக் கொண்டிருந்தாள். அத்தனை நாள்களிலும் அவளது உள்ளத்தில் தாஷாவின் அந்த ஆர்வம் மிகுந்த மனோவுறுதிதான் குடிகொண்டு உணர்ச்சியூட்டுவதாகவும் தாஷா மட்டுமில்லாமலிருந்தால் என்றோ அவள் பலமிழந்து போய் அமைதியுற்றிருப்பாள் என்றும் அவள் உணர்ந்தாள்.

மூன்றாம் நாள் இரவிலும் பகலிலும் தாஷா அந்தப் படுக்கையை விட்டு நகரவே இல்லை. அன்று சகோதரிகள் இருவரும் ஒரே உயிராகப் பிணைந்து விட்டது போலவும், இருவரும் ஒரே வேதனையை அனுபவித்துக்கொண்டும், ஒரே உறுதியோடு உணர்வு பெற்றுக் கொண்டும் இருப்பவர்கள் போலும் தோன்றினார்கள். கடைசியாக, பொழுது விடியும் தருணத்தில் காத்யாவுக்கு மேலெல்லாம் தெப்பமாக வியர்த்துக் கொட்டியது; அவள் பக்கவாட்டில் திரும்பிப் படுத்தாள். அவளது மூச்சும் மெல்லியதாக இழைந்து கொண்டிருந்தது. தாஷா பயபீதியடைந்துவளாய், தன் தந்தையைக் கூப்பிட்டாள்; அவர் வந்து செய்வதற்கும் ஒன்றுமே இல்லை. எனவே இருவரும் அங்கு அமர்ந்து வெறுமனே காத்திருந்தார்கள். சரியாக காலை ஆறு மணிக்குப் பிறகு காத்யா பெருமூச்செறிந்தாள்; மற்றொரு பக்கமாகத் திரும்பிப் படுத்தாள். உயிருக்கு ஆபத்தான நெருக்கடி நிலைமையை அவள் கடந்து விட்டாள்; அவள் உடம்பில் மீண்டும் உயிர் மேலோங்கத் தொடங்கியது.

இத்தனை நாட்களுக்குப் பிறகு தாஷாவும் அன்றுதான் முதன் முதலாகத் தூங்கத் தொடங்கினாள். படுக்கைக்கு அருகிலேயே இருந்த பெரிய சாய்வு நாற்காலியிலேயே

சாய்ந்து உறங்கினாள். உயிருக்காபத்தான சட்டத்தைக் காத்யா கடந்து பிழைத்து விட்டாள் என்று கேள்விப் பட்டதும், நிகலாய் இவானவிச் தமது மாமனார் இமித்ரி ஸ்தெபானவிச்சின் கம்பளிச் சட்டையின் மீது தலையைப் புதைத்துக் கொண்டு பொருமியழுதார்.

அன்று முதல் அங்கு குதூகலம் தலை காட்டியது. அன்றையப் பொழுதும் கதகதப்பாகவும் குதூகலமாகவும் இருந்தது. அவர்கள் எல்லோருமே ஒருவருக்கொருவர் அற்புதமான நபர்களாகத் தோன்றினார்கள். பூக்கடையிலிருந்து கொண்டு. வரப்பட்ட வெள்ளை மலர்ப் பூங்தொட்டியை வீட்டின் முன் கூடத்தில் வைத்தார்கள். தாஷாவோ காத்யாவை ஏதோ ஒரு நிரந்தரமான இருள் மண்டிய கரியதொரு பிடிவாயிலிருந்து விடாப்பிடியாகத் தனது கைகளால் பிடித்திழுத்துக் கரை சேர்த்ததுபோல் உணர்ந்தாள். வாழ்க்கையைவிட அபூர்வமான விஷயம் வேறு எதுவுமே உலகில் இல்லை என்ற உண்மையை அவள் இப்போது பூரணமாக உணர்ந்து விட்டாள்.

மே மாத இறுதியில், நிகலாய் இவானவிச் காத்யாவை நகர்புறத்துக்கு வெளியேயுள்ள ஒரு கிராமாந்திரக் குடிசைக்கு அழைத்துச் சென்றார். அது இரண்டு வராந்தாக்களைக் கொண்ட ஒரு சிறு மரவீடு. அந்த வராந்தாவில் ஒன்று பெர்ச் மரக் கன்றுகள் நிறைந்த காட்டை நோக்கியிருந்தது. அந்தக் காட்டுக்குள் தோன்றிய பச்சைப் பசிய புல்வெளியின் நிழலில் மயிலையும் சவலையுமான கன்றுக் குட்டிகள் மேய்ந்து கொண்டிருந்தன. மற்றொரு வராந்தாவோ அலையலையாகத் தெரிந்த வயல்வெளிகளுக்கு எதிர்த்தாற்போல் இருந்தது.

ஒவ்வொரு நாள் மாலையிலும் தாஷாவும் நிகலாய் இவான விச்சும் நகருக்கு வெளியே செல்லும் ரயிலில் ஏறி, ஏதாவதொரு ஸ்டேஷனில் இறங்கி, சதுப்பு நிலமான புல்வெளி மீது நடந்து சென்றார்கள். அவர்களது தலைக்கு மேல் கொசுக் கூட்டம் வட்டமிட்டுத் திரிந்தது. பின்னர் அவர்கள் ஏதாவதொரு குன்றின் மீது ஏறுவார்கள். அப்போது நிகலாய் இவானவிச் சூரியாஸ்தமனத்தை

அனுபவித்து ரசிப்பவர் போல் அங்கு சில கணம் நிற்பார்.

"அடேடே! எவ்வளவு அழகாகயிருக்கிறது!" என்று லேசாக மூச்சு வாங்கியவாறே கூறுவார்.

விறுவிறென்று இருண்டு வரும் சமவெளிக்குமேல், தானியக் கதிர்கள் விளைந்த வயல் வெளிகளும், இலையும், காயுமாக வளர்ந்து செறிந்த மரச்செறிவுகளும், பெர்ச் மரக் கன்றுகளும் நிறைந்து, ஏற்றமும் இறக்கமுமாகத் தோன்றிய அந்தக் குன்றின் சமவெளிக்குமேல், அஸ்தமான காலத்தின் மேகக்கூட்டங்கள் திரண்டு நின்றன; அவை அசைவற்றும், உயிர்ப் பற்றும் பழுப்பு நிறமாகக் காட்சியளித்தன. அந்த மேகக் கூட்டத்தின் தெத்தும் குத்துமான விளிம்போரங்களில் அஸ்தமன சூரியனின் மஞ்சள் வெயில் லேசாகப் படிந்திருந்தது. அவற்றுக்குக் கீழே, வளைந்து சென்ற சிற்றாற்றின் மீது மஞ்சள் வெயில் படிந்த மாலை வானத்தின் நிழல் நீண்டு தோன்றியது. தவளைக் கூட்டம் முணமுணத்துக் கதறியது. கிராமப்புறத்திலுள்ள கூரைகளும் வைக்கோல் போர்களும் அந்த வயல் வெளிகளுக்கு மத்தியில் கன்னங் கரியதாகத் தெரிந்தன. அந்த வயல்வெளியில் எங்கோ ஓரிடத்தில் ஒரு சொக்கப்பனை எரிந்து கொண்டிருந்தது. மலைச்சரிவுக்கும் அங்கிருந்த உயர்ந்த மர வேலிக்கும் அப்பால் எங்கேயோ ஓரிடத்தில்தான் 'பொய் திமித்ரி' என்பான் ஒரு காலத்தில் ஒளிந்து கொண்டிருந்தானாம். பின்னர் அந்தப் பக்கமாக ரயில் வண்டி வரும்; வெகுநேரம் வரையிலும் ஓயாதவாறு நீண்ட விசில் அடித்து ஓடிவரும்; ராணுவ வீரர்களைச் சுமந்து கொண்டு மேல் திசையை நோக்கிச் செல்லும் அந்த ரயில் அஸ்தமனப் பொழுதின் இருளிலே கண் மறைந்து சென்று விடும்.

பின்னர் அவர்கள் வீட்டை நெருங்கியதும் வேலிக்கதவைத் தட்டுவார்கள். அதே சமயம் அவர்கள் இருவரும், தாஷாவும் நிகலாய் இவானவிச்சும் வராந்தாவிலுள்ள கண்ணாடி வழியாக உள்ளே பார்ப்பார்கள். உள்ளே இரவுச் சாப்பாட்டுக்கான மேஜை போடப்பட்டிருக்கும்; மேஜைமீது நிலாவொளி போன்று வட்டமாகத் தோன்றும்

ஒரு மங்கலான உருண்டை விளக்கு எரிந்து கொண்டிருக்கும் ஷாரிக் என்ற நாய் மெல்லக் குரைத்துக் கொண்டே ஓடி வந்து அவர்களை வரவேற்கும். வரவேற்புக்குப் பின்னர் அது வாலையாட்டிக் கொண்டே, எட்டி மரக் கன்றுகள் நிறைந்த இடத்தை நோக்கி ஓடி, ஆள் நடமாட்டம் அற்ற அந்த இடத்திலேயே சிறிது நேரம் நின்று குலைத்து விட்டு, பின்னா வாயடங்கிவிடும்.

அங்கு காத்யா வராந்தாவிலுள்ள ஜன்னல் கண்ணாடிகளின் மீது கைவிரல்களால் தாளம் போட்டவாறு அமர்ந்திருப்பாள். இருட்டிய பிறகு வெளியே சுற்றிவிட்டு வர அனுமதியாத உடல் நிலையில்தான் அவள் இன்னும் இருந்தாள். நிகலாய் இவானலிச் பின்னர் வேலியை மீண்டும் பூட்டிக் கட்டி விட்டு, சொல்வார்: "நீ என்ன தான் சொல்லு! - இது ஒரு அருமையான இடம்!"

பின்னர் அவர்கள் சாப்பிட உட்காருவார்கள். கிராமத்தில் நடந்த அன்றைய நிகழ்ச்சிகளையெல்லாம் காத்யா கூறுவாள். தூஷினோவிலிருந்து வந்த ஒரு வெறிபிடித்த நாய், சீஷ்டின் வீட்டுக் கோழிக்குஞ்சுகளில் இரண்டைக் கடித்தது, ஜில்கின் குடும்பத்தார் சீவின் குடிசைக்கு வீடு மாற்றிக் கொண்டது, அவர்கள் வீட்டுத் தேநீர்க்கெட்டில் கொஞ்ச நேரத்துக்கு முன்னர் காணாமற் போனது, சமையல்காரி மத்ரியோனா தனது மகனை மீண்டும் சவுக்கால் அடித்தது-- முதலிய எல்லாச் சங்கதிகளையும் சொல்லி முடிப்பாள்.

தாஷாவோ ஒன்றுமே பேசாமல் அமைதியாகச் சாப்பிடத் தொடங்குவாள்; நகரத்தை விட்டுக் கிளம்புவதற்குள்ளாகவே அவள் எப்போதும் அலுத்துக் களைத்துச் சோர்த்து போய்விடுவாள். நிகலாய் இவானவிச்சே தமது தோல்பையிலிருந்து ஒரு கட்டுப் பத்திரிகைகளை எடுத்து, அவற்றைப் படிக்கத் தொடங்குவார்; படிக்கும் போதே பல்குத்தும் குச்சியால் தமது பற்களையும் குத்திக்கொள்வார். அவருக்குப் பிடிக்காத ஏதாவதொரு விஷயத்தைப் படிக்க நேரும்போதோ, அவர் ஓசையெழும்ப

அலட்சியமாகத் தமது நாக்கால் சப்புக்கொட்டுவார். இந்தச் சப்புக் கொட்டும் ஓசையைக் கேட்டு, காத்யா "நிகலாய்! அப்படிச் செய்யாதீர்கள்!" என்று கண்டிப்பாள். தாஷாவோ முன் வாசலுக்கு வந்து அமர்வாள்; தனது மோவாயைக் கையின் மீது தாங்கியவாறே இருண்டு உடைக்கும் சமவெளியை ஏறிட்டுப் பார்ப்பாள்; அந்தச் சமவெளியில் இங்குமங்கும் சொக்கப்பனை நெருப்பு தென்படும்; வானத்திலும் வேனிற்காலத்தின் தாரகைகள் பொட்டுப் பொட்டாய்த் தோன்றத் தொடங்கும். அங்குள்ள சின்னஞ் சிறிய பூந்தோட்டத்திலிருந்து புதிதாகத் தண்ணீர் பாய்ச்சப்பெற்ற பூஞ்செடிப் பாத்திகளின் மணம் கமழும்.

வராந்தாவிலிருக்கும் நிகலாய் இவானவிச் தமது பத்திரிகைகளின் பக்கங்களைப் புரட்டியவாறு சொல்வார்.

"போர் இன்னும் அதிக காலம் நீடிக்க முடியாது. இதற்குப் பிரமாதமான காரணங்கள் ஒன்றுமில்லை. நம்மிடமும் நம்மோடு அரசியல் உறவுகள் வைத்துக்கொண்டுள்ள நாடுகளிடமும் உள்ள தளவாடச் சேமிப்புகள் அத்தனையும் வெகு சீக்கிரத்தில் காலியாகிவிடும். இந்தச் சர்வ சாதாரண உண்மையே அதற்குக் காரணம்."

"கொஞ்சம் மோர் சாப்பிடுகிறீர்களா?" என்று காத்யா அவரை நோக்கி கேட்டாள்.

"குளிர்ச்சியாக இருந்தால் கொடு... நன்றாகத்தான் இருக்கிறது... அடேடே! நாம் லிவோவையும், லியுப்லினும் இழந்து விட்டோம்! அவமானம், அவமானம்! துரோகிகள் நம்மை மறைமுகமாகக் காட்டிக் கொடுக்கும்போது, நாம் தான் எப்படிப்போரிட முடியும்? நம்பவே முடியவில்லையே!"

"நிகலாய்! நாக்கை அப்படிச் சப்புக் கொட்டாதீர்கள்!"

"என்னைக் கொஞ்சம் சும்மா இருக்கவிடு! நாம் வார்ஸாவையும் இழந்துவிட்டால், அந்த அவமானத்தை எப்படிச் சகித்துக்கொண்டு உயிர்வாழப் போகிறோமோ தெரியவில்லை. சமயத்தில் ஏதாவது ஒரு சமாதான

ஒப்பந்தத்துக்கு அவர்களை வழிக்கு வரச்செய்து, பின்னர் பீட்டர்ஸ்பர்க்குக்கு எதிராக, நமது துப்பாக்கிகளையே மாற்றிப் பிடிப்பதுதான் சரி என்று கூட நாம் யோசிக்க வேண்டியிருக்கிறது."

ரயிலின் விசில் சத்தம் தூரத்தில் கேட்டது. மாலையில் அஸ்தமன சூரியனின் அந்தி மயக்கத்தைப் பிரதிபலித்த சிற்றாற்றின் பாலத்தின் மீது, ரயில் கடகடத்து ஓடும் சத்தம் கேட்டது. அந்த ரயில் காயம்பட்ட வீரர்களை மாஸ்கோ நகருக்குக் கொண்டு சென்றிருக்கும். நிகலாய் இவானவிச் மீண்டும் தமது பத்திரிகையின் பக்கங்களைப் புரட்டினார்.

"துப்பாக்கிகள் கூட வழங்கப்படாமல் துருப்புகள் போர் முனைக்கு அனுப்பப்படுன்றன. அவர்களோ கையில் கம்புகளைத் தவிர வேறு ஆயுதம் எதுவும் இல்லாமல் பதுங்கு குழிகளுக்குள்ளே படுத்துக் கிடக்கிறார்கள். ஐந்து பேருக்கு ஒரு துப்பாக்கி என்ற நிலைமைதான் நிலவுகிறது. அவர்களோ தங்கள் கைகளிலுள்ள தடிகளைச் சுழற்றிக்கொண்டுதான் போரிட்டுகிறார்கள். இருந்தாலும் ஒரு நம்பிக்கை, தமக்கு அடுத்தாற்போல் துப்பாக்கி வைத்துப் போராடிக் கொண்டிருப்பவன் கொல்லப்பட்டு விட்டால், அவனது துப்பாக்கியை நாம் எடுத்துக்கொள்ளலாமே என்ற நம்பிக்கைதான் ஒவ்வொருவனுக்கும், கடவுளே!"

தாஷா முன்வாசலை விட்டு இறங்கி, வெளியிலுள்ள தட்டி வாசல் வேலியின் மீது சாய்ந்தவாறு நின்றாள். வராந்தாவிலிருந்து வந்த வெளிச்சம் வேலி மீது படர்ந்திருந்த கொடிகளின் இலைகளின் மீதும், சாலையிலும் விழுந்தது. மத்ரியோனாவின் மகனான பியோதர் என்ற பையன் தனது தலையைத் தொங்கவிட்டவாறு, வெறுப்புடனும், பரிதாபகரமான தோற்றத்துடனும் சென்றான். மீண்டும் சமையல் கட்டுக்குப்போய்த் தன் தாயிடம் அடிதாங்கிவிட்டு, படுத்து உறங்குவதை தவிர அவனுக்கு வேறு வழி இல்லை.

தாஷா வேலிக் கதவைத் திறந்து கொண்டு, ஹீம்கா நதியை நோக்கி மெல்ல நடக்கத் தொடங்கினாள்.

அங்கு, அந்த இருளில், ஆற்றங்கரைச் சரிவின் விளிம்பில் நிற்கும்போது, அவள் காதில் ஒரு சத்தம் விழுந்தது. எங்கோ ஒரு நீரூற்று களகளவென்று பொங்கியெழும் சத்தம் கேட்டது. அத்தகையதொரு சத்தத்தை அந்தகார இருளின் பேரமைதியில்தான் கேட்கமுடியும். காய்ந்து வெடித்திருந்த நதிக்கரைச் சரிவிலிருந்து ஒரு மண் கட்டி பெயர்ந்து, ஆற்று நீருக்குள் சளப்பென்று விழுந்த சத்தம் கேட்டது. எங்கு பார்த்தாலும் அசைவற்று நிற்கும் மரக்கூட்டங்களின் வரிவடிவங்களே தெரிந்தன; அந்த மரங்களின் இலைகள் மட்டும் சோந்தாற் போல் லேசாகச் சலசலத்தன. பின்னர் மீண்டும் பேரமைதி நிலவியது. “எப்போது?--எப்போது?-- ஐயோ, எப்போதுதான்?..” என்று தாஷா மெல்லக் கூறியவாறே, தனது விரல்களைச் சொடுக்கு முறித்துக் கொண்டாள்.

ஜூன் மாதத் தொடக்கத்தில் ஞானிகள் திருநாளன்று, தாஷா படுக்கையை விட்டு விரைவாக எழுந்து விட்டாள்; பின்னர் காத்யாவை உசுப்பி விடக்கூடாது என்ற நோக்கத்தோடு சமையல் கட்டுக்குள் சென்று முகத்தைக் கழுவிக் கொள்ள விரும்பினாள். அங்கு சென்ற போது, அங்கிருந்த மேஜை மீது காய்கறிகள் குவிந்து இருந்தன. அதன் உச்சியில் விசித்திரமாகத் தோன்றிய ஒரு பச்சை நிறத் தபால் கார்டு காட்சியளித்தது. காய்கறிக்காரன் தபாலாபீசலிருந்து பத்திரிகைகளை வாங்கி வந்தபோது, இதனையும் வாங்கி வந்திருக்க வேண்டும். மத்ரியோனாவின் மகன் பியோதர் வாசல் நடைமீது அமர்ந்து மூக்கை சிணுங்கியவாறே, ஒரு கோழியின் காலை குச்சியில் கட்டிக்கொண்டிருந்தான். மத்ரியோனா துவைத்த துணிகளை வெளியேயுள்ள லாபர்னம் மரத்தின் கிளைகளின் மீது தொங்கப்போட்டுக் கொண்டிருந்தாள்.

ஆற்று மணம் கமழும் தண்ணீரை ஒரு மண் பாத்திரத்தில் ஊற்றிவிட்டு, தாஷா தனது உள்ளாடையைக் கழற்றினாள். அதே சமயம் மீண்டும் திரும்பிப் பார்த்தாள்--அந்த

விசித்திரமான தபால் கார்டு இங்கே எப்படி வந்தது? அவள் அந்தக் கார்டை ஈரம் தோய்ந்த விரல்களின் முனையால் மெல்ல எடுத்தாள்; படித்தாள்: "அருமை தாஷா! நான் எழுதிய கடிதங்களுக்கு உன்னிடமிருந்து ஒரு பதிலும் இல்லையே. இதைக் கண்டு நான் மிகவும் மனம் கலங்கிப் போயிருக்கிறேன், அத்தனை கடிதங்களுமா தொலைந்து போயிருக்க முடியும்!"

தாஷா சட்டென்று கீழே உட்கார்ந்தாள். அவளது கண் முன்னால் எல்லாமே கிறங்கிச் சுழன்றன; அவளது கால்களோ தெம்பிழந்து தடுமாறுவதுபோலிருந்தன. "எனக்கேற்பட்ட காயம் முற்றிலும் குணமாகிவிட்டது. நான் தினசரி உடற்பயிற்சி செய்கிறேன்; உடம்பை எவ்வளவு நன்றாக வைத்துக்கொள்ள முடியுமோ, அவ்வளவு நன்றாக வைத்துக் கொள்ள முயல்கிறேன். நான் ஆங்கிலமும் பிரஞ்சு மொழியும் பயின்று வருகிறேன். தாஷா! இதோ உனக்கொரு முத்தம்-நீ இன்னும் என்னை நினைவில் வைத்திருந்தால்!- தெலேகின்."

தாஷா தனது உள்ளாடையின் தோள்பட்டிகளை மேலே இழுத்துவிட்டு, மீண்டும் அந்தக் கார்டைப் படித்தாள்:

"நீ இன்னும் என்னை நினைவில் வைத்திருந்தால்..."

தாஷா துள்ளிக் குதித்துக்கொண்டே காத்யாவின் படுக்கையறைக்குள் ஓடினாள்; அந்தப் படுக்கையறையின் ஜன்னல்களில் கட்டப்பட்டிருந்த சீட்டித் துணித்திரைகளை விலக்கினாள்.

"இதைப்படி, காத்யா! உரக்கப்படி!"

இதைக் கண்டு திடுக்கிட்டுத் திகைத்துப்போன காத்யா பதிலுக்கு வாய் திறக்கு முன்பே, தாஷா அவளது பதிலையே எதிர்பாராதவளாய் படுக்கையின் ஓரத்தின் ஏறியமர்ந்து கொண்டு, அந்தக் கடிதத்தைத் தானே ஒரு முறை மீண்டும் படித்தாள்; மீண்டும் கீழே குதித்தாள்; தனது கைகள் இரண்டையும் மார்பின் மீது கோத்து இறுகப் பிடித்துக் கொண்டாள்:

"காத்யா! இது பயங்கரமாக இல்லை?"

"ஆனால், அவர் உயிரோடு இருக்கிறாரே, தாஷா! அதற்கே கடவுளுக்கு நன்றி செலுத்த வேண்டும்!"

"நான் அவரைக் காதலிக்கிறேன்! அட, கடவுளே! நான் என்ன செய்யப் போகிறேன்? போர் என்றைக்கு முடியும்? என்று முடியப்போகிறது? அதைச் சொல், முதலில்!"

தன் தமக்கையின் கையிலிருந்து அந்தக் கார்டை வெடுக்கென்று பிடுங்கிக்கொண்டு தாஷா நிகலாய் இவானவிச்சிடம் ஓடினாள். அந்தக் கடிதத்தை அவரிடமும் படித்துக் காட்டிய பிறகு, அவள் தனது கேள்விக்குத் தீர்மானமான விடையை வெறிவேகத்தோடு எதிர்பார்ப்பவள்போல், தனது கேள்வியை அழுத்தந்திருத்தமாகக் கேட்டாள்: "போர் எப்போது முடியும்?"

"என் அருமைப் பெண்ணே! அதை யாருமே சொல்ல முடியாது!"

"பின்னே- உங்களது முட்டாள்தனமான நகர மக்கள் சங்கத்தில் நீங்கள் என்ன தான் செய்கிறீர்களாம்? காலையிலிருந்து இரவு வரையிலும், அர்த்தமற்ற உதவாக்கரைப் பேச்சுக்களைத்தான் எல்லோரும் பேசுகிறீர்கள்! நான் இப்போதே நகரத்துக்குப் போகிறேன்; போய், நமது துருப்புக்களின் தலைவரையே, சுமாண்டரையே தேரில் கண்டு பேசுகிறேன். நான் அவரை..."

"நீ அவரை என்னம்மா செய்யப்போகிறாய்? தாஷாக் கண்ணு! பொறுமையைக் கடைப்பிடிப்பதைத் தவிர, இப்போது நம்மால் ஒன்றுமே செய்ய முடியாதே அம்மா."

ஒன்றிரண்டு நாட்களுக்கு என்ன செய்வதென்றே தாஷாவுக்கே ஒன்றும் தெரியவில்லை. பின்னர்தான் அவள் அமைதியடைந்தாள். அதாவது அவளது உள்ளத்திலே எரிந்து கொண்டிருந்த நெருப்பு அணைந்து விட்டதுபோல்

அவளும் குபுக்கென்று அடங்கிப்போய் விட்டாள். இரவிலோ அவள் தனது அறைக்கு நேரத்தோடேயே சென்று விட்டாள்; அங்கு அமர்ந்து அவள் தெலேகினுக்குக் கடிகம் எழுதினாள்; அவனுக்குப் பரிசுப் பொருள்களை எடுத்து வைத்து, அவற்றைத் துணியினால் மூடித் தைத்து பார்ஸல் கட்டினாள். தெலேகினைப் பற்றி காத்யா அவளிடம் பேச்செடுத்த போதோ, தாஷா அநேகமாகப் பதிலே சொல்லவில்லை. மாலை நேரத்தில் உலாவப் போவதைப் பூரணமாக நிறுத்தி விட்டாள்; அவள் பெரும்பாலும் காத்யாவின் அருகிலேயே அமர்ந்து, படித்துக்கொண்டிருந்தாள்; அல்லது எதையேனும் தைத்துக் கொண்டிருந்தாள். அவள் தனது சகல உணர்ச்சிகளையும் தனது இதயத்துக்குள்ளேயே புகைத்துவிட விரும்புபவள் போலவும், எந்த ஒரு அதிர்ச்சிக்கும் தாக்குப் பிடித்து நிற்கக்கூடிய ஒரு தற்காப்பான, தடிப்பான கவசத்தைத் தனக்குள்தானே வளர்த்துக் கொள்பவள் போலவும் தோற்றமளித்தாள்.

காத்யாவுக்கும் உடம்பு பூரண குணமடைந்துவிட்ட போதிலும், தாஷாவைப் போலவே, அந்தக் கோடைக்காலத்தில் அவளது ஆர்வமும் குன்றிக் குறுகியெரியும் சுடர் போல் உள்ளடங்கிப் போய்விட்டது. சகோதரிகள் இருவரும் தமக்குள் பேசிக் கொண்டார்கள். அதாவது தாங்கள் இருவரும், ஏன் இந்தக் காலத்தில் எல்லோருமே தங்கள் தங்கள் இதயத்தில் பெரும் மனப்பாரத்தைத்தான் சுமந்து கொண்டிருப்பதாகப் பேசிக் கொண்டார்கள். படுக்கையிலிருந்து விழித்தெழுவது, நடமாடுவது, சிந்தனை செய்வது, பிற மனிதர்களைச் சந்திப்பது--எல்லாமே அவர்களுக்கு சரம சாத்தியமான காரியங்களாகவே தோன்றின. எப்போதடா பொழுது இருண்டு, இரவு வந்து தொலையும் என்றுதான் அவர்கள் தவித்தார்கள்; இரவு வந்து விட்டாலோ அலுத்துப் போய் அப்படியே படுக்கையில் விழுந்து விடுவார்கள். தூங்குவதும் சகலவற்றையும் மறந்திருப்பதுமே அவர்களது ஒரே இன்பமாக இருந்து வந்தது. முந்திய நாள் இரவில் ஜில்சன் குடும்பத்தார் தாங்கள் தயாரித்திருந்த

புது ரகமான பழரசத்தை ருசித்துப் பார்ப்பதற்காக, நண்பர்களையெல்லாம் தம் வீட்டுக்கு விருந்துக்கு அழைத்திருந்தார்கள். அவர்கள் எல்லோரும் தேநீர் அருந்திக்கொண்டிருந்த வேளையில் தான், செய்திப் பத்திரிகை வந்து சேர்ந்தது. அதில் ஜில்கினின் சகோதரரின் பெயர் கொல்லப்பட்டவர்களின் பட்டியலில் காணப்பட்டது-போர்க் களத்தில் போராடும்போது எதிரிகளின் தாக்குதலால் அவர் வீரமரணம் அடைந்தாராம்! விருந்துக்கு அழைத்தவர்களோ வீட்டுக்குள் சென்று விட்டார்கள்; விருந்தாட வந்தவர்களோ, சிறிது நேரம் வரையிலும் வராந்தாவின் இருளிலேயே உட்கார்ந்திருந்து விட்டு, பின்னர் மூச்சுப்பேச்சுக் காட்டாமல் மௌனமாக எழுந்து சென்றார்கள். இதே கதைதான் எங்குபார்த்தாலும் நிகழ்ந்து கொண்டிருந்தது.

வாழ்க்கைத் தரம் குறைந்து கொண்டிருந்தது; விலைவாசிகள் ஏறிக் கொண்டிருந்தன. எதிர்காலமோ இருளடித்துக் கிடந்தது; நம்பிக்கை வறட்சியை அளித்தது. வார்ஸா சரணடைந்து விட்டது. பிரெஸ்ட்-லிதோவ்ஸ்க் தகர்ந்தது, வீழ்ச்சி கண்டு விட்டது. எங்கு பார்த்தாலும் ஒற்றர்கள் பிடிபட்டுக் கொண்டிருந்தார்கள்.

ஹீம்கா ஆற்றின் செங்குத்தான கரையோரங்களில் கொள்ளைக் கூட்டத்தாரும் திருடர்களும் மலிந்து விட்டார்கள். ஒரு வார காலம் வரையிலும் ஜனங்கள் காட்டுக்குள் போகவே பயந்து செத்தார்கள். பின்னர் பொலீஸார் அந்தத் திருடர்களை அந்தக் கரையோரப் பகுதிகளிலிருந்து விரட்டியடித்தார்கள். இரண்டே இரண்டு பேர்தான் அகப்பட்டார்கள். மூன்றாவது ஆள் தப்பித்து, ஸ்வெனீகரத் ஜில்லாவுக்கு ஓடி விட்டான். அங்குள்ள பெரிய பண்ணைகளில் கொள்ளை போடத்தான் என்று ஜனங்கள் சொல்லிக் கொண்டார்கள்.

ஒரு நாள் காலையில், ஸ்மகோவ்னிகவ் குடும்பத்தினரின் வீட்டுக்கு அண்மையில் உள்ள மைதானத்திலே ஒரு குதிரை வண்டி ஓடி வந்தது. அந்த வண்டிக்காரன் நுகக்காலில் எழுந்து நின்று கொண்டு, தனது கையிலிருந்த

சவுக்கினால் குதிரையை ஓங்கி அடித்து, அதனை வெறி வேகத்தில் ஓட்டிக் கொண்டு வந்தான். இதைக் கண்டதும், கிராமத்துப் பெண்கள், வேலைக்காரரர்கள், குழந்தைகள் எல்லோரும் சகல திசைகளிலிருந்தும் ஓடி வந்தார்கள். அசாதாரணமான நிகழ்ச்சி ஏதோ நடந்து போயிருக்க வேண்டும். கோடைகால வாசத்துக்காகக் கிராமத்தில் வந்து குடியேறியிருந்தவர்களும் தங்கள் உல்லாசத் தோட்டங்களை விட்டு வெளியே வந்தார்கள். மத்ரியோனா தனது கைகளைத் துடைத்தவாறே தோட்டத்துப் பாதை வழியே வெளியே ஓடினாள். கோபமும் கொதிப்பும் நிறைந்து விளங்க அந்த வண்டிக்காரன் வண்டியின் மீது எழுந்து நின்றவாறே கத்திக்கொண்டிருந்தான்:

"...அவர்கள் அவனைக் காரியாலயத்தை விட்டு வெளியே இழுத்துப் போட்டார்கள்; ஆகாயத்தில் அவனை வீசிப் பந்தாடினார்கள்; மீண்டும் தரை மீது பரவியுள்ள கற்களின் மீது விட்டெறித்தார்கள். பிறகு அவனை மாஸ்கோ ஆற்றுக் குள்ளேயே தூக்கியெறிந்து விட்டார்கள். இன்னும் ஐந்து ஜெர்மானியர்கள் தொழிற்சாலைக்குள்ளே ஒளிந்து கொண்டிருக்கிறார்கள். அவர்களில் மூன்று பேரைப் போலீஸ்காரரர்கள் கண்டுபிடித்து அப்புறப்படுத்திவிட்டார்கள். இல்லையெனில் அவர்களையும் அதே மாதிரி ஆற்றுக்குள் எறிந்திருப்பார்கள்... இப்போதோ லுப்யான்ஸ்குயா சதுக்கம் முழுவதிலும் பட்டும் வெல்வெட்டும் பறக்கின்றன. நகரம் முழுவதும் கொள்ளையடிக்கப்படுகிறது. எங்குபார்த்தாலும் ஒரே மக்கள் கூட்டம்."

அவன் தனது வேகம் மிகுந்த குதிரையைச் சவுக்கினால் விளாசி அடித்தான்; வளைந்திருந்த நுகக்கால்களின் மீது அமர்ந்து கொண்டு, சாட்டையைச் சொடுக்கியவாறும், சத்தம் போட்டவாறும் குதிரையை முடுக்கி விரட்டினான். குதிரையும் வாயில் நுரை தள்ள, இரைக்க இரைக்க மூச்சு வாங்கியவாறே அந்த லொட லொடத்த வண்டியை இழுத்துக்கொண்டு, சாராயக் கடையை நோக்கிப் பேய் வேகத்தில் ஓடியது.

தாஷாவும் நிகலாய் இவானவிச்சும் அப்போது மாஸ்கோவில் இருந்தார்கள். மாஸ்கோ நகரம் இருந்த திக்கில், கன்னங்கரியதாக பெரிய புகை மண்டலம் வானை நோக்க எழும்புவதையும், கதகதப்பும் கலக்கமும் நிறைந்த வானவெளியில் அந்தப் புகை மண்டலம் மேகம்போல் பரந்து விரிவதையும் காண முடிந்தது. அந்தக் கிராமத்தின் விவசாயப் பெருமக்கள் கும்பல் கும்பலாகக் கூடி நின்று கிராமத்துச் சதுக்கத்தலிருந்தே அந்தப் பெரு நெருப்பை நன்கு காணமுடிந்தது. கோடைகாலச் சுகவாசிகளில் யாரேனும் அந்தக் கிராமவாசிகளின் அருகில் வந்தால், உடனே அந்த விவசாயிகள் தமது பேச்சைச் சுருக்கி கம்மென்று வாய் மூடி மௌனிகளாகி விடுவார்கள். பெரியதனக்காரரையெல்லாம் அந்தக் கிராமவாசிகள் வெறுப்புணர்ச்சியுடனே அல்லது விசித்திரமான நோக்கத்துடனோதான் மதித்து வந்தார்கள். தலையிலே தொப்பியற்றும் கிழிந்து போன சட்டையோடும் உள்ள கடித்த மனிதன் ஒருவன் பாதையோரமாகவுள்ள சிறிய செங்கற் கட்டிடக்கோயிலின் அருகே தென்பட்டான். அவன் பின் வருமாறு சத்தமிட்டான்:

“மாஸ்கோவில் ஜெர்மானியர்களைக் கொன்று தள்ளுகிறார்கள்?”

அவனது சத்தத்தைத் தொடர்ந்து ஒரு பிள்ளைத்தாச்சியின் அலறல் சத்தம் கேட்டது. ஜனக்கூட்டம் அந்தக் கோயிலை நோக்கி முன்னேறியது; கூட்டத்துக்குப் பின்னால் காத்யாவும் சென்றாள். கூட்டம் முழுவதுமே பரபரப்பினால் இரைந்து கொண்டிருந்தது.

“வார்ஸா ரயில்வே நிலையம் பற்றியெரித்து கொண்டிருக்கிறது! ஜெர்மானியர்கள் அதற்குத் தீ வைத்துவிட்டார்கள்!

“இரண்டாயிரம் ஜெர்மானியர்கள் கொல்லப்பட்டார்கள்!”

“இல்லை. ஆறாயிரம்! அவர்கள் எல்லோரையும் ஆற்றுக்குள் தூக்கி எறிந்தாயிற்று!”

"அவர்கள் முதலில் ஜெர்மானியர்களைத்தான் தாக்கத் தொடங்கினார்கள்; இப்போதோ அவர்கள் எல்லோரையும் தாக்குகிறார்கள். குஸ்னெஸ்கதி மோஸ்த்[23] முற்றிலும் கொள்ளையடிக்கப்பட்டுவிட்டது."

"வேண்டும்! அவர்களுக்கு இவ்வளவும் வேண்டும்! பன்றிப் பயல்கள்! நமது உழைப்பைத் தின்று கொண்டு எவ்வளவு காலமாய் இங்கு வாழ்ந்து வருகிறார்கள்!"

"மக்களைக் கட்டுப்படுத்தவே முடியாது!"

"பெட்ரோவ்ஸ்கி பங்காவிலே--ஆமாம். என் தங்கை இப்போதுதான் அங்கிருந்து வந்தாள்--அந்தப் பங்களாவுக்கு அருகிலுள்ள ஒரு வீட்டில் ஒரு ரேடியோ ஒலிபரப்பிச் சாதனமே அகப்பட்டதாம். பார்த்தீர்களா? நிலைமை எப்படியிருக்கிறதென்று! அதற்குப் பக்கத்திலேயே ஒட்டுத்தாடி வைத்திருந்த இரண்டு உளவாளிகள் அகப்பட்டார்களாம். ஆம் அவர்களை அங்கேயே கொன்று தள்ளிவிட்டார்கள்!...

"நாம் எல்லாக் கோடைகால வாசஸ்தலங்களுக்கும் போயாக வேண்டும். அதுதான் விஷயம்!"

மாஸ்கோவுக்குச் செல்லும் சாலை வந்து சேரும் இடத்துக்கருகேயுள்ள அணைக்குப் பக்கத்தில், சில பெண்கள் காலியான சாக்குப் பைகளைத் தூக்கிக்கொண்டு குன்றிலிருந்து இறங்கி ஓடினார்கள். அவர்களை நோக்கி மக்கள் சத்தமிடத் தொடங்கினார்கள். அவர்களோ திரும்பிப்பார்த்து, தமது சாக்குப்பைகளை ஆட்டியவாறே, சிரித்தார்கள்.

"அந்தப் பெண்கள் எங்கே ஓடுகிறார்கள்?" என்று தன்னருகே நீண்டதொரு தடியை ஊன்றிக்கொண்டு

---

23 குஸ்னெஸ்கி மோஸ்த்-மாஸ்கோவில் உள்ள ஒரு தெரு; பெரிய வியாபார இடம். இங்கு பற்பல விதமான கடைகள் இருந்தன. பெரும்பாலான கடைகள் அன்னியருக்குச் சொந்தமாயிருந்தன.-(மொழி-ர்.)

அலெக்சேய் தல்ஸ்தோய் ▲ 419

நின்ற கண்ணியமான, முதியவரான விவசாயியை நோக்கி, காத்யா கேட்டாள்.

"கொள்ளையடிப்பதற்குத்தான், அம்மா!"

தாஷாவும் நிகலாய் இவானவிச்சம் ஐந்தாறு மணி சுமாருக்கு மாஸ்கோவிலிருந்தே ஒரு குதிரை வண்டியைப் பிடித்துக் கொண்டு ஒரு வழியாக வந்து சேர்ந்துவிட்டார்கள். இருவருமே பரபரத்துப்போயிருந்தார்கள். அங்கு நடந்தவற்றை விவரித்தார்கள்; ஒருவர் பேச்சில் மற்றொருவர் குறுக்கிட்டுப் பேசினார்கள். எவ்வாறு மாஸ்கோ நகரம் முழுவதிலும் மக்கள் கூட்டம் திரண்டு பொங்கியது என்பதை யும், எவ்வாறு ஜெர்மானியரின் கடைகளையும் வீடுகளையும் தாக்கித் தகர்த்தார்கள் என்பதையும் விளக்கினார்கள். ஏராளமான வீடுகள் தீ க்கிரையாயின. மான்தெல் ரெடிமேட் உடைக்கடை முழுவதும் சூறையாடப்பட்டது. குஸ்னெஸ்கி மோஸ்திலுள்ள பெச்கர் பியானோ கம்பெனி முற்றிலும் நாசமாக்கப்பட்டது. அந்தக் கம்பெனியில் இருந்த பியானோ வாத்தியங்களையெல்லாம் இரண்டாவது மாடி ஜன்னலிலே. யிருந்து தெருவிலே தூக்கியெறிந்தார்கள்; கீழே விழுந்து நொறுங்கிய அந்த வாத்தியங்களைச் சொக்கப்பனையாக நெருப்பிட்டு கொளுத்தினார்கள். லுப்யான்ஸ்கயா சதுக்கம் முழுவதிலும் எங்குபார்த்தாலும் உடைந்த கண்ணாடித் துண்டுகளும், மருந்துச் சாமான்களுமே சிதறிக் கிடந்தன. பல் வேறு கொலைகளும் நடந்ததாக மக்கள் பேசக்கொண்டார்கள். மத்தியானத்துக்குமேல் ரோந்து போலீஸார் நகரைச் சுற்றி வந்தார்கள்: கூட்டமும் கலைந்து போய்விட்டது. இப்போது, அங்கு மீண்டும் அமைதி குடி கொண்டிருக்கிறது.

"இது வெறும் காட்டுமிராண்டித்தனம்தான்! ஆமாம்!" என்று பரபரப்போடு விழித்தவாறே சொன்னார் நிகலாய் இவானவிச்: "எனினும் அந்த ஆவேசத்தை, ஜனங்களின் சக்தியை நான் விரும்புகிறேன். இன்று அவர்கள் ஜெர்மானியரின் கடைகளைக் கொள்ளையிடுகிறார்கள். நாளை இதே மக்கள், தடைமதில்களும் கட்டித்தரத் தொடங்குவார்கள். இதனை நாம் எல்லோருமே அறிவோம்.

இந்தக் கலகமும் கொள்ளையும் அதன் போக்கில் போகுமாறு அரசாங்கமும் இடங்கொடுத்துவிட்டுச் சும்மா. இருந்து விட்டது. அவர்கள் வேண்டுமென்றே தான் இப்படிச் செய்தார்கள். மக்களின் கோபத்துக்கு ஒரு போக்குக் காட்ட வேண்டும் என்பதற்காகவே அவர்கள் இப்படி நடந்து கொண்டார்கள். இதனை நான் உறுதியாகவே சொல்வேன். ஆனால் ஜனங்களோ இதை விடவும்கூட முக்கியமான வேறு ஏதோ ஒரு காரியத்தைச் செய்வதற்கு, இதிலேயே அனுபவமும் ருசியும் பெற்று விடுகிறார்கள்!..."

அன்றிரவிலேயே ஜில்கின் குடும்பத்தாரின் தானியக் களஞ்சியம் கொள்ளை போயிற்று. ஸ்வேச்னிகவ் குடும்பத்தாரின் வீட்டிலோ கொடியில் காயப்போட்டிருந்த துணிகள் அனைத்தும் களவு போய் விட்டன. சாராயக் கடையிலோ விடிய விடிய விளக்கு வெளிச்சம் தெரிந்தது. இதன் பின்னர் சுமார் ஒருவார காலம் வரையிலும், கோடைகால வாசத்துக்காகக் கிராமத்துக்கு வந்துள்ள சுகவாசிகள் கிராமத்தின் வழியே நடந்து சென்றபோது, அவர்களுக்குப் பின்னால் கிசுகிசுத்த பேச்சுக்களும், விசித்திரமான பார்வைகளுமே நடமாடின.

நிகலாய் இவானவிச்சும் சகோதரிகள் இருவரும் ஆகஸ்ட் மாதத் தொடக்கத்திலேயே நகருக்குத் திரும்பி விட்டார்கள். காத்யா மீண்டும் தனது ஆஸ்பத்திரி வேலையை மேற்கொண்டாள். அந்த ஆண்டின் இலையுதிர் காலத்தில், மாஸ்கோ நகரம் எங்கிலும் போலந்து நாட்டு அகதிகளே தென்பட்டார்கள். பெட்ரோவ்கா, குஸ்னெஸ்கி மோஸ்த், திவேர்ஸ்சுயா முதலிய பிரதான வீதிகளில் நடமாடுவது கூட மிகமிகக் கடினமாக இருந்தது. கடைகள் ஹோட்டல்கள், நாடகக் கொட்டகைகள்-- எங்கும் ஒரே கூட்டம். எங்கு பார்த்தாலும் ஒரே குரல். புதிதாக உருவாக்கப்பட்ட சொற் சேர்க்கையோடு கூடிய அந்த ஒரே குரலே கேட்டது: "தயவு காட்டுங்கள்."

இத்தகைய ஆடம்பரம், ஆரவாரம் எல்லாவற்றையும் அதாவது கூட்டம் மிகுந்த நாடகக் கொட்டகைகள்,

ஹோட்டல்கள், கண்ணைப் பறிக்கும் வெளிச்சமும், காதையடைக்கும் சத்தமும் நிறைந்த தெருக்கள் முதலிய எல்லாவற்றையும்--ஒரு கோடியே இருபது லட்சம்பேர் கொண்ட பலத்த ராணுவம், எண்ணற்ற விழுப்புண்களைப் பெற்று ரத்தத்தைச் சிந்திக்கொண்டிருந்த ராணுவம், உயிருள்ள தடைமதில் போல் பாதுகாத்து நின்றது.

இருந்தபோதிலும், ராணுவ விவகாரங்கள் அனைத்தும் முன்னேற்றமான நிலைமையில் இருக்கவில்லை. எங்கு பார்த்தாலும்--போர் முனையிலும் சரி, உள்நாட்டிலும் சரி, எங்கு பார்த்தாலும் மக்கள் ரஸ்பூதினின் கொடுமைச் செயல்களைப் பற்றிப் பேசினார்கள்; நாட்டில் நடக்கும் துரோகச் செயல்களைப்பற்றிப் பேசினார்கள்; புனிதர் நிகலாஸ் நேரடியாக இறங்கி வந்து ஏதாவதொரு அற்புதத் திருவிளையாடலைப் புரிந்தாலன்றிப் போரை இனிமேலும் நடத்திக் கொண்டிருக்க இயலாது என்றும் பேசிக்கொண்டார்கள்.

எனினும் இத்தகைய நெருக்கடிக்கும் ஊழல்களுக்கும் மத்தியிலேயே, திடீரென்று ஒரு சம்பவம் நடந்தது. அதாவது ஜெரைல் ரூஸ்கி என்பவர் தடுப்பாரற்றுக் கிடந்த போர் முனையில் ஜெர்மானியரின் முன்னேற்றத்தை, எந்த விதமான முன்னெச்சரிக்கையுமின்றி, திடீரென்று தடுத்து நிறுத்தி விட்டார்!

24

இலையுதிர் காலத்து இருளில் வடகிழக்குச் சூறைக்காற்று கடற்கரை மீது கண்மூடித்தனமாக வீசிற்று. பேய்க் காற்றின் வேகத்தில், இலைகளற்று மொட்டையாக நின்ற பார்லார் மரங்களெல்லாம் பணிந்து வளைத்தன. மரக் கோபுரத்தோடு கூடிய, குன்றின் உச்சி மீதிருந்த பழைய வீட்டின் ஜன்னலெல்லாம் காற்றின் வேகத்தில் நடுங்கி அதிர்ந்தன. அதன் தகரக் கூரைமீது ஏதோ ஒரு கனத்த

உருவம் ஓடிச்சென்ற மாதிரி, வீட்டின் கூரை கடகடத்துக் குலுங்கியது. புகைக் கூண்டுகள், கதவிடுக்குகள், சந்து பொந்துகள் எல்லாவற்றிலும் அந்தப். பேய்க்காற்று புகுந்து வீசியது.

அந்த வீட்டின் ஜன்னலுக்கு வெளியே பழுப்பு நிறமான செம்மண் பரப்பின் மீது இலைகளற்ற ரோஜாச் செடிப் புதர்கள் அடர்ந்து கடப்பதையும், கனத்துத் திரண்டு அலையெறியும் கடற்பரப்புக்கு மேல் மேகக் கூட்டங்கள் விரைந்து செல்வதையும் காண முடிந்தது. எங்கும் குளிரும் சோர்வுமே நிறைந்திருந்தன.

வீட்டின் இரண்டாவது மாடியிலுள்ள, வருப்பதற்கு லாயக்கான அந்த ஓரே அறையில் கிடந்த லொட லொடத்த சோபாவின் மீது ஜாதவ் உட்கார்த்திருந்தார். ஒரு காலத்தில் அழகாய்க் காட்சியளித்த அவரது சட்டையின் கை இப்போது தொள தொளத்துச் சுருங்கிப்போய் உள்ளே ஒன்றுமேயற்ற நிலையில், அவரது இடைவாருக்குள் சொருகப்பட்டிருந்தது. அவரது கண்ணிமைகள் வீங்கிப் போயிருந்தன. எனினும் முகம் மட்டும் கவனத்தோடு க்ஷவரம் செய்யப்பட்டிருந்தது; தலைமயிர்கொஞ்சங்கூடக் கோணலில்லாதவாறு வகிடெடுத்து விடப்பட்டிருந்தது. கன்னத்துத் தசைகள் வலித்துச் சுருங்கியிருந்தன.

சிகரெட்டிலிருந்து எழும் புகைச் சுருள் கண்ணுக்குள் புகுந்து உறுத்தாதவாறு அவர் கண்களைப் பாதி மூடியவாறு, சிவப்பு ஓயின் மதுவை வாய்வைத்து ருசித்துக் குடித்தார். அவரது பிறந்தகமான அந்த வீட்டின் நிலவறைக்குள்ளிருந்த பீப்பாய்களிலிருந்து கொண்டு வந்த ஓயின் அது. சோபாவின் மறு கோடியில் எலிசவேதா கீயவ்னா இருந்தாள். அவளும் தனது இதழ்களில் புன்னகை அரும்ப, சிகரெட் பிடித்தவாறே ஓயினை சுவைத்துக் கொண்டிருந்தாள். காலையிலிருந்து இரவு வரையிலும் வாய் பேசாமல் மௌனமாக இருக்கும் கலையை ஜாதவ் அவளுக்குக் கற்றுக்கொடுத்திருந்தார்; அவரோ தமது பழைய மாளிகையிலிருந்து எடுத்த பழைய ஓயினில் பட்சம் அரை டஜன் பாட்டில்களை குடித்து விட்டுப் பேசத்

தொடங்கும்போது அவள் அமைதியாயிருக்கக் கற்றுக் கொடுத்திருந்தார். தந்தை காலமான பின்னர் அவருக்கு மிஞ்சிய ஒரே குடும்பச் சொத்து, திராட்சைக் கொடிகள் நிறைந்த சில ஏக்கர் நிலமும் அந்த நிலத்துக்கு மத்தியில் அரைகுறையாய் அழிவுற்ற நிலையில் உள்ள அந்த வீடும் தான். அந்த வீட்டின் பெயர்தான் ‘காபெர்னெட் மாளிகை’ போரின் போதும் சரி, தற்போதுள்ள வறட்சி மிகுந்த தரித்திர நிலையிலும் சரி, ஜாதவின் தலைக்குள் கசப்பு நிறைந்த பல்வேறு எண்ணங்கள் தான் அதிகரித்துப் போயிருந்தன.

ஆறு மாதங்களுக்கு முன்னால், பின்னணித் தளத்திலுள்ள ஆஸ்பத்திரியில், ஜாதவ் கிடந்தார். அவர் அனுபவித்த படுமோசமான இரவுகளில் ஒன்றான அன்றிரவில் அவரது கையிருந்த இடத்தில், அதாவது கையைத் துண்டித்து எடுக்கப்பட்டுள்ள பாகத்தில் ஏற்பட்ட தாங்க முடியாத வேதனையால் அவர் தவித்தார். அப்போது தம்மருகே நின்ற எலிசவேதா கீயவ்னாவை நோக்கி, கோபமும் குரோதமும் எரிச்சலும் நிறைந்த தொனியில் சொன்னார்:

“இரவு பூராவும் என்னையும் தூங்கவிடாமல் செய்து, காதல் வேதனை நிறைந்த கண்களோடு என்னை வெறித்துப் பார்த்துக்கொண்டிருப்பதைவிட, நாளையே ஒரு பாதிரியாரை வரச்சொல்லி, இந்தக் கன்றாவிக்கெல்லாம் ஒரு முடிவு கண்டு விடேன்!”

இதைக் கேட்டதும் எலிசவேதா கீயவ்னாவின் முகம் வெளுத்தது; அவள் அவர் கூறியதை ஆமோதித்துத் தலை வணங்கினாள். அவர்கள் இருவருக்கும் ஆஸ்பத்திரியிலேயே திருமணம் ஆயிற்று. டிசம்பர் மாதத்தில் ஜாதவ் மாஸ்கோவுக்கு வந்து சேர்ந்தார். அங்கு அவர் இரண்டாவது அறுவைச் சிகிச்சை செய்து கொண்டார். வசந்த காலத் தொடக்கத்தின் போது, எலிசவேதா கீயவ்னாவும் அவரும் அனாபாவுக்குப் போனார்கள்; ‘காபெர்னெட் மாளிகையில்!’ குடியேறினார்கள். ஜாதவுக்கு எந்தவிதமான வாழ்க்கை வசதிகளுமே இல்லை. அத்தத் தம்பதிகள் இருவரும் தங்கள் உணவுப் பிரச் சனையைத் தீர்ப்பதற்கே

அந்த வீட்டிலுள்ள பழைய மேசை நாற்காலிகளையும் தட்டுமுட்டுச் சாமான்களையும் விற்க வேண்டியிருந்தது. எனினும் அங்கு ஓயின் மட்டும் ஏராளமாக இருந்தது. போர்க் களத்திலே பழசாகிப் பக்குவப்பட்டிருந்த நல்ல திராட்சைப் பழரச ஓயின் அது.

பறவைகள் வாழ்ந்து வந்த பழைய கோபுரத்தோடு கூடிய அந்தப் பாழடைந்த வீட்டில் நிராதரவான, செயலற்ற நிலைமையில் அவர்கள் நெடுநாள் வாழ்ந்து வந்தார்கள். பேச வேண்டியதையெல்லாம் பேசத் தீர்த்தாகிவிட்டது. எதிர்காலமோ அவர்களுக்குச் சர்வ சூன்யப் பாழ்வெளியாய்க் காட்சியளித்தது. ஜாதவ் தம்பதிகளின் வாழ்க்கையே இறுதியாக இழுத்தடைத்துப் கட்டிவிட்டமாதிரி ஸதம்பித்த நிலை ஏற்பட்டுவிட்டது.

சகிக்க முடியாத சர்வ சூன்யத்தன்மையாகத் தோன்றிய அந்த நாட்களைத் தனது கூட்டுறவால் இனிமை ததும்புமாறு செய்ய முயன்றாள் எலிசவேதா கீயவ்னா. ஆனால் அவளது முயற்சிகளால் எவ்விதப் பயனும் விளையவில்லை. தான் விரும்பப் பட வேண்டும் என்பதற்காக அவள் செய்த முயற்சிகள் நகைப்புக்குரியதாகி, கச்சிதமற்றதாய் அவளது இயலாமையை எடுத்துக் காட்டின. ஜாதவோ அவளது தோல்வியைச் சுட்டிக்காட்டியே அவளைக் குத்திப்பேசினார். எனினும் தான் எவ்வளவுதான் விரிந்த மனப்பான்மை கொண்டவளாயினும், ஒரு பெண் என்ற முறையில் மிகவும் மனம் புண்பட்டுப் போகக் கூடியவள் என்பதை அவள் அப்போது வெளிக்காட்டிக் கொண்டாள். அந்த வறுமை நிறைந்த வாழ்க்கைக்கும், வசவுகளுக்கும், அவ்வாழ்வின் சகிக்க முடியாத சலிப்புணர்ச்சிக்கும், கணவனை வழிபடுதலுக்கும் எப்போதோ தோன்றும் கண நேர இன்பானுபவங்களுக்கும் மாறாக, அவள் வேறு எதையுமே எற்றுக்கொள்ளத் தயாராக இல்லை.

அண்மைக் காலத்தில் இலையுதிர்காலத்தின் பேய்க்காற்று வெம்பரப்பான கடற்கரையில் ஊளையிட்டு வீசத்தொடங்கிய பின்னர், ஜாதவ் முன்னைவிட அதிக எரிச்சல் குணம் படைத்தவராகக் காணப்பட்டார்;

இதற்கு அவள் அசைந்து கொடுக்காவிட்டால், தமது குரூரம் மிக்க பற்களைக் காட்டி அவர் முறைப்பார்; பயங்கரமான சொற்களைக் கடைவாயில் வைத்துக் கடித்து நொறுக்குபவர் போல் நெறுநெறு வென்று தெரித்துப் பேசுவார்; அப்போதும் எலிசவேதா கீயவ்னா, உள்ளுக்குள்ளேதான் நடுக்கம் கொள்வாள்; அவரது வசைமொழிகளால் தேகமெல்லாம் அவமானத்தால் குன்றிக் குறுகினாலும்கூட அதை வெளியே காட்டிக்கொள்ள மாட்டாள். மாறாக, அவரது அழகிய, ஆனால் அலங்கோலமான முகத்தைவிட்டுத் தன் கண்களைச் சிறிதும் அகற்றாமல் வெறித்து நோக்குவாள்; அவரது பிதற்றல்களையெல்லாம் மணிக்கணக்காகச் சளைக்காமல் கேட்டுக்கொண்டிருப்பாள்.

செங்கற்களால் கட்டப்பட்ட நிலவறைக்குள் சென்று ஒயினை எடுத்து வருமாறு அவளை அடிக்கடி ஏவுவார் அவர். அந்த நிலவறைக்குள்ளேயோ எங்கு பார்த்தாலும் ஏராளமான லந்திப் பூச்சிகள்தான் ஓடிக்கொண்டிருக்கும். அவள் அங்குள்ள பீப்பாயின் முன் உட்காருவாள்; அந்தப் பிப்பாயிலிருந்து ‘காபெர்னெட்’ ஒயின் மண் ஜாடிக்குள் ஒழுகி வழிந்து நிரம்புவதைக் கவனிப்பாள். கவனித்தவாறே தனது சிந்தனையைத் திரிய விடுவாள். கசப்பு நிறைந்த ஏதோ ஒரு வேகத்தில் அவள் தனக்குத்தானே கற்பனை பண்ணிக்கொண்டாள். அதாவது ஜாதவ் ஒரு நாள் தன்னை அந்த நிலவறையில் வைத்தே கொன்றுவிடுவது போலவும், தனது பிணத்தை அங்கேயே, பிப்பாய்க்கு அடியிலேயே புதைத்து விடுவது போலவும் நினைத்துக் கொண்டாள். பின்னர் பலப்பல மாரிக் கால இரவுகள் கழியும். ஒரு நாள் ஜாதவ் ஒரு மெழுகு வத்தியை ஏற்றிக் கொண்டு, நிலவறைக்குள், அங்குள்ள சிலந்திகளுக்கு மத்தியில் புகுந்து வருவார்; வந்து, அந்தப் பிப்பாயின் முன்னால் உட்கார்ந்தவாறு, இப்போது அவள் பார்த்துக்கொண்டிருப்பதைப்போலவே, அவரும் அந்த வடிந்தொழுகும் ஒயின் மதுவைப் பார்ப்பார்; பின்னர் திடீரென்று அவளைப் பெயர் சொல்லி, “லீசா!” என்று அழைப்பார்; ஆனால் அந்தக்

குரலுக்குப் பதிலே கட்டாது! சிலந்திப் பூச்சிகள் மட்டும் சுவரிலே விரைந்தோடும். அப்போதுதான் அவர் தம் வாழ்க்கையிலேயே முதன் முதலாக அழுவார். தமது தனிமையையும் துர்ப்பாக்கியத்தையும் எண்ணிக் கண்ணீர் சிந்துவார்!.. இத்தகைய கற்பனைக் கனவுகளின் மூலமே அவரது வசவுகளுக்கெல்லாம் அவள் சமாதானம் தேடிக்கொள்வாள். அதன் மூலம் முடிவில் அவருக்குப் பதிலாக, அவளே அதில் வெற்றி கண்டு விடுவாள்.

காற்று மென் மேலும் பலமாக வீசத் தொடங்கிற்று. காற்றின் வேகம் ஜன்னல் கதவுகளை உதைத்து உலுப்பியது; அந்த வீட்டின் உச்சிக் கோபுரத்திலிருந்து ஊளையிடுவது போன்று இரைந்தது; இனி அந்த ஓலம் இரவு முழுவதுமே இடைவிடாது ஒலித்துக் கொண்டிருக்கும். கடற்பரப்புக்கு மேல் வானத்தில் ஒரு நட்சத்திரம் கூடத் தென்படவில்லை.

எலிசவேதா கீயவ்னா மது ஜாடிகளை நிரம்பிக்கொண்டு வருவதற்காக, அந்த நிலவறைக்குள் மூன்று முறை சென்று திரும்பிவிட்டாள். ஜாதவோ அதே இடத்தில் அசைவற்று, பேச்சற்று அமர்ந்திருந்தார். சந்தேகமில்லாமல், அன்றிரவு அவர்களுக்குள் நடைபெறக்கூடிய பேச்சு அசாதாரணத் தன்மை கொண்டதாகவே இருக்கப் போகிறது.

"நம்மிடம் சிறிதளவும் உருளைக் கிழங்கு இல்லையா?" என்று திடீரென்று கத்தினார் ஜாதவ்: "நேற்று முதல் நான் ஒன்றுமே தின்னவில்லை என்பதை நீயும் பார்த்துக்கொண்டு தானே இருந்தாய்!"

எலிசவேதா கீயவ்னா திடுக்கிட்டுப் போய் விட்டாள். உருளைக் கிழங்கா? அன்று பூராவும் அவள் சிந்தனையிலேயே முழுதும் ஈடுபட்டு இருந்துவிட்டாள்; அதாவது தன்னுடன் ஜாதவின் உண்மையான உறவு என்ன என்பதைக் கண்டறிவதிலேயே, சிந்தனையைச் செலவிட்டுக்கொண்டிருந்து விட்டாள். அவள் இரவுச் சாப்பாட்டுக்கு என்ன செய்வது என்பதைப்பற்றி எண்ணிப் பார்க்கக்கூட மறந்து போய்விட்டாள். எனவே அவள் சோபாவிலிருந்து துள்ளியெழுந்தாள்.

“சீ! துப்புக் கெட்டவளே! நில்லடி அங்கேயே!” என்று உணர்ச்சியற்ற குரலில் சத்தமிட்டார்: “வீட்டில் ஓர் உருளைக் கிழங்குகூட இல்லை என்று எனக்கு நன்றாகத் தெரியும். அசட்டுத் தனமான கற்பனைக் கனவுகளில் ஈடுபட்டுக் கொண்டிருப்பதைத் தவிர இந்த உலகத்தில் நீ வேறு எதற்குத்தான் லாயக்கு?”

“நான் அடுத்த வீட்டுக்குப் போய் வருகிறேன். ஒருவேளை அவர்கள் நமது ஒயினுக்குப் பண்ட மாற்றாக நமக்குக் கொஞ்சம் ரொட்டியும் உருளைக் கிழங்கும் தரக்கூடும்.

“நான் பேச வேண்டியதைப் பேசி முடித்தபிறகு நீ அதைச் செய்யலாம். இப்போது உட்கார் அப்படி. குற்றம் செய்வதை அனுமதிக்கும் பிரச்சனைக்கு இன்றுதான் நான் முடிவாக விடை கண்டுகொண்டேன்!” என்று பேசத் தொடங்கினார் ஜாதவ். இதைக் கேட்டதும் எலிசவேதா யவ்னா தனது போர்வையை உடம்பில் இழுத்து மூடியவளாக, சோபாவின் மூலையில் முடங்கி உட்கார்ந்து கொண்டாள். அவர் பேசிக்கொண்டே போனார்: “இந்தப் பிரச்சினை நான் சிறு பையனாக இருந்த காலந்தொட்டே என்னை அலைக்கழித்து வந்திருக்கிறது. நான் சந்திக்க நேர்ந்த பெண்களெல்லாம் என்னை ஒரு குற்றவாளி என்றே நினைத்தார்கள். அதனால் அவர்கள் முழு ஆர்வத்தோடும் என்னிடம் தம்மை ஒப்புக் கொடுத்தார்கள். எனினும் கடந்த இருபத்து நான்கு மணி நேரத்தில் தான் நான் இந்தப் பிரச்சினைக்குரிய விடையைக் கண்டறிந்தேன்!”

அவர் தமது ஒயின் கோப்பையை எட்டி எடுத்து, சிறிதளவு ஒயினை ஆர்வத்தோடு மடக்கு மடக்கென்று குடித்தார்; பின்னர் ஒரு சிகரெட்டைப் பற்ற வைத்துக்கொண்டார்:

“இதோ நான் பதுங்கு குழிக்குள் பதுங்கியிருக்கிறேன் என்று வைத்துக்கொள். எதிரி நான் இருக்கும் இடத்திலிருந்து முந்நூறடி தூரத்தில்தான் இருக்கிறான். எனக்கு எதிராக வுள்ள தடை மதிலின் மீது ஏறிக் குதித்து, எதிரியினுடைய பதுங்கு குழிக்குள்ளே சாடிப்புகுந்து, நான் யாரைக் கொல்ல லாமென்று நினைக்கிறேனோ, அவனையும்

கொன்று, அங்குள்ள பணம், போர்வைகள், காப்பிப்பொடி, புகையிலை எல்லாவற்றையும் திருடிக்கொண்டு வந்தால் என்ன?அவர்கள் துப்பாக்கியால் என்னைச் சுட்டுத் தள்ள முனைய மாட்டார்கள் என்றோ, அல்லது அப்படியே சுட்டாலும் அந்தக் குண்டுகள் என்னை ஒன்றும் செய்யாது என்றோ, எனக்கு சர்வ நிச்சயமாகத் தெரிந்திருந்தால், நிச்சயமாக நான் அங்கு போகத்தான் செய்வேன்; கொல்லத்தான் செய்வேன்; திருடத்தான் செய்வேன். பின்னர் என் புகைப்படத்தைப் பத்திரிகைகளிலே வெளியிடுவார்கள்; என்னை 'மகாவீரன்' என்று போற்றிப் புகழுவார்கள். இதெல்லாம் தெள்ளத் தெளிவாகவும், தர்க்க பூர்வமாகவும் தோன்றுகிறது. இப்போதோ நான் போர் முனையில் பதுங்கு குழிக்குள் இல்லை; மாறாக, அனாபா நகரிலிருந்து இரண்டு மைல் தூரத்திலுள்ள இந்தக் 'காபெர்னெட் மாளிகை'யில் இருக்கிறேன். சரி. நான் இங்கிருந்து இரவில் நகருக்குள் சென்று, முரவேய்ச்சிக்கன் நகைக்கடையின் பூட்டை உடைத்து உள்ளே புகுந்து, தங்க நகைகளையும், வைர வைடூரியங்களையும் வாரிக்கொண்டு வந்தால் என்ன? அப்படியே முரவேய்ச்சிக் என் வழியில் குறுக்கிட்டால்கூட, தான் அவனை ஒரு கத்தியால், இப்படி, இந்த இடத்தில் அநாயசமாகக் குத்தி வீழ்த்திவிடலாமே!" என்று கூறியவாறே, அவர் தமது தொண்டைக் குழியைத் தொட்டுக் காட்டினார். பின்னர் மேலும் பேசலானார்: "இந்த ஒரு காரியத்தை நான் எப்படி. இதுவரையிலும் செய்யாமலே இருந்து விட்டேன்! ஆமாம். நான் பயந்து போயிருப்பது தான் இதற்கெல்லாம் காரணம். கைதாக நேரும், விசாரணை நடக்கும், தூக்குத் தண்டனை கிடைக்கும் என்ற ஒரே பயம்தான். நான் சொல் வது தர்க்க ரீதியாகச் சரியானது என்றே நான் நம்புகிறேன். எதிரியைக் கொள்ளையடிப்பதும் கொலை செய்வதுமான பிரச்சினையை அரசாங்கமே தீர்த்து வைத்திருக்கிறது. அதாவது வரையறுக்கப்பட்ட ஒழுக்க நியதிகளின் அடிப்படையில் அதற்கு ஒரு முடிவு கண்டிருக்கிறது. நேரடியாகச் சொன் னால், அது ஒரு நீதி மன்றச் சட்டத்தை வகுத்துக் கொண்டிருக் கிறது.

இதன் விளைவாக, நான் யாரை என் எதிரி என்று கருதுகிறேன் என்பது எனது சொந்த விஷயம்.”

“அங்கு அரசாங்கத்து விரோதி, இங்கோ உனக்கு மட்டும்தான் எதிரி” என்று தெளிவற்ற குரலில் சொன்னாள் எலிசவேதா கீயவ்னா.

“நன்றாகச் சொன்னாய்! இதற்குப் பிறகு, அடுத்தாற்போல் நீ எனக்கு சோஃஷலிஸத்தைப் பற்றியே போதிக்கத் தொடங்கி விடுவாய் போலிருக்கிறது! தள்ளு குப்பையை! ஒழுக்க நியதிகள் என்பவை தனி மனித உரிமையின் அடிப்படையில்தான் உருவாக்கப்பட்டுள்ளனவேயன்றி, சமுதாயத்தின் அடிப்படையில் அல்ல. நான் சொல்கிறேன். பட்டாளத்துக்கு ஆள் சேர்க்கும் கைங்கரியம் எல்லா நாடுகளிலும் அமோகமாக வெற்றியடைந்திருக்கிறது. போப்பாண்டவர் எவ்வளவோ ஆட்சேபணைகளை எழுப்பிய பின்னும்கூட கிட்டத்தட்ட மூன்று வருட காலமாக யுத்தம் கனவேகத்தோடு நடந்து வருகிறது. ஏன்? நம்மில் ஒவ்வொருவரும், ஒவ்வொரு தனி மனிதனும் குழந்தைப்பருவத்தைக் கடந்து வளர்ந்து விட்டது தான் இதற்கு காரணம். நாம் எல்லோருமே கொலையை யும் கொள்ளையையும் விரும்புகிறோம்; உண்மையில் நாம் அவற்றை விரும்பாமலிருந்தாலும் கூட, அவற்றை வெறுப்பதற்குரிய எந்த ஒரு சரியான எதிர்ப்பும் நம்மிடத்தே இல்லை. அரசாங்கமே கொலைக்கும் கொள்ளைக்கும் திட்டமிட்டு உதவி செய்கிறது. முட்டாள்களும், அசடர்களும் தான் இன்னும் கொலையைக் கொலை என்றும் கொள்ளையைக் கொள்ளை என்றும் கூறி வருகிறார்கள். இப்போது முதற் கொண்டு தனிமனிதனின் உரிமைகளை முழுமையாக நிலை நிறுத்தும் காரியங்கள் எவை என்று நான் கூறப்போகிறேன். புலி தான் விரும்பியதை அடையத்தான் செய்கிறது. நான் புலியை விட உயர்ந்தவனில்லையா? எனது உரிமைகளைக் கட்டுப்படுத்த எவருக்குத் துணிச்சலுண்டு? நீதி மன்றத்தின் சட்டப் புத்தகமா? அதனைத் தான் கரையான் அரித்துத் இன்று விட்டதே.”

ஜாதவ் தமது பாதங்களை ஒன்று சேர்த்தவராய், இடத் தை விட்டு மெதுவாக எழுந்தார்; அந்த அறைக்குள் மேலும் மூம் நடக்கத் தொடங்கினார். அறையோ அநேகமாக இருளடைந்தே காணப்பட்டது. ஏனெனில் அழுக்கடைந்து போயிருந்த அறையின் ஜன்னல் கண்ணாடிகள், அஸ்தமன சூரியனின் கருக்கலொளிக்கதிரை அறைக்குள் சிறிதே நுழைய விட்டன.

"லட்சோப லட்சக் கணக்கான தனிமனிதர்கள் ராணுவ நடவடிக்கையோடு சம்பந்தப்பட்டிருக்கிறார்கள்; ஐந்து கோடி மனிதர்கள் பல்வேறு போர் முனையில் போராடிக்கொண் டிருக்கிராார்கள். அவர்கள் எல்லோரும் கட்டுப்பாட்டோடும், கையில் ஆயுதங்களோடும் இருக்கிறார்கள். இந்தக் கணத்தில் அவர்களெல்லாம் எதிரும் புதிருமான இருவேறு பகைவர் முகாம்களைப் பிரதிநிதித்துவப்படுத்தலாம். ஆனால், என்றோ ஒரு நல்ல நாளன்று அந்த இரு சாரரும் சுடுவதை நிறுத்தி விட்டு, ஒன்று சேர்ந்து நிற்க முனைந்தால், எந்த ஒரு சக்தியும் அவர்களைத் தடுத்து நிறுத்த முடியாது. இது எப்போது நடக்கும் தெரியுமா?' 'அறிவு சூன்யங்களே! நீங்கள் தவருன இசையை நோக்கத் துப்பாக்கியை நீட்டிக் கொண்டிருக்கிறீர்களே!' என்று எவனாவது ஒரு மனிதன் சொல்லத் துணிசின்ற காலத்தில், இது நடக்கத்தான் போகிறது! ஒரு கலகத்தினால் உலகு தழுவிய ஒரு புரட்சி நெருப்பினால் இந்தப் போர் ஒழிய வேண்டும். இப்போது வெளியே பார்த்து நீட்டிக்கொண்டிருக்கும் துப்பாக்கிச் சனியன்கள் எல்லாம் அன்று உள்ளே பார்த்துத் திருப்பி நீட்டப்படும்--அதாவது, நாட்டின் ஆட்சியாளர்களுக்கு எதிராகவே இருப்பி நீட்டப்படும்! அப்போது சமுதாயமே வாழ்க்கையின் அதிபதியாக மாறும்; வங்கும் சொறியும் பற்றிய ஒரு பிச்சைக்காரப் பயல் சிங்காசனத்தின் மீது அமர்த்தப்படுவான்; எல்லோரும் அவனுக்குத் தலை வணங்குவார்கள். அப்படியே நடக்கட்டும். அதனால் போராடுவதற்கு எனக்கு மேலும் வசதிகளும் சுதந்திரமும் தான் இட்டும். ஒரு பக்கத்தில் மக்கள் கூட்டத்தின் சட்டம்; மற்றொரு புறத்திலோ தனிமனிதனின் சட்டம்.

ஆம். தங்கு தடையற்ற, நிர்வாணமான தனிமனிதனின் சட்டம்! நீங்களோ சோஷலிஸத்துக்காகப் போராடுகிறீர்கள். நாங்களோ--காட்டு வாழ்க்கையின் சட்டத்துக்காக புனிதமான அராஜகத்தின் திட்டமிடப்பட்ட இரும்புக் கட்டுப்பாட்டுக்கே நிற்கிறோம்!"

எலிசவேதா கீயவ்னாவின் இருதயம் படபடத்துத் துடித்தது. தெலேகின் வீட்டு மாடியில் வசித்து வந்த காலத்தில் அவள் கனவு கண்டு வந்த 'அதல பாதாளமே' இதுதானோ! ஆனால், இப்போதோ அந்த விஷயம் தெலேகின் வீட்டு மாடியில் வசித்து வந்த இளைஞர்கள் அவளது அறைக் கதவின் மீது எழுதித் தொங்கவிட்ட, "சுய வெறியுணர்ச்சிக்கான பன்னிரண்டு குறிப்புகள்" என்பதையொத்த விளையாட்டுக் காரியம் அல்ல. அதோ அந்திக்கருக்கல் ஒளியிலே ஜன்னலுக்கு அப்பாலும் இப்பாலுமாக முன்னும் பின்னும் நடக்கும் அந்த மனிதர், உண்மையில் கூட்டுக்குள் அடைபட்டுக் கடக்கும் சங்கத்தைப் போல் பயங்கரமானவர்தான்; அபாயகரமானவர்தான். நினைத்தபடியெல்லாம் நடக்கும் சுதந்திரம் இல்லாத காரணத்தாலேயே, அவர் இவ்வாறு பேசுவதோடு மட்டும் நின்றுவிட்டார். அவரது வார்த்தைகளைக் கேட்டுக்கொண்டிருந்தபோது, பரந்த காட்டுப் புல்வெளியின்மீது குதிரைகள் அசுர வேகத்தில் ஓடுவது போலவும், வானத்தில் ஏதோ ஒரு ஒளிப்பிரவாகம் பரவுவது போலவும் எலிசவேதா யவ்னா உணர்ந்தாள்; இல்லை, கிட்டத்தட்ட அவள் அதைக் கண்டே விட்டாள்!.. கூச்சல்களையும், யுத்தத்தின் இரைச்சலை யும், மரணக் கூக்குரல்களையும், புல்வெளிப் பிரதேசத்தின் நாட்டுப் பாடல்களையும் கூட, அவளால் கேட்க முடிந்தது.

25

1916ஆம் ஆண்டின் மாரிக்கால ஆரம்பம்; எங்கு பார்த்தாலும் சோர்வும், ஏமாற்றமும் நப்பாசையும்

நிராசையும் நிலவி வந்த காலம்; அந்தச் சமயத்தில் ரஷ்யத் துருப்புகள் பனிப்பாறைகளினூடே ஆழமான குகைகளையும் வழிகளையும் வெட்டினார்கள்; பனிபடிந்த மலைச்சிகரங்களை ஏறிக் கடந்தார்கள்; கடைசியில் திடீரென்று ஒரு நாள் ஏர்செரம் கோட்டையை எதிர்பாராத விதமாகத் தாக்கிக் கைப்பற்றி விட்டார்கள். மெசபடோமியாவிலும் கான்ஸ்டாண்டினோபளுக்கு அருகிலும் ஆங்கிலேய ராணுவம் பெருத்த தோல்விகளுக்காளாகி வந்த சமயத்தில்தான் இந்தச் சம்பவம் நடந்தது. மேற்றிசைப் போர்முனையில், இசேரா நதிக்கரையிலிருந்த படகோட்டியின் குடிசையைக் கைப்பற்றுவதற்காகப் பயங்கரமான சண்டைகள் நடந்து வந்த சமயத்தில், ரத்தக்கறை படிந்த நிலத்தில் சில அடி தூரத்தைக் கைப்பற்றி முன்னேறுவது கூட, மாபெரும் சாதனையாகக் கருதப்பட்டு வந்த காலத்தில், இந்தச் சாதனைகளையெல்லாம் எப்பல் கோபுரம்[24] உலகுக்கெல்லாம் பறைசாற்றி வந்த காலத்தில் தான் அந்தக் கோட்டை கைப்பற்றப்பட்டது.

ஆஸ்ட்ரியப் போர் முனையிலும் கூட ரஷ்யப் படைகள் ஜெனரல் புருசலவ் என்பவரின் தலைமையில் எதிர்த் தாக்குதலில் உறுதியோடு இறங்கின.

இவையனைத்தும் சர்வதேசிய ரீதியிலேயே ஒரு பரபரப்பை ஏற்படுத்தியது. புரிந்து கொள்ள முடியாத ருஷ்ய மக்களின் ஆத்ம சக்தியைப் பற்றி இங்கிலாந்திலே ஒரு புத்தகம் கூட வெளி வந்தது. உண்மையில் ஒன்றரை வருட காலமாக நடந்த போருக்குப் பிறகும் அதில் தோல்விமேல் தோல்வியடைந்த பிறகும், பதினெட்டு மாகாணங்களை ஒவ்வொன்றாய் பறிகொடுத்த பிறகும், எங்கும் எவரிடத்தும் அவநம்பிக்கையும், மனச்சோர்வுமே மிஞ்சி நின்ற பிறகும், அரசியல், பொருளாதாரத் துறைகளிலே நெருக்கடி முற்றிவிட்ட பிறகும் கூட, புரிந்துகொள்ள முடியாத,

---

24 எப்பல் கோபுரம் – பாரிஸ் நகரிலுள்ள இரும்புச் சட்டங்களால் ஆன ஒரு கோபுரம்.–(மொழி-ர்.)

அறிவுக்கோ, தர்க்க வரம்புகளுக்கோ கட்டுப்படாத ஒரு போக்கில், ருஷ்ய ராணுவம் ஆயிரக்கணக்கான மைல்கள் அகலமுள்ள பெரிய போர்முனையில் மீண்டும் ஒருமுறை எதிர்த்தாக்குதல் நடவடிக்கையை மேற்கொண்டு விட்டது! ஏதோ ஒரு புதிய அலுப்புச் சலிப்பறியாத மகாசக்தி தேசம் முழுவதிலும் குடிகொண்டு விளங்கியது.

லட்சக்கணக்கான போர்க் கைதிகள் ருஷ்ய நாட்டின் பத்திரமான பிரதேசங்களுக்குக் கொண்டு செல்லப்பட்டார்கள். ஆஸ்த்ரியாவுக்கு மரண அடி விழுந்து விட்டது. இன்னும் இரண்டே வருட காலத்தில் உடைந்துபோன மண்சட்டி மாதிரி ஒதுக்கப்பட்டுப் போவது தான் அந்த நாட்டுக்கு விதித்த தலை விதி. ஜெர்மானியோ சமாதான நடவடிக்கைக்கு ரகசியமாகப் பேரம் பேசத் தொடங்கியது. ருஷ்ய ரூபிள் நாணயத்தின் மதிப்பு உயர்ந்தது. ஒரு ராணுவத் தாக்குதல் மூலம் உலகப் போரை முடித்து விடலாம் என்ற நம்பிக்கை மீண்டும் பிறந்தது 'ருஷ்யாவின் ஆத்ம சக்தி' மிகமிகப் பிரபலமாயிற்று. கடற்படைக் கப்பல்களிலெல்லாம் ரஷ்யப் படைகளே நிறைந்து சென்றன. ரியாசான், தூலா, அர்யோல் முதலிய பிரதேசங்களைச் சேர்ந்த ருஷ்ய விவசாயிகள் பாரிஸ், மார்சே, சலோனியா முதலிய நகரங்களின் தெருக்களில் பாட்டுப்பாடிக் கொண்டு சென்றார்கள்; ஐரோப்பிய நாகரிகத்தைக் காத்து மீட்சிப்பதற்காக தங்களது துப்பாக்கிச் சனியன்களை நீட்டியவாறு வெறிகொண்டு தாக்கினார்கள்.

கோடைகாலம் வரையிலும் எதிர்த்தாக்குதல் நடந்து கொண்டேயிருந்தது. புதிய வயது நிர்ணயங்களின்படி, பட்டாளத்துக்கு ஆட்கள் சேர்க்கப்பட்டார்கள். நாற்பத்து மூன்று வயதானவர்களைக்கூட, ஏர்முனையிலிருந்து போர்முனைக்கு இழுத்துச்சென்றார்கள். ஒவ்வொரு நகரத்திலும் உபரி உதவிப்படைகள் தோற்றுவிக்கப்பட்டன. பட்டாளத்தில் சேர்க்கப் பட்டோரின் எண்ணிக்கை இரண்டு கோடியே நாற்பது லட்சமாக உயர்ந்தது. புற்றீசல் போல் பொல பொலவென்று வரும் ஆசிய நாட்டு நாடோடிக் கூட்டத்தாரின் மறக்க முடியாத

பயங்கரப்படையெடுப்பைப் பற்றிய பயபீதி ஜெர்மன் தேசத்தை மட்டுமல்ல. ஐரோப்பாக் கண்டம் முழுவதையுமே ஆட்டிப் படைத்துக் கொண்டிருந்தது.

அந்த ஆண்டு மாஸ்கோ நகரமே வெறிச்சோடிக் கிடந்தது. நகரத்தின் ஆண்பாலரில் அநேகர் போரில் பங்கெடுத்துக்கொண்டார்கள். நிகலாய் இவானவிச்சும் போர் முனைக்கு- மின்ஸ்க் நகரப் போர்முனைக்குச் சென்றுவிட்டார். தாஷாவும் காத்யாவும் நகரத்தில் தன்னந்தனியான, அமைதியான வாழ்க்கையை நடத்தி வந்தார்கள். அவர்களுக்கும் எவ்வளவோ வேலைகள் இருந்தன. தெலேகினிடமிருந்து எப்போதாவது தபால்கார்டுகள் வரும். சுருக்கமாகவும் சோகமாகவும் அவற்றில் செய்திகள் காணப்படும். அவன் கைதிகள் முகாமிலிருந்து தப்பித்து ஓட முயன்றதாகவும், ஆனால் முயற்சி பலிக்காமல் பிடிபட்டுப் போய், வேறொரு கோட்டைக்குக் கொண்டுபோய்ச் சறைவைக்கப்பட்டிருப்பதாகவும் தெரியவந்தது.

சில நாட்கள் வரையிலும் சகோதரிகள் இருவரையும் கவர்ச்சிகரமான ஒரு இளைஞன் அடிக்கடி வந்து சந்தித்துச் சென்றான். ஆயுதங்களையும் தளவாடங்களையும் சேகரிக்கும் வேலைக்காக அவன் மாஸ்கோவில் தங்கியிருந்தான். அவன் பெயர் காப்டன் ரோஸஷின். நிசலாய் இவானவிச் தமது நகர சபை யூனியனிலிருந்து வீட்டுக்குச் சாப்பிட வரும்போது ஒரு நாள் அவனையும் தமது காரில் அழைத்து வந்திருந்தார். அது முதற்கொண்டு ரோஷின் அவர்களோடு பழக்கமாக அடிக்கடி அங்கு வந்து போய்க்கொண்டிருந்தான்.

ஒவ்வொரு நாளும் மாலை நேரத்தில், பொழுது இருண்டு வரும் சமயத்தில், அவர்கள் வீட்டு முன் வாசலில் மணியடிக்கும் சத்தம் கேட்கும். காத்யாவுக்கு இதுவே ஒரு முன்னறிவிப்பு மாதிரி விளங்கி வந்தது. அதாவது இந்தச் சத்தத்தைக் கேட்டதும் அவள் பொங்கி வரும் பெருமூச்சை உள்ளடக்கியவாறு தன்னிடத்தை விட்டு எழுவாள்; எழுந்து சுவரோரமுள்ள அரங்குக்குச் சென்று ஏதாவதொரு

பழச்சாற்றை எடுத்து, ஒரு கண்ணாடிப்பாத்திரத்தில் ஊற்றுவாள்; அல்லது ஒரு எலுமிச்சம் பழத்தை எடுத்து துண்டு துண்டாக நறுக்குவாள். மணிச் சத்தத்தைத் தொடர்ந்து ரோஷின் சாப்பாட்டு அறைக்குள்ளே பிரவேசிப்பான்; ஆனால் காத்யாவோ உடனே அவனை நோக்கி தன் முகத்தைத் திருப்ப மாட்டாள்; மாறாக, சில விநாடிகள் கழித்துத் 'தனது வழக்கமான, இனிய புன்னகையோடு முகத்தைத் திருப்புவாள். இதையெல்லாம் தாஷாவே பலமுறை கண்டு கொண்டிருந்தாள். வாதிம் பெத்ரோவிச் ரோஷின் மௌனமாகத் தலை வணங்கி மரியாதை செய்வான். அவன் களிப்பற்ற கரிய கண்களும் உருண்டு திரண்ட மொட்டையடித்த தலையும் கொண்ட ஒற்றை நாடிப் பேர்வழியாகத் தோற்றமளித்தான். அவன் சாப்பாட்டு அறையின் மேசை முன்னால் அமர்ந்தவனாய், உள்ளடங்கிய நிதானமான குரலில் போர்ச் செய்திகளை ஆர அமரச் சொல்லத் தொடங்குவான். தேநீர்க் கெட்டிலுக்கு அருகில் அமர்ந்தவளாய், காத்யா அவனது முகத்தையும் கண்களையுமே மௌனமாகப் பார்த்துக் கொண்டிருப்பாள். அவனது பேச்சை அவள் எவ்வளவு ஆர்வத்தோடும் கவனத்தோடும் கேட்கிறாள் என்பதை அவளது விரிந்து தோன்றும் கண்ணின் கருமணிகளே புலப்படுத்திவிடும். அவளது பார்வையை எதிர் நோக்க நேர்ந்து விட்டாலோ, ரோஷினின் முகம் மிகமிக லேசாகச் சுருங்கும்; அவனது பூட்சுகளிலுள்ள லாடங்கள் மேசைக்குக் கீழே கடகடத்து சத்தமிடும். சில சமயங்களில் அங்கு ஒரு நெடிய அமைதி நிலவும்; பின்னர் காத்யா திடீரென்று பெருமூச்செறிவாள். அவளது முகம் கன்றிச் சிவக்கும்; உதட்டில் புன்னகை நெளிந்து குழம்பும். பதினோரு மணி அடிப்பதற்குச் சிறிது நேரத்துக்கு முன்னால், ரோஷின் அங்கிருந்து எழுவான்; சகோதரிகளின் கரங்களை,--காத்யாவின் கரத்தை மிகுந்த மரியாதையோடும், தாஷாவின் கரத்தை அலட்சியமாகவும்-- முத்தமிடுவான்; பின்னர் வாசல் வரையிலும் வந்து, தன்னை அவர்கள் வழியனுப்பும் சிரமத்தை மேற்கொள்ளவேண்டாம் என்று பணிவன்போடு தெரிவித்துவிட்டு, அங்கிருந்து

விடை பெற்றுச்செல்வான். ஆளரவமற்ற அத்துவானப் பிரதேசமாகக் காட்சியளிக்கும் தெருவில் அவன் நடந்து செல்லும் காலடியோசை நெடுநேரம் வரையிலும் அங்கு கேட்கும். பின்னர் காத்யா பாத்திரங்களைக் கழுவுவாள்; கோப்பைகளையும் தட்டுக்களையும் துடைத்துக் காய வைப்பாள்; அரங்கை இழுத்து மூடுவாள்; பின்னர் வாய் திறந்து எதுவும் பேசாமலே, தனது அறைக்குள் சென்று கதவைத் தாளிட்டுக்கொள்வாள்.

ஒரு நாள் அஸ்தமன வேளையின்போது, தாஷா திறந்து கிடந்த ஜன்னருகே உட்கார்ந்திருந்தாள். தெருவுக்கு மேலாக வானில் குருவிகள் உயரப் பறந்து கொண்டிருந்தன. அந்தக் குருவிகளின் மெல்லிய கீச்சுக் குரலையும் தாஷா கேட்டாள்; அந்தக் குருவிகள் அவ்வளவு உயரத்தில் பறப்பதைக் கண்டு, அவள் மறுநாள் பொழுது நன்றாகவே இருக்கும் என்று தனக்குத்தானே சொல்லிக்கொண்டாள். அத்துடன் உல்லாசமான அந்தச் சிட்டுக்குருவிகளுக்கு உலகத்தில் ஒரு பெரும் போர் நடந்து கொண்டிருக்கிறது என்ற உண்மையே தெரியாது என்பதையும் அவள் நினைத்துப் பார்த்தாள்.

சூரியன் மறைந்து கொண்டிருந்தது; அதனுடைய அந்தி நேரக் குதிர்க்கரங்கள் நகரத்தின் மீது பட்டுப்போன்ற தங்கப் பொடியைத் தூவிக் கொண்டிருந்தன. அந்த மஞ்சள் வெயில் நேரத்தில் ஜனங்கள் வீட்டு வாசல்களிலும் வெளி முற்றங்களிலும் உட்கார்ந்து கொண்டிருந்தார்கள். அங்கு நிலவிய சூழ்நிலையே சோகமயமாக, மந்தாரமாகத் தோன்றியது. தாஷா எவ்வித நோக்கமும் எண்ணமும் அற்று அங்கேயே உட்கார்ந்து கொண்டிருந்தாள். அப்போது திடீரென்று எங்கோ அருகிலிருந்து ஏதோ ஒரு குழல்வாத்திய இசை கேட்டது; அந்த மாலை நேரத்தின் சோகச் சூழ்நிலையைத் தனது உருக்கமான இசையொலியால் மேலும் பெருக்கியது. தாஷா ஜன்னல் விளிம்பின் மீது தன் முழங்கையை ஊன்றிக் கொண்டாள். யாரோ ஒரு பெண் பெருங் குரலில் பாடும் பாட்டுக்குரல் வான மண்டலம் வரையிலும் மேலோங்கிச் சென்று

ஒலித்தது.

"உலர்ந்த போன ரொட்டியே என் உணவு; பச்சைத் தண்ணீரே என் பானம்!" என்று பாடியது அந்தக் குரல்.

தாஷா அமர்ந்திருந்த நாற்காலிக்குப் பின்னால் காத்யாவும் வந்து நின்றாள். அவள் வாய் பேசாது மௌனமாக இருந்ததால், காத்யாவும் அந்தப் பாட்டைக் காது கொடுத்துக் கேட்பதாகவே தோன்றியது.

"என்ன காத்யா! அவள் நன்றாகப் பாடுகிறாள் அல்லவா?"

"எதற்கு இதெல்லாம்?" என்று காத்யா திடீரென்று கத்தினாள். அவளது குரல் வெறியுணர்ச்சியும் சோர்வும் கொண்டதாக மாறியது: "இருந்திருந்து நமக்கேன் இந்தத் துன்பங்கள் எல்லாம் விளைகின்றன? நாம் என்ன குற்றம் செய்தோம்? இந்தத் துன்பங்களெல்லாம் ஓய்வதற்குள் நான் கிழவியாகி விடுவேன். நான் சொல்வது புரிகிறதா? இனிமேலும் என்னால் இந்த வேதனையைத் தாங்கிக் கொண்டிருக்க முடியாது.--தாங்கவே முடியாது!"

அவளது வாயின் இரு புறத்திலும் மெல்லிய வரிக்கோடுகள் தெரிந்தன. அவள் அங்குதொங்கிய நீண்ட திரைக்கு அருகிலேயே நின்று ஆழ்ந்து பெருமூச்செறிந்தாள்; சோகத்தால் இருண்டு ஒளியிழந்திருந்த கண்களால், தாஷாவை வெறித்து நோக்கினாள்.

"இனிமேலும் என்னால் தாங்க முடியாது--தாங்கவே முடியாது?" என்று அவள் மீண்டும் கரகரத்த தணிந்த குரலில் கூறினாள்: "இதற்கு ஒரு நாளும் முடிவு ஏற்படப் போவதில்லை! நாம் சாகத்தான் போகிறோம்... இனிமேல் நாம் என்றுமே இன்பகரமாயிருக்க முடியாது... அதோ அவளது ஒப்பாரியைக் கேள்! ஓலத்தைக் கேள்! உயிரோடு வாழ்ந்து கொண்டிருப்பவர்களுக்கே அவள் சாவுப்பாட்டு பாடுகிறாள்!"

தாஷா தன் சகோதரியைத் தழுவிக் கொண்டாள்; அவளை அரவணைத்துத் தேற்ற முனைந்தாள். ஆனால் காத்யாவோ

முழங்கைகளால் இடித்து முண்டிக் கொண்டு அவளது அரவணைப்பிலிருந்து விடுபட்டாள்.

முன் வாசலில் மணிச் சத்தம் கேட்டது. காத்யா தன் சகோதரியை அப்பால் தள்ளிவிட்டு, வாசல் நடையைத் திரும்பிப் பார்த்தாள். முரட்டுத் துணியிலே தைத்த உடுப்பும் வனப்பாகப் பளபளப்பு செய்யப்பட்ட பூட்சுகளும் தரித்தவனாய், ரோஷின் உள்ளே வந்தான்.

அவன் தாஷாவை நோக்கிப் புன்னகை புரிந்தான்; காத்யாவை நோக்கித் தன் கரத்தை நீட்டினான். அதேபோல், அவளது முகத்தைப் பார்க்க நேர்ந்தபோதோ, அவன் உதட்டிலே தவழ்ந்த புன்னகை வியப்புணர்ச்சியால் ஏற்பட்ட முகபாவமாக மாறியது. தாஷா உடனே சாப்பாட்டு அறைக்குள் சென்று விட்டாள். அவள் தேநீர் அருந்துவதற்காக மேசையைச் சீர்படுத்திக் கொண்டிருந்தபோது, மிகவும் தணிந்த, உள்ளடங்கிய அடக்கம் மிகுந்த குரலில் காத்யா ரோஷினை நோக்கிக் கேட்ட கேள்வி தாஷாவின் காதில் விழுந்தது. காத்யா கேட்டாள்:

“இங்கிருந்து நீங்கள் போகப் போகிறீர்களா?”

அவன் தன் தொண்டையைக் கனைத்துச் சரி செய்துவிட்டு, சுருக்கமாகப் பதிலளித்தான்:

“ஆமாம்.”

“நாளைக்கா?”

“இல்லை, இன்றைக்கே -- இன்னும் ஒன்றேகால் மணி நேரத்தில்!”

“எங்கே போகப்போகிறீர்கள்?”

“போர்முனைப் படைக்கு!” என்று அவன் சொன்னான்; பின்னர் சில விநாடிகள் கழித்துத் தொடர்ந்தான்:

“எகதிரீனா திமித்ரியவ்னா! நாம் இருவரும் மீண்டும் சந்திக்கக்கூட முடியாது போகலாம். எனவே நான்

உங்களிடம் சொல்லி விடுவதென்றே முடிவு செய்து விட்டேன்...அந்த..."

"வேண்டாம், வேண்டாம்! எனக்கு எல்லாம் தெரியாதா என்ன? தெரியும். என்னைப் பற்றியும் உங்களுக்குத் தெரியும்..."

"எகதிரீனா திமித்ரியவ்னா, நீங்கள்..."

"உங்களுக்கே எல்லாம் தெரியும்!" என்று பரிதாபகரமான குரலில் கத்தினாள் காத்யா: "போய் விடுங்கள்!– உங்களை மன்றாடிக் கேட்டுக்கொள்கிறேன். போய்விடுங்கள்!"

தாஷாவின் கையிலிருந்த தேநீர்க் கோப்பை நடுங்கிக் குலுங்கியது. வெளிக் கூடத்தில் அமைதி நிலவியது. கடைசியாக, காத்யா மிகவும் தணிந்த குரலில் சொன்னாள்:

"இப்போது போங்கள், வாதீம் பெத்ரோவிச்."

"சரி, வருகிறேன்."

அவன் லேசாகப் பெருமூச்செறிந்தான். பின்னர் புதிதாகப் பளபளப்புச் செய்யப்பட்ட பூட்சுகள் கிரீச்சிட்டன; முன்வாசல் கதவு தடாலென்று மூடிக்கொண்டது. காத்யா சாப்பாட்டு அறைக்குள் சென்றாள்; மேசைமீது உட்கார்ந்தாள்; இரு கைகளாலும் முகத்தை இறுக மூடிக்கொண்டாள்.

அந்தக் கணம் முதல் அவள் சென்றுவிட்ட அந்த மனிதனைப் பற்றிப் பேச்சே எடுக்கவில்லை. காலை நேரத்தில் அவள் படுக்கையை விட்டு எழுந்தபோதெல்லாம் அவளது கண்ணிமைகள் சிவந்தும், உதடுகள் வீங்கியும் இருந்தாலும் கூட, அவள் தனது வேதனையையெல்லாம் தைரியத்தோடு தாங்கிக் கொண்டாள். எங்கிருந்தோ என்றோ ஒரு நாள் ஒரு தபால் கார்டு வந்தது. அந்தக் கார்டில் ரோஷின் அந்தச் சகோதரிகள் இருவருககும் தனது வாழ்த்துக்களைத் தெரிவித்திருந்தான். அந்தக் கார்டோ சமையல் கட்டின் அரங்கு பலகை மீதே கவனிப்பற்றுக் கிடந்தது; கடைசியில் உளுத்துப் பழுத்து

உதிரத் தொடங்கியது.

ஒவ்வொரு நாள் மாலையிலும் சகோதரிகள் இருவரும் இவேர்ஸ்காய் சாலைக்குச் சென்று பாண்டு வாத்திய இசையைக் கேட்பார்கள். அங்குள்ள பெஞ்சின் மீது அமர்ந்து, கன்னிப்பருவத்துக் குமரியர் பலரும் கண்ணைப் பறிக்கும் ஆடையணிகள் பூண்டு, அந்தச் சாலையிலுள்ள மரங்களின் ஓரமாக உலாவித் திரிவதைப் பார்ப்பார்கள். அங்கு ஏராளமான பெண்களும், குழந்தைகளும் தென்பட்டார்கள். கையிலே கட்டுப்போட்ட ஒரு ராணுவ வீரனோ, அல்லது போரால் முடமாகி ஊன்றுகோலின் உதவியால் நடந்துவரும் மாஜி ராணுவ வீரனோ எப்போதாவது அந்த வழியே செல்வான். ஒரு நாள் மாலையில் அந்தப் பாண்டு வாத்தியம் "மஞ்சூரிய நாட்டு மலைகளின் மேலே!" என்ற நாட்டிய இசையை வாசக்கத் தொடங்கியது. அந்தக் குழல் கருவிகளிலிருந்து எழுந்த சோகமயமான கீதம் மாலை நேரத்து வான மண்டலத்தில் மேலோங்கிப் பரவியது. காத்யாவின் மெலிந்த பலவீனமான கையைத் தனது கையால் பிடித்துக் கொண்டாள் தாஷா.

"காத்யா!" என்று அவள் பேச முனைந்தாள். அவளது கண்களோ மரக்கிளைகளின் ஊடாக வந்து தெரியும், அத்தி மாலைச் சூரியனின் மஞ்சள் வெயிலின் மீதே நிலைத்திருந்தன: "காத்யா! உனக்கு நினைவிருக்கிறதா? 'காதல் நிறைவேறாமல் போய் விட்டது; எனினும் அன்புணர்ச்சி இதயத்தைக் குளிர்க்கிறது" என்ற அந்த வாசகம் நினைவிருக்கிறதா? நாம் மட்டும் தைரியத்தைக் கைவிடாதிருந்தால், நம்மால் காதலிக்க முடியும் வரையிலும் எந்த விதமான வேதனையும் இல்லாமல் நாம் உயிர் வாழவும் செய்வோம். நான் இப்படித்தான் நம்புகிறேன். இந்த உலகிலேயே காதலைவிட மகத்தானது வேறு எதுவுமே இல்லை என்று நமக்கு இப்போது தெரிகிறது. இல்லையா? சில சமயங்களில், இவான் இலீச் மீண்டு திரும்பி வருவார் என்றும், முற்றிலும் புதியவராக, முன்னிலும் வேறு பட்டவராக வருவார்

என்றும் நான் உணர்கின்றேன். இப்போது நான் அவரைத் தனிமையில், மனப்பூர்வமாக காதலிக்கிறேன். நாங்கள் இருவரும் முன்னொரு வாழ்க்கையில் ஒருவரையொருவர் பெரிதும் காதலித்து வாழ்த்தவர்களைப்போன்று இனி ஒருவரையொருவர் சந்திப்போம்."

தாஷாவின் தோள் மீது சாய்ந்தவாறே காத்யா சொன்னாள்:

"ஐயோ, தாஷா! என் இதயத்திலோ வெறும் இருளும் சோகமுமே மண்டி நிறைந்து கிடக்கிறது; என் இதயமும் கிழடு தட்டிப்போய் விட்டது. நல்ல காலத்தை எதிர்நோக்கி உன்னால் வாழ்ந்து கொண்டிருக்க முடியும். ஆனால் என்னால் அப்படி வாழ முடியாது. நானே--நான் ஒரு காய்க்காத மலர் மலட்டுப்பூ!"

"காத்யா! இந்த மாதிரியெல்லாம் பேசுவதற்கு உனக்கு வெட்கமாயில்லை?"

"உண்மையைத் தைரியமாக ஒப்புக்கொள்ள நாம் கற்றுக்கொள்ள வேண்டும், குழந்தாய்!"

இன்னொரு நாள் மாலையில் அவர்கள் இருவரும் வழக்கம் போல் அந்தச் சாலையில் அமர்ந்திருந்தபோது, ராணுவ உடைதரித்த ஒரு மனிதன் வந்தான்; அதே பெஞ்சின் மறு கோடியில் அமர்ந்து கொண்டான். அந்தப் பாண்டு வாத்திய கோஷ்டி மீண்டும் ஏதோ ஒரு பழைய நாட்டிய இசையை வாசித்துக் கொண்டிருந்தது. மரங்களுக்குப் பின்னாலிருந்து தெரு விளக்குகள் லேசாக மினுங்கிக் கொண்டிருந்தன. அவர்களுக்குப் பக்கத்தில் அதே பெஞ்சில் அமர்ந்திருந்த அந்த மனிதன் சகோதரிகள் இருவரையும் வைத்த கண் வாங்காமல் வெறித்துப் பார்த்துக்கொண்டிருந்தான். இந்தச் செய்கை தாஷாவுக்குப் புழுக்கத்தைத் தந்தது. எனவே அவனை நோக்கித் திரும்பினாள் அவள்; திரும்பியவுடனே அவளது வாயிலிருந்து பயம் கலந்த மெல்லிய வியப்புணர்ச்சி சொல்லாக வடிவெடுத்தது: "அவர் தானா? இருக்கவே முடியாது!"

அந்த மனிதன் வேறு யாருமில்லை. பெஸ்ஸோனவ்தான். இளைத்து அலங்கோலமான தோற்றத்தோடு காட்சியளித்த அவர் தொளதொளத்த ராணுவ உடை தரித்திருந்தார்; அவரது தலை மீதிருந்த ராணுவத் தொப்பியின் மீது செஞ்சிலுவைச் சின்னம் தென்பட்டது. அவர் தமது இடத்தைவிட்டு எழுந்து அவர்களை மௌனமாக வணங்கினர். “சௌக்கியம் தானே!” என்று தாஷா கேட்டு விட்டு, வாயை மூடிக் கொண்டு விட்டாள்.

காத்யாவோ அந்தப் பெஞ்சின் சாய்மானப் பலகை மீது சாய்ந்தவாறு, தாஷாவின் தொப்பி நிழலில் தன் முகத்தை மறைத்துக் கண்களை மூடிக் கொண்டாள். பெஸ்ஸோனவ் நிறம் மாறிப் போயிருந்தார்; அதாவது உடம்பெல்லாம் அழுக்குப் படிந்து விட்டது போலவோ அல்லது குளிக்காதது போலவோ அவர் கறுத்துப் போயிருந்தார்.

“நான் உங்களை நேற்றும் அதற்கு முந்தின நாளும் இங்கு கண்டேன்” என்று அவர் தாஷாவிடம் பேச முனைந்தார். பேசும்போது அவரது புருவங்கள் மேல்நோக்கி உயர்ந்தன; “எனினும் உங்களிடம் வந்து நான் பேச முன்வரவில்லை. நான் போரிடுவதற்காகப் போகப் போகிறேன். அவர்கள் என்னையும் விடவில்லை, தெரியுமல்லவா?”

“போரிடப் போவதாக ஏன் கூறுகிறீர்கள்? நீங்கள் செஞ் சிலுவைப்படையில் தானே சேர்ந்திருக்கிறீர்கள்!” என்று சட்டென்று எரிச்சலுடன் கேட்டாள் தாஷா.

“உண்மைதான். ஒப்பிட்டுப்பார்த்தால், இந்தப் படையில் அவ்வளவாக ஆபத்து இல்லைதான். அதை நான் ஒப்புக் கொள்கிறேன். ஆனால் உண்மையைச் சொல்லப் போனால், நான் கொல்லப்படுவதைப் பற்றியோ அல்லது கொல்லப் படாமல் உயிர் பிழைத்து இருப்பதை பற்றியோ, எனக்கு எவ்விதமான அக்கறையுமே இல்லை. இருப்பதும், சாவதும் எனக்கு ஒன்றுதான்... எல்லாமே சலித்துப் போய்விட்டது, தார்யா திமித்ரியவ்னா!..”

அவர் தலையை உயர்த்தி ஒளியற்ற கண்களால் அவளது

உதடுகளையே வெறித்து நோக்கினார்.

"எங்கு பார்த்தாலும் பிணங்கள்—பிணங்கள்—பிணங்கள்— இதைத்தவிர வேறு ஒன்றுமேயில்லை... எல்லாம் சலித்து விட்டது..."

"இதனால்தானா உங்களுக்குச் சலிப்புத் தட்டிவிட்டது?" என்று தன் கண்களைத் திறக்காமலே கேட்டாள் காத்யா.

"ஆமாம், எகதிரீனா இமித்ரியவ்னா! பயங்கரமான சலிப்பு! எனக்கும் ஓரளவு நம்பிக்கை இருந்தது. அதெல்லாம் முன்னால்... ஆனால் இந்தப் பிணங்களே, பிணங்கள் தான் எனக்கு விதித்த இறுதி விதி!.. பிணங்களும் ரத்தமும் குழப்பமும்... எனவே... தார்யா திமித்ரியவ்ன! உண்மையைச் சொன்னால். உங்களோடு தனியாக அரைமணி தேரம் பேச வேண்டும் என்று கேட்பதற்காகவே நான் உங்களருகில் வந்து உட்கார்ந்தேன்."

"எதற்காக?" என்று கேட்டாள் தாஷா. அவ்வாறு கேட்கும் போதே அவரது முகத்தைப் பார்த்தாள். அவரது நோயுற்ற அடையாளம் மாறிப்போன முகத்தை இப்பொழுது தான் முதல் முறையாகப் பார்ப்பதாக உணர்ந்தாள். அந்த உணர்ச்சி அவளது தலையைக் கிறுகிறுக்க வைத்தது.

"கிரீமியாவில் நடந்த விஷயங்களைக் குறித்து நான் மிகமிகச் சிந்தித்து வைத்திருக்கிறேன்" என்று முகத்தைச் சுழித்தவாறே சொன்னார் பெஸ்ஸோனவ்; "உங்களோடு நான் பேச வேண்டும்." பின்னர் அவர் கையைத் தமது சட்டைப் பைக்குள் சாவதானமாகச் செலுத்தி, சிகரெட் பெட்டியைத் துழாவித் தேடியவாறே மேலும் சொன்னார்: "என்னைப் பற்றி நீங்கள் ஏதும் மோசமாக எண்ணிவிடக் கூடாது என்று விரும்புகிறேன்."

தாஷா தன் கண்களைச் சுருக்கி விழித்தாள்—இல்லை, அந்த வெறுப்பூட்டும் முகத்தில் பழைய மந்திரக் கவர்ச்சி ஒரு சிறிதும் இல்லை! அவள் உறுதியோடு பதில் சொன்னாள்:

"நீங்களும் நானும் பேசிக்கொள்ள வேண்டிய விஷயம்

எதுவும் இருப்பதாக நான் கருதவில்லை” என்று கூறிவிட்டு அதே வாயால் தொடர்ந்து, “சரி, போய் வாருங்கள், அலெக்சேய் அலெக்சேயவிச்!” என்றும் கூறி முடித்தவளாய் முகத்தை அப்பால் திருப்பிக் கொண்டாள்.

அவரது முகத்திலே ஒரு கோணற் புன்னகை தோன்றியது; பின்னர் அவர் தமது தொப்பியை எடுத்து வணக்கம் செலுத்திவிட்டு, அங்கிருந்து சென்றார். தாஷா அவர் போவதைப்பார்த்தாள். தளர்ந்து நொடித்துப்போன அவரது முதுகையும், எந்தக் கணத்திலும் கீழே நழுவி விழுந்துவிடப் போவது போல் பயமுறுத்தும் அவரது தொள தொளத்த நிஜாரையும், புழுதி படிந்த கனத்த பூட்சுகளையும் பார்த்தாள் —இவர்தானா பெஸ்ஸோனவ்? அவளது கன்னிப் பருவத்துக் கனவுகளிலெல்லாம் அவளை ஆட்டிப்படைத்த மோகனப் பிசாசான அந்த பெஸ்ஸோனவும் இவரும் ஒருவரே தானா?

“கொஞ்சம் பொறுத்திரு, காத்யா! நான் விரைவில் வந்து விடுகிறேன்” என்று அவசர அவசரமாகக் கூறிவிட்டு, பெஸ்ஸோனவை நோக்கி ஓடினாள் தாஷா. அவரோ, அதற்குள் பக்கத்துச் சந்துக்குள் திரும்பிவிட்டார். தாஷா இரைக்க இரைக்க மூச்சு வாங்கியவாறு அவரை எட்டிப் பிடித்து, அவரது சட்டையைப் பற்றி இழுத்தாள். அவர் சட்டென்று நின்றார்; திரும்பினார். அவரது கண்ணிமைகள் மீது நோயுற்ற பறவையின் கண்ணிமைகளைப் போன்று ஏதோ கவிந்து மூடி மறைத்திருந்தது.

“என் மீது கோபப் படாதீர்கள், அலெக்சேய் அலெக்சேயவிச்.”

“கோபப்படுவது நான் அல்ல. நீங்கள்தான் என்னோடு பேச மறுத்துவிட்டீர்கள்.”

“இல்லை, இல்லை. இல்லவே இல்லை. நீங்கள் என்னைத் தவறாகப் புரிந்துகொண்டுவிட்டீர்கள்... உங்கள் மீது எனக்குப் பெரும்மதிப்பு இருக்கிறது. நீங்கள் எப்போதும் நல்லபடியாக வாழவேண்டும் என்பதுதான் என் விருப்பம். ஆனால், கடந்த கால விஷயங்களைப்பற்றி எண்ணிப்

பார்ப்பதில் அர்த்தமேயில்லை. அதில் எதுவுமே இப்போது மிஞ்சி நிற்கவில்லை... என் சார்பிலும் தவறுகள் இருந்தன என்பது எனக்குத் தெரியும். நான் உங்களுக்காக மிக மிக வருந்துகிறேன்...”

அவர் தமது தோள்களை உயர்த்தியவாறே, தாஷாவைப் பார்க்காமல் தாஷாவுக்கு அப்பால் நடந்து சென்ற பாதசாரிகளைப் பார்த்தார்.

“உங்கள் ஆறுதல் மொழிக்கு அநேக நன்றி.”

தாஷா பெருமூச்செறிந்தாள். பெஸ்ஸோனவ் மட்டும் சின்னஞ் சிறுவனாக இருந்தால், அவள் அந்தப் பையனை இடுப்பில் தூக்கிக்கொண்டு வீட்டுக்குக்கொண்டுவந்து, வெந் நீரால் குளிப்பாட்டி, அவனுக்கு தின்பதற்கு மிட்டாய்களும் கூடக் கொடுத்திருப்பாள். ஆனால் அவர் இப்போதுள்ள நிலையில் அவளால் என்னதான் செய்ய முடியும்?--தமக்குத்தாமே இழைத்துக் கொண்ட சுமைகளாலும், வேதனைகளாலும் அவர் தமது துன்பத்தைத் தாமேதான் படைத்துக் கொண்டு விட்டார்!

“அலெக்சேய் அலெக்சேயவிச்! நீங்கள் இஷ்டப்பட்டால் எனக்கு நாள் தவறாமல் கடிதம் எழுதுங்கள்” என்று கூறிவிட்டு, அவரது முகத்தை எத்தனை அன்பு ததும்பப் பார்க்க முடியுமோ அத்தனை அன்போடு பார்க்க முயன்றாள்: “ஆம். உங்கள் கடிதங்களுக்கு நான் பதிலும் எழுதுகிறேன்.”

அவர் தமது தலையை அண்ணாந்து மேலே நோக்கியவாறு வாய்விட்டுக் குலுங்கச் சிரித்தார்.

“மிக்க நன்றி... ஆனால் எனக்கு இப்போது காகிதத்தையும் மையையும் கண்டாலே கசக்கிறது” என்று சொல்லியவராய், ஏதோ ஒரு புளிப்பான பொருளை விழுங்கிவிட்டவர் போல் முகத்தைத் நெரித்தார்: “தார்யா திமித்ரியவ்னா! நீங்கள் ஒரு ஞானியாக இருக்க வேண்டும்; அல்லது முட்டாளாக இருக்க வேண்டும்... நான் உயிரோடிருக்கும் இந்த நேரத்திலும்கூட, எனக்கேற்பட்டுள்ள நரக

வேதனைகளுக் கெல்லாம் நீங்கள்தான் காரணம் என்பதையுமா நீங்கள் உணர்ந்து கொள்ளவில்லை?"

அவர் போக முயன்றார்; ஆனால் காலையே தூக்கியெடுத்து வைக்க இயலாதவர்போல் தோற்றமளித்தார். தாஷா அங்கேயே நின்றாள்; தலையைத் தொங்கவிட்டவாறு நின்றாள்-- இப்போது அவள் உண்மையை உணர்ந்து கொண்டாள்; அதற்காக வருந்தினாள். எனினும் அவளது இதயத்தில் எவ்விதமான நெகிழ்ச்சியும் இல்லை; உணர்ச்சியும் இல்லை. பெஸ்ஸோனவ் அவளது குனிந்திருந்த கழுத்தைப் பார்த்தார்; அவள் அணிந்திருந்த வெண்மையான உடுப்பின் முன் பக்கத்தின் திறப்பின் வழியாகத் தெரிந்த அவளது மென்மையான கன்னிப் பருவத்து மார்புக் குவட்டைப் பார்த்தார். பின்னர், அவர் தமக்குத்தாமே சொல்லிக்கொண்டார்: "இது தான் முடிவு; இது தான் மரணம்!"

"கருணை காட்டுங்கள்!" என்று அவர் வாய்விட்டு மெதுவாய்ச் சொன்னார்; அந்தக் குரலில் எளிமையும் இனிமையும் மனிதத் தன்மையும் குடிகொண்டிருந்தது. தாஷா தன் தலையை நிமிர்ந்து பார்க்காமலேயே, அவசர அவசரமாக முனகினாள். "சரி, சரி!" பின்னர் அவள் மரங்களுங்கூடே புகுந்து அப்பால் சென்று விட்டாள். அங்கு திரிந்த மக்கள் கூட்டத்தின் மத்தியிலே தாஷாவின் அழகிய தலை தெரிவதை பெஸ்ஸோனவ் கடைசி முறையாகக் கண்டார். அவளோ ஒரு முறை கூட அவரைத் திரும்பிப் பார்க்கவில்லை. அவர் தமது கரத்தை அங்கிருந்த ஒரு மரத்தின் அடிப்பாகத்தின் மீது வைத்தார்; அவரது விரல் முனைகள் அந்த மரத்தின் பச்சைப் பட்டைக்குள் பதிந்தன. இறுதிப் புகலிடமான பூமி அவரது காலடியை விட்டு நழுவி இறங்குவது போலத் தோன்றியது.

அலெக்சேய் தல்ஸ்தோய் ▲ 447

26

களைகள் மண்டி வளர்ந்த அந்த சதுப்பு நிலத்துக்கு மேலாக, மங்கிய வெண் பந்து போன்று சந்திர வட்டம் தொங்கிக்கொண்டிருந்தது. ஆள் நடமாட்டம் அற்றுப்போன பதுங்கு குழிகளின்மீது பனிப்புகை சுருண்டு நெளிந்தது. எங்கு பார்த்தாலும் வெட்டப்பட்டுப் போன மரங்களின் அடித்தூர்கள் மட்டும் தென்பட்டன; இங்கொன்றும் அங்கொன்றுமாக தேவதாருக் கன்றுகள் மங்கலாகத் தலை காட்டின. எங்கும் ஒரே குளிரும் அமைதியுமாக இருந்தது. அந்த ஒடுங்கிய காட்டுப்பாதை வழியாக, ஆஸ்பத்திரி வண்டிகள் பலவும் ஒன்றன்பின் ஒன்றாய் வரிசையாகச் சென்று கொண்டிருந்தன. தூரத்தில் தெத்தும் குத்துமாகத் தெரியும் காட்டுப் பிராந்தியத்துக்கு அப்பால், மூன்று மைல் தூரத்தில்தான் போர்முனை இருந்தது; எனினும் அங்கிருந்து எவ்விதமான சத்தமும் வரக் காணோம்.

அந்த வண்டிகளில் ஒன்றில் பெஸ்ஸோனவ் மல்லாந்து படுத்துக் கிடந்தார்: துர்ச்சுகந்தம் வீசும் ஒரு முரட்டுச் சாக்கினால் அவர் தமது உடம்பை மூடிக்கொண்டிருந்தார். ஒவ்வொரு நாளும் மாலையில் பொழுதடையப்போகும் நேரத்தில் அவருக்கு ஜுரம் கண்டது; குளிரால் பற்கள் கடகடத்தன; உடம்பே குன்றிக் குறுகி ஒடுங்குவதாகத் தோன்றியது; அவரது மூளையில் மட்டும் தெள்ளத் தெளிவான, பல்வேறு விதமான எண்ணங்கள் ஏதோ ஒரு குளிர்ந்த நுரை வெள்ளம் போல் சுழன்று சுழன்று பொங்கிக்கொண்டே இருந்தன. தமது உடம்பு கனத்தை இழந்து காற்றாய் மிதப்பது போன்ற ஒரு இன்பகரமான உணர்ச்சி அவருக்கு ஏற்பட்டது.

தம்மீது இருந்த சாக்குத்துணியை மோவாய் வரையிலும் இழுத்துப் போர்த்தியவராய், அவர் பனிமூட்டம் படிந்த, அமைதியற்ற வானை வெறித்து நோக்கினார். அங்கு தான் அவரது முடிவு, அவரது வாழ்க்கைப் பிரயாணத்தின் முடிவே தென்பட்டது; பனி மூட்டம்; சந்திர ஒளி;

தொட்டில்போல் அசைந்தசைந்து செல்லும் அந்த வண்டி... ஒரு நூற்றாண்டுக் காலத்தில் சக்கரவட்டம் மீண்டும் ஒரு முறை சுழன்று இப்பொழுது மீண்டும் வண்டிகளின் சக்கரங்கள் கிரீச்சிட்டுச் சுழலும் சத்தம் கேட்கத் தொடங்கிவிட்டது. கடந்த காலத்துச் சம்பவங்களெல்லாம் வெறும் கனவுகளாக விட்டன. பீட்டர்ஸ்பர்க் நகரத்தின் ஒளிமயக்கம், அங்குள்ள கட்டிடங்களின் பிரகாசம், ஒளி வெள்ளமும் கதகதப்பும் குடிகொண்ட அந்தக் கட்டிடத்துக் கூடங்களிலே கேட்ட இசை, நாடக அரங்கங்களிலே மெல்ல மெல்லத் திரை உயரும்போது ஏற்பட்ட புளகாங்கிதம், பனிக் குளிர் நிறைந்த இரவு வேளைகளின் வசீகரம், தலையணையின் மீது மல்லாந்து விழுந்து பெக்கும் பெண்ணின் தலைக்கு மேலாக அகன்று விழுந்து கிடந்த அழகிய கைகள், அவளது கண்களின் குறும்புத்தனம் மிகுந்த கரிய கருவிழிகள்... புகழால் ஏற்பட்ட உள்ளப் புளகாங்கிதம்... போதை மயக்கம்... படிப்பறையிலே விழுந்த மங்கிய விளக்கொளி... இதயத்தின் இன்பத் துடிதுடிப்பு... வார்த்தைகள் உருப்பெற்று வந்து விழும் வேகத்தில் ஏற்படும் போதைக் ஏறு இறுப்பு... வெள்ளை மலர்கள் சூடிய பெண் ஒருத்தி ஒளி மிகுந்த நடைகூடத்தின் வழியாக அவசர அவசரமாக நடந்து வந்து, அவரது இருண்ட அறைக்குள்ளே பிரவேசித்த அலங்காரம்... அவரது இதய வாழ்வினுள்ளேயே அவள் புகுந்து குடிகொண்டுவிட்ட விபரீதம் - ஆம். எல்லாம்... எல்லாமே வெறுங் கனவுகளாகி விட்டன. இதோ வண்டி அசைகிறது... வண்டிக்கருகிலே ஒரு விவசாயி தனது தொப்பியைக் கண் வரையிலும் இழுத்து விட்டவாறு நடந்து வருகிறான்... அவன் அந்த வண்டிக்குப் பக்கத்தில் இவ்வாறே இரண்டாயிரம் ஆண்டுகாலமாக நடந்து வருகிறான்... அதோ அந்தப் பனிமூட்டத்தில், அந்த நிலவொளியில்... காலமென்னும் தொலையாத நெடுந்தூரப் பாதையே தோன்றுகிறது... சகாப்தங்களின் இருள் மண்டலங்களிலிருந்து நிழல்கள் தோன்றி முன்னேறுகின்றன... சத்தத்தைப் பொறுத்த வரையிலோ அந்தப் பாதையிலே உருண்டு செல்லும்

வண்டிகளின் சக்கரங்கள் மட்டுமே கிரீச்சிடுகன்றன; அந்தச் சக்கரங்கள் உலகம் முழுவதிலும் இருண்ட வண்டித் தடத்தைப் பதித்துச் செல்கின்றன. அந்தப் பனி மூட்டத்துக்கு அப்பாலோ உடைந்துபோன அடுப்பின் புகை போக்கிகளும், எரிந்து கரிந்து நீறு பூத்துப்போன நெருப்பிலிருந்து வானோக்கி எழுந்து பரவும் புகை மண்டலமும்தான் தெரிந்தன; வண்டிகளின் முனகலும் முழக்கமும் தான் கேட்டன. அந்த முக்கலும் முனகலும் மெல்ல மெல்ல மேலோங்கி முழங்கத் தொடங்கின; அந்த முழக்கம் ரத்தத்தையே உறையச் செய்து விடுவதுபோல் வான மண்டலத்தில் கணகணத்து அதிர்ந்தது.

அந்த வண்டி திடீரென்று நின்றது. அந்த வெளிறிய இரவு வேளையில் எங்கும் நிரம்பியொலித்த அந்த வண்டிகளின் முனகலொலியின் ஊடாக, வண்டிக்காரர்களின் அவயக் குரல்கள் மேலோங்கி ஒலித்தன. பெஸ்ஸோனவ் தமது முழங்கையை ஊன்றி எழுந்தார். பட்டை தீட்டிப் பளபளக்கும் முகங்களோடு தோன்றிய ஒரு பெரிய நீண்ட தூண் மரங்களுக்கு மேலாகத் தணிவாகப் பறந்து மிதந்து சென்றது; அது புரண்டபோது அதன் முகப் பட்டைகள் பளபளத்தன; அதனுள் உள்ள இயந்திரங்கள் கர்ஜித்தன; அதன் அடிவயிற்றுக்குள்ளிருந்து வெண்ணீல நிறமான ஒளிக்கதிர் பிதுங்கி நீண்டது;அந்த ஒளிமூட்டம் சதுப்பு நிலத்தின் மீதும், அடிமரத்தாண்களின் மீதும், வெட்டப்பட்டுக் உந்த மரங்களின் மீதும், தேவதாருக் கன்றுகளின் மீதும் ஓடித் திரிந்து விட்டு, சுடைசியாக, ஒடுங்கிய பாதையின் மீதும், அதில் சென்று கொண்டிருந்த வண்டிகளின் மீதும் பாய்ந்து நிலைத்து நிற்கத் தொடங்கியது.

அங்கு நிலவிய இரைச்சலொலியையும் மிஞ்சியவாறு, ஏதோ ஒரு பெண்குலம் விரைவாக ஊசலாடி ஓசையெழுப்புவதுபோல் தோன்றிய மங்கிய சத்தங்கள் கேட்கத் தொடங்கின. வண்டிகளுக்குள்ளே இருந்த மனிதர்களெல்லாம் அடித்துப் புரண்டு விழுந்து வெளியே ஓடிவந்தார்கள். முதல் உதவி வண்டி சதுப்பு நிலத்துக்குள்

இறங்கிக் குடை சாய்ந்து வீழ்ந்தது. பெஸ்ஸோனவுக்குச் சுமார் நூறு அடிகளுக்கு அப்பால், பாதையின் மீது கண்ணைப் பறிக்கும் ஒளிப்பிரவாகம் மேலோங்கி எழுந்தது. அத்துடன் ஒரு குதிரையும் வண்டியும் கன்னங்கரியதொரு தோற்றமாய் வானை நோக்கித் துள்ளிப் பறந்தன; தொடர்ந்து ஒரு பெரும் புகை மண்டலம் மேல்நோக்கிச் சுழன்று விம்மியது; இடி முழக்கத்துக்கும் சூறாவளிக்கும் இடையில் அந்த வண்டித் தொடர் முற்றும் கவிழ்ந்து சாய்ந்தது. வண்டிகளின் முறிந்து போனமுன் பாகங்களை மட்டும் இழுத்துக்கொண்டு, சதுப்பு நிலங்களின் வழியாக, குதிரைகள் தலை தெறிக்க ஓடின. மனிதர்களோ அங்குமிங்கும் நிலை குலைந்து ஓடினர். பெஸ்ஸோனவ் படுத்துக் கிடந்த வண்டி திடீரென்று ஒரு குலுங்கு குலுங்கிற்று, மறு கணமே குடைசாய்ந்து புரண்டது. பெஸ்ஸோனவ் வண்டியிலிருந்து சரிந்து வெளியே விழுந்தார்; பாதையோரத்தில் இருந்த ஒரு பள்ளத்துக்குள் உருண்டு விழுந்தார். அவரது முதுகில் ஏதோ ஒரு சாக்கு வைக்கோல் மூட்டை பலமாகத் தாக்கியது.

அந்த ஜெர்மானிய செப்பலின் ஆகாய விமானம் இரண்டாவது முறை குண்டு போட்டது; அதன் இயந்திரங்களின் கணகணப்பு தூரதொலைவில் மங்கி மறைந்தது; பின்னர் அந்த சத்தம் திரும்பவும் கேட்கவில்லை. பெஸ்ஸோனவ் முக்கிமுனகியவாறு, அந்த வைக்கோல் போரிலிருந்து எழுந்து வெளியே வர முயன்றார். தம்மீது வந்து விழுந்து, தமது உடம்பையே பெரிதும் மூடி மறைத்துக் கடந்த அச்சாக்கு மூட்டைக்கு அடியிலிருந்து அவர் முக்கித்தக்கி வெளியே ஊர்ந்து வந்தார்; கடைசியில் ஒரு வழியாக அதன் பிடிப்பிலிருந்து விடுபட்டு, சரிவின் மேலேறிச் சாலைக்கு வந்தார். இல வண்டிகள் பக்கவாட்டில் சாய்ந்து இருந்தன; அவற்றின் முன்பாகங்களை மட்டும் காணவில்லை. சதுப்பு நிலத்தில் வண்டியின் நுகக்கால்களோடு ஒரு குதிரை விழுந்து அதனுடைய தலை பின்பக்கமாக வளைந்து அண்ணாந்து கிடந்தது; அதனுடைய பின்னங்கால்கள் இரண்டும் இறுக வளைந்து கொண்டன.

பெஸ்ஸோனவ் தமது தலையையும் முகத்தையும் தடவிப் பார்த்தார். அவரது காதோரத்தில் ஏதோ பிசுபிசுத்து ஒட்டியது. தமது கைக்குட்டையை அந்தச் சிராய்ப்பின் மீது வைத்து அழுத்தி, ரத்தத்தைத் துடைத்தவாறே, காட்டுப்பிராந்தியத்தை நோக்கிச் செல்லும் சாலைப் பாதை வழியாக நடக்கத் தொடங்கினார். விழுந்த அதிர்ச்சியாலும் பயத்தாலும் அவரது கால்கள் பலமிழந்து படபடத்து நடுங்கத்தொடங்கின. எனவே சிறிது தூரம் நடந்தவுடனேயே அங்கேயிருந்த ஒரு பழங் கற்குவியலின் மீது அவர் காலாற உட்கார்ந்து விட்டார். அவருக்குக் கொஞ்சம் பிராந்தி குடித்தால் நல்லது என்று தோன்றியது. ஆனால், அவரது 'பிளாஸ்க்' அந்தப் பள்ளத்துக்குள் விழுந்த மூட்டைக்குள் சிக்கிக் கொண்டுவிட்டது. மிகுந்த சிரமத்தோடு தமது புகைக் குழாயையும் இப்பெட்டியையும் சட்டைப் பைக்குள்ளிருந்து எடுத்து, புகையிலையைப் பற்ற வைத்தார். ஆனால், புகையிலை அவருக்கு ரசிக்கவில்லை; கசப்பாகவும் குமட்டுவதாகவும் இருந்தது. பின்னர்தான் அவர் தமது ஜுரத்தைப்பற்றி நினைவு கூர்ந்தார்—என்ன நேர்ந்தாலும் காடு வரை சென்றேயாக வேண்டும், ஏனெனில் அங்கு பீரங்கிப் படை நிற்பதாகச் சொல்லியிருந்தார்கள். அவர் எழுந்தார்; ஆனால் கால்களோ நிற்கக்கூடச் சக்தியற்று, மரக்கால்கள்போல் உணர்ச்சியற்றுத் தோன்றின. கால்களில் முழங்காலுக்கு மேல் எவ்விதமான உணர்ச்சியுமே இல்லாது மரத்துப் போய்விட்டது. அவர் மீண்டும் தரையில் சாய்ந்தார்; தமது கால்களைத் தேய்த்து விட்டார்; இழுத்து உதறினார்; கிள்ளித் திருகினார். கடைசியில் திமிர் பிடித்து மரத்துப்போன கால்களில் வலியுணர்ச்சி தென்பட்டது. உடனே அவர் எழுந்து, கால்போன திசையில் நடக்க முனைந்தார்.

இப்போது சந்திர வட்டம் வானில் வெகுதாரம் மேலெழும்பிவிட்டது; ஆளரவமற்ற அந்தச் சதுப்பு நிலத்தின் வழியே, பனிமூட்டத்தினுள்ளே சாலை வந்து வளைந்து முடிவேயற்றதாகச் சென்று கொண்டிருந்தது. அவர் இடுப்பில் கையைவைத்துப்பிடித்தவராய் தள்ளாடி நடந்தார். கனத்த பூட்சுகள் அணிந்த கால்களை மெல்ல

மெல்ல இழுத்து இழுத்துத் தூக்கிவைத்து நடந்தார். இரண்டு கால்களும் தனித்தனியே ஒவ்வொருடன் நிறையுடன் கனப்பது போல் தோன்றியது. பெஸ்ஸோனவ் தமக்குத் தாமே ஏதேதோ சொல்லிக் கொண்டே நடந்து சென்றார்.

"உன்னைத்தான் சொல்கிறேன்! மரணத்தின் சக்கரங்களிடையே சிக்கி நீ நைவதற்கு முன்னால் உனக்குத்தான் சொல்கிறேன்!.. நீ கவிதைகள் எழுதினாய்... அசட்டுப் பெண்களைக் கெடுத்தாய்; அவர்கள் உன்னைப் பயப்படுத்தினார்கள்; உன்னை உதறியடித்து உதைத்து வெளியேற்றவும் செய்தார்கள்... உன்னைத்தான்! போ. போ. நீ கீழே சாய்ந்து விழும் வரையிலும், அஸ்தமனத்தை நோக்கியே செல்!.. எதிர்த்தா பேசுகிறோம்? பேசு, உன்னால் முடிந்தமட்டும் பேசு. மறுத்துப் பார்; ஊளையிடு! ம்! உன்னால் முடிந்த மட்டும் உரத்துக் கூச்சலிட்டுப்பார்!.. ஊளையிட்டுப்பார்!..."

திடீரென்று பெஸ்ஸோனவ் திரும்பினார். சாலையோரமாக ஒரு மங்கிய நிழலுருவம் நழுவிச் செல்வதைக் கண்டதும், அவரது முதுகெலும்புக் குருத்துக்குள் ஒரு குளிர் நடுக்கம் பறந்தோடியது. அவர் புன்னகை புரிந்தார்; ஏதேதோ வார்த்தைகளை அர்த்தமற்று வாய்விட்டு அரைகுறையாய்ச் சொல்லியவாறு, சாலையின், மத்தியிலே வந்து நடக்கத் தொடங்கினார். சில விநாடிகள் கழித்து, அவர் மீண்டும் தமக்குப் பின்னால் மிகுந்த கவனத்தோடு பார்வையைச் செலுத்தினார். ஆமாம் அந்த உருவம் வரத்தான் செய்தது. பெரிய தலையும் நீண்ட கால்களும் கொண்ட ஒரு நாய் அவருக்குச் சுமார் ஐம்பதடி தூரத்தில் அவரைப் பின் தொடர்ந்து வந்து கொண்டிருந்தது.

"நாசமாய்ப்போக!" என்று முனகிக்கொண்டார்; அவர் தமது நடையை எட்டிப் போட்டவாறு தோளின் பின்புறமாக மீண்டும் திரும்பிப்பார்த்தார். இப்போது ஒரு நாயல்ல, ஐந்து நாய்கள் வந்து கொண்டிருந்தன! தொங்கிக்கொண்டிருக்கும் பிருஷ்ட பாகத்தோடு கூடிய அந்தச் சாம்பல் நிறத்து நாய்கள் தங்கள் மூஞ்சியைக்

கீழ்நோக்கித் திருப்பி, மோப்பம் பிடித்தவாறே ஒன்றன்பின் ஒன்றாக வரிசையாக வந்து கொண்டிருந்தன. பெஸ்ஸோனவ் ஒரு கல்லையெடுத்து அவற்றின் மீது விட்டெறிந்தார்; "என்ன செய்கிறேன், பார்... போகிறீர்களா, இல்லையா? அட்டுப்பிடித்த மிருகங்களா!.."

அந்தப் பிராணிகள் அனைத்தும் சத்தம் எதுவும் காட்டாமல் அந்தச் சதுப்பு நிலத்துக்குள் பதுங்கிக்கொண்டன. பெஸ்ஸோனவ் சில கற்களைக் கையில் பொறுக்கி எடுத்துக் கொண்டார்; இடையிடையே ஒரு கல்லை விட்டெறிவதற்காகச் சிறிது நின்றார்... பின்னர் அவர் 'ஹேற' என்று சத்தமிட்டவாறும் சீட்டியடித்தவாறும் நடக்கத் தொடங்கினார். அந்த மிருகங்களும் அந்தச் சதுப்பு நிலத்திலிருந்து சாலைக்கு ஏறிவந்து, மீண்டும் ஒன்றாக அவரைப்பின் தொடர்ந்து வந்தன.

சாலையோரமாக இருந்த தேவதாரு மரக் கன்றுகள் நிறைந்த காட்டிற்கு அருகில் பெஸ்ஸோனவ் வந்தார்; அங்கு வந்து, சாலை முனையைக் கடந்து திரும்பியபோது, தமக்கு முன்னால் ஒரு மனித உருவம் செல்வதைக் கண்டார். அந்த உருவம் நின்றது; சுற்றுமுற்றும் பார்த்தது; பின்னர் அந்தக் காட்டுக்குள் புகுந்து மறைந்தது.

"சனியன்!" என்று முனகியவாறு, பெஸ்ஸோனவும் அத்தக் காட்டுக்குள் புகுந்து கொண்டார்; நிதானமிழந்து படபடத்துத் துடிக்கும் தம் இருதயம் சமனம் அடையும் வரையிலும் அவர் அங்கேயே வெகுநேரம் நின்றார். அந்த மிருகங்களும் அவருக்குச் சிறிது தூரத்துக்கு அப்பால் நின்றன. அந்த மிருகங்களுக்கெல்லாம் முன்னோடியாக முதலில் வந்த பிராணி மூஞ்சியை முன்னங்காலின் மீது வைத்தவாறு தரையில் நீட்டிப்படுத்து விட்டது. மனிதன் வெளியே வருவதாகக் காணோம். வானத்தில் சந்திர வட்டத்துக்கு நேராக ஒரு நீண்ட மேகம் துலாம்பரமாகத் தெரிந்தது; சந்திரனை மறைத்து அந்த மேகம் மங்கிய வெண்ணிறத்தோடு விளங்குவதை பெஸ்ஸோனவ் பார்த்தார். தலைக்குள் ஏதோ துளசியைக் கொண்டு சொருகியது போல், திடீரென்று அங்கு நிலவிய

அமைதியைக் குலைத்து, குடுக்கென்று ஒரு சத்தம் எழுந்தது. காலடியிலே மிதிபட்டு முறிந்த ஒரு விறகுச் சுள்ளியின் சத்தமே அது. ஒருவேளை அந்த இனந்தெரியாத மனிதனே அந்தச் சுள்ளியை மிதித்து இருக்கக்கூடும். பெஸ்ஸோனவ் விறுட்டென்று மீண்டும் சாலையின் மத்திக்கு வந்து தமது முட்டிகளைப் பயபீதியோடு இறுகப் பிடித்தவாறு நடக்கத் தொடங்கினார். கடைசியில் அவர் தமக்கு வலது புறத்தில் அந்த மனிதனைக் கண்டார். உருண்டு திரண்ட தோள்களும் நல்ல உயரமும் கொண்ட ஒரு சிப்பாய் தனது கோட்டைத் தோள்மீது தொங்கவிட்டவனாக நடந்து செல்வதைப் பார்த்தார். அவனது நீண்ட, புருவங்களற்ற முகம் உயிரற்றதாகவும், சாம்பல் நிறம் கொண்டதாகவும் தோன்றியது; வாய் திறந்து பிளந்த நிலையிலேயே காணப்பட்டது.

"ஏய்! உன்னைத்தான்!" என்று சத்தமிட்டார் பெஸ்ஸோனவ்: "நீ எந்தப் படைப்பிரிவைச் சேர்ந்தவன்."

"இரண்டாம் நம்பர் துப்பாக்கிப்படை!"

"நல்லது. வா இங்கே. என்னை அங்கே அழைத்துச் செல்!"

அந்தச் சிப்பாய் பதிலே பேசவில்லை; மாறாக, தனது ஒளியற்ற கண்களால் பெஸ்ஸோனவையே சிறிது நேரம் ஆடாமல் அசையாமல் வெறித்துப் பார்த்தான். பின்னர் அவன் தனது தலையை இடது புறமாகத் திருப்பினான்.

"உனக்குப் பின்னால் வரும் அந்தப் பிராணிகள்--என்ன அவை?"

"நரய்கள்!" என்று பொறுமையையிழந்து சட்டென்று பதில் சொன்னார் பெஸ்ஸோனவ்.

"நாயா? இல்லை--அவை நாய்கள் அல்ல!"

"நல்லது. வா. திரும்பு; என்னை அந்தப் படைமுகாமுக்கு கூட்டிக் கொண்டு செல்."

"நான் முகாமுக்குப் போகவில்லை!" என்று தணிந்த

அலெக்சேய் தல்ஸ்தோய் ▲ 455

குரலில் சொன்னான் அந்தச் சிப்பாய்.

"இங்கே பார். எனக்கு ஒரே ஜுரம்! என்னைக் கூட்டிக் கொண்டு செல். நான் உனக்குப் பணம் தருகிறேன்."

"நான் அங்கு போகவில்லை" என்று குரலை உயர்த்தியவாறு பதில் சொன்னான் அந்தச் சிப்பாய்; "நான் அந்தப் படையைவிட்டு ஓடிவந்து விட்டேன்."

"முட்டாள்! எப்படியும் அவர்கள் உன்னைப் பிடித்துக் கொண்டு விடுவார்கள்."

"ஆமாம், அதுவும் நடக்கலாம்."

பெஸ்ஸோனவ் தமது தோளுக்கு மேலாகத் திரும்பிப் பார்த்தார். அந்த மிருகங்களைக் காணவில்லை. அந்தத் தேவதாருத் தோப்புக்குள்ளேதான் அவையும் சென்றிருக்க வேண்டும்.

"படை முகாம் இங்கிருந்து வெகுதூரமா?"

அந்தச் சிப்பாய் பதிலே பேசவில்லை. பெஸ்ஸோனவ் திரும்பிப்போக முனைத்தபோது, சிப்பாய் பெஸ்ஸோனவின் முழங்கைக்கு மேலே குறடு கொண்டு பிடித்தது போல் தனது கையால் இறுகப்பற்றிப் பிடித்துக்கொண்டான்.

"நீ அங்கே போக முடியாது!" என்றான் அவன்.

"என் கையை விடு!"

"முடியாது!"

பெஸ்ஸோனவைப் பிடித்த பிடியை விடாமலே, சிப்பாய் அந்தத் தேவகாரு மரத்தோப்புக்கு மேலாகக் தெரியும் வானத்தைப் பார்த்தான். "இரண்டு நாட்களாக எனக்குத் தின்பதற்கு எதுவுமே கிடைக்கவில்லை. நான் பதுங்கு குழிக்குள்ளேயே தூங்கிக் கொண்டிருந்தேன். திடீரென்று ஏதோ வரும் சத்தம் கேட்டது. நமது படைதான் வருகிறது என்று மனசுக்குள் எண்ணிக்கொண்டவாறு, நான் படுத்து விட்டேன். அவர்கள் வந்தார்கள். ஏராளமான பேர்கள்

வந்தார்கள். சாலையின் மீது அணிவகுத்து வந்தார்கள். என்ன இதெல்லாம்? நான் குழியை விட்டு மெல்லத் தலையை நீட்டி எட்டிப் பார்த்தேன். அவர்கள் எல்லோரும் வெள் உடையில் வந்தார்கள்—பனி மூட்டத்தைப் போல் முடிவற்று அவர்கள் வந்துகொண்டே இருந்தார்கள்."

"நீ என்ன பேசுகிறாய்?!" என்று வெறிபிடித்த குரலில் கத்தியவாறே, பெஸ்ஸோனவ் அவனிடமிருந்து விடுபடத் திமிறினார்.

"உள்ளதைத்தான் சொல்கிறேன். பன்றிப்பயலே!"

பெஸ்ஸோனவ் அவனது பிடியிலிருந்து தமது சட்டையை உதறிப் பிடுங்கியவராய், ஓட முனைந்தார். அவரது கால் களோ பஞ்சுப்பொதியினால் செய்யப்பட்டவை போன்றும், உணர்வுக்கு உட்படாதவை போன்றும் அவரை ஓடவிடாமல் செய்தன. அந்தச் சிப்பாயோ தனது கனத்த பூட்சுக் கால்களைத் தூக்கி வைத்து பின்னால் இரைக்க இரைக்க மூச்சு வாங்கியவாறு ஓடி வந்து, அவரது தோளை எட்டிப் பிடித்தான். உடனே பெஸ்ஸோனவ் கீழே விழுந்தார்; தமது முகத்தையும் கழுத்தையும் கைகளால் மூடி மறைத்துக் கொண்டார். சிப்பாயோ புர்புர்ரென்று மூச்சுவாங்க இரைக்கும் நிலையில் அவர்மீது தாவி விழுந்தான்; தனது முரட்டுக் கைவிரல்களால் அவரது குரல்வளையைப் பிடித்துப் பலங்கொண்ட மட்டும் நெரித்தான். பின்னர் அவர் அந்த இடத்திலேயே விறைத்துக் கட்டையாக விட்டது போல் அசைவற்றுக் கிடந்தார்.

"நீ யாரென்று தெரியும்! எனக்குத் தெரியும்!" என்று அந்தச் சிப்பாய் பற்களைக் கடித்தவாறே முனகினான். தரையிலே விழுந்துகிடந்த பெஸ்ஸோனவின் உடல் நெடு நேரம் நடுங்கிக் குலுங்கியது; பின்னர் அந்த உடம்பு தரையோடு தரையாகத் தட்டி நொறுக்கிப் படுக்க வைத்ததுபோல், நீட்டி நிமிர்ந்து விறைத்தது; அசைவிழந்து அடங்கியது! அந்தச் சிப்பாய் அவரது உடம்பை அப்படியே போட்டு விட்டு, எழுந்துநின்றான், தனது

தொப்பியைக் கையிலெடுத்துக் கொண்டு, சாலையின் வழியே நடக்கத்தொடங்கினான்; போகும் போது தனது செய்கையின் விளைவைப் பார்ப்பதற்காக ஒரு முறைகூடத் திரும்பி பார்க்காமல் தள்ளாடித்தள்ளாடி நடந்தான். பின்னர் மீண்டும் கீழே உட்கார்ந்து தனது கால்களை ஒரு சேற்றுக்குழிக்குள் விட்டு ஆட்டத்தொடங்கினான்.

"என்ன செய்வது? எங்கே போவது?" என்று அவன் தனக்குள் கேட்டுக் கொண்டான். "எனக்கும் முடிவு வந்து விட்டது! ஏ! மிருகங்களே! வாருங்கள்! என்னைக் கிழித்துக் கொன்று தள்ளுங்கள்!"

27

போர்க் கைதிகளின் காவல் முகாமிலிருந்து இவான் இலீச் தெலேகின் தப்பியோட முயன்றான்; ஆனால் அகப்பட்டுக் கொண்டான்; எனவே அவனைத் தன்னந்தனியனாக, ஒரு கோட்டைக்குள் சிறைவைத்துப் பூட்டி விட்டார்கள். அவன் அங்கிருந்தும் இரண்டாம் முறையாகத் தப்பித்து ஓடத் திட்டமிட்டான். அவனைப் பூட்டி வைத்திருந்த சிறையின் முன்வாசற் கம்பிகளில் ஒன்றை, ஒன்றரை மாத காலமாக கொஞ்சம் கொஞ்சமாக ராவி அறுத்து வந்தான். ஆனால், கோடைகாலத்தின் மத்தியில் அந்தக் கோட்டை முழுவதுமே எதிர்பாராதவிதமாகக் காலி செய்யப்பட்டது. தெலேகின் தண்டனை அனுபவித்து வந்த கைதியாதலால் அவனை 'நரகக்குழி' என்று சொல்லப்பட்டு வந்த இடத்துக்கு அனுப்பி விட்டார்கள். வெறுக்கத்தக்க படுபயங்கரமான இடம் அது. அங்கு நீளமான நான்கு ராணுவக் கொட்டகைகள் இருந்தன; அவையனைத்தும் முள்கம்பி வேலிகளால் அரண் செய்யப்பட்டிருந்தன. அந்த முகாம் சதுப்பு நிலத்தில் தரைக்குக் கீழேயிருந்த ஒரு பெரிய பள்ளத்துக்குள் இருந்தது. தூரத்தில், மலையடிவாரத்தை ஒட்டி, செங்கற்களால் கட்டப்பட்ட புகைக் கூண்டுகள் வானோக்கி நேராக நிமிர்ந்து நின்றன; அந்த இடத்தில்

ஒரு ஒற்றை வழி ரயில்பாதை தொடங்கியது. அந்தப் பாதையின் துருப்பிடித்த தண்டவாளங்கள் சதுப்பு நிலத்துக்கு ஊடாகச் சென்று, கொட்டகைகளுக்கு சிறிது தூரத்தில், ஒரு பெரிய ஆழமான பள்ளப் பிரதேசத்தில் வந்து முடிவடைந்தன. அந்தப் பள்ளப் பிரதேசத்தில் சென்ற ஆண்டில் ருஷ்ய ராணுவ வீரரில் ஐயாயிரத்துக்கும் மேற்பட்டவர்கள் வயிற்றுப் போக்கினாலும், விஷக் காய்ச்சலாலும் மாண்டு மறைந்தார்கள். மஞ்சளும் பழுப்பு மாய்க் காட்சியளிக்கும் அந்தச் சமவெளிப் பிரதேசத்துக்கு அப்பால் தெத்தும் குத்துமாக ஒழுங்கற்றுத் தோன்றும். பழுப்பு நிறமான கார்ப்பேத்திய மலைத்தொடர் நிமிர்ந்து நின்றது. கொட்டகைகளுக்கு வடதிசையில், சதுப்பு நிலத்துக்கு வெகுதூரத்துக்கப்பால் மரத்தாலான சிலுவைச் சின்னங்கள் ஏராளமாகத் தென்பட்டன. வெப்ப நாட்களில் அந்தச் சமவெளிப் பிரதேசத்திலிருந்து மேகம்போல் நீராவி மேலே கிளம்பும்; பெரிய குதிரை ஈக்கள் கும்மென்று இரையும்; மங்கிய சிவப்பு நிறத்தோடு தோற்றமளிக்கும் சூரியன் அந்த நிராசை மலிந்த இடத்தைக் கொஞ்சம் கொஞ்சமாக மாற்றிக்கொண்டிருக்கும்.

அங்கு நிலைமைகள் படுமோசமாக வறட்சியாக இருந்தன. அங்கிருந்த கைதிகளில் பாதிப்பேருக்கு மேல் குடல் கோளாறினாலும், மலேரியா ஜுரம், வேனிற் கொப்புளங்கள், பிளவைப் புண்கள் முதலிய நோய்களாலும் வருத்திக் கொண்டிருந்தார்கள். இவ்வாறெல்லாம் இருந்தும்கூட, அந்தக் காவல் முகாமில் நிலவிய சூழ்நிலை நம்பிக்கையூட்டுவதாக இருந்தது. எதிரிகள் மூர்க்கத்தனமாக எதிர்த்துத் தாக்கிய போதிலும்கூட, புருலேவ் மேலும் மேலும் முன்னேறிக் கொண்டேயிருந்தார்; பிரெஞ்சுக்காரர்களோ, ஜெர்மானியரை ஷாம்பேயினிலும், வேர்தேனிலும் முறியடித்து விரட்டிவிட்டார்கள்; துருக்கியர்களோ சின்ன ஆசியாவை விடுவித்தார்கள். யுத்தத்தின் இறுதிக்கட்டம் கண்ணெட்டும் தூரத்தில் வந்துவிட்டதுபோல் தோன்றியது.

ஆனால் கோடைகாலம் கழிந்து, மழைக்காலமும்

ஆரம்பமாயிற்று. சிராக்கவையோ, லிவோவையோ கூட, புருசீலவால் இன்னும் கைப்பற்ற முடியவில்லை. பிரெஞ்சுக்காரர்கள் நடத்திவந்த மூர்க்கத்தனமான எதிர்த்தாக்குதலின் வேகம் குறைந்துவிட்டது. முக்கூட்டு நாடுகளும்[25] மும்முனை ஒப்பந்த நாடுகளும்[26] தமது காயங்களுக்கு ஒத்தடம் கொடுத்துக் கொண்டிருந்தன. யுத்தத்தின் முடிவு தேதி சமீபத்தில் இல்லை என்பதும் அடுத்த இலையுதிர் காலம் வரையிலும் அது மீண்டும் ஒத்திப் போடப்பட்டாயிற்று என்றும் மட்டும் தெள்ளத் தெளிவாவிட்டது.

இதன் பின்னர் அந்த 'நரகக் குழியிலே' நிராசையும் புழுக்கமும் மீண்டும் மேலோங்கின. தெலேகினுக்கு அடுத்தாற் போலிருந்த படுக்கையில் படுத்துறங்க விஸ்கபோய்னிகவ் என்பவன் மேல் கழுவுவதையும் சவரம் செய்து கொள்வதையும் விட்டுவிட்டு தனது உடைந்து கடந்த கட்டிலிலேயே நாட்கணக்கில் விழுந்து கிடந்தான்; கேட்ட கேள்விகளுக்கு பதில் சொல்ல மறுத்துவிட்டான். இடையிடையே தன் படுக்கையைவிட்டு எழுந்து, உம்மென்று முறைத்துப் பார்த்தான்; பின்னர் தன்னைத்தானே பிறாண்டிக்கொண்டான். அவனது உடம்பில் சிவப்பான தழும்புகள் தோன்றுவதும் மறைவதுமாக இருந்தன. ஒரு நாள் இரவில் அவன் தெலேகினை உசுப்பி எழுப்பி, உள்ளடங்கிய குரலில் கேட்டான்:

"நீ மணமானவனா?"

"இல்லை."

"எனக்கு இவேரில் மனைவியும் ஒரு மகளும் இருக்கிறார்கள். நீ அங்கு போய் அவர்களைப் பார்க்க மாட்டாயா?"

"போதும் நிறுத்து. படுத்துத் தூங்கு!"

---

25 ஜெர்மானி, ஆஸ்திரோ-ஹங்கேரி, இத்தாலி.-(ப-ர்.)

26 இங்கிலாந்து, பிரான்ஸ், ருஷ்யா. (ப-ர்.)

"ஆமாம், தம்பி. நான் நிம்மதியாகத் தூங்கத்தான் விரும்புகிறேன்."

மறுநாள் காலையில் நடைபெற்ற ராணுவ ஆஜர் அணி வகுப்புக்கு விஸ்கபோய்னிகவ் வரவில்லை. அவன் கக்கூசுக் கூரையிலிருந்த ஒரு ஆணியிலே தனது மெல்லிய இடை வாரை மாட்டி, தூக்குப்போட்டுக்கொண்டு விட்டான்! அவனது தற்கொலை அந்தக் கொட்டகையிலேயே பெரும் பரபரப்பை உண்டாக்கிவிட்டது. யுத்தக் கைதிகள் அனைவரும் தரைமீது கிடத்தப்பட்டிருந்த அவனது சடலத்தைச் சுற்றி நின்று கொண்டனர். எண்ணெய் விளக்கிலிருந்து விழுத்த ஒளிக்கதிர்கள் அந்த முகத்தின்மீது விழுந்தன. தாங்க முடியாத மரண வேதனையால் அந்த முகம் குரக்கு வலித்துக் கோணிப்போயிருந்தது; கிழிந்து தொங்கிய அவனது சட்டையின் ஊடாக, உடம்பில் ரத்த விளாறாகப் பிறாண்டிய ரத்தக் கறைகள் தென்பட்டன. அந்த எண்ணெய் விளக்கு மங்கிய ஒளியைப் பரப்பியது; அந்த ஒளியில் பிணத்தின்மீது குனிந்து பார்த்துக்கொண்டு நின்றவர்களின் முகங்களெல்லாம் மஞ்சள் நிறம் பாரித்து உருமாறித் தெரிந்தன. அவர்களில் ஒருவனான லெப்டினெண்ட் கானல் மெல்ஷின் என்பவன் அந்தக் கொட்டகையின் இருளைத் திரும்பிப் பார்த்தவனாய், உரத்த குரலில் கேட்டான்:

"தோழர்களே! நாமென்ன சும்மா இருக்கப் போகிறோமா?"

சுற்றி நின்ற கூட்டத்தாரிடையேயும் கட்டிலில் படுத்திருந்தோரிடையும் குழம்பிய கசமுசப்புக் குரல் சலசலத்தது. வெளி வாசற் கதவு படாரெனத் திறக்கப்பட்டது; தொடர்ந்து அந்தக் காவல் முகாமின் தளபதியான ஒரு ஆஸ்திரிய அதிகாரி உள்ளே வந்தான். கைதிகள் பிணத்தை நோக்கி அவன் வருவதற்கு வழிவிட்டு விலகினார்கள்; அதே சமயம் பலகுரல்கள் உரத்து ஒலிக்கத் தொடங்கின.

"நாங்கள் சும்மாயிருக்கப் போவதில்லை."

"மனிதனைப் பிடித்து வதைத்திருக்கிறார்கள்."

"அது தானப்பா அவர்கள் நடப்புமுறை."

"நானோ உயிருடனேயே செத்து நாறிக்கொண்டிருக்கிறேன்!"

"நாங்கள் ஒன்றும் கடுங்காவல் கைதிகள் அல்ல!"

"உங்களைப் போதுமானவரை உதைத்து ஒடுக்கவில்லை!" தளபதி உன்னியெழுந்து நின்றவனாய் கத்தினான்:

"கப்சிப்! என்று போங்கள் உங்கள் இடத்துக்கு! ரஷ்யப் பன்றிகளா!"

"என்னது? அவன் நம்மை என்ன சொன்னான்?"

"நாமெல்லாம் ரஷ்யப் பன்றிகளாம்! நாமா பன்றிகள்?"

கலைந்துபோயிருந்த அடர்த்தியான, தாடியும் கட்டுமஸ்தான உடம்பும் கொண்ட காப்டன் ஐஃகவ் கூட்டத்தினரை இடித்துத் தள்ளிக்கொண்டு அந்தத் தளபதியை நோக்கச் சென்றான். ஆஸ்திரிய அதிகாரியின் முகத்துக்கு நேராகத் தனது பெரு விரலை ஆபாசமான சமிக்ஞையோடு குத்தி நீட்டிக் காட்டிவிட்டு, கரகரத்துத் தடைப்பட்ட குரலில் பின்வருமாறு கத்தினான்:

"நாய்க்குப் பிறந்த பயலே! இதைப் பார்! உன்னைத் தான், இந்த முட்டியைப் பாரடா, பயலே!"

தனது அடர்த்தியான தலையை ஆட்டிக் கொண்டே, அவன் அந்தத் தளபதியின் தோள்களை இறுகப்பற்றிப் பிடித்து வெறிகொண்டவன்போல் உலுக்கினான்; அவனை உதைத்துக் கீழே தள்ளி அவன்மீது பாய்ந்து விழுந்தான்.

கீழே விழுந்து குஸ்திபோட்டுக்கொண்டிருந்த இருவரையும் சுற்றி நின்ற ஏனையோர் அனைவரும் மௌனமாகக் கொண்டிருந்தார்கள். ஆனால் மறு நிமிஷமே ராணுவ வீரர்கள் ஓடிவரும் காலடியோசை கேட்டது. அத்துடன் அந்தத் தளபதியும் "உதவி! உதவி!" என்று கத்தினான். இந்தச் சமயத்தில் தெலேகின் தனது தோழர்களைக் கையால் இடித்து, "அவனுக்கென்ன பைத்தியமா என்ன? அவனைக் கழுத்தை நெறித்தே கொன்று விடப்போகிறான்!"

என்று கூறினான்; கூறியவாறே, ஜுகவின் தோளைப்பற்றிப் பிடித்து, அவனை அந்த ஆஸ்திரிய அதிகாரியிடமிருந்து அப்பால் விலக்கி விட்டான்.

"நீ ஒரு அயோக்கியன்!" என்று அந்தத் தளபதியை நோக்கி அவன் ஜெர்மானிய பாஷையில் சொன்னான்.

ஜுகவோ மூச்சு வாங்கி இளைத்துக் கொண்டு நின்றான்.

"என்னை விடு! பன்றிப்பிறவி அவனா, நானா என்பதை அந்தப் பயலுக்குக் காட்டுகிறேன்!" என்று மெதுவாய்ச் சொன்னான். ஆனால் அந்தத் தளபதியோ அதற்குள் தரையிலிருந்து துள்ளியெழுந்து விட்டான். அத்துடன் தனது கசங்கிப்போன தொப்பியை நீட்டி நிமிர்த்திச் சரி செய்தவாறே, தெலேகின், மெல்ஷின், ஜுகவ் முதலியோரையும், மற்றும் ஒன்றிரண்டு பேரையும் நன்கு அடையாளம் கண்டு புரிந்து கொள்ள முயல்பவன் போன்று ஏற இறங்க முறைத்துப் பார்த்தான். பின்னர் பூட்ஸின் லாடங்கள் கலகலத்துச் சத்தம் செய்ய, அந்த இடத்தைவிட்டு வெளியே சென்றான். உடனேயே அந்தக் கொட்டகையின் வாசற்கதவு சாத்தப்பட்டது; அத்துடன் அங்கு காவலும் போடப்பட்டது.

அன்று காலையில் அந்தக் கொட்டகைகளைப் பார்வையிட எந்த அதிகாரியும் வரவில்லை; பாண்டு வாத்தியங்களின் முழக்கம் இல்லை; காட்டுக் கொட்டைகளிலிருந்து தயாரிக்கப்பட்ட காப்பியும் எவருக்கும் கட்டவில்லை. மத்தியான வேளையில் ராணுவ வீரர்கள் மட்டும் கொட்டகைக்குள் ஒரு தூக்குப் படுக்கையுடன் வந்தார்கள்; அவர்கள்தான் விஸ்கபோய்னிகவின் உடலை வெளியே எடுத்துச் சென்றார்கள். அறைக்கதவு மீண்டும் பூட்டப்பட்டது. கைதிகள் அனைவரும் அங்கு இருந்த கட்டில்களுக்கிடையே மேலும் கீழும் நடந்தார்கள்; பலர் தத்தம் கட்டிலில் ஓய்ந்துபடுத்து விட்டார்கள். அந்தக் கொட்டகை முழுவதிலும் ஒரு பயங்கரமான அமைதி குடி கொண்டிருந்தது. அங்கிருந்தவர்கள் எல்லோருமே நிலைமையைப் புரிந்து கொண்டிருந்தார்கள்:

ஆம். கைதிகளின் கலகம்! -- அதிகாரி ஒருவர் தாக்கப்பட்டிருக்கிறார்! — எனவே, ராணுவ மன்ற விசாரணை.

தெலேகின் அன்றைய தினத்தையும் வழக்கம்போலவே தொடங்கினான்; அதாவது அவன் தனக்குத்தானே விதித்துக் கொண்டிருந்த விதிமுறைகள் எவற்றிலிருந்தும் சிறிதும் வழுவாமல் தன் காரியங்களைக் கவனித்தான்; கடந்த ஒரு வருட காலமாக அவன் இவ்விதிகளைப் பின்பற்றி வந்தான். அதாவது காலையில் ஆறுமணிக்கு அவன் பழுப்புநிறத் தண்ணீரில், ஒரு வாளி அளவுக்கு இறைப்பான்; தன் உடம்பை நன்றாகத் தேய்த்துக் கழுவுவான்; பல்வேறு விதமான உடற்பயிற்சிகள் செய்வான்; அவ்வாறு செய்யும்போது தனது உடம்பிலுள்ள தசைகளெல்லாம் முறுக்கேறிச் சொடுக்கு விட்டு நிமிரச் செய்வான்; பின்னர் உடைமாற்றிக்கொள்வான்; சவரம் செய்துகொள்வான். ஆனால் அன்று வழக்கம்போல் காப்பி கிடைக்காது போனதால், அவன் வெறும் வயிற்றோடு உட்கார்ந்து, தனது ஜெர்மன் மொழிப் பயிற்சியைக் கவனிக்கத் தொடங்கிவிட்டான்.

சிறைவாசத்தின் போது ஏற்படக்கூடிய மிக மிகச் சிரமமான, படுமோசமான பிரச்சினை உடற்கட்டுப்பாடு தான். இந்தச் சங்கடத்தால் பலரும் துன்பப்பட்டார்கள். சில சமயம் ஒருவன் திடீரென்று தன் முகத்தில் பௌடர் பூசக் கொள்வான்; கண்களையும் புருவங்களையும் மையிட்டு மினுக்கிக் கொள்வான்; பின்னர் அவனைப்போலவே விருப்பங்கள் கொண்ட ஒரு நண்பனோடு நாள் முழுதும் கிசுகிசுவென்று பேசிக் களிப்பான். இன்னொருவனோ தனது தோழர்களின் முகத்திலே விழிக்கக் கூசியவனாய், நாள் முழுதும் படுத்தே கிடப்பான்; குளிக்காமலும் சாப்பிடாமலும் கிழிந்து கந்தலான போர்வையால் தலைமுதல் கால்வரை இழுத்து மூடியவனாகக் கிடப்பான். வேறொருவனோ திடீரென்று ஆபாசமான வார்த்தைகளைப் பேசி வாய்க்கு வந்தபடி வசை பாடுவான்; எல்லோரையும், அகப்பட்டவர்களிடமெல்லாம்

விசித்தரமான கதைகளைச் சொல்லி நச்சரிப்பான்; கடைசியில் ஆபாசக் கிரியை செய்துவிட்டு, அதன் பலனாய் ஆஸ்பத்திரிக்குப் போய்ச் சேருவான்.

இவையனைத்திலிருந்தும் தப்பித்து விமோசனம் பெறுவதற்கு ஒரே ஒரு வழிதான் உண்டு: அதுதான் துறவு மனப்பான்மை. தனது சிறை வாசத்தின்போது, தெலேகின் பெரும் மௌனியாகி விட்டான்; அவனது உடம்பும், தசைகளும் இரும்பபைப் போல் பலம் பெற்று இறுகக் கட்டுறுதி பெற்றன. அவனது அங்க அசைவுகள் துறுதுறுப்போடு விளங்கின; கண்களிலோ வயிரம் பாய்ந்த உறுதிபாவம் குடிகொண்டிருந்தது. கோபாவேசத்திலோ, வைராக்கிய வேகத்திலோ அந்தக் கண்கள் பயங்கரமான ஒளி பெழற்றுத் திகழ்ந்தன.

அன்று தெலேகின் தனது கிழிந்து போன ஷ்பில்காகன் இலக்கணப் புத்தகத்தைத் திறந்து வைத்துக்கொண்டு, முந்தியநாள் மாலையில் எழுதப் பழய ஜெர்மன் வார்த்தைகளை, வழக்கத்துக்கும் அதிகமான சித்தத் தெளிவோடு மனப்பாடம் செய்யத் தொடங்கினான். ஜூகவ் அங்கு வந்து, தெலேகினுக்கு அருகில் உட்கார்ந்தான். ஆனால் தெலேகினே திரும்பிக் கூடப்பார்க்காமல், தனது பாடத்தை வாய்க்குள்ளேயே மெல்லப் படிக்கத்தொடங்கினான். பெருமூச்செறிந்தவாறே ஜூகவ் பேசினான்:

“விசாரணையின் போது நான் பைத்தியம் பிடித்தவன் மாதிரி பாசாங்கு செய்யப் போகிறேன், இவான் இலீச்!”

தெலேகின் தலை நிமிர்ந்து அவனை வெறித்துப் பார்த்தான். அகன்ற மூக்கும், சுருண்ட தாடியும், தாறுமாறாக வளர்ந்திருந்த மீசைக்கு ஊடாகத் தெரியும் மிருதுவான உதடுகளும் கொண்ட அவனது சாந்தமான இனிய முகம் குற்ற உணர்ச்சியால் குறுகுறுத்து வாடிப் போயிருந்தது. அவனது அழகிய கண்ணிமைகள் படபடத்து இடைவிடாமல் துடித்தன.

“அப்படி நடந்து கொள்ளும்படி அத்தகைய வெறி

எனக்கு எப்படி ஏற்பட்டது? நான் என்ன செய்யத் துணிந்தேன் என்பதே எனக்குப் புரியவில்லை. இவான் இலீச், இப்போது தான் நான் நிலைமையை முற்றிலும் உணர்கிறேன்... ஆம். குற்றம் என்னுடையதுதான். முட்டாள் மாதிரி நடந்து, என் தோழர்களுக்குக் கெடுதி செய்து விட்டேன். எனவேதான் நான் பைத்தியம்போல் பாசாங்கு செய்வதென்று தீர்மானித்து விட்டேன்... இது பற்றி நீங்கள் என்ன நினைக்கிறிர்கள்?"

"இதோ பாருங்கள், ஜூகவ்!" என்று திறந்திருந்த பக்கத்தினுள் விரலை அடையாளமாக வைத்துப் புத்தகத்தை மூடியவாறே சொன்னான் தெலேகின்: "நம்மில் சிலரை அவர்கள் சுட்டுத்தள்ளவும் கூடும்... நீங்கள் அதனை உணர்கிறீர்களா?"

"உணர்கிறேன்."

"எனவே விசாரணையின்போது அசடுமாதிரி வேஷம் போடுவதில் அர்த்தமில்லை என்று உங்களுக்குத் தோன்றவில்லையா?"

"நீங்கள் சொல்வது தான் சரி என்றே தோன்றுகிறது."

"உங்கள் தோழர்களில் எவரும் உங்களைக் குறை கூறவில்லை. ஆஸ்திரிய அதிகாரியின் தாடையில் தாக்கியதால் ஏற்படும் இன்பத்துக்கு நாம் கொடுக்க வேண்டிய விலைதான் கொஞ்சம் அதிகமானது தெரிந்ததா?"

"இவான் இலீச், எனது தோழர்களை ராணுவ விசாரணைக்கு ஆளாக்கி விட்டுவிட்டேனே என்பதை எண்ணும் போது நான் படுகின்ற வேதனையை நீங்கள் உணர்ந்தால்–"

ஜூகவ் தனது அடர்த்தியான தலையை ஆட்டினான்.

"அந்த மிருகங்கள் என்னை மட்டும் பலி வாங்கக் கொண்டு மற்றவர்களை விட்டுவிட்டால் போதும் என்றே எண்ணுகிறேன்."

அவன் இதே ரீதியில் வெகுநேரம் பேசிக்கொண்டே போனான்; ஆனால் தெலேகினோ அவனைப்பற்றி மேலும் அக்கறை கொள்ளாமல், தனது இலக்கணப் புத்தகத்தைப் படிக்கத் தொடங்கி விட்டான். சிறிது நேரம் கழித்து, அவன் தன் இடத்தைவிட்டு எழுந்து, உடம்பை நெளித்து முறித்தான்; அப்போது உடம்பின் தசைகளெல்லாம் சொடுக்கி விட்டு நிமிர்ந்தன, அதே கணத்தில் வெளிவாசல் கதவு படாரென்று திறக்கப்பட்டது; துப்பாக்கிகளின் மீது சொருகிய சனியன்களோடு நான்கு சிப்பாய்கள் உள்ளே நுழைந்து வாசலின் இரு புறத்திலும் பிரிந்து நின்று கொண்டார்கள். அவர்கள் தமது துப்பாக்கிக் குதிரைகளையும் ஓசையெழும்ப இழுத்து மாட்டிக்கொண்டார்கள். அவர்களுக்குப் பின்னால், ஒரு புறத்துக் கண்ணின்மீது போட்ட காயக் கட்டோடு கூடிய உம்மணா மூஞ்சிப் பேர்வழியான சார்ஜெண்ட் மேஜர் ஒருவன் வந்தான். அவன் அந்தக் கொட்டகையைச் சுற்றுமுற்றும் ஒரு பார்வை பார்த்துவிட்டு, மூர்க்கமான அடிவயிற்றுக் குரலில் கத்தத் தொடங்கினான்:

"காப்டன் ஜூகவ், லெப்டினெண்ட் கர்னல் மெல்ஷின், செகண்ட் லெப்டினெண்ட் இவனோவ், ஸெகண்ட் லெப்டினெண்ட் உபாய்கோ, ஸப் லெப்டினெண்ட் தெலேகின்..."

பெயர் வாசிக்கப்பட்ட நபர்கள் ஒவ்வொருவராய் முன்னே வந்தார்கள். அந்த சார்ஜெண்ட் மேஜர் அவர்கள் ஒவ்வொருவரையும் ஏற இறங்கக் கூர்ந்து பார்த்தான். சிப்பாய்கள் நால்வரும் அவர்களைச் சுற்றி வளைத்துக் கொண்டு, அந்தக் கொட்டகையை விட்டு வெளியே நடத்திக் கூட்டிக் கொண்டு சென்றார்கள்; வெளியேயுள்ள முற்ற வெளியைக் கடந்து, அதற்கு அப்பாலுள்ள தளபதியின் காரியாலயமான சிறு மரவீட்டுக்குக் கூட்டிச் சென்றார்கள். அப்போதுதான் வந்த ஒரு ராணுவ மோட்டார் கார் அங்கு நின்று கொண்டிருந்தது. சாலையை அடைத்துக் கொண்டிருந்த முள்கம்பி அரண்கள் அகற்றப்பட்டு, பாதை திறந்து கடந்தது. கோடுகள் தீட்டப்பெற்ற பெட்டி

வீட்டுக்குள் பாராக்குக்காரச் சிப்பாய் அசைவற்று நின்று கொண்டிருந்தான். அந்தக் காரின் முன் சீட்டில் புடைத்த கண்ணிமைகள் கொண்ட பாலிய வயதினனான ஒரு டிரைவர் சாய்ந்து படுத்திருந்தான். தெலேகின் தன்னருகே நடந்து வந்த மெல்ஷினை முழங்கையால் இடித்தான்.

"உங்களுக்கு காரோட்டத் தெரியுமா?"

"தெரியும். ஏன்?"

"ஷ்!"

அவர்கள் அனைவரையும் தளபதியின் அறைக்குள் கொண்டு சென்றார்கள்; அங்கு புதிதாக வந்திருந்த மூன்று ஆஸ்திரிய மேலதிகாரிகள் பலகையால் செய்யப்பட்ட ஒரு மேஜையின் முன்னால் அமர்ந்திருந்தார்கள்; அந்த மேஜை மீது பழுப்பு நிறமான மையொத்தும் காகிதம் விரிக்கப்பட்டிருந்தது. மழுங்கச் சவரம் செய்த நீலம் பாரித்த மோவாயும், வெப்பான தடிப்புகள் தென்பட்ட கொழுத்த கன்னங்களும் கொண்ட ஒரு அதிகாரி சுருட்டுப் பிடித்துக்கொண்டிருந்தார். அவர்கள் அனைவரும் உள்ளே நுழைந்ததைக் கூட அந்த அதிகாரிசட்டை செய்யவில்லை; அவர்களை நிமிர்ந்து கூடப் பார்க்கவில்லை. அவரோ மேஜைமீது கரங்களைப் போட்டவராய், கொழுத்த மயிரடர்ந்த இருகைவிரல்களையும் பின்னிப் பிணைத்தவாறு உட்கார்ந்திருந்தார். தாம் பிடித்துக்கொண்டிருக்கும் சுருட்டுப் புகை கண்ணுக்குள் புகுந்து கரிக்காத படி, கண்களைப் பாதி மூடியும் மூடாமலும் இருந்தார்; அவரது கொழுத்த தடித்த கழுத்தோ சட்டைக் காலருக்கு மேல் பிதுங்கித் துருத்திக் கொண்டிருந்தது. "சரிதான். இவனைப் பொறுத்த வரையிலும் இவன் தனது தீர்ப்பை முன்னமேயே தீர்மானித்துவிட்டான் போலிருக்கிறது" என்று தெலேகின் தனக்குத்தானே சொல்லிக் கொண்டான்.

அந்த விசாரணை மன்றத்தின் தலைமை நீதிபதி ஒரு ஒல்லியான கிழவர். அவரது நீண்ட சோகத் தோற்றங் கொண்ட முகத்தில், பாளம் பாளமான சுருக்கங்களும், அடர்த்தியான வெள்ளிய மீசையும் காட்சியளித்தன.

தமது கண்ணொன்றில் அணிந்திருந்த ஒற்றைக்கண் கண்ணாடியால் அவரது புருவம் ஒன்று மேலேறி நிமிர்ந்திருந்தது. அவர் தமது சாம்பல் நிறக்கண்ணால் அந்த குற்றஞ்சாட்டப்பட்டவர்களைக் கவனத்தோடு பார்த்தார்; தெலேகினைப் பார்க்கும் போது கண்ணாடிக்குப் பின்னால் பூதாகரமாகக் காட்சியளித்தது அவரது கண்கள். அந்தக் கண் தெளிவும் கூர்மையும் பரிவும் நிறைந்ததாகத் தோன்றியது; அவரது மீசையின் முனைகள் வளைந்து தோன்றின.

“மிக மோசம்” என்று தெலேகின் தனக்குத்தானே சொல்லிக் கொண்டே மூன்றாவது நீதிபதியைப் பார்த்தான். அவருக்கு முன்னால் ஆமையோட்டு வளையம் போட்ட ஒரு மூக்குக் கண்ணாடியும், இறுக்கி எழுதி மடித்து வைக்கப்பட்டிருந்த ஒரு கடிதமும் இருந்தன.

அவர் ஒரு கட்டுமஸ்தான பேர்வழி. அவரது உடம்பு சுரசுரப்பாகவும் லேசாக வெளுத்தும் இருந்தன; அவர் தமது முரட்டுத் தலைமயிரை பிரஷ்ஷைப்போல் ஒட்டக் கத்திரித்திருந்தார்: காதுகள் பெரிதாகவும் துலாம்பரமாகவும் இருந்தன. அவரது சகல அம்சங்களுமே அவர் ஒரு பழம் பெருச்சாளி என்றும் ஆனால் வாழ்க்கையில் வெற்றி காணாதவர் என்பதையும் சுட்டிக்காட்டின.

குற்றம் சாட்டப்பட்டவர்கள் அனைவரையும் அந்த மேஜைக்கு எதிரே கொண்டு வந்து நிறுத்தியவுடன், இந்த மூன்றாவது நீதிபதி மூக்குக் கண்ணாடியை எடுத்து மெதுவாக அணிந்து கொண்டார்; வறண்ட சுரசுரப்பான கரத்தால், தம் முன்னிருந்த கடிதத்தைத் திறந்து அதனைத் தடவிக் கொடுத்தார். தமது மஞ்சள் நிறமான பொய்ப்பற்களை வெளிக் காட்டியவாறே, குற்றப் பத்திரிகையைத் திடீரென்று வாசிக்கத்தொடங்கினார்.

அந்த மேஜைக்குப் பக்கத்தில் தெரிந்து வளையும் புருவங்களோடும் இறுகி மூடிய உதடுகளோடும் வழக்கில் வாதியான அந்தத் தளபதி உட்கார்ந்திருந்தான். குற்றப்பத்திரிகையின் ஒவ்வொரு வாசகத்தையும்

தொடர்ந்து கேட்டுப் புரிந்துகொள்வதற்காக, தெலேகின் மிகவும் பாடுபட்டான். ஆனால் அவன் அதில் எவ்வளவு தான் கவனம் செலுத்தினாலும் கூட, அவனது எண்ணங்களெல்லாம் வேறொரு திசையில்தான் தீவிரமாகவும் சுறுசுறுப்பாகவும் வேலைசெய்யத் தொடங்கின.

"... தற்கொலை புரிந்து கொண்டவனின் சவத்தைக் கொட்டகைக்குள் கொண்டு வந்து சேர்த்தவுடன், ரஷ்யக் கைதிகளில் பலரும் அந்தச் சம்பவத்தைத் தமக்குச் சாதகமாகப் பயன்படுத்தி, தமது சகாக்கள் அனைவரையும் பகிரங்கமாக அதிகாரிகளின் கட்டளைகளை மீறுமாறு கலகத்துக்குத் தூண்டிவிட்டார்கள். ஆத்திரமூட்டக்கூடிய, ஆபாசமான வார்த்தைகளை வாய்விட்டுக் குத்தினார்கள்; தமது முட்டிகளை இறுகப்பிடித்து உயர்த்திக் காட்டிப் பயமுறுத்தினார்கள். உதாரணமாக லெப்டினெண்ட் கார்னல் மெல்ஷின் கையில் திறந்து வைக்கப்பட்டிருந்த ஒரு பேனாக் கத்தி தென்பட்டது..."

தெலேகின் ஜன்னல் வழியாகத் தன் பார்வையை வெளியே செலுத்தினான். வெளியே இளைஞனான அந்தக் காரோட்டி தன் மூக்கைக் கசக்கிவிட்டு விட்டு, தன் ஆசனத்தில் பக்க வாட்டாகத் திரும்பிப் படுத்துக்கொண்டான்; அத்துடன் தனது உயரமான பெரிய தொப்பியையும் முகத்தின்மீது இழுத்துவிட்டு, கண்களை மூடிக்கொண்டான். குட்டையான இரண்டு சிப்பாய்கள் தோள்களின் மீது தமது நீல நிறக் கோட்டுக்களைத் தூக்கப்போட்டவாறு, அந்தக் காரை நோக்கிச் சென்றார்கள்; அதனையே வெறித்துப்பார்த்துக்கொண்டு நின்றார்கள். அவர்களில் ஒருவன் தரையில் குதியங்கால்மேல் உட்கார்ந்தவனாய், அந்தக் காரின் ரப்பர் டயரைத் தன் விரலால் குத்திப் பார்த்தான். பின்னர் அவர்கள் இருவரும் திரும்பினார்கள். போர்முனையின் சாப்பாட்டு வண்டி அந்த முற்றத்துக்குள் ஓடி வந்தது; வண்டியிலுள்ள புகை போக்கி வழியாக சமையல் புகை சாவதானமாக வெளியேறியது. அந்தச் சாப்பாட்டு வண்டி கொட்டகைகளை நோக்கச் சென்றது;

உடனே சிப்பாய்கள் எல்லோரும் கொட்டகைகளை நோக்கி ஆடியசைந்து வரத் தொடங்கினார்கள். காரோட்டியான இளைஞன் தன் தலையைத் தூக்கவோ, திரும்பிப்பார்க்கவோ இல்லை. அவன் நன்றாகத் தூங்கிப் போய் விட்டான் போலிருக்கிறது. தெலேகின் பொறுமையிழந்த புழுக்கத்தோடு தன் உதடுகளை இறுகக் கடித்தான்; பின்னர் மீண்டும் குற்றப்பத்திரிகையை வாசிக்கும் அந்தக் கொர கொரத்த குரலைக் கேட்கத் தொடங்கினான்:--

"... மேலே கூறப்பட்ட காப்டன் ஜூகவ் கனம் தளபதியின் உயிருக்கே உலைவைக்கும் சித்த உறுதியோடு, தனது கைவிரல்களை மடக்கி, முட்டியால் அவரது முகத்தில் ஓங்கிக் குத்தியிருக்கிறான். அத்துடன் தனது பெருவிரலை ஆள்காட்டி விரலுக்கும் நடுவிரலுக்கும் மத்தியில் செலுத்தித் துரத்திப் பிடித்திருக்கிறான்; அதாவது அத்தகையதொரு ஆபாசமான சமிக்ஞையின் மூலம் ராஜகௌரவம் பெற்ற நமது ராணுவச் சின்னத்தையே அவமதிக்க துணிந்திருக்கிறான்..."

இந்த வார்த்தைகளைக் கேட்டதும் அந்தத் தளபதி தனது இடத்தைவிட்டு எழுந்து தனது முகமெல்லாம் திட்டுத்திட்டாய் கன்றிச் வந்த நிலையில், காப்டன் ஜூகவ் கை விரல்கள் மூலம் காட்டியதாகச் சொல்லப்படும் அந்தச் சைகையைப் பற்றி விளக்கத் தொடங்கிவிட்டான். ஜூகவுக்கோ ஜெர்மன் பாஷை மிக மிகக் கொஞ்சம்தான் தெரியும். எனவே அவன் அவர்கள் கூறியதையெல்லாம் மிகுந்த கவனத்தோடு கேட்டான்; இடை மறித்து ஏதாவது பேச வேண்டும் என்று பரபரத்தான்; தனது தோழர்களை நோக்கித்திரும்பி, குறும்புத்தனமாகப் புன்னகை புரிந்தான். கடைசியில் தனது பரபரப்பை அடக்கிக் கொள்ள முடியாத நிலையில், அவன் அந்த ராணுவ அதிகாரியை நோக்கி ருஷ்ய மொழியில் கூறினான்:

"கர்னல் அவர்களே, எனக்கும் இதனை விளக்குவதற்குச் சிறிது அனுமதி கொடுங்கள். நான் அவரிடம் சொன்னதெல்லாம் இதுதான். 'எங்களை ஏன்

இப்படியெல்லாம் நடத்துகிறீர்கள்? ஏன்?' என்றுதான் கேட்க விரும்பினேன்... எனக்கு ஜெர்மன் பாஷை தெரியாது. எனவேதான் நான் எனது கைவிரல்களால் சைகைகள் காட்டி, அவருக்கு நான் சொல்ல வந்ததை விளக்க முயன்றேன்."

"வாயை மூடு, ஜூகவ்!" என்று தெலேகின் கிசுகிசுத்து அதட்டினான்.

தலைமை நீதிபதி மேஜைமீது பென்ஸிலால் கொட்டினார். அதிகாரி குற்றப்பத்திரிகையை மேலும் வாசிக்கத் தொடங்கினார்.

ஜூகவ் எப்படி, எங்கு தனது கைகளால் அந்த தளபதியைப் பிடித்தான் என்பதையெல்லாம் விளக்கிவிட்டு, மேலும் சொன்னார்: "அவரை மல்லாக்கக் கீழே பிடித்துத் தள்ளியதோடு மட்டுமல்லாமல், அவரைக் கொலை செய்யும் நோக்கத்துடன், வாதியின் குரல் வளையைத் தனது கைவிரல்களால் இறுக்கிப் பிடித்து நெரித்திருக்கிறான்." பின்னர் அவர் தமது குற்றப்பத்திரிகையின் படுமோசமான அம்சத்தைப் படிக்கத் தொடங்கினார் "... இடித்துத் தள்ளிக் கொண்டும், சத்தம் போட்டுக்கொண்டும் ரஷ்யக் கைதிகள் இந்தக் கொலைகாரனை ஊக்குவித்துக் கோஷமிட்டார்கள். அவர்களின் ஒருவனான இவான் தெலேகின் என்பவன், சம்பவம் நடந்த இடத்துக்கு விரைந்து சென்று ஓடி வந்த சிப்பாய்களின் காலடியோசை கேட்டு, ஜூகவைத் தூரப்பிடித்துத் தள்ளினான்; இந்நிலையில் தளபதியும் மயிரிழையில் உயிர் தப்பினார்..." இவ்வாறு சொல்லி முடித்ததும், அந்த அதிகாரி சிறிது நேரம் நின்று சுயதிருப்தியுடன் புன்னகை புரிந்தார்.

"ஆனால் காவலுக்கு நின்ற சிப்பாய்கள் ஓடிவந்ததும், தெலேகின் அந்தத் தளபதியை 'அயோக்கியப்பயல்!' என்று சத்தமிட்டிருக்கிறான்."

இதன் பின்னர் தெலேகினின் நடத்தையைப் பற்றிய ஒரு குயுக்தி நிறைந்த மனோ தத்துவப் பரிசீலனையில் அவர் இறங்கினார். "இந்த தெலேகின் ஏற்கனவே

இருமுறை காவல் முகாமிலிருந்து தப்பியோட முயன்றவன் என்பது பிரபலமான விஷயம்...” சுருங்கச் சொன்னால் அந்தக் கர்னல் தெலேகினின்மீதும், ஜூகவின் மீதும் கொலை செய்யும் நோக்கத்தோடு தாக்கியதாகக் குற்றம் சாட்டினார்; மெல்ஷின் மீதும் அவன் கத்தியை விரித்து வைத்துச் சுழற்றிக் கொண்டு, கொலைக்குத் தூபமிட்டுத் தூண்டியதாகக் குற்றம் சாட்டினார். தமது குற்றச்சாட்டின் வேகத்தையும் பலத்தையும் அதிகரிக்கும் நோக்கத்தோடு, அவர் இவானேவ், உபேய்கா இருவரையும் “சந்தர்ப்ப சூழ்நிலையால் ஏற்பட்ட தாற்காலிகமான பைத்தியக்கார வெறியினால் முறை தவறி நடந்தவர்கள்” என்று கூறி, அவர்களைக் குற்றவாளிகளின் அணியிலிருந்து சாதுரியமாகப் பிரித்து ஒதுக்கிக் காட்டினார்.

குற்றப்பத்திரிகை வாசிக்கப்பட்டபின், தளபதி அதில் காணப்பட்ட சகல விபரங்களையும் அப்படியே ஆமோதித்தான். பின்னர் சிப்பாய்களைக் கேள்விகள் கேட்டு விசாரித்தார்கள். இந்த விசாரணையைப் பொறுத்தவரையில் குற்றம்சாட்டப்பட்டுள்ளவர்களில் முதன் மூன்று பேர்களான ஜூகவ், தெலேகின், மெல்ஷின் மூவரும் சந்தேகத்துக்கு இடமின்றிக் குற்றவாளிகளே என்று தீர்மானிப்பதற்கும், ஏனைய இரண்டு பேர்களைப் பொறுத்தவரையில் அந்தச் சிப்பாய்கள் ஒன்றும் அறியமாட்டார்கள் என்று உறுதிப்படுத்துவதற்கும் தான் பயன்பட்டது. தலைமை நீதிபதி தமது மெலிந்த கரங்கள் இரண்டையும் ஒன்று சேர்த்துத் தேய்த்தவராய், குற்றத்தை நிரூபிப்பதற்குரிய போதுமான சாட்சியங்கள் இல்லாத காரணத்தால், இவனோவ், உபேய்கா இருவரையும் விடுதலை செய்துவிடலாம் என்று கூறினார். சிவத்த முகமுடைய மற்றொரு அதிகாரியும் தமது சுருட்டை கடைசி வரையிலும் குடித்துத் தீர்த்தவராய் அதனை ஆமோதித்து தலையை ஆட்டினார். வாதாடிய அதிகாரியும் சிறிதே தயக்கம் காட்டிவிட்டு பின்னர் அந்த முடிவை ஒப்புக்கொண்டார். காவலுக்கு நின்ற சிப்பாய்களில் இருவர் தமது துப்பாக்கிகளைத் தோளில் ஏற்றினார்கள்.

“நீங்கள் போய்விடுங்கள், தோழர்களே!” என்றான் தெலேகின்.

இவானோவ் தலை வணங்கினான்; உபேய்காவோ பயபீதி நிறைந்த முகத்தோடு தெலேகினை மௌனமாக வெறித்துப் பார்த்தான்.

அவர்கள் இருவரையும் வெளியே அழைத்துச் சென்று விட்டார்கள். தலைமை வகித்த நீதிபதி குற்றவாளிகளுக்கும் தமது வாதத்தை எடுத்துக்கூற ஒரு சந்தர்ப்பம் அளித்தார்.

“கைதிகளிடையே கலகத் தீயை மூட்டியதாகவும், காவல் முகாமின் தளபதியைக் கொலை செய்யவும் முயன்றதாகவும் உங்கள் மீது குற்றம் சாட்டப் பட்டுள்ளது. நீங்கள் குற்றத்தை ஒப்புக்கொள்கிறீர்களா?” என்று அவர் தெலேகினை நோக்கிக் கேட்டார்.

“இல்லை.”

“நீங்கள் வேறு ஏதாவது சொல்ல வேண்டியிருக்கிறதா?”

“இந்தக் குற்றச்சாட்டு முழுக்க முழுக்கப் பொய்யானது.”

இதைக் கேட்டதும் அந்தத் தளபதி விளக்கங்கோரி கோபாவேசத்தோடு துள்ளியெழுந்தார்; ஆனால் அந்த நீதிபதி அவரைக் கையைக் காட்டி தடுத்து அமரச்செய்தார்.

“உங்களது வாக்குமூலம் இவ்வளவுதானா? இன்னும் ஏதாவது...”

“எதுவுமில்லை.”

தெலேகின் அந்த மேஜைக்கு அப்பால் சென்றவனாய், ஜூகவை இமைகொட்டாமல் பார்த்தான். ஜூகவ் முகமெல்லாம் சிவக்க, தொண்டையைக் கனைத்து இருமிக் கொண்டான். அந்த நீதிபதி கேட்ட எல்லாக் கேள்விகளுக்கும் தெலேகினைப்போலவே அதே பதிலை, வார்த்தைக்கு வார்த்தை அப்படியே திருப்பிச் சொன்னான். மெல்ஷினும் அவ்வாறே செய்தான். தலைமை நீதிபதி அந்தப் பதில்கள் அனைத்தையும் கேட்டார்; தமது

கண்களை சோர்ந்தாற்போல் மூடினர். இறுதியாக, நீதிபதிகள் அனைவரும் எழுந்திருந்து அடுத்த அறைக்குள் சென்றார்கள்; சிவந்த முகத்தையுடைய அதிகாரி தமது சுருட்டில் கடைசியாக மிஞ்சி நின்ற புகையிலையைத் துப்புவதற்காகவும், தமது உடுப்புக்களைக் கம்பீரமாக இழுத்து விட்டுக்கொள்வதற்காகவும் அறைவாசலில் சிறிதே நின்றுவிட்டு, கடைசியாக அறைக்குள் சென்றார்.

"அவர்கள் நம்மைச் சுட்டுத்தள்ளத்தான் செய்வார்கள்-- இந்த அறைக்குள் நுழைந்தவுடனேயே நான் அதனைப் புரித்துகொண்டு விட்டேன்" என்று தெலேகின் உள்ளடங்கிய குரலில் சொன்னான்.

"என்ன, சிப்பாய்! கொஞ்சம் குடிக்கத் தண்ணீர் கொடு!" என்று தன்னருகே நின்ற காவல்காரச் சிப்பாயிடம் கேட்டான், தெலேகின்.

அந்தச் சிப்பாய் அவசர அவசரமாக மேஜையருகே சென்று தனது துப்பாக்கியைத் தோளிலிருந்து இறக்காமலே, அங்கிருந்த கண்ணாடிக் கூஜாவிலிருந்து கலங்கிப் போயிருந்த தண்ணீரை ஒரு பாத்திரத்தில் ஊற்றத் தொடங்கினான். இந்தச் சமயத்தில் தெலேகின் அவசர அவசரமாக, மெல்ஷினின் காதுக்கருகில் கிசுகிசுத்தான்:

"நம்மை வெளியே கொண்டு போனவுடன், நீங்கள் அந்தக் காரைக் கிளப்ப முயற்சி செய்யுங்கள்."

"சரி, புரிந்து கொண்டேன்."

உள்ளே சென்ற நீதிபதிகள் மறுநிமிஷமே திரும்பி வந்து, தத்தம் ஆசனங்களில் அமர்ந்தார்கள். தலைமை நீதிபதி தமது ஒற்றைக் கண் கண்ணாடியை மெதுவாக அகற்றினார்; பின்னர் லேசாக நடுங்கிப்படபடக்கும் ஒரு துண்டுக் கடிதத்தை தமது கண்களுக்கு அருகே தூக்கிப் பிடித்தவராய், சுருக்கமாக எழுதப்பட்டிருந்த அந்தத் தண்டனையை அதாவது, தெலேகின், ஜூகவ், மெல்ஷின் மூவரையும் சுட்டுக் கொல்லுமாறு விதித்துள்ள மரண தண்டனையை வாசித்து முடித்தார்.

இத்தகைய தீர்ப்புத்தான் தனக்கு வழங்கப்படும் என்பதை திட்டவட்டமாக உணர்ந்து வைத்திருந்தாலும் கூட, தீர்ப்பின் வாசகத்தைக் கேட்டதும் தெலேகினுக்கு இருதயமே வெடித்து ரத்தம் வெளியேறிக் கொட்டுவது போல் மனம் சுருக்கென்றது. ஜூகவின் தலை தொங்கிப் போயிற்று. விரிந்த தோள்களும், உறுதியான தேகக்கட்டும் வளைந்து மூக்கும் கொண்ட மெல்ஷினே தனது உதடுகளை நாவால் மெல்ல நக்கிக் கொடுத்துக் கொண்டான்.

தலைமை நீதிபதி களைப்புத் தட்டிப்போன தமது கண்களைத் துடைத்துவிட்டு, உள்ளங்கையால் மறைத்தவாறே தெளிவான, ஆனால் தணிந்த குரலில் சொன்னார்.

"இந்தத் தண்டனையை உடனடியாக நிறைவேற்றுமாறு தளபதிக்கு உத்தரவிடுகிறேன்."

நீதிபதிகள் தம் இடத்தைவிட்டு எழுந்தார்கள். தளபதி மட்டும் தன் முகத்தில் ஏதோ ஒரு கருமை படர்ந்த நிலையில், ஓரிரு விநாடிகள் இடத்திலேயே விறைத்துப்போய் உட்கார்ந்திருந்தான். பின்னர் அவனும் இடத்தை விட்டு எழுந்து, பளபளப்பான உடுப்பை இழுத்துவிட்டுக்கொண்டான், மிதமிஞ்சிய கரகரப்போடு கூடிய கனத்த குரலில் அங்கு நின்ற இரண்டு சிப்பாய்களையும் நோக்கி, குற்றவாளிகளை வெளியே நடத்திச் செல்லுமாறு உத்தரவிட்டான். அறையின் ஒடுங்கிய வாசல்நிலையருகே தெலேகின் சிறிதே தயங்கிப் பின் வாங்கினான்; பின்வாங்கி மெல்ஷினை முதலில் வெளியே போக விட்டான். மெல்ஷினோ ஏதோ மயக்கம் வந்துவிட்டவன் மாதிரி, காவல் சிப்பாய்களில் ஒருவனது சட்டையைப் பற்றிப் பிடித்துக் கொண்டு கனத்த குரலில் முனகினான்:

"கொஞ்சம் அப்படித்தள்ளி வாயேன். தயவு செய்து வாப்பா... எனக்கு ஒரே வயிற்று வலி தாங்க முடியவில்லை..."

அந்தச் சிப்பாய் அவனை வியப்போடு பார்த்தவனாய் எதிர்பாராது நேர்ந்த இத்தகைய நெருக்கடி நிலைமையில்

என்ன செய்வதெனத் தெரியாமல் திருதிருவென விழித்தான். ஆனால் மெல்ஷினோ அவனையும் இழுத்துக் கொண்டே மோட்டார் காரின் அருகில் சென்று விட்டான்; அங்கு சென்றதும் அவன் தரையில் அமர்ந்து, முகத்தை வக்கரித்துக் கொண்டும், வாய்க்கு வந்தபடியெல்லாம் முனகிக் கூப்பாடு போட்டுக் கொண்டும் இருந்தான். ஒரு சமயம் நடுநடுங்கும் கைவிரல்களால் தனது நிஜாரின் பொத்தானைத் தொடுவதும், மறுசமயம் அந்தக் காரின் முன்புறத்து விசை சுழற்றியில் கையைப்போடுவதுமாக இருந்தான். அந்தக் காவல்காரச் சிப்பாயின் முகமோ பரிவும் வெறுப்பும் கலந்த பாவத்தோடு புழுங்கித் தவித்துக் கொண்டிருந்தது.

"சரி, வயிற்றை வலித்தால் கீழே உட்கார்ந்து தொலை. சீக்கிரம்" என்று அவன் எரிச்சலோடு சொன்னான்.

ஆனால் மெல்ஷினோ திடீரென்று அந்தக் காரின் விசை சுழற்றியை அசுரத்தனமாக வெறி வேகத்தோடு சுற்றி விட்டான். சிப்பாயோ அவன் மீது குனிந்து பீதியடைந்தவனாய் அவனை அப்பால் இழுக்க முயன்றான். தூங்கிக்கொண்டிருந்த காரோட்டி இளைஞனோ திடுக்கிட்டெழுந்து, கோபாவேசமான குரலில் ஏதேதோ கூச்சலிட்டுக்கொண்டு, காரிலிருந்து வெளியே குதித்தான். இவையெல்லாம் சில விநாடிக்குள் நடந்து விட்டன. இரண்டாவது காவல் சிப்பாயின் அருகிலேயே ஒட்டி நின்று கொண்டிருந்த தெலேகின் தனது புருவங்களுக்கு மேலாக, மெல்ஷின் நடவடிக்கைகளைக் கூர்ந்து கவனித்துக் கொண்டிருந்தான்.

திடீரென்று அந்த மோட்டாரின் இயந்திரம் துடிதுடித்து ஓடத் தொடங்கிய சத்தம் கேட்டது. உடனே அவனது இதயமும் அந்த இயந்திரத்தைப் போலவே வெறிவேகத்தில் படபடத்து துடிக்கத் தொடங்கியது.

"அவனது துப்பாக்கியைப் பிடுங்கு, ஜுகைவ்!" என்று கத்தியவாறே, தன் அருகிலிருந்த காவல் சிப்பாயைச் சுற்றி வளைத்து இடுப்பில் பிடித்து, அவனை அப்படியே

அல்லேக்காகத் தூக்கித் தரைமீது தொப்பென்று போட்டான். இரண்டே எட்டில் அவன் அந்த காருக்கருகில் சென்று விட்டான்; அங்கு மெல்ஷின் தன்னருகே நின்ற காவல்க்காரச் சிப்பாயிடமிருந்து துப்பாக்கியைப் பிடுங்க முயன்று கொண்டிருந்தான். தெலேகின் அந்தச் சிப்பாயின் பிடரியின் பளாரென்று, ஓங்கி அறைந்தான்; அறை விழுந்ததுமே, சிப்பாய் முனகிக் கொண்டே தரைமீது தொப்பென்று சரிந்து விழுந்தான். மெல்ஷின் காரோட்டியின் இடத்தில் தாவி ஏறி, காரின் ஸ்டியரிங் சக்கரத்தைப் பிடித்தவாறு 'கீயரை' மாற்றினான். ஜூகவ் கையில் துப்பாக்கி சகிதமாகக் காருக்குள் தாவி ஏறுவதையும், காரோட்டி, இளைஞன் சுவரோரமாகப் பதுங்கப்பதுங்கச் சென்று, திடீரென்று தளபதியின் அறைவாசலுக்குள் நுழைவதையும் தெலேகின் தெளிவாகக் கண்டு கொண்டான். பின்னர் அந்த அறையின் ஜன்னலில் ஒற்றைக் கண்ணாடி அணிந்த நீண்ட விகாரமான முகம் தோன்றி மறைந்தது; அடுத்து, கையில் மூர்க்கத்தனமாகச் சுழன்றாடும் ரிவால்வாரோடு, தளபதியின் உருவம் வெளியே ஓடிவந்தது. டும்! டுமீல்! "தவறிவிட்டது! தவறிவிட்டது! தவறிவிட்டது!" அந்தக் காரின் சக்கரங்களோ அந்தப் புல்லந்தரிசிலேயே வேருன்றிப் பதிந்து நிலைத்து விட்டன போல் தோன்றியது. கடைசியில் 'கீயர்கள்' மொறுமொறுத்தன; காரும் முன்னால் துள்ளிப்பாய்ந்து ஓடத் தொடங்கியது. தெலேகின் காரின் தோல் மெத்தை மீது பொத்தென்று மல்லாந்து படுத்தான். அவனது முகத்தில் காற்று சுள்ளென்று உறைத்தது; கோடு தீட்டிய பெட்டி வீட்டுக்குள்ளிருந்த பாராச் சிப்பாய் தனது துப்பாக்கியை நீட்டியவாறே அருகில் நெருங்கி வந்து கொண்டிருந்தான். டுமீல்! அந்தக் கார் அவனை ஒரு சூறாவளி மாதிரி அசுர வேகத்தில் கடந்து அப்பால் சென்றது. அதற்குப் பின்னால், அந்தக் காவல் முகாமின் முற்றவெளி எங்கணும் சிப்பாய்கள் அங்குமிங்கும் ஓடினார்கள்; முழங்காலிட்டு நின்றார்கள். டுமீல்! டுமீல்! என்று சுட்டார்கள். துப்பாக்கிக் குண்டுகளின் ஓசை தூரத்தில் மங்கலாக ஒலித்தது. ஜூகவ் தனது முஷ்டியை

அந்தச் சிப்பாய்கள் இருந்த இக்கை நோக்கி உயர்த்திக் காட்டினான். கொட்டகைகளின் சதுரவடிவமான தூரத்தோற்றம் வரவரச் சிறிதாகப் பள்ளத்துக்குள் தெரிந்தது; கடைசியில் ஒரு சாலைமுனை வந்ததும் முகாம் முழுவதுமே கண் மறைந்து போய்விட்டது. தத்திக் கம்பங்களும், செடிப்புதர்களும், மைல் கற்களும் அவர்களை எதிர்கொண்டு வரவேற்க ஓடிவந்தன; பின்னர் அதே வேகத்தில் பின்னால் மறைந்தும் சென்றன.

மெல்ஷின் தலையைத் திருப்பினான்; அவனது நெற்றி, ஒரு பக்கத்துக் கன்னம், கண் எல்லாவற்றிலும் ரத்தம் வழிந்து கொண்டிருந்தது.

"நேராகப் போகவா?" என்று தெலேகினை நோக்கக் கத்தினான் அவன்.

"ஆம். நேராகத்தான். பாலத்துக்கு அப்பால். பிறகு வடபக்கம் திரும்பி மலையை நோக்கி!"

28

இலையுதிர் காலத்தின் அந்த மாலைவேளையிலே கார்ப்பேத்திய மலைத்தொடர் ஆளரவமற்று அமைதியாகக் காட்சியளித்தது. மழைவெள்ளத்தால் கழுவி விடப்பட்ட வளைந்து வளைந்து செல்லும் வெளிறிய பாதையின் வழியே கணவாயை அடைந்த போது தெளிவின்மையும், கலவரமும் இந்தத் தப்பியோடுபவர்களின் மனத்தைத் தொற்றியிருந்தன. சில நெடிய தேவதாரு மரங்கள் ஒரு மலைக்கடவுக்குள் வளர்ந்தோங்கி ஆடிக்கொண்டிருந்தன. கீழே, புகைமண்டலமாகக் காட்சியளிக்கும் பனி மூட்டத்துக்குள் கண்ணுக்குப் புலப்படாது மங்கலாகத் தெரிந்த காட்டுப் பிரதேசத்திலிருந்து மெல்லிய ரீங்கார ஒலி கேட்டுக் கொண்டிருந்தது. அதற்கும். கீழே, அந்தக் கெடுபாதாளத்தின் அடிவாரத்திலே பெரும் மழைத் தாரைகள் கலகலக்கும் கற்களின் மீது சோவென்று

பெய்து முழங்கின.

அந்தச் தேவதாரு மரங்களுக்குப் பின்னால், காடாய்க் காட்சியளிக்கும் மலைகளின் சிகர கூடங்களுக்கு அப்பால், கனத்துப் படிந்த மேகக் கூட்டங்களுக்கூடாக, அஸ்தமன சூரியனின் நீண்ட ஒளிக்கதிர் தகதகவென்று பிரகாசித்தது. அந்த மலைச் சிகரத்தில் காற்று வேகமாகவும் அநாயசமாகவும் பரபரத்து வீசிற்று; அதன் வேகத்தில் அவர்களது காரின் தோல்திரை படபடத்துத் துடித்தது.

அவர்கள் மூவரும் மௌனமாக அமர்ந்திருந்தார்கள். தெலேகின் பூகோள வரைப் படத்தைப் பரிசீலனை செய்து கொண்டிருந்தான்; மெல்ஷினோ காரின் விசைச் சக்கரத்தின் மீது முழங்கையை ஊன்றியவாறு, அஸ்தமன சூரியன் காட்சியளித்த திக்கை வெறித்து நோக்கிக் கொண்டிருந்தான்; அவனது தலையில் கந்தல் துணியினால் கட்டுப்போடப்பட்டிருந்தது.

"இந்தக் காரை வைத்துக்கொண்டு நாம் என்ன செய்வது?" என்று அவன் அமைதியோடு கேட்டான்: "இதில் பெட்ரோல் காலி."

"இதை நாம் இங்கு விட்டுவிட்டுச் செல்ல முடியாது; அது மட்டும் கூடாது!" என்றான் தெலேகின்.

"பின்னே நாம் செய்யக்கூடிய ஒரே காரியம், இந்தக் காரை உச்சிக்குக்கொண்டு போய் கீழே உருட்டித் தள்ளுவதுதான்!" என்றான் மெல்ஷின். பின்னர் அவன் முனகியவாறே, காரைவிட்டுக் கீழே குதித்தான்; திமிர்பிடித்திருந்த கால்களை நீட்டி மடக்குவதற்காக மேலும் கீழும் சிறிது நேரம் நடந்தான்; பிறகு ஜூகவின் தோளைப் பிடித்து உலுக்கி அவனை உசுப்பினான்.

"என்ன காப்டன் ஸார்! எழுந்திருங்கள்! நாம் எங்கே வந்திருக்கிறோம் என்று பாருங்கள்!"

ஜூகவ் தன் கண்களைக் கூடத் திறக்காமல் காரிலிருந்து கீழே குதித்தான்; கால் தடுமாறினான்; ஒரு கல்லின்

மீது போய் உட்கார்ந்தான். 'நரகக் குழி'க்கு வந்திருந்த நீதிபதிகளுக்கு விருந்து வைப்பதற்காக அந்தக் காரில் வத்திருந்த உணவுப்பண்டங்கள் நிறைத்த கூடையையும் சில தோல் கோட்டுக்களையும் தெலேகின் வெளியே எடுத்தான். பின்னர் அவர்கள் மூவரும் தங்கள் சட்டைப்பைகள் அனைத்திலும் உணவுப் பண்டங்களை இடம் கொள்ளுமட்டும் திணித்து அடைத்தார்கள்; கோட்டுக்களையும் அணிந்துகொண்டார்கள். அதன் பிறகு அந்தக் காரை மூவரும் பிடித்து, அதனை மலையுச்சிக்கு உருட்டித்தள்ளிச் சென்றார்கள்.

"கிழடுதட்டிப் போன காரே! உன் சேவை முடிந்து விட்டது!" என்று சொன்னான் மெல்ஷின்: "சரி. இப்போது எல்லோருமாகச் சேர்ந்து தள்ளுங்கள்!"

அந்தக் காரின் முன் சக்கரங்கள் இரண்டும் உச்சிக்கு மேலாக ஆகாயத்தில் தொங்கின; வெண்கலத்தாலான கைப்பிடிகளும், தோலால் தைத்த ஆசனங்களும் கொண்ட, நீண்ட புழுதி நிறமான அந்தக் கார் அப்போதும் உயிருள்ள ஜீவன்போலவே கீழ்ப்படிந்து நடந்தது; அதன் முன் சக்கரங்கள் இரண்டும் முறையாகக் கீழிறங்க; நான்கு சக்கரங்கள். கீழ்நோக்கி உருண்டன. பின்னர் தலைகுப்புறக் கீழ் நோக்கிப் பாய்ந்தது. அவ்வாறு பாயும் போது, கல்லும் மண்ணும் மழைபோலப் பெயர்ந்து பொழிந்தன. பிறகு நீண்டு கொண்டிருந்த கற்பாறையொன்றின் மீது திடீரென்று மோதியது; மறு கணமே கரணம் அடித்தது. உடைந்து சிதறி அந்த மலைச்சரிவில் பெருத்த இடி முழக்கத்தோடு விழுந்தது. அவ்வாறு விழுந்தபோது ஏராளமான கற்களும், உலோகத் துண்டுகளும் சித்திச் சிதறிப் பறந்து விழுந்தன; அவற்றின் ஓசையும் மேலோங்கிக் கேட்டது. அந்தக் கார் மலையின் அடிவாரத்திலுள்ள ஆற்றுக்குள் போய் விழும் வரையிலும் அத்தகைய ஓசை கேட்டுக்கொண்டிருந்தது. பனி மூட்டம் கவிந்த அந்த மலைக்கடலின் வழியாக, அந்தச் சத்தத்தின் எதிரொலி கேட்டது.

மூவரும் காட்டுக்குள் திரும்பி, பாதையின் ஓரமாகவே

நடந்து சென்றார்கள். யாரும் வாய் திறந்து பேசவேயில்லை; பேசினாலும் கிசுகிசுவென்ற குரலில்தான் பேசினார்கள். அதற்குள் பொழுது நன்றாக இருட்டிவிட்டது. தலைக்கு மேல் தேவதாரு மரங்கள் முணு முணுத்துக்கொண்டிருந்தன; அந்தச் சத்தம் எங்கோ தூரத்தில் விழுந்து கொண்டிருக்கும் அருவியின் சத்தம் போல் இருந்தது.

இடையிடையே தெலேகின் ரோட்டின் மீது ஏறி அங்குள்ள மைல்கல்லின் மீது குறிக்கப்பட்டுள்ள எண்ணைக் கவனித்தான்; ஒரு இடத்துக்கு வந்தவுடன் அவர்களுக்கு அங்கு ஒரு ராணுவ முகாம் இருக்கக்கூடும் என்ற சந்தேகம் தட்டியது. எனவே அந்த இடத்தைவிட்டு விலகி, சுற்றி வளைத்து வேறு வழியில் செல்ல முயன்றார்கள். இருட்டில் அவர்கள் எத்தனை எத்தனையோ, மேடுபள்ளங்களையெல்லாம் ஏறியிறங்கித் தாண்டினார்கள்; விழுந்து இடக்கும் மரங்களின் மீதும், மலையிலே ஓடும் சிற்றோடைகளிலும் கண் மூக்குத் தெரியாமல் கால் தடுக்கி விழுந்தார்கள். இதனால் அவர்களது சட்டையெல்லாம் நனைந்தன; கழிந்தன. இவ்வாறே அவர்கள் இரவு பூராவும் நடந்தனர். மீண்டும் காலையில், பொழுது புலர்ந்து வரும் தருணத்தில் அவர்கள் காதில் ஒரு மோட்டார் காரின் சத்தம் கேட்டது. உடனே அவர்கள் ஒரு பள்ளத்துக்குள் பதுங்கிப் படுத்துக் கொண்டார்கள். அந்தக் கார் மிகவும் சமீபமாக அவர்களைக் கடந்து சென்றது. அவ்வாறு கடந்து சென்றபோது, காருக்குள்ளிருந்தவர்கள் பேசிய பேச்சுக்குரல்கள், தெளிவாகக் கேட்டன.

காலையில் அவர்கள் எங்கோ தூரத்தில் உள்ள மரங்களடர்ந்த பள்ளத்தாக்குக்கருகில் ஓடும் ஆற்றங்கரையில் இளைப்பாற முனைந்தார்கள். அங்கு அமர்ந்து அவர்கள் தம்மிடமிருந்த உணவுப் பொருள்களைத் தின்றார்கள்; பிளாஸ்கிலிருந்த பிராந்தியில் பாதிக்குமேல் குடித்துத் தீர்த்தார்கள். இதன் பின்னர் ஜூகவ் காருக்குள் இருந்து எடுத்த ஒரு துருப்பிடித்த சவரக் கத்தியைக்கொண்டு, தனது தாடியைச் சரைத்துத் தள்ளுமாறு தன் நண்பர்களிடம் கேட்டுக் கொண்டான். அவனது தாடியும் மீசையும்

அகற்றப்பட்ட பின்பு, அவனது மோவாய் குழந்தைத் தன்மை குடிகொண்டதாகவும், வடிவார்ந்த தடித்த உதடுகள் கொண்டதாயும் விளங்கியது. தெலேகினும் மெல்ஷினும் ஜூகவைச் சுட்டிக்காட்டி, அவனது தோற்றத்தைக் கண்டு குலுங்கிக் குலுங்கிச் சிரித்தார்கள். ஜூகவ் தனது உதடுகளைச் சப்புக் கொட்டியவாறு குதாகலத்தோடு ஏப்பமிட்டான். அவன் சரியான குடிவெறியில் இருந்தான். தெலேகினும் மெல்ஷினும் இலைகளால் மூடி, அவனைத் தூங்க வைத்தார்கள்.

பின்னர் தெலேகினும் மெல்ஷினும் அந்தப் புல்வெளியில் தம்மிடமிருந்த வரைப்படத்தை விரித்து வைத்தவாறு, இருவரும் தமக்கென்று தனியாக ஒரு சிறு வரைபடத்தைத் தயாரித்துக் கொண்டார்கள். மறு நாள் காலையில் அவர்கள் பிரிந்து செல்வதென்றும் தீர்மானித்துக் கொண்டார்கள். அதாவது மெல்ஷினும் ஜூகவும் ருமேனியாவுக்குப் போவதென்றும், தெலேகின் கலீசியாவை நோக்கச் செல்வதென்றும் முடிவு செய்து கொண்டார்கள். பின்னர் அவர்கள் அந்தப் பெரிய வரைபடத்தைப் பூமிக்குள் புதைத்து வைத்தார்கள்; பிறகு, சாய்ந்த இலைச்சருகுகளையெல்லாம் ஒன்று கூட்டிக் குவித்து மெத்தை மாதிரி ஆக்கிக் கொண்டு அதன் மீது புதைந்து படுத்தார்கள்; மறுகணமே இருவரும் தூங்கிப் போனார்கள்.

பள்ளத்தாக்குக்கு வெகு உயரத்துக்கு அப்பால் உள்ள சாலையின் ஓரத்தில் ஒரு மனிதன் தனது துப்பாக்கியின் மீது சாய்த்தவனாக நின்று கொண்டிருந்தான். அந்த ஆற்றின் பாலத்தைப் பாதுகாத்து நிற்கும் பாராச் சிப்பாய்தான் அவன். அவனைச் சுற்றிலும், அவனுக்குக் கீழே தென்பட்ட பிரதேசத்திலும் எங்குபார்த்தாலும் மரச்செறிவே மலிந்திருந்தது; அடர்த்தியான காட்டுக்குள் பூரண அமைதி நிலவியது. இடையிடையே எப்போதாவது அந்தப் பாதையிலே ஒரு காட்டுக்கோழி பறந்து வரும் சத்தம் கேட்கும்; அந்தக் கோழி அங்குள்ள தேவதாருக்கன்றுகளின் மீது தனது இறக்கைகள்

தொட்டுப்பறக்க இறங்கிவரும்; எங்கோ தொலை தூரத்தில் ஏதோ ஒரு அருவியின் இடையறாத சத்தம் கும்மிருட்டில் இரைந்து கொண்டிருக்கும். அந்தப் பாராக்காரச் சிப்பாய் சிறிது நேரம் அப்படியே சிலை மாதிரி நின்றான்; பின்னர் தனது துப்பாக்கியைத் தோளில் சாத்தியவாறு அங்கிருந்து அப்பால் சென்றான்.

தெலேகின் கண்களைத் திறந்து பார்த்தபோது, பொழுது இருண்டு இரவு வந்து விட்டது. அசைவற்று நிற்கும் மரங்களின் கரிய தோற்றத்துக்கு மேலாகத் தெரிந்த வான மண்டலத்தில் பிரகாசமான நட்சத்திரங்கள் மினுமினுத்துக் கொண்டிருந்தன. அவன் முந்தின நாளில் நடந்த சம்பவங்களையெல்லாம் நினைவு கூர்ந்து பார்த்தான்; ஆனால், அந்த விசாரணை, அதிலிருந்து தப்பியோடி வந்தது முதலிய சம்பவங்களையெல்லாம் நினைத்துப் பார்க்கும் போது ஏற்படும் வேதனையால் அவன் அவற்றைப் பற்றிய சகல நினைவுகளையுமே அடியோடு மறந்து தொலைக்க முயன்றான்.

"இவான் இலீச்! விழித்து விட்டீர்களா?" என்று கனிவோடு கேட்டான் மெல்ஷின்.

"ஆமாம். நான் விழித்து எத்தனையோ காலங்களாக விட்டன. சரி. நீங்களும் எழுந்திருங்கள்; ஜூகவையும் எழுப்புங்கள்."

ஒரு மணி நேரத்துக்குப் பின்னர் தெலேகின் தன்னந்தனியனாக பாதையின் வழியாக நடந்து சென்றான்; இருளில் அந்தப் பாதை மட்டும் வெள்ளை வெளேரெனத் தோன்றியது.

29

பத்தாவது நாளன்றுதான் தெலேகின் போரெல்லைப் பிரதேசத்தை வந்தடைந்தான். இந்தப் பத்து நாட்களிலும்

அவன் இரவில் தான் தனது பயணத்தை மேற்கொண்டு வந்தான்; பொழுது விடியத் தொடங்கியதும் அவன் எங்காவது ஒரு அடர்ந்த காட்டுக்குள் பதுங்கிக் கொண்டான்; அதே போல் சமவெளிப் பிரதேசத்தில் இறங்கிக் கடக்க வேண்டிய நிலைமை ஏற்பட்ட போதும், அவன் கூடியவரையிலும் மனித நடமாட்டமற்ற இடமாகப் பார்த்துத் தேர்ந்தெடுத்து அங்குதான் இரவைக் கழித்து வந்தான். வருகிற வழியில் காய்கறித் தோட்டங்களுக்குள் புகுந்து காய்கறிகளைத் திருடி அவற்றைப் பச்சையாகவே தின்று பசியாற்றிக் கொண்டான்.

இரவெல்லாம் ஒரே குளிரும் மழையுமாயிருந்தது. ராஜ பாட்டை வழியாக வரும் வைத்திய சகாயத்துக்கான முதல் உதவி வண்டிகளின் மத்தியில் தெலேகினும் நடந்து சென்றான். அந்த வண்டிகளெல்லாம் காயமடைந்த மனிதர்களை இடம் கொள்ளுமட்டும் ஏற்றிக் கொண்டு மேற்கு நோக்கிச் சென்றன. குடும்பத்துக்குத் தேவையான தட்டுமுட்டுச் சாமான்களையெல்லாம் ஏற்றிக்கொண்டு பல பார வண்டிகள் சென்றன; அவற்றோடு, எண்ணற்ற பெண்களும், வயோதிகர்களும் கும்பல் கும்பலாகச் சென்றார்கள். அவர்கள் தங்களது கைகளிலும் தோள்களிலும் குழந்தைகளையும் மூட்டை முடிச்சுக்களையும், பண்ட பாத்திரங்களையும், சுமந்து சென்றார்கள்.

எதிர்த் திசையிலிருந்து கிழக்கு நோக்கி ராணுவத்துச்குத் தேவையான தளவாடங்களை ஏற்றிக்கொண்டு வாகனங்களும் துருப்புக்களும் சென்றன. 1914ம் ஆண்டும் 1915ஆம் ஆண்டும் எப்போதோ கழிந்து விட்டன, 1916ம் ஆண்டும் முடிவடையும் காலம் வந்து விட்டது என்ற உண்மையையே நம்ப முடியாததுபோல் தோன்றியது. இன்னும் கரடு முரடான பாதைகளின் பண்ணை வண்டிகளும் பார வண்டிகளும் கிரீச்சிட்டு முனக்கொண்டுதான் சென்றன; அவற்றோடு சுட்டுப் பொசுங்கிச் சுடுசாம்பலான கிராமத்து மக்களும் தளர்ந்து நொடித்துப்போன நிராசையோடு நடந்து சென்று

கொண்டிருந்தார்கள். ஆனால் இப்போதோ அந்தப் பெரிய ராணுவக் குதிரைகள் நடப்பதற்கே உயிரற்று அலுத்துக் களைத்துப்போயிருந்தன; ராணுவ வீரர்களோ கந்தலும் கிழிசலுமான உடைகளோடு, குன்றிக்குறுகிப் போயிருந்தார்கள்; வீடு வாசலை இழந்து குடிபெயர்ந்து செல்லும் அகதிகளோ மரத்துப் போனவர்களாகவும் மௌனிகளாகவும் காணப்பட்டார்கள். தாழ்ந்திறங்கிய மேகங்களை ஓட்டி விரட்டும் கொடிய குளிர் பனிக்காற்று வீசுகின்ற கீழ்த்திசையிலோ இன்னும் மனிதர்கள் மனிதர்களைக் கொன்று கொண்டுதான் இருந்தார்கள்; இரு சாராரும் ஒருவரையொருவர் பூரணமாகக்கொன்று முடிக்க முடியாமல், கொன்று கொண்டேதான் இருந்தார்கள்.

சதசதப்பும் ஈரமும் நிறைந்த சமவெளிப் பிரதேசத்தின் வழியாகவும், வெள்ளம் பெருக்கெடுத்தோடும் ஆற்றின் மீது போடப்பட்டுள்ள பாலத்தின் வழியாகவும் இருட்டில் ஏராளமான வண்டிகளும் ஜனக்கூட்டமும் சென்று கொண்டேயிருந்தன. அந்த இருளில் சக்கரங்கள் கிரீச்சிட்டு முனகின; சாட்டைகள் சொடுக்கின; ஏச்சும் பேச்சும் ஆணைக் குரலும் அதிகாரமும் கணகணத்தன; ஏராளமான விளக்குகள் மேலும் கீழும் ஆடியசைந்தன; விளக்குகளின் ஒளிக் கதிர்கள் அந்தப் பாலத்துக்கடியில் சுழித்து நுரைத்துக் கொண்டு ஓடும் கலங்கிய தண்ணீரின் மீது விழுந்து ஒளி செய்தன.

சாலையின் ஓரமாகவுள்ள சரிவின் வழியாக மெல்ல மெல்லத் தவழ்ந்து மேலேறி, தெலேகின் அந்தப் பாலத்துக்கு வந்து சேர்ந்தான். அவன் வந்து சேர்ந்தபோது ஒரு பெரிய வண்டிப் போக்குவரத்து பாலத்தைக் கடந்து கொண்டிருந்தது. எனவே பொழுது விடிவதற்கு முன்னால் அந்தப் பாலத்துக்கு அப்பால் அக்கரைக்குச் செல்ல நினைப்பது சரியல்ல என்று கருதினான்.

அந்த வண்டித்தொடர் பாலத்துக்கு வந்து சேர்ந்ததும், வண்டியில் பூட்டப்பட்டிருந்த குதிரைகள் நுகக்கால்களை மிகவும் சிரமத்தோடு முக்கி முண்டியிழுத்தன; பாலத்தின் மீது பரவப்பட்டிருந்த ஈரமான மரப்பலகைகளின் மீது

தமது காற் குளம்புகளை அழுத்தி ஊன்றியவாறு அந்த வண்டியிலுள்ள பெரும் பாரத்தை மிகுந்த பிரயாசையோடு இழுத்துச் சென்றன. பாலத்தின் நுழைவாசலில் ஒரு மனிதன் குதிரை மீது சவாரி செய்தவனாய் நின்று கொண்டிருந்தான். அவனது சட்டை காற்றில் படபடத்துக்கொண்டிருந்தது. அவன் தன் கையில் ஒரு விளக்கைத் தூக்கிப் பிடித்துக்கொண்டு கரகரத்த குரலில் சத்தமிட்டுக் கொண்டிருந்தான். ஒரு கிழவன் அந்த மனிதனை நோக்கி வந்தான்; அவனிடம் ஏதோ வேண்டிக் கொள்ளும் பாவனையில் தன் தொப்பியை பணிவோடு கையில் எடுத்துக் கொண்டான். ஆனால் அந்தக் கிழவனின் வேண்டுகோளுக்கு மாறாக அந்தக் குதிரைக்காரப் பேர்வழி தன் கையிலிருந்த விளக்கின் இரும்பு விளிம்பினால் அந்தக் கிழவனின் முகத்தில் ஓங்கி ஓர் இடி இடித்தான். அந்தக் கிழவன்கீழே சாய்ந்து, வண்டியின் சக்கரங்களுக்கடியில் உருண்டு விழுந்தான்.

அந்தப் பாலத்தின் மறுகோடி இருளில் மூழ்கிக் கடந்தது. எனினும் பாலத்துக்கப்பால் ஏராளமான விளக்குகள் அங்கு மிங்கும் அசைந்தாடின. எனவே அங்கு ஆயிரக்கணக்கான அகதிகள் இருக்க வேண்டும் என்றே தோன்றியது. அந்த வண்டித் தொடர் போயிற்று; போய்க்கொண்டேயிருந்தது. தெலேகின் அந்த வண்டிகளில் ஒன்றின்மீது தாவி ஏறி அதனைப்பற்றிப் பிடித்து, ஒட்டிய நிலையில் நின்றுகொண்டிருந்தான். அந்த வண்டியில் ஒரு மெலிந்த பெண் ஒரு போர்வையைப் போர்த்தியவாறு அமர்ந்திருந்தாள். தலைமயிர் அவளது கண்களின் மீது வந்து விழுந்து சரிந்தது; அவள் ஒரு கையில் ஒரு பறவைக்கூண்டையும், மற்றொரு கையில் குதிரைகளின் கடிவாளத்தையும் பிடித்துக்கொண்டிருந்தாள். திடீரென்று அந்த மகா யாத்திரை தடைபட்டது; வண்டிகள் ஸ்தம்பித்து நின்றன. அந்தப் பெண் பய பீதியோடு அங்கு மிங்கும் சுற்றிப் பார்த்தாள்; திரு திருவென விழித்தாள். பாலத்தின் மறுகோடியிலிருந்து பல்வேறு மனிதக் குரல்களின் இரைச்சல் கும்மென்று எதிரொலித்தது. முன்னைவிட, விளக்குகள் மேலும் கீழும் வெகு

வேகமாக அசைந்தாடின. ஆம். அங்கு ஏதோ நடந்து விட்டது. ஒரு குதிரை பயங்கரமாக அலறியது. பின்னர் போலிஷ் மொழியிலே "தப்பித்துக் கொள்ளுங்கள்!" என்ற ஒரு நெடுங்குரல் அலறியது. மறுகணமே துப்பாக்கிக் குண்டுகளின் ஓசை வானில் கணகணக்கத் தொடங்கியது. குதிரைகள் மிரண்டன; வண்டிகள் கடகடத்தன; பெண்களும் பிள்ளைகளும் அழுது ஓலமிட்டனர்.

தூரத்திலே பிரகாசமான வெளிச்சம் விட்டுவிட்டுத் தெரித்தது. வலது புறத்திலிருந்து எதிர்த் தரப்பாக்குப் பிரயோகம் செய்யும் சத்தம் அந்தப் பாலம் வரையிலும் கேட்டது. தெலேகின் தான் ஏறி வந்த வண்டியின் குடத்தின்மீது ஏறிக்கொண்டு, என்ன நடக்கிறது என்று நன்றாகப் பார்க்க முனைந்தான். அவனது இதயம் சம்மட்டி கொண்டு அடிப்பது போல் பயங்கரமாகத் துடித்து அலறியது. அந்த ஆற்றுக்கு மேலாக, எல்லாத் திக்குகளிலிருந்தும் துப்பாக்கிக் குண்டுகள் பறந்து வருவதாகத் தோன்றியது. பறவைக் கூண்டைக் கையில் வைத்திருந்த அந்தப் பெண் வண்டியிலிருந்து இறங்கினாள்; இறங்கும் போது அவளது பாவாடை வண்டியில் சிக்கிக்கொண்டது; எனவே அவள் "ஐயோ!" என்று கீச்சுக் குரலில் கதறியவாறு, தொப்பென்று கீழே விழுந்தாள். அவளது பறவைக்கூண்டு பிடி நழுவி சாலைப் பக்கத்திலேயுள்ள சரிவினுள் உருண்டோடியது.

இத்தனை கூச்சல்களுக்கும் களேபரத்துக்கும் மத்தியில் அந்த வண்டிகள் மீண்டும் பாலத்தைக் கடக்க முனைந்தன; ஆனால் "நிறுத்துங்கள்! நிறுத்துங்கள்!" என்று வெறிபிடித்த கூச்சல்கள் கேட்டன. அந்தப் பாலத்தின் கடைகோடியில் ஓடிக்கொண்டிருந்த ஒரு பெரிய வண்டி திடீரென்று குடை சாய்ந்து, ஆற்றுப்பாலத்தின் தண்டவாள வேலியின்மீது மோதித் தாவி, ஆற்றுக்குள் தலைகுப்புறப் புரண்டு விழுவதை தெலேகின் கண்டான். உடனே அவன் தான் ஏறிவந்த வண்டி யிலிருந்து கீழே குதித்தான்; சிதறிக் கடந்த மூட்டை முடிச்சுகளின் மீது தாவி விழுந்து, ஓடி அந்த வண்டித் தொடரை எட்டிப்பிடித்தான்; ஓடிக்கொண்டிருந்த

வண்டிகளில் ஒன்றின் மீது தொத்தியேறி முகம் குப்புறப்படுத்துக்கொண்டான். அப்படிப்படுத்த அதே சமயத்தில் புதிதாகச் சுட்டு வைக்கப்பெற்ற ரொட்டியின் நறுமணம் அவனது மூக்கைத் துளைத்தது. அவன் அந்த வண்டியை மூடிக்கிடந்த தார்ப்பாய்த் துணிக்குக் கீழாகச் செலுத்தித் துழாவினான்; அங்கிருந்த ரொட்டியில் ஒரு துண்டைப் பிய்த்தெடுத்தான்; அடக்க முடியாத ஆசையினால் தவித்த தெலேகின் அந்த ரொட்டியை உடனேயே தின்னத் தொடங்கினான்.

இத்தனை குழப்பத்துக்கும் குண்டுப்பிரயோகத்துக்கும் மத்தியில், அந்த வண்டித் தொடர் ஒரு வழியாகப் பாலத்தின் மறுகோடியை அடைந்துவிட்டது. தெலேகின் கீழே குதித்தான்; அகதிகளை ஏற்றிக்கொண்டு சென்ற வண்டிகளுக்கு ஊடாகப் புகுந்து வயல் வெளியில் இறங்கினான்; பின்னர் சாலைக்குப் பக்கமாகவே பள்ளத்தில் நடந்து சென்றான். இருட்டிலே அந்த அகதிகள் பேசிக்கொண்ட பேச்சிலிருந்து அந்தத் துப்பாக்கிப் பிரயோகம் எதிரியை நோக்கி ருஷ்யர்களின் எல்லைக் காவல் குதிரைப்படையினரை நோக்கி நோக்கி நடத்தப்பட்டதுதான் என்பதை அவன் உணர்ந்து கொண்டான். அப்படியென்றால், போர்முனை முன்னணி இங்கிருந்து ஆறு அல்லது ஏழு மைல் தொலைவில்தான் இருக்க வேண்டும் என்பதையும் அவன் புரிந்து கொண்டான்.

தெலேகின் இடையிடையே மூச்சு வங்குவதற்காகச் சிறிதே நின்றான். எதிர் காற்றையும், மழையையும் தாங்கிக் கொண்டு முன்னேறிச் செல்வது அவனுக்கு மிக மிகச் சிரமமாக இருந்தது. அவனது முழங்காலிரண்டும் வலியெடுத்தன; அவனது முகம் கொதித்தது; கண்கள் சிவந்து கனன்று வீங்கிப்போயிருந்தன. கடைசியில் அவன் அந்தப் பள்ளத்தின் ஓரத்தில் இருந்த ஒரு மேட்டின்மீது உட்கார்ந்தான்; தனது முகத்தைக் கைகளால் மூடிப்புதைத்துக் கொண்டான். பனிக் குளிர் நிறைந்த மழைத்துளிகள் அவனது கழுத்தின் வழியாக

வழிந்தோடின; அவனது உடம்பு முழுவதுமே, அனைத்து உறுப்புக்களுமே வலியெடுத்து நொந்து நைந்தன.

மறு நிமிஷத்தில் அவனது காதில் ஏதோ ஒரு மங்கிய உள்ளடங்கிய பெருமூச்சுச் சத்தம் கேட்டது; எங்கோ தூர தொல்யில் பூமிப்பரப்பே குபுக்கென்று உள்வாங்கிக் குழிந்து போனது போல் சத்தம் கேட்டது. ஒரு கணத்துக்குப் பின்னர் மீண்டும் அந்த இரவு பெருமூச்செறிந்தது. தெலேகின் தன் தலையை உயர்த்திக் கூர்ந்து கவனித்தான். இந்த இரு வேறு பெருமூச்சுக்கும் இடையில், வேறொரு சத்தமும் அவனுக்குக் கேட்டது. அந்த மெல்லிய முனகல் சத்தம் ஒரு கணம் உள்ளடங்கி ஓய்வதும், மறுகணம் ஆத்திரத்தோடு பொங்கி மேலெழுவதுமாக இருந்தது. தெலேகின் எந்தத் திக்கை நோக்கிச் சென்று கொண்டிருந்தானோ அந்தத் திக்கிலிருந்து அந்தச் சத்தம் வரவில்லை; மாறாக அவனுக்கு இடது புறத்தில், கிட்டத்தட்ட எதிர்த் திக்கிலிருந்து தான் அந்தச் சத்தம் வந்தது.

அவன் அந்தப் பள்ளத்துக்கு மறுபுறமாகச் சென்று அமர்ந்தான். அங்குமிங்குமாகத் தோன்றிய மேகக்கூட்டங்கள் இருள் மண்டிக்கிடந்த வானவெளியில் விரைவாக நீந்திச் செல்வதை அவனால் இப்போது காணமுடிந்தது. ஆம். பொழுது புலரத் தொடங்கிவிட்டது. அதோ, அதுதான் கீழ்த்திசை. அங்குதான் ரஷ்ய நாடு இருக்கிறது!

தெலேகின் இடத்தைவிட்டு எழுந்தான்; தன் இடைவாரை இறுக்கிக்கட்டினான்; பின்னர் அந்தக் கீழ்த்திசை நோக்கி, நேற்றில் கால் வழுக்கியதால் தடுமாறி ஈரமான கதிர்த் தாள்களையும், குழிகளையும், சென்ற வருஷத்தில் தோண்டப் பெற்ற, இப்போது தூர்ந்தும், தூர்ந்து போகாமலும் உள்ள பதுங்கு குழிகளையும் தாண்டிக்கொண்டு நடந்தான்.

பொழுது நன்றாகப் புலர்ந்து விட்டபிறகு, தெலேகின் மீண்டும் அந்த ராஜபாட்டையைப் பார்த்தான்.

வயல்களுக்கு அப்பால் தெரிந்த அந்த ராஜபாட்டையில் அப்போதும் வண்டிகளும் ஜனக்கூட்டமும் சென்று கொண்டுதானிருந்தன. அவன் சிறிதே நின்று தன்னைச் சுற்றியுள்ள காட்சிகளைப் பார்த்தான். ஒரு புறத்தில், இலைகளே இல்லாது மொட்டையாகி நின்ற ஒரு பெரிய மரத்துக்கு அடியில், வெள்ளையடிக்கப்பெற்ற ஒரு தொழுகை மன்றம் இருந்தது. அதன் வாசற்கதவு கீல்களோடு பிய்தெடுக்கப் பட்டிருந்தது; வட்டவடிவமான கூரையின் மீதும், சுற்றியுள்ள தரையின் மீதும் ஈரம் நிறைந்த பழுத்த இலைகள் சிதறிக்கெடந்தன.

தெலேகின் மீண்டும் இரவு வரும் வரையிலும் அங்கேயே தங்கியிருப்பது என்று தீர்மானித்தான். பின்னர் அவன் தொழுகை மன்றத்துக்குள் சென்று அதன் பாசிபடிந்த தரை மீது படுத்தான். அழுகிப்போன இலைகளின் மெல்லிய கெட்ட மணம் அவனது தலையைக் கிறங்கவைத்தது. வண்டிச் சக்கரங்கள் உருண்டு செல்லும் சத்தமும் சாட்டையின் சொடுக்குச் சத்தமும் வெகு தூரத்தில் கேட்டுக் கொண்டிருந்தன. காதுக்குக் குளிர்ச்சியாக இருந்த இந்தத் தூரத்துச் சத்தங்கள் திடீரென நின்றன; அவனது கண்ணிமைகளை யாரோ கைவிரல்களால் அழுத்தி மூடுவதுபோல் தோன்றியது. எனினும் அந்தக் தூக்கக் கிறக்கத்தினூடே ஏதோ ஒரு விழிப்புணர்ச்சி மெல்ல மெல்லப் படையெடுத்தது. கடைசியில் அந்த உணர்ச்சி ஒரு கனவாக மாறுவதற்காக அரும்பாடு பட்டது. ஆனால் தெலேகினின் உடம்பில் குடிகொண்டிருந்த அசதியோ அவனை அழுத்தி ஆட்கொண்டது; எனவே அவன் வெறுமனே முனகிவிட்டு, ஆழ்ந்த தூக்கத்துக்கு ஆளானான். எனினும் அந்த உயிர்ப்புணர்ச்சி அவனுக்கு நிம்மதியே தரவில்லை. அவனது தூக்கம் மெல்ல மேல்லப் பலமிழந்தது: மீண்டும் வண்டிச் சக்கரங்களின் ஓசை தூரத்தில் முழங்கியது. தெலேகின் பெருமூச்செறித்தவாறே எழுந்து உட்கார்ந்தான்.

தொழுகை மன்ற வாசலின் வழியே கனத்துத் தொங்கிய வான மண்டலத்து மேகங்கள் தெரிந்தன; அந்தக் கனத்த

கருநிறத்து மழை மேகங்களுக்குக் கீழாக, மேலைத்திசையில் இறங்கிக்கொண்டிருந்த மறைவுச் சூரியனின் அகன்ற ஒளிக் கதிர்கள் நீண்டு விழுந்தன. இடிந்து பொரிந்து நின்ற அம்மன்றச் சுவரின் மீது சூரிய ஒளி திட்டாக வந்து விழுந்தது; மரத்தால் செய்யப்பெற்ற காலத்தால் சாயம் போன தேவமாதாவின் குனிந்த தலையின் மீதும் அந்த ஒளிக்கதிர் விழுந்தது. அந்தத் தேவமாதாவின் தலையைச் சுற்றி, முலாம் பூசி ஒரு அருளொளிவட்டம் காட்சியளித்தது. மடியில் கிடந்த தெய்வக் குழந்தை அணிந்திருந்த சீட்டித்துணிச் சட்டை கந்தலாய் நைந்து கிழிந்து பொடிந்து கொண்டிருந்தது. ஆசீர்வாதம் செய்வதற்காக, தேவமாதா உயர்த்தியிருந்த இருக்கரம் மணிக்கட்டோடு ஒடிந்துபோய் மொட்டையாய் மூளியாய் அந்தரத்தில் நின்றது.

தெலேகின் கோயிலை விட்டு வெளியே வந்தான். கோயிலின் வாசலிலுள்ள கற்படிக் கட்டின் மீது ஒரு இளம்பெண் உட்கார்ந்திருந்தாள்; மடியில் ஒரு குழந்தை இருந்தது. அவள் அணிந்திருந்த வெள்ளை நிற ரவிக்கையின் மீது சேறு தெறித்திருந்தது. அவள் ஒரு கையால் கன்னத்தைத்தாங்கிக் கொண்டும், மறுகையால் தனது குழந்தையைத் தாங்கிக் கொண்டிருந்த பளிச்சிடும் வர்ண சிறு மெத்தையை அணைத்துக்கொண்டும் அமர்ந்திருந்தாள். அவள் தன் தலையை மெதுவாக உயர்த்தி தெலேகினைப் பார்த்தாள்; அவளது பார்வை பிரகாசமாகவும், விரித்திரமாகவும் இருந்தது. கண்ணீர் படிந்திருந்த அவளது முகம் ஒரு புன்னகையைப் போலத் துடித்தது. அவள் ருஷேனியர்[27] மொழியில் அமைதியோடு சொன்னாள்:

"இவனாள் எனதருமைச் செல்வன் இறந்து விட்டான்!"

பின்னர் அவள் மீண்டும் தன் கரத்தில் முகத்தைத் தாங்கிக்கொண்டாள். தெலேகின் அருகே சென்று குனிந்து

---

27 ஆஸ்திரிய ஆதிக்கத்தில் இருந்த கார்பேத்தியப் பிரதேசத்தில் வாழ்பவர்களின் பெயர்-(ப-ர்.)

அவளது தலையைத் தடவிக்கொடுத்தான். அவளோ பெரிய நெடு மூச்செறிந்தாள்.

"என்னோடு வா. நான் இவனைத் தூக்கிக் கொண்டு வருகிறேன்?" என்று கனிவோடு சொன்னான் தெலேகின்.

அந்தப் பெண்ணோ மறுத்துத் தலையசைத்து விட்டாள்.

"நான் எங்கே போவது? ஐயாவே! நீங்கள் போங்கள்!"

தெலேகின் ஒரு கணம் அங்கேயே தயங்கி நின்றான்; பின்னர் தன் தொப்பியைக் கண்வரையிலும் இழுத்துவிட்டவனாய், அவளை விட்டுப் பிரிந்து சென்றான். அதே சமயத்தில் அந்தக் கோயிலைச் சுற்றி இரண்டு ஆஸ்திரியக் குதிரைப்படைவீரர்கள் குதிரைகளின்மீது வந்தார்கள். கறுத்துப்போன முகமும், மீசையும் கொண்ட அவர்கள் அழுக்கடைந்த ஈரமான உடைகளை அணிந்திருந்தார்கள். அவர்கள் போகிற போக்கல் தெலேகினைக் கண்டு கொண்டார்கள்; உடனே குதிரைகளின் கடிவாளங்களை இழுத்து நிறுத்தினார்கள். முதலில் வந்தவன் கரகரத்த குரலில் தெலேகினை நோக்கிக் கத்தினான்:

"ஏய்! வா, இங்கே--உன்னைத்தான்!"

தெலேகின் அவர்கள் பக்கம் சென்றான். அந்தக் குதிரை வீரன் குதிரையிலிருந்து குனிந்தவாறு காற்றாலும் தூக்கமின்மையாலும் சிவந்து கன்றிப்போயிருந்த கண்ணிமைகளைத் திறந்து, தனது பழுப்பு நிறக் கண்களால் தெலேகினை உற்று நோக்கினான். அவனது கண்களில் திடீரென்று ஒரு ஒளி பிறந்தது.

"ருஷ்யாக்காரன்!" என்று ஆச்சரியத்தோடு கூவியவனாய், தெலேகினின் தோளை எட்டிப் பிடித்தான். தெலேகின் அவனிடமிருந்து தப்பி ஓட முயலவில்லை; மாறாக ஒரு கோணற் புன்னகையே புரிந்தான்.

அவர்கள் தெலேகினை ஒரு தொழுவத்துக்குள் தள்ளிப் பூட்டி விட்டார்கள். அப்போது பொழுது நன்றாக இருண்டு விட்டது. துப்பாக்கிக் குண்டுகளின்

சத்தம் தெலேகினுக்குத் தெளிவாகக் கேட்டது, அந்தத் தொழுவத்தின் பலகைச் சுவர்களிலுள்ள இடைவெளியின் வழியாக, அவன் வெளியே ஏதோ மங்கிய சிவப்பொளி தெரிவதைக் கண்டுகொண்டான். முந்திய நாளன்று தான் அந்த வண்டியிலிருந்து எடுத்த ரொட்டியில் மீதமிருந்ததையெல்லாம் தின்று முடித்தான். பின்னர் அந்தப் பலகைகளினூடே எங்காவது தப்பித்துச் செல்வதற்கு வழியிருக்கிறதா என்று தடவிக்கொண்டே சென்றான். ஒரு வைக்கோல் போரின் மீது தடுமாறி விழுந்தான்; பின் கொட்டாவி விட்டவாறு, அதில் படுத்துக்கொண்டான். ஆனால், நடுநிசி வேளைக்குப் பிறகு, சமீபமாகவும் பலமாகவும் மீண்டும் குண்டு முழக்கங்கள் கேட்டன. அந்தச் சத்தத்தில் அவனால் தூங்க முடியவில்லை. அங்குள்ள பலகைகளின் இடைவெளி வழியாக சிவப்பு நிறமான ஒளி மயக்கம் பளிச்சுப் பளிச்சென்று உள்ளே புகுந்து வெட்டி மினுக்கயது. தெலேகின் தனது படுக்கையை விட்டு எழுந்து, கூர்மையாகக் கவனித்துக் கேட்கத் தொடங்கினான். துப்பாக்கிப் பிரயோகங்களுக்கு இடையேயுள்ள மௌன இடைவெளி வரவரக் குறைந்தது. அந்தத் தொழுவத்தின் பலகைச் சுவர்கள் கிடுகிடுத்தன; திடீரென்று மிகமிகச் சமீபமாகவே துப்பாக்கிக் குண்டுகள் வெடித்து முழங்கத் தொடங்கின.

அந்தத் துப்பாக்கிச் சண்டை வரவர அருகில் நெருங்கி வருவதாகத் தோன்றியது. பலகைச் சுவருக்கு வெளிப் பக்கத்தில் ஆத்திரம் நிறைந்த சத்தங்களும் ஒரு மோட்டார் காரின் இயந்திர ஓலமும் படபடவென்று ஓடும் ஏராளமான காலடிச் சத்தங்களும் கேட்டன. தொழுவத்துக்கு வெளியே ஏதோ ஒன்று கனமாகத் தாக்கிய போதுதான், தெலேகின் அந்தத் தொழுவத்தின் பலகைச் சுவரின் மீதே துப்பாக்கிப் பிரயோகம் நடப்பதை உணர்ந்தான். பட்டாணிக் கடலையை வறுத்துக்கொட்டுகிறமாதரி, அந்தப் பலகையின் மீது பொலபொலவென்று குண்டுகள் பொழிந்து கொண்டேயிருந்தன. தெலேகின் தரையோடு தரையாகக் குப்புறப் படுத்துக் கொண்டான்.

கருமருந்தின் புகை நாற்றம் தொழுவத்துக்குள்ளேயே வந்துவிட்டது. துப்பாக்கி வேட்டுச் சத்தம் ஓயாமல் கேட்டது; அதிலிருந்து ருஷ்ய வீரர்கள் அசுரத்தனமான வேகத்தோடு முன்னேறி வருகிறார்கள் என்ற உண்மை தெளிவாகத் தெரிந்தது. ஆனால் ரத்தத்தை உறையவைக்கும் அந்தப் பயங்கரமான ஒலிப்புயல் வெகுநேரம் நீடிக்கவில்லை, வெடித்துச் சிதறும் சத்தங்கள் கேட்டன; ஏராளமான கொட்டைகளை உடைத்தாற் போல் நாட்டு வெடிகுண்டுகள் படபடவென்று வெடித்துச் சிதறின. தெலேகின் துள்ளியெழுந்து பலகைச் சுவரையொட்டிப் பதுங்கிக் கொண்டான். அவர்கள் எதிரிகளின் தாக்குதலை முறியடித்துவிட்டார்களா, என்ன? கடைசியாக ஒரு பெரிய பயங்கரமான, செவியைத் துளைக்கும் முழக்கம் கேட்டது; தொடர்ந்து அழுத குரல் ஓலமும், அடித்துப்புரண்டோடும் காலடியோசையும் கேட்டன. இதன் பின் துப்பாக்கிச் சத்தம் சட்டென்று நின்று விட்டது. அடிகள் விழும் சத்தத்தையும் உலோகக் கருவிகள் மோதிக்கொள்ளும் சத்தத்தையும் தவிர, ஒரு நெடிய விநாடி நேர அமைதியே நிலவியது. பின்னர் பயபீதியோடு கூச்சலிடும் பல்வேறு குரல்கள் கேட்டன: "ஐயோ! ருஷ்யர்களே! ருஷ்யர்களே! நாங்கள் சரணடைகிறோம்..."

தொழுவத்தின் வாசற்கதவிலிருந்து ஒரு மரச்சிராய்ப்பை தெலேகின் முறித்து எறிந்தான். அதன் வழியே அவன் வெளியே பார்த்தபோது தமது தலையைக் கைகளால் பொத்தி மூடியவாறு பயந்து ஓடுவோரின் கூட்டத்தை தெலேகின் தெளிவாகக் கண்டான்.

பூதாகரமான நிழல்களோடு தோன்றிய குதிரை வீரர்கள் ஜனக்கூட்டத்தைப் பிளந்து கொண்டு முன்னே பாய்ந்தார்கள்; பின்னர் அவர்கள் சுற்றிச் சுழன்றவாறே ஓடிக்கொண்டிருந்த கூட்டத்தாரின் மீது வலது புறத்திலிருந்து பாய்ந்து விழுந்து தாக்கினார்கள். பயந்தோடியவர்களில் மூன்று பேர் அந்தத் தொழுவத்தை நோக்க ஓடி வந்தார்கள். ஒரு குதிரை வீரன் அந்த மூவரையும் துரத்திக்கொண்டு வந்தான்; அவனது

கசாக்குப் படைத் தொப்பியில் வால் போல் நீண்டிருக்கும் பின்புறத்துத் துணி அவனது தோள்களுக்கு மேல் காற்றில் படபடத்து மிதந்தது. அவனது உயரமான பெரிய குதிரை கனைத்துக்கொண்டு, முன்னங்கால்கள் இரண்டையும் மேலே தூக்கியது. அந்தக் குதிரை வீரனோ தனது வாயை அகலத் திறந்தவாறே, குடிகாரனைப்போன்று வாளைச் சுழற்றி வீசினான். குதிரையின் முன்னங்கால்கள் இரண்டும் கீழே இறங்கிய போதோ, அந்தக் குதிரைவீரன் தன் வாளால் வெகு வேகமாக வீசி வெட்டினான்; அந்த வாள் காற்றைக் கிழித்து இரைந்து கொண்டு முறிந்து விழுந்தது.

"என்னைத் திறந்து விடு?" என்று வெறி பிடித்தவன் போல் கத்தியவாறே, தெலேகின் கதவைப் படபடவென்று தட்டினான்.

அந்தக் குதிரை வீரன் தன் குதிரையின் கடிவாளத்தை இழுத்து நிறுத்தினான்.

"கூப்பிட்டது யார்? யாரது?"

"ஒரு கைதி! ருஷ்ய அதிகாரி!"

"ஒரு நிமிஷம்!"

அந்தக் குதிரைவீரன் தன் கையில் மிஞ்சியிருந்த வாளின் கைப்பிடியை தூர எறிந்து விட்டு, கீழே குனிந்து, தொழுவத்தின் நாதாங்கியைப் பலமாகத் தள்ளித் திறந்தான். தெலேகின் வெளியே வந்தான். அவனைத் திறந்து விடுதலை செய்த அந்த முரட்டுப் படைப் பிரிவைச் சேர்ந்த அதிகாரி தெலேகினை நோக்கி, கிண்டலும் வியப்பும் தொனிக்கச் சொன்னான்:

"ஆ, எத்தகைய சந்திப்பு!"

தெலேகின் அவனை அருகில் நெருங்கிக் கூர்ந்து கவனித்தான்.

"தெரியவில்லையா? நான்தானப்பா சாபஷ்கவ்! செர்கேய்

செர்கேயவிச் சாபஷ்கவ்!"

அவன் வாய்விட்டுக் கடகடவென்று குலுங்கிச் சிரித்தான்.

"என்னை நீ இங்கு எதிர்பார்த்திருக்கவே மாட்டாய்! அப்படித்தானே. என்ன சண்டை, என்ன போர்! எல்லாம் ஒரே சனியன் தான்!"

30

மாஸ்கோ போய்ச் சேர்வதற்கு ஒரு மணி நேரத்துக்கு முன்பிருந்தே அந்த ரயில் ஆள் நடமாட்டம் அற்றுக் கடந்த கோடைக்காலத்துச் சுக வாசஸ்தலக் குடிசைகளை எல்லாம் தாண்டிக்கொண்டு கனவேகத்தில் ஓடியது; அத்துடன் விட்டு விட்டு நீண்ட நேரமாக விசிலும்அடித்துக்கொண்டே சென்றது;

ரயிலின் என்ஜீனிலிருந்து கிளம்பிய வெண்மையான புகை இலையுதிர் காலத்தின் பசந்த இலைகளோடும், பெர்ச் மரக் கன்றுகளின் கண்ணாடி போன்ற மஞ்சள் நிற இலைகளோடும், ஆஸ்ப் மரத்தோப்புக்களில் காளான்களின் மணம் வீசியது. சில இடங்களில் மாப்பிள் மரத்தின் செக்கச் வெந்த இகாகள் ரயில் பாதைக்கு மேலாக வளைந்து தொங்கின. ஆங்காங்கே மரமும் செடியும் நிறைந்த புதர்கள் மறைந்து தென்பட்டன. பூந்தோட்டத்தின் மத்தியிலுள்ள கம்பத்தின் மீது கண்ணாடிக் கோளங்கள், கவனிப்பாரற்ற ஜன்னல்கள், இலைகள் இந்திக் கடந்த நடை பாதைகள், காலடித் தடங்கள் காட்சியளித்தன.

அந்த ரயில் ஒரு நிலையத்தைக் கடந்து சென்றது. அவ்வாறு செல்லும்போது, நிலைய பிளாட்பாரத்தில் தமது ராணுவ மூட்டைகளை முதுகில் சுமந்துகொண்டு நின்ற இரண்டு சிப்பாய்கள் ரயிலின் ஜன்னல்களை அலட்சயத்தோடு பார்த்தார்கள்; கட்டம் போட்ட கோட்டணிந்த ஒரு இளம் பெண் ஒரு பெஞ்சின்

மீது தன்னந்தனியாக அமர்ந்திருந்தாள்; அவள் தனது குடையின் முனையினால் ஈரமாக இருந்த பலகைகளின் மீது ஏதேதோ சித்திரங்கள் வரைந்து கொண்டிருந்தாள். அந்த ரயில் அடுத்து வந்த வளைவில் திரும்பியபோது, மரங்களுக்கூடாக ஒரு பெரும் மரப்பலகை தெரிந்தது. அதன் மீது ஒரு பாட்டியின் படமும், அதற்குக் கீழே, "ஷ்மெஸ்தவின் ஒப்புவமையற்ற ஓட்காவே உலகில் தலை சிறந்தது!" என்ற வாசகமும் காணப்பட்டது. இதன் பின்னர் அந்த மரச் செறிவுகளெல்லாம் கழிந்து, இரு புறத்திலும் வெண் பச்சை நிறமாகக் காட்சியளிக்கும் முட்டைக் கோசுச் செடிகள் வரிசை வரிசையாகக் காட்சியளித்தன; அருகே, அடைத்திருந்த ரயில் பாதைக் கதவுக்கு அப்பால், ஒரு வைக்கோல் வண்டி நின்று கொண்டிருந்தது. அந்த வண்டியில் பூட்டப்பட்டிருந்த சிறிய குதிரையின் லகானைப் பிடித்தவாறு ஆண்கள் அணியும் மெத்தைக் கோட்டையணிந்த ஒரு நாட்டுப்புறத்துப் பெண் அமர்ந்திருந்தாள். தூரத்தில், ஒரு பெரிய நீண்ட மேகத்துக்குக் மேலாக ஊசி கோபுரங்களின் உயர்ந்த சிகரங்கள் காட்சியளித்தன; அதற்கும் அப்பால் நகரத்தின் வீட்டு முகடுகளுக்கெல்லாம் மேலாக, கிருஸ்து ரட்சகர் புனித ஆலயத்தின் கலச கூடம் பளபளத்தது.

தெலேகின் ஜன்னலுக்கு அருகில் அமர்ந்து, செப்டம்பர் மாதத்துக் காற்றின் மணத்தை நுகர்ந்து கொண்டிருந்தான். அழுகிக்கொண்டிருக்கும் இலைகள், காளான்கள், சுட்டெரிக்கப் பட்ட வைக்கோல் புகை, காலைநேரத்துப் கடும் பனிக் குளிரில் நனைந்து போயிருந்த மண்தரையின் ஈரவாடை - ஆகியவற்றை அவன் நுகர்ந்து கொண்டிருந்தான்.

நெடிய அற்புதமான இந்த நேரத்தில் அவனுக்குப் பின்னால் கொடுமையும் துன்பமும் நிறைந்த இரண்டாண்டுகளும் அதன் முடிவும் இருந்தன என்று அவன் உணர்ந்தான். தெலேகினின் திட்டப்படி, சரியாக இரண்டரை மணிக்கு, உலகத்திலேயே அவன் கண் முன்னால் தென்படும் அந்த ஒரே ஒரு கதவிலுள்ள மணியை அடிப்பான்!

அந்தக் கதவு ஓக் மரத்தின் மெல்லிய பலகையால் செய்யப்பட்டிருக்குமென்றும், அதன் உச்சியில் விசிறி வடிவத்தில் செய்யப்பட்ட இரண்டு ஜன்னல்கள் இருக்குமென்றும் அவன் கற்பனை செய்து கொண்டான். ஆமாம். அவன் அந்த வாசலுக்கு உயிருடனோ அல்லது பிணமாகவோ-- எப்படியும் போய் சேர்ந்துவிடுவான்!

கொல்லைப்புறத் தோட்டங்கள் எல்லாம் கழிந்தன; பின்னர் சேறு தெறித்த சுவர்களையுடைய சுற்றுப்புறத்து. ஊர்களின் குடிசைகள் வரிசை வரிசையாக முடிவேயில்லாமல் தெரிந்து கொண்டிருந்தன; கரடு முரடான சாலைகளில் வண்டிகள் கடகடத்துச் சென்றன; தோட்டத்து லைம் மரங்களின் கிளைகள் வேலிக்கு வேளியே பக்கத்துச் சந்துகளில் தலை நீட்டிக்கொண்டிருந்தன; பளபளக்கும் வர்ணத்தில் தட்டப்பெற்ற பெயர்ப் பலகைகள் தென்பட்டன; தத்தம் அலுவல்களிலேயே கவனம் செலுத்தியவராய், கடகடத்துச் செல்லும் ரயிலையோ, அந்த ரயிலில் அமர்ந்திருக்கும் தெலேகினையோ சட்டை செய்யாதவாறு, மக்கள் விசுக் விசுக்கென்று தம் போக்கில் சென்று கொண்டிருந்தார்கள். மிகவும் கீழே தள்ளி, குகை போன்ற ஒரு தெருவுக்குள் விளையாட்டு வண்டி போல், ஒரு டிராம் வண்டி ஓடிக்கொண்டிருந்தது. ஒரு வீட்டுக்குப் பின்னாலிருந்து சிறிய தேவாலயத்தின் கூடம் ஒன்று தலை காட்டியது; தண்டவாளங்கள் பிரிந்து சேரும் இடங்களில், ஒரு ரயில் செவிபடைக்கும் ஓசையோடு கட கடத்துச் சென்றது. கடைசியில் இறுதியாக அடிமுடி தெரியாது கழிந்த இரண்டு ஆண்டுக் காலத்துக்குப் பிறகு, மாஸ்கோ நகரத்து ரயில்வே பிளாட்பாரத்திலுள்ள பலகைகள் அந்த ரயிலின் ஜன்னல்களைத் தாண்டி தாண்டி அப்பால் சென்றன! எதனோடும் சம்பந்தப்படாத பேர்வழிகள் போல் தோற்றமளிக்கும் சுத்தமான, வெள்ளை மாராப்புத்துணி கட்டிய வயதான மனிதர்கள் ரயில் வண்டிகளுக்குள் ஏறினார்கள். தெலேகின் தனது தலையை ஜன்னலுக்கு வெளியே வெகு தூரம் நீட்டியவாறு, சுற்றுமுற்றும் பார்த்தான். இது ஒரு முட்டாள்தனம் தான்! வருகிறேன் என்ற தகவலை ஒருவருக்கேனும் தெரிவிக்கவில்லை.

நிலையத்தை விட்டு வெளியே வந்ததும், தெலேகினால் சிரிக்காமல் இருக்க முடியவில்லை. நிலையச் சதுக்கத்தில், சுமார் ஐம்பதடிகளுக்கு அப்பால், குதிரை வண்டிகள் வரிசை வரிசையாக நின்றன. அந்த வண்டிக்காரர்கள் தமது கோச்சுப்பெட்டியில் அமர்ந்து, உறைகள் அணிந்த தமது கைகளை ஆட்டியவாறு ஏககாலத்தில் கத்திக்கொண்டிருந்தார்கள்.

"நான் கொண்டு போகிறேன்."

"வாருங்கள், இந்தக் கருப்புக் குதிரையின் ஓட்டத்தைப் பாருங்களேன்!"

"என் வண்டிதான் ஐயா, விரைவாக ஓடும். இது ரப்பர் வளையம் போட்டதாக்கும்!"

கடிவாளத்தை இழுத்துப்பிடித்திருந்த போதிலும் அந்தக் குதிரைகள் காலை உதைத்தன; கனைத்தன; சிணுங்கின. அந்தச் சதுக்கம் முழுவதிலுமே ஒரே இரைச்சலும் கூச்சலுமாகத் தான் இருந்தது. குதிரை வண்டிகளெல்லாம் ஏககாலத்தில் திடீரென்று அந்த நிலையத்தின்மீது பாய்ந்து படையெடுக்கப் போவதுபோல் தோன்றியது.

தெலேகின் ஒடுங்கிய ஆசனம் கொண்ட ஓர் உயர்த்த வண்டியில் ஏறியமர்ந்துகொண்டான். வசீகரமான தோற்றமும், குறும்புத்தனமும் கொண்ட அந்த வண்டிக்காரன் தெலேகின் போக வேண்டிய இடத்தைப்பற்றி மிகவும் பணிவன்போடு நாசூக்காகக் கேட்டான். தன் வண்டியில் சவாரி செய்யும் புள்ளிக்கு, தனது திறமையைக் காட்டும் எண்ணத்தோடு, அவன் தன் வண்டியைச் சக்கர வட்டமாகச் சுற்றி கன வேகத்தில் ஓட்டினான்; கோச்சுப்பெட்டியின் மீது பக்க வாட்டில் அமர்ந்துகொண்டும் கடிவாளத்தை இடது கையில் தளர்த்தியாகப் பிடித்துக் கொண்டும் வண்டியை ஓட்டினான்; அந்த வண்டியின் ரப்பர் சக்கரங்கள் கற்கள் பரவப்பட்ட அந்த சாலையில் வழுக்கிக்கொண்டு ஓடின.

"போர் முனையிலிருந்து வருகிறீர்களா, எஜமான்!"

“இல்லை. போர்க் கைதியாயிருந்து தப்பி ஓடி வருகிறேன்!”

“அப்படியா? இப்போதா? சரி, அங்கே நிலைமையெல்லாம் எப்படி இருக்கிறது? அவர்களுக்குச் சாப்பிடுவதற்கு ஒன்றுமே கிடைப்பதில்லை என்று சொல்கிறார்களே!..”

“ஜாக்கிரதை பாட்டி!”

“அப்படியென்றால் நீங்கள் இப்போது ஒரு தேசிய வீரராகி விட்டீர்கள்! இப்போது நிறையப்பேர் தப்பி வந்து விடுகிறார்கள்!”

“வண்டிக்காரா! எங்கே போகிறோம் என்று பார்த்துப்போ!.. முட்டாளே!”

“சரி. எஜமான்! நீங்கள் இவான் திரீபனவிச் என்பவரைப்பற்றிக் கேள்விப் பட்டிருக்கிறார்களா?”

“யார் அவர்?”

“அவர் ரஸ்குலாய் தெருவில் வசிக்கிறார். ஒரு துணி வியாபாரி. நேற்று அவர் என் வண்டியை வாடகைக்கு அமர்த்தினார்; மனிதர் பாவம் அழுதார். ஓ, அதை ஏன் கேட்கிறீர்கள். அவர் வினியோகங்களின் மூலம் மலைமலையாய்ப் பணம் திரட்டியிருக்கிறார்; அத்தனை பணத்தையும் வைத்துக் கொண்டு அவருக்கு என்ன செய்வதென்றே தெரியவில்லை. நேற்றைக்கு முந்தின நாள் அவரது மனைவி வெளியே போனாள்; போனவள் ஒரு போலந்துக்காரனைக் கூட்டிக்கொண்டு ஓடிப் போய்விட்டாள். நாங்கள் இந்தச் செய்தியை ஊரெல்லாம் பரப்பி விட்டு விட்டோம். இப்போதோ அந்த வியாபாரி வீட்டைவிட்டு வெளியே வரவே வெட்கப்பட்டுக் கொண்டு, உள்ளேயே அடைந்து கிடக்கிறார்! ஜனங்களைக் கொள்ளையடித்துப் பணம் திரட்டியதற்கு அவருக்குக் கிடைத்த பரிசு அது!”

“சரியப்பா. கொஞ்சம் விரைவாகப்போ!” என்று அவசரப்படுத்தினான் தெலேகின். பயங்கரமாகத் தோன்றும் தனது தலையை அங்குமிங்கும் வெட்டி

வெட்டித்திரும்பிப் பார்க்கும் அந்த உயரமான கருப்புக் குதிரை தெருவழியே காற்றிலும் கடிதாய்ப் பறந்து சென்றும் கூட, தெலேகின் அவ்வாறுதான் கூறினான்.

“வந்துவிட்டோம், எஜமான். இதோ இரண்டாவது வாசல்தான்!.., தோ. தோ வசீலி!”

தெலேகின் அங்கு தென்பட்ட வெள்ளை நிறமான வீட்டின் ஆறு ஜன்னல்களையும் பரபரப்போடு விரைவாக ஒரு பார்வை பார்த்தான். அந்த ஜன்னல்கள் அனைத்திலும் தூய்மையான பின்னல் வலைத்திரைகள் அசைவற்றுத் தொங்கிக் கொண்டிருந்தன. தெலேகின் அந்த வீட்டு வாசலில் குதித்தான். வீட்டின் வாசற்கதவு பழங்காலத்திய பாணியில் இருந்தது; அதன் மீது ஏராளமான செதுக்கு வேலைகள் செய்யப் பட்டிருந்தன. அதன் உச்சியில் ஒரு சிங்கமுகம் இருந்தது. அங்கு மணியடிப்பதற்கு மின்சார மணியின் பொத்தான் இல்லை; மாறாக, ஒரு கயிறு தான் தொங்கிற்று. தெலேகின் சில விநாடிகள் அங்கேயே அசைவற்று நின்றான்; மணியடிக் கும் கயிற்றைப் பிடித்து இழுப்பதற்கு, மேலே தூக்குவதற்காக அவன் தன்னைத்தானே தைரியமூட்டிக் கொள்வதற்குள், அவனது இதயம் மெதுவாகவும் வேதனை தருவதாகவும் துடித்துக்கொண்டிருந்தது. “ஒரு வேளை வீட்டில் ஒருவருமே இல்லாதிருக்கலாம்; அல்லது அவர்கள் என்னைப் பார்க்காமலும் போகலாம்...” என்று அவன் தனக்குத்தானே கூறிய வனாய் அந்த மணிக் கயிற்றின் முனையில் தொங்கிய பித்தளைக் கைப்பிடியைப் பிடித்து இழுத்தான். உடனே உள்ளே எங்கோ வெகுதூரத்தில் மணியோசை கலகலத்தது. “வீட்டில் ஒருவரும் இல்லை போலிருக்கிறது.” ஆனால் மறுகணமே ஒரு பெண் அவசர அவசரமாக நடந்து வரும் காலடியோசை கேட்டது. தெலேகின் திடுக்கிட்டுத் திகைத்துப் போனவனாய் சுற்றுமுற்றும் விழித்தான். வண்டிக்காரனோ அவனைப் பார்த்துக் குறு நகையோடு கண் சிமிட்டினான். பின்னர் ஒரு சங்கிலி கலகலத்தது; கதவு கிரீச்சிட்டுத் திறந்தது; அம்மைத் தழும்பு விழுந்த ஒரு வேலைக்காரியின் முகம்

வெளியே தெரிந்தது.

"தார்யா இமித்ரியவ்னா புலாவினுா இங்குதானே வசிக்கிறார்?" என்று தன் தொண்டையைக் கனைத்துச் சரிசெய்தவாறே கேட்டான் தெலேகின்.

"அவர்கள் உள்ளே இருக்கிறார்கள். தயவு செய்து உள்ளே வாருங்கள்!" என்று அந்த வேலைக்காரி கனிவு நிறைந்த மணிக்குரலில் பதில் சொன்னாள்: "எஜமானியம்மாள் அவர்கள், தங்கை இரண்டுபேரும் உள்ளேதான் இருக்கிறார்கள்."

ஏதோ கனவில் நடப்பது போன்று தெலேகின் உள்ளே செல்லும் ஒடுங்கு பாதையில் நடந்து சென்றான். அந்த ஒடுக்கமான நடைபாதையில் ஒருபுறத்துச் சுவரில் கண்ணாடி ஜன்னல்கள் இருந்தன; ஆங்காங்கே பெரிய பெரிய உடைகளுக்கான கூடைகள் நின்று கொண்டிருந்தன. அத்துடன் கம்பளி மேலங்கியின் வாடையும் அங்கு நிலவியது. அந்தப் பணிப்பெண் வலது புறத்திலிருந்த மெல்லிய கருப்புத் திரையிடப்பட்டிருந்த மற்றொரு கதவைத் திறந்தாள். தெலேகின் அந்தச் சின்னஞ்சிறிய இருண்ட அறையைப் பார்த்தான். அறையில் பெண்களுக்குரிய கோட்டுகள் மூலைகளில் தொங்கிக்கொண்டிருந்தன. நீண்டு உயரமாகத் தோன்றிய நிலைக் கண்ணாடிக்கு முன்னே கிடந்த அலமாரியின் மீது கையுறைகளும், செஞ்சிலுவைச் சின்னமிட்ட ஒரு முக்கோணத் தலைக் குட்டையும், ஒரு துண்டும் காணப்பட்டன. அந்த அப்பாவிப் பொருள்களிடையேயிருந்து ஏதோ ஒரு பழக்கமான, ஆனால் மிக மெல்லிதான, உயர்ந்த ரக வாசனைத் தைலத்தின் நறுமணம் கமழ்ந்து பரவிக் கொண்டிருந்தது.

தெலேகினின் பெயரைக்கூடக் கேட்டுத் தெரிந்து கொள்ளாமல், அந்த வேலைக்காரி அவனது வரவு குறித்துத் தகவல் தெரிவிக்க உள்ளே சென்றாள். தெலேகின் அந்தத் துண்டைத் தனது விரல் முனையால் லேசாகத் தொட்டுப்பார்த்தான்; மறுகணமே அந்தத் தூய்மையான,

எழில் பொங்கும் வாழ்க்கைக்கும், தான் ஏறித் தாண்டி வந்துள்ள அந்த ரத்தக் கூழுக்கும் இடையே எவ்விதமான ஒட்டும் உறவும் இருக்க முடியாதென்று திடீரென உணர்ந்தான்.

"சின்னம்மா! உங்களைத் தேடி யாரோ வந்திருக்கிறார்கள்!" என்ற அந்த வேலைக்காரி உள்ளே எங்கேயோ நின்ற கூறுவது அவன் காதிலும் விழுந்தது.

தெலேகின் ஏதோ ஒரு பேரிடி வானமண்டலத்திலிருந்து தன் மீது விழப்போவதை எதிர்பார்ப்பவன் போல் கண்களை மூடினான்; அவனது உடல் உச்சி முதல் உள்ளங்கால் வரையிலும் கிடுகிடுவென்று நடுங்கியது. அப்போது உள்ளேயிருந்து தெள்ளத் தெளிவான குரல் அவசர அவரமாகக் கேட்டது:

"என்னையா? யாரது?"

அடுத்துள்ள அறைகளில் காலடியோசை கேட்டது. இரண்டு வருஷ கால ஏக்கம் என்னும் பாதாளத்திலிருந்து பறந்து வரும் வேகத்தில் கேட்ட காலடி ஓசை அது! அந்தச் சின்னஞ்சிறு அறையின் வாசலில், ஜன்னலிலிருந்து வந்த ஒளியில் தாஷா வந்து நின்றாள். அந்த ஒளியில் அவளது அழகிய கேசம் தங்க முலாம் பெற்று மினுமினுத்தது. அவள் கருநீல நிறப் பாவாடையும், பின்னல் வலை ரவிக்கையும் அணிந்திருந்த அவள் முன்னைவிட உயரமாகவும் ஒடிசலாகவும் தோற்றமளித்தாள்.

"என்னைப் பார்க்கத்தான் வந்தீர்களா?"

அதற்குள் அவளது குரல் தடுமாறியது. அவளது முகபாவங்கள் மாறிக் குழம்பின; புருவங்கள் சட்டென்று மேலே நின்றன; உதடுகள் திறந்து விரிந்தன. ஆனால் அவளது முகத்தில் தோன்றிய அந்த ஒரு கணநேரத்தில் உணர்ச்சி மறுகணமே மாறியது. அவளது கண்கள் வியப்பாலும் ஆனந்தத்தாலும் ஒளிபெற்றுத் திகழ்ந்தன.

"நீங்களா?" அவள் தெளிவற்ற குரலில் முணுமுணுத்தாள்.

மறு கணமே அவள் தனது கைகளை தெலேகினின் கழுத்தைச் சுற்றி வேகமாக வீசினாள்: தனது மென்மையான துடிதுடிக்கும் உதடுகளால் அவனுக்கு முத்தமாரி பொழிந்தாள். பின்னர் அவள் விலகி நின்று கொண்டாள்.

"என்னுடன் வாருங்கள், இவான் இலீச்."

தாஷா கூடத்துக்குள் ஓடிப்போய் அங்குள்ள சாய்வு நாற்காலியில் உட்கார்ந்தாள்; பின்னர் தன் முழங்கால்களின் மீது குனித்தவளாய், முகத்தைக் கைகளால் மூடிக்கொண்டாள்.

"நான் அசடு மாதிரி நடத்து கொள்கிறேன் என்பது எனக்கும் தெரியும்!" என்று கிசுகிசுத்தவாறே அவள் தன் கண்களைக் கசக்கி விட்டுக் கொண்டாள்.

தெலேகின் அவளுக்கு முன்பாக வந்து நின்றான். உடனே தாஷா அந்த நாற்காலியின் கைப்பிடிகளைப் பிடித்தவாறே தன் தலையை நிமிர்த்தினாள்:

"என்ன, இவான் இலீச்? நீங்கள் தப்பி ஓடி வந்தீர்களா?"

"ஆம்!"

"அட கடவுளே! பிறகு?"

"பிறகென்ன?.. நேராக இங்கேதான் வருகிறேன்!"

அவன் அவளுக்கு எதிராகக் கடந்த வேறோரு நாற்காலியில் அமர்ந்தான். தனது தொப்பியை மார்போடு அணைத்துப் பிடித்தவாறு அதனைப் பிசைந்து கொண்டிருந்தான்.

"ஆமாம். எப்படித் தப்பிக்க முடிந்தது?"

"அதில் ஒன்றும் புதுமை இல்லை."

"ரொம்பவும் அபாயமாயிருந்ததா?"

"ஆமாம்... குறிப்பிடத்தக்க அபாயம் ஒன்றுமில்லை."

அவர்கள் இருவரும் இவ்வாறே சிறிது நேரம் பேசிக்

கொண்டிருந்தார்கள். பின்னர் இருவருமே தத்தம் நாண உணர்ச்சிக்கு மெல்ல மெல்ல மீண்டும் வசமாகத்தொடங்கினர்,

"நீங்கள் இங்கே மாஸ்கோவுக்கு வந்து ரொம்ப நாட்களாயிற்று?" என்று தன் கண்களை கீழ்நோக்கத் திருப்பியவாறே கேட்டாள் தாஷா.

"ஸ்டேஷனிலிருந்து நேராக இங்குதான் வருகிறேன்."

"நான் இப்போதே காப்பி கொண்டுவரச் சொல்கிறேன்."

"வேண்டாம். எதற்கு இந்தச் சிரமம்? நான் ஹோட்டலுக்குப் போய்க் கொள்கிறேன்."

"மாலையில் வருகிறீர்களா?" என்று தெளிவற்ற குரலில் கேட்டாள் தாஷா.

தெலேகின் தன் உதடுகளை இறுக மூடியவாறே, தலை வணங்கினான். அவனால் மூச்சு விடவே முடியவில்லை.

"நல்லது. நான் வருகிறேன்" என்று கூறியவாறே எழுந்தான் அவன்: "நான் மாலையில் வருகிறேன்." தாஷா அவனை நோக்கித் தன் கரத்தை நீட்டினாள். அவன் அவளது மென்மையான உறுதியான கரத்தைக் கையால் பிடித்தான். அந்த தொடு உணர்ச்சி அவனது உடல் முழுவதையுமே தழுவுவது போலிருந்தது; முகமெல்லாம் குப்பென்று ரத்தம் பாய்ந்து கன்றிச் சிவந்துவிட்டது. அவன் தன் கைவிரல்களைப் பிசைந்தவாறே நடை கூடத்துக்குள் நுழைந்தான்; எனினும் அந்த அறைவாசலை அவன் மீண்டும் திரும்பிப்பார்த்தான். தாஷாவுக்குப் பின்புறத்தில் ஜன்னல் ஒளி விழுந்தது; அவள் வாசல் நடையில் நின்றவாறு குனிந்த தலையோடு அவன் செல்வதைக் கூர்ந்து பார்த்துக்கொண்டு நின்றாள்.

"நான் ஏழு மணி சுமாருக்கு வரட்டுமா, தார்யா தமித்ரியவ்னா?"

அவள் தலையசைத்தாள். தெலேகின் முன் வாசலுக்கு

வந்து, அங்கு காத்து நின்ற வண்டிக்காரனைக் கூப்பிட்டான்:

"எங்காவது ஒரு ஹோட்டலுக்கு — நல்ல ஹோட்டலுக்கு, இருப்பதிலே சிறந்த ஹோட்டலுக்கு--விடு வண்டியை!"

மீண்டும் அந்த வண்டிக்குள் அவன் தாவியேறிக் கொண்டாள்; தனது கைகளைக் கோட்டுக்குள் செலுத்தியவாறே பெரும் புன்னகை புரிந்தான். நீல நிறமான, தெளிவற்ற நிழல்கள்—மனிதர்கள், மரங்கள், வாகனங்கள்— எல்லாம் அவனைக் கடந்து பறந்தன. ருஷ்ய நாட்டு நகரப் புறங்களுக்கே உரிய பல்வேறு வாசனைகளோடு, குளிர்ந்த காற்று சில்லென்று வீசியது; அந்தக் காற்று அவனது கன்னங்களைக் குளிர்வித்தது. தெலேகின் தன் கையை வெளியே எடுத்தான்; தாஷா தொட்டதால் ஏற்பட்ட கொதிப்பு அந்தக் கையில் இன்னும் குடிகொண்டிருந்தது. அவன் கையைத் தன் நாசித்துவாரங்களுக்கருகே கொண்டு சென்றவனாய், வாய்விட்டுச் சிரித்தான்; பின்னர் "எல்லாம் ஒரே மாயமந்திரம் தான்!" என்று தனக்குத்தானே சொல்லிக்கொண்டான்.

தெலேகினை வழியனுப்பிய பிறகு, தாஷா கூடத்திலுள்ள ஜன்னல் அருகிலேயே நின்று கொண்டிருந்தாள். அவளது தலை கிறுகிறுத்தது; நடந்துபோன நிகழ்ச்சிகளையெல்லாம் தெள்ளத்தெளிவாகப் புரிந்து உணர்ந்து, நிதான நிலைக்கு வர அவளால் முடியவே இல்லை. அவள் தன் கண்களை ஒரு கணம் இறுக மூடினாள். பின்னர் திடீரென்று பெருமூச்செறிந்தவளாய், தன் தமக்கையின் படுக்கையறைக்குள் ஓடினாள்.

காத்யா ஜன்னருகே அமர்ந்து சிந்தனை வயப்பட்டவளாகப் தையல் வேலையில் ஈடுபட்டிருந்தாள். தாஷாவின் காலடியோசையைக் காதில் வாங்கியதும், அவள் தன் தலையை நிமிர்த்தாமலே கேட்டாள்.

"தாஷா உன்னைப் பார்க்க வந்திருந்தது யார்?"

பின்னர் அவள் தன் தங்கையைப் பார்த்தாள், அவளது

முகபாவங்கள் மாறின.

"அவர்தான். புரியவில்லையா, உனக்கு? அவரேதான்! இவான் இலீச்!"

காத்யா தைத்துக்கொண்டிருந்த துணியை நழுவ விட்டவளாய், தனது இரு கரங்களையும், மெதுவாக ஒன்று சேர்த்தாள்.

"வேடிக்கைதான், காத்யா! அவரது வரவால் எனக்கு மகிழ்ச்சி கூடத் தோன்றவில்லை! மாறாக பயம்தான் தோன்றியுள்ளது!" அடிக்குரலில் சொன்னாள் தாஷா.

31

பொழுது இருட்டத் தொடங்கிய பின்னர், வெளியிலே சிறு சத்தம் கேட்டாலும் கூட, தாஷா நடுங்கத் தொடங்கினாள்; உடனே அவள் கூடத்து அறைக்குள் ஓடிப்போய், யாராவது வருகிறார்களா என்று கூர்ந்து கவனித்தாள். பின்னர் ஒரு புத்தகத்தை எடுத்து நூறாவது தடவையாக ஒரே பக்கத்தைத் திறந்து, படிக்கத் தொடங்கினாள்:

"கிராப்திலிருந்து தன் கணவன் கொண்டு வந்த சாக்லேட்டை மரீயா மிகவும் விரும்பினாள்..."

பனி மூட்டம் படிந்த அந்தியொளி மயக்கத்திலே எதிர்த்த வீட்டின் இரண்டு ஜன்னல்களில் திடீரென்று விளக்கொளி தெரிந்தது. அந்த வீட்டில்தான் நடிகை சரதேயெவா வசித்து வந்தாள். அங்குத் தொப்பியணித்த ஒரு பணிப்பெண் மேஜையை ஒழுங்குபடுத்துவதை ஜன்னல் வழியாகத் தெளிவாகக் காணமுடிந்தது. பின்னர் எலும்பும் தோலுமாக மெலிந்திருந்த சரதேயெவா அங்கு வந்தாள்; அவளது தோள்மீது ஒரு வெல்வெட் கோட்டு தொங்கிக் கொண்டிருந்தது. அவள் அந்த மேசைக்கெதிரே அமர்ந்தாள்; கொட்டாவி விட்டாள். அதற்குமுன் அவள் சோபாவிலேயே தூங்கி வழிந்து கொண்டிருந்தாள்

போலிருக்கிறது. பின்னர் அவள் ஒரு பாத்திரம் நிறைய சூப்பை ஊற்றிக்கொண்டாள்; ஆனால் திடீரென்று ஏதோ நினைவில் தன்னை மறந்தவளாய், வாடிப் போன ரோஜா மலர்கள் கொண்ட ஒரு மலர்ஜாடியைக் கண்ணாடிபோன்ற கண்களால் வெறித்து நோக்கினாள். தாஷா வாயைத் திறவாமலே அந்த வரியை மீண்டும் படித்தாள்:

"சாக்லேட்டை மரீயா மிகவும் விரும்பினாள்..."

திடீரென்று மணியோசை கேட்டது. தாஷாவின் இதயத்துக்குள் ரத்தம் துள்ளிக் குதித்தது. ஆனால் வந்தது என்னவோ மாலைப் பத்திரிகைதான். "அவர் வரமாட்டார்" என்று தனக்குத் தானே கூறியவளாய் அவள் சாப்பாட்டு அறைக்குள் நுழைந்தாள். அங்கு போடப்பட்டிருந்த மேசையின் வெள்ளை விரிப்புக்கு மேல் ஒரு ஒற்றை மின்சார விளக்கு எரிந்து கொண்டிருந்தது; சுவரிலுள்ள கடிகாரம் 'டிக் டிக்' என்று விநாடிகளைக் கணக்கிட்டுக் கொண்டிருந்தது. ஏழு அடிக்க இன்னும் ஐந்து நிமிடங்கள் இருந்தன. தாஷா மேஜைக்கு எதிரே அமர்ந்தாள். "இப்படித் தான் ஒவ்வொரு நிமிஷமாக வாழ்கையும் கழிகிறது!"

முன் வாசலில் மீண்டும் மணியடிக்கும் சத்தம் கேட்டது. தாஷா அப்படியே மூச்சடைத்துப் போனவளாய் துள்ளி யெழுந்து கூடத்துக்குள் ஓடினாள்... இப்போதோ ஒரு கட்டுக் காகிதங்களோடு ஆஸ்பத்திரிக் காவலாளி தான் வந்திருந்தான். ஆமாம் இவான் இலீச் வரமாட்டார்; அதில் அதிசயிப்பதற்கு ஒன்றுமில்லை. இரண்டு வருஷ காலம் கழித்து வந்தவரிடம் அவள் ஒன்றுமே கூறாதிருந்து விட்டாளே!

தாஷா தன் கைக்குட்டையை எடுத்து, அதன் முனையைப் பல்லால் கடிக்கத் தொடங்கினாள். இந்த மாதிரியெல்லாம் நடக்கும் என்று அவள் உணர்ந்து பார்த்தாளா? தெரிந்துதான் வைத்திருந்தாளா? இரண்டு வருஷகாலமாக அவள் ஒரு கற்பனை மனிதனைக் காதலித்து வந்தாள்;

ஆனால் உண்மையான மனிதன் நேரில் வந்தபோதோ, அவள் புத்தியைக் கடன் கொடுத்துவிட்டாள்!

“பயங்கரம்! பயங்கரம்!” என்று தாஷா தனக்குத்தானே கூறிக்கொண்டாள். அறைக்கதவு திறக்கப்பட்டதையோ, அந்த அம்மைத் தழும்பு விழுந்த வேலைக்காரியான லீசா அங்கு வந்ததையோ அவள் கவனிக்கவில்லை.

“சின்னம்மா. உங்களைப் பார்க்க யாரோ வந்திருக்கிறார்கள்,”

நெடிய பெருமூச்செறிந்தவளாய், தாஷா சாப்பாட்டு அறைக்குள் பாதங்கள்கூடத் தரையில் சரியாகப் படாத நிலையில் மெல்லப் பிரவேசித்தாள். காத்யாதான் முதலில் அவனைப் பார்த்தாள்; புன்னகை புரிந்தாள். தெலேகின் துள்ளியெழுந்து விறைப்பாக நின்றவாறு திரு திருவென விழித்தான்.

அவன் இப்போது புதிய துணியில் தைத்த உடையை அணிந்திருந்தான்; தோள்மீது தோட்டாக்களைச் சொருகி வைக்கும் புதிய பெல்ட் தொங்கியது. அவன் கிராப்பு வைத்துக்கொண்டு, முகத்தையும் நன்கு சவரம் செய்துகொண்டிருந்தான். அவனது நெடிய உயரம், நிமிர்ந்த தோற்றம், அகன்ற தோள்கள் எல்லாம் என்றைக்கும் இல்லாத புதுமையோடு கவர்ச்சிகரமாக விளங்க. அவன் முற்றிலும் புத்தம் புதியவனாகவே காணப்பட்டான். அது நன்றாகத் தெரிந்தது. அவனது கனிவு ததும்பும் கண்களின் பார்வை வெறித்து நிலைத்து நின்றது; வடிவார்ந்த நேரான உதடுகளின் ஓரங்களில் இரண்டு மெல்லிய வரிக்கோடுகளும், இரு மடிப்புகளும் தெரிந்தன. தாஷாவின் இதயம் படபடத்தது. அந்த மடிப்பும் கோடும் பயபீதி, துன்பங்கள், மரணத்தின் பிடிப்பு முதலிய கொடுமைகளால் ஏற்பட்ட எச்ச மச்சங்களே என்பதை அவள் புரிந்து கொண்டாள். அவளது கையை அவன் பிடித்த போது அந்தப்பிடி உறுதிவாய்ந்ததாகவும் குளிர்ச்சியாகவும் இருந்தது.

தாஷா நாற்காலியை இழுத்துப்போட்டவாறு, தெலேகினின் அருகில் அமர்ந்தாள். தனது மூடிய கைகளை மேசை

மீது போட்டவாறும், தாஷாவை அடிக்கொருதரம் மின்னல் வீச்சுப்போல் பார்த்தவாறும் அவன் தனது சிறைவாசத்தையும், அதிலிருந்து தான் தப்பித்துவந்த வரலாற்றையும் விளக்கிச் சொன்னான். தாஷா அவனுக்கருகில் மிகவும் நெருங்கி அமர்ந்தவளாய், பிளந்த வாயோடு அவனது கண்களையே பார்த்துக்கொண்டிருந்தாள்.

தெலேகினின் குரல் அவனது காதுகளுக்கே புதிதாகவும் வித்தியாசமானதாகவும் தோன்றியது; அவனது உடம்பு முழுவதுமே நடு நடுங்கி அதிர்ந்தது. அவனுக்கு அருகில், தனது உடை அவனது முழங்காலின் மீது பட்டு உரச தாஷா உட்கார்ந்திருந்தாள். வார்த்தைகளால் வருணிக்க முடியாத அந்த உயிர், கொஞ்சம் கூடப் புரிந்துகொள்ள முடியாத அந்தப் பெண் மெல்லிய போதையின்பம் ஊட்டும் நறுமணம் கமழ்ந்து பரிமளிக்க வீற்றிருந்தாள்.

தெலேகின் அன்றிரவு முழுவதும் அவனது அனுபவங்களையே சொல்லிக்கொண்டு வந்தான். தாஷாவோ அவனது. பேச்சில் இடையிடையே குறுக்கிட்டுக் கேள்விகள் கேட்டாள்; விளக்கம் கோரினாள்; கைகளைத் தட்டியவாறு, தன் தமக்கையை நோக்கிச் சொன்னாள்:

"கேட்டாயா, காத்யா! இவரைச் சுட்டுத் தள்ளுமாறு உத்தர விட்டார்களாம்!"

அந்த மோட்டார்காரைக் கைப்பற்றுவதற்காக நடந்த சண்டையைப் பற்றியும் சாவுக்கும் அவனுக்கும் இடையில் கடந்த அந்த ஒரு விநாடிப் பொழுதையும், பின்னர் அந்தக் கார் துள்ளிப்பாய்ந்து முன்னே சென்றதையும், வாழ்வும் - விடுதலையும் தன்னை எதிர்நோக்கி நிற்கும் திசையிலிருந்து தன் முகத்தில் காற்று வேகமாக வீசியதையும் தெலேகின் விவரித்தபோது, தாஷாவின் முகம் பயங்கரமாக வெளுத்துப் போயிற்று, அவள் அப்போது அவனது கையைப் பற்றிப் பிடித்துக் கொண்டாள்.

"இனி நாங்கள் உங்களை எங்கும் போக விட மாட்டோம்!"

அலெக்சேய் தல்ஸ்தோய் ▲ 511

தெலேகின் சிரித்தான்.

"அவர்கள் மீண்டும் என்னை அழைக்கத்தான் செய்வார்கள். அதை ஒன்றும் தவிர்க்க முடியாது. எனக்கு இருக்கும் நம்பிக்கை ஒன்றே ஒன்றுதான்; என்னை ஏதாவது ஒரு போர்க் கருவிகள் செய்யும் தொழிற்சாலைக்கு அனுப்புவார்கள் என்றே நம்பிக்கொண்டிருக்கிறேன்."

அவளது கரத்தைப் பதனமாக அழுத்திப் பிடித்தான் அவன். தாஷா அவள் கண்களைப் பார்த்தாள்; மிகுந்த ஆர்வத்தோடு பார்த்தாள். அவள் கன்னத்தில் மெல்லச் செம்மை படரத் தொடங்கியது, பின்னர் தன் கையை விடுவித்துக் கொண்டாள்.

"நீங்கள் ஏன் சிகரெட்டே பிடிக்கக்காணோம். நான் போய் தீப்பெட்டி எடுத்து வருகிறேன்."

தாஷா விறுட்டென்று வெளியே சென்றாள்; அதே வேகத்தில் மறுகணமே ஒரு தீப்பெட்டியுடன் திரும்பி வந்தாள். அவள் தெலேனுக்கு எதிரில் போய் நின்றவளாய் தீக்குச்சிகளைக் கொளுத்த முனைந்தாள். குச்சிகளை முனையில் பிடித்துக் கொண்டு தீப்பெட்டி மீது உரசினாள். ஆனால் குச்சிகளோ உரச உரச ஒடிந்து கொண்டேயிருந்தன. "நம்முடைய லீசா தீப்பெட்டி வாங்கிக்கொண்டு வரும் அழகைப் பாருங்களேன்!" என்று குறைபட்டுக் கொண்டாள். கடைசியில் ஒரு தீக்குச்சியில் நெருப்பு பற்றிக்கொண்டது. தாஷா அந்தக் குச்சியை தெலேகினின் வாயிலிருந்த சிகரெட்டின் அருகே கவனமாக கொண்டு வந்தாள்; அப்போது அந்தத் தீக்குச்சிச் சுடர் அவளது மோவாயில் ஒளி செய்தது. தெலேகின் சிகரெட்டின் முதல் புகைச்சுருளை வாய்க்குள் இழுத்தபோது, தன் கண்களை மூடிக்கொண்டாள். சிகரெட்டைப் பற்றவைப்பதில் இத்தனை ஆனந்தம் இருக்கும் என்ற உண்மையை இதற்கு முன் அவன் என்றுமே தெரிந்து கொண்டதில்லை.

காத்யா தன் தங்கையையும் தெலேகினையும் மௌனமாகக் கவனித்துக் கொண்டிருந்தாள். அவள் உண்மையிலேயே

தாஷாவுக்காக மகிழ்ச்சி பெற்றாள். எனினும் அதே நேரத்தில் அவள் துக்கப்படவும் செய்தாள். காலப்போக்கில் சீக்கிரமே மறந்து விடலாம் என்று வீணில் நம்பி ஏமாந்த அந்த மனிதனை, வாதம் பெத்ரோலிச் ரோஷினை தனது நினைவிலிருந்து மறக்கடிக்க முடியாததை எண்ணி அவள் வருந்தினாள். அவனும் ஒரு காலத்தில் இதேபோல் அவர்களோடு அங்கு அமர்ந்திருந்தான். அப்போது அவளும் இதே போன்று அவனுக்குத் தீப்பெட்டி எடுத்துக்கொண்டு வந்தாள்; அப்போது ஒரு குச்சியைச்கூட ஒடித்துப் போடாமல், முதல் குச்சியிலேயே அவள் நெருப்பைப் பற்றி அவனது சிகரெட்டைப் பற்றவைத்தாள்.

தெலேகின் நடுநிசி வேளையில் அங்கிருந்து விடைபெற்றுச் சென்றான். தாஷா தன் தமக்கையை ஆரத் தழுவி, அன்போடு முத்தமிட்டுவிட்டு, தன் அறைக்குள் சென்று கதவைத் தாளிட்டுக் கொண்டாள். படுக்கையில் படுத்து, தனது கைகளைத் தலைக்குமேல் உயர்த்தியவாறு அவள் தனக்குத்தானே சொல்லிக் கொண்டாள். துன்பமெனும் உளைச்சேற்றிலிருந்து மேலேறி விடுதலை பெற்றுவிட்டதாகவும், தன்னைச்சுற்றிலும் பயங்கரமும் தனிமையும் நிறைந்த சூழ்நிலையே இப்போதும் நிலவி வந்த போதிலும்கூட, அந்தக் காரிருட்டில் ஒரு மின்னல் வீச்சுப் பிறந்து விட்டதாகவும், அதுவே ஒரு தனி ஆனந்தத்தைத் தனக்குத் தருவதாகவும் அவள் தனக்குத்தானே சொல்லிக்கொண்டாள்.

32

தெலேகின் வந்து சேர்ந்து ஐந்து நாள்களான பின்னர் அவனுக்கு அதிகாரபூர்வமான ஒரு கடிதம் வந்தது; அந்தக் கடிதம் அவனைப் பால்டிக் தொழிற்சாலைக்குப் போய் ஆஜராகும்படி உத்தரவிட்டது.

அவனுக்கு எல்லாமே ஒரு கனவு மாதிரி தோன்றியது.

அந்தக் கடிதத்தால் அவன் அடைந்த ஆனந்தம், கடிதம் கிடைத்த அன்றைய நாள் முழுவதும் தாஷாவோடு நகரில் அங்குமிங்கும் சுற்றியலைந்தது, நிகலாய்--ரயில்வே நிலையத்தில் அவசர அவசரமாக அவளிடம் பிரியா விடைபெற்றது, அந்த இரண்டாம் வகுப்புப் பெட்டிக்குள் நிலவிய கதகதப்பு, வெப்ப மூட்டும் கருவியிலிருந்து பிறந்து வந்த வெப்ப அலைகள். திடீரென்று அவன் தன் கோட்டுப் பைக்குள்ளே கையைப் போட்டபோது, அங்கு தட்டுப்பட்ட, பட்டு நாடாவினால் கட்டப்பட்ட அந்தப் பொட்டலம், அந்தப் பொட்டலத்துக்குள்ளே இருந்த கேக்குகள், சாக்கலேட்டுகள், இரண்டு ஆப்பிள் பழங்கள்--இவையெல்லாமே தெலேகினுக்கு ஒரு நெடுங்கனவுபோல் தோன்றின. தெலேகின் தனது சட்டையின் கழுத்துப் பொத்தான்களைக் கழற்றினான்; கால்களை நீட்டிக் கொண்டான். தனது உதடுகளில் அரும்பிய அசட்டுத்தனமான புன்னகையை மூடி மறைக்க இயலாதவனாய் தனக்கு எதிரே இருந்த பிரயாணியைப் பார்த்தான். மூக்குக் கண்ணாடி அணிந்த அந்த வயோதிகப் பிரயாணி கண்டிப்பான குணமுடையவர்போல் தோற்றமளித்தார்.

“மன்னிக்க வேண்டும் நீங்கள் மாஸ்கோவை விட்டே போகிறீர்களா?” என்று கேட்டார் அந்தக் கிழவர்.

“ஆமாம்!” ஆகா! தெய்வீகமான மந்திரச் சொல்லல்லவா, மாஸ்கோ! இலையுதிர் காலத்தின் சூரிய ஒளிப் பிரவாகம் நிறைந்த தெருக்கள், காலுக்கடியில் மிதிபடும் காய்ந்த சருகுகள், அந்த இலைகளின் மீது நளினத்தோடும் லாகவத்தோடும் தாஷா நடந்து வந்த அழகு, அவளது அந்தத் தெள்ளத் தெளிவான சாதுரியமான பேச்சுக்குரல் அவள் பேசிய பேச்சில் ஒரு வார்த்தையைக்கூட அவனால் நினைவு கூர முடியவில்லை!, அவன் அவள் மீது குனிந்து அவளது கரத்தை முத்தமிட்டபோதெல்லாம் சுவாசித்த அந்த மெல்லிய மலர்களின் நறுமணம்...

“மாஸ்கோ ஒரு சதோம்[28] ஆகிவிட்டது! ஆம். உண்மையில் சதோம் ஆகிவிட்டது!” என்று அந்தக் கிழவர் சொன்னார்; “நான் அங்கு மூன்று நாட்களாக இருந்தேன்... கண்ணார நிறையப் பார்த்தேன்...” அவன் மழைக்கால ரப்பர் பூட்சுகள் தரித்த தமது கால்களை வெளியே எடுத்தவாறே, காரித் துப்பினான். பிறகு மேலும் பேசத்தொடங்கினான்; “எங்கு பார்த்தாலும், ஜனங்கள் மேலும் கீழும் ஓட்டோட்டமாகத் தான் ஓடித் திரிகிறார்கள். ஒரே பரபரப்பு. இரவிலோ, எங்கு பார்த்தாலும் ஒரே விளக்குகள்; ஆரவாரம்; கிறுகிறுப்பு! ஜனக்கூட்டம்... எதிலும் எந்தவிதமான அர்த்தமும் இருப்பதாகவே தெரியவில்லை! ஆமாம். மாஸ்கோ அப்படித்தான் இருக்கிறது. அங்கு தான் நமது தேசம் முழுவதுமே தொடங்கியுள்ளது. எனக்குத் தெரிந்த வரையிலும் இந்த ஆரவாரங்களெல்லாம் அர்த்தமற்ற, நரக லோக நாராசத்தைத் தவிர வேறில்லை என்றே தோன்றுகிறது. என்ன தம்பி! நீங்கள் சண்டைக்குச் சென்றிருந்தீர்கள் போலும்; அங்கிருந்து காய மடைந்து திரும்பி வந்திருக்கிறீர்கள் போலிருக்கிறது. இல்லையா? ஆமாம். பார்த்த பார்வையிலேயே நான் அதைத் தெரிந்து கொண்டேன்... சரி, தம்பி. எனக்குச் சொல்லுங்கள்! இந்தக் கிழவனுக்குச் சொல்லுங்கள்! நாசமாய்ப்போன இந்த ஆரவாரக் குழப்பங்களுக்காகவா நமது ரத்தம் சிந்தப் பட வேண்டும்? நமது நாடு என்ன ஆவது? நமது மதத்தின் கதி என்ன? நமது ஜார் மன்னர் என்ன ஆவது? சொல்லுங்கள் தம்பி! நான் பீட்டர்ஸ்பர்குக்குச் செல்கிறேன். நெசவுக்கு நூல் கிடைக்குமா என்று தேடிப்போகிறேன். நூல் கிடக்கட்டும்! நான் மீண்டும் தூமேனுக்கு என்ன கொண்டு வருவேன் என்று எதிர்பார்க்கிறீர்கள்? நூலையா? இல்லை, நான் கொண்டு போக மாட்டேன்! நான் திரும்பிச் சென்று அவர்களிடம் ‘நாம் எல்லோரும் நாசமாய்ப் போனோம்!’ என்று, சொல்வேன். அந்த வார்த்தையைத்

---

28 சதோம்-அளவற்ற ஒழுங்கீனம். நகரவாசிகள் செய்த பாவங்களுக்குத் தண்டனையாக நில அதிர்ச்சியினால் அழிக்கப் பட்டதாகப் புராணங்கள் கூறும் பண்டைய பாலஸ்தீன நகரத்தின் பெயர்.-(ப-ர்.),

தான் நான் கொண்டு செல்வேன். என் வார்த்தையை மனத்தில் இருத்திக் கொள்ளுங்கள், தம்பி! நாம் அனுபவிக்கத்தான் போகிறோம்! இவையெல்லாவற்றுக்கும் உரிய தண்டனையை நாம் அனுபவிக்கத்தான் போகிறோம்... இத்தகைய முட்டாள் தனமான காரியங்கள் அனைத்துக்கும் நாம் ஒரு நாள் பதில் சொல்லித்தானாக வேண்டும்...”

அவர் கைகளை முழுங்கால்களின் மீது ஊன்றி, இடத்தை விட்டு நிமிர்ந்து எழுந்தார்; திறந்து கடந்த ஜன்னல் பலகையை இழுத்து மூடினார்; அந்த ஜன்னலுக்கு வெளியிலோ என்ஜினிலிருந்து வரும் தீப்பொறிகள் இருளில் வேகமாகப் பறந்து சென்றன. “நாம் ஆண்டவனை மறந்து விட்டோம். ஆண்டவனும் நம்மை மறந்து விட்டார். ஆமாம். நான் நிச்சயமாகச் சொல்கிறேன். இதற்கெல்லாம் தண்டனை அனுபவிக்கும் காலம் வரத்தான் போகிறது. கடுந்தண்டணை கிட்டத்தான் போகிறது...”

“நீங்கள் என்ன சொல்கிறீர்கள்? ஜெர்மானியர்கள் நம்மைத் தோற்கடித்து விடுவார்கள் என்று நீங்கள் நினைக்கிறீர்களா?” என்று கேட்டான் தெலேகின்.

“யாருக்குத் தெரியும்? நம்மைப் புனிதப்படுத்துவதற்காக, கடவுள் யாரை அனுப்பினாலும், அந்த நபர் மூலம்: தானே நாம் நமது தண்டணையைப் பெற்றாக வேண்டும். உதாரணமாக, இப்போது எனது கடையில் வேலை பார்க்கும் சிப்பந்திப் பையன்கள் ஒழுங்கீனமாக நடக்கத் தொடங்குகிறார்கள், என்று வைத்துக்கொள்ளுங்களேன். பிறகு என்ன நடக்கும்? நான் அவர்களது செய்கைகளையெல்லாம் சில காலம் வரையிலும் பொறுத்துக் கொண்டிருப்பேன். பிறகு ஒருவனுக்குத் தலையிலே அடிவிழும்; மற்றொருவனுக்குப் பிடரியிலே அடிவிழும். வேறொருவனோ வேலையிலிருந்தே கல்தா கொடுக்கப்பட்டு வெளியேறுவான். ஆனால் ருஷ்ய நாடு என்கடை மாதிரியல்ல, அது பெரிய விவகாரம். கடவுள் கருணையுள்ளவர் தான். ஆனால், அவர் நடந்து வருவதற்கான பாதையில் மனிதர்கள் கல்லும் முள்ளும்,

புல்லும்புதரும் மண்டி வளர விட்டுவிட்டார்களென்றால், அவர் அந்தப் பாதையைச் சீர் திருத்திச் செப்பனிடத்தானே வேண்டும். இல்லையா? அதைத்தான் நான் சொல்கிறேன். கடவுள் இப்போது உலகைக் கவனிக்காமல் பாராமுகமாய் இருக்கிறார். இதைவிட மோசமான நிலைமை வேறு இருக்க முடியாது."

அந்தக் கிழவர் வயிற்றின்மீது இரு கைகளையும் மடித்துப் போட்டவாறு, கண்களை மூடினார். அவர் இருண்ட மூலையில் அமர்த்திருந்தார். ரயிலின் ஓட்டத்தினால் அவரது உடம்பு மேலும் கீழும் ஏறியிறங்கி ஆடியபோது, அவரது மூக்குக் கண்ணாடியும் விட்டுவிட்டுப் பளபளத்தது. தெலேகின் அந்தப் பெட்டியை விட்டு வெளியேறி, ரயிலின் நடைகூடத்துக்கு வந்தான்; அங்கிருந்த ஜன்னல் கண்ணாடியின் மீது முகத்தை ஒட்டவைத்தாற் போல் நெருங்கி நின்று கொண்டான்.

அந்த ஜன்னலிலே இருந்த ஒரு இடைவெளி வழியாக, சுத்தமான காற்று வேகத்தோடு உள்ளே புகுந்து வந்தது. ஜன்னலுக்கு அப்பால் நெருப்புப் பொறிகள் ஒன்றுக்கொன்று குறுக்கும் மறுக்கும் ஓடியவாறு பறந்து மறைந்தன. இடை யிடையே சாம்பல் நிறமான புகை மண்டலம் தோன்றி மறைந்தது. ரயிலின் சக்கரங்கள் லயசுகத்தோடு கடகடத்துச் சென்றன. ஒரு பாதை வளைவைக் கடக்கும் சமயத்தில் அந்த ரயில் என்ஜீன் நீண்டதொரு கக்கி அடித்தது. என்ஜீனின் நெருப்புக் கிடங்கிலிருந்து எழுந்த சுடரொளியில் கோபுரம்போல் இருண்டு தோன்றிய தேவதாரு மரங்களெல்லாம் கணநேரம் ஒளிபெற்றுத் திகழ்ந்தன. தண்டவாளங்கள் ஒன்று சேரும் இடங்களில் அந்த ரயில் மெல்ல ஆடியசைந்து சென்றது; கைகாட்டி மரத்தின் பச்சை விளக்கு பளிச்சிட்டு மறைந்தது; ஜன்னலுக்கு வெளியே மீண்டும் தீப்பொறிகள் மழைத்தாரை போன்று தொடர்ந்து பறந்தன.

அவற்றைக் கவனித்தவாறே, தெலேகின் கடந்த ஐந்து நாட்களிலும் தனக்கு நேர்ந்த அனுபவங்களையெல்லாம் திடீரென்று பிறந்த அபரிமிதமான ஆனந்த பரவசத்தோடு,

உணர்ந்தறிந்தான். தன் இதயத்தில் உணர்ந்த உணர்ச்சிகளையெல்லாம் அவன் யாரிடமேனும் வாய்விட்டுச் சொல்ல நேர்ந்திருந்தால், அவனுக்குப் பைத்தியப் பட்டம்தான் கட்டியிருக்கும். ஆனால் அவனைப் பொறுத்த வரையிலும் அவற்றில் எந்த விதமான விசித்திரமோ பைத்தியக்காரத்தனமோ இருக்கவில்லை. அவனுக்கு எல்லாமே அசாதாரணமான தெளிவோடு தென்பட்டன.

அவன் உணர்ச்சி வயப்பட்டான்: இராக் காலத்தின் அந்தகாரச் சூழ்நிலையிலே கோடானு கோடி மக்கள் வாழ்ந்தார்கள்; துன்பப்பட்டார்கள்; செத்தார்கள். ஆனால் அவர்களது வாழ்க்கையோ வெறும் குறியீடாகத்தான், இருந்தது. உலகத்தில் நடப்பவையெல்லாமே வெறும் குறியீட்டுத் தன்மை பெற்றதாகவே, வெறும் மாயத் தோற்றமாகவே இருந்து வந்தன. இத்தகைய மாயை நிலையிலோ, தான் ஏதாவது ஒரு சின்னஞ்சிறு முயற்சி செய்தாலும் கூட நிலைமையனைத்தும் அடியோடு மாறிவிடும் என்று தெலேகின் உணர்ந்தான். ஆனால், இத்தகைய மாயத்தோற்றம் அத்தனைக்கும் மத்தியில் ஓர் உயிர், அதாவது தெலேகின் வாழ்ந்து கொண்டிருப்பதாகவும், அந்த உயிர் ரயிலின் கண்ணாடிமீது தன் உடம்பைச் சாய்த்தவாறு நின்று கொண்டிருப்பதாகவும் உணர்ந்தான்... அந்த ஜீவன் இன்னொரு ஜீவனால் காதலிக்கப்பட்ட ஜீவன்... இந்த ஜீவனோ நிழல்படிந்த ஓர் உலகத்திலிருந்து வெளிப்பட்டு, நெருப்பைக் கக்கிக்கொண்டு செல்லும் ஒரு ரயிலின் மூலமாக, இருண்ட உலகத்துக்கு மேலாகப் பறந்து செல்வதாக அவன் உணர்ந்தான்...

தன்மீதே அவனுக்கேற்பட்ட ஒரு அசாதாரணமான காதல் உணர்ச்சி சில விநாடிகள் நிலைத்திருந்தது. பின்னர். அவன் மீண்டும் தனது பெட்டிக்குள் சென்று, மேல் படுக்கையின் மீது தொத்தி ஏறினான். அவன் உடைகளைக் களைந்த போது தனது பெரிய கைகளைப் பார்த்தான்; அந்தக் கைகள் அழகோடு விளங்குவதாக அன்றுதான் தன் வாழ்க்கையிலேயே முதன் முதலாகக்

கண்டுணர்ந்தான். பின்னர் கைகளை ஒன்று சேர்த்து, தன் தலைக்கு அணை கொடுத்தவாறே, கண்களை மூடினான்; அந்தக் கணமே தாஷாவை அவன் தன் மனக் கண்ணில் கண்டான். அன்று, பகல் வேளையில் சாப்பாட்டு அறையில் பட்டாணிக் கடலையைப் பொட்டலம் கட்டியவாறே தாஷா அவனை இதயக் கனிவுடன் பார்த்துக் கொண்டிருந்தாளே, அதே போன்று இப்போதும் அவனது மனக் கண் முன்னால் தாஷா அவனைப்பார்த்துக் கொண்டிருந்தாள்! அன்றைய தினத்தில் அவள் அப்படிப் பார்த்தபோது, தெலேகின் சாப்பாட்டு மேசையைச் சுற்றி வந்து அருகே சென்று, அவளது கதகதப்பான தோள்மீது முத்தமிட்டான். அவள் சட்டென்று திரும்பினாள். உடனே தெலேகின் அவளை நோக்கி "தாஷா! நீங்கள் என் மனைவியாக விட மாட்டீர்களா?" என்று கேட்டான். தாஷாவோ பதிலுக்கு அவனையே பார்த்துக் கொண்டு நின்றாள்.

இப்போதோ அவன் அந்த உயரமான படுக்கையின் மீது படுத்தவாறு, தாஷாவின் முகத்தை நினைவு கூர்ந்தான். அந்த முகத்தை எத்தனை தடவை பார்த்தாலும் தனக்கு அலுப்புத் தட்டாது என்று அவன் உணர்ந்தான். அத்துடன் தாஷா தன்னை, அதாவது அழகிய அகன்ற கரங்களுடைய மனிதனான தன்னைக் காதலிக்கிறாள் என்ற எண்ணத்தால் ஏற்பட்ட ஆனந்த பரவசத்தையும் தன் வாழ்நாளிலேயே முதன் முதலாக உணர்த்தறித்தான்.

பீட்டர்ஸ்பர்குக்கு வந்து சேர்ந்ததும் தெலேகின் நேராக பால்டிக் தொழிற்சாலைக்குச் சென்றான். அங்குள்ள தொழில் பட்டறை ஒன்றின் இரவு 'ஷிப்டில்' அவன் தன் பெயரைப் பதிவு செய்து கொண்டான்.

கடந்த மூன்றாண்டு காலத்தில் அந்தத் தொழிற்சாலையில் எத்தனையோ மாறுதல்கள் நிகழ்ந்து போயிருந்தன. முன்னைவிட இப்போது அங்கு மூன்று மடங்கு தொழிலாளர்கள் இருந்தார்கள். அவர்களில் சிலர் இளைஞர்கள்; வேறு சிலர் யூரல் மலைப்பிரதேசத்திலுள்ள தொழிற்சாலைகளிலிருந்தும், மேலைத்திசையிலுள்ள

நகரங்களிலிருந்தும் மாற்றுதலாகி வந்தவர்கள்; வேறு சிலர் போர் முனையிலிருந்தே நேராக அங்கு வந்து சேர்ந்தவர்கள். அந்தத் தொழிலாளிகள் பத்திரிகைகள் படித்தனர். போர், ஜார் சக்கரவர்த்தி, சக்கரவர்த்தினி, ரஸ்பூதின், ராணுவ தளபதிகள்—எல்லோரையும் வாய்க்கு வந்தபடி வசைமாரி பொழிந்து தூற்றினார்கள். அவர்கள் எல்லோருமே கோபாவேஷத்தோடு இருந்தார்கள்; போருக்குப் பின்னர், "புரட்சி நிச்சயம் வெடிக்கத்தான் போகிறது" என்று அவர்களில் ஒவ்வொருவரும் திடமாக நம்பினார்கள். அவர்கள் ஒவ்வொருவரையும் ஆத்திரமூட்டிக் கொண்டிருந்த விஷயங்கள் பலப்பல. நகர்மன்றத்தின் ரொட்டிக்கடைகளில் ரொட்டிக்குரிய மாவோடு உமியையும் கலந்து கலப்படம் செய்து விற்பது, கடைகளில் சமயங்களில் நாட்கணக்காக மாமிசமே கிடைக்காமல் இருப்பது, அப்படியே மாமிசம் விற்பனைக்கு வந்தாலும், அது அழுகி நாற்றமெடுத்துப் போயிருப்பது, பனி மழையினால் உருளைக் கிழங்கெல்லாம் பூமிக்குள்ளே வெந்து நீறி அழுகப்போனது, சர்க்கரை அழுக்கடைந்து கெட்டுப்போயிருப்பது, சகலவிதமான உணவுப்பொருள்களின் விலையும் உச்சாணிக்கொம்பில் ஏறிக் கொண்டது, அதே சமயத்தில் வியாபாரிகளும், கொள்ளை லாபப் பேர்வழிகளும், பங்கு மார்க்கெட் சூதாடிகளும், போர்க் கண்ட்ராக்டுகளின் மூலம் ஏராளமாகப் பணம் இரட்டிக்கொழுத்துப் போனது, அவர்கள் ஒரு சாக்கலேட், பெட்டிக்கு ஐம்பது ரூபிள் வரையிலும் ஒரு பாட்டில் சாம்பேன் மதுவுக்கு நூறு ரூபிள் வரையிலும் விலைகொடுத்து வாங்க நேர்ந்தது, ஜெர்மனியோடு சமாதானம் செய்து கொள்வது என்ற பேச்சைக் கேட்கக் கூட அவர்கள் தயாராயில்லாமலிருப்பது -- இவையெல்லாம் தான் அவர்களது கோபாவேத்துக்குக் தூபம் போட்டுவந்தன.

தனது சொந்த வசதிகளை ஏற்பாடு செய்து ஒழுங்குபடுத் இக்கொள்வதற்காக, தெலேகின், மூன்று நாட்கள் விடுமுறை வாங்கிக்கொண்டான். அந்த மூன்று நாட்களிலும் அவன் நகரில் பற்பல இடங்களிலும்

சுற்றித் திரிந்து, வீடு தேடினான். எத்தனையெத்தனையோ வீடுகளையெல்லாம் பார்த்து விட்டான்; ஆனால், அவனுக்கு எதுவுமே திருப்தியளிக்கவில்லை. கடைசியில் மூன்றாம் நாளன்று, எதிர்பாராத விதமாக ஒரு வீட்டைக் கண்டான்; வீடு அன்று ரயிலில் வரும் போது அவன் கண்ட கனவுக்கெல்லாம் பொருத்தமாகத் தோன்றியது. அதில் ஐந்து சிறு அறைகளும் அவற்றில் அஸ்தமன சூரியனைப் பார்த்தவாறு பளபளக்கும் ஜன்னல்களும் இருந்தன. காமின--ஆஸ்திரோவ் பெருஞ்சாலையிலுள்ள வீட்டின் இந்தச் சிறிய பகுதி தெலேகினின் சக்திக்கு ஓரளவு மிஞ்சியதுதான் என்றாலும், அவன் அதற்காகச் சிறிதுகூடத் தயங்கவில்லை. அவன் அந்த வீட்டை உடனே வாடகைக்கு அமர்த்திக்கொண்டான்; அதுபற்றி தாஷாவுக்கும் கடிதம் எழுதிவிட்டான்.

மறு நாள் இரவில் அவன் தொழிற்சாலைக்குச் சென்றான், நிலக்கரித் தூசி படிந்து கறுத்துத் தொன்றிய அந்தத் தொ ழிற்சாலையின் முற்றத்தில் உயர்ந்த விளக்குகளின் ஒளிப்பிர வாகம் பரவியிருந்தது. தொழிற்சாலையின் புகை போக்கிகளிலிருந்து எழுந்த புகை காற்றினாலும், ஈரத்தாலும் மேலெழும்பிச் செல்லாமல் தரையோடு தரையாய் வந்து படிந்தது. காற்றிலோ மூச்சைப் பிடிக்கும் காரநெடி மிகுந்த மஞ்சள் நிறமான புகை மண்டலம் நிறைந்து கலந்திருந்தது. பல்வேறு தொழில் பட்டறைகளிலுமுள்ள பெரியதான, அரை வட்ட வடிவமான, தூ? படிந்த ஜன்னல்களின் வழியே, ஏராளமான சப்பிச் சக்கரங்களும், இயந்திரங்களை இணைத்து ஓட்டும் பெல்ட்டுகளும் காட்சியளித்தன; அத்துடன் வார்ப்பு இரும்பாலான கடைசல் இயந்திரங்கள் முன்னும் பின்னுமாக இயங்கின; இரும்பையும் வெண்கலத்தையும் துளைத்துச் சுழன்றன; மட்டம் தட்டி மெருகேற்றின; கடைசல் பிடித்துத் திருகின. அதே சமயம் ஓட்டைபோடும் இயந்திரத்தின் செங்குத்தான தட்டுக்கள் இடையறாது சுழன்று கொண்டேயிருந்தன. பளு தூக்கி இயந்திரங்களின் தொட்டிகள் வேகமாக மேலே சென்றன; இருளில் பறந்து சுழன்றன. நெருப்பு உலைகளோ வெண்மையும் பழுப்பும் கலந்த நிறத்தோடு கனன்று

எரிந்தன. நீராவியின் சக்தியால் இயங்கும் மாபெரும் சம்மட்டியின் அடிகளால் பூமிப் பரப்பே அதிர்ந்து நடுங்கியது. தணிவாகவுள்ள புகை போக்கிகளிலிருந்து சாம்பல் நிறங்கொண்ட வானின் அந்தகாரப்பரப்பில் தீப்பிழம்புகள் குப்குப்பென்று மேலெழுந்து தோன்றின. இத்தகைய ஆரவார இரைச்சலுக்கும் இயந்திரங்களின் முழக்கத்துக்கும் மத்தியில் மனித உருவங்கள் அங்குமிங்கும் நடமாடித்திரிந்தன.

தெலேகின் பட்டறைக்குள் சென்றான்; அங்கு துப்பாக்கித் தோட்டாக்களுக்கான இரும்புக் குப்பிகளைச் செய்து குவிக்கும் இயந்திரங்கள் வேலை செய்து கொண்டிருந்தன. அங்கிருந்த என்ஜீனியர்களில் ஒருவரும் தெலேகினுக்கு நெடுங்காலம் பரிசயம் உள்ளவருமான ஸ்துருகல் என்பவர் தெலேகினைப் பட்டறைக்குள் அழைத்துச் சென்று, அவனுக்குப் பழக்கமில்லாத சில புதிய வேலை முறைகளைப்பற்றி விளக்கிக் கூறினார். பின்னர் அவர் அவனை அந்தப் பட்டறையினின்றும் ஒதுங்கியுள்ள மூலை அறை ஒன்றுக்குக் கூட்டிச் சென்றார். அந்த அறை ஏதோ ஒரு ஆபீஸ் அறையைப்போலிருந்தது. அங்கு அவர் அவனிடம் பற்பல பேரேடுகளையும் பதிவுப் புத்தகங்களையும் காட்டினார்; அத்துடன் தம்மிடமிருந்த சாவிக் கொத்தையும் அவனிடம் கொடுத்துவிட்டு, தமது கோட்டை மாட்டியவாறே சொன்னார்:

"இருபத்து மூன்று சதவிகிதம்தான் உற்பத்தியில் சேதாரம் ஏற்பட்டு வருகிறது. இந்த சேதாரக் கழிவு இந்தச் சதவிகி தத்துக்கும் அதிகமாகி விடாதபடி முயற்சி செய்து பாருங்கள்!"

அவரது பேச்சிலும் சரி, அவர் பட்டறையின் பொறுப்பைத் தன்னிடம் ஒப்படைத்த போக்கிலும் சரி, வேலையிலேயே பற்றில்லாத ஒரு அலட்சிய மனப்பான்மை அவரிடம் குடிகொண்டிருப்பதாக தெலேகின் உணர்ந்தான். இந்த உணர்ச்சி தெலேகினுக்கு வருத்தத்தையே உண்டாக்கியது. ஏனெனில் ஸ்துருகவோடு அவன் பழக வந்த அந்தக் காலத்தில் அவர் ஒரு அற்புதமான என்ஜினீயராகவும்,

ஆர்வம் மிக்க உழைப்பாளியாகவும் இருந்து வந்தார்.

"சேதாரத்தை இதற்கு மேலும் குறைப்பதென்பது சிரமசாத்தியமானது என்று நீங்கள் கருதுகிறீர்களா?" என்று கேட்டான் தெலேகின்.

ஸ்துருகவ் கொட்டாவி விட்டவாறே தலையை அசைத்தார்; கலைந்திருந்த தலைமீது தமது தொப்பியை நன்றாக இழுத்து விட்டுக் கொண்டார்; பின்னர் தெலேகினோடு கடைசல் இயந்திரங்களை நோக்கத் திரும்ப வந்தார்.

"அதைப்பற்றி நீங்கள் ஏன் கவலைப்பட வேண்டும்? அதனால் லாபம் என்ன ஏற்படப் போகிறது? இருபத்து மூன்று சதவிகிதம் தான் உற்பத்தியில் சேதம் ஏற்படுகிறதென்றால், நாம் போர்முனையில் அந்த அளவுக்குக் ஜெர்மானியர்களைக் குறைவாகக் கொன்று தள்ளுறோம் என்று தானே அர்த்தம்! வேறு வழியில்லை. சரி. எது எப்படியிருந்த போதிலும், இங்கே இந்தக் கடைசல் இயந்திரங்கள் தேய்ந்து பாடாவதியாகிவிட்டன!"

அவர் ஒரு அழுத்து இயந்திரத்தின் முன்பாக நின்றார். குட்டையான கால்கள் உடைய ஒரு வயதான தொழிலாளி, தோல் மாராப்பு ஒன்றைத் தரித்தவனாய், அந்த இயந்திரத்துக்கு அடியில் பழுக்கக் காய்ந்த ஒரு இரும்புத் தகட்டைத் தள்ளிக்கொண்டிருந்தான். அந்த இயந்திரத்தின் பாகங்கள் இயங்கி இறங்கத் தொடங்கின; அதன் பாரச் சுத்தியல் பழுக்கக் காய்ந்த உருக்குத் தகட்டுக்குள் வெண்ணெயினுள் இறங்குவது போல் வழுக்கி இறங்கியது; உடனே ஒரு தீப் பிழம்பு வெளிப்பட்டது; மீண்டும் அந்தப் பாகங்கள் மேலே நின்றன. தோட்டாக்களுக்கான இரும்புக் குப்பி ஒன்று தரையில் வந்து விழுந்தது. அந்த வயோதிகத் தொழிலாளி உடனேயே வேறொரு இரும்புக் கட்டை உள்ளே செலுத்தினான். உயரமாகவும், கரிய மீசை வைத்தவனாகவும் காட்சியளித்த ஒரு வாலிபத் தொழிலாளி நெருப்பு உலையருகே சுறுசுறுப்பாக வேலை செய்து கொண்டிருந்தான். ஸ்துருகவ் அந்த வயோதிகத் தொழிலாளியை நோக்கிக் கேட்டார்:

"என்ன ருபிலோவ்! இந்தத் தோட்டாக் குப்பிகளிலே நிறையச் சேதாரம் இருக்குமோ?"

கிழவன் சிரித்தான்; தனது கலைந்திருந்த தாடியை ஒரு பக்கமாக வெட்டியுயர்த்தியவனாய், தனது கண்ணிமைகளுக்கு மேலாக தெலேகினைக் குறும்புத் தனமாகப் பார்த்து, கண்களை லேசாகச் சிமிட்டிக்கொண்டான்.

"ஆமாம்! சேதாரம் நிறையத்தான்! பாருங்களேன். இந்த இயந்திரம் வேலை செய்கிற அழகை!" என்று கூறியவாறே அவன் அந்த இயந்திரத்தின் பாரச் சுத்தியல் மேலும் கீழும் ஏறியிறங்கும் இரும்புக் கம்பியைத் தொட்டான்; அந்தக் கம்பி முழுவதிலும் எண்ணெய் படிந்து பச்சைப் பசேலென்று காட்சியளித்தது.

"கம்பி ரொம்பவும் ஆட்டம் கொடுக்கிறது. இந்த இழவையெல்லாம் எப்போதோ பழைய இரும்புக் கடைக்கு அனுப்பியிருக்க வேண்டும்!"

நெருப்பு உலையில் வேலை பார்த்துக் கொண்டிருந்த ருபிலோவின் மகனான வசீலி என்ற அந்த இளைஞன் சிரித்தான்.

"எவ்வளவோ விஷயங்களை பழைய இரும்புக் கடைக்கு அனுப்ப வேண்டியிருக்கிறது!" என்றான் அவன்: "எல்லா இயந்திரங்களுமே துருப்பிடித்துக் கொண்டிருக்கின்றன!"

"வசீலி! கொஞ்சம் ஓய்வெடுத்துக்கொள்ளப்பா!" என்று ஸ்துருகவ் குதூகலத்தோடு சொன்னார்.

"அங்கே ஓய்வென்றால், இங்கேயும் ஓய்வுதான்!" என்று கூறியவாறே வலி தனது சுருட்டைத் தலையை அசைத்தான்; புடைத்த கன்ன எலும்புகளும், சின்னக் கரிய இளம் மீசையும், கூர்மையும் வக்ரமும் குடிகொண்ட கண்களும் கொண்ட அவனது மெலிந்து ஒடுங்கிய முகத்தில் உறுதியான, எனினும் வக்ரபாவம் மிகுந்த ஒரு வக்கணைச் சிரிப்பு தோன்றி மறைந்தது.

“இந்தத் தொழிற்சாலையிலுள்ள சிறந்த தொழிலாளிகள் இவர்கள்!” என்று ஸ்துருகவ் தெலேகினிடம் அமைதியோடு கூறியவராய், அங்கிருந்து அகன்றார்: “சரி, வருகிறேன் தெலேகின்! நான் இன்றிரவு ‘சிவப்பு வழுக்கு வண்டி மணிகள்’ என்ற ஹோட்டலுக்குப் போகப் போகிறேன். நீங்கள் எப்போதாவது அங்கு போனதுண்டா? அருமையான இடம். இப்போது அங்கே ஒயினும் விற்கிறார்கள்.”

தெலேகின் ருபிலோவையும் அவனது மகன் வசீலியையும் ஏதோ ஒரு குறு குறுப்புணர்ச்சியோடு கூர்ந்து கவனிக்கத் தொடங்கினான். ஸ்துருகவ் அவர்களிடம் பேச்சுக் கொடுத்த முறையிலிருந்தே, அவனுக்கு அந்தக் குறு குறுப்பு தோன்றி விட்டது. சிரிப்புக்கள், ஓரக்கண் பார்வைகள், மூடுமந்திரமான வார்த்தைகள்—இவற்றின் மூலமாகவே அவர்கள் மூன்று பேரும் கூடார்த்தமாகப் பேசிக்கொண்ட முறையையும் தினுசையும் பார்த்தால் அவர்கள் தன்னை ஆழம் பார்க்க விரும்பியதாகவே அவனுக்குத் தோன்றியது. அதாவது தான் அவர்களுக்கு நண்பனா அல்லது விரோதியா என்பதைக் கண்டறிய முயன்றதாகப் புலப்பட்டது. ஆனால் அடுத்து வந்த நாட்களில், ருபிலோவும் வசீலியும் அவனோடு சரளமாகவும், தாராளமாகவும் பேசி வந்ததன் மூலம் அவர்கள் தன்னைத் தங்களது நண்பனாகத்தான் கருதியுள்ளார்கள் என்பதையும் தெலேகின் கண்டு கொண்டான்.

தெளிவற்ற, நிச்சய தீர்க்கமற்ற நிலையில் உள்ள அவனது அரசியல் கொள்கைகளின் காரணமாக அவர்கள் ஒரு நண்பனாக அவனை ஏற்றுக்கொள்ளவில்லை. ஆனால், அவன் எல்லோரது மனத்திலும் தன்னைப்பற்றிய ஒரு நம்பிக்கையும் விசுவாசத்தையும் உண்டாக்க முடிந்ததாலேயே அவனை நண்பனாகக் கருதினார்கள். அவன் குறிப்பாக எந்த ஒரு காரியத்தையும் செய்யாதிருந்தாலும் அல்லது எதைப்பற்றியும் குறிப்பிட்டுப் பேசாமல் இருந்த போதிலும், அவன் ஒரு நேர்மையான; அன்புள்ளம் படைத்த, கண்ணியமான மனிதன் என்பதும்,

அதனால் அவன் 'தங்களில் ஒருவன்தான்' என்பதும் அவர்களுக்குத் தெளிவாயிற்று.

இரவு வேளையில் தெலேகின் தொழிற்சாலைப் பட்டறையில் சுற்றித்திரிந்து வரும்போது, அவன் ருபிலோவும் வலியும் வேலை செய்யும் இடத்துக்கு அருகில் வருவதுண்டு. அவ்வாறு வரும் சமயங்களில் தெலேகின் அங்கு நின்று அந்த வயோதிகத் தந்தையும் வாலிபத்தனயனும் வாக்குவாதம் செய்து வாதாடிக் கொண்டிருப்பதைக் காது கொடுத்துக் கேட்பான்.

வசீலி நன்றாகப் படித்திருந்தான். அவனது பேச்சு எல்லாமே வர்க்கப் போராட்டத்தையும், பாட்டாளி வர்க்கத்தின் சர்வாதிகாரத்தையும் பற்றியதாகவே இருந்தது. அத்தகைய விஷயங்களைப் பற்றிப் பேசும் போது, அவன் தடபுடலான வார்த்தை ஜாலங்களோடு பேசினான். ருபிலோவோ பழமையிலே நம்பிக்கை கொண்டவன்; குயுக்தியுள்ளம் படைத்த வயோதிகன்; கடவுள் பயம் சிறிதுமற்றவன்.

அவன் சொல்வான்:

"எனது சொந்த ஊரிலே, பெர்ம் பிரதேசத்துக் காட்டுக்குள்ளேயுள்ள சாமியார் மடங்களில் இருக்கும் வேதப்புத்தகங்களில் எல்லா விஷயங்களும் தெளிவாகவே எழுதப்பட்டிருக்கின்றன. அதாவது இதோ நடக்கும் இந்தப் போரும், இதனால் விளையும் படுநாசச் சீரழிவும் எதில் போய் முடியப் போகிறது என்பதைப்பற்றி அதில் எழுதியிருக்கிறது. எப்படி நம்முடைய நாடு முழுதும் நாசமாகப் போகிறது. அதில் எவ்வளவு பேர் மிஞ்சப் போகிறார்கள் என்று எழுதியிருக் றது. ரொம்பப் பேர் மிஞ்சமாட்டார்கள். ஆமாம். பிறகு காட்டுக்குள்ளேயுள்ள சந்நியாசி மடத்திலிருந்து ஒரு மனிதர் வெளிப்பட்டு நாட்டுக்குள் வருவார்; வந்து நாட்டை ஆளுவார்; ஆண்டவனின் பயங்கரமான திருவாக்கின்படியே அவர் அரசாட்சி நடத்துவார்..."

"இதெல்லாம் வெறும் மகோன்மத வாதம்!" என்றான்.

வசீலி.

"போடா, முழு முட்டாள் பயலே! அட்டுப்பிடித்த பயலே! சும்மா வார்த்தைகளைக் கொண்டா என்னை மிரட்டுகிறாய்! பாருங்கள், ஐயா. இவனும் ஒரு சோஷலிஸ்டாம்! இவன் ஒரு சுசாக்கு. வெட்கமில்லாமல் சோஷலிஸ்ட் என்று தன்னை இவன் கூறிக்கொள்கிறான். நானும் தான் ஒரு காலத் இல் இப்படியிருந்தேன். தன் வழியிலேயே இவனைப் போக விட்டால், இவன் தன் தொப்பியைத் தலை மீது கோணலாகச் சாய்த்து வைத்தபடி, ஊருக்குள்ளே ஓடுவான்; அங்கு எல்லா மே ஒரே குழப்பமாக இருப்பதைப் பார்த்தவுடன், 'வாருங் கள் போராட்டத்துக்கு!' என்று ஊளையிடுவான். ஆமாம். யாரை எதிர்த்துப் போராட்டம்? எதற்காகப் போராட்டம்? அது மட்டும் தெரியாது? போடா, முழு முட்டாள்!"

"இந்தக் கிழட்டு ஜென்மம் சொல்வதைக் கேளுங்கள்!" என்று தன் தந்தையை நோக்கிப் பெருவிரலச் சுட்டிக்காட்டி ஆட்டியவாறு பதில் சொல்வான் வசீலி: "இவர் ஒரு பயங்கரமான அராஜகவாதி. சோஷலிஸத்தைப் பற்றி இவருக்கு ஒரு இழவும் தெரியாது. இருந்தாலும் வெறும் வாதத்துக்காக, என்னிடம் வம்புச் சண்டை போட்டு ஊளையிடுவதற்கு மட்டும் எப்போதுமே இவர் 'ரெடி' தான்!"

"இல்லை!" என்று உலையிலிருந்து நெருப்புப் பொறி பறக் கும் ஒரு இரும்புத் தகட்டை வெளியே இழுத்தவாறே குறுக்கிட்டுச் சொன்னான் ருபிலோல்; "இல்லவே இல்லை ஐயா", பின்னர் அவன் அந்தத் தகட்டை அரை வட்டப் பாதையில் ஆகாயத்தில் சுழற்றியவாறே, அதனை அப்படியே இழுத்து இயந்திரத்துள் செலுத்தினான். "நீ புத்தகங்கள் படிக்கிறாய்; ஆனால் சரியான புத்தகங்களைப் படிப்பதில்லை. மேலும் எவருக்கும் மான உணர்ச்சி இருப்பதாகக் காணோம். எவரும் அதைப் பற்றிச் சந்திப்பது கூட இல்லை. இந்தக் காலத்திலே எல்லோரும் ஆவேசத்தைக் குறைத்துக் கொள்ள வேண்டும் என்று அவர்கள் புரிந்து கொள்வதுமில்லை."

"அப்பா! நீங்கள் சகலத்தையும் ஒன்றாகப் போட்டுக் குழப்புகிறீர்கள்! கொஞ்ச நாட்களுக்கு முன்னால் நீங்களே உங்களை ஒரு புரட்சிக்காரரென்று சொல்லிக்கொண்டு திரியவில்லையா?"

"ஆமாம். திரிந்தேன்! ஏதாவது நடக்க ஆரம்பிக்கட்டும். அப்போது நான் தான் முதன் முதலில் கல்வாரிக் கரண்டியைத் தூக்கிக்கொண்டு கிளம்புவேன். நான் ஏன் ஜாரைத் தொங்கிக் கொண்டு வாழவேண்டும்? நான் ஒரு விவசாயி; கடந்த முப்பது வருஷ காலத்தில் எவ்வளவு ஏக்கர் நிலத்தை நான் உழுது தள்ளியிருக்கிறேன் என்று எவருக்குத் தெரியும்! ஆமாம். நான் புரட்சிக்காரன்தான்! நீ என்ன நினைத்துக் கொண்டிருக்கிறாய்? எனது ஆத்மாவின் விமோசனம் பற்றி நான் அக்கறை கொள்ள மாட்டேனா?"

தெலேகின் தாஷாவுக்கு நாள் தவறாமல் கடிதங்கள் எழுதினான். ஆனால் அவளிடமிருந்தோ எப்போதாவது தான் பதில் வந்து கொண்டிருந்தது. அவளது கடிதங்கள் விசித்திரமானதாகவும், இடுக்கிடும் உணர்ச்சிகளை எழுப்புவதாகவும் இருந்தன. அவற்றைப் படிக்கும் போது, தெலேகினின் உள்ளம் திடீரென்று லேசாகக் குளிர்ந்து நடுங்கும். வழக்க மாக அவன் ஜன்னலின் மீது அமர்ந்து கொண்டுதான் குண்டு குண்டாகச் சாய்வான எழுத்துக்களால் தாஷா எழுதியுள்ள கடிதங்களைப் படிப்பான்; திரும்பத் திரும்பப் படிப்பான். பின்னர் அவன் ஆற்றுக்கு நடுவிலேயுள்ள தீவுத் தட்டுக்களில் உள்ள சுபில நிறமும் பழுப்பு நிறமும் கலந்த மரச்செறிவையும், வாய்க்காலில் ஓடும் தண்ணீரைப்போல் கலங்கிக் குழம்பித் தோன்றும் மேகங்கள் நிறைந்த வான வெளி யையும் பார்த்துக்கொண்டிருப்பான். தாஷாவிடமிருந்து வரும் கடிதங்களெல்லாம் ஆசை வெள்ளத்தை அள்ளி வந்து கொட்டும் என்று தெரியாத்தனமாய் தான் எதிர்பார்த் திருந்ததற்கு மாருக அவளது கடிதங்கள் இருந்ததைக் குறித்துச் சிந்தித்து, "ஆமாம் இதுவும் முற்றிலும் சரிதான்" என்று தனக்குத்தானே சொல்லிக்கொள்வான்.

தாஷா பின் வருமாறு எழுதியிருந்தாள்: "என் அன்புக்குரிய

நண்பரே! நீங்கள் ஐந்து அறைகள் கொண்ட வீடு அமர்த்தியிருப்பதாக எழுதியிருக்கிறீர்கள். இதற்காக நீங்கள் எவ்வளவு பணத்தை விரயம் செய்கிறீர்கள் என்பதை எண்ணிப் பாருங்கள்! நீங்கள் தன்னந்தனியாக வாழ வேண்டியிராது போனாலும்கூட, இந்த வீடு-- ஐந்து அறைகள் கொண்ட வீடு அளவுக்கு மீறியதுதான்! மேலும் உங்களுக்குக் குறைந்த பட்சம் இரண்டு வேலைக்காரிகளாவது வேண்டும்! இந்தக் காலத்திலே அதுவும் கூட அதிகச் செலவு தான்! மாஸ்கோவில் இப்போது இலையுதிர்காலப் பொழுது தான்; ஒரே குளிரும் மழையுமாக இருக்கிறது. வெளிச்சம் என்பதையே காணோம்... நாம் வசந்தத்தின் வருகைக்காக காத்திருக்க வேண்டியது தான்!"

தெலேகின் மாஸ்கோவை விட்டுப் புறப்பட்டு வந்த அன்றைய இனத்தில், தாஷாவைத் தன் மனைவியாகுமாறு கேட்ட சமயத்தில், அவள் எவ்வாறு வாய்திறந்து எதுவும் சொல்லாமல் அவனை வெறுமனே பார்த்ததோடு நிறுத்திக் கொண்டாளோ, அது போலவே, இப்போது அவள் எழுதி வந்த கடிதங்களிலும் அவள் தாங்கள் இருவரும் மணந்து கொள்வது குறித்தோ, தம் இருவரது எதிர்காலத்தின் இல்லற வாழ்க்கையைக் குறித்தோ, நேரடியாக எந்த ஒரு குறிப் புக்குமே இடம் கொடுத்து எழுதவில்லை. வசந்தத்தின் வருகை வரையிலும் அவர்கள் காத்துக்கொண்டிருக்க வேண்டுமாம்...

வசந்த காலத்தின் வருகையை எதிர்நோக்கிக் காத்திருக்கும் இந்த ஏக்கம், ஏதோ ஒரு அதிசயம் நேரத்தான் போறது என்றதொரு தெளிவற்ற இந்த நப்பாசை இந்தக் காலத்திலே எல்லோருக்கும் பொதுவானதாகிவிட்டது. வாழ்க்கையே முன்னேறிச் செல்லாமல் முட்டுக்கட்டை போட்டாற்போல் ஸ்தம்பித்து விட்டது; இந்தக் காலமே அசமந்தம் பிடித்த நெருக்கடியான காலம்; தன்னைத் தானே இன்று உயிர்வாழ வேண்டிய காலம் இது! ஆனால் விழித்திருக்கும் வேலைகளிலோ, ரத்த வெள்ளம் பெருக்கெடுத்தோடும் இன்னொரு வசந்த பருவத்தின்

வருகையை எதிர்நோக்கி உயிர் வாழும் சக்தியே எவரிடமும் இல்லை என்று தோன்றியது.

ஒரு முறை தாஷா பின் வருமாறு எழுதியிருந்தாள்.

"... பெஸ்ஸோனவின் மரணத்தைக் குறித்து உங்களிடம் பேசவோ அல்லது கடிதம் எழுதவோ கூடாதென்றுதான் இருந்தேன். ஆனால் நேற்று அவரது பயங்கரமான அவல முடிவைப்பற்றிப் பல புதிய விபரங்களைக் கேள்விப்பட்டேன். கொஞ்சகாலத்துக்கு முன்னால், அதாவது அவர் போர் முனைக்குச் செல்வதற்குச் சில நாட்களுக்கு முன்னால், நான் அவரை இவேர்ஸ்காய சாலையில் சந்தித்தேன். அப்போது அவரைப் பார்க்கவே மிகவும் பரிதாபகரமாக இருந்தது. இப்போதோ அன்று அவரை நான் வெறுத்து ஒதுக்காது போயிருந்தால், ஒரு வேளை அவர் உயிர் பிழைத்திருக்கக் கூடும் என்று தோன்றுகிறது. ஆனால் நான் அவரை வெறுத்து ஒதுக்கத்தான் செய்தேன். வேறு வகையில் நான் நடந்து கொள்ளவே முடியாது. அவர் மீண்டும் உயிர் பிழைத்து வந்தாலும் கூட, அப்போதும் நான் அவரை வெறுத்து ஒதுக்கத்தான் செய்வேன்."

இந்தக் கடிதத்திற்குப் பதில் எழுவதில் தெலேகின் பாதி நாள் பொழுதுக்கு மேல் செலவழித்தான்... "உங்கள் சம்பந்தப்பட்ட ஏதாவது ஒரு விஷயத்தை நான் ஏற்றுக் கொள்ள மறுப்பேன் என்று நீங்கள் எவ்வாறு நினைக்க முடியும்?.." அவன் மெதுவாக எழுதினான்; தப்பித்தவறித் தவறான வார்த்தை ஒன்றுகூட விழுந்துவிடகூடாது என்ற கவனத்தோடு இந்தித்துச்சிந்தித்து சிரமத்தோடு எழுதினான்... தில சமயங்களில் என்னை நானே சோதித்துப் பார்த்துக் கொள்வேன். அதாவது நீங்கள் வேறு யார் மீதேனும் காதல் கொண்டிருப்பதாகக் கற்பனை செய்யமுயன்று பார்க்கிறேன் எனக்கு நேரக்கூடிய மகாபயங்கரமான துர்ப்பாக்கியம் அதுவாகத்தான் இருக்க முடியும்... ஆனால் அதைக்கூட நான் ஏற்றுக் கொள்வேன். இதனால் நான் அப்படியே, அந்த விஷயத்துக்கு மனமிசைந்து போய்விடுவேன் என்று

அர்த்தமல்ல. இல்லவே இல்லை! அப்படி நேர்ந்தால், எனக்கு உலகமே இருண்டு போய்விடும். ஆனால் நான் உங்கள் மீது கொண்டுள்ள காதல் வெறும் இன்பம் மட்டும்தானா? ஆழ்ந்த உணர்ச்சியோடு காதலிக்கும் காரணத்தால், ஒருவர் தனது உயிரையே தத்தம் செய்யவும் கூட வேட்கை கொண்டு தவிப்பதன் அர்த்தத்தை நான் அறிவேன். பெஸ்ஸலோனவ் போர்முனைக்குப் போன சமயத்தில் அவருடைய உணர்ச்சியும் அப்படித்தான் இருந்திருக்க வேண்டும் தாஷா! எந்தவிதமான சொந்த பந்தங்களும் அற்று சர்வ சுதந்திரமாக இருப்பதாக நீங்கள் உணரவேண்டும். உங்களிடமிருந்து நான் எதையும் கேட்கவில்லை. ஆமாம், காதலைக்கூட... சமீபத்தில்தான் நான் உணர்ந்தேன்..."

இரண்டு நாட்களுக்குப் பின்னர் தெலேகின் பொழுது விடியப் போகும் நேரத்தில் வேலையிலிருந்து வந்தான்; வந்தவுடன் குளித்துவிட்டுப் படுக்கச் சென்றான்; ஆனால் அவன் தூங்கத் தொடங்கிய சிறிது நேரத்துக்குள்ளாகவே ஒரு தந்தி வந்து அவனை உசுப்பி எழுப்பி விட்டது.

"எல்லாம் சரி--உங்களை ஆர்வத்தோடு காதலிக்கிறேன் -- உங்கள் தாஷா."

ஏதோ ஒரு ஞாயிற்றுக்கிழமையன்று ஸ்துருகவ் தெலேகினைத் தேடி வந்தார்; அன்று அவர் அவனை "சிவப்பு வழுக்கு வண்டி மணிகள்" ஹோட்டலுக்கு அழைத்துச் சென்றார்.

அந்த மதுபானக் கடை தரையை ஒட்டிச் சமதளத்தில் இருந்தது. அதன் வளைவான முகடுகளில் பளபளப்பான இறகுகள் கொண்ட பறவைகள், கெட்டுப்போனவர்கள் போல் தோற்றமளிக்கும் குழந்தைகள், பற்பலவிதமான பூங்கொடிகள்--இத்தியாதி சித்திரங்கள் தீட்டப்பெற்றிருந்தன. அந்தக் குடைக்குள் ஒரே கூச்சலும் புகையுமாக இருந்தது. மேடை மீது கன்னத்தில் வர்ணமூட்டிய, வழுக்கைத் தலையுடைய ஒரு குள்ளமான மனிதன் பியானோ வாத்தியத்தில்

ஏதேதோ வாசித்துக் கொண்டிருந்தான். சில அதிகாரிகள் காரமான சாராயத்தைக் குடித்தவாறே, ஹோட்டலுக்குள் நுழையும் ஒவ்வொரு பெண்ணைப் பற்றியும் வாய்விட்டு ஏதாவது விமர்சனம் கூறிக்கொண்டிருந்தார்கள். கலா ரசிகர்களான சில வக்கீல்கள் சத்தம் போட்டு விவாதித்துக் கொண்டிருந்தார்கள். அந்த ஹோட்டலின் நடன ராணியான கரிய தலைமயிரும், புடைத்த கண்ணிமைகளும் கொண்ட ஒரு அழகி வாய்விட்டுச் சிரித்துக் கொண்டிருந்தாள். அர்னால் தவ் தலைமயிர்ச்சுருள் ஒன்றைக் கையினால் திருசியவாறே, போர்முனையிலிருந்து வந்த ஒரு செய்தியைப் பிரதி பண்ணிக் கொண்டிருந்தான். ஒரு சிறு மேடைமீது போடப்பட்டிருந்த மேஜை முன்னால், புதுமைக் கலையின் முன்னோடிகளில் ஒருவரான ஒரு மிருக வைத்தியர் தமது தலையைத் தொங்கப் போட்டவாறு அமர்ந்திருந்தார். காசநோயால் சுணங்டச் சுருங்கிய தோற்றத்தோடு கூடிய அந்த மனிதர் சுவரோடு சாய்ந்து தூங்கிக் கொண்டிருந்தார். இடையிடையே நீண்ட தலைமயிரும், குடி வெறிபோதையும் கொண்ட மாஜி நடிகரான அந்த ஹோட்டலின் முதலாளி பக்கக் கதவொன்றைத் திறந்து கொண்டு வெளியே வந்தான்; தனது வாடிக்கைக்காரர்களை வெறித்து நோக்கி விட்டு, மறுபடியும் மறைந்து சென்றான்.

காரமான சாராய பானத்தால் கிறுகிறுத்துப் போயிருந்த ஸ்துருகவ் தெலேகினை நோக்கிச் சொன்னான்:

“இந்த இடம் எனக்கு ஏன் பிடித்திருக்கிறது. தெரியுமா? ஏனெனில் இதோ இங்கே காணப்படும் ஊழலைப் போல் வேறு எங்குமே நாம் காண முடியாது! ஆமாம். அவை அற்புதமானவை. அதோ அந்த மூலையில் இருக்கும் அந்தப் பெண்ணைப் பாருங்கள். எலும்பும் தோலுமாய், இடத்தை விட்டு அசையக் கூட முடியாமல் இருப்பதைப் பாருங்கள். ஆமாம். வலிப்பு நோயின் முற்றிப்போன சின்னம்தான் அவள்! ஆனால் அவள் மிகமிகப் பிரபலமானவள்!”

ஸ்துருகவ் சிரித்தார்; மீண்டும் சாராயத்தை ருசித்துக்

குடித்தார்; தத்தாரிய மோஸ்தரில் மீசை வைத்திருந்த அவர் தமது தொளதொளத்த உதடுகளைக் கூடத் துடைத்துக் கொள்ளாமல், அங்குள்ள மனிதர்கள் ஒவ்வொருவரையும். தெலேகினுக்கு அடையாளம் காட்டினார்; தூக்கமிழந்தும், தோயுற்றும், புத்தி சுவாதீனமற்றும் இருந்த பல்வேறு முகங்களையும் ஒவ்வொன்றாகக் குறிப்பிட்டுப் பேசினார்;

"அதோ இருக்கிறார்களே, பார்த்தீர்களா? அவர்களெல் லாம் காட்டுமிராண்டிக் கூட்டத்தின் மிச்ச சொச்சங்கள் தான்! சே! எல்லாம் பா? பிடித்து நாற்றமெடுத்த ஜென்மங்கள்! அவர்கள் இங்கே வந்து அடைந்து மூடிக்கிடக்கிறார்கள்; போர் நடைபெறாதது போலவும் உலகத்தில் சர்வமும் வழக்கம் போலவே நடந்து வருகின்றன என்று நினைப்பவர்கள் போலவும் பாசாங்கு செய்கிறார்கள்!"

தெலேகின் அவர் சொல்லுவதையெல்லாம் கேட்டவாதே சுற்றுமுற்றும் பார்த்தான். அங்கு நிலவிய வெப்பத்திலும் புகையிலும் அருந்திய ஓயினிலும் எல்லாமே கனவு போலத் தான் தோற்றமளித்தது; அவனது தலை கிறு கிறுத்துச் சுழன்றது... அந்த ஹோட்டலின் வாசல் புறத்தை நோக்கி, பலரும் திரும்பிப் பார்ப்பதை அவன் கண்டான்; அந்த மிருக வைத்தியர் கூட, தமது காமாலைக் கண்களை மிகவும் சிரமப்பட்டுத் இறந்தவாறே அங்கே பார்த்தார்: ஹோட்டல் முதலாளியின் வெறிகொண்ட முகமும் அங்கிருந்த தட்டி மறைவுக்கப் பால் எட்டிப் பார்த்தது; தெலேகினுக்குப் பக்கத்தில் தூக்க வெறியோடு பக்கவாட்டில் சாய்ந்து அமர்ந்திருந்த பெண் கூட, தூக்கக் கிறக்கத்தில் கண்ணிமைகளைத் திறந்தாள்; பின்னர் எல்லோரும் வெறித்து நோக்கும் அந்தத் திக்கைத் தானும் வெறித்துப் பார்த்தவாறு, ஆசனத்தில் எதிர் பாராத உற்சாகத்தோடு நிமிர்ந்து உட்கார்ந்தாள்... அந்த ஹோட்டலில் திடீரென்று பூரண அமைதி நிலவியது. கீழே விழுந்து கணீர் என்று ஒலித்து உடைந்து சிதறிய கண்ணாடித் தம்ளரின் ஓசைதான் அந்த அமைதியை ஒரே ஒரு கணம் கெடுத்துவிட்டது...

வாசல் புறத்தில் நடுத்தரமான உயரங்கொண்ட ஒரு வயதான மனிதன் தனது கைகள் இரண்டையும் சட்டைப் பைகளுக்குள் செலுத்திக்கொண்டும், ஒரு புறத்துத்தோளை முன்புறமாகத் தள்ளிக்கொண்டும் நின்றான். அவன் புன்னகை புரிந்த போது, நீளமான கரிய தாடி கொண்ட அவனது நீண்ட முகத்தில் இரண்டு துடிப்பான சுருக்கக் கோடுகள் பளிச்செனத் தெரிந்தன. கவனமும், அறிவும், கூர்மையும் பெற்ற இரண்டு கண்கள் இந்த முகத்தில் துலாம்பரமாகத் தெரிந்தன. அங்கு நிலவிய மௌனம் ஒரு நிமிட நேரம் அப்படியே நிலைத்து நின்றது. பின்னார் அந்த வாசல் புறத்தின் இருள் மண்டலத்திலிருந்து வேறொரு மனிதனின் முகம் தோன்றியது; அந்த மனிதன் ஒரு அதிகாரி மாதிரித் தோற்றமளித்தான். அவன் பயந்தாங்கொள்ளித்தனமாகப் புன்னகை புரிந்தவாறே, அந்தத் தாடிக்கார மனிதனின் காதில் ஏதோ ரகசியமாகச் சொன்னான். அதைக் கேட்டதும் அந்தத் தாடிக்கார மனிதன் வெறுப்போடு தனது பெரிய மூக்கைச் சுருக்கம் விழ நெரித்து வக்கணை செய்தவாறே சொன்னான்:

"உனது முட்டாள்தனத்தைக் கட்டிக் கொண்டு நீயே அழு! உன்னைக் கண்டாலே எனக்கு எரிகிறது!"

பின்னர் அவன் அந்த ஹோட்டலை முன்னைவிடக் குதூகலத்தோடு சுற்றுமுற்றும் பார்த்தவனாய், தனது தாடியை லேசாக வெட்டித் திருப்பினாள்; நிதானமான உரத்த குரலில் சொன்னான்:

"நல்லது. நண்பர்களே! வருகிறேன்! வருகிறேன்!"

மறுகணம் அவன் போய்விட்டான்; கதவு படாரென்று சாத்திக் கொண்டது. அந்த ஹோட்டலுக்குள் கசமுசப்புக் குரல் கும்மென்று எழுந்து இரைந்தது. ஸ்துருகவ் தெலேகினின் கரத்தைத் தமது நகத்தால் மெள்ளக்கிள்ளினார்.

"நீங்கள் அவரைப் பார்த்தீர்களா?" என்று மூச்சு வாங்கக் கூறினார்: "அவர்தான் ரஸ்பூதின்!"

33

டிசம்பர் மாதத்தில் ஒரு நாள் இரவில் நான்கு மணி சுமாருக்கு, தெலேகின் தொழிற்சாலையிலிருந்து கால்நடையாகத் திரும்பி வந்து கொண்டிருந்தான். ஒரு குதிரை வண்டிகூட அவனுக்குக் கிடைக்கவில்லை. இந்தக் காலத்திலே, நகரின் நடுவில் கூட இந்நேரத்தில் வண்டி கிடைப்பது சிரமமாகப் போய்விட்டது. ஆளரவமற்றுக் கடந்த தெருவின் மத்தியில் அவசர அவசரமாக நடந்து வந்தான்; தூக்கிவிடப் பட்டிருந்த கோட்டுக் காலருக்குள் மூச்சு நீராவியாக மாறி வெளிச்சென்றது.

ஆங்காங்கே தென்பட்ட விளக்கு வெளிச்சத்தில் பனி மழை அருவி போலப் பொழியும் காட்சி தென்பட்டது. காலுக்கடியில் பனிக்கட்டி நெறுநெறுத்தது. எதிர்த்தாற் போல் தெரிந்த வீட்டின் மஞ்சள் நிறமான தள வரிசையின் மீது சிவப்பு நிறமான பிரதி நிழல்கள் நடனமிட்டன. அந்தத் தெரு மூலையைக் கடந்து திரும்பியதும் அவன் கண்களில் இப்பிழம்புகள் தென்பட்டன; ஓட்டை போடப்பட்ட ஒரு சூட்டடுப்பிலிருந்து அந்தத் தீப்பிழம்புகள் தோன்றின. அதனைச் சுற்றிலும் குன்றிக் குறுகி விறைத்திருந்த நீராவியால் போர்த்தப்பட்ட சில உருவங்கள் நடமாடின. அதற்கப்பால் வயோதிகர்களும் பெண்களும் சிறுவர்களுமாக ஏராளமான பேர்கள் நடைபாதை மீது அசைவற்று வரிசையாக நின்று கொண்டிருந்தார்கள். ஓர் உணவுப்பொருள் விற்பனைக் கடைக்கு வெளியே நின்று கொண்டிருந்த வரிசைதான் அந்த ஜனங்கள். அதற்கு அப்பால், ஓர் இரவுக் காவல்காரன் உறைகள் அணிந்த கைகளைத் தட்டிக்கொண்டு, கம்பளி பூட்சுகள் அணிந்த கால்களைத் தரையில் மிதித்தான்.

தெலேகின் அந்த வரிசையைச் சுற்றிக் கொண்டு சால்வைகளையும் போர்வைகளையும் போர்த்தியபடி சுவரோடு சுவராய் ஒட்டி நின்ற அந்த உருவங்களைப்

பார்த்தவாறே சென்றான்.

"வீபர்க் கடை வரிசையில் நேற்று மூன்று கடைகள் சூறையாடப்பட்டனவாம்!" என்று சொன்னது ஒரு குரல்.

"இனிமேல் செய்ய வேண்டியதெல்லாம் அது ஒன்று தான்!"

"நேற்று நான் ஒரு பாட்டில் மண் எண்ணெய் வேண்டுமென்று கேட்டேன். கடைக்காரனோ ஒரு சொட்டு எண்ணெய்கூட இல்லை என்று சொல்லிவிட்டான். பிறகு திமேன்தெவின் சமையற்காரி வந்தாள். அவள் கள்ளமார்க்கெட் விலைக்கு ஒரு காலன் எண்ணெய் வாங்கிக் கொண்டு போனாள்."

"என்ன விலைக்கு?"

"பாட்டில் இரண்டரை ரூபிள் விலைக்கு, பெண்ணே!"

"எண்ணெய்க்கா இரண்டரை ரூபிள்?"

"அந்தக் கடைக்காரன் தன் உடம்பை ஜாக்கிரதையாகப் பார்த்துக்கொள்ள வேண்டியதுதான்—சமயம் வரும்போது நாம் அவனை மறந்துவிட மாட்டோம்!"

"என் சகோதரி ஒரு விஷயம் சொன்னாள். ஒஷ்தா ஜில்லாவிலும் இப்படி ஒரு வியாபாரி இருந்தானாம். அவனும் இந்த மாதிரித் தில்லுமுல்லுகளெல்லாம் செய்து அகப்பட்டுக் கொண்டு விட்டானாம். ஜனங்கள் ஓர் உப்புத்தண்ணீர்ப் பீப்பாய்க்குள் அவனைத் தலைகுப்புறப் பிடித்துத் தள்ளி அமுக்கினார்களாம். தன்னை விட்டு விடும்படி கெஞ்சிக் கொண்டே அவன் மூழ்கி இறந்து போனானாம்."

"கொஞ்சமாய் அவனை வதைத்திருக்கிறார்கள். இன்னும் மோசமாக அவனை வதைத்திருக்க வேண்டும்."

"இதற்கிடையில் நாம் தான் விறைத்துச் சாகிறோம்."

"அவனோ தேநீரைக் குடித்துத் தீர்த்தான்!"

"யார் தேநீர் குடிக்கிறார்கள்?" என்று உள்ளடங்கிய குரல் ஒன்று கேட்டது.

"அவர்கள் எல்லோரும் தான். என் எஜமானி--அவள் ஒரு ஜெனரலின் மனைவி--பன்னிரண்டு மணிக்கு எழுந்திருக்கிறாள்--பிறகு நடுநிசி வரையிலும் ஒவ்வொரு கோப்பையாக மாறி மாறி இடைவிடாது குடித்துத் தீர்க்கிறாள். எப்படி வயிறு வெடித்துச் சாகாமல் இருக்கிறாள் என்பது தான் ஆச்சரியம். பன்றிப் பிறவி!"

"நீயோ பனியிலே கிடந்து உறைந்து விறைத்து, கடைசியில் காச நோய்க்கு இரையாகிப் போவாய்!

"ஆமாம். நீ சொல்வது ரொம்பச்சரி. எனக்கு ஏற்கனவே இருமல் இருக்கத் தான் செய்கிறது."

"என் எஜமானி ஒரு அவிசாரி முண்டை. நான் மார்க்கெட்டிலிருந்து திரும்பிச் செல்லும் வேளையில், வீட்டின் சாப்பாட்டு அறை முழுவதும் ஒரே விருந்தினர்கள் தான் அடைந்து கிடப்பார்கள். எல்லோரும் குடிவெறியில் இருப்பார்கள். நான் உள்ளே போய் நுழைந்ததும், ஒவ்வொருவனும் வறுத்த முட்டையையும், கறுத்த ரொட்டியும், ஓட்கா மதுவும் கேட்கத் தொடங்கி விடுவான். வெறும் மடத் தீவனம்!"

"அவர்கள் தங்கள் குடிவகையறாக்களுக்கு ஆங்கிலேய நாணயம் செலவழித்து வருகிறார்கள்?" என்று யாரோ ஒருவன் உறுதி நிறைந்த குரலில் சொன்னான்.

"நீ என்ன சொல்லுகிறாய்?"

"எல்லாவற்றையுமே விலை சாட்டியாயிற்று. ஆமாம், நான் சொல்வதை நம்புங்கள். நான் என்ன பேசுகிறேன் என்று எனக்கு நன்றாகத் தெரியும். இதோ நீங்கள் நிற்கிறீர்கள். ஆனால் உங்களுக்கு விஷயம் தெரியாது. உங்கள் எல்லோரையுமே விற்றாகிவிட்டது. அடுத்த ஐம்பது வருஷ காலத்துக்கு அடகு வைத்தாகிவிட்டது. ராணுவத்தையும் கூட அவர்கள் விற்று விட்டார்கள்!"

"அட கடவுளே?"

சளிப்பிடித்திருந்த ஒருவரின் குரல் மீண்டும் கேட்டது:

"ஐயா காவற்காரரே, காவற்கார ஐயா!"

"என்ன வேண்டும்?"

"உப்பு இப்பொழுது வினியோகிப்பார்களா, மாட்டார்களா?"

"உப்பு வினியோகத்திற்கான சாத்தியக் கூறுகள் அனேகமாக இல்லை."

"நாசமாய்ப் போக!"

"ஐந்து நாட்களாக உப்பு இல்லை."

"மக்கள் இரத்தத்தை உறிஞ்சுகிறார்கள், கழிசடைகள்."

"பெண்களா, போதும், போதும் கூச்சல். தொண்டை கட்டிக் கொள்ளப் போகிறது:"--காவற்காரன் தடித்த குரலில் சொன்னான்.

தெலேகின் அவ்வரிசையைக் கடந்து சென்றான். கொடூரமான குரல்கள் ஓய்ந்தன. மீண்டும் நெடிய தெருக்கள் வெறுமைப்பட்டுக் குளிர்ப் பனிமூட்டத்தில் ஆழ்ந்தன.

ஆற்றங்கரையை அடைந்த இவான் இலீச், பாலத்தை நோக்கித் திரும்புகையில், அவன் மேலங்கியின் விளிம்புகளை வீசிப் பறக்கச் செய்தது காற்று, அப்பொழுது, என்னவாயினும் ஒரு வண்டிக்காரனைப் பிடிக்க வேண்டுமென்றும், இதைத்தான் முற்றிலும் மறந்து விட்டதாகவும் திடுமென்று உணர்ந்தான். அக்கரையில் லேசாகக் கண்ணுக்குத் தெரிந்த விளக்குகள் புள்ளி புள்ளியாக வெகு தொலைவில் மின்னின. பாதசாரிகள் சாலையைக் கடக்குமிடத்தில் நின்ற மங்கல் ஒளி விளக்கு வரிசைகள் பனிக்கட்டியின் மீது குறுக்காக விழுந்து பரதிபலித்தன. இருண்டு கிடந்த நேவா: நதி நீர்ப் பரப்பின் மீது குளிர்காற்று சில்லென்று வீசியது; அந்தப் பனிக்காற்று

காலடியில் மிதிபட்டு நொறுங்கும் பனிப்படிவத்தின் மீது எதிரொலித்தது. டிராம் வண்டிக்கான மின்சாரக் கம்பிகளினூடே பரிதாபகரமாகக் கூச்சலிட்டது; ஆற்றுப்பாலத்தில் இரும்புத் தண்டவாளச் சுவர்களின் இடைவெளியினூடே பரபரத்தது.

இடையிடையே தெலேகின் சட்டென்று நின்றவனாய், அங்கு நிலவிய கன்னங்கரிய அந்த சாரத்தை வெறித்துப் பார்த்தான்; மீண்டும் நடந்து சென்றான். அவ்வாறு நடந்து செல்லும்போது அவன் வழக்கம் போலவே தன்னையும் தாஷாவையும் பற்றிச் சிந்தித்தான். அன்றைய தினத்தில் ரயில் வண்டியில் ஏதோ ஒரு ஜோதி சுடரால் அரவணைக்கப் பட்டது போல்தான் ஆனந்த பரவசத்துக்கு ஆளான அந்த ஒரு கணப்பொழுதைச் சிந்தித்துப் பார்த்தான்.

இப்போதோ அந்த ஆனந்த பரவசத்துக்கே அன்னியமான நிலையில் எல்லாமே தெளிவற்றும், குழம்பியும் ஏறுக்குமாறாகவும் தோன்றின. "நான் உயிரோடு இருக்கிறேன், மூழ்ச்சியோடு இருக்கிறேன். என் வாழ்க்கை அழகாகவும் பிரகாசமாகவும் இருக்கத்தான் போகிறது!" என்ற எண்ணத்தை ஊர்ஜிதப்படுத்தக்கொள்ள ஒவ்வொரு கணமும் புதிது புதிதாக முயற்சி செய்ய வேண்டியிருந்தது. தீப்பொறிகள் பறந்து செல்லும் இருளில், ரயில் வண்டியின் ஜன்னலோரத்தில் நின்று கொண்டிருந்த அந்தச் சமயத்தில், இந்த வார்த்தைக்காகச் சொல்வது எளிதாகத்தான் இருந்தது. ஆனால் இப்போதோ அந்த வரிசைகளியே விறைத்து மரத்துப்போய் நிற்கும் மனித உருவங்களையும் அவலக் குரலெழுப்பி ஊளை விட்டு உறுமும் டிசம்பர் மாதத்துப் பனிக்காற்றையும், எதிர் நோக்கி நிற்கும் சீரழிவையும், முழுமையான படு நாசத்தையும் பற்றிய உணர்வையும் மறந்துவிட்டு, அந்த வார்த்தைகளைப் பற்றிச் சிந்திப்பதென்பது அவனுக்கு மிகவும் சிரம சாத்தியமானதாக இருந்தது.

ஒரே ஒரு விஷயத்தில் மட்டும் தெலேகின் முழுத் தெளிவோடு இருந்தான்; அதாவது, தாஷாவின் மீது

அவன் கொண்டுள்ள காதலிலும், தாஷாவின் எழிலிலும், தாஷாவினால் காதலிக்கப்படுகின்ற, அப்பொழுது ரயிலின் ஜன்னலோரத்தில் நின்று கொண்டிருந்த தன்னைப் பற்றிய ஒரு மகிழ்வுணர்வும்--இவையெல்லாம் ஒரு பெரும் பேறு என்று அவனுக்குத் தோன்றியது.

சுகம் தந்த அந்தப் பழைய வாழ்க்கைக் கோயில்-- அக்கோயில் ஓரளவு சிதைந்து சிதிலமானபோதிலும் கூட, தனது கவர்ச்சியையும் தேவாம்சத்தையும் இன்னும் இழந்து விடாத அந்தக் கோயில்--யுத்த பயங்கரத்தின் தாக்குதல்களால் ஆட்டம் கொடுத்துக் கலகலத்துப்போய் அதன் தூண்கள் எல்லாம் ஆட்டம் கொடுத்துவிட்டன; அதன் விமான கூடத்தில் கலச கோபுரமே பிளந்து வெடித்து விட்டது; அதன் புராதனமான கற்களெல்லாம் இடிந்து பொடிந்து சடசடவென்று சரியும் அந்தக் கோயிலுக்கு மத்தியில், செந் தூள் பறக்கும் அதன் இடிபாடுகளுக்கிடையில், தாஷாவும் அவனும் மட்டும் தமது காதல் உத்வேகத்தின் வேட்கை வெறியின் காரணமாக, என்னதான் நேர்ந்த போதிலும் சரி, தமது ஆனந்தத்தை அடைந்தே தீருவது என்று விரும்பி நின்றார்கள். ஆனால் அந்த எண்ணம் சரியானது தானா?

அந்த இரவின் பேரமைதியையும், விட்டுவிட்டு மினுக்கும் விளக்கு வெளிச்சத்தைக் கூர்ந்து பார்த்தவாறும், உள்ளத்தை உலுக்கும் சோகப்புயல் ஊளையிட்டு அழுது புலம்பும் காற்றின் ஓலத்தைக் கேட்டவாறும் தெலேகின் தனக்குத் தானே பேசிக்கொண்டான்: "நான் ஏன் என்னை ஏமாற்றிக் கொள்ள வேண்டும்? ஆனந்தத்தை அடைய வேண்டும் என்ற வேட்கைதானே என்னில் மேலோங்கி நிற்கிறது. அதை நான் மறுக்க நினைப்பானேன்? எது எப்படிப் போனாலும் என்ன நேர்ந்தாலும் நான் அதை அடையத்தானே விரும்புகிறேன். உணவுக்காக நிற்கின்ற அந்த வரிசைகளையெல்லாம் ஒழித்துக்கட்டி, பட்டினி கிடப்போருக்கு பசிக்கு உணவு வழங்கி, யுத்தத்தையும் ஒரு முடிவுக்குக் கொண்டுவர என்னால் முடியுமா? முடியாது. என்னால் முடியாது! என்னால் முடியாவிட்டால், எனது ஆனந்தத்தைப் புறக்கணித்துவிட்டு, நானும் இந்த

அந்தகாரத்தினுள்ளே பிரவேசித்துவிட வேண்டியது தானா? இல்லை. நிச்சயமாக என்னால் அப்படிச் செய்ய முடியாது! ஆனால், நான்-நான் சந்தோஷமாக வாழ முடியுமா?..”

அவன் பாலத்தைக் கடந்து, அதன் கரையோரமாகவே எங்கு செல்கிறோம் என்ற பிரக்ஞையே இல்லாமல் கால்போன திக்கில் சென்று கொண்டிருந்தான். அந்த வழியில் பிரகாசமான மின்சார விளக்குகள் தலைக்கு மேலே காற்றின் வேகத்தில் ஊசலாடி ஒளி உமிழ்ந்து கொண்டிருந்தன. பொடிந்து கரையும் பனித்துகள்கள் பாதைத் தளவரிசையின் மீது மெல்லிய சத்தத்தோடு நழுவி ஓடின. மாரிக்கால அரண்மனையின் ஜன்னல்கள் எல்லாம் இருண்டு இருந்தன; அங்கு ஆளரவத்தையே காணோம். ஆட்டுத்தோல் மோஸ்தர் கோட்டு அணிந்த ஆஜானுபாகுவான ஒரு காவல்காரச் சிப்பாய் துப்பாக்கியைத் தன் மார்போடு அணைத்துப் பிடித்தவனாக, வரி வரியாகக் கோடுகள் தீட்டப்பட்டிருந்த காவல் பெட்டிக்கு அருகில் நின்று கொண்டிருந்தான்; காற்று வேகத்தில் வந்து விழுந்த பனித்துகள்களில் காவல் பெட்டி பாதிக்கு மேல் புதையுண்டிருந்தது.

தெலேகின் ஒரு கணம் நின்று, அந்த ஜன்னல்களை ஏறிட்டு நோக்கினான். பின்னர் அவன் விரைவாக நடக்கத் தொடங்கினான்; முதலில் தன்னை நோக்கி எதிர்த்து வீசிய காற்றைச் சமாளித்துக் கொண்டும், தனக்குப் பின்புறமிருந்து தன்னைப் பிடித்துத் தள்ளிய காற்றுக்குச் சுதாரித்துக் கொண்டும் விரைவாக நடந்து சென்றான். இப்போதோ அவனுக்குத் தான் கண்டறிந்த ஒரு தெள்ளத் தெளிவான எளிய உண்மையை எல்லோருக்கும் தன்னால் எடுத்துச் சொல்ல முடியும் என்று தோன்றியது. தான் சொல்வதை எல்லோரும் நம்பி ஏற்றுக் கொள்வார்கள் என்றும் அவனுக்குப் பட்டது. அவன் சொல்ல விரும்பியது இதுதான்: “உங்களுக்கெல்லாம் தெரியவில்லையா? இந்த மாதிரி நிலைமையில் இன்னும் வாழ்வது என்பது அசாத்தியம் என்பது உங்களுக்குத் தெரிந்த விஷயம்தான்.

எல்லா அரசுகளும் குரோத விரோதங்களின் மீதுதான் நிர்மாணிக்கப்படுகின்றன; நாடுகளின் எல்லைகளும் கூட, பகையுணர்ச்சியோடுதான் நிர்ணயிக்கப்படுகின்றன. உங்களில் ஒவ்வொருவருமே பகைமையுணர்ச்சிகளின் பிண்டங்கள் தான். எட்டுத் திக்குகளையும் நோக்கித் துப்பாக்கிகளை நீட்டிக் கொண்டு நிற்கும் கோட்டை கொத்தளங்கள் தான். வாழ்க்கை என்பதே முடங்கிப்போய் விட்டது; பயங்கரமாகிவிட்டது. உலகம் முழுவதுமே பகையுணர்ச்சியால் மூச்சு முட்டித் திணறுகிறது. மனிதர்கள் ஒருவரையொருவர் கொன்று குவிக்கன்றனர். ரத்த ஆறுகள் பிரவகித்து ஓடுகின்றன. இவ்வளவு நேர்ந்தது போதாதா? இன்னுமா உங்கள் கண்கள் திறக்கவில்லை? உங்கள் வீட்டுக்குள்ளேயே ஒருவருக்கொருவர் வெட்டிக் கொண்டு சாகின்ற நிலைமை வரும் வரையிலும் நீங்கள் காத்திருக்கத்தான் வேண்டுமா? விழித்தெழுங்கள்! உங்கள் கைகளிலே உள்ள ஆயுதங்களை விட்டெறியுங்கள்! எல்லைக்கோடுகளைத் தகர்த்தெறியுங்கள்! வாழ்வின் கதவுகளையும் சாளரங்களையும் விசாலமாகத் திறந்து விடுங்கள்! தானியத்தை விளைவிப்பதற்குப் போதுமான நிலம் இருக்கிறது! கால் நடைகளை மேய்ப்பதற்குத் தேவையான புல் வெளியும் இருக்கிறது; திராட்சைத் தோட்டங்களை வளர்ப்பதற்கு வேண்டிய மட்டும் மலைச்சரிவுகளும் இருக்கின்றன. பூமிப்பரப்பின் அடிவயிற்றுக்குள்ளே புதையுண்டு இடக்கும் செல்வங்கள் ஏராளம், ஏராளம்; வற்றாத பெருஞ்செல்வம், உலகில் நம் எல்லோருக்கும் இடமுண்டு, தாராளமாக போதுமான இடம் உண்டு. கடந்துபோன நூற்றாண்டுகளின் காலாந்தரத்துப் பேரிருளில் தான் நீங்கள் இன்னும் வாழ்ந்து வருகிறீர்கள் என்ற உண்மையை இன்னுமா கண்டறியவில்லை...”

நகரத்தின் அந்தப் பகுதியிலும் கூட வண்டிகள் ஏதும் அகப்படவில்லை. தெலேகின் மீண்டும் நேவா நதியைக் கடந்து, பீட்டர்ஸ்பர்க் நகரத்தின் இருள் மண்டிப் பின்னிக் கிடத்த ஒடுங்கிய தெருக்களினுள்ளே நுழைந்து நடந்தான். ஆழ்ந்த சிந்தனையில் ஈடுபட்டவாறும் தனக்குத்தானே

பேசியவாறும் நடந்துசென்ற தெலேகின் அந்தச் சிக்கல் நிறைந்த தெருக்களிலே தனது பாதையைத் தவறவிட்டு விட்டு, வழிவகை தெரியாமல் அந்த இருள் மண்டிய ஆள்நடமாட்டமற்ற தெருக்களிலே அங்குமிங்குமாக எப்படி எப்படியெல்லாமோ சுற்றித் திரிந்து, இறுதியில் ஏதோ ஒரு கால்வாய்க் கரைப் பக்கமாக வந்து சேர்ந்தான்.

அங்கு வந்ததும் அவன் காலாற நின்றவனாய் ஆழ்ந்த பெருமூச்செறிந்தான்; மெல்லச் சிறித்தவாறே தனது கைக் கடிகாரத்தைப் பார்த்தான். "நல்ல நடைதான் இது!" என்று தனக்குத்தானே சொல்லிக்கொண்டான். மணி சரியாக ஐந்து ஆகிவிட்டது. பக்கத்துத் தெரு மூலையிலிருந்து மூடியைத் திறந்திருந்த ஒரு பிரமாண்டமான கார் விளக்குகளைக் கூடப்போடாமல் திரும்பி வந்தது. அதன் சக்கரங்களுக்கடையே பனித்துகள்கள் நெறு நெறுத்தன. அதனை ஒரு ராணுவ அதிகாரி ஓட்டிவந்தான். அவனது கம்பளிக் கோட்டின் பொத்தான்கள் கழன்று கிடந்தன; மழுங்கச் சவரம் செய்த அவன் முகம் வெளுத்துப் போயிருந்தது; கண்கள் குடிபோதையில் உள்ளவைபோல் பளபளத்து மின்னின. அவனுக்குப் பின்னால் இன்னொரு ராணுவ அதிகாரி வீற்றிருந்தான். அவனது தொப்பி பின்புறமாகச் சரிந்து கிடந்தது; அவனது முகம் கண்ணுக்குத் தெரியவில்லை. பாய்ப் பொட்டலம் ஒன்றை அவன் கைகளில் ஏந்திக்கொண்டிருந்தான். அந்தக் காரிலிருந்த மற்றொருவன் ஒரு 'இவிலியன்'; அவனது கோட்டுக் காலர் மேல்நோக்கித் திரும்பியிருந்தது; தலையில் ஓர் உயரமான கம்பளித்தொப்பியை அணிந்திருந்தான். அவன் இடத்தைவிட்டு மெல்ல எழுந்து, காரை ஓட்டி வந்த ராணுவ அதிகாரியின் தோள்மீது கை வைத்தான். அந்தக்கார் ஒரு பாலத்தின் அருகே சென்று நின்றது. காரிலிருந்த அந்த மூன்று மனிதர்களும் காரைவிட்டு வெளியே படிந்திருந்த பனித்துகள்கள் மீது தொப்பென்று குதித்தார்கள்; உள்ளேயிருந்த மூட்டையை வெளியே எடுத்து, அதனை அந்தப் பனியின் மீதே சரசரவென்று சில கஜ தூரம் இழுத்துச் சென்றார்கள்; பின்னர் சிரமப்பட்டு தூக்கிச் சுமந்தவாறு, அதனைப் பாலத்தின் மத்திக்குக்

கொண்டு சென்றார்கள்; பிறகு அந்த மூட்டையைப் பாலத்தின் கைப்பிடிச்சுவருக்கு மேலாக உயரத்தூக்கி ஒரே வீச்சில் அதனைப் பாலத்துக்கு அடியில் தூக்கி எறிந்தார்கள். அந்த அதிகாரிகள் இருவரும் உடனடியாகத் தமது காருக்குத் திரும்பி விட்டார்கள்; அந்த 'சிவிலியன்' மட்டும் அங்கேயே நின்று, பாலத்துச் சுவரின் மீது குனிந்து, கீழே எட்டிப்பார்த்தான். பின்னர் அவனும் தனது கோட்டுக்காலரை இழுத்து மூடியவனாக, அந்த இரு அதிகாரிகளையும் நோக்கி ஓட்டோட்டமாக ஓடிவந்து அவர்களுடன் சேர்ந்துகொண்டான். அதன் பின் அந்தக் கார் முன்னால் துள்ளிப்பாய்ந்து, ஒரு கணத்தில் வெகு வேகத்தோடு சென்று மறைந்து விட்டது.

"சே சே! என்ன ஆபாசம்!" என்று இத்தனை நேரமும் நடந்த காட்சிளைத் திறந்த வாய்மூடாமல் பார்த்துக்கொண்டிருந்த தெலேகின் வாய்விட்டு முணு முணுத்தான். பின்னர் அந்தப் பாலத்துக்குச் சென்று, பாலத்துச் சுவர்மீது எட்டிப் பார்த்தான். அடியிலிருந்த பனி மூடிக்கிடந்த பேரிருள் மண்டலத்தில் அவனால் எதையுமே பார்க்க முடியவில்லை; அந்தக் கால்வாய்க்கு அருகிலே ஓடும் சாக்கடைக் குழாய் ஒன்றின் திறப்பு வழியாக, சாக்கடை நீர் கொப்பளித்துக் களகளத்து ஒலிக்கும் ஓசையைத் தவிர வேறு அரவமே இல்லை.

"சீ! என்ன ஆபாசம்!" என்று அவன் மீண்டும் முனகினான்: பின்னர் கால்வாய்க் கரை வழியாக நடக்கத் தொடங்கினான். அடுத்த தெரு மூலையில் அவன் ஒரு குதிரை வண்டியைக் கண்டான்; அந்தக் குதிரைக்காரனோ படு கிழவனாக இருந்தான்; அவனது குதிரையோ அகன்ற உதடுகளுடன் இருந்தது. ஒரு வழியாக அந்த வண்டியில் ஏறி அமர்ந்தவுடன் தெலேகின் தனது முழங்காலுக்கு மேலுள்ள கம்பளியணியின் பொத்தான்களை மாட்டினான்; களைப்பாலும் அசதியாலும் கணகணத்துக் கொண்டிருந்த உடம்போடு அவன் கண்களை மூடிச் சாய்ந்தான். "நான் காதல் கொண்டுள்ளேன். அது மட்டும் எதார்த்தமான உண்மை. எனவே நான் எது செய்தாலும்,

அதன் நோக்கம் காதலாக--அன்பாக--நேசமாக இருக்கும் வரையிலும் நான் செய்வன எல்லாம் சரியாகவே தான் இருக்கும்!" என்று அவன் தனக்குத்தானே சொல்லிக் கொண்டான்.

34

*கா*ரில் வந்த மூன்று மனிதர்களும் பாலத்துக்கு அடியில் விட்டெறிந்த பாயினால் சுற்றப்பட்ட மூட்டை, கொலை செய்யப்பட்ட ரஸ்பூதினின் உடல் ஆகும்! மனிதனைப் போல வாழாத, நல்ல பலம் கொண்ட அந்த விவசாயியைக் கொல்வதற்காக முதலில் பொட்டாஸியம் ஸைனேடு விஷத்தைக் கொடுத்தார்கள்; பின்னர் அவனது மார்பிலும், பிடரியிலும், தலையிலும் குறிபார்த்துச் சுட்டுத்தள்ளினார்கள்; இறுதியாக, ஒரு பெரிய குண்டாந்தடியினால் அவனது கபாலத்தின் மீது ஓங்கி அறைந்தார்கள். ஆனால் இத்தனைக்கும் பிறகு கூட, அந்தப் பாலத்துக்கடியிலிருந்து அவனது சடலத்தைக் கண்டெடுத்து, பிரேத பரிசோதனைக்கு அனுப்பிய போது, அவனை அந்தக் கால்வாயின் பனிப்படிவத்தின் மீது தூக்கியெறிந்த அந்தச் சமயத்தில் கூட, ரஸ்பூதினின் உடம்பில் உயிர் இருந்திருக்க வேண்டும் என்ற உண்மை புலனாயிற்று.

இரண்டு மாதங்களுக்குப் பின்னர் தொடங்கிய நிகழ்ச்சியிலிருந்து இந்தக் கொலை ஒரு முக்கியமான திரும்புமுனைச் சம்பவமாகவே தென்பட்டது. தான் செத்து விழுந்தால், அத்துடன் ராஜ சிம்மாசனமே அடிபெயர்ந்து வீழும் என்றும், ரமானவ் வம்சாவளியே பூண்டற்றுப் போகும் என்றும் ரஸ்பூதின் தான் உயிர் வாழ்ந்த காலத்தில் பலமுறை சொல்லியிருந்தான். ஒரு வீட்டிலே இழவு விழப்போகிறது என்பதை முன் கூட்டியே உணர்ந்து ஊளையிட்டு அழும் நாயைப்போன்று, முரட்டுத் தனமும் வெறியும் கொண்ட இம்மனிதனுக்கு ஆபத்தை முன்கூட்டி ஒருவாறாக அறிந்துணரும் சக்தி

இருந்ததென்றே தோன்றியது; அரியணையின் கடைசிப் பாதுகாவலாக இருந்த இந்த விவசாயி, குதிரைத் திருடன், வெறி படைத்த விலங்கு கோரமாய் மரணமடைந்தான்.

அவனது மரணம் சக்கரவர்த்தியின் அரண்மனைக்குள்ளே பயபீதியையும் நிராசையையும் விதைத்தது; நாட்டு மக்களிடையிலோ கரைகடந்த உற்சாக வெள்ளம் ஓடியது. ஜனங்கள் தெருக்களில் ஒருவரையொருவர் பாராட்டிக்கொண்டார்கள். மின்ஸ்கிலிருந்த நிகலாய் இவானவிச் காத்யாவுக்கு பின் வருமாறு கடிதம் எழுதினர்: “செய்தியை அறிந்தவுடனே பிரதம ராணுவத் தளபதியின் காரியாலயத்தைச் சேர்ந்த அதிகாரிகள் அனைவரும் எட்டு டஜன் சாம்பேன் மதுப் புட்டிகளுக்கு ஆர்டர் செய்தார்கள். போர் முனையின் சகல பகுதிகளிலும் ராணுவ வீரர்கள் இந்தச் செய்தியைக் கும்மாளத்துடன் வரவேற்றார்கள்...”

சின்னாட்களிலேயே ருஷ்ய நாடு இந்தக் கொலை நிகழ்ச்சியை மறந்து விட்டது. ஆனால் அரண்மனைவாசிகள் அதனை மறக்கவில்லை. அவர்களோ அவனது தீர்க்கதரிசனத்தை நம்பினார்கள்; எனவே வெடிக்கப் போகும் புரட்சியை விரக்தியுற்ற வெம்பிய உள்ளத்தோடு சமாளிக்கத் தயாராகிக் கொண்டிருந்தார்கள். பெத்ரொகிராத்[29] நகரத்தைப் பல்வேறு பகுதிகளாக ரகசியமாகப் பிரித்தார்கள். மகாப்பிரபுவான செர்கேய் மிஹாய்லவிச்சிடம் இயந்திரத்துப்பாக்கிகள் அனுப்புமாறு கேட்டுக்கொண்டார்கள். அவர் அதற்குச் சம்மதிக்காததால், அர்காங்கெல்ஸ்கிலிருந்து இயந்திரத் துப்பாக்கிகள் வரவழைக்கப்பட்டன; அந்தத் துப்பாக்கிகளில் சுமார்

---

29 இப்போது லெனின்கிராத். முதலில் இந்த நகரம் பீட்டர் சக்கரவர்த்தியால் நிறுவப்பட்ட போது ஜெர்மன் மாதிரியில் பீட்டர்ஸ்பர்க் என்னும் பெயர் சூட்டப்பட்டது; ஆனால் முதல் உலக யுத்தத்தின் போது (1914–18) ருஷ்யாவுக்கும் ஜெர்மனிக்கும் இடையே போர் நடந்ததால் இது ருஷ்ய மாதிரியில் பெத்ரொகிரத் என்று பெயர் பெற்றது.– (ப-ர்.)

நானூற்று இருபது தெருக்களின் சந்தி மூலைகளில் மறைவாச மூடி நிறுத்தப்பட்டன. செய்தித் தணிக்கை கடுமையாக்கப்பட்டது; பத்திரிகைகளோ தமது பத்திகளில் நிறைய இடங்களை வெள்ளை வெள்ளையாக ஒன்றுமே அச்சடிக்காமல் வெளியிட்டு வந்தன. சக்கரவர்த்தினியோ தனது கணவனின் மனவுறுதியை ஊக்குவிக்கவும், தைரியத்தை நிலை நிறுத்தவும் எண்ணி, வெறிபிடித்தவளாகப் பல்வேறு கடிதங்களை வரைந்து தள்ளினாள். ஆனால் ஜார் மன்னனோ ஏதோ ஒரு மந்திர மயக்கத்துக்கு ஆட்பட்டவன் போன்று மகிலோவிலேயே இருந்தார். அவரைச் சுற்றிலும் வளைந்து நிற்கும் லட்சோப லட்சக்கணக்கான துப்பாக்கிகள் அனைத்தும் அரச விசுவாசத்தோடு தம்மைப் பாதுகாத்து நிற்பதாகத்தான் அவர் நம்பிக் கொண்டிருந்தார். ருஷ்யப் போர் முனையில் கொஞ்சம் கொஞ்சமாக முன்னேறி வெற்றி பெற்று வரும் மூன்று சாம்ராஜ்யங்களின் மும்முனைப்படைகளைக் காட்டிலும், ருஷ்ய நாட்டுக்குள்ளே கிளர்ச்சியிலும் கலகத்திலும் ஈடுபடும் பெண்மக்களோ, அல்லது உணவுக்காக க்யூ வரிசையிலே நிற்பவர்களின் முணு முணுப்போ ஜார் அரசனுக்குப் பீதி விளைவிப்பதாக தோன்றவில்லை. அரசப் பெருமான் இவ்வாறு எண்ணும் அதே நேரத்தில், மகிலோவில் உள்ள, பிரதம ராணுவத் தளபதி காரியாலயத்தின் தலைமைத் தளபதியான ஜெனரல் அலெக்சேயவ், சக்கரவர்த்தியைக் கைது செய்யவும், ராஜ சபையிலுள்ள ஜெர்மானிய பக்தி கொண்ட கோஷ்டியினரை ஒழித்துக் கட்டவும் அரசருக்குத் தெரியாத ரகசியத் திட்டம் வகுத்துக்கொண்டிருந்தார்.

ஜனவரி மாதத்தில் போர் முனையின் வடபகுதியில் புதிய தாக்குதலை ஆரம்பிக்குமாறு உத்தரவு பிறந்தது; வசந்த காலத் தொடக்கத்தின் போது எதிரிகள் தீவிரத் தாக்குதல் தொடங்கலாம் என்ற ஊகத்தின் பேரில் இந்த முன் நடவடிக்கைக்கு உத்தரவிடப்பட்டது. குளிர் மிகுந்த ஒருநாள் இரவில், ரீகா பிரதேசத்தில் தாக்குதல் தொடங்கியது. பீரங்கிப்படை சுட ஆரம்பித்த நேரத்தில் ஒரு பனிப்புயல் வீசத் தொடங்கியது; அந்தப்

பனிப்புயலின் பயங்கர ஊளைக்கும், வெடித்துச் சிதறும் வெடிகுண்டுகளின் இடி முழக்கத்துக்கும் மத்தியிலே, ஆழமான பனிச்சேற்றுக்குள் புதைந்து நடந்தவாறு பட்டாளத்தினர் முன்னேற வேண்டியிருந்தது. தாக்குதலில் ஈடுபட்டிருந்த ராணுவப் பகுதிகளுக்கு ஒத்துழைப்பு நல்குவதற்காகப் பறந்து சென்ற ஆகாயவிமானங்கள் பலவும் சூறைக்காற்றினால் கீழ்நோக்குத் திசை திருப்பி விடப்பட்டன; மேலும் பனிப்புகை மண்டலத்துள் சிக்கித் தவித்த அந்த விமானங்கள் எதிரிகள் யார், நண்பர்கள் யார் என்ற பேதா பேதச் சந்தனைக்கே இடமளிக்காமல், சகட்டுமேனிக்கு இயந்திரத் துப்பாக்கிகளால் வானிலிருந்து சுட்டுத்தள்ளத் தொடங்கன.! தன்னைச் சுற்றி வளைத்துத் திணறடித்துக் கொண்டிருந்த இரும்புப் பிடியைத் தகர்த்தெறிந்து முன்னேறுவதற்காக ருஷ்யா தனது இறுதி முயற்சியில் ஈடுபட்டது; கிழிந்து கந்தலான வெண்மையான உடைகள் அணிந்த ருஷ்ய விவசாயிகள் துருவப் பிராந்தியத்தின் கோரப்பனிப்புயலின் வேகம் தம்மைப் பிடித்து முன்னே தள்ள, உலகத்தின் ஆறிலொரு பகுதி நிலத்தைக்கொண்ட ஒரு பேரரசாக, உலகமெல்லாம் கண்டு நடுங்கக்கூடிய ஏகாதிபத்தியமாக ஒரு காலத்தில் விளங்கிய ஒரு பேரரசுக்காக, ஆனல் தற்போது ஏதோ ஒரு மிச்சம் மிஞ்சாடியாக, சரித்திரப் பொய்மையாக, நாடு முழுமைக்குமே நாசம் விளைவிக்கும் கொடியதொரு நோயாகத் தோன்றும் ஒரு ஆட்சிக்காகக் கடைசி முறையாகப் போரிட்டார்கள்.

அந்தப் போர் பத்துத் தினங்கள் வரை நீடித்தது. பல்லாயிரக் கணக்கான உயிர்கள் பனிமழை சகதிக்குள்ளே புதையுண்டு மடிந்தன. எதிர்த் தாக்குதல் நிறுத்தப்பட்டது, மீண்டும் செயலற்ற தன்மை குடி கொண்டது. மீண்டும் அந்தப் போர்முனை பனி மழையில் செயலற்று அசைவிழந்து தென்பட்டது.

35

கிறிஸ்துமஸ் விடுமுறையின்போது தெலேகின் மாஸ்கோவுக்குச் செல்லத் திட்டமிட்டிருந்தான். ஆனால், அதற்கு முன்பாக அவன் ஸ்வீடனுக்கு ஒரு காரியமாக அனுப்பப்பட்டான்; அங்கிருந்து பிப்ரவரி மாதம் தான் திரும்பி வந்தான். வந்து சேர்ந்தவுடனேயே மூன்று வார லீவுக்கு எழுதிப் போட்டுவிட்டு இருபத்து ஆறாம் தேதியன்று தான் வந்து சேர்வதாக தாஷாவுக்குத் தந்தி கொடுத்தான்.

அவன் அங்கிருந்து புறப்படுவதற்கு முன்னால், தொழிற் சாலையிலே ஒரு வார காலம் வேலை பார்க்க வேண்டியிருந்தது. தான் அங்கல்லாத காலத்தில் தொழிற்சாலையில் ஏற்பட்டிருந்த மாறுதல்களையெல்லாம் கண்டு அவன் வியப்படைத்தான். நிர்வாகிகள் தொழிலாளர்களை என்றுமில்லாத மரியாதையுடனும் கண்ணியத்துடனும் நடத்தினார்கள்; தொழிலாளிகளோ எடுத்ததெற்கெல்லாம் வெடுக்கென்று கோபம் கொள்ளும் உம்மனா மூஞ்சியினராக மாறியிருந்தார்கள். அதாவது எந்த ஒரு கணத்திலும் எவனாவது ஒரு தொழிலாளி திடீரென்று தனது கையிலுள்ள ஆயுதத்தைக் கீழே விட்டெறிந்துவிட்டு, "வேலை செய்வதை நிறுத்திவிட்டு வெளியே வாருங்கள்!" என்று கத்திவிடுவான் என்றே தோன்றியது.

உணவு நிலைமையைக் குறித்து அரசாங்க டூமாவில்[30]

---

30 டூமா (1906-1917)-வரையறுத்த அதிகாரம் கொண்ட சட்ட சபை. தேர்ந்தெடுக்கப் பட்ட பிரதிநிதிகள் உள்ளது. 1905-07ல் நடந்த புரட்சி இயக்கத்தின் வற்புறுத்தல் காரணமாக எதேச்சாதிகார அரசாங்கத்தால் இது ஏற்படுத்தப்பட்டது. உண்மையிலோ அரசாங்க டூமா எதேச்சாதிகாரத்துக்கு பூர்ஷ்வாக்களின் ஆதரவை உறுதிப் படுத்தியது; முழு அரசியல் அதிகாரத்தையும் தன்னிடம் வைத்திருக்க எதேச்சாதிகாரத்துக்கு உதவியது.-(ப-ர்),

நடந்து விவாதங்கள் பற்றிய செய்திகள் வந்ததிலிருந்து அந்த வாரம் முழுவதுமே தொழிலாளர்கள் புழுங்கிப் புகைந்து கொண்டிருந்தார்கள். தனது சாதுரியத்தையும் தன் மதிப்பையும் இழந்துவிட்ட நிலையில்தான் அரசாங்கம். எதிர்ப்புக்களைச் சமாளிக்க முனைந்துள்ளது என்பதையும், மந்திரி சபையைச் சேர்ந்தவர்கள் எல்லோரும் தமது விருப்பையும் திமிரையும் இழந்து விட்டார்கள் என்பதையும், மந்திரிகளாகட்டும், டூமாவிலுள்ள பிரதிநிதிகளாகட்டும் எவருமே உண்மையைப் பேசுவதாகக் காணோம் என்பதையும், உண்மையில் அந்த எதார்த்த உண்மை ஒவ்வொருவருடைய நாவிலும்தான் உறைந்தது என்பதையும் அதாவது போர் முனையிலும் சரி, பின்னணியிலும் சரி பஞ்சத்திலும் அழிவினாலும் பெரும் நெருக்கடியும் வீழ்ச்சியும் ஏற்பட்டு வருகிறது என்ற பீதியூட்டும் வதந்திகளின் உருவில்தான் அந்த உண்மை உலவியது என்பதையும் அந்தச் செய்திகள் தெரிவித்தன.

தான் புறப்படுவதற்கு முந்திய நாள் இரவில் வேலை செய்து கொண்டிருந்தபோது தொழிற்சாலையிலுள்ள தொழிலாளர்கள் எல்லோரும் வழக்கத்துக்கு அதிகமான பரபரப்போடு இயங்கி வருவதை தெலேகின் கண்டறிந்தான். சில நிமிடங்களுக்கு ஒரு தரம் அவர்கள் இயந்திரங்களை விட்டு விலகிச்சென்று, கும்பல் கும்பலாகக் கூடிப் பேசிக் கொண்டிருந்தார்கள். அவர்கள் ஏதோ ஒரு புதிய செய்தியை எதிர் நோக்கிக்கொண்டிருந்தார்கள். என்று தெளிவாகத் தெரிந்தது. தெலேகின் வலி ருபிலோவை அணுகி, தொழிலாளர்களெல்லாம் எதைப் பற்றிப்பேசிக்கொள்கிறார்கள் என்று விசாரித்தான்; வசீலியோ திடீரென்று தனது தடித்த கோட்டை எடுத்து, கோபக்குறியோடு தோளில் வீசிப்போட்டவாறு பட்டறைக் கதவைப் படாரென்று இழுத்து மூடிவிட்டு, அங்கிருந்து வெளியே சென்றான்.

"அயோக்கியன்! வசீலி வர வர வெறும் முரடனாக மாறி வருகிறான்!" என்று சொன்னான் இவான் ருபிலோவ்: "அவன் எங்கிருந்தோ ஒரு ரிவால்வாரைப் பெற்று,

அதனைத் தனது பைக்குள் மறைத்து வைத்தவாறே திரிந்து கொண்டிருக்கிறான்!"

ஆனால் வசீலி திரும்பவும் உள்ளே வந்தான். வந்ததும் எல்லாத் தொழிலாளரும் இயந்திரங்களை விட்டுவிட்டு, தொழிற்சாலைக்குப் பின்புறமுள்ள இடத்தில் அவனைச் சூழ்ந்து கொண்டார்கள். "பீட்டர்ஸ்பர்க் ராணுவ ஜில்லாவைச் சேர்ந்த பட்டாளத்தினரான லெப்டினெண்ட் ஜெனரல் ஹபாலவ் விடுத்துள்ள அறிக்கை" என்று வசீலி தன் கையிலிருந்த ஒரு வெள்ளை நிறமான நோட்டீஸை உரத்து வாசிக்கத் தொடங்கினான். வாசிக்கும் போதே சில வார்த்தைகளை மிகவும் அழுத்தம் திருத்தமாக உச்சரித்தான். "கடந்த சில நாட்களாக ரொட்டிக் கடைகளுக்குக் கொடுத்து வரும் மாவும் ரொட்டி உற்பத்தியும் வழக்கம் போலவே இருந்து வருகிறது..."

"இது பொய்!" என்று பல குரல்கள் ஒரே சமயத்தில் சத்தமிட்டன. மூன்று நாட்களாகக் கடைகளில் ரொட்டி விற்பனையே கிடையாது!....!

வசீலி மேலும் வாசித்தான்.

"ரொட்டி விற்பனையில் எவ்விதமான குறையும் நேரக் கூடாது."

"அவருக்கல்லவா தெரிய வேண்டும்--இது அவரது உத்தரவுதானே."

"எவ்வாறாயினும், சில கடைகளில் ரொட்டி வினியோகம் போதுமான அளவுக்கு இல்லாது போகிறது என்றால், அதற்குக் காரணம் மக்கள்தான். உணவுப் பற்றாக்குறை வந்து விடும் என்ற பயத்தினால் தான் அவர்களே ரொட்டிகளை வாங்கிப் பதுக்கி வைத்துக் கொள்கிறார்கள்."

"ரொட்டிகளை வாங்கிப் பதுக்கி வைத்துக் கொள்வது யார்? அந்த ரொட்டிகளை எங்களுக்குக் காட்டுங்கள் பார்ப்போம்!" என்று ஒரு குரல் கேட்டது: "அந்த ரொட்டிகளை அவரே மொக்கித் தின்று விக்கித்

திணறட்டும்!"

"அமைதியாயிருங்கள், தோழர்களே!" என்று வலி மேலும் உரத்த குரலில் சத்தமிட்டான்: "தோழர்களே! நாம் தெருக்களில் இறங்கியாக வேண்டிய வேளை வந்து விட்டது. ஓபுஹவ் தொழிற்சாலையிலிருந்து நாலாயிரம் தொழிலாளர்கள் நேவ்ஸ்சி பெருஞ்சாலையை நோக்கி அணி வகுத்துப் புறப்பட்டு விட்டார்கள். வீபர்க் பக்கத்திலிருந்தும் இன்னொரு அணிவகுப்பு புறப்பட்டு வருகிறது!"

"ரொம்பச் சரி, அவர்கள் நமக்கு ரொட்டிக்கு வழி காட்டட்டும்!"

"அவர்கள் நமக்கு ரொட்டிக்கு வழிகாட்டப்போவதில்லை, தோழர்களே. நகரத்திலேயே மொத்தம் மூன்று நாள் வினியோகத்துக்கான மாவுமட்டும்தான் இருக்கிறது. இதற்கு மேல் ரொட்டியாகவும் சரி, மாவாகவும் சரி, எதுவும் இங்கு வந்து சேர மார்க்கமில்லை. ரயில்களெல்லாம் யூரல்மலைகளுக்கு அப்பால் சைபீரியாவிலேயே நின்றுகொண்டிருக்கின்றன. யூரல் மலைகளுக்கு அப்பால் உள்ள களஞ்சியங்களிலோ தானியம் நிறைந்து பிதுங்கி வழிகிறது. செல்யாபின்ஸ்கலோ மூவாயிரம் டன் மாமிசம் ரயில் நிலையத்தில் கவனிப்பற்றுக் கிடந்து அழுகி நாறுகிறது. சைபீரியாவிலோ அவர்கள் வெண்ணெயினால், வண்டிச் சக்கரங்களுக்கு மசை போடுகிறார்கள்...."

தொழிற்சாலை முழுவதும் தேனீக் கூடு மாதிரி கும்மிட்டு இணைந்தது. வசீலி தனது கரத்தை உயர்த்தினான்: "தோழர்களே! நாமாக எடுத்துக்கொண்டாலொழிய நமக்கு எவரும் முன்வந்து ரொட்டி தரப் போவதில்லை... மற்ற தொழிற்சாலை ஊழியர்களோடு சேர்ந்து நாமும் நடுத் தெருவில் இறங்க வேண்டியதுதான். ஆம் தோழர்களே! 'சகல அதிகாரமும் சோவியத்துக்களுக்கே![31]" என்ற

31 **சோவியத்துக்கள்-ருஷ்யத் தொழிலாளர்கள், போர் வீரர்களால் தேர்ந்தெடுக்கப் பட்ட அதிகார அமைப்பு.**

கோஷத்தோடு நாமும் இறங்க வேண்டியதுதான்."

"வேலையை நிறுத்துங்கள்! ஆயுதங்களைப் போடுங்கள்! உலை நெருப்பை அணையுங்கள்!" என்று கத்தியவாறே தொழிலாளர்கள் தொழிற்சாலையெங்கனும் சிதறிப் பரவினார்கள்.

ருபிலோவ், தெலேகினிடம் வந்தான். அவனது சிறிய மீசை துடிதுடித்தது.

"நீங்கள் வெளியே போய் விடுங்கள். உங்களுக்கு எதுவும் நேருமுன் நீங்கள் வெளியேறி விடுங்கள்!" என்று தெள்ளத் தெளிவான குரலில் சொன்னான்.

அன்றிரவின் குறைப்பொழுதிலும் தெலேகின் சரியாகத் தூங்கவேயில்லை; காலையில் அவன் உற்சாகமற்ற உணர்வோடு கண்விழித்தெழுந்தான். அந்தக் காலைப்பொழுது மப்பும் மந்தாரமுமாக இருந்தது. வெளியேயுள்ள கூரையின் இரும்புச் சட்டத்திலிருந்து மழை நீர் கொட்டிக் கொண்டிருந்தது. அவன் தனது சிந்தனைகளையெல்லாம் ஒருமுகப்படுத்த முனைந்தவாறே படுத்துக் கிடந்தான்; எனினும் அவனது அமைதியின்மை அவனைவிட்டு விலகச் செல்லவில்லை. வெளியே சொட்டுச் சொட்டாக விழும் மழைத்துளிகள் அவனுக்கு எரிச்சலை மூட்டின; அந்தத் துளிகள் எல்லாம் மூளையின் மீதே விழுவதுபோல் அவனுக்குத் தோன்றியது. "நான் இருபத்து ஆறாம் தேதி வரையிலும் பொறுத்திருக்கக் கூடாது. நாளையே நான் போயாக வேண்டும்?" என்று அவன் நினைத்தான். உடனே அவன் துள்ளியெழுந்தான்; தனது தூக்க உடையைக் துறந்தான்; குளியல் அறைக்குள் பிறந்த மேனியனாகச் சென்றான்; குழாயைத் திருகிவிட்டு, தண்ணென்று குளிர்ந்த நீர்த்தாரைகளின் கீழ் நின்று

இப்போர் வீரர்களின் முக்கிய பகுதி விவசாயிகளாகும். 1917ம் ஆண்டு நிகழ்ந்த முதலாளித்துவ-ஜனநாயகப் புரட்சிக்குப் பின் தற்காலிக முதலாளித்துவ அரசும் சோவியத்துக்களும் சிறிது காலம் ஒரே நேரத்தில் இயங்கின.-(ப-ர்.).

குளித்தான்.

புறப்படுவதற்கு முன் அவன் எவ்வளவோ வேலைகளை முடிக்க வேண்டியிருந்தது. எனவே அவன் அவசர அவசரமாகக் காபியைக் குடித்துவிட்டு, தெருவுக்கு வந்தான்; கூட்டமாக இருந்த ஒரு டிராம் வண்டியில் தொத்தி ஏறினான்; அப்போதும் அவனது உள்ளத்தில் அந்த அமைதியின்மையே குடிகொண்டிருந்தது. வழக்கம் போலவே வண்டியிலிருந்த பிரயாணிகள் அனைவரும் உம்மென்று வாய்மூடி மௌனிகளாக இருந்தார்கள். அவர்கள் தங்கள் கால்களைத் தமது ஆசனங்களுக்கடியில் இழுத்து மடக்கியவாறும், தமது சகப்பிரயாணிகளுக்கடியில் அகப்பட்டுக்கொண்ட தமது கோட்டு விளிம்புகளை அதே எரிச்சல் மிகுந்த முக பாவத்தோடு வெடுக்கென்று பிடுங்கி எடுத்தவாறும் இருந்தார்கள். கால்களுக்கடியில் ஈரம் பிசு பிசுத்தது. ஜன்னல்களின் வழியே மழைத் துளிகள் வழிந்து சொட்டின. முன்புறத்து வராந்தாவிலுள்ள மணி எரிச்சலூட்டும் விதத்தில் கணகணத்தது. தெலேகினுக்கு எதிராக கொழு கொழுத்த மஞ்சள் நிறமான முகம் கொண்ட ஒரு ராணுவ அதிகாரி உட்கார்ந்திருந்தான்; அவனது மழுங்கச் சவரம் செய்த உதடுகள் ஏதோ ஒரு வக்கரப்புன்னகை பாவத்தில் நிலைத்து நின்றன; அவன் தனது அந்தஸ்துக்கும் அழுத்தலுக்கும் விரோதமாக, தன்னைச் சுற்றியிருந்தவர்களையெல்லாம் ஏதோ ஒரு கேள்விக்குறியோடும் விழிப்புணர்ச்சியோடும் கவனித்துக்கொண்டிருந்தான். அங்கிருந்தவர்களைச் சுற்றிப்பார்த்தபோது, வண்டியிலிருந்த பிரயாணிகள் அத்தனை பேரும் ஒருவரையொருவர் அதே மாதிரியான கேள்விக்குறியோடு புதிராகத்தான் பார்த்துக்கொண்டிருந்தார்கள் என்பதை தெலேகின் கண்டு கொண்டான்.

பல்ஷோய் பெருஞ்சாலையின் முனை வந்ததும், அந்த டிராம் வண்டி நின்றது. பிரயாணிகள் அமைதியிழந்து தமது ஆசனங்களிலேயே அங்குமிங்கும் நெளிந்து கொடுத்தார்கள்; சிலர் ஜன்னலுக்கு வெளிப்புறமாக எட்டிப் பார்த்தார்கள்;

வேறு சிலர் வெளியே குதித்து இறங்கினார்கள்; டிரைவர் வண்டியை ஓட்டும் கைப்பிடியை கழற்றி அதனைத் தனது நீல நிறக்கோட்டின் உட்புறமாக மார்புக்குள் மறைத்து வைத்துக்கொண்டான். பின்னர் முன் பக்கத்துக் கதவைத் திறந்து விட்டவனாக, திடுக்கிட வைக்கும் குரோத பாவம் நிறைந்த குரலில் சொன்னான்:

"இதற்கு மேல் வண்டி போகாது!"

கண்ணுக்கெட்டிய தூரம் வரையிலும் எல்லாப் பிரதான தெருக்களிலும் டிராம் வண்டிகள் வரிசை வரிசையாகத் தடைப்பட்டு நின்றன. நடைபாதைகளிலெல்லாம் ஜனத்திரள் பொங்கி வழிந்து கொண்டிருந்தது. திறந்து வைக்கப்பட்டிருந்த கடைகளின் இரும்புக் கதவுகள் எல்லாம் திடீர் திடீரென்று ஒவ்வொன்றாக உரத்த ஓசையோடு கீழே இறங்கி மூடத் தொடங்கின. குளிர்ந்த பனிப்படலத்தின் துகள்கள் மெல்ல மெல்ல விழுந்து கொண்டிருந்தன.

பொத்தான்கள் மாட்டப்படாத நீண்ட கோட்டையணிந்த ஒரு மனிதன் டிராம் வண்டியின் கூரைமீது ஏறி நின்று காட்சியளித்தான்; அவன் தனது தொப்பியைக் கழற்றியவாறே ஏதோ சத்தமிட்டான். கூட்டத்தினரிடையே ஏதோ ஒரு நீண்ட சசமுசப்புக் குரல் பரவிப் பாய்ந்த மாதிரித் தோன்றியது. அந்த மனிதன் வண்டியின் கூரையில் ஒரு கயிற்றைக் கட்டிவிட்டு, நிமிர்ந்து நின்றவாறு, மீண்டும் தனது! தொப்பியை எடுத்து ஆட்டினான். உடனே கூட்டத்தினர் அவனுக்குப் பதிலளிப்பதுபோல் மீண்டும் கசமுசத்தார்கள். அவன் டிராம் வண்டியிலிருந்து நடைபாதைமீது குதித்தான். கூட்டத்தினர் பின்வாங்க விலகினார்கள். அழுக்கடைந்து மஞ்சளாகத் தோன்றிய பனிப்பரப்பின் மீது கும்பலாக ஒரு ஜனக்கூட்டம் நிற்பதும், அந்தக் கோஷ்டியினர் டிராம் வண்டியின் மீது கட்டப்பட்டிருந்த கயிற்றைப்பிடித்து இழுப்பதும் தெலேகினுக்குத் தெரியத் தொடங்கின. அந்த டிராம் வண்டி அடிபெயர்ந்து புரளத் தொடங்கியது. கூட்டத்தினர் மேலும் பின் வாங்கினார்கள். சிறுவர்களெல்லாம்

சீட்டியடித்தார்கள். அந்த டிராம் வண்டி அடிபெயர்ந்து உயர்ந்து நின்றது; பின்னர் திடீரென்று தண்டவாளங்களின் மீது பலத்த ஓசையுடன் விழுந்தது. உடனே கயிற்றைப் பிடித்து இழுத்துக் கொண்டிருந்த கோஷ்டியினருக்கு ஆதரவாகச் சகல திசைகளிலும் மக்கள் ஓடிச்சென்று உதவ முன் வந்தனர். இப்போது எல்லோருமாகச் சேர்ந்து மௌனமாகவும், உறுதியாகவும் இழுத்தனர். அந்த டிராம் வண்டி மீண்டும் அடி. பெயர்ந்து எழும்பியது; பக்க வாட்டாகச் சரிந்து திடுமென்ற பலத்த ஓசையோடு விழுந்தது; கண்ணாடிகள் நொறுங்கிய சத்தம் கணீர் என்று கேட்டது. மௌனமாக இருந்த அந்தக் கூட்டத்தினர் குடை சாய்ந்து கிடந்த அந்த டிராம் வண்டியைச் சூழ்ந்து கொண்டார்கள்.

"அனைத்தும் அசையத் துவங்கி விட்டது" என்று தெலேகினுக்குப்பின்னாலிருந்து யாரோ சொன்னார்கள். கொழு கொழுத்த மஞ்சள் நிறம் கொண்ட முகத்தையுடைய அந்த அதிகாரிதான் அப்படிக் கூறினன். உடனே ஒன்றுக்கொன்று சம்பந்தமில்லாத பல்வேறு குரல்கள் பாடத் தொடங்கின?

"விதியிட்ட போரில் பலியிட்டீர் தம்மை..."

நேவ்ஸ்கி பெருஞ்சாலைக்குச் செல்லும் வழியெல்லாம், இதேபோன்ற உணர்ச்சி வேகம் மிகுந்த திகிலடித்துப்போன முகங்களே தென்பட்டு வந்ததை தெலேகின் கண்டான். எங்கு பார்த்தாலும் ஜனங்கள் கும்பல் கும்பலாக நின்றார்கள்; புதிது புதிதாகச் செய்திகளைக் கொண்டு வந்து தருபவர்களை நீர்ச்சுழிகள் மாதிரி சுற்றிக் குழுமி நின்று தமது காதுகளைத் தட்டிக்கொண்டு கேட்டார்கள். கனத்துத் தடித்த காவல்காரர்கள் வாசல்களிலே நின்றார்கள்; வீட்டுக்குள்ளிருந்த பணிப்பெண்கள் ஜன்னல் வழியே தலையை நீட்டி எட்டிப்பார்த்து, தெருவில் என்ன நடக்கிறது என்று தெரிந்து கொள்ள முயன்றார்கள். பெரிய தாடியும், பொத்தான்கள் மாட்டப்படாத கம்பளிக்கோட்டும் அணிந்து கையிலே ஒரு தோல் பையுடன் வந்த ஒரு கனவான் ஒரு வாசல்

காப்போனைப் பார்த்துக் கேட்டார்:

"என்னப்பா, அங்கே என்ன ஒரே கூட்டம்? என்ன நடக்கிறது?"

"அவர்கள் உணவு கேட்டு, அதற்காகக் கலகம் செய்கிறார்கள்!"

"அப்படியா!"

ஒரு தெரு மூலையில் வெளுத்துப்போன முகத்தோடு காட்சியளித்த ஒரு சீமாட்டி தூங்கி வழிந்து நடு நடுங்கிக் கொண்டிருந்த ஒரு சீக்குப்பிடித்த நாயை நெஞ்சோடு அணைத்துப் பிடித்தவாறே தெருவில் போகிறவர்களையெல்லாம் நோக்கி கேட்டாள்:

"அங்கே என்ன அத்தனை கூட்டம்? அவர்களுக்கு என்ன வேண்டுமாம்?"

"அது புரட்சி மாதிரி தோன்றுகிறது, அம்மணி!" என்று அந்தக் கம்பளிக் கோட்டுச் சீமான் அவளை நோக்கக் குதூகலத்தோடு பதிலளித்துவிட்டு, தம் வழியே சென்றார்.

நடைபாதையின் ஓரமாக ஒரு தொழிலாளி நடந்து வந்தான். அவனது ஆட்டுத்தோல் மோஸ்தர் கோட்டின் முனைகள் பின்னால் காற்றில் படபடத்தன. நோயுற்ற அவன் முகம் இழுபட்டுச் சுழிந்தது. திடீரென்று அவன் திரும்பி, கரகரத்த குரலில் தொண்டை கிழிய விழிகள் பிதுங்கக் கத்தினான்; "தோழர்களே! இன்னும் எவ்வளவு காலத்துக்குத்தான் அவர்கள் நமது ரத்தத்தைக் குடிக்கப் போகிறார்கள்?"

சிவந்த கன்னம்படைத்த ஓர் இளம் அதிகாரி வண்டிக்காரனின் இடைவாரைப் பற்றிப்பிடித்து நின்றவாறே பொங்கி யெழுந்து வரும் ஜனப்பிரவாகத்தை ஏதோ சூரிய கிரகணத்தைப் பார்ப்பது போன்று கவனமாகப் பார்த்தான். "வாருங்கள்! வந்து இதனைப் பாருங்கள்!" என்று அவன் செல்லும்போது ஒரு தொழிலாளி சத்தமிட்டான்.

கூட்டம் மேலும் மேலும் அதிகரித்தது; தெருவெல்லாம் நிரம்பி வழிந்தது. கூட்டத்தினர் உத்வேகத்தோடு கும்மென்று இரைந்தவராய், பாலத்தை நோக்கிச் செல்லத் தொடங்கினர். மூன்று இடங்களில் வெள்ளைக் கொடிகள் காட்டப் பட்டன. தெருவில் சென்று கொண்டிருந்தவர்கள் எல்லாம் அந்த ஜனப்பிரவாகத்தில் வந்து ஒட்டிக்கொண்டார்கள். தெலேகின் அந்தக் கூட்டத்தினரோடு கலந்து பாலத்தைக் கடந்தான். குதிரைமீதிருந்த குதிரைப் பட்டாளத்தினா செவ்வாய் வெளி' என்று கூறப்பட்ட மைதானத்தை நோக்கி வேகமாகப் பாய்ந்து சென்றார்கள். அந்த வெட்ட வெளியோ பனி மூடி மூட்டமிட்டு இருந்தது; அதன் பரப்பெல்லாம் குதிரைகளின் காலடிகள் பதிந்திருந்தன. கூட்டத்தினரைப் பார்த்ததும் அந்தக் குதிரை வீரர்கள் தமது குதிரைகளைத் திருப்பிக்கொண்டு, கூட்டத்தை நோக்கி மெதுவாக வந்தார்கள். பிரிந்து நின்ற தாடியும் சிவந்த முகமும் கொண்ட ஒரு குதிரை வீரன் சலாம் செய்து வாய் விட்டுச் சிரித்தான். ஜனங்களோ அதே குரலில் ஓயாது பாடிக் கொண்டிருந்தார்கள். பனிமூட்டம் கவிந்த 'கோடைகாலப் பூங்கா'வின் இருண்ட, மொட்டை மரங்களிலிருந்து கலைந்து போன இறக்கைகள் கொண்ட அண்டங் காக்கைக் கூட்டம் ஒன்று கும்பலாகப் பறந்து வந்தது; பாவெல் சக்கரவர்த்தியைக் கொலை செய்தவர்களைப் பயமுறுத்திய காக்கைகளைப் போலவே அவை பறந்து வத்தன.

தெலேகின் மேலும் நடந்தான்; அவனது தொண்டையில் ஏதோ வந்து அடைப்பது மாதிரித் தோன்றியது. அவன் இருமிச் செருமித் தன் தொண்டையைச் சரி செய்தான். எனினும் மீண்டும் மீண்டும் அந்த உணர்ச்சி மேலோங்கத் தான் செய்தது. அவன் "என்ஜீனியர்களின் அரண்மனை"யைக் கடந்து, இடதுபுறமாகத் திரும்பி, லிதேய்னி பெருஞ் சாலையின் வழியாகச் சென்றான்.

அங்கோ வீபர்க் பக்கமிருந்து வந்த வேறொரு கூட்டம் அலையலையாக முன்னேறி வந்து கொண்டிருந்தது. அந்தக் கூட்டம் தெருக்களையும் பாலத்தையும் நிறைத்து நின்றது.

ஒவ்வொரு வீட்டு வாசலிலும் பலர் கூடி நின்று வேடிக்கை பார்த்தார்கள்; ஜன்னல்களின் மத்தியில் பரபரப்போடு கூடிய முகங்கள் தென்பட்டன.

தொளதொளத்து ஆடிக்கொண்டிருக்கும் தாடைகளைக் கொண்ட முதியவனான ஒரு அரசாங்க அதிகாரி ஒரு வாசலருகில் நின்றான். அவனுக்கு வலது புறத்தில் வெகுதூரத்தில், ராணுவ வீரர்களின் படையணி ஒன்று தெருவுக்குக் குறுக்காக நின்றது; அந்த அணியின் வீரர்கள் தமது துப்பாக்கிகளின் மீது கைகளை ஊன்றிச் சாய்ந்தவாறு அசைவற்று நின்று கொண்டிருந்தார்கள்.

ஜனக்கூட்டம் முன்னேறியது; அதன் வேகம் மெல்ல மெல்லக் குறைந்தது. பய பீதி நிறைந்த குரல்கள் திடீரென்று கத்தின: "நில்லுங்கள்! நில்லுங்கள்!"

உடனே மறுகணமே வானைப்பிளக்கும் ஓசையோடு பல்லாயிரக்கணக்கான பெண்களின் குரல்கள் கத்தத் தொடங்கின: "ரொட்டி! ரொட்டி! ரொட்டி..."

"அனுமதிக்க முடியாத அட்டகாசம் இது!" என்று அந்த அதிகாரி கத்தினான். அவ்வாறு கத்தும்போது அவன் தனது மூக்குக்கண்ணாடிக்கு மேலாக, தெலேகினை உறுத்துப் பார்த்துக் கொண்டான். அதே கணத்தில், கொழுத்துத் தடித்த இரண்டு காவல்காரர்கள் அந்த வாசல் வழியாக வந்தார்கள்; வந்து வேடிக்கைப் பார்த்துக்கொண்டிருந்த கூட்டத்தினரைப் பிடித்துத் தள்ள முனைந்தார்கள். அந்த அதிகாரியின் தாடைகள் மீண்டும் துடித்து அசைந்தன; மூக்குக் கண்ணாடியணிந்த ஒரு பெண் "சீ! மிருகமே! என்னை எப்படி நீ பிடித்துத் தள்ளத் துணிந்தாய்?" என்று கத்தினாள்.

வாயிற்காப்போர்கள் கதவுகளை மூடிச் சாத்தி விட்டார்கள். அந்தத் தெருவிலுள்ள எல்லாக் கதவுகளும் ஒன்றன் பின் ஒன்றாக அடைத்து மூடப்பட்டன.

"மூடாதீர்கள்! மூடாதீர்கள்!" என்று பயபீதியடைந்த பல குரல்கள் கத்தின.

கூச்சலிட்டுக்கொண்டு வந்த ஜனக்கூட்டம் மேலும் நெருங்கி வந்தது. அகன்ற விளிம்பு கொண்ட தொப்பியை அணிந்த ஒரு இளைஞன் உணர்ச்சிப் பரவசத்தால் செக்கச் சிவந்துபோன முகத்தோடு அந்தக் கூட்டத்தினருக்கு முன்னால் நடந்து வந்தான்.

"முன்னுக்குக்கொண்டு வாருங்கள் கொடியை!" என்று குரல்கள் எழுந்தன.

அதே சமயம் ஒடுங்கிய இடைகொண்ட உயரமான அதிகாரி ஒருவன், தனது கம்பளித் தொப்பியை ஒரு புறமாக ஒதுக்கி வைத்தவனாக, அந்தப் படைவீரர்களின் அணிக்கு முன்னால் வந்து நின்றான். அவனது இடையிலே தொங்கிய கைத்துப்பாக்கியின் மீது கையை வைத்தவாறு அவன் ஏதோ கத்தினான். அவன் கத்திய விஷயத்தின் பொருளை தெலேகின் ஒருவாறு உணர்ந்து கொண்டான்: "சுடுவதற்கு உத்தரவு கொடுத்தாகி விட்டது... நான் ரத்தம் சிந்துவதை தவிர்க்க விரும்புகிறேன்... எனவே கலைந்து செல்லுங்கள்!..."

"ரொட்டி! ரொட்டி! ரொட்டி!" என்று பல்வேறு குரல்கள் எழுந்தன; அதே சமயம் அந்தக் கூட்டமும் படைவீரர்களின் அருகே நெருங்கித் திரண்டு விட்டது. வெறிபிடித்த கண்கள் கொண்ட மனிதர்கள் தெலேகினை இடித்துத் தள்ளிக் கொண்டு முன்னேறினார்கள். "ரொட்டி! ரொட்டி! அவர்கள் நாசமாய்ப்போக! அயோக்கியர்கள் அடியோடு ஒழிக!"

கூட்டத்தினரில் ஒருவன் கீழே விழுந்தான்; விழுந்தபின் அவன் சுருங்கச் சுழித்த முகத்தைத் தரையிலிருந்து மேலே உயர்த்திப் பார்த்தவனாக, "அவர்களை நான் வெறுக்கிறேன்... வெறுக்கிறேன்!..." என்று சத்தமிட்டான்.

திடீரென்று ஏதோ ஒரு எண்ணெய்த் துணியைச் சட்டென்று கிழித்த மாதிரி தெருவில் ஓர் ஓசை எழும்பியது. உடனே எல்லாம் அடங்கி விட்டது. ஒரு பள்ளிச் சிறுவன் தனது தொப்பியைப் பற்றிப் பிடித்துக் கொண்டு, கூட்டத்தினரிடையே புகுந்து ஓடினான்...

அந்த அதிகாரி பச்சை நரம்போடிய தனது கரத்தை உயர்த்தி, சிலுவைக்குறி செய்தான். வானத்தை நோக்கிச் சுடப்பட்டது. ஆனால், அதற்குள் கூட்டம் பின் வாங்கியது; சிலர் சிதறி ஓடினார்கள்; கொடிகளுடன் ஒரு பகுதி ஸ்னாமென்ஸ்கயா துக்கத்தை நோக்கிச் சென்றது. அங்கு பரவிக் கடந்த மஞ்சள் நிறமான பனிப்பரப்பில் தொப்பிகளும் பல்வேறுவிதமான செருப்புகளும் சிதறிக் கிடந்தன. நேவ்ஸ்கி பெருஞ்சாலைக்கு வந்ததும், தெலேகினின் காதில் மீண்டும் பல்வேறு குரல்களின் இரைச்சல் விழுந்தது. வசீலியவ்ஸ்கி தீவுப் புறத்திலிருந்து நேவா நதியைக் கடந்து வந்த மூன்றாவது ஜனக்கூட்டம் அது. நடைபாதைகளிலெல்லாம் கவர்ச்சிகரமான உடைகள் அணிந்த பெண்களும், ராணுவ வீரர்களும், மாணவர்களும் அன்னியர்கள்போல் தோன்றியவர்களும் நிறைந்து நின்றார்கள். பிள்ளைத்தன்மை கொண்ட வட்ட முகம்படைத்த ஒரு ஆங்கில அதிகாரி தூண் மாதிரி ஆடாது அசையாது நின்று கொண்டிருந்தார். நாடாக்கள் கட்டிய தலையலங்காரத்தோடும் பௌடர் பூசிய முகங்களோடும் விளங்கிய குமரிகள் தமது கடைக் கண்ணாடிகளில் முகத்தைப் ..தித்து மூக்கைச் சப்பையாக்கக் கொண்டு வெளியே என்ன நடக்கிறது என்று பார்த்தார்கள். தெருவுக்கு மத்தியில் பனிமூட்டத்தைப் பிளந்து கொண்டு, கோபாவேசம் கொண்ட தொழிலாளர்களும், ஆண்களும், பெண்களும் முன்னேறிச் சென்றவாறே முழக்கமிட்டார்கள்: "ரொட்டி! ரொட்டி! ரொட்டி!"

தெருவோரத்தில் ஒரு வண்டிக்காரன் தனது ஆசனத்திலிருந்து பக்கவாட்டில் திரும்பி, பயபீதியும் பழுப்பு நிறமும் கொண்ட முகத்தினளான ஒரு பெண்ணை நோக்கிச் சொல்லிக் கொண்டிருந்தான்!

"நான் எப்படியம்மா வண்டியை ஓட்டிச் செல்ல முடியும்? நீங்களே தான் பார்க்கிறீர்களே. ஓர் ஈயைக்கூட இங்கிருந்து அவர்கள் போகவிடமாட்டார்கள்!"

"முட்டாளே! ஓட்டு வண்டியை! என்னிடமா நீ

எதிர்த்துப்பேசத் துணிந்து விட்டாய்!"

"இல்லையம்மா! நான் இன்னும் ஒரு முட்டாள் இல்லை! மரியாதையாக வண்டியை விட்டுக் கீழே இறங்குங்கள்!"

நடைபாதையில் சென்று கொண்டிருந்தவர்கள் ஒருவருக்கொருவர் இடித்துத் தள்ளிக் கொண்டும், தலைகளை நீட்டிப் பார்த்துக்கொண்டும் ஆர்வத்தோடு கேட்டார்கள்:

"லிதேய்னி பெருஞ்சாலையில் நூறு பேர்களுக்குமேல் கொல்லப்பட்டார்களாமே. உண்மைதானா?"

"சேச்சே! அதெல்லாம் ஒன்றுமில்லை. ஒரு கர்ப்பஸ்திரீயும். ஒரு கிழவரும்தான் குண்டடிபட்டுச் செத்தார்கள்."

"அட கடவுளே! கிழவரைப்போய் ஏன் சுட்டுத்தள்ள வேண்டும்?"

"எல்லாம் பிராதபோபவின் உத்தரவுதான். அவனுக்குப் பைத்தியம்தான் பிடித்துவிட்டது!"

"பெருமக்களே! இதோ புதிய செய்தி. நம்ப முடியாத அதிசயம்! பொது வேலைநிறுத்தம் தொடங்கிவிட்டது!"

"என்னது? மின்சார இலாகா, குடி தண்ணீர் இலாகா ஊழியர்களும் கூடவா?"

"இது மட்டும் உண்மையான செய்தியாக இருந்தால்-!"

"தொழிலாளர்களே! சபாஷ்! நல்ல காரியம் செய்தீர்கள்"

"அதற்குள் மகிழ்ந்து போகாதீர்கள்! இந்த வேலை நிறுத்தத்தையெல்லாம் அவர்கள் ஒரே கணத்தில் நசுக்கிப் பிழிந்து விடுவார்கள்!.."

"யாரப்பா அது! முதலில் நீ நசுங்கிப் பிழிந்து போகாதே அப்பனே! உன் மூஞ்சி பத்திரம்!"

தெலேகின் தான் அதிக நேரம் அங்குபொழுது போக்கி விட்டதை உணர்ந்து, தான் போக வேண்டிய

விலாசங்களைத் தேடி அந்தந்த வீடுகளுக்குச் சென்றான். ஆனால் அவன் சந்திக்க வேண்டியவர்களில் எவருமே அவரவர் வீட்டிலே இல்லை. எனவே அவன் எரிச்சலுற்ற மனத்தோடு நேவ்ஸ்கி பெருஞ்சாலையை நோக்கி நடந்தான்.

வழுக்கு வண்டிகள் மீண்டும் வழுக்கி ஓடத்தொடங்கின; வாயிற்காப்போர்கள் வெளியே வந்து முற்றத்தில் படிந்திருந்த பனியை வழித்தெடுத்தார்கள்; நீண்டதொரு கருப்புக் கோட்டு அணிந்த ஒரு போலீஸ் அதிகாரி மீண்டும் தெருமூலையில் காட்சியளித்தான்; ஆவேசங் கொண்ட மனிதர்களின் தலைகளுக்கும், அவர்களது குழம்பித்தவித்த சிந்தனைகளுக்கும் மேலாக, அவன் சட்டத்தையும் ஒழுங்கையும் நிலை நாட்ட ஆணையிடும் வெள்ளிக் கட்டியக்கோலை உயர்த்திக்காட்டினான். தெருவைக் கடந்து செல்லும் கோபாவேச குணம் கொண்ட எந்த ஒரு பாதசாரியும், அந்தப் போலீஸ்காரனைப் பார்க்க நேர்ந்தால், அவன் பின் வருமாறுதான் நினைத்திருப்பான்: "பொறு அப்பா, பொறுத்திரு! உனக்கும் காலம் நெருங்கிவிடும்!" ஆனால் அந்தக் "காலம்" ஏற்கனவே வந்து விட்டது என்பதையும், கட்டியக்கோலைத் தூக்கிப்பிடித்துக் கொண்டு தூண்மாதிரி நிற்கும் அந்தப் பெரிய மீசைக்காரன் ஏற்கனவே வெறும் உருவெளித்தோற்றமாக, உருவிலியாக மாறிவிட்டான் என்பதையும், நாளைமுதல் அந்த உருவெளித் தோற்றமே அந்த நாற்சந்தியில் மட்டுமல்லாது வாழ்க்கை யிலிருந்து ஏன் நினைவிலிருந்தும்கூட மங்கி மறைந்துபோய் விடும் என்பதையும் கூட அவர்களில் எவருமே புரிந்து கொள்ளவில்லை.

"தெலேகின்! தெலேகின்! கொஞ்சம் நில்லப்பா. உனக்கென்ன காது அடைத்துப்போய் விட்டதா?"

ஸ்துருகவ் தெலேகினை நோக்கி ஓடிவந்தார்; அவரது தொப்பி பின்புறமாக ஒதுங்கிக்கெடந்தது; கண்களில் குறும்பு குறுகுறுத்து மின்னியது.

"எங்கே போகிறாய்? ஹோட்டலுக்குள் நுழைவோமே..."

அவர் தெலேகினின் கையைப் பிடித்து இழுத்தவாறு அவனை ஒரு ஹோட்டலுக்குள் அழைத்துச் சென்றார். ஹோட்டலினுள்ளே கப்பிக் கவிந்திருந்த சுருட்டுப்புகை கண்களை உறுத்திக் கரிக்கச் செய்தது. கம்பளித் தொப்பிகளும், துணித்தொப்பிகளும் அணிந்த மனிதர்கள் தமது கம்பளிக் கோட்டுக்களின் பொத்தான்களைக் கழற்றிவிட்டவராய், காரசாரமாக விவாதம் புரிந்து கூச்சலிட்டார்கள்; உள்ளே வந்தார்கள்; வெளியே போனார்கள். ஸ்துருகவ் அந்தக் கூட்டத்தினரின் ஊடே புகுந்து ஒரு ஜன்னலருலே போய், அங்கிருந்த சிறு மேஜையின் முன்னால் தெலேகினுடன் அமர்ந்தார்.

"ரூபிள் நாணயத்தின் மதிப்புகுறைந்து கொண்டிருக்கிறது!" என்று அவர் மேஜையை இரு கைகளாலும் பற்றிப் பிடித்துக் கொண்டு வாய்விட்டுக் கத்தினார்: "பங்கு மார்க்கெட்டில் பங்குகளின் விலையெல்லாம் பாதாளத்துக்குள் சரிந்து கொண்டிருக்கின்றன? இதுதான் உண்மையான நிலைமை. சரி. நீ என்னென்னவற்றைப் பார்த்தாய் என்று சொல்."

"நான் லிதேய்னி பெருஞ்சாலையில் இருந்தேன். அங்கு துப்பாக்கியால் சுட்டார்கள். ஆகாயத்தை நோக்கித்தான் என்று நினைக்கிறேன்!" என்றான் தெலேகின்.

"சரி. நீ இதைப்பற்றியெல்லாம் என்ன நினைக்கிறாய்?"

"எனக்கு ஒன்றும் தெரியாது. உணவு தானிய வினியோகத்தை உயர்த்துவதற்கு அரசாங்கம் முழுமூச்சோடு கர்ம சிரத்தையோடு முயற்சி எடுக்க வேண்டும் என்றே எனக்குத் தோன்றுகிறது."

"அதற்கெல்லாம் காலம் கடந்து போய்விட்டது, தம்பி!" என்று தமது கண்ணாடித் தம்ளரை மேஜைமீது ஓங்கி வைத்தவாறு சொன்னார் ஸ்துருகவ்: "ஆமாம். காலம் கடத்து விட்டது! நாம் நம்மை நாமே இன்று கொண்டு வந்திருக்கிறோம். யுத்தம் நின்றாக வேண்டும். ஆமாம். நமக்குப் போதும் என்றாகிவிட்டது! தொழிற்சாலைகளில் அவர்களெல்லாம் என்ன கோஷம் கொடுக்கிறார்கள் என்பது உனக்குத் தெரியுமா? தொழிலாளர்கள்

பிரதிநிதிகளைக் கொண்ட சோவியத்துக்களை ஏற்படுத்த வேண்டுமாம்! ஆம். அதுதான் அவர்கள் கோரிக்கை, அவர்கள் சோவியத்துக்களைத் தவிர வேறு எதையும், எவரையும் நம்பத் தயாராக இல்லை!"

"அப்படியா?"

"ஆமாம். அது தான் முடிவு. அதுதான் எதார்த்தமான நிலைமை. தம்பி! ஜாரின் எதேச்சாதிகாரம் அடியோடு சாய்ந்து போய் விட்டது. கண்களைத் திறந்து பார்!.. இது வெறும் கலகமல்ல. இது ஒரு புரட்சியும் கூட அல்ல... இதுதான் பிரளயத்தின் ஆரம்பம்! இதுவே தான் பிரளயம்!"

ஸ்துருகவின் நெற்றியில் துளிர்த்திருந்த வியர்வைத்துளிகளின் பின்னணியில் ஒரு பச்சை நரம்பு புடைத்து நின்றது.

"இன்னும் மூன்றே நாட்களில் இங்கு அரசாங்கம் இருக்காது; படை பட்டாளங்கள் இருக்காது; போலீஸ்காரர்களோ, மாகாண கவர்னர்களோ இருக்க மாட்டார்கள்! பதினெட்டு கோடிக் காட்டு மனிதர்கள்தான் இருப்பார்கள்! காட்டு மனிதன் என்றால் எப்படியிருப்பான் என்பது உனக்குப் புரிகிறதா? புலிகளாகட்டும், காண்டா மிருகங்களாகட்டும்— அவனோடு ஒப்பிடும்போது, அவையெல்லாம் வெறும் விளையாட்டுப்பொம்மைகள்! அழுகிப் புழுத்து நாறும் அங்கத்தின் பகுதி அவன்---ஆம். பயங்கரம் தான்! ஒரு துளி நீரில் ஒன்றுக்கொன்று போராடி ஒன்றையொன்று கொன்று குதறித் தின்று பிழைக்கும் நுண்ணுயிர்க் கிருமிகளைப்போல் அதுதான்!"

"நாசமாய்ப்போக!" என்று சபித்தான் தெலேகின்: "நீங்கள் என்ன பேச்சுப் பேசுகிறீர்கள்? செத்த பேச்சு! நீங்கள் சொல்வது மாதிரியெல்லாம் ஒன்றுமில்லை. இது புரட்சிதான். புரட்சியேதான்! இது வரவேண்டியதுதான். வர வேண்டிய நேரம்தான்!"

"இல்லை. இன்று நீ பார்த்தது இருக்கிறதே, இது புரட்சியல்ல; இது சீரழிவு. புரட்சி பின்னர்தான் வரும்- நிச்சயம் வரும். ஆனால் நீயும் நானும் அதைப் பார்க்கப்

போவதில்லை!"

"இருக்கலாம்!" என்று கூறிக்கொண்டே இடத்தைவிட்டு எழுந்தான் தெலேகின்: "வசீலி ருபிலோவ் இருக்கிறானே— அவன்தான் புரட்சி! ஸ்துருகவான நீங்கள் அல்ல. நீங்கள் வெறும் தடபுடல் செய்கிறீர்கள்! பொருளற்ற பேச்சும் பேசுகிறீர்கள்!"

தெலேகின் தனது வீட்டுக்கு சீக்கிரம் திரும்பி வந்தான்; வந்ததும் படுத்துவிட்டான். ஆனால் அவனால் சிறிது நேரமே தூங்க முடிந்தது. பிறகு அவன் பெருமூச்செறிந்தவாறு பக்க வாட்டாகப் புரண்டு படுத்து, கண்களைத் திறந்து பார்த்தான். நாற்காலியின் மீது திறந்து இருந்த சூட்கேஸின் தோல்நாற்றம் அந்த அறையில் பரவியிருந்தது. ஸ்டாக்ஹோமிலிருந்து விலைக்கு வாங்கி வந்திருந்த அந்த சூட்கேஸ்களில், தோல்பெட்டிக்குள் வைத்து மூடப்பட்டிருந்த வெள்ளியாலான அலங்காரமான அழகு சாதனப் பேழை ஒன்று இருந்தது? தாஷாவுக்காக அவன் வாங்கி வந்த பரிசுப் பொருள் அது. தெலேகினுக்கு அந்தப் பேழை மிகவும் பிடித்திருந்தது. ஒவ்வொரு நாளும் அவன் அந்தப் பேழையைச் சுற்றிவைக்கப்பட்டிருந்த கண்ணாடித்தாளை நீக்கிவிட்டு, அதனைக் கையிலெடுத்து அழகு பார்த்து ரசிப்பான். அப்போது அவன் ஏதேதோ கற்பனை செய்வான். தான் ஒரு ரயிலில் பிரயாணம் செய்து கொண்டிருப்பது போலவும், அந்த ரயில் வண்டியில் ருஷ்ய நாட்டுக்கு வெளியேயுள்ள ரயில் வண்டிகளில் உள்ளதைப் போன்ற நீண்ட ஜன்னல்கள் இருப்பது போலவும், அந்த ஜன்னலருகே பிரயாண உடைதரித்து தாஷா அமர்ந்திருப்பது போலவும் அவளது மடியின் மீது தோல் மணமும் வாசனைத் தைல நறுமணமும் கலந்து பரிமளிக்கும் அந்த அலங்காரப்பேழை கவலையற்ற உல்லாசப் பிரயாணங்களுக்கான சின்னம்போல் விளங்கும் அந்த அழகு சாதனப்பெட்டி -- இருப்பது போலவும் அவன் கற்பனை செய்தான்.

அவன் ஜன்னலருகே அமர்ந்தவனாய் வெளியே பார்த்தான்; நகரத்து விளக்குகளின் பழுப்பு நிறமான ஒளிமூட்டம்

மங்க வானவெளிப்பரப்பில் பரவி நிற்பதைக் கவனித்தான். அப்போது அவன் அன்றைய பகற்பொழுதில் உணவுக்காகக் கூச்சலிட்ட மக்களின் இதய வேதனையையும் குரோத உணர்ச்சியையும் தெள்ளத் தெளிவாக உணர்ந்தான்; அந்த மக்கள் இந்த ஒளிமூட்டத்தை கண்டு என்ன நினைப்பார்கள் என்றும் உணர்ந்தான். நேசிக்கப்படாத, மனப்புழுக்கத்தையும் பகைமையையும் உண்டாக்கிவிட்ட நகரம் அது! எனினும் அதுதான் நாட்டின் மூளையையும் சித்தத்தையும் பிரதிபலிக்கிறது. இப்போதோ அந்த நகரம் உயிருக்காபத்தான பெரும் நோய்க்கு ஆளாகிவிட்டது; மரண வேதனைக்கு இரையாகிவிட்டது.

தெலேகின் வீட்டைவிட்டு நடுப்பகல் நேரத்தில் கிளம்பிச் சென்றான்; பனிமூட்டம் கவிந்த அந்த அகலமான தெருவில் ஆள் நடமாட்டத்தையே காணோம். ஒரு பூக்கடையின் பனித்துளி படிந்த ஜன்னல் கண்ணாடிக்குப் பின்னால், பட்டை தீட்டிய அலங்காரக் கண்ணாடி ஜாடி ஒன்று இருந்தது; அதில் சிவந்த ரோஜாப் பூக்கள் கொண்ட பெரிய செண்டு ஒன்று சொருகப்பட்டிருந்தது; அந்த ரோஜாப்பூக்களின் மீது நீர்த்துளிகள் முத்து முத்தாய்ப் பளபளத்தன. பனி மழையின் ஊடாக, தெலேகின் இந்தக் காட்சியை மிகுந்த ஆசையோடு பார்த்துக் களித்தான்.

ஐந்து குதிரை வீரர்களைக் கொண்ட கசாக்குப் பாராப் படையினர் பக்கத்துச் சந்திலிருந்து அங்கு வந்தார்கள். அவர்களில் கடைசியாக வந்தவன் நடைபாதைப்பக்கம் தனது குதிரையைத் திருப்பித் தட்டிவிட்டான். அங்கு தொப்பிகள் அணிந்த மூன்று மனிதர்கள் கிசுகிசுவென்று உள்ளடங்கிய குரலில் பரபரப்போடு பேசியவாறு நடந்து சென்றார்கள். கசாக்கு வீரனைக் கண்டதும் அவர்கள் நின்றார்கள்; அவர்களில் ஒருவன் உற்சாகமான குரலில் ஏதோ சொல்லியவனாய், அந்தக் குதிரையின் கடிவாளத்தின் மீது தனது கையைப் போட்டான். வழக்கத்துக்கு மாறான இந்த அதிசய நிகழ்ச்சியைக் கண்டு தெலேகின் திடுக்கிட்டுப் போனான். ஆனால் அந்தக் கசாக்கு வீரனோ சிரித்தான்; தலையை அசைத்தவாறே,

நாட்டியமாடிச் செல்லும் தனது கொழுத்த குதிரையைத் தட்டிவிட்டான்; ஏனைய வீரர்களோடு போய்ச் சேர்ந்து கொண்டான். பின்னர் அந்த ஐந்து வீரர்களும் விரைவாகச் சென்று பனி மூட்டத்தின் புகைப்படலத்தில் கண் மறைந்து போனார்கள்.

ஆற்றங்கரையோரத்தில் ஜனங்கள் கும்பல் கும்பலாக நின்று ஏதேதோ பேசிக்கொண்டிருந்தார்கள். முந்திய தினத்தில் நடந்த நிகழ்ச்சிகளே அவர்களது நினைவில் பசுமையாகப் பதிந்து நின்றன என்பதை லகுவில் உணர்ந்துகொள்ள முடிந்தது. பேனர்கள், செய்திகளையும் வதந்திகளையும் பரப்பினார்கள். ஜனங்கள் நேவா நதிக்கரையைநோக்கி நகரத் தொடங்கினார்கள். ஆற்றங்கரையிலுள்ள கற்களால் கட்டப்பட்ட கைப்பிடிச்சுவர் எங்கும் கட்டெறும்புகள் மொய்ப்பது போல் ஆயிரக்கணக்கான மக்கள் ஏறிநின்று வேடிக்கை பார்த்தார்கள்; பாலத்தின் மீதோ வாய்படைத்த மக்களில் ஒருசிலர் குழுமிநின்று, தொண்டை கிழியக் கத்திக் கோஷமிட்டுக் கொண்டிருந்தார்கள். பாலத்துக்கு அப்பால் பாலத்தையே அடைத்துக் குறுக்கே நின்று வழியை மறித்துக் கொண்டு நிற்கும் படை வீரர்களை நோக்கி அவர்கள் கூச்சலிட்டார்கள்; அந்தப் படைவீரர்களின் அணி பனிமழைத் திரைக்குப் பின்னால் மிகவும் மங்கலாகவே தெரிந்தது.

"நீங்கள் ஏன் பாலத்தை அடைக்கிறீர்கள்? எங்களுக்குப் போக வழி விடுங்கள்!"

"நரங்கள் நகரத்துக்குள் போயாக வேண்டும்!"

"இது பெருத்த அவமானம்! வரிகட்டும் பொதுமக்களுக்கு இடையூறு விளைவிப்பதாகும்!"

"இந்தப் பாலம் நாங்கள் நடந்து செல்வதற்குத்தான்; நீங்கள் அடைத்துக் கொண்டு நிற்பதற்கல்ல!"

"நீங்களும் ருஷ்யர்கள்தானே! இல்லையா? எங்களைப் போக விடுங்கள்!"

மார்பில் ஸெயிண்ட் ஜார்ஜ் சிலுவைப் பதக்கங்கள் நான்கைக் கோர்த்து மாட்டியிருந்த ஒரு கடைத்தர உத்தியோகஸ்தன் அந்தப் பாலத்துக்குக்குறுக்கே தனது பூட்சுகளின் குதிலாடங்கள் சத்தமிட மேலும் கீழும் நடந்தான். கூட்டத்திலிருந்து யாரோ ஒருவன் அவனை நோக்கி வசை மொழிகளைப் பிரயோகித்ததைக் கண்டு, அவன் தனது மஞ்சள் நிறமான அம்மைப்புள்ளிகள் விழுந்த உம்மனா மூஞ்சித் திருமுகத்தை வசைபாடிய ஜனங்களின் பக்கமாகத் திருப்பிச் சொன்னான்:

“பெரிய மனிதர்கள் என்று சொல்லிக்கொள்கிறீர்கள். கீழ்த்தரமான முறையில்மட்டும் கூச்சலிடுகிறீர்களே!” இவ்வாறு சொல்லும்போது அவனது திருகிவிட்ட மீசை அசைந்து துடித்தது: “நான் உங்களைப் பாலத்தைக் கடந்து செல்ல அனுமதிக்க முடியாது. நீங்கள் எனது உத்தரவுக்குப் பணிந்து போகாவிட்டால், நான் சுடுவதற்குத்தான் உத்தர விட நேரும்!”

இதனைக்கேட்டு அந்த மக்கள் மேலும் கோபத்தோடு கூச்சலிட்டார்கள்.

“ஆனால் படைவீரர்கள் எங்களைச் சுடமாட்டார்கள்?”

“அம்மைத் தழும்பு மூஞ்சிபடைத்த நாய்ப்பயலே! உன்னை யாரடா இங்கே நிறுத்தியது?”

அந்த ராணுவ அதிகாரி சட்டென்று அவர்கள் பக்கம் திரும்பினான்; ராணுவ வீரனது அழுத்தலோடும் அதிகாரத் தோடும் சேர்ந்து அவனது குரல் கரகரத்து ஒலித்த போதிலும், அவனது வார்த்தைகளில் அந்த நாட்களில் எல்லோருமே, உள்ளூர உணர்ந்து வந்த அந்த உணர்ச்சி இகைப்பு நிறைந்த பயபீதி--பிரதிபலிப்பை லகுவில் உணர முடிந்தது. கிளர்ச்சி செய்தவர்களும் இதனை உணர்ந்தார்கள்; எனவே அவர்கள் அவனை மேலும் வைத்துகொண்டு, அந்தத் தடையை மீறிக்கொண்டு முன்னேற முனைந்தனர்.

வளைந்த மூக்குக்கண்ணாடி அணிந்து, நீண்ட கழுத்தில்

கச்சையும் கட்டிக்கொண்டிருந்த ஒல்லியும் நெட்டையுமான ஒரு மனிதன் திடீரென்று உரத்த குரலில், எதிரொலி எழுப்பும் குரலில் கத்தினான்:

"போக்குவரத்தைத் தடைசெய்து விட்டார்கள்! எங்கு பார்த்தாலும் தடுக்க முனைகிறார்கள்; பாலங்களையும் கூட அடைக்க முனைகிறார்கள்!--இந்த அநியாயத்தை நாம் சகிக்க முடியாது! இந்த நகரத்திலே நமது இஷ்டம் போல் நடமாடுவதற்கு உரிமை இருக்கிறதா, இல்லையா? பொதுமக்களே! நாம் இந்த ராணுவ வீரர்களைப் புறக்கணித்துவிட்டு, ஆற்றின் மீது படிந்திருக்கும் பனிப்படிவங்களின் மீது நடந்து அக்கரைக்குப் போவோம் வாருங்கள்!"

"சபாஷ்! அதுவும் சரிதான். வாருங்கள்! ஹா! ஹா!.."

இதனைக் கேட்டதும் மறுகணமே பலபேர் பனி படிந்து கிடக்கும் ஆற்றின் படிக்கட்டுக்களை நோக்கி ஓடினார்கள். அந்த நெட்டை மனிதன் தனது கழுத்துக் கச்சை காற்றில் படபடத்து மிதக்க, பாலத்துக்கு அடியில் ஆற்று நீரின் மீது படிந்துள்ள பனிப்படிவத்தின் மீது தைரியமாகவும், உறுதியாகவும் நடக்க முனைந்தான். ராணுவ வீரர்களோ பாலத்தின் மீது குனிந்து கொண்டு சத்தமிட்டார்கள்:

"ஏய்! மரியாதையாகத் திரும்பி விடுங்கள்! அல்லது நாங்கள் சுட்டுத் தள்ளுவோம்! ஏய்! நெட்டைக் கொக்கா! உன்னைத்தான்!"

ஆனால் அந்த நெடிய மனிதனோ அதனைக் காதில் வாங்காமலே நேராக நடந்தான். அவனுக்குப் பின்னால் ஒருவர் பின் ஒருவராகப் பல மனிதர்கள் நடக்கத் தொடங்கினார்கள். அவர்கள் ஆற்றங்கரையிலிருந்து ஆற்றுப் பனிப்படிவத்தின் மீது ஓசையெழும்பக் குதித்து ஓடினார்கள்; அவர்களது சிறிய கரிய உருவங்கள் அந்தப் பனிப்படிவத்தின் மீது விசுக் விசுக் கென்று ஓடி மறைந்தன. பாலத்திலிருந்து படை வீரர்கள் அவர்களை நோக்கிச் சத்தமிட்டார்கள்; அந்த மனிதர்களும் தங்கள் வாயில் கையைக் குவித்து வைத்துக் கொண்டு படைவீரர்களை

நோக்கிப் பதிலுக்குச் சத்தமிட்டார்கள். படைவீரர்களில் ஒருவன் தனது துப்பாக்கியை உயர்த்தினான். ஆனால் பக்கத்தில் நின்ற மற்றொரு சிப்பாயோ அவனது துப்பாக்கியைத் தொட்டான்; உடனே அந்தப் படைவீரன் துப்பாக்கியைக் கீழே போட்டான்.

அந்த ஜனங்கள் வீட்டை விட்டு வெளியேறித் தெருவுக்கு வந்தபோது, அவர்களில் எவருக்கும் திட்டவட்டமான யோசனைகள் எதுவும் இருக்கவில்லை. ஆனால் வெளியில் வந்தபின், பாதைகளும் பாலங்களும் அடைபட்டு, தடைபட்டுக் கிடப்பதைப் பார்த்தபின்னர், அவர்கள் இதுவரையிலும் எது தடைசெய்யப்பட்டது என்று எண்ணி அடங்கி ஒடுங்கி இருந்தார்களோ, அந்தச் செயலையே செய்வதற்கு விரும்பினார்கள்; துணிந்துவிட்டார்கள். ஆம். அவர்கள் தடையை மீறி பாலங்களைக் கடக்கவும், ஏனைய ஜனங்களோடு கலக்கவும் முனைந்து விட்டார்கள். அந்தத் தடை அவர்களது ஆத்திரமும் உணர்ச்சியும் மிக்க எண்ணங்களையும் கற்பனைகளையும் கண்டிக் கிளறிவிட்டது. இந்தக் குழப்பமும் சட்டமறுப்பும் ஏதோ ஒரு இனந்தெரியாத நபரின் ஆணையின் படியேதான் நடக்கின்றன என்ற வதந்தியும் மக்கள் மத்தியிலே பரவிவிட்டது.

மறுநாள் மாலையில் பாவ்லவ் படைப்பகுதியைச் சேர்ந்த ஒரு பட்டாளம் வர வழைக்கப்பட்டது; நேவ்ஸ்டி பெருஞ் சாலைக்கு எதிரே அந்தப் படைவீரர்களை வரிசையாக நிறுத்தினார்கள்; ஆங்காங்கே கூடி நின்று வேடிக்கை பார்க்கும் கூட்டத்தினரையும் ஒன்றும் இரண்டாய்ச் செல்லும் பாதசாரிகளையும் அந்தப் படைவீரர்கள் சுட்டுத்தள்ள முனைந்தார்கள். அப்போதுதான் ஜனங்கள் புரட்சி போன்ற ஏதோ ஒன்று அடியெடுத்து வைப்பதை உணரத்தொடங்கினார்கள்.

ஆனால் அந்தப் புரட்சிக்கான தலைமைப்பீடம் எங்கிருக்கிறது, அதனை யார் முறைப்படுத்தி நடத்துகிறார்கள் என்ற விஷயங்களெல்லாம் ஒருவருக்கும் தெரியவில்லை. பட்டாளத்தினரை

அலெக்சேய் தல்ஸ்தோய் ▲ 571

நடத்திச்செல்லும் தளபதிக்கும், போலீஸ் படையினருக்கும் கூடத்தெரியவில்லை. இதற்கிடையில் தற்காலிகச் சர்வாதிகாரியும், துணி வியாபாரியுமான பிராதபோபவின் தலையை நஷூமெவ் என்ற ஒரு நிலச்சுவான்தார் இம்பீர்ஸ்க்கிலுள்ள திரோயித்ஸ்சி ஹோட்டலில் ஏற்பட்ட கைகலப்பின்போது ஒரு சுதவின் மீது தள்ளித்தாக்கிச் சேதப்படுத்தி விட்டான். அந்தத் தாக்குதலால், மூளைக்கும் கபாலத்துக்கும் பெருத்த சேதங்கள் விளைந்து, தீராத வலியும், நரம்புக் கோளாறுகளும் ஏற்பட்டுப்போயின. இதனால், ரஷ்யப் பேரரசின் அரசாங்கப்பொறுப்பை அவனிடம் ஒப்படைத்தபோது எல்லாம் ஒரே குழப்பமும் குழறுபடியாகவும் ஆகிவிட்டது. புரட்சியின் கேந்திர மையம் ஒவ்வொரு வீட்டிலும், ஒவ்வொருவர் மனத்திலும், அங்கெங்கனாதபடி எங்கும் எவ்விடத்தும் பரவி நின்றது. கசப்பும் அதிருப்தியும் கொண்டு எதையெல்லாமே கற்பனை செய்து அலைக்கழியும் சகல மக்களின் உள்ளத்திலும் அது பொங்கிப் புழுங்கி நின்றது. புரட்சியின் கேந்திர மையத்தை—மத்திய பீடத்தைப் புலன் விசாரித்துக் கண்டறிய இயலாத அதிகார வர்க்கத்தின் கையாலாகாத் தன்மை வெட்ட வெளிச்சமாக, பட்டவர்த்தனமாகத் தெரிந்து போயிற்று, போலீஸாரால் நிழல்வேட்டை தான் ஆட முடிந்தது! உண்மையில், பெத்ரொகிராத் நகரத்திலே வாழ்ந்து வந்த இருபத்து நான்கு லட்சம் மக்களையுமே அவர்கள் கைது செய்தாக வேண்டிய நிலைமைதான் அவர்கள் முன் காட்சியளித்தது!

தெலேகின் அன்றைப் பொழுது முழுவதையும் தெருக்களிலேயே கழித்தான். அவனது தலையில் ஏதோ ஒரு கிறுகிறுப்புணர்ச்சி குடிகொண்டிருப்பது போல் அவனுக்குத் தோன்றியது; உண்மையில் அதே போன்ற உணர்ச்சி அங்குள்ளோர் ஒவ்வொருவருக்குமே இருந்தது. ஆவேச உணர்ச்சி, வெறியும் வேட்கையும் மிகுந்த உணர்ச்சியாக வடிவெடுப்பதை அந்த நகரமெங்கும் அவன் கண்டு உணர்ந்தான். எல்லோருமே இத்தகையதொரு வெறுப்புணர்ச்சிக்கு ஆளானவராய், எல்லோரும் ஒருவருக்கொருவர் சம்பந்தா சம்பந்தமற்ற

மனிதக் கும்பலாய், அந்த நகரத்தின் தெரு வீதிகளிலே ஆவேசங் கொண்டவராய் அலைந்து திரிந்தார்கள்;: ஏதோ ஒரு சமிக்ஞையை எதிர்பார்த்து, தமது கண்களைப் பறிக்கும் சூரியப் பிரகாச மின்னலை எதிர்நோக்கி, அந்த மின்னலொழுக்கின் ஒளிவேகத்தில் அவர்கள் எல்லோரையும் ஒரு பெரும் பேரணியாக ஒன்று திரளச் செய்யும் சந்தர்ப்பத்தை எதிர்நோக்கி அலைந்தார்கள்; திரிந்தார்கள்.

நேவ்ஸ்கி பெருஞ்சாலையில் நிகழ்ந்த துப்பாக்கிப் பிரயோகத்தால் எவ்விதப் பலனும் இல்லை; அதனால் மக்கள் பயந்து விடவில்லை. விளதீமிர் தெருமூலையில் விழுந்து கிடந்த இரண்டு பிணங்களையும்--அச்சடித்த துணிச்சட்டையணிந்திருந்த ஒரு பெண்ணையும், கம்பளிக்கோட்டு அணிந்த ஒரு கிழவனையும் காண்பதற்காக, மக்கள் காட்டு மிருகங்களின் கூட்டம் போல் திமுதிமுவென வந்தார்கள். துப்பாக்கிப் பிரயோகம் கடுமையான போதோ, அந்த ஜனங்கள் கலைந்து சிதறினார்கள்: எனினும் மீண்டும் அவர்கள் சுவரோரமாக ஒட்டி ஒதுங்கியவாறு நடமாடத்தான் செய்தார்கள்.

மாலைக் கருக்கலில் துப்பாக்கிப் பிரயோகம் ஓயத் தொடங்கியது. குளிர்ந்த காற்று வான மண்டலத்தைத் தெளிவுறச் செய்தது; குடலுக்கு மேல் கவிந்திருந்த மேக மண்டலத்துக்கு மத்தியில் அந்தி மாலைச் சூரியனின் கதிர்கள் பளபளத்தன. வான மண்டலத்தில் கன்னங்கரேலென்று இருள் மண்டியிருந்த மூலையில் கருக்கரிவாள் போன்ற மெல்லிய பிறைக்கற்று முளைத்து, நகரத்துக்கு மேலாகத் தொங்கி ஊசலாடியது.

அன்றிரவு தெரு விளக்குகள் ஏற்றப்படவில்லை. ஜன்னல்களெல்லாம் இருள்மூடிக் கிடந்தன; வீட்டு வாசல்களெல்லாம் அடைத்துக் கிடத்தன. பனிமூட்டம் கவிந்த நேவ்ஸ்கி பெருஞ்சாலையின் வெம்பரப்பு வெளியிலே துப்பாக்கிகள் கும்பல் கும்பலாகக் குவித்து நிறுத்தப் பட்டிருந்தன. தெருக்களின் நாற்சந்தி மூலைகளிலெல்லாம் நெடிய உயரம் கொண்ட பாராக்காரச் சிப்பாய்கள்

அலெக்சேய் தல்ஸ்தோய் ▲ 573

காவல் புரிந்தார்கள். பிறைச் சந்திரனின் மங்கிய ஒளி கண்ணாடி ஜன்னல்கள் மீதும் டிராம் தண்டவாளங்களின் மீதும், துப்பாக்கிச் சனியன் மீதும் பட்டுத்தெறித்துப் பளபளத்தது. எங்குமே எல்லாமே அமைதியாகவும் மௌனமாகவும் இருப்பதுபோல் தோன்றியது. ஆனால் ஒவ்வொரு வீட்டிலும் டெலிபோன்கள் இரைந்தன; அன்றைய நிகழ்ச்சிகள் பற்றிய பேச்சுக்கள் அவற்றில் கிசுகிசுக்கப்பட்டன.

பிப்ரவரி இருபத்தைந்தாம் தேதி காலையில், ஸ்னாமென்ஸ்சுயா சதுக்கம் முழுவதிலும் ராணுவத்தினரும் போலீஸ் படையினரும் கொண்டுவந்து குவிக்கப்பட்டனர். நாட்டிய கதியில் நடக்கும் ஒடுங்கிய கால்கள் படைத்த மயில் நிறக் குதிரைகளின் மீது சவாரி செய்துவந்த ஒரு குதிரைப்படை 'வடதிசை' ஹோட்டலுக்கு எதிராக வந்துநின்றது. கறுப்புக் கோட்டு அணிந்த காலாட்படைப் போலீஸார் மூன்றாவது அலெக்சான்தரின்[32] சிலையைச் சுற்றிலும் நின்றார்கள்; மேலும் அவர்கள் அந்தச் சதுக்கத்தைச் சுற்றிலும் ஆங்காங்கே கும்பல் கும்பலாகவும் நின்றார்கள். தமது கம்பளித் தொப்பிகளைக் காதோரமாகச் சரித்து வைத்த தாடிக்காரக் கசாக்கு வீரர்கள் மகிழ்ச்சி துள்ள ரயில் நிலையத்துக்கு முன்னால் நின்றார்கள்; அவர்களது குதிரைகளின் சேணத்துக்குப்பின்னால் வைக்கோல் மூட்டைகள் கட்டப்பட்டிருந்தன. பாவ்லவ் படைப்பகுதியின் சாம்பல் நிறக்கோட்டுக்களை நேவ்ஸ்கி பெருஞ்சாலை இருந்த திசையில் எவரும் காண முடிந்தது.

தெலேகின் கையில் ஒருபெட்டியைத் தூக்கியவாறு, நிலையத்துக்குச் செல்லும் படிக்கட்டுக்களின் மீது ஏறினான்; அங்கிருந்து பார்த்தபோது அவனால் மைதானம் முழுதையும் காண முடிந்தது. அந்தச் சதுக்கத்தின் நட்ட நடுவிலே, கற்களால் கட்டப்பட்டிருந்த ரத்தச் சிவப்பான பீடத்தில் பிரம்மாண்டமான குதிரையின் மேல் வீற்றிருக்கும்

32 அலெக்சான்தர் 111–1881 முதல் 1894 வரை ஆண்ட ரஷ்யப் பேரரசர். (ப-ர்.)

சக்கரவர்த்தியின் வெண்கலச்சலை வடிவம் காட்சி அளித்தது; சக்கரவர்த்தியின் பளுவினால் குதிரையின் தலை முன்புறமாகச் சாய்ந்திருந்தது. அந்தச் சிற்பத்தின் கனத்துத் திரண்ட தோள்களின் மீதும், வட்ட வடிவமான தொப்பியின் மீது வெண்பனித்துகள்கள் படித்திருந்தன. சதுக்கத்தில் வந்து கூடும் ஐந்து தெருக்களிலிருந்தும் மக்கள் கூட்டம், கூச்சலும் கும்மாளமுமாகச் சீட்டியடித்துக்கொண்டும் கோஷமிட்டுக் கொண்டும் வந்தது; அந்தச் சிலைப்பீடத்தை நோக்கிச் சென்று ஒன்று திரள ஆரம்பித்தார்கள்.

முந்திய நாளில் பாலத்தருகே நடந்ததைப்போன்றே, இங்கும் படைவீரர்கள், முக்கியமாக கசாக்குக் குதிரை வீரர்கள் நாலா பக்கங்களிலிருந்தும் வந்து திரளும் மக்கள் வெள்ளத்துக்கு அருகில் இரண்டு இரண்டு பேராக வந்தார்கள்; அவர்கள் அந்த ஜனங்களைப் பார்த்து வக்கணை காட்டிக் கொண்டும், நையாண்டி செய்து கொண்டும் சென்றனர். ஆனால், உம்மணா மூஞ்சிகளான போலீஸ்காரர்களைக் கொண்ட சிறு கும்பல்களுக்கிடையே மௌனமும் மனக்குழப்பமும் தான் நிலவின.

தெலேகினுக்கு இத்தகைய அமைதியற்ற புழுக்கச் சூழ்நிலை பழகிப்போய்விட்டது. அதாவது தாக்குதலைத் தொடங்குவதற்கு உத்தரவுக்காகக் காத்து நிற்கும் வேளையில், எதிரி தன் மீது பாயத் தயாராகி விட்டான் என்பதைத் தெரிந்து கொள்ளும் வேளையில் எப்படியெப்படி ஒவ்வொரு வரும் நடந்துகொள்ள வேண்டும் என்பதும் எல்லோருக்கும் தெரிந்திருந்தது, ஆனால் உத்தரவோ பிறக்கக் காணோம்; நேரமோ ஒவ்வொரு நிமிஷமும் ஒரு யுகமாகக் கழிந்து கொண்டிருந்தது. திடீரென்று ரயில் நிலையத்தின் கதவு ஒன்று படாரென்று திறந்தது. அதைத் தொடர்ந்து ராணுவப்போலீசைச் சேர்ந்த ஒரு அதிகாரி நிலையப் படிக்கட்டுகளின் மீது காட்சியளித்தான். அவன் குட்டையான கோட்டு அணிந்திருந்தான்; அந்தக் கோட்டில் கர்னல் பதவிக்குரிய சின்னங்கள் காணப்பட்டன. அவனது முகம் வெளிறிப்போயிருந்தது.

அவன் நன்றாக நிமிர்ந்து நின்றவாறே, அந்தச் சதுக்கத்தைச் சுற்றுமுற்றும் பார்த்தான். இளங் கபில நிறம் படைத்த அவனது கண்கள் தெலேகினின் முகம் மீது பட்டுத் தாவின. பின்னர் அவன் அங்கு நின்ற குதிரைப்படைவீரர்களுக்கு மத்தியில் புகுந்து குடுகுடுவென்று ஓடினான்; அந்தக் குதிரை வீரர்களும் அவனுக்கு வழிவிட்டு விலகினார்கள். இறங்கி வந்த அந்த அதிகாரி ஒரு கசாக்குத் தலைவனைக் கூப்பிட்டு, தனது தாடிவைத்த மோவாயை அவனது முகத்துக்கு நேராக நீட்டியயாறே ஏதோ சொன்னான். அவன் சொன்னதைக் காதில் வாங்கிக்கொண்ட அந்தக் குதிரைத்தலைவன் தனது சேணத்தில் நிமிர்ந்து உட்கார்ந்தவாறே கோணல் புன்னகை புரிந்தான். அந்தக் கர்னல் பழைய நேவ்ஸ்கி பெருஞ்சாலையிருந்த திசையை நோக்கித் தலையை ஆட்டினான்; பின்னர் அங்குப் பரவிக்கிடந்த பனிப்படிவத்தை மிதித்துக்கொண்டு சதுக்கத்தை நோக்கி நடந்தான். இறுகிய இடைவாரும் கொழுத்துத் தடித்த பூதாகரமான உடலும் கொண்ட ஒரு போலீஸ் அதிகாரி அவன் முன்னால் ஓடிப்போய் நின்று சலாம் செய்தான்; சலாமிடும் போது அவனது கை தொப்பியின் அருகே நடு நடுங்கியது. பழைய நேவ்ஸ்கி தெருவிலிருந்து வந்து கொண்டிருந்த ஜனக்கூட்டத்தின் ஆரவாரம் மேலும் மேலும் அதிகமாயிற்று; அவர்கள் ஏதோ பாடிக்கொண்டு வருகிறார்கள் என்பதும் விரைவில் புலனாயிற்று. ஒரு மனிதன் தெலேகினின் சட்டைக் கையை இறுகப் பிடித்தவனாய், அவனையொட்டி முன்னால் தாவி வந்தான். அந்த மனிதன் ஆவேச வெறிக்கு ஆளாகியிருந்தான். அவனது தலையில் தொப்பி கூட இல்லை. அவனது அழுக்கடைந்த முகத்துக்குக் குறுக்கே பழுப்பு நிறமான ஒரு கீறல் தென்பட்டது.

"சகோதரர்களே! கசாக்கு வீரர்களே!" என்று அந்த மனிதன் தொண்டை கிழியும் முரட்டுக் குரலில் கத்தினான். ரத்தவெள்ளத்தையும் படுகொலைத்தாண்டவத்தையும் எதிர்நோக்கி நிற்கும் காலத்தில் ஜனங்கள் எப்படிக் கத்துவார்களோ, கண்களிலே ரத்தம் தெறிக்கவும், இதயம் மரத்துப் போகவும் செய்யும் விதத்தில் எவ்வாறு காட்டு

மிராண்டிகள் போல் கத்துவார்களோ, அந்தக் குரலில் அவன் குலவையிட்டுக் கொக்கரித்தான்: "சகோதரர்களே! அவர்கள் என்னைக் கொல்லுகிறார்கள்! உதவி செய்யுங்கள் சகோதர்களே, கொல்லுகிறார்கள்!"

கசாக்குகள் தமது சேணத்திலிருந்தவாறே திரும்பிப் பார்த்தார்கள்; அந்த மனிதனை மௌனமாகப் பார்த்தார்கள். அவர்கள் முகங்களெல்லாம் வெளிறிவிட்டன; கண்கள் அகன்று விரிந்தன. அந்தக் கணத்தில் பழைய நேவ்ஸ்ட தெரு விலிருந்து ஒரு சுரிய பேரலை திரண்டு விம்மி முன்னே வந்தது; ஆம். அது கோல்பினே ஜில்லாவிலிருந்து வத்த தொழிலாளர் கூட்டம் தான். அவர்கள் தாங்கி வந்த நனைந்திருந்த செங்கொடி காற்றில் படபடத்து ஆடியது. "வடதிசை" ஹோட்டலுக்கு அருகே நின்றிருந்த போலீஸ் குதிரைப் படையினர் அவர்களை நோக்கி வந்தார்கள். திடீரென்று உருவிய வாட்கள் அவர்களது கைகளில் பளபளத்தன. கூட்டத்தினரிடையே இருந்து திடீரென்று கோபாவேசமான ஆரவாரம் பொங்கியெழுந்தது. அந்தப் போலீஸின் கர்னல் அதிகாரியை தெலேகின் ஒருகணம் பார்த்தான்; அவனோ தன் ரிவால்வார் உறையின் மீது ஒரு கையை வைத்தவாறும் மறுகையால் சுசாக்குப் படையினரை முன்னேறிச் செல்லுமாறு சமிக்ஞை காட்டியவாறும் ஓடிக் கொண்டிருந்தான். கோல்பினோவிலிருந்து வந்த கூட்டத்தினர் அந்தக் கார்னலையும் குதிரைப்படை. வீரர்களையும் கற்களாலும் பனிக் கட்டிகளாலும் தாக்க முனைந்தார்கள். இந்தக் கல்வீச்சினால் ஒடுங்கிய கால்கள் கொண்ட அந்தப் பொன்னிறக் குதிரைகள் எல்லாம் அளவுக்குமீறி நாட்டியமாடின.

ரிவால்வார் தோட்டாக்களின் மங்கிய வெடியோசையை தெலேகின் கேட்டான்; சக்கரவர்த்திச் சிலையச் சுற்றிலும் புகை மண்டலம் எழுந்து விம்முவதையும் அவன் கண்டான். போலீஸார் கோல்பினோ தொழிலாளர்கள் மீது துப்பாக்கிப் பிரயோகம் செய்து கொண்டிருந்தார்கள். அதே கணத்தில் தெலேகினுக்குப் பத்து கெஜ தூரத்துக்கப்பால்

கசாக்குப் படையிலே நின்று கொண்டிருந்த சிவந்த நிறமும் வட்டமான மூக்கும் கொண்ட தோன் நஇப் பிரதேசத்து ஜாதிக் குதிரை யொன்று திடீரென்று பின்னோக்கி வரத்தொடங்கியது; அதன் மீது சவாரி செய்த கசாக்கு வீரன் உடனே அதன் கழுத்தின் மீது குனிந்து அதனை முன்னுக்குப் போகுமாறு சிமிட்டா கொடுத்து உதைத்தான். ஒன்றிரண்டு தாவலிலேயே அந்தக் குதிரை போலீஸ் கர்னல் அதிகாரியின் பக்கம் பாய்ந்து சென்று விட்டது; அந்தக் குதிரை வீரன் தனது வாளை உருவி வீசிச் சுழற்றினான்; வாள் வீச்சு காற்றைக் கிழித்துக் கொண்டு விண்ணென்று விசிலடித்து இரைந்தது; அவ்வாறு வீசிச் சுழற்றி விட்டு, அவன் தனது குதிரையைத் திருப்பி, மீண்டும் தன்னிடத்துக்கு வந்து நின்றான். அந்தப் போலீஸ் கர்னல் வெட்டுப்பட்டுச் செத்து விழுந்த இடத்தை நோக்கி, ஏனைய கசாக்குகளெல்லாம் பாய்ந்து சென்றார்கள். கூட்டமோ சகல தடைமூடைகளையும் தகர்த்துக் கொண்டு, அந்தச் சதுக்கம் எங்கணுமே வெள்ளம்போல் பரவி நின்றது. சில துப்பாக்கி வேட்டுக்கள் முழங்கின; ஆனால் அவையெல்லாம் எல்லாத் தாக்குகளிலிருந்தும் எழுந்த பெருத்த ஆரவார வெற்றி முழக்கத்திடையே அமுங்கி அடங்கிப் போய் விட்டன...

"தெலேகின்! நீ இங்கே என்ன செய்து கொண்டிருக்கிறாய்?" என்று ஒரு குரல் கேட்டது.

"எது எப்படிப்போனாலும் நான் இன்றைக்கு பெத்ரொகராதை விட்டுப் போயாகவேண்டும். சரக்கு ரயிலிலாவது, இல்லை, என்ஜீனிலாவது ஏறிப்போயாக வேண்டும். எனக்கு எல்லாம் ஒன்றுதான்."

"அதெல்லாம் நடக்காது. இன்று உன்னால் போக முடியாது, என் அருமைத் தம்பி! புரட்சி நடப்பதை நீ பார்க்கவில்லையா?!" என்று தெலேகினின் கோட்டு மடிப்பை இறுகப் பற்றிப் பிடித்தவாறே அர்னோல்தவ் கூறினான். அவனது முகம் சவரம் செய்யாமல் அழுக்கடைந்து அலங்கோலமாகத் தென்பட்டது; அவனது கண்களோ செக்கச்சிவந்து வீங்கிப் புடைத்திருந்தன. "அதோ

அந்தப் போலீஸ் அதிகாரியின் தலை வெட்டுப்பட்டு பறந்து விழுந்த காட்சியை நீ பார்க்கவில்லையா, என்ன? அது கால்பந்து மாதிரியல்லவா உருண்டு. பறந்தது! பிரமாதமான காட்சி அது! முட்டாளே! இன்னுமா உனக்குப் புலப்படவில்லை? இது தானப்பா புரட்சி!" அர்னோல்தவ் ஏதோ ஜன்னி ஜுரத்தில் பிதற்றுவதுபோன்று பேசிக்கொண்டே போனான். தெலேகினும் அவனும் கூட்டத்தினரின் மத்தியில் அகப்பட்டுக்கொண்டார்கள்; ரயில் நிலைய வாயிலருகே ஜனக்கூட்டம் அவர்களை நெருக்கியது.

"இன்று காலையில் லிதுவேனியப் பட்டாளமும், வலீன்ஸ்க் பட்டாளமும் துப்பாக்கிப் பிரயோகம் செய்ய மறுத்து விட்டன. பாவ்லவ் படைப்பகுதியைச் சேர்ந்த ஒரு பட்டாளம் ஆயுதங்களுடன் தெருக்களுக்குள்ளே புகுந்தது. நகரம் முழுவதுமே நிலை தடுமாறித் தலைகீழாகக் கடக்கிறது; எவருக்கும் என்ன நடக்கிறது என்பதே தெரியவில்லை. நேவ்ஸ்சி பெருஞ் சாலையிலுள்ள சிப்பாய்களோ இலையுதிர்காலத்து ஈக் கூட்டத்தைப் போல் மொய்த்துக் கொண்டு செல்கிறார்கள். அவர்கள் மீண்டும் தமது ராணுவ முகாமுக்குத் திரும்பிச் செல்லவே பயப்படுகிறார்கள்!..."

36

தாஷாவும் காத்யாவும் கம்பளிக்கோட்டுகள் அணிந்து, தலையின்மீது கச்சையால் முட்டாக்கு போட்டவர்களாய் ஒளி மங்கத் தோன்றிய மாலயா நிருத்ஸ்கயா வீதியின் வழியாக விரைவாக நடந்து சென்றார்கள். அவர்களது பாதங்களுக்கடியில் மெல்லிய பனிப்படிவம் நெறு நெறுத்தது. பசுமை பாய்ந்து குளிர் நிரம்பியிருந்த வான மண்டலத்தில் மெல்லிய பிரகாசமான பிறை நிலவு உதித்தெழுந்தது. வீட்டுக் கதவுகளுக்கு அப்பால் நாய்கள் குரைத்தன. நனைந்து போயிருந்த தனது

முட்டாக்கினுள்ளேயே தாஷா மெல்லப் புன்னகை புரிந்தவாறே, நெறு நெறுக்கும் அந்தப் பனிப்படிவத்தின் ஒலியைக் காது கொடுத்துக் கேட்டாள்.

"காத்யா! யாராவது ஒரு புதிய கருவியைக் கண்டு பிடித்து, அதனை இங்கு நிறுவி வைத்தால்..." என்று சொல்லியவாறே அவள் தன் கையை மார்பின்மீது வைத்தாள். "அப்படிச். செய்தால் அசாதாரணமான அதிசயமான விஷயங்களையெல்லாம் அதில் பதிவு செய்யலாம்!" இவ்வாறு சொல்லிவிட்டு, தாஷா தனது வாய்க்குள்ளேயே ஏதோ ஒரு இசையை முணுமுணுத்தாள்.

காத்யா அவளது கையைப் பற்றிப் பிடித்தாள்.

"சரி சரி. சும்மா வா!"

சில கஜதூரம் சென்றதும் தாஷா மீண்டும் நின்றாள். "காத்யா! இது தான் புரட்சி என்று நீயும் நம்புகிறாயா?"

தூரத்திலிருந்த வக்கீல்கள் சங்கத்தின் பிரதான வாசலுக்கு மேலே எரியும் பிரகாசமான மின்சார விளக்கை அவர்கள் பார்த்தார்கள்; அந்த வக்கீல்கள் சங்கக் கட்டிடத்தில் அன்றிரவு எட்டரை மணிக்கு பீட்டர்ஸ்பர்க்கிலிருந்து வரும் வெறித்தனமான வதந்திகளின் செல்வாக்கினால், பல்வேறு அபிப்பிராயங்களைப் பரிமாறிக் கொள்ளவும், அடுத்துச் செய்ய வேண்டிய காரியத்துக்கான கூட்டு நடவடிக்கைத் திட்டத்தை உருவாக்கவும் கசாக்குகளின் கோஷ்டியால் ஒரு பொதுக் கூட்டம் கூட்டப்பட்டிருந்தது.

சகோதரிகள் இருவரும் அந்தக் கட்டிடத்தின் இரண்டாவது மேல் மாடிக்குச்செல்லும் படிக்கட்டுக்களில் அவசர அவசரமாக ஏறினார்கள். அவர்கள் கம்பளிக் கோட்டுகளைக் கூடக் கழற்றவில்லை, தலையில் போட்டிருந்த முக்காட்டை மட்டும் கூட்டம் நடக்கும் ஹாலுக்குள் நுழையும் சமயத்தில் நீக்கக் கொண்டார்கள். அங்கு ஒரே கூட்டமாக இருந்தது. பூதாகரமான உடம்பும் உப்பிய கன்னங்களும் தாடியும் கொண்ட ஒரு மனிதன் தமது பெரிய கைகளை லாவகத்தோடு

ஆட்டி அபிநயித்தவாறு பேசிக் கொண்டிருந்ததை அவர்கள் எல்லோரும் மிகுந்த ஆவலோடு கேட்டுக் கொண்டிருந்தார்கள்.

“சம்பவங்களெல்லாம் அசுர வேகத்தில் உருவாகத் தொடங்கிவிட்டன!” என்று அவன் கனத்த குரலில் சொன்னான்: “நேற்றைய இனத்தில் பெத்ரொகிராதில் சகல விதமான அதிகாரங்களும் ஜெனரல் ஹபாலவின் வசம் ஒப்படைக்கப் பட்டன; அவர் அதன் பேரில் நகரமெங்கிலும் இதோ நான் சொல்லும் இந்த அறிக்கையை ஒட்டியிருந்தார்: ‘கடந்த சில இனங்களாக பெத்ரொகிராதில் பல்வேறு விதமான ஒழுங்கனங்கள் நடந்துள்ளன. இவற்றில் பலாத்காரச் செயல்களும், ராணுவத்தையும் போலீஸையும் சேர்ந்த அதிகாரிகளின் உயிருக்கு உலை வைக்கும் முயற்சிகளும் நடந்துள்ளன. தெருக்களிலே யாரும் கூட்டமாகக் கூடக் கூடாது என்று நான் இதன் மூலம் தடை விதிக்கிறேன். ராணுவ வீரர்கள் எல்லோரும் தத்தம் ஆயுதங்களைத் தாராளமாக உபயோகிக்குமாறும், தலை நகரில் அமைதியை நிலை நாட்டும் பணியில் எதற்கும் தயங்க வேண்டாம் எனவும் நான் படைவீரர்கள் அனைவருக்கும் உத்தரவிட்டு அதிகாரம் வழங்கியிருக்கிறேன். இதன் மூலம் நான் பெத்ரொகிராத் நகரவாசிகள் அனைவரையும் எச்சரிக்கிறேன்!’”

“கொலைகாரர்கள்!” என்று அந்த ஹாலின் கடைகோடியிலிருந்து கனத்துக் கரகரத்த குரலொன்று எழுந்தது.

“இந்த அறிக்கை இருக்கறதே இது தான் அவர்களது பொறுமையின் எல்லை! அப்படித்தானே அது இருக்க முடியும்! மக்களது பொறுமையும் எல்லையை எட்டிவிட்டது. பெத்ரொகிராத் ராணுவ முகாமைச் சேர்ந்த இருபத்தையாயிரம் படைவீரர்களும் தம்மிடமுள்ள ஆயுதங்கள் அனைத்தோடும் கிளர்ச்சிக்காரர்களோடு சேர்ந்து கொண்டு விட்டார்கள்!”

இந்த வாக்கியத்தை அவர் முடிக்கு முன்பே அந்த ஹால் முழுவதும் கைதட்டல் ஆரவாரத்தால் கலகலத்து அதிர்ந்தது. மக்கள் தத்தம் நாற்காலிகளை விட்டுத் துள்ளியெழுந்தவாறு கூச்சலிட்டார்கள்; பழமையின் மார்பைக் குத்திக் கிழிப்பது மாதிரி கைகளை அப்படியிப்படி ஆட்டினார்கள். அந்தப் பிரசங்கி ஆர்வம் மிகுந்த மக்கள் கூட்டத்தைப் பார்த்தவாறு வாய் நிறைந்த புன்னகை செய்தார். பின்னர், அவர்களைக் கையமர்த்தி அமைதியுறச் செய்துவிட்டு மேலும் பேச முனைந்தார்:

"மிக மிக முக்கியமானதோர் டெலிபோன் செய்தி இப்போது தான் வந்து சேர்ந்தது!" பின்னர் அவர் தமது கோட்டுப் பைக்குள் கையை விட்டு, மடித்த காகிதம் ஒன்றை விரித்துப் படிக்கத் தொடங்கினார்.

"இன்று அரசாங்க டூமாவின் தலைவரான ரத்ஸியான்கா ஜார் மன்னனுக்குப் பின்வரும் தந்திச் செய்தியை நேரடியாக அனுப்பியுள்ளார்:

'நிலைமை மிகவும் மோசம். தலைநகரில் அராஜகம் தாண்டவமாடுகிறது. அரசாங்கமே ஸ்தம்பித்து விட்டது. போக்குவரத்து, விறகு, உணவு முதலிய அத்தியாவசியப் பொருள்கள் எல்லாம் ஒரே குழப்பத்துக்கு இரையாகியுள்ளன. தெருக்களிலெல்லாம் துப்பாக்கிப் பிரயோகம் நடந்த வண்ணம் இருக்கிறது. பட்டாளங்களே ஒன்றுக்கொன்று எதிராகச் சுட்டுத் தள்ளுகின்றன. தேசம் முழுவதன் நம்பிக்கைக்கும் பாத்திரமான ஒரு மனிதரை உடனடியாக நியமித்து அவரைக் கொண்டு புதிய அரசாங்கத்தை உருவாக்க வேண்டும். இதில் எவ்விதத் தாமதமும் கூடாது. தாமதம் ஏற்பட்டால் சர்வ நாசம் தான். இத்தகைய சந்தர்ப்பத்தில் பொறுப்புக்கள் அனைத்தையும் சக்கரவர்த்தியின் தலைமீது சுமத்திவிடக் கூடாது என்று நான் கடவுளை வேண்டுகிறேன்!'"

சிவந்த கன்னங்கள் கொண்ட அந்த மனிதர் காகிதத்தைக் கீழே தாழ்த்தியவராய், பளபளத்து மின்னும் ஒளி மிகுந்த கண்களால் அந்த ஹாலைச் சுற்றுமுற்றும் பார்த்தார்.

மனங்கவரும் இதுபோன்ற ஒரு நாடகத்தை இதற்கு முன்பு பார்த்ததாக மாஸ்கோவாசிகளுக்கு நினைவில்லை.

"பெரியோர்களே! நமது நாட்டின் சரித்திரத்திலேயே மகத்தான சம்பவங்களாகத் திகழும் நிகழ்ச்சிகள் நடை பெறும் கால கட்டத்தில் நாம் இருக்கிறோம்!" என்று அவர் தமது மென்மை மிகுந்த மணிக் குரலில் பேசத்தொடங்கினார்: "இதோ இந்தச் சமயத்தில், இந்தக் கணத்தில் அதோ அங்கு"--என்று கூறியவராய் அவர் டாண்டன் சிலையைப் போல் தமது கரத்தை நீட்டிக் காட்டியவராய்த் தமது பேச்சைத் தொடர்ந்தார் - "இந்தக் கணத்திலேயே அதோ அங்கு, பெத்ரொகிராதிலே எத்தனை எத்தனை தலைமுறைகளாக வளர்ந்து வந்த நம்பிக்கைகளெல்லாம் கனவுகளெல்லாம் இதற்குள் நிறைவேறியிருக்கும்; நனவாயிருக்கும்! டிசம்பரிஸ்டுகளின்[33] இயக்கத்தில் தம்மைத் தியாகம் செய்த தியாகிகளின் ஆவியெல்லாம் இன்று பழிக்குப் பழிவாங்கியிருக்கும்!.."

"அட, கடவுளே!" என்று யாரோ ஒரு பெண்மணி அடக்க முடியாத ஆவேச உணர்ச்சியோடு அழுது முனகினாள்.

"ஒருக்கால் ருஷ்ய நாடு நாளையே முழுவதும் ஒன்றாகி, சகோதரத்துவ உணர்ச்சியால் ஒன்றிப் பிணைந்து சுதந்திர சதத்தை முழக்கக் கூடும்!"

"வாழ்க சுதந்திரம்!" என்று பல குரல்கள் கோஷித்தன.

அந்த மனிதர் தமது நாற்காலியில் அமர்ந்து, தமது நெற்றியைப் புறங்கையால் தடவி விட்டுக்கொண்டார். வைக்கோலையொத்த நீண்ட தலைமயிரும், ஒடுங்கிய முகமும், குவர்ச்சியற்ற வெந்த தாடியும் கொண்ட உயரமான மனிதர் அங்கு இருந்த மேசையின் கடைக்கோடியிலிருந்து எழுந்து நின்று, கூட்டத்தினர் எவரையுமே பார்க்காமல், ஏளன பாவம் தொனிக்கும்

---

33 டிசம்பரிஸ்டுகள் - எதேச்சாதிகார மன்னராட்சிக்கு எதிராக முதன் முதலாகக் கிளர்ந்தெழுந்து டிசம்பர் 1825ல் ஆயுதம் தாங்கிப் போராடிய பிரபுக்குலப் புரட்சிவாதிகள். (ப-ர்.)

அலெக்சேய் தல்ஸ்தோய் ▲ 583

குரலில் பேச முனைந்தார்:

"வாழ்க சுதந்திரம்!" என்று தோழர்கள் இங்கு முழங்கியதை இப்போது தான் கேட்டோம். அது நல்லது தான்! மடிலோவிலுள்ள இரண்டாவது நிகலாய் மன்னனைக் கைது செய்து, அவனது மந்திரிமார்கள் அனைவரையும் விசாரணைக்குக் கொண்டு வந்து, கவர்னர்களுக்குக் கல்தா கொடுத்து, போலீஸ் படையைக் குலைத்து, புரட்சியின் செங்கொடியைப் பறக்கவிடுவதைவிடச் சிறந்த காரியம் வேறென்ன இருக்க முடியும்? அதுதான் அருமையான ஆரம்பமாக அமையும். இதுவரையிலும் நமக்குக் கிடைத்துள்ள தகவல்களிலிருந்து புரட்சி நடவடிக்கைகள் அனைத்தும் அற்புதமாகவும் அமோகமாகவும் நிறைவேறி வருவதாகவே தெரிகிறது. நிச்சயமாக இந்தத் தடவை அது பிசுபிசுக்கப்போவதில்லை என்றே தெரிகிறது. ஆனால் எனக்கு முன்னர் பேசிய பெரியவர் அழகாகவும் திறமையாகவும் தான் பேசினார். அவரது பேச்சை நான் சரியாகப் புரிந்து கொண்டவனாயின், அவர் நிகழ்ந்து வரும் புரட்சியைக் குறித்து தமது பூரண திருப்தியையே தெரிவித்தார் என்றும், ருஷ்ய நாடு முழுவதும் சீக்கிரமே ஏகோபித்ததோர் சுதந்திர கீத கோஷ்டியாக இயங்க வேண்டும் என விரும்பினார் என்றும் தான் நான் சொல்வேன்."

வைக்கோல் போன்ற தலைமயிர் கொண்ட அந்த மனிதர் தமது கைக்குட்டையை வெளியே உருவி எடுத்து, தமக்கு வந்த சிரிப்பை மறைப்பதற்காக வாயை மூடுவதுபோல் முகத்துக்கருகே கொண்டு சென்றார். ஆனால் அவரது கன்ன எலும்புகளிலோ கன்றிய செம்மை நிறம் துலங்கியது. எலும்புகள் துருத்தி நிற்கும் அவரது தோள்கள் விம்மியுயர்ந்தன; அத்துடன் அவர் இருமினார். தாஷாவுக்குப் பின்னாலிருந்து யாரோ கேட்டார்கள்:

"அதோ பேசுவது யார்?"

"தோழர் குஸ்மா" என்று ஒரு குரல் அவசர அவசரமாகக் கிசு கிசுத்தது.

“1905ம் ஆண்டில் அவர் தொழிலாளர் பிரதிநிதிகளின் சோவியத்தில் ஒரு அங்கத்தினராக இருந்தார். நாடு கடத்தப்பட்ட அவர் சமீபத்தில்தான் சைபீரியாவிலிருந்து திரும்பி வத்திருக்கிறார்.”

“எனது அபிப்பிராயத்தில் கடைசியாகப் பேசிய அன்பரின் ஆர்வம் பச்சை வெட்டான பக்குவக் குறைவான ஆர்வம் என்றே படுகிறது!” என்று தோழர் குஸ்மா சொன்னார். மறுகணமே அவரது முகத்தில் திடீரென்று கோபாவேசமும் உறுதித் தன்மையும் குடிகொண்டது: “போர்முனையிலோ ஒரு கோடியே இருபது லட்சம் விவசாயிகள் சண்டைக்குத் தயார் செய்யப்பட்டிருக்கிறார்கள். நடைபாதைகளிலும் க்யூ வரிசைகளிலும் பட்டினியாக நின்று தவித்துக்கொண்டும், இன்னும் லட்சோப லட்சக்கணக்கான தொழிலாளர்கள் திணறித் தவிக்கிறார்கள். இந்தத் தொழிலாளி விவசாயப் பெருமக்களின் முதுகுகளின் மீதா உங்கள் சகோதரத்துவ சுதந்திரதத்தை நீங்கள் பாடப்போகிறீர்கள்?..”

ஹாலுக்குள் மெல்லிய சுசமுசப்புக் குரல்கள் எழுந்தன. எங்கிருந்தோ ஒரு குரல் கோபாவேசத்தோடு கத்தியது: “இது ஆத்திரமூட்டும் பேச்சு!” சிவந்த கன்னம் கொண்ட மனிதர் தமது தோளை உலுக்கியவராய், மேசைமீதுள்ள மணியை அடித்தார். தோழர் குஸ்மா மேலும் பேசினார்:

“இப்படுபயங்கரமான போரில் ஏகாதிபத்தியவாதிகள் ஐரோப்பாவையே ஆழ்த்திவிட்டார்கள்! கீழேயிருந்து மேலே வரையிலுமுள்ள முதலாளித்துவ வர்க்கங்கள் அனைத்தும் இந்தப் போரை--முதலாளித்துவத்தின் வெற்றிக்காகவும், உலகச் சந்தைக்காகவும் நடைபெறும் இந்த போரை--ஒரு புனிதப்போர் என்றும் பிரகடனப்படுத்தியுள்ளன. மஞ்சள் நிற நாய்ப் பிறவிகளான அந்தச் சமூக-ஜனநாயகவாதிகள் தமது எஜமானர்களுக்குத் தமது ஒத்துழைப்பை நல்க விட்டார்கள்; இந்த யுத்தம் ஒரு தேசிய யுத்தம்தான் என்றும் புனிதப்போர்தான் என்றும் தாளம் தட்டி விட்டார்கள். ஆம்! இதன் மூலம் அவர்கள் தொழிலாள விவசாய மக்களைக் காவு கொடுத்துக் களபலி கொள்வதற்காகப் போர்முனைக்கு அனுப்பிவிட்டார்கள். ரத்த பயங்கரம்

நிலவிவந்த இந்தக் காலத்தில், இந்த நேரத்தில், இதனை எதிர்த்து தமது குரலை எழுப்பியவர்கள் யார்? யார் அவர்கள் என்று நான் உங்களைக் கேட்கிறேன்!"

"அவன் என்ன பேசுகிறான்? யாரவன்? அவனது வாயை மூடுங்கள்!" என்று ஆத்திரமடைந்த குரல்கள் சில ஒலித்தன. ஒரு பெருத்த ஆரவாரமும் எழுந்தது. சிலர் துள்ளியெழுந்து தமது கைகளை வீசியாட்டினார்கள்.

"வேளை வந்து விட்டது. புரட்சித் தீ தொழிலாளி விவசாயி மக்களையும் எட்டிப் பிடித்து அவர்களையும் இழுத்துக்கொண்டு வரும் காலம் வரத்தான் போகிறது!"

இதற்குள் அந்த ஹாலில் எழுந்த ஆரவாரக் குழப்பம் அதிகரித்துவிட்டது; இதனால் பிரசங்கியின் பேச்சைக் கேட்பதே அசாத்தியமாகிவிட்டது. காலையுடை தரித்திருந்த சில மனிதர்கள் மேசையை நோக்கி ஓடினார்கள். தோழர் குஸ்மா பிரசங்க மேடையிலிருந்து கீழே குதித்து, பக்கத்திலிருந்த வாசல் வழியாக நழுவி மறைந்துவிட்டார். பாலர் கல்வித் துறை சம்பந்தமான நடவடிக்கைகளின் மூலம் பிரபலமான ஒரு பெண் அவரது இடத்தில் பேச முன்வந்தாள்.

"எனக்கு முன்னால் பேசிய பிரசங்கியின் அத்துமீறிய பேச்சு..."

இந்தச் சமயத்தில் அன்பும் பரிவும் ஆர்வமும் மிகுந்த ஒரு குரல் தாஷாவின் காதருகே கிசு கிசுத்தது:

"என் அன்பே!"

தாஷா திரும்பிக்கூடப் பார்க்காமல் தன்னிடத்தை விட்டு விருட்டென எழுந்தாள். வாசலிலே தெலேகின் நின்று கொண்டிருந்தான். அவள் அவனைப் பார்த்தாள். பார்த்ததும், "உலகிலேயே இவர்தான் மிகவும் அழகானவர்! இவர் என்னுடையவர்!" என்று நினைத்துக் கொண்டாள். இதற்கு முன் பலமுறை எண்ணியதைப் போலவே தெலேகின் அப்போதும் அந்த எண்ணத்துக்கே ஆளானான்.

அதாவது தான் கற்பனை செய்திருந்த மாதிரி தாஷா இல்லவே இல்லை யென்றும், உண்மையில் அவள் மிக மிக அழகாகத்தான் இருக்கிறாள் என்றும் உணர்ந்தான். தாஷாவின் கன்னங்களில் செம்மை பாய்ந்து ஒளிர்ந்தது; அவளது நீலச் சாம்பல் நிறக் கண்கள் இரண்டும் ஆழம் காண முடியாத இரு பெரும் ஏரிகளாகத் தோன்றின. அவள் பூரணப் பொலிவோடுதான் இருந்தாள்; அவளது பொலிவில் எவ்விதக் குறைவுமே இல்லைதான்!

தாஷா மென்மையாய்ப் பேசினள்: "வணக்கம்" அவள் அவனது கரத்தைப் பிடித்துக் கொண்டாள்; பின்னர் இருவருமாகத் தெருவுக்கு வந்தனர்.

வெளியே வந்ததும் தாஷா நின்றாள். மீண்டும் தெலேகினைப் பார்த்தாள்; மெல்லப் புன்னகை புரிந்தாள்; நெடு மூச்செறிந்தாள்; பின்னர் தனது கைகளை உயர்த்தி, அவனது வாயில் முத்தமிட்டாள். அவளது உடம்பிலிருந்து எழுந்த பெண்மை எழில் நறுமணத்தை அவன் மீண்டும் உணர்ந்தான் தாஷா வாய் பேசாது அவனது கையைப் பற்றிப் பிடித்துக் கொண்டாள்; இருவருமாக மேலே நடந்தார்கள். நெறு நெறுத்து நொறுங்கும் பனிப்படிவத்தின் துகள்கள் தெருவுக்கு மேலாகத் தாழ்வான உயரத்தில் தொங்கிக்கொண்டிருந்த பிறைச்சந்திரனின் ஒளியில் பள பளத்தன.

"உன்னை எவ்வளவு காதலிக்கிறேன், இவான்! உன்னைக் காண்பதற்காக நான் எப்படித் தவித்துக்கொண்டிருந்தேன் தெரியுமா?"

"என்னால் வரவே முடியவில்லை உனக்குத்தான் அது தெரியுமே?"

"நான் எழுதிய அத்தகைய பயங்கரமான கடிதங்களைக் கண்டு என்மீது நீ கோபம் கொள்ளாதே! எனக்கு நன்றாகக் கடிதம் எழுத வருவதில்லை."

தெலேகின் நின்றான்; அவனது முகத்துக்கு நேராக நிமிர்ந்து மௌனமாகப் புன்னகை புரியும் அவளது

முகத்தைப் பார்த்தான்; தலையிலணிந்திருந்த கச்சைத் துணி முக்காட்டுக்குள் காட்சியளித்த அந்தத் திருமுகம் இனிமையும் எளிமையும் நிறைந்து விளங்கியது; அந்த முக்காட்டுக்குக் கீழே அவளது புருவக் கீற்றுக்கள் இரண்டும் கரிய வரிக்கோடுகளாகக் காட்சியளித்தன. அவளைப் பதனமாக அவன் தன்னருகே இழுத்தான். அவளும் ஓரடி முன்னால் வந்தவளாய், அவனது மார்போடு தழுவி அணைந்தவாறு அவன் கண்களைக் கூர்ந்து நோக்கினாள். அவளை மீண்டும் முத்தமிட்டான் அவன். அவர்கள் மேலே நடந்தார்கள்.

"நீ இங்கே அதிக நாட்கள் இருப்பாயா இவான்?"

"எனக்கே தெரியாது. எதுவும் நேரலாம்."

"ஆமாம். புரட்சியல்லவா நடக்கிறது!"

"உனக்குத் தெரியுமா?--வரும்போது ரயில் என்ஜீனில் பிரயாணம் செய்து வந்து சேர்ந்தேன்."

"இவான், உனக்கு இன்னொன்று தெரியுமா?.."

தாஷா அவனோடு நடையை எட்டிப் போட்டு முன்னேறியவளாய், கால்களில் அணிந்திருந்த பூட்சு முனைகளைக் குனிந்து கூர்ந்து பார்த்தாள்.

"என்ன தெரியுமா?"

"நானும் உன்னோடு உன் வீட்டுக்கு வந்துவிடப் போகிறேன்."

தெலேகின் அதற்குப் பதில் சொல்லவில்லை. ஆனால் அவன் நீண்ட பெருமூச்சு விடுவதற்குப் பலமுறை முயன்றும் முடியாது திணறுவதை தாஷா உணர்ந்தாள். அந்தச் சமயத்தில் அவன்மீது பரிவும் பாசமும் நிறைந்த நல்லுணர்ச்சி அவளது இதயத்தில் பொங்கி வழிந்தது.

37

மறுநாள் பொழுதோ காலம் குறித்த உறவுநிலைத் தத்துவத்தை உறுதிப்படுத்தும் விதத்திலேயே அமைந்தது. அதாவது திவேர்ஸ்கயா தெருவில் தெலேகின் தங்கியிருந்த ஹோட்டலிலிருந்து அர்பாத்திலுள்ள தாஷாவின் வீட்டுக்கு வண்டியில் ஏறிச்செல்ல தெலேகினுக்கு ஒன்றரை வருஷ காலம் ஆகிவிட்டது.

“இல்லை. ஐயா! இப்போதெல்லாம் உங்களுக்கு ஐம்பது கோபெக்கு வாடகைக்கு எவனும் வண்டி கொண்டு வரமாட்டான். அந்தக் காலம் மலையேறிவிட்டது!” என்றான் வண்டிக்காரன்: ‘‘இப்போதோ பெத்ரொகிராதில் மக்கள் தங்கள் சுதந்திரத்தைத் தாமே ஏற்றுக்கொண்டுவிட்டார்கள். அதே காரியத்தைச் சீக்கிரமே நாங்களும் மாஸ்கோவில் செய்து விடுவோம். அதோ அங்கு நிற்கும் போலீஸ்காரனைப் பாருங்கள். அந்த நாய்க்குப் பிறந்த பயலை நோக்கி நான் இப்போதே வண்டியை ஓட்டி, அவன் முகத்தில் இந்தச் சாட்டையால் ஓங்கி அறைகிறேனா இல்லையா பாருங்கள்! ஆமாம் ஐயா! இந்தப் பயல்களோடெல்லாம் கணக்குத் தீர்த்துக் கொள்ள வேண்டிய காலம் வந்துவிட்டது!”

தாஷா அவனைச் சாப்பாட்டு அறையின் வாசலிலேயே வந்து சந்தித்தாள். அவள் தனது கவுன் மட்டுமே அணிந்திருந்தாள்; அவளது அழகிய கூந்தல் தளர்ந்த நிலையில் கொண்டையாகச் சுற்றிச் சொருகப்பட்டிருந்தது. அவளது உடம்பிலே குளித்து விட்டு வந்த புதுமணம் பொலிந்து கமழ்ந்தது. காலத்தின் மணியோசை அடித்தது; அத்துடன் காலம் நின்றுவிட்டது. தாஷாவின் வாய் வார்த்தைகள், அவளது சிரிப்பு, அவளது மென்மையான கூந்தல், காலை இளஞ்சூரியனின் கதிரொளியில் அது காட்டும் பளபளப்பு-- இவற்றைத் தவிர அந்த நேரத்தில் எதுவுமே தென்படவில்லை. தாஷா மேசையின் மறுகோடிக்குப்போனபோது தெலேகின் நிலையிழந்து தவித்தான். அவள் ஒரு அலமாரியைத் திறப்பதற்காகக்

கைகளை உயர்த்தியபோது, அந்தச் சமயத்தில் அவளது ஆடையின் கைகள் விலகி நழுவிய போது மனிதப் பிறவிக்கு இத்தகைய கைகளும் தோள்களும் இருக்க முடியுமா என்று எண்ணி அதிசயித்தான் தெலேகின். ஆனால், அவளது முழங்கைக்கு மேலாகத் தென்பட்ட சின்னஞ் சிறிதான மெல்லிய இருமச்சங்களும் தான் அந்தக் கரங்கள் உண்மையில் மனிதக் கரங்களே என்பதை ஊர்ஜிதப்படுத்தின. தாஷா சில கோப்பைகளை வெளியே எடுத்தாள்; பின்னர் அவன் பக்கமாகத் தலையைத் திருப்பி, அற்புதமாக எதையோ கூறிவிட்டுச் சிரித்தாள்.

அவள் தெலேகினைப் பல தடவை காப்பி குடிக்கப் பண்ணிவிட்டாள். அவள் ஏதோ சொன்னாள்; தெலேகினும் ஏதோ சொன்னான்; ஆனால், காலம் என்பது வழக்கம் போல் நழுவிச்செல்லும் நேரத்தில்தான் மனிதர்களின் வாய் வார்த்தைகளுக்கே மதிப்பும் அர்த்தமும் ஏற்படுகின்றன என்பது மட்டும் தெளிவாகத் தெரிந்தது--ஆனால், அப்போதோ காலம் என்பதே நிலைபெற்றல்லவா நின்றது! இன்றைக்கோ வார்த்தைகளுக்கு ஒரு பொருளுமில்லை. சாப்பாட்டு அறையில் அவர்களோடு அமர்ந்திருந்த காத்யா தாஷாவும் தெலேகனும் ஆர்வத்தோடு பேசும் பேச்சையெல்லாம் கேட்டாள்; காப்பியைப் பற்றியோ அல்லது அலங்காரத் தோல் பேழையைப் பற்றியோ பெத்ரொகிராதில் வெட்டியெறியப் பட்ட கர்னலின் தலையைப்பற்றியோ, தாஷாவின் அழகிய கூந்தலைப் பற்றியோ, அது சூரிய ஒளியில் பட்டுத்தெறித்துப் பளபளப்பது குறித்தோ அவர்கள் பேசினார்கள்.

வேலைக்காரி அன்றைய செய்திப் பத்திரிகைகளைக் கொண்டு வந்தாள். காத்யா 'ருஷ்ய வாக்கு' என்ற பத்திரிகையைப் பிரித்தாள்; வியப்பினால் குரலெழுப்பியவளாய், அரசாங்க டூமாவைக் கலைத்துவிடுமாறு ஜார் மன்னன் ஆணையிட்டது. பற்றிய செய்தியை வாய்விட்டுப் படிக்க முனைந்தாள். அந்தச் செய்தியைக் கேட்டு தாஷாவும் தெலேகினும்

பெரும் வியப்பில் ஆழ்ந்தார்கள். ஆனால் காத்யாவோ அப்புறம் தனக்குள்ளாகவே படிக்கத் தொடங்கினாள். தாஷா தெலேகினை நோக்கி, "வா. நாமிருவரும் எனது அறைக்குப் போவோம்" என்றாள். அவள் அவனுக்கு முன்பாக நடந்து, அந்த இருண்டு ஒடுங்க நடை கூடத்தில் முன்னால் வழி காட்டிச் சென்றாள். முதலில் அவள் தனது அறைக்குள் நுழைந்தவளாய், அவசர அவசரமாக, "பொறு பொறு! நீ இங்கே பார்க்கக்கூடாது!" என்று சொன்னாள்; அதே அவசரத்தில் வெண்மையாகத் தென்பட்ட ஏதோ ஒரு பொருளை அவள் ஒரு செருகறைப் பெட்டிக்குள் தள்ளி மறைத்து வைத்தாள்.

தனது வாழ்விலேயே முதன் முறையாக, தெலேகின் அப்போதுதான் தாஷாவின் தனியறையைக் கண்ணால் கண்டான். அவளது அலங்கார மேசை; அதன் முன்னுள்ள விசித்திரமான பல்வேறு அழகுசாதனப் பொருள்கள், வெண்மையான ஒடுக்கமான அவளது படுக்கை, அதன்மீது இருந்த சிறிதும் பெரிதுமான இரண்டு தலையணைகள்: பெரியதில் தாஷா தலைவைத்துப்படுப்பாள், சிறியதோ தூங்கும் போது முழங்கைக்கு கீழே இருக்கும். ஜன்னலுக்கு அருகிலே கூந்த பெரிய நாற்காலி, அதன் சாய்மானத்தின்மீது போடப்பட்டிருந்த தலைக்கச்சை-- எல்லாவற்றையும் அவன் பார்த்தான். அந்த நாற்காலியில் அமருமாறு தெலேகினிடம் கூறிவிட்டு, தாஷா தனக்கு முன் ஒரு ஸ்டூலை இழுத்துப்போட்டு அதில் உட்கார்ந்தாள். அவனுக்கு நேராக அமர்ந்து, அவள் தனது முழங்கைகளை தொடைகளின் மீது ஊன்றி, மோவாயை உள்ளங்கைகளால் தாங்கியவாறு வீற்றிருந்தாள். அவளது கண்களை இமைகொட்டாமல் பார்த்தவாறு அவன் தன்னை எவ்வளவு தூரம் காதலிக்கிறான் என்ற விஷயத்தை அவனிடமிருந்து கேட்டுத் தெரிந்துகொள்ள விரும்பி அவனிடம் பேசின் அவள். மீண்டும் ஒருமுறை காலத்தின் மணியோலம் கணகணத்தது.

தெலேகின் பேசத் தொடங்கினான்: "தாஷா! இந்த உலகத்திலுள்ள எல்லாவற்றையும் இந்த உலகம்

முழுமையையுமே எனக்கு வழங்கினாலும் கூட, என்னை மகிழ்வித்துவிட முடியாது. நான் சொல்வது உனக்குப் புரிந்ததா, தாஷா?" தாஷா தலையை ஆட்டினாள். "நான் தனியனாக இருந்தால், அதனால் என்ன நன்மை விளைய முடியும்? இல்லையா? அதனால் எதற்கு யாருக்கு என்ன லாபம்? எனக்குத்தான் என்ன லாபம்?!" தாஷா மீண்டும் தலையசைத்தாள். "சாப்பிடுவது, தூங்குவது, குடிப்பது-- எல்லாம் எதற்காக? கையும் காலும் எதற்காக இருக்கின்றன? உதாரணமாக நான் கொழுத்த பணக்காரனாக இருக்கிறேன் என்று வைத்துக்கொள். அதனால் எனக்கு என்ன நன்மை விளைய முடியும்? தனிமையில் வாழ்ந்து தவிப்பதன் வேதனையை நீயே கற்பனை செய்து கொள்ளலாம்...?" தாஷா இதற்கும் தலையசைத்தாள். "ஆனால், இப்போதோ, இதோ என்னுள் நீ வீற்றிருக்கும் போதோ, நான் என்னில் நானாகவே இருக்கவில்லை... எல்லாம் நீயாகவே, இதுவே ஆனந்தமாகவே இருப்பதை நான் உணர்கிறேன். நீதான் அனைத்துமாக இருக்கிறாய். நான் உன்னைப் பார்க்கிறேன். பார்க்கப் பார்க்க என் தலை சுற்றுகிறது. நீ உண்மையில் இங்கு உயிரோடு இருப்பதும், என்னுடையவளாக இருப்பதும்-- இவையெல்லாம் உண்மையாக இருக்க முடியுமா? தாஷா! புரிகிறதா?"

"ஆமாம்!" என்றாள் தாஷா. "நினைவுக்கு வருகிறது: முன்னாள் அந்தக் கப்பலில், கப்பலின் மேல் தட்டில் நாம் அமர்ந்திருந்ததும், அப்போது சில்லென்று காற்று வீசியதும், நமது கண்ணங்களிலே ஒயின் மது பளபளத்து மின்னியதும், பின்னர் திடீரென்று நாம் இருவரும் ஆனந்த கதியில் மிதந்து செல்வதுபோல் உணர்ந்ததும் எனக்கு நினைவுக்கு வருகிறது."

"அப்போது அங்கு விழுந்த நிழல்கள் எத்தனை கருநீல நிறமாக இருந்தன!--அதுவும் உனக்கு நினைவிருக்கிறதா?"

தாஷா தலையை அசைத்தாள். அதே சமயத்தில் அவளும் அந்த அழகிய, கருநீல நிறம் படைத்த சாயை வடிவங்களை நினைவு கூர்ந்து பார்க்கு முடியும் என்றே அவளுக்குத் தோன்றியது. அந்தக் கப்பலுக்குப்

பின்னால் கடற் பறவைகள் பறந்து வந்ததையும், தணிந்த ஆற்றங்கரைகளையும், தண்ணீர்ப் பரப்பின் தூர தொலைவில் சூரிய ஒளியின் நிழல் ஒளிப் பாதையாகப் பளபளத்ததையும், அந்த ஒளிப்பாதை ஏதோ ஒரு நீல நிறம்படைத்த ஆனந்த வெள்ளத்தோடு சென்று ஐக்கயமாவதுபோல் தனக்குத் தோன்றியதையும் அவள் நினைவு கூர்ந்தாள். அன்றைத் தினத்தில் தான் அணிந்திருந்த உடையையும் கூட, தாஷாவால் நினைவு கூர முடிந்தது. அதற்குப் பின்னால் எத்தனை வருஷங்கள் எப்படியெப்படிக் கழிந்து போய் விட்டன!

அன்று மாலையில் காத்யா குதூகலத்தோடு வீட்டுக்குத் திரும்பினாள்; வக்கீல்கள் சங்கத்திலிருந்து பரபரப்போடு திரும்பி வந்த அவள் அவர்கள் இருவரிடமும் பின்வரும் செய்தியைச் சொன்னாள்:

“பெத்ரொகிராதில் சகல அதிகாரத்தையும் டூமாவைச் சேர்ந்த ஒரு கமிட்டி ஏற்றுக் கொண்டு விட்டதாம். மந்திரி சபையினரைக் கைது செய்துவிட்டார்களாம். ஆனால், படு பயங்கரமான திடுக்கிடவைக்கும் வதந்திகளும் கூட நடமாடுகின்றன. அதாவது சக்கரவர்த்தி தமது தலைமைக் காரியாலயத்திலிருந்து வெளியேறிவிட்டார் என்றும், ஜெனரல் இவாஜேவ் ஒரு பெரும் பட்டாளத்துடன் அமைதியை நிலை நாட்டுவதற்காகப் பெத்ரொகிராதுக்குப் புறப்பட்டு விட்டான் என்றும் பேசிக்கொள்கிறார்கள். இங்கோ, மாஸ்கோவிலோ கிரெம்ளின் மீதும், ஆயுதக்கிடங்கின் மீதும் திடீர் தாக்குதல் தொடங்குவதென்று தீர்மானித்திருக்கிறார்கள். இவான் இலியிச்! நானும் தாஷாவும் நாளை உங்களது ஹோட்டலுக்கு வருகிறோம். புரட்சியைக் கண்ணால் காண்பதற்காக வருகிறோம்!”

38

தெலேகின் தங்கியிருந்த ஹோட்டலின் சாளரங்கள் மூலமாக, அவர்கள் வெளியே தென்பட்ட மக்கள் இரளைப் பார்த்தார்கள்; ஒடுக்கமான திவேர்ஸ்சுயா தெருவின் வழியாக, கன்னங்கரிய ஆற்று வெள்ளம்போல் ஜனப் பிரவாகம் மெல்ல மெல்லச் சென்றது. எங்குபார்த்தாலும் அமைதியிழந்த தலைகளின் கூட்டம்; எங்கு பார்த்தாலும் தொப்பிகள், தொப்பிகள், தலைக்கச்சைகள், மற்றும் மஞ்சள் புள்ளிகளாகத் தோன்றும் மனித முகங்கள் எட்டி எட்டிப் பார்த்தன. சாளரங்கள் அனைத்திலும் கூரைகளின் மீதும் ஆவல் பொங்கச் சிறுவர்கள் ஏறி நின்றார்கள்.

காத்யா தனது புருவக் கீற்றுக்கள் வரையிலும் இழுத்து மூடியிருந்த ஒரு முகத்திரையோடு அந்த ஜன்னலருகே நின்றிருந்தாள். இடையிடையே அவள் தாஷாவின் கையையும் தெலேகின் கையையும் மாறி மாறிப் பற்றிப் பிடித்தாள்.

“எத்தனை பயங்கரம்! எத்தனை பயங்கரம்!” என்றாள் காத்யா.

‘‘எகதிரீனா திமித்ரியவ்னா! ஜனங்களின் உணர்ச்சிளெல்லாம் சமாதான பூர்வமானவையே என்பதை மட்டும் நான் உறுதியாகச் சொல்ல முடியும். நீங்கள் இங்கு வருவதற்கு முன் நான் கிரெம்ளின் வரையிலும் சென்று திரும்பினேன். அங்கு பேச்சு வார்த்தைகள் வேகமாக நடந்து கொண்டிருக்கின்றன. ஒரு தோட்டாவுக்குக் கூடச் செலவு வைக்காமல், ஆயுதக் கிடங்கை அவர்கள் ஒப்படைத்துவிடவும் கூடும்” என்றான் தெலேகின்.

“ஆனால், இவர்கள் ஏன் அங்கு செல்ல வேண்டும்? இதோ இந்.த ஜனங்களைப் பாருங்கள்! இவர்கள் என்னதான் செய்ய விரும்புகிறார்கள்?”

தாஷா பொங்கியெழுந்து வரும் அந்தத் தலைகளின்

கூட்டத்தைப் பார்த்தாள்; பின்னர் மேலே தெரிந்த கூரைகளையும் கோபுரங்களையும் பார்த்தாள். அன்றைய காலைப் பொழுது மப்பும் மந்தாரமுமாக இருந்தது. தூரத்தில், கிரெம்ளின் தேவாலயங்களின் பொன்மயமான கவச கூடங்களுக்கு மேலாக, ஒரு காக்கைக் கூட்டம் வட்டமிட்டுப் பறந்து திரிந்தது; அந்தக் கோபுரங்களின் மீது ராஜரீகமான கழுகுகள் காட்சியளித்தன. பெரிய பெரிய நதிகளெல்லாம் கரைகளை உடைத்துக் கொண்டு திக்குத் முகாந்திரமில்லாமல் வெள்ளமாக விம்மிப் பரவிச் செல்வதைப்போலவே தாஷாவுக்குத் தோன்றியது; அந்த வெள்ளத்தின் வேகச் சுழிப்பிலே அவளும், அவளது காதலனும் சிக்கிக் கொண்டுவிட்டதாகவும், எனவே அந்தச் சமயத்தில் அவனது கையை விடாது பற்றிக்கொள்வதகைத் தவிர, தனது கை நெகிழ்ந்து விடாமல் பார்த்துக் கொள்வதைத் தவிர வேறு வழியேதும் இல்லாததாகத் தோன்றியது. உயரப் பறக்கும் பறவையின் இதயம் போல இவள் இதயம் மகிழ்ச்சியிலும் பீதியிலும் துடித்தது.

“நான் எல்லாவற்றையும் காணவிரும்புகிறேன்— வாருங்கள். நாம் தெருவுக்கு போவோம்” என்றாள் காத்யா.

புரட்சிக்காரர்கள் தமது தலைமைக் காரியாலயத்தை நகர டூமாவின் கட்டிடத்தில் அமைத்துக் கொண்டார்கள். பாட்டில்களைப் போன்ற தூண்களும், கைப்பிடித்தூண்களும், சிறிய உப்பரிகைகளும், கோபுரங்களும் நிறைந்து அழுக்கடைந்து கருமை தட்டித்தோன்றிய அந்தக் கட்டிடத்தில் இப்போது செங்கொடிகள் பறந்தன; கட்டிடத் தூண்களிலெல்லாம் சிவப்புத் துணிப்பட்டிகள் சுற்றப்பட்டிருந்தன; அதன் பிரதான வாசல் முகப்பில் செந்நிறத் தோரணங்கள் தொங்கின. அந்த வாசலுக்கு முன்புள்ள பனிபடிந்த தளவரிசையில் உயரமான சக்கரங்கள் கொண்ட இரும்பு வாகனங்களின் மீது சாம்பல் நிறங்கொண்ட நான்கு பீரங்கிகள் நாட்டப்பட்டிருந்தன. வாசல் முகப்பிலே இயந்திரச் சுழல் துப்பாக்கிகளுடன் பலர் காவல் புரிந்தார்கள். தோள் பட்டிகளிலே சிவப்பு நாடாக்களைக்

கட்டிக் கொண்டிருந்த அந்தத் துப்பாக்கி வீரர்கள் சுழல் துப்பாக்கிகளுக்கருகே அமர்ந்திருந்தார்கள். அந்தக் கட்டிடத்தின் தூசி படிந்த கறுத்த ஜன்னல்களையும் அங்கு பறந்து கொண்டிருந்த செங்கொடிகளையும் ஏராளமான மக்கள் நிலை கொள்ளாத வேட்கையோடு பார்த்துக்கொண்டிருந்தார்கள். அப்போதெல்லாம் அந்தக் கட்டிடத்தின் உப்பரிகை முற்றத்தின்மீது ஆவேச உணர்ச்சி கொண்ட ஒரு சிறு மனித உருவம் தென்பட்டது; அந்த உருவம் தனது கைகளை ஆட்டிக் கொண்டு ஏதோ சத்தமிட்டது. அந்த மனிதனின் பேச்சு, தெளிவாக, புரிந்து கொள்ளக் கூடியதாக இல்லையென்றாலும் கூட, ஜனங்கள் ஏக ஆரவாரம் செய்து அதனை வரவேற்றார்கள்.

அங்கு தென்பட்ட கொடிகளையும் பீரங்கிகளையும் துப்பாக்கிகளையும் ஆசை தீரப் பார்த்து முடித்த பின்னால், அந்த ஜனக் கூட்டம் மிதிபட்டு தொறுங்கிப் பொடிந்த பனிப் படிவங்களின் மீது நடந்து, ஈவெர்ஸ்குயா வாயிலின் கமான் வளைவைக் கடந்து, செஞ்சதுக்கத்துக்குள் பிரவேசித்தது. அங்கு தான் கிரெம்ளின் ஸ்பாஸ்கி, நிகோல்ஸ்கி வாயில்களுக்கு எதிராகப் புரட்சிப்படைகளும், கிரெம்ளினிலுள்ள ராணுவமுகாமிலேயே அடைபட்டுப் போன பிராந்தியச் சேனையின் பிரதிநிதிகளுக்கும் பேச்சுவார்த்தைகள் நடந்து கொண்டிருந்தன.

காத்யா, தாஷா, தெலேகின் ஆகிய மூவரும் ஜனக் கூட்டத்தினரால் நெட்டி நெருக்கித் தள்ளப்பட்டு, டூமாவின் வாசலருகே வந்து விட்டார்கள். திவேர்ஸ்கயா தெருவிலுள்ள சதுக்கத்திலும் கூடியிருந்த மக்களின் ஆரவாரம் மேலும் அதிகரித்து விம்மியது.

"தோழர்களே! வழி விடுங்கள்! தோழர்களே! ஒழுங்கையும் கட்டுப்பாட்டையும் கடைப்பிடியுங்கள்!" என்று ஆவேசம் கொண்ட வாலிபக் குரல்கள் சில கத்தின. துப்பாக்ககளைத் தலைக்குமேல் வீசியாட்டிக்கொண்டு சென்ற நான்கு மாணவர்களும் உருவிய வாளைக் கையிலேந்தி கலைந்த கூந்தலோடு செல்லும் ஒரு கன்னிப் பெண்ணும் கூட்டத்தினரை இடித்துத் தள்ளி முன்னேறிக் கொண்டு

அந்தக் கட்டிடத்தின் முற்றத்துக்குச் சென்றார்கள். அவர்கள் தாம் கைது செய்து கொண்டு வந்த பத்துப் போலீஸ்காரர்களுக்கும் பாதுகாவலாகச் சென்றார்கள். பெரிய மீசைகள் கொண்ட அந்தப் போலீஸ்காரர்களின் கைகள் பின்புறமாகக் கட்டப்பட்டிருந்தன; அவர்கள் குனிந்த தலை நிமிராமல், சோகமுகங்களோடு சென்றார்கள். அவர்களின் ஒருவன் ஒரு இன்ஸ்பெக்டர்; அவனது தலை மொட்டையாக இருந்தது. அந்த மொட்டைத் தலையில் ஒரு புறத்து நெற்றிப் பொருத்துக்கு மேலாகக் கறுத்துப் போன ரத்தக் கறை படிந்து உறைந்திருந்தது. அவனது ஒளி மிகுந்த செம்பழுப்பு நிறக்கண்கள் கூட்டத் இனரின் மூசங்களை மின்னல் வீச்சில் அளந்து நோக்க; அவனது உத்தியோகச் சின்னங்கள் அவன் அணிந்திருந்த கம்பளிக் கோட்டோடு சேர்த்துக் கிழித்து விடப்பட்டிருந்தன.

"அட, என் செல்வங்களே! கடைசியாக உங்களுக்கு விதித்த விதிப்படி நேர்ந்து விட்டதா?" என்று கூட்டத்தினரில் ஒருவன் சத்தமிட்டான்.

"இத்தனை காலமும் நீங்கள் எங்களை உதைத்தீர்கள். இப்போது எங்கள் முறை வந்துவிட்டது!"

"அயோக்கியர்கள்! பிடித்து உதையுங்கள் அவர்களை!"

"தோழர்களே! தோழர்களே! எங்களுக்குப் போக வழி விடுங்கள்! புரட்சிக் கட்டுப்பாட்டைக் கடைப்பிடியுங்கள்!" என்று உச்சுக் குரலில் அந்த மாணவர்கள் கத்தினார்கள். அந்தப் போலீஸ்காரர்களை முன்னால் பிடித்துத் தள்ளியவாறு டூமாவின் நுழைவாயிலுக்குள் பிரவேசித்து, அதன் பிரமாண்டமான கதவுகளுக்குப் பின்னால் மறைந்து விட்டார்கள். அவர்களோடு சேர்ந்து வேறு சிலரும் அந்த வாசலுக்குள் நுழைந்து விட்டார்கள். அப்படி நுழைந்து விட்டவர்களில் காத்யாவும் தாஷாவும் தெலேகினும் இருந்தனர்.

மங்கிய விளக்கொளி பரவிய அந்தப் பிரதான மண்டபத்தின் ஈரம் படிந்த தரைமீது இயந்திரத் துப்பாக்ககளை வைத்துக் கொண்டு சில வீரர்கள் அமர்ந்திருந்தார்கள்.

களைப்பாலும், சத்தம் போட்டதாலும் கிறங்கி போனவன் மாதிரித் தோன்றிய, புடைத்த கன்னங்கள் கொண்ட ஒரு மாணவன் உள்ளே வந்தவர்களை நோக்கி ஓடிவந்து அவர்கள் ஒவ்வொருவரையும் நோக்கிக் கத்தினான்:

"எனக்கு அதெல்லாம் ஒன்றும் தெரியாது. உங்கள் அனுமதிச் சீட்டுக்களைக் காட்டிவிட்டுச் செல்லுங்கள்!"

சிலர் தம்மிடமிருந்த சீட்டுக்களைக் காட்டிவிட்டுச் சென்றார்கள்; மற்றவர்களோ, அவனை நோக்கி வெறுமனே கையை ஆட்டிவிட்டு, இரண்டாவது மாடிக்குச் செல்லும் அகன்ற படிக்கட்டுக்களின் மீது ஏறத் தொடங்கினார்கள். அந்த இரண்டாவது மாடியின் அகன்ற நடைக்கூடங்களிலும் புழுதி படிந்த தூக்கக் கலக்கம் மிகுந்த வாய்மூடி மௌனிகளான படைவீரர்கள் தமது துப்பாக்கிகளைக் கையில் பிடித்தவாறு படுத்துக்கொண்டும் உட்கார்த்து கொண்டும் இருந்தார்கள். சிலர் சாவதானமாக ரொட்டித் துண்டுகளை அசைபோட்டார்கள்; மற்றவர்கள் குறட்டை விட்டுக் கொண்டிருந்தார்கள். உள்ளே நுழைந்த பொதுமக்கள் தமது கால் போன போக்கில் அங்கு சுற்றித்திரிந்து, அங்குள்ள கதவுகளின் மீது ஒட்டப்பட்டிருந்த விசித்திரமான அறிக்கைகளை வாசித்துக் கொண்டும் ஒரு அறைக்கும் மற்றொரு அறைக்குமாக அங்குமிங்கும் விசுக்விசுக்கென்று வெறிவேகத்தோடு அலைந்து திரிந்துகொண்டிருந்த கரகரத்த குரல் படைத்த புரட்சித்தளபதிகளைப் பார்த்துக் கொண்டும் சென்றார்கள்.

இத்தகைய அசாதாரணமான அதிசயங்களையெல்லாம் கண்ணாரக் கண்டு களித்தவர்களாய், காத்யா, தாஷா, தெலேகின் மூவரும் மத்திய கூடத்துக்குச் சென்றார்கள். அந்தக் கூடத்தின் இருகோடிகளிலுமிருந்த பெரிய ஜன்னல்களில் வெளிறிப் போன பழுப்பு நிறத் திரைகள் தொங்கின. பழுப்பு நிற மெத்தைகள் தைக்கப்பெற்ற அரைவட்ட வடிவமான பல சோபாக்கள் ஏதோ ஒரு விளையாட்டரங்கத்தைப் போன்று வட்ட வடிவமாய் போடப்பட்டிருந்தன. அந்த ஹாலின் பிரதான வாயிலருகே காலியாகத் தோன்றிய தங்கப் படச் சட்டங்கள் தொங்கின.

அந்தச் சட்டங்களில் முன்னர் ஜார் மன்னர்களின் சித்திரங்கள் இருந்தன. இப்போதோ அந்தத் தங்கநிறமான சட்டங்கள் ஆறடி உயரமுள்ள அருமையான வெறும் சுவரை மட்டுமே வரம்பிட்டுக் காட்டின. அவற்றுக்கு முன்னால் எகதிரீனா ராணியின் சலவைக் கற்சிலை. ஒன்று இருந்தது; அந்த ராணியின் கபில நிறமான அங்கி பின்புறமாக விழுந்து கிடந்தது. அந்த ராணி தனது குடி படைகளைப் பார்த்து அழுத்தலாகவும் அநாயசமாகவும் புன்னகை புரிந்து கொண்டிருந்தாள்.

அங்கு இருந்த சோபாக்களின் மீது அலுத்துக் களைத்துப். போன மனிதர்கள் அமர்ந்திருந்தார்கள். அவர்கள் தாடி மீசைகளைக் கூடச் சவரம் செய்து கொண்டிருக்கவில்லை. சிலர் தமது கைகளின் மீது தலைகளைச் சாய்த்து அமர்ந்திருந்தார்கள்; வேறு சிலரோ மேசைகளின் மீது தலையைச் சாய்த்து உறங்கிக் கொண்டிருந்தார்கள். இன்னும் சிலரோ இறைச்சித் துண்டுகளின் மீதுள்ள தோற்பகுதிகளை உரித்துக் கொண்டும், ரொட்டிகளை அசைபோட்டுக் கொண்டும் இருந்தார்கள். புன்னகை பூத்து நிற்கும் அந்தச் சலவைக்கல் ராணிக்கு அடியில் குழிவிழுந்த கன்னங்கள் கொண்ட கரிய நிறச்சட்டைகள் அணிந்த சில இளைஞர்கள் சரிகைக் குஞ்சங்கள் தொங்கிய பச்சைவர்ண மேசை விரிப்பு விரிக்கப் பெற்ற ஒரு நீண்ட மேசையின் முன்னால் அமர்ந்திருந்தார்கள். அவர்களில் ஒருவனுக்கு சிவந்த தாடியும், நீண்ட முடியும் இருந்தன.

“தாஷா! இங்கே பார்!” என்று சுத்தினாள் காத்யா. “அதோ அந்த மேஜை முன்னால் தோழர் குஸ்மா அமர்ந்திருக்கிறார்!”

அந்தச் சமயத்தில் கூரிய மூக்கும் குட்டையான தலை மயிரும் கொண்ட ஒரு பெண், தோழர் குஸ்மாவின் அருகில் சென்று காதில் ஏதோ சொன்னாள். அவர் தமது தலையைத் திருப்பாமலே அவள் சொல்வதைக் கேட்டார். பிறகு எழுந்து நின்று சொன்னார்:

“தொழிலாளர்களுக்கு ஆயுதங்கள் வழங்க முடியாது என்று

மேயர் குச்கோவ் இரண்டாம் முறையாகவும் அறிவித்து விட்டார். எனவே புரட்சிக் கமிட்டியின் நடவடிக்கைக்கு எதிராக, நாம் எந்தவிதமான விவாதத்துக்கும் இடமின்றி ஏகமனதான தீர்மானமொன்றை நிறைவேற்றியாக வேண்டும் என்று நான் கூறுகின்றேன்."

சிகரெட் புகைத்துக்கொண்டிருந்த ஒரு மாணவனிடமிருந்து அந்த இடத்தில்தான், அதாவது எகதிரீனா ராணியின் ஹாலில் விடாமல் இரண்டு தினங்களாக, தொழிலாளர்ப் பிரதிநிதிகளின் சோவியத் சபை கூடிப்பேசிக்கொண்டிருந்தது என்று தெரிந்து கொண்டான் தெலேகின்.

சாப்பாட்டு வேளையின்போது, கிரெம்ளின் மாளிகையை ஆக்கிரமித்துக் கொண்டிருந்த பிராந்தியச் சேனையைச் சேர்ந்த சிப்பாய்கள் செஞ்சதுக்கத்திலிருந்து எழுந்த சமையல் நெருப்பின் புகையைக் கண்டார்கள்; உடனே அவர்கள் கதவுகளைத் திறந்து கொண்டு சரணடைந்து விட்டார்கள். உடனே அந்தச் சதுக்கம் முழுவதிலும் வெற்றி முழக்கங்கள் கணகணத்து முழங்க; தொப்பிகளெல்லாம் ஆகாயத்தில் பறந்தன.

செஞ்சதுக்கத்திலிருந்த மேட்டின் மீது—அதாவது எந்த ஒரு இடத்தில் பழங்காலத்தில் கொலைக்களம் அமைக்கப் பட்டிருந்ததோ, எந்த ஒரு இடத்தில் பொய் திமித்ரியின்[34] உயிரற்ற சடலம் ஆட்டுத் தலை முகமூடியுடனும், வயிற்றின் மீது துருத்தி வாத்தியத்துடனும் நிர்வாணமாகக் கிடந்ததோ, எந்த ஒரு இடத்திலே ஜார் மன்னர்கள் தமது அரச பதவியை ஏற்றுக் கொண்டார்களோ, இழந்தார்களோ, எந்த ஒரு இடத்தில் தமது ராஜப் பிரகடனங்களை அவர்கள் வெளியிட்டார்களோ, எந்த ஒரு இடத்திலிருந்து ருஷ்ய மக்களின் சுதந்தர உரிமைகளும் அடிமைத்தளைகளும்

---

34 இவான் மன்னரின் மகனான திமித்ரியின் பெயரைப் பயன்படுத்திக்கொண்டு ருஷ்ய நாட்டுச் சிம்மாசனத்தில் அமர முயன்ற பொய் வாரிசுகளில் மூன்றாவது நபர். இவன் 1613ம் ஆண்டில் சிரச்சேதம் செய்யப்பட்டான்.-(மொழி-ர்.)

அறிவிக்கப் பட்டனவோ, எந்த ஒரு இடத்தில் அடிக்கொரு தடவை ரத்தச் சேறு படிந்து காய்ந்ததோ, எங்கு அடிக்கடி குத்து முட்செடிகள் முளைத்துக் கடந்ததோ--அந்தச் செஞ்சதுக்க மேட்டின் மீது-அழுக்கடைந்து விறைத்துப் போன அங்கமான கோட்டையணிந்த ஒரு சாதாரணச் சிப்பாய் மேலேறி வந்து நின்றான்; பின்னர் கூடி நின்ற ஜனக்கூட்டத்துக்கு வணக்கம் தெரிவித்து விட்டு, தனது கம்பளிக் குல்லாயைத் காதுகள் வரையிலும் இருகைகளாலும் இழுத்து விட்டுக் கொண்டு, அவன் பேசத் தொடங்கினான். என்ன பேசுகிறான் என்பதையே புரிந்து கொள்ள முடியாத அளவுக்கு உரத்தும் ஓங்கியும் அங்கு கூச்சல் நிலவியது. அந்தச் சிப்பாய் என்னவோ மெலிந்து வாடி ஒடிந்து விழுபவன் போலத்தான் இருந்தான்; ஏதோ ஒரு அத்துவானப் பிரதேசத்திலிருந்து வந்த பஞ்சத்திலடி பட்ட பேர்வழியாகத்தான் காட்சியளித்தான். என்றாலும் கூட, கலைந்து போன தலைமுடியும், தூவி சூடிய தொப்பியும் கொண்ட ஒரு பெண் அவனை நோக்கி ஓடோடியும் வந்து அவனை முத்தமிட்டாள். பின்னர் அங்கு கூடியிருந்த கூட்டத்தினர் அவனை அந்த மேட்டிலிருந்து கீழே இழுத்து, அலாக்காகத் தூக்கித் தலைக்கு மேல் அவனை உயர்த்திப் பிடித்தவாறு வெற்றி முழங்கங்களிட ஆரம்பித்துவிட்டார்கள்.

இதற்கிடையில் தவேர்ஸ்கயா தெருப்பக்கத்தில் உற்சாகமிக்க இளைஞர்கள் கவர்னர் ஜெனரலின் வீட்டுக்கு எதிராக சிலையின் மீது ஏறி, அந்த உடைவாளின் மீது ஒரு செங்கொடியைக் கட்டிப் பறக்கவிட்டார்கள். இதைக் கண்டு கூட்டத்தினர் ஆரவாரித்தனர். பின்னர் சில மர்ம மனிதர்கள் ரகசியப் போலீஸ் இலாகாவின் காரியாலயத்துக்குள்ளே பின்புறத்து வழியே எப்படியோ புகுந்து நுழைந்து விட்டார்கள். அங்கிருந்து கண்ணாடிகள் உடையும் சத்தமும் புகை மூட்டமும் வெளிக்கிளம்பத் தொடங்கின. மீண்டும் ஜனங்கள் ஆரவாரம் செய்தார்கள். திவேர்ஸ்சி சாலையிலுள்ள புஷ்டின் ஞாபகார்த்த சிலையின் கண்களிலிருந்து கண்ணீர் பொல பொலவென்று முகத்தில் வழிந்தோடிய நிலையில் பிரபலமான ஒரு

பெண் எழுத்தாளர் வேறொரு கூட்டத்தினரை நோக்கப் பேசிக் கொண்டிருந்தாள். அவள் புதிய வாழ்க்கையின் அருணோதயப் பொழுதைப் பற்றிப் பேசினாள். பின்னர் ஒரு பள்ளிச் சிறுவனின் உதவியோடு அங்கிருந்த சிந்தனை வசப்பட்டவராகக் காட்சியளிக்கும் புஷ்கினின் கரத்தில் ஒரு சிறிய செங்கொடியைச் சொருகிப் பறக்க விட்டாள். இதைக் கண்டதும் ஜனக்கூட்டம் பலத்த ஆரவாரம் செய்தது. அன்றைப் பொழுது முழுவதும் அந்த நகரமே போதை கொண்டிருப்பதாகத் தோன்றியது. எவருமே வீட்டுக்குப் போகவில்லை. எங்கு பார்த்தாலும் ஜனங்கள் கூட்டம் கூட்டமாக நின்று பேசினார்கள்; ஆனந்தக் கண்ணீர் சொரிந்தார்கள்; ஒருவரையொருவர் ஆரத் தழுவிக்கொண்டார்கள். அன்றிரவு நடுச்சாமம் வரையிலும் அவர்கள் ஏதோ அவசரமான தந்திகளை எதிர்பார்த்திருப்பதுபோல் காத்து நின்றார்கள். மூன்றாண்டு கால மனச் சோர்வுக்கும், வெறுப்புக்கும், ரத்தம் சிந்தலுக்கும் பிறகு நகரில் அற்பவாத மனப்பாங்கு தலைதூக்கிப் பொங்கியது.

காத்யா, தாஷா, தெலேகின் மூவரும் இருட்டிய பின்னர் வீடு வந்து சேர்ந்தார்கள். வீட்டுக்கு வந்த பின்னர் தான் வேலைக்காரி லீசா எங்கோ ஒரு கூட்டத்துக்குப் போய் விட்டதை அறிந்தார்கள். சமையற்காரி சமையற்கட்டின் கதவை அடைத்துத் தாளிட்டுக் கொண்டு உள்ளே அமர்ந்து பயங்கரமாக அலறி அழுது கொண்டிருந்தாள். கதவைத் திறந்து கொண்டு அவளை வெளியே வரும்படி செய்வதற்குள். காத்யாவுக்குப் பெரும் பாடாய்ப் போயிற்று.

“என்ன நடந்தது? ஏன் இந்த அலறல், மார்பா?” என்று கேட்டாள் காத்யா.

“அவர்கள் நமது ஜார் மன்னரைக் கொன்று விட்டார்கள்!” என்று அழுதரற்றியவாரே சொன்னாள் அவள். இதனைச் சொல்லிலிட்டு அவள் அழுதழுது வீங்கப்போன தனது உதடுகளைக் கையால் மூடிக் கொண்டாள். அவளது உடம்பெல்லாம் ஒட்கா மதுவின் வாடை வீசியது.

"சீ! அபத்தம்!" என்று எரிச்சலுடன் சொன்னாள் காத்யா: "ஜாரை யாரும் கொன்று விடவில்லை."

பின்னர் அவள் கெட்டிலை வாயு அடுப்பின்மீது வைத்து விட்டு, மேசையைச் சீர்படுத்தச் சென்றாள். வெளிக்கூடத்தில் கடந்த சோபாவின் மீது தாஷா படுத்திருந்தாள்; அவளது கால்மாட்டில் தெலேகின் உட்கார்ந்திருந்தான்.

தாஷா சொன்னாள்: "அருமை இவான்! நான் தூங்கிப் போய்விட்டால், தேநீர் தயாரானவுடன் என்னை தயவு செய்து எழுப்பு. ஒரு குவளைத் தேநீருக்காக நான் அலைந்து தவித்துக் கிடக்கிறேன்!" பின்னர் அவள் சோபாவில் நன்றாகப் படுத்து தனது கையைக் கன்னத்தின் கீழ் வைத்தவாறு "நான் உன்னை மனமாரக் காதலிக்கிறேன்!" என்று தூக்க வெறியோடு மெல்ல முனகினாள்.

தாஷாவின் கழுத்திலிருந்த குட்டை அந்தி ஒளியில் வெண்மையாகப் பளபளத்தது. அவளது மூச்சுவிடும் சத்தத்தைக்கூடக் கேட்க முடியவில்லை. அவளருகிலே அசைவற்று அமர்ந்திருந்த தெலேகினின் இதயம் நிரம்பித் ததும்பியது. கதவிலிருந்த ஒரு விரிசலின் வழியாக வெளிச்சம் தெரிந்தது; பின்னர் கதவைத் திறந்து கொண்டு காத்யா உள்ளே வந்தாள். அவளும் அந்த சோபாவின் கைப்பிடியின் மீது தெலேகினுக்குப் பக்கத்தில் சென்று அமர்ந்தாள். பிறகு, தன் முழங்கால்களைப் பிடித்துக் கொண்டு, சிறிது நேர மௌனத்துக்குப் பிறகு மெதுவாகக் கேட்டாள்:

"தாஷா தூங்கி விட்டாளா?"

"தேநீர் தயாரானதும் தன்னை எழுப்பிவிடும்படி சொன்னாள்."

"மார்பாவோ ஜார் கொல்லப்பட்டுப் போனார் என்று சொல்லி சமையற்கட்டில் ஒப்பாரி வைத்துக் கொண்டிருக்கிறாள். இவான் இலீச்! இனிமேல் என்ன நடக்கும்? எல்லாத் தடைமதில்களுமே தவிடு பொடியாகித்

தரைமட்டமாகி விட்டது போலவே நான் உணர்கிறேன். என் இதயத்தில் பார உணர்ச்சி தட்டுகிறது. நிகலாயின் கதி என்னவாயிற்றோ? என்று நான் அஞ்சுகிறேன். தயவு செய்து நீங்கள் நாளைக் காலையில் முதல் வேலையாக அவருக்கு ஒரு தந்தி கொடுப்பீர்களா? சரி. தாஷாவை நீங்கள் பெத்ரொகிராதுக்கு எப்போது அழைத்து செல்வதாக உத்தேசம்? அதைச் சொல்லுங்கள்."

தெலேகின் எதுவும் சொல்லவில்லை. காத்யா அவனை நோக்கி தன் முகத்தைத் திருப்பினாள். அமைதி நிறைந்த அகன்ற கண்களால் அவனது முகத்தை ஆழ்ந்து நோக்கினாள். அப்படிப் பார்த்த போது அவளது கண்களும் தாஷாவின் கண்களைப் போலத் தான் இருந்தன. ஆனால், ஒரே ஒரு வித்தியாசம். காத்யாவின் கண்களில் வயதின் முதிர்ச்சி மட்டும் தனியாகத் தெரிந்தது. பின்னர் அவள் புன்னகை புரிந்தவாறே தெலேகினைத் தன்னருகே இழுத்து அவனது நெற்றியில் முத்தமிட்டாள்.

மறுநாளன்று அதிகாலைப் பொழுதில் மாஸ்கோ நகரத்து மக்கள் அனைவருமே தெருக்களில் கூடிவிட்டார்கள். அன்று முழுவதும் திவேர்ஸ்கயா வீதியின் வழியாக, நெருங்கிக் குழுமி நிற்கும் ஜனக்கூட்டத்தின் ஆரவாரத்தையும் நெருக்கத்தையும் ஊடறுத்துக்கொண்டு, லாரி, லாரியாகச் சிப்பாய்கள் சென்றார்கள்; அவர்களது வாட்களும், துப்பாக்கிச் சனியன்களும் கலகலத்துப் பளபளத்தன. பீரங்ககளின் மீது சிறுவர்கள் ஏறி அமர்ந்திருந்தனர். உருவிய வாட்களை ஏந்திய கையராகவும் உறுத்து நோக்கிய பார்வையராகவும் இளம் பெண்களும், ஆயுதந்தாங்கி 'புரட்சிப் பட்டாளம்' என்று தம்மைக் கூறிக்கொண்டு, அடக்க ஒடுக்கமற்ற பள்ளி மாணவர்கள் சிலர் நடைபாதையிலிருந்துகிடந்த பனிக்கட்டிகளின் மீது ஏறி நின்று, அங்கு 'அமைதியையும் ஒழுங்கையும்' பாதுகாத்து வந்தார்கள். கடைக்காரர்கள் எல்லாம் ஏணிகளின் மீது ஏறி, தமது கடைகளின் விலாசத்தில் காணப்பட்ட ராஜரீகமான கழுகுச் சின்னத்தைச் சுரண்டி அழித்தார்கள். ஏதோ புகையிலைத் தொழிற்சாலையிலிருந்து

வந்த, நோய்வாய்ப்பட்டவர்கள்போல் தோற்றமளித்த சில பெண்கள் லெவ் தல்ஸ்தோயின் உருவப்படமொன்றைச் சுமந்தவாறு நகரத்து வீதிகளில் ஊர்வலம் சென்றார்கள். அந்தப் படத்திலிருந்த தல்ஸ்தோயின் ஒடுங்கிய கண்கள் அடர்ந்து வளர்ந்திருந்த புருவக்கீற்றுக்குக் கீழாக உற்று நோக்கி, அங்கு நடக்கும் அதிசயங்களையெல்லாம் விழித்த கண்மூடாமல் பார்ப்பது போலிருந்தது. இனிமேல் எந்த ஒரு யுத்தத்துக்கும், எந்த ஒரு பகைமைக்கும் இடமே இருக்க முடியாது என்பது போல் தோன்றியது. அதாவது செங்கொடியை ஏதாவதொரு உயரமான கோபுரத்தின் மீது உயர்த்திக் கட்டிவிட வேண்டியது தான் என்றும், அப்படிக் கட்டிவிட்டால், உலகத்திலுள்ள மக்கள் அனைவருமே சகோதரர்கள் என்ற உண்மையை உலகம் அனைத்தும் உணர்ந்துவிடும் என்றும், அப்புறம் உலகத்தில் ஆனந்தமும், சுதந்திரமும், அன்பும், வாழ்க்கையுமே எங்கும் எப்போதும் பொங்கித்ததும்பும் என்று தோன்றியது.

ஜார் மன்னர் பதவியைத் துறந்து விட்டார் எனவும், தமது அதிகாரத்தை மகாப்பிரபு மிஹயிலுக்கு மாற்றிக் கொடுத்தார் எனவும், ஆனால், மிஹயிலோ அதனை ஏற்றுக் கொள்ள மறுத்துவிட்டார் எனவும் தந்திகள் வந்தன; அதைக் கண்டு, எவரும் அதிர்ச்சியடைந்து விடவில்லை. அந்த நாட்களில் இதைவிட மகத்தான எத்தனையோ அதிசயங்களும் அற்புதங்களும் நிகழ்ந்துகொண்டிருந்தன.

தெத்தும் குத்துமாகத் தெரித்த வீட்டுக்கூரைகளுக்கும் கட்டிடங்களுக்கும் அப்பால் தெளிந்த கன்னங் கருக்கலாகத் தோன்றிய அந்தி வானத்திலே நட்சத்திரங்கள் சுடர்விடத் தொடங்கின. மேலைத்திசையின் செம்மஞ்சள் மயக்கத்தின் பின்னணியில் எலுமிச்சை மரங்களின் மொட்டைக் கிளைகள் அசைவற்றுக் கன்னங் கரியதாகக் காட்சியளித்தன. அந்த மரங்களுக்கடியில் இருள் நன்கு குடி புகுந்து விட்டது. நடை பாதைகளின் மீது உறைந்து போயிருந்த சேற்றுக் குட்டைகள் பாதசாரிகளின் காலடியில் மிதிபட்டு நெரிந்து கரகரத்தன. தெலேகினின் கையோடு தனது கையைப் பிணைத்துப் பிடித்தவாறு

நடந்து சென்ற தாஷா நின்றாள். செல்லும் வழியில் ஒரு சிறிய தேவாலயத்தின் ஜன்னலின் வழியாக தெரிந்த மெல்லிய ஒளியை அவள் ஒரு தாழ்ந்த வேலிக்கு மேலாகக் கண்டாள்.

அந்தத் தேவாலயமும் அதன் முற்றமும் எலுமிச்சை மரங்களின் நிழலிருட்டில் மூழ்கி இருந்தன. தூரத்தில் எங்கோ ஒரு கதவு மூடிக்கொள்ளும் சத்தம் கேட்டது. காளான் குடை போன்ற தொப்பியும், தரையை வந்து தொட்டுக் கொண்டிருந்த நீண்ட கோட்டும் தரித்த ஒரு சின்ன மனிதன் தேவாலய முற்றத்தின் வழியாக நடந்து சென்றான். அவனது கம்பளிப் பூட்சுகளின் கீழ் பனிக்கட்டி நொறுங்கி நெறு நெறுத்தது. இடையிலே தொங்கிய சாவிக்கொத்தின் ஒலியையும் மணிக்கூண்டின் மீது மெதுவாக ஏறிச்செல்லும் போது அவனது காலடியெழுப்பும் ஓசையையும் கூட அவர்களால் தெளிவாகக் கேட்க முடிந்தது.

“கோயிலில் மணியடிக்கத்தான் அவன் போகிறான்” என்று தாஷா மெல்லச் சொல்லிவிட்டு மேலே நோக்கினாள். அந்தி மாலைச் சூரியனின் ஒளி மயக்கம் அந்தக் கோயிலின் சின்னஞ் சிறிய பொன் மயமான கலசகூ ்த்தைப் பளபளக்கச் செய்தது.

முன்னூறு ஆண்டு காலமாக மக்களைப் பிரார்த்தனைக்கு வருமாறு வருந்தி வருந்தி அழைத்துப் பழகிவிட்ட அந்தத் தேவாலய மணியோசை கண கணத்தது. தெலேகினின் மனத்திலே ஓர் எண்ணம் பளிச்சிட்டு மறைந்தது: கலீஷியாவிலுள்ள ஒரு சின்னஞ்சிறிய கோயிலும் அதன் படிக்கட்டுகளிலே வெண்ணிறமான கோட்டு அணிந்து அமர்ந்திருந்த ஒரு பெண்ணும், தனது மடிமீது கடந்த இறந்து போன தனது குழந்தையின் சடலத்தைப் பார்த்துப் பார்த்து அவள் மௌனமாக அழுது கண்ணீர் சிந்திக்கொண்டிருந்ததும் அவனுக்கு நினைவு வந்தன. தெலேகின் தாஷாவின் கையைத் தனது முழங்கையால் அழுத்தினான். தாஷா அவனை ஏறிட்டுப் பார்த்தாள். “என்ன இது?” என்று கேட்பது போலிருந்தது அவளது

அந்தப் பார்வை.

"உள்ளே போகலாமா?" என்று அவள் மெல்லிய குரலில் கேட்டாள்; வா, "போகலாம்!"

தெலேகின் வாய் நிறைந்து புன்னகை புரிந்தான்.

தாஷா முகத்தைச் சுழித்து விட்டு, தனது சின்னஞ் சிறிய பூட்சுகளால் தரையை உதைத்துக்கொண்டாள்.

"என்ன இது! ஒருவரையொருவர் மனமார நேசிக்கும் காதலரிருவர் கையோடு கை கோத்து நடந்து செல்லும் வேளையில், ஒரு தேவாலயத்தின் ஜன்னல் வழியாக வெளிச்சம் வந்து விழுவதைக் கண்டால், உடனே உள்ளே சென்று இருவரும் திருமணம் புரிந்து கொண்டால், அதில் என்ன சிரிப்புக்கு இடமிருக்கிறது?"

பிறகு அவள் மீண்டும் தெலேகினின் கையைப் பற்றிக் கொண்டாள்.

"சரி. இப்போதாவது என்னைப் புரிகிறதா, உனக்கு?" என்று கேட்டாள் அவள்.

39

பிரஜைகளே! இந்தக்கணத்திலிருந்து நீங்கள் எல்லோரும் ருஷ்ய நாட்டின் சுதந்திர சேனையின் வீரர்களாகிவிட்டீர்கள். இத்தகைய மகத்தான மகிழ்ச்சி நிறைந்த வேளையின் போது உங்களையெல்லாம் பாராட்டும் பாக்கியம் கிடைத்தது பற்றி நான் மகிழ்ச்சியடைகிறேன். ஆம். அடிமைத் தளைகள் அனைத்தும் நொறுங்கப்போய் விட்டன. மூன்றே நாட்களில், ஒரு சொட்டு ரத்தம் கூடச் சிந்தாமல், ருஷ்ய மக்கள் சரித்திரத்தின் மகத்தான பெரும் புரட்சியை நிறைவேற்றி முடித்துவிட்டார்கள். நிகலஸ் சக்கரவர்த்தி பதவியைத் துறந்து விட்டார். அவரது மந்திரிமார்கள் எல்லாம் கைதாகி விட்டனர்.

சிம்மாதனத்தின் அரச வாரிசான மிஹயில் ராஜ பதவியை உதறித் தள்ளிவிட்டார். மகுடத்தை அவரது மண்டை தாங்காது என்பதை ஒப்புக்கொண்டுவிட்டார். இப்போதோ அதிகாரம் அனைத்தும் மக்கள் கையில். அகில ருஷ்ய சட்டசபைக்கான பொதுத் தேர்தலைக் குறைந்தபட்ச அவகாசத்துக்குள் நடத்தித் தரும் பொறுப்பை நிர்வகிப்பதற்காக, தற்போது தற்காலிக சர்க்கார் அமைக்கப் பட்டுள்ளது. ஓட்டுரிமை என்பது எல்லோருக்கும் சமமானதாகாகவும், எல்லோருக்கும் உரியதாகவும் நேரடியானதாகவும் இருக்கும்; ஓட்டுப் போடுவதும் ரகசியமாகவே இருக்கும். ருஷ்ய புரட்சி நீடுழி வாழ்க! சட்டசபை நீடுழி வாழ்க! தற்காலிக சர்க்கார் நீடுழி வாழ்க!...”

“ஹோ” வென்று ஆயிரக்கணக்கான ராணுவ வீரர்களின் வெற்றிமுழக்கம் அதிர்ந்து விம்மியது. நிகலாய் இவானவிச் ஸ்மகோவ்னிகவ் தமது தோல் சட்டையின் பையிலிருந்து ஒரு பெரிய காக்கி நிறக் கைக்குட்டையை உருவியெடுத்து தமது முகத்தையும் கழுத்தையும் தாடியையும் துடைத்து விட்டுக் கொண்டார். மரப்பலகைகளால் ஆன ஒரு மேடையின்மீது நின்று அவர் பேசினார். அந்தப் பிரசங்க மேடையின் மீது ஏறிச் செல்வதே அவருக்குப் பெரும்பாடாகப் போய் விட்டது. அவருக்குப்பின்னால் ராணுவத் தளபதி தேத்கின் நின்று கொண்டிருந்தார். அவர் சமீபத்தில்தான் லெப்டினெண்ட் கர்னல் பதவிக்கு உயர்த்தப்பட்டார். காய்த்து மரத்துப்போன உடம்பும், தடித்த மூக்கும் கூரிய வக்கிரம் நிறைந்த முக வடிவும் கொண்டவராக அவர் விளங்கினார். கூட்டத்தினர் ஆரவாரம் செய்தபோது, அவர் மிகவும் கவலை கொண்டவர் மாதிரி தமது கையைத் தொப்பிக்கு மேலாக உயர்த்தினார். அந்த மேடைக்கு முன்னால் தெரிந்த மைதான வெளியில் அழுக்கேறிய பனித்துகள்களும், கன்னங்கரிய தரைப் பகுதிகளும் தெரிந்தன. அந்தப் பரப்பின் மீது சுமார் இரண்டாயிரம் போர் வீரர்கள் இரும்புத் தொப்பிகளோடும், அழுக்கடைந்த இடைவார் கவிழ்ந்து தொங்கிய கசங்கிய கோட்டுக்களோடும்

காட்சியளித்தார்கள். அவர்களிடம் எத்தவிதமான ஆயுதங்களும் இல்லை. வான்கோழியின் மூஞ்சியைப் போன்று சிவந்த முகம்படைத்த அந்த விசித்திரமான மனிதர் சொல்லிக்கொண்டிருந்த விஷயங்களை அவர்கள் திறந்த வாய் மூடாமல் வியப்போடு கேட்டார்கள். தூர தொலையின் மங்கிய கருக்கலிலே, எரிந்து கரிந்துபோன ஒரு கிராமத்தின் பொசுங்கிய புகைக்கூண்டுகள் வான வெளியில் புடைத்துக் கொண்டு தோன்றின. அந்தக் கிராமத்துக்கு அப்பால் ஜெர்மானிய ராணுவத் தளம் இருந்தது. சில காக்கைகள் மட்டும் அந்தப் பயங்கரமான அடிவானத் தொலைவின் மீது பறந்து சென்றன.

"வீரர்களே!" என்று நிகலாய் இவானவிச் மீண்டும் பேசத்தொடங்கினார். அவர் தமது கையை உயர்த்தி கை விரல்களை அகட்டி விரித்தவாறு பேசினர். அப்போது அவரது கழுத்து நரம்புகள் புடைத்துச் சிவந்து தென்பட்டன: "நேற்றோ நீங்கள் வெறும் பீரங்கித் தீனியாக இருந்தீர்கள். ஜார் மன்னனின் அதிகார வர்க்கம் உங்களைப் பலியாடுகளாக்கி வந்தது. நீங்கள் எதற்காக உங்கள் உயிரைத் தத்தம் செய்யத் தயாராக இருந்தீர்கள் என்பதைக்கூட அவர்கள் தெரிந்து கொள்ளவில்லை. உங்களிடம் அவர்கள் அதுபற்றிக் கேட்கவும் இல்லை. ஆனால், சின்னஞ்சிறு தவறுகளுக்குக் கூட அவர்கள் உங்களைத் தண்டித்தார்கள்; விசாரணையின்றியே உங்களைச் சுட்டுத் தள்ளினார்கள்!" லெப்டினெண்ட் கர்னல் தேத்கின் லேசாக இருமிவிட்டு, ஒரு கால் மாற்றி மறு காலின் பாரத்தில் நின்றார். எனினும் அவர் எதுவும் பேசவில்லை. அவரது தலைமட்டும் மீண்டும் குனிந்தது; நிகலாய் இவானவிச்சின் பேச்சை அவர் கவனமாகக் கேட்டார். "மேற்கத்தியப்போர் முனையின் சேனாவீரர்களின் கமிசாராக இன்றைய தற்காலிக சர்க்கார் என்னை நியமித்துள்ளது. அந்த நிலையில் நான் உங்களுக்கு ஒரு விஷயத்தை சொல்ல விரும்புகிறேன். இன்று முதல் 'சாதாரண சிப்பாய்கள்' என்ற வார்த்தைக்கே இடமில்லை; அது அடிபட்டு அழிபட்டுப் போய்விட்டது. இனிமேல்—வீரர்களே! நீங்கள் எல்லோரும் ருஷ்ய நாட்டின்

அலெக்சேய் தல்ஸ்தோய் ▲ 609

குடிமக்கள்; சம அந்தஸ்தும் உரிமையும் உள்ள குடிகள். இனிமேல் வீரர்களுக்கும் ராணுவத் தளபதிகளுக்கும் இடையே எவ்வித வித்தியாசமும் கிடையாது! 'மகா கனம் பொருந்திய', 'மாட்சிமை தாங்கிய' என்பன போன்ற பட்டங்களும் அடைமொழிகளும் ஒழிக்கப்பட்டு விட்டன. எதிர்காலத்தில் நீங்கள் 'வணக்கம், ஜெனரல்! "இல்லை, ஜெனரல்!' 'உண்டு, ஜெனரல்!' என்றுதான் சொல்வீர்கள். இனிமேல் எந்தப்பதவியை உடைய அதிகாரிக்கும் ராணுவ வீரர்கள் சலாமிடவேண்டியதில்லை. நீங்கள் ஒரு ஜெனரலோடு கைகுலுக்க வேண்டுமென்று நினைத்தால், அவ்வாறு செய்வதற்கும் உங்களுக்கு உரிமை உண்டு..."

"ஹா! ஹா! ஹா!" வீரர்களின் மத்தியிலே சிரிப்பொலி கலகலத்தது. தேத்தினும் புன்னகை புரிந்தார்; அவரது முகம் வக்கரித்து நெளிந்தது.

"இப்போது நான் உங்களுக்கு முக்கியமான விஷயத்தைச் சொல்லப்போகிறேன். வீரர்களே! இதுவரையிலும் யுத்தத்தை ஜார் மன்னனின் மந்திரிகள் தான் நடத்தி வந்தார்கள். ஆனால் இனிமேலோ அந்த யுத்தத்தைச் சாதாரண மக்களே, நடத்தப்போகிறார்கள்; நீங்களே நடத்தப்போகிறீர்கள். இந்த விஷயத்தைக் கருத்தில் கொண்டுதான் நீங்கள் எல்லோரும் ஒவ்வொரு சிறிய பெரிய ராணுவப் பகுதிகளிலும் உள்ளவர்கள் எல்லோரும் தங்களுக்குள் ராணுவ வீரர்களின் கமிட்டிகளை அமைத்துக் கொள்ள வேண்டுமென்று இன்றைய தற்காலிக அரசாங்கம் ஆலோசனை கூறுகிறது. இந்தக் கமிட்டிகளிலே உங்களது நம்பிக்கைக்குப் பாத்திரமான தோழர்களை இடம் பெறச் செய்யுங்கள். இனிமேற் கொண்டு ராணுவ தளபதியின் பென்சிலோடு சேர்ந்து ராணுவ வீரனின் கைவிரலும் ராணுவ வரைப்படங்களின் மீது நகர்ந்து சென்று நடவடிக்கைகளைத் தீர்மானிக்கும். வீரர்களே! புரட்சியின் மகத்தான சாதனையைக் கண்டு நான் உங்களைப் பாராட்டுகிறேன்!"

மீண்டும் அந்தப் பரந்த வெளியிலே கோஷமும் கும்மாளமும் குலவையிட்டன. தேத்சின் சலாம் செய்த

கரத்தோடு விறைப்பாக நின்றார். அவரது முகம் வெளிறிப் போயிருந்தது.

சில வீரர்கள் ஏதேதோ கேள்விகளைக் கேட்கத் தொடங்கினர்கள்.

“நாம் எப்போது ஜெர்மானியரோடு சமாதானம் செய்து கொள்ளப் போகிறோம்?”

‘‘ஒவ்வொருத்தனுக்கும் எவ்வளவு சோப்புக் கொடுப்பார்கள்?”

“எப்போது வீட்டுக்குப்போக முடியும்? அது பற்றி ஏதாவது செய்தி உண்டா?”

“தளபதி அவர்களே! தமது நிலை என்ன இப்போது? நாம் மீண்டும் ஒரு அரசனைத் தேர்ந்தெடுக்கப்போகிறோமா இல்லையா? இல்லையென்றால் வேறு என்ன செய்யப் போகிறோம்? இனிமேல் யார் சண்டையை நடத்தப் போகிறார்கள்?”

இந்தக் கேள்விகளுக்குச் சரிவரப் பதிலளிக்க வேண்டும் என்பதற்காக, நிகலாய் இவானவிச் மேடையிலிருந்து கீழே இறங்கினார்; இறங்கியவுடனே உணர்ச்சி வேகத்திலிருந்த அந்த வீரர்கள் எல்லாம் அவரைச் சூழ்ந்து கொண்டார்கள்; லெப்டினெண்ட் கர்னல் தேத்கின் அந்த மேடையில் கட்டப் பட்டிருந்த இரும்பு வேலியின் மீது முழங்கையை ஊன்றியவாறு நின்று, இரும்புத் தொப்பிகளின் கும்பலுக்கடையே நடமாடிக்கொண்டிருந்த அந்த ராணுவத் தளபதியின் ஒட்ட வெட்டிய கிராப்புத்தலையையும் கொழுத்துத் திரண்ட கழுத்துப் புறத்தையும் கவனித்துக் கொண்டிருந்தார். சிவந்த தலைமயிரும் குறும்பும் கும்மாளமும் நிறைந்த ஒரு வீரன்— அவனை தேலேகினுக்கு நன்கு தெரியும்; அவன் டெலிபோன் போக்குவரத்துப் பகுதியில் பணியாற்றியவன்--நிகலாய் இவானவிச்சை அவரது இடைவாரைப்பற்றி இழுத்து நிறுத்தி, தனது தோழர்களின் சம்மதத்தையும் தெரிந்து கொள்வது போல் அவர்களை நோக்கச் சுற்றுமுற்றும் கண்ணோட்டம்

விட்டவாறு கேள்விகளைக் கேட்கத் தொடங்கினான்:

"ராணுவத் தளபதி அவர்களே! நீங்கள் எங்களுக்கு எவ்வளவோ அருமையான விஷயங்களைச் சொன்னீர்கள்; நாங்களும் அவற்றை முழுமையாகக் கேட்டோம். இப்போது நான் கேட்க விரும்பும் கேள்விக்கு நீங்கள் பதில் சொல்வீர்களா?"

உடனே அந்தக் கேள்வியை ஆமோதிப்பதுபோல் அந்த வீரர்களின் மத்தியில் பரபரப்பு ஏற்பட்டது; எல்லோரும் மேலும் நெருங்கக் குழுமினார்கள். தேத்கின் தமது முகத்தைச் சுழித்தவாறு அந்த மேடையிலிருந்து கீழே இறங்கினார்.

"இது தான் எனது கேள்வி!" என்று அந்த வீரன் நிகலாய் இவானவிச்சின் மூக்கையே தனது கரிய கைவிரல் நகத்தால் இடிக்கப்போகிறவன் போல் நீட்டிக் கொண்டு பேசத் தொடங்கினான்: "எனக்குக் கிராமத்திலிருந்து ஒரு கடிதம் வந்திருக்கிறது. எங்கள் பசு இறந்துபோய் விட்டதாம். எங்களிடம் குதிரை எதுவும் இருந்ததில்லை. எனவே இப்போது என் மனைவியும் மக்களும் ஒரு துண்டு ரொட்டிக்காகப் பிச்சை யெடுத்துத் திரிகிறார்களாம்... இப்போது நான் வீட்டுக்குப் போனால், ராணுவத்திலிருந்து ஓடிப்போன குற்றத்துக்காக என்னைச் சுட்டுத்தள்ளும் உரிமை உங்களுக்கு உண்டா? அதைச் சொல்வீர்களா?"

"சுதந்திரத்தைவிட உனது சொந்த நலன்களையே நீ முதன்மைப்படுத்துவாயானால், யூதாஸ்[35] காரியத்தைப்போல் நீயும் நமது லட்சியத்தைக் காட்டிக் கொடுக்கத்தயாராக இருந்தால், நீ புரட்சிச் சேனையில் ஒரு போர்வீரனாக இருப்பதற்கே லாயக்கற்றவன் என்ற தீர்மானத்தைத்தான் ருஷ்ய நாடு உனக்கு வழங்கும்... போ. வேண்டுமானால், வீட்டுக்குப் போ!" என்று கோபத்தோடு சொன்னார் நிகலாய் இவானவிச்.

---

35 யூதாஸ்-விவலிய நூலின்படி கிருஸ்து பெருமானை 30 வெள்ளிக் காசுகளுக்காக்கக் காட்டிக்கொடுத்தவன். (மொழி-ர்)

"இதோ பாருங்கள். என்னைப் பார்த்துச் சத்தம் போடாதீர்கள்!"

"எங்களை நோக்கிச் சத்தம்போடுவதற்கு நீங்கள் யார்?"

"வீரர்களே!" என்று நிகலாய் இவானவிச் தமது கால் விரல்களை ஊன்றி உயர்ந்து நின்றவாறு சொன்னார்: "இங்கு ஏதோ ஒரு தவறான எண்ணம் நிலவுகின்றது. புரட்சியின் முதலாவது சட்டளை நமது நேச நாடுகளுக்கு விசுவாசத்தோடு நடந்துகொள்வது என்பதுதான். சுதந்திர ருஷ்யாவின் புரட்சிச் சேனை ஏகாதிபத்தியவாதியான ஜெர்மானியன் மீது, சுதந்திரத்தின் பரம வைரியான அந்த ஜெர்மனியின் மீது புத்துயிர் பெற்ற புதிய சக்தியோடு போர் தொடுத்தேயாக வேண்டும்."

"நீங்கள் என்ன செய்யப்போகிறீர்கள்? பதுங்கு குழிகளிலே இருந்து பேன்களுக்கு உங்களை இரை கொடுத்திருந்தால், தெரியும்!" என்று ஒரு கரகரத்த குரல் கூச்சலிட்டது.

"இவர் பிறந்ததிலிருந்து என்றாவது ஒரு பேனையேனும் பார்த்திருந்தால்தானே!"

"அப்படியென்றால் அவருக்கு மூன்று பேனைப்பிடித்துக் கொடுத்து அவரை வளர்க்கச் சொல்லுங்கள்!"

"எங்களிடம் சுதந்திரத்தைப் பற்றிப் பேச வேண்டாம். யுத்தத்தைப் பற்றிப் பேசுங்கள்! நாங்கள் மூன்று ஆண்டுகளாகச் சண்டையிட்டு வருகிறோம். வீட்டோடு இருந்து வயிறு முட்ட உண்டு கொழுப்பது உங்களுக்குச் சரிதான். ஆனால் நாங்களோ யுத்தத்தை எப்போது நிறுத்தப் போகிறீர்கள் என்பதையே தெரிந்துகொள்ள விரும்புகிறோம்."

"வீரர்களே!" என்று நிகலாய் இவானவிச் மீண்டும் சத்தமிட்டார்: "சுதந்திரத்துக்காக வெற்றிகரமான முடிவைத் தேடித்தரும் வீரப்போருக்காகவே புரட்சிப் பதாகை உயர்த்தப்பட்டுள்ளது!"

"இந்த முட்டாளின் பேச்சைக் கேட்போமா?"

"நாம் மூன்று வருஷமாகப் போராடுகிறோம்: என்றாலும் நாம் எந்த ஒரு வெற்றியையும் கண்டபாடில்லை!"

"யுத்தத்தை நிறுத்தப்போவதில்லையென்றால், ஜார் மன்னரை முறியடித்துவிட்டதால் என்ன லாபம் விளைந்து விடப்போகிறது?"

"ஜார் மன்னரையும் இவர்கள் காரியத்தோடுதான் நீக்கியிருக்கிறார்கள். ஏனெனில் அவர் இருந்தால் யுத்தத்தை மேற்கொண்டு நீடிக்க விடமாட்டார்!"

"தோழர்களே! இவன் யாரிடமோ கைக்கூலி வாங்கிக் கொண்டு பேசுகிறான்!"

தேத்கின் அந்தக் கூட்டத்தினரைத் தமது முழங்கையால் இடித்துத் தள்ளிக்கொண்டு நிகலாய் இவானவிச்சை நோக்கி முன்னேறினார். அந்தச் சமயத்தில் கரிய நிறமும் பெருத்த உருவமும் உருண்டு திரண்ட தோள்களும் கொண்ட ஒரு துப்பாக்கி வீரன் நிகலாயின் கோட்டை மார்புக்கு மேலாகப் பற்றிப் பிடித்து அவரை உலுக்கி குலுக்கியவாறு சத்தமிடுவதைக் கண்டார்:

"நீ எதற்காக இங்கே வந்தாய்? முதலில் அதைச் சொல். நீ எதற்காக எங்களிடம் வந்தாய்? எங்களை விலைகாட்டி. விற்று முதல் காணவா? நாய்க்குப் பிறந்த பயலே! முதலிலே உண்மையைச் சொல்!"

அப்போது நிகலாய் இவானவிச்சின் உருண்ட தலையின் பின்புறம் கழுத்துப் பகுதிக்குள் உள்வாங்கி புதைவது போல் தோன்றியது; மேல்நோக்கித் திரும்பிய தாடி அவரது முகத்தில் ஒட்டவைத்த போலித்தாடி மாதிரி தோற்றமளித்து ஆதரவற்று நடுங்கியது. தம்மைத் தாக்க வந்தவனை அவர் பிடித்துத் தள்ள முயன்ற முயற்சியில் அவரது நடுங்குகின்ற கைவிரல்கள் அந்த வீரனின் சட்டைக் காலரைப் பற்றிக் கிழித்துவிட்டன. இதைக் கண்டதும் அந்தப் போர்வீரன் ஊளையிட்டு உறுமியவாறே, தனது தலையிலிருந்த இரும்புத் தொப்பியைக் கழற்றி அதனாலேயே நிகலாய் இவானவிச்சின் தலையிலும்

முகத்திலும் மாறி மாறிக் கடுமையாகத் தாக்கினான்!

40

முரவேய்ச்சிக் நகைக்கடையின் படிக்கட்டின் மீது அமர்ந்து ஒரு போலீஸ்காரனும், இரவுக் காவலாளியும் உள்ளடங்கிய குரலில் பேசிக்கொண்டிருந்தார்கள். தெருக்களிலே ஜன நடமாட்டம் இல்லை; கடைகளெல்லாம் மூடிக் கிடந்தன. மார்ச் மாதத்தின் காற்று மொட்டையான வேல மரத்துக்களைகளின் ஊடாகப் புகுந்து சீட்டியடித்து வீசிற்று; ஏதோ ஒரு வேலிப்புறத்தின் மீது அரையும் குறையுமாக ஒட்டப்பட்டிருந்த 'சுதந்திரக் கடன்' பற்றிய சுவரொட்டி காற்றிலே படபடத்தது. பிரகாசமான தென்திசைச் சந்திரன் உயிருள்ள பாகு மீனைப்போல் நகரத்துக்கு மேலாக வான மண்டலத்தில் காட்சியளித்தது.

"அவர் யால்தாவில் ஓய்வெடுத்துக்கொண்டிருந்தாராம்!" என்று அந்தக் காவலாளி சாவதானமாகத் தொடங்கினான்: "அவர் வெறுமனே வெளியே உலாத்திவிட்டுவரப் போனாராம். வெள்ளை வெளேரென்று கால்சட்டை அணிந்து தமது பதக்கங்களையெல்லாம் மார்பில் அணிந்து கொண்டு, நடந்து போனாராம். அந்தச் சமயத்திலே யாரோ ஒருவன் அவரை வழியிலே கண்டு ஒரு தந்தியை அவர் கையிலே கொடுத்தானாம்; அதில் ஜார் மன்னர் பதவி துறந்தார் என்று இருந்ததாம். பாவம்! அதைப் படித்துவிட்டு அவர் அத்தனை ஜனங்களுக்கு முன்பும் மாலை மாலையாகக் கண்ணீர் வடித்தாராம்."

"ச்சூ!"

"அடுத்த ஒருவார காலத்தில் அவருடைய வேலையும் பறிபோய்விட்டது!"

"எதற்காக?"

"ஏனெனில் அவர் கவர்னராக இருந்தார். ஆனால்

இப்போதோ கவர்னர்களுக்கே வேலையில்லையாம்!"

"ச்சூ!" அந்தப் போலீஸ்காரன் சந்திர ஒளியில் வேல மரத்தின் நிழல்களுக்கடியில் ஏதோ ஒரு காரியமாய்ப் பதுங்கிப் பதுங்கிச் சென்ற ஒரு நோஞ்சான் பூனைக்குட்டியைப் பார்த்தவாறே சூள் கொட்டினான்.

"இத்தனைக் காலமும் மாட்சிமை தாங்கிய மன்னர் பெருமான் மருலோவில் தமது பட்டாளத்தாரோடு ஒரு கவலையுமின்றி நிம்மதியாக வாழ்ந்து வந்தாராம். அவர் பகல் முழுவதும் தூங்கி விட்டு, இரவில் போர்ச் செய்திகள் பற்றி வந்த அறிக்கைகளைப் படித்துக்கொண்டிருந்தாராம்."

"அதற்கு ஒரே தாகம் போலிருக்கிறது! தண்ணீருக்காகத் தான் அது இப்படி அலைகிறது!" என்றான் அந்தப் போலீஸ்காரன்.

"நீ என்ன சொல்கிறாய்?"

"நான் அந்தப் பூனையைப்பற்றிச் சொன்னேன். அது அந்த 'இனோப்லி' புகையிலைக் கடையிலிருந்து இப்போது தான் வெளியே வந்தது."

"அது கிடக்கட்டும். திடீரென்று மாட்சிமை தங்கிய மன்னர் பிரானுக்கு போன் மூலம் செய்தி வந்ததாம். அதாவது பீட்டர்ஸ்பர்கிலுள்ள மக்களெல்லாம் ஆயுதம் தாங்கிப் போராடுவதாகவும், சிப்பாய்கள் மக்களை எதிர்த்துச் சுட்டுத் தள்ள மறுப்பதாகவும் தகவல் வந்ததாம். சிப்பாய்கள் எல்லாம் வீட்டுக்குத் திரும்ப எண்ணுகிறார்கள். 'அப்படியா சேதி? நிலைமை அவ்வளவு மோசமாகவிட்டதா?' என்று அரசன் தமக்குத்தாமே கூறிவிட்டு, தளபதிகளையெல்லாம் அழைத்தாராம். தமது பதக்கங்களையும் விருதுகளையும் அணிந்து கொண்டு அந்தத் தளபதிகளைப் பார்த்து, 'பீட்டர்ஸ்பர்கிலுள்ள மக்கள் ஆயுதம் தாங்கிக் கலகம் செய்கிறார்கள்; சிப்பாய்கள் ஜனங்களைச் சுட்டுத் தள்ள மறுக்கிறார்கள். அவர்கள் வீடு திரும்ப எண்ணுகிறார்கள். இந்தச் சமயத்தில் நான் என்ன செய்வது? உங்கள் அபிப்பிராயத்தைச் சொல்லுங்கள்!' என்று கேட்டாராம்.

ஆனால் என்ன நடந்தது என்று நினைக்கிறாய்? அரசன் தளபதிகளின் முகத்தைப் பார்க்க, தளபதிகளோ தமது அபிப்பிராயத்தையே சொல்லவில்லையாம். மாறாக அவர்கள் தமது முகங்களை வேறு பக்கம் இருப்பிக் கொண்டார்களாம்!"

"ச்சூ! அப்படியா? சுத்த மோசம்!" என்றான் போலீஸ்காரன்.

"அவர்களில் ஒரே ஒருவர் மட்டும் முகத்தைத் திருப்பிக் கொள்ளவில்லையாம். அவர் ஒரு கிழட்டுத் தளபதி; ஒரு குடிகார ஜென்மம், 'மகாராஜா! உத்தரவிடுங்கள். நான் உங்களுக்காக உயிரையும் கொடுக்கச் சித்தமாயிருக்கிறேன்' என்று அவர் சொன்னாராம். ஆனால் மகராஜாவோ தலையை ஆட்டிவிட்டு கசந்துபோய்ச் சிரித்தாராம். 'எனது அத்தனை பிரஜைகளிலும், இத்தனை பரிவாரங்களிலும் ஒரே ஒருவன் மட்டும்தான் எனக்கு விசுவாசமாகயிருக்கிறான். அவனும் இரவு பகலாய்க் குடிவெறியிலே மூழ்கிக் கிடக்கறவன். எனது ஆட்சிக்கு முடிவு காலம் நெருங்கி விட்டதை நான் கண்ணால் காண்கிறேன். எனவே எனக்கு ஒரு துண்டுக் காகிதம் கொடுங்கள். நான் இப்போதே எனது பதவியைத் *துறந்து விடுகிறேன்*' என்றாராம்."

"சரி. அவர் அதனை எழுதிக்கொடுத்தாரா?"

"ஆமாம் அவர் எழுதி முடித்துவிட்டு, கசந்து போய்க் கண்ணீர் சொரிந்தாராம்."

"சுத்த மோசம்!"

அவர்கள் இவ்வாறு பேசிக்கொண்டிருந்த சமயத்தில், ஓர் உயரமான மனிதன் தொப்பியைக் கண்கள்வரையிலும் இழுத்து விட்டுக் கொண்டு, அவர்கள் இருந்த இடத்தைக் கடந்து விரைவாகச் சென்றான். அவனது ராணுவக் கோட்டின் கையொன்று தொளதொளத்து தொங்கி பெல்ட்டுக்குள் மாட்டிக்கொண்டிருந்தது. அவன் அந்த மனிதர்களைத் திரும்பிப் பார்த்தான்; அப்போது அவனது வெள்ளிய பற்கள் நிலவொளியில் பளபளத்தன.

அலெக்சேய் தல்ஸ்தோய் ▲ 617

“இந்த மனிதன் நாலாவது தடவையாக இந்த வழியாகப் போகிறான்” என்றான் காவலாளி.

“அவன் நிச்சயம் ஒரு கொள்ளைக்காரனாகத்தான் இருக்க வேண்டும்.”

“ஆமாம். இப்போது கொள்ளைக்காரர்கள் ஏராளமாக முளைத்து விட்டார்கள். யுத்தம் தான் அவர்களையெல்லாம் தோற்றுவித்திருக்கிறது. எங்குபார்த்தாலும் அவர்கள்தான். இதற்கு முன் பார்க்காத இடங்களில் கூட அவர்கள் காட்சி தருகிறார்கள். உண்மையிலேயே அவர்கள் கைதேர்ந்த கலைஞர்கள் தான்!”

தூரத்திலுள்ள தேவாலயத்திலிருந்து ஒரு கடிகாரம் மணியடித்தது. அதைத் தொடர்ந்து ஒரு கோழி கூவியது. அந்த ஒற்றைக் கை மனிதன் மீண்டும் அந்த வழியே வந்தான்; ஆனால் இப்போதோ அவன் அந்த நகைக்கடையையும் அதன் வாசலில் அமர்ந்திருந்த காவலர்களையும் நோக்கி வந்தான். அவர்கள் அவனது வருகையை வாய்பேசாது கவனித்தார்கள். திடீரென்று அந்தக் காவலாளி போலீஸ்காரனிடம் அவசர அவசரமாகச் சொன்னான்:

“இவான்! உன் விசிலை ஊது, இல்லையெனில் நாம் தொலைந்தோம்!”

அந்தப் போலீஸ்காரன் விசிலை எடுத்து ஊதப்போனான். அதற்குள் அந்த ஒற்றைக் கை மனிதன் அவன் மீது துள்ளிப் பாய்ந்து அவனது நெஞ்சில் உதைத்தான்; அதே சமயத்தில் அந்தக் காவலாளியையும் தாக்கி, அவனது மண்டையைத் தனது கைத்துப்பாக்கியால் அடித்தான். நீண்ட மீசையும் தடித்த உடம்பும் ராணுவ உடையும் கொண்ட வேறொரு மனிதன் ஓடோடியும் வந்து அந்தப் போலீஸ்காரன் மீது பாய்ந்து அவனது கைகளைப் பின்புறமாக வளைத்து வெறியோடு திருகினான்.

அந்த இரண்டு கொள்ளைக்காரர்களும் அந்த நகைக் கடையின் பூட்டை எந்தவிதச் சத்தமும் செய்யாமல்

திறக்க முயன்றார்கள். சீக்கிரமே அந்தக் கதவைத் திறந்து விட்டார்கள், பிறகு திக்பிரமை பிடித்துப்போயிருந்த காவலாளியையும், கட்டிப்போட்டுவிட்டு போலீஸ்காரனை உள்ளே இழுத்துச்சென்று, கதவை உட்புறமாகத் தாளிட்டுக் கொண்டார்கள்.

சில நிமிட நேரத்தில் எல்லாக் காரியமும் முடிந்து விட்டது. அவர்கள் அங்கிருந்த விலையுயர்ந்த கற்களையும், தங்கத்தையும் இரண்டு மூட்டைகளாகக் கட்டியெடுத்துக் கொண்டார்கள்.

"இவர்களை என்ன செய்ய?" என்று அந்தத் தடித்த மனிதன் கேட்டான். அவன் தரையிலே கடைப் பட்டறைக்குப் பின்னால் கிடந்த போலீஸ்காரனைத் தனது பூட்ஸ் காலால் எட்டி உதைத்தான்.

"தயவு செய்து என்னைக் கொல்லாதீர்கள். உங்களுக்குப் புண்ணியமுண்டு!" என்றான் போலீஸ்காரன்.

"சரி. வா. போகலாம்" என்று அந்த ஒற்றைக்கை மனிதன் கரகரத்துச் சொன்னான்.

"ஆனால், இவர்கள் நம்மைக் காட்டிக் கொடுத்து விடுவார்களே!"

"பன்றிப் பயலே! வாடா போகலாம்!" என்று ஜாதவ் கூறிக்கொண்டே, அந்த மூட்டைகளில் ஒன்றை பற்களால் கவ்விக் கொண்டு துப்பாக்கியைத் தமது சகாவை நோக்கிக் குறிபார்த்து நீட்டினான்! அவனோ பல்லைக் காட்டிச் சரித்து விட்டு, வாசற்புறமாக நகர்ந்தான். தெரு எப்போதும் போல் ஆளரவமற்று வெறிச்சோடிக் கிடந்தது. அவர்கள் இருவரும் அமைதியோடு வெளியே வந்தார்கள்; தெரு முனையைக் கடந்து "காபர்னே மாளிகையை" நோக்கி நடக்கத் தொடங்கினார்கள்.

போகிற வழியில் ஜாதவ் அந்தத் தடித்த மனிதனை நோக்கிக் கோபமாகக் கத்தினான்:

"பன்றிப்பயலே! கொள்ளைக்கார நாயே! நீ என்னோடு

சேர்ந்து இருக்க வேண்டுமானால், இந்த மாதிரியெல்லாம் நடந்து கொள்ளக் கூடாது! புரிந்ததா?..."

"நல்லது."

"சரி. அந்த மூட்டையை இப்போது என்னிடம் கொடுத்து விட்டு, நீ போய்ப் படகைத் தயார் செய். நான் என் மனைவியை அழைத்துக் கொண்டு வந்துவிடுகிறேன். பொழுது விடிவதற்குள் கடற்கரைக்குப் போய்விட வேண்டும்."

"நாம் யால்தாவுக்கா போகிறோம்?"

"அந்தக் கேள்வி உனக்குத் தேவையில்லை. யால்தாவுக்குப் போனாலும் உண்டு; கான்ஸ்டான்டினபளுக்குப் போனாலும் உண்டு... இப்போது எனது உத்தரவுப்படி நட!"

காத்யா தனியாக இருந்தாள். தெலேகினும் தாஷாவும். பெத்ரோகிராதுக்குச் சென்று விட்டார்கள். காத்யா அவர்களை ரயில் நிலையம் வரையிலும் சென்று வழியனுப்பிவிட்டு வந்தாள். அவர்கள் இருவரும் தூக்கத்தில் நடப்பது மாதிரி தம்மில் ஒருவரை ஒருவர் மறந்து கனவு நிலையில் இருந்தார்கள். அவர்களை வழியனுப்பிவிட்டு காத்யா பொழுது சாய்கிற வேளையில் திரும்பி வந்தாள்.

வீடு வெறிச் சோடிக் கிடந்தது. மார்பாவும் லீசாவும் வீட்டு வேலைக்காரர்களின் கூட்டமொன்றுக்குப் போய் விட்டார்கள். சாப்பாட்டு அறையில் சிகரெட்டுப் புகையின் வாடையும் பூக்களின் நறுமணமும் கலந்து வீசின. மேசையின் மீது சாப்பாட்டுக்கான பாத்திரங்களுக்கு மத்தியில் மொட்டுக் கட்டிய சின்னஞ்சிறிய சொரிச் செடி ஒன்று காட்சியளித்தது. காத்யா அந்தச் செடிக்குத் தண்ணீர் விட்டாள்; பாத்திரங்களை அப்புறப்படுத்தினாள்; ஜன்னலைப் பார்க்க முகத்தைத் திருப்பியவளாய் அந்த மேசை முன்னால் அமர்ந்தாள். அவள் விளக்கைக்கூட ஏற்றிக்கொள்ளவில்லை. வானம் இருள் மண்டிக்

கடந்தது; எங்கும் ஒரே மேகத்திரளாகத் திரண்டிருந்தது. சுவரிலிருந்த கடிகாரம் டிக் டிக்கென்று ஓசையெழுப்பியது; தனது இதயம் வெடித்துப்போனாலும் கூட, அதுவும் இப்படித்தான் இடைவிடாது டிக் டிக்கென்று அடித்துக் கொண்டிருக்கும் என்று அவள் தனக்குள் நினைத்துக் கொண்டாள். வெகு நேரம் வரையிலும் ஆடாது அசையாது வீற்றிருந்தாள். பிறகு சோபாவின் மீது கிடந்த தனது வெள்ளிய மேற்கச்சையை எடுத்து, அதனைத் தோள்மீது போர்த்திக் கொண்டு தாஷாவின் அறைக்குள் சென்றாள். அந்த அறையில் நிலவிய மங்கிய ஒளியில் அனாதையாக ஆதரவற்றுக் கடந்த கட்டிலின்மீது தென்பட்ட கோடுபோட்ட மெத்தையைக் கண்டாள். நாற்காலி மீது காலியான ஒரு தொப்பி வைக்கும் பெட்டி இருந்தது. தரையில் இங்குமிங்கும் கிழிந்த தாள்களும், துணிகளும் கிடந்தன. தாஷா தனது சின்னஞ்சிறிய சாமான்களைக்கூட ஒன்று விடாமல், ஒன்றைக்கூட மறக்காமல், அத்தனையையும் அள்ளிக்கொண்டு போய்விட்டதைக் கண்டதும் காத்யாவுக்கு மனம் புண்பட்டு நொந்தது; எனவே அவள் வாய்விட்டு அழுதாள். பின்னர் படுக்கையின் மீது, அந்தக் கோடு போட்ட மெத்தையின் மீது அமர்ந்து, சாப்பாட்டு அறையில் இருந்ததைப் போலவே அங்கும் வெகு நேரம் வரையிலும் ஆடாது அசையாது வீற்றிருந்தாள்.

சாப்பாட்டு அறையிலிருந்த கடிகாரம் உள்ளடங்கிய குரலில் பத்து மணி அடித்தது. காத்யா தனது போர்வையை இழுத்து மூடிக்கொண்டு சமையற்கட்டுக்குள் சென்றாள். அங்கு அமைதியோடு நின்று எதையோ கூர்ந்து கேட்டாள். பின்னர் உடம்பை நீட்டிச் சோம்பல் முறித்துவிட்டு, ஒரு உயரமான அலமாரியிலிருந்து சமையல் நோட்டுப் புத்தகத்தை எடுத்தாள். அதிலிருந்து ஒரு வெள்ளைக் காகிதத்தைக் கிழித்தெடுத்து அதில் பென்ஸிலால் பின்வருமாறு எழுதினாள்: "லீசா! மார்பா! நீங்கள் இருவரும் இரவு அகால வேளை வரையிலும் வீடு திரும்பாமல் வெளியே போய்விடுவதைக் குறித்து வெட்கப்படவேண்டும்!" அவளது கண் களிலிருந்து

ஒரு சொட்டுக் கண்ணீர் அந்தக் காகிதத்தில் விழுந்தது. காத்யா அந்தக் குறிப்பை சமையலறை மேஜையின் மீது வைத்துவிட்டு, தனது படுக்கையறைக்குள் வந்தாள்; உடைகளைக் களைந்தாள். பின்னர் சட்டென்று படுக்கையில் படுத்து அமைதியாகக் கிடந்தாள்.

அர்த்த சாமத்திலே சமையலறைக் கதவு திறக்கப் பட்டது. லீசாவும் மார்பாவும் உள்ளே வந்தார்கள். வரும் போதே அவர்கள் சளசளத்துப் பேசிக்கொண்டும், தடதட வென்று நடந்து கொண்டும்தான் வந்தார்கள். சமையற் கட்டுக்குள் வந்ததும் அவர்கள் சிறு கணம் அமைதியாக இருந்தார்கள். அந்த நேரத்தில்தான் அவர்கள் காத்யாவின் குறிப்பைப் படித்திருக்க வேண்டும். பிறகு அவர்கள் வாய்விட்டு உரக்கச் சிரித்தார்கள். காத்யா தனது கண்களைத் திறந்தாள்; பிறகு மூடிக்கொண்டாள்.

கடைசியாக சமையற்கட்டிலும் அமைதி நிலவியது. தூங்காது ஒலித்துக் கொண்டிருந்த கடிகாரம் அதே உள்ளடங்கிய குரலில் ஒரு மணியடித்தது. காத்யா புரண்டு மல்லாந்து படுத்தவாறே போர்வையை உதைத்துத் தள்ளினாள்; மூச்சே திணறிப்போய் விட்டமாதிரிப் பயந்து நீண்ட பெருமூச்சுவிட்டாள்; படுக்கையிலிருந்து துள்ளியெழுந்தாள். பிறகு அவள் விளக்கைப் போட்டுக்கொண்டு, கண்களைச் சுருக்கி நெரித்து விழித்தவாறு, நீண்டுயர்ந்த நிலைக் கண்ணாடியின் அருகே சென்றாள். அவளது மெல்லிய மேலங்கி முழங்கால் வரையிலும் கூட எட்டவில்லை. தனது உருவத்தையே, ஏதோ ஒரு பழக்கப்பட்ட உருவத்தைப் பார்ப்பது மாதிரி, அவசர அவசரமாக ஆர்வத்தோடு பார்த்துக் கொண்டாள். திடீரென்று அவளது மோவாய் துடித்தது; கண்ணாடியின் அருகே நெருங்கிச் சென்று, தலையின் வலதுபுறத்தில் தோன்றிய மயிர் கற்றையை ஒதுக்கிவிட்டுப் பார்த்தாள். "ஆம். ஆம். மீண்டும் ஒன்று!" என்று சொல்லிக்கொண்டாள். அவள் தனது முகம் முழுவதையும் கூர்ந்து கவனித்தாள். "ஆமாம். இன்னும் ஒரு வருஷத்தில் இந்த முடி நரைத்துவிடும். பிறகு நான் வயதானவளாகி விடுவேன்!" என்று முனகிக் கொண்டாள்.

பிறகு அவள் விளக்கை அணைத்து விட்டு மீண்டும் படுத்துக் கொண்டாள்; கண்களை மட்டும் தனது கையால் மூடிக்கொண்டாள். "என் வாழ்க்கையில் ஒரு கணம் கூட நான் ஆனந்தம் அனுபவித்ததில்லை. இப்போதோ எல்லாம் முடிந்துவிட்டது. எந்த ஒரு ஆடவனும் இப்போது என்னைத் தனது கரங்களால் வளைத்தணைத்துத் தழுவ மாட்டான், எவரும் என்னைப் பார்த்து 'கண்ணே! கனியே! அன்பே! ஆரமுதே!' என்று ஆசை மொழி கூறமாட்டார்கள்!"

இத்தகைய கசந்த எண்ணங்களிலும், விரக்தியுணர்ச்சியிலும் மூழ்கியிருந்த அவளது மன அரங்கில் திடீரென்று ஒரு சித்திரம் பளிச்சிட்டுத் தோன்றியது! ஈரம் படிந்த மணற் பாதை; அந்தப் பாதை ஒரு புல்வெளி வழியாகச் செல்கிறது; அது மழையின் காரணமாக நீலம் பாரித்துத் தோன்றுகிறது; அதில் உயரமான லைம் மரங்கள் நிற்கின்றன. அதன் வழியே கபில நிற உடையும், கறுப்பு மேலாடையும் தரித்தவளாக காத்யா நடந்து செல்கிறாள். சிறிய பூட்சுகளின் அடியில் மணல் நெறு நெறுத்துப் பிதுங்குகிறது. கூந்தலில் புகுந்து விளையாடும் காற்றின் சுகத்திலே தனது உடம்பே மெதுவடைந்து கனமிழந்து தோன்றுவது போன்று அவள் உணர்கிறாள். அவளுக்கு அருகே, பாதையை விட்டு விலகி, ஈரம் படிந்த புல்வெளியின் மீது மாணவனான அலெக்சேய் தனது சைக்கிளை தள்ளிக்கொண்டு வருகிறான். காத்யா முகத்தை வேறொரு பக்கமாகத் திருப்பிக்கொள்கிறாள். இல்லையெனில் அவளுக்குச் சிரிப்பு வந்து விடும். அலெக்சேய் உள்ளடங்கிய குரலில் ஏதோ சொல்கிறான். "நீங்களும் என்னைக் காதலிப்பீர்கள் என்ற நம்பிக்கை எனக்கு இல்லை. உங்களிடம் நான் ஒன்றே ஒன்றை மட்டும் சொல்லிவிட விரும்புகிறேன். நான் எங்காவது ஒரு மூலையில் ரயில்வே நிலையத்தினருகில் ஏதாவதொரு ஒரு குக்கிராமத்தில் வாழ்ந்து முடிப்பேன். வருகிறேன்!" என்றான் அவன். அவன் தனது சைக்கிளின் மீது துள்ளிப் பாய்ந்தேறி, அந்தப் புல்வெளியைக் கடந்து சென்று மறைகிறான். அவனுக்குப்பின்னால் புல்வெளியில்

ஈரமான சைக்கிள் தடம் மட்டுமே மிஞ்சி நிற்கிறது. பள்ளிக்கூடத்து உடையான அவனது கபில நிறச் சட்டையும் வெள்ளைத் தொப்பியும் குனிந்த தோள்களும் மரச்செறிவுகளுக்கிடையே மறைந்துபோகின்றன. காத்யா "அலெக்சேய்! திரும்பி வா!" என்று கத்துகிறாள்!...

இன்று தூக்கமின்மை என்னும் வியாதிக்கு ஆளாகியுள்ள இதே காத்யா ஒரு காலத்தில் ஈரமான புல்வெளிப்பாதையில் நின்றாள் என்பதும், அப்போது மழைவாடை கலந்த வேனிற் பருவத்து இளங்காற்று அவளது கரிய நிற மேலாடையை அலைப்புறச்செய்தது என்பதும் உண்மையிலே நடந்திருக்கக் கூடியது தானா? காத்யா படுக்கையில் எழுந்து உட்கார்ந்து முகத்தை இரு கைகளாலும் மூடிக்கொண்டாள். அவள் முழங்கைகள் இரண்டையும் தனது முழங்கால்களின் மீது ஊன்றியவாறிருந்தாள். தெருவிளக்குகளின் மங்கிய ஒளி மயக்கத்தையும், துகளாகச் தெறிய பனியையும், மொட்டையான மரங்களினூடே புகுந்து திரிந்த காற்றையும், வழுக்கு வண்டிகளின் மெல்லிய பயங்கரமான கிறீச்சொலிகளையும், பெஸ்ஸோனவின் உணர்ச்சியற்ற கண்கள் தனது கண்களுக்கு நேராசு நெருங்கி வந்ததையும், தன்னைத்தானே இழந்து இடம் கொடுப்பதில் ஏற்பட்ட இனிய சுகத்தையும், குறுகுறுப்புணர்ச்சியின் ஸ்பரிசத்தையும் அவள் எண்ணிப் பார்த்தாள்...

அவள் மீண்டும் படுத்துக் கொண்டாள். முன்வாசற் கதவின் மணி அங்கு நிலவிய அமைதியைக் கிழித்துக்கொண்டு அலறியது. காத்யா எரிச்சலுணர்ச்சி கொண்டாள். மணி மீண்டும் அடித்தது. தூக்கச் சடைவிலேயிருந்த லீசா புஸ்ஸென்று பெருமூச்சு வாங்க நடைகூடத்தின் வழியாக வெறுங்காலோடு நடந்து சென்றாள். முன் வாசற் கதவின் சங்கிலி கலகலத்தது. பின்னர் லீசா காத்யாவின் அறைக்கதவைத் தட்டினாள்.

"அம்மா! உங்களுக்கு ஒரு தந்தி வந்திருக்கிறது!"

காத்யா அவளிடமிருந்த நீளமான கவரை வாங்கி, முகத்தைச் சுழித்தவாறே அதனைக் கழித்தாள். அவள்

கண் முன்னால் வார்த்தைகள் நீந்திச் சுழன்றன.

தன் முன்னால் பயத்தினால் உதடுகள் நடுநடுங்க நின்று கொண்டிருந்த லீசாவைப் பார்த்தவாறே சொன்னாள்: "லீசா! நிகலாய் இவானவிச் இறந்து விட்டார்!"

லீசா கூச்சலிட்டுவிட்டு அழத்தொடங்கினாள். காத்யா அவளைப் போகுமாறு சொன்னாள். பின்னர் அந்தத் தந்தியிலே தென்பட்ட அச்சடித்த வார்த்தைகளை மீண்டும் ஒரு முறை படித்தாள்:

"தமது கடமையை நிறைவேற்றிக் கொண்டிருந்த மகத்தான சந்தர்ப்பத்தில் நிகலாய் இவானவிச் படுகாயங்களுக்கு ஆளாகி மரணமடைந்தார்--அவரது சடலத்தை விடுதலைச்சேனை மாஸ்கோவுக்கு அனுப்பி வைக்கும்."

காத்யாவின் மனமும் உடம்பும் மயக்க உணர்ச்சிக்கு ஆளாயின. அவளது கண்முன்னால் எல்லாமே இருண்டு மங்கித்தோன்றியது. அவள் தலையணையில் தொப்பென்று சாய்ந்தாள். மறுகணமே அவள் உணர்விழந்தாள்.

மறு நாளே பிரபல மிதவாதியான இளவரசன் கபூஸ்தின் -உன்ஷேவ்ஸ்கி என்பவர் அவளைக் காண வந்தார். சிவந்த கன்னமும் தாடியும் கொண்ட அந்த மனிதர் புரட்சியின் முதல் நாளன்று சட்ட நிபுணர்களின் சங்கத்தில் பிரசங்கம் செய்ததை அவளும் தான் கேட்டிருந்தாள். தமது இரு கரங்களையும் தமது கைகளால் பற்றி, அவற்றைத் தமது முர முரத்த கோட்டின் மீது அழுத்திப் பிடித்தவாறு ஏதோ சொன்னார். நிகலாய் இவானவிச்சும் அவரும் சேர்ந்து உழைத்த ஸ்தாபனத்தின் சார்பிலும், தாம் தற்சமயம் உதவித் தளபதியாக இருக்கும் மாஸ்கோ நகரத்தின் சார்பிலும், ரஷ்யாவின் சார்பிலும் புரட்சியின் சார்பிலும் அவர் காத்யாவுக்குக் கடமையையாற்றும் பணியில் தமது உயிரைத் தியாகம் செய்த அவளது கணவரின் அகால மரணத்தைக் குறித்துத் தமது ஆழ்ந்த அனுதாபங்களைத் தெரிவித்தார்.

அவர் இயல்பாகவே சுமூகமான சுபாவமும், குதூகலமும்

மிக்கவர். இப்போதோ அவர் உண்மையிலேயே ஆழ்ந்த துக்க உணர்ச்சிக்கு ஆளாகியிருந்தார். அவரது தாடியிலும் மேல்சட்டையிலும் சுருட்டின் நறுமணம் கமழ்ந்தது. காத்யா அவரது மனப்பூர்வமான உணர்வினால் ஒரு கணம் மனம் தேறினள். அவள் தூக்கமிழந்த கண்களை அவர்பால், திருப்பினாள்; அவளது உலர்ந்து காய்ந்த உதடுகளும் பிளந்து திறந்தன.

“நிகலாய் இவானவிச்சைப் பற்றி நீங்கள் சொன்ன வார்த்தைகளுக்கு நன்றி” என்று கூறினாள்.

அவர் தம்முடைய கோட்டுப் பையிலிருந்த ஒரு பெரிய கைக்குட்டையை உருவியெடுத்து, கண்களைத் துடைத்துக் கொண்டார். கடமையை நிறைவேற்றி முடித்த பின்னர் அவர் புறப்பட்டுப் போய்விட்டார். அவரது கார் கர்ண கடூரமாக உறுமியவாறு அந்த ஒடுங்கிய தெரு வீதியைக் கடந்து சென்றது. காத்யாவோ மீண்டும் தனது அறைக்குள்ளேயே மேலும் கீழும் நடக்கத் தொடங்கினாள். அவள் சுவரில் தொங்கிய சிங்கம் போன்ற தோற்றம்கொண்ட யாரோ ஒரு ஜெனரலின் புகைப்படத்தின் முன்னால் நின்றாள். பிறகு எந்த விதமான நோக்கமுமின்றி ஏதோ ஒரு போட்டோ ஆல்பத்தை எடுத்தாள்; பிறகு ஒரு புத்தகத்தை, எடுத்தாள். பின்னர் ஒரு கொக்கு தவளையைத் தனது அலகால் கொத்திப் பிடித்துக் கொண்டிருக்கும் சித்திரம் இருந்த மேல் மூடி கொண்ட ஒரு சீன தேசத்துப் பெட்டியை எடுத்துப்பார்த்தாள். பிறகு மீண்டும் மேலும் சீழும் நடந்தாள். சுவரிலே ஒட்டப்பட்டிருந்த சித்திரக் காகிதங்களையும் திரைச்சலைகளையும் வெறித்து நோக்கினாள். அன்று அவள் உணவைத் தொட்டுக்கூடப் பார்க்கவில்லை.

“இந்தப் பழச்சாற்றையேனும் சிறிது சாப்பிடுங்களம்மா!” என்று லீசா சொன்னாள்.

ஆனால் காத்யாவோ வேண்டாமென்று தலையையசைத்து விட்டுப் பற்களை இறுக மூடிக் கொண்டாள். பிறகு

அவள் தாஷாவுக்கு ஒரு சிறு கடிதம் எழுதினாள்; ஆனால் அதனைக் கிழித்துப்போட்டுவிட்டாள்.

தான் சிறிது நேரம் படுத்துத் தூங்கவேண்டும் என்று உணர்ந்தாள். ஆனால் படுக்கையில் படுத்திருப்பதென்பதோ அவளுக்குச் சவப்பெட்டியில் படுத்திருப்பது போன்ற உணர்ச்சியைத்தான் தந்தது. கடந்த இரவிலோ அவள் அத்தகைய உணர்ச்சிக்குத்தான். ஆளானாள். இதயத்தை மிகவும் வருத்தியதெல்லாம் அவள் நிகலாய் இவானவிச்சின் மீது கொண்ட இரக்க உணர்ச்சிதான். அவர் எவ்வளவோ நல்லவராகவும் பயனற்றவராகவும் இருந்துவிட்டார். அவரைப் புரிந்துகொண்டு அவரைக் காதலித்திருக்க வேண்டும். ஆனால் அவளோ அவரைச் சித்திரவதைக்குத்தான் ஆளாக்கிவிட்டாள். எனவே தான் அத்தனை இளம் வயதிலேயே அவருக்குத் தலைமயிர் நரைக்கத் தொடங்கிவிட்டது. காத்யா வெளியே தெரிந்த மங்கி வெளிறிய வானத்தைப் பார்த்தாள். தன் இரு கரங்களையும் ஒன்று சேர்த்துப் பிடித்துக் கொண்டாள்.

மறு நாள் ஈமச் சடங்குகள் நடந்தன; அதற்கு மறு நாள் அவரது சடலம் அடக்கம் செய்யப்பட்டது. இடு காட்டிலே அழகிய பிரசங்கங்கள் செய்யப்பட்டன. மகத்தான வாழ் நாள் முழுவதும் லட்சிய ஜோதியை ஏந்திப்பிடித்து அவர் வாழ்ந்தாரென்றும், அகன்ற கடலின் அடியிலே மறைந்து போன கடற்பறவையை ஒத்தவரென்றும் இறந்தவரைப் பாராட்டிப் பேசினார்கள். சோஷலிஸ்ட்-புரட்சிவாதிகளில் ஒருவரான மூக்குக் கண்ணாடியணிந்த ஒரு இளைஞர் நேரம் கழித்து வந்தார்; அவர் காத்யாவை நோக்கிக் கோபாவேசத்தோடு, "அம்மா தாயே! வழியை விட்டு ஒதுங்கி நில்லம்மா!" என்று கத்தி விட்டு கூட்டத்தினரை இடித்துத் தள்ளிக்கொண்டு சென்றார். தாம் செய்த பிரசங்கத்தில், தமது கட்சியினரின் விவசாயப் பிரச்சனை பற்றிய கொள்கை முழுக்க முழுக்கச் சரியானதுதான் என்பதை நிகலாய் இவானவிச்சின் மரணம் மீண்டும் ஒரு முறை உறுதிப்படுத்த உதவியுள்ளதாக அவர் கூறிக்கொண்டார். அவரது நைந்து கிழிந்த பூட்சுக்கு

அடியிலிருந்து ஒரு மண்கட்டி நழுவிச் சரிந்து சவப்பெட்டியின் மீது தொப்பென்று விழுந்து சத்தம் செய்தது. காத்யாவின் தொண்டையில் ஏதோ ஒரு மயக்க உணர்ச்சி வந்து முட்டியடைப்பதாகத் தோன்றியது. அவள் யார் கண்ணிலும் படாமல் மெல்ல அங்கிருந்து நழுவி, வீடு வந்து சேர்ந்தாள்.

அவளுக்கு ஒரே ஒரு எண்ணம்தான் மேலோங்கி நின்றது. வீட்டுக்கு வந்ததும் தலை முழுக் குளித்துவிட்டுத் தூங்க வேண்டும் என்பது தான். ஆனால் வீட்டுக்குள் வந்ததும் மீண்டும் அவளுக்கு அந்த வெறுப்புணர்ச்சியே மேலோங்கியது. அங்குள்ள சுவர்க் காகிதங்கள், புகைப் படங்கள், கொக்குபடம் கொண்ட அந்தச் சித்திரப்பெட்டி, கசங்கிப் போன மேசை விரிப்பு, தூசிபடிந்த ஜன்னல்கள் எல்லாமே அவளுக்கு அந்த உணர்ச்சியையே கிளறிவிட்டன. அவை யெல்லாம் எத்தனை பயங்கரமாகக் காட்சியளித்தன! அவள் லீசாவிடம் தனக்குக் குளிப்பதற்குத் தொட்டியில் வெந்நீர் நிரப்பிவைக்கச் சொன்னாள்; பின்னார் அந்த வெந்நீரில் பெரு மூச்செறிந்தவாறே தன்னுடம்பை மூழ்கடித்துக் கொண்டாள். அவளது உடம்பு முழுவதுமே அலுத்துக் களைத்து அயர்ந்து போயிருந்தது. அவள் எப்படியோ படுக்கையறைக்குள் வந்து சேர்ந்து, படுக்கையை விரித்துக்கொள்ளாமல் அப்படியே விழுந்து கடந்து உறங்கினாள். தூக்கத்தில் வாசலில் மணியோசையும், காலடியோசையும், பேச்சுக் குரலும் யாரோ கதவைத்தட்டும் ஓசையும் கேட்பதாக அவள் உணர்ந்தாள். எனினும் அவள் பதிலளிக்கவில்லை.

அவள் விழித்தெழுந்தபோது எங்கும் ஒரே இருட்டாயிருந்தது. அவளது இதயத்தில் ஏதோ ஒரு பொல்லாத வேதனை தோன்றியது. "இது என்ன?" என்று அவள் தனக்குத் தானே பீதியுடன் கேட்டுக் கொண்டாள். படுக்கையில் எழுந்து உட்கார்ந்தாள்; அன்றைத் தினத்தில் அனுபவித்த தெல்லாம் ஏதோ ஒரு மோசமான பேய்க்கனவுதான் என்று ஒரு கணம் நம்பினாள். ஆனால் மறு கணமே அவள் மனம் புண்பட்டு நொந்தது. எல்லாமே சீர்கெட்டுத் தன்னை

வருத்துவதாக உணர்ந்தாள். அவை ஏன் அவளை வருத்த வேண்டும்? இறுதியாக, அவள் நன்றாக விழித்தெழுந்து, தனது தலைமயிரைத் தடவி ஒழுங்கு செய்துவிட்டு தனது செருப்புகளைத் தேடிக் கால்களைத் தரையில் துழாவினாள். அப்போது அவள் "எனக்குப் போதும் போதுமென்றாகி விட்டது!" என்று தனக்குத்தானே தெளிவாகவும் அமைதியாகவும் கூறிக்கொண்டான்.

அவள் சுவரோடு ஒட்டியிருந்த சிறு மருந்து அலமாரியை நோக்கி மெதுவாகச் சென்றாள்; அங்குள்ள பாட்டில்களின் மீது ஒட்டப்பட்டிருந்த மருந்தின் விபரங்களைப் படித்துப் பார்த்தாள். அதிலிருந்து மார்பியா விஷ மருந்துப் புட்டியை எடுத்து அதனைத் திறந்து லேசாக நுகர்ந்து பார்த்தாள். பிறகு அதனைத் தனது கைக்குள் அடக்கி மூடிக்கொண்டு ஒரு தம்ளரை எடுத்து வருவதற்காகச் சாப்பாட்டு அறைக்குள் சென்றாள். செல்லும் வழியிலேயே வெளிக்கூடத்தில் ஏதோ வெளிச்சம் தெரிந்ததைக் கண்டு சட்டென்று நின்றாள். "லீசா! நீதானா அங்கே?" என்று மெதுவாகக் கேட்டவாறே அவள் அந்த வாசற்கதவை லேசாகத் திறந்தாள். அங்கு ராணுவ உடை தரித்த ஓர் உயரமான மனிதன் சோபாவின் மீது அமர்ந்திருந்தான். மழுங்கச் சவரம் செய்த அவனது மொட்டைத்தலையில் கரிய நிறத்தில் ஒரு கட்டுப் போடப்பட்டிருந்தது. காத்யா உள்ளே வருவதைக் கண்டதும் அவன் அவசர அவசரமாக எழுந்து நின்றான். அவளது முழங்கால்கள் குழலாடித் தளர்ந்தன; அவளது இதயத்துக்குள்ளே ஏதோ ஒரு சூன்ய வெளி தோன்றுவதாக அவள் உணர்ந்தாள். அந்த மனிதன் அவளை பயமீதி நிறைந்த அகன்ற கண்களோடு இமைகொட்டாது வெறித்துப் பார்த்தான். அவனது உதடுகள் இரண்டும் ஒட்டிப் போயிருந்தன. அது வேறு யாருமில்லை. வாதீம் பெத்ரோவிச் ரோஷின். காத்யா தன்னிருகைகளையும் மார்பின்மீது சேர்த்து அணைத்துக் கொண்டாள். ரோஷின் அவள் மீது வைத்த கண்களை வாங்காமலே உறுதி வாய்ந்த குரலில் மெதுவாகச் சொன்னான்:

"நான் உங்களைப் பார்த்துவிட்டுப் போகவே வந்தேன். வந்த இடத்தில் உங்கள் வேலைக்காரி உங்களுக்கு நேர்ந்த துர்ப்பாக்கியத்தைச் சொன்னாள். நான் உயிரோடிருக்கும் வரையிலும் எந்தவிதமான உதவியையும் என்னிடமிருந்து நீங்கள் எதிர்பார்க்கலாம்."

அந்தக் கடைசி வார்த்தைகளைச் சொன்னபோது குரல் நடுங்கியது; அவனது ஒடுங்கிய கன்னங்களிலே செம்மை பாய்ந்து நிறைந்தது. காத்யா தனது கைகளை மார்போடு மேலும் இறுக அணைத்துக் கொண்டாள். அவளது கண்களிலே தோன்றிய ஒளியிலிருந்து தான் அவளருகே செல்ல வேண்டும் என்று உணர்ந்தான் ரோஷின். அவன் அவளருகே நெருங்கிச் சென்ற போது அவள் படபடக்கும் தனது பற்களை வெளிக்காட்டாமலே, வாய்குள்ளாகவே முனகினாள்:

"வணக்கம், வாதீம் பெத்ரோவிச்!"

தன்னையும் அறியாமலே அவளை வளைத்தணைக்க அவன் தன் கரங்களை உயர்த்தினான். அவளோ தனது கையிலிருந்த புட்டியை இறுகப்பற்றியவளாகப் மனமகிழ்ச்சியற்ற நிலையில் சோர்ந்து போய் நின்றாள். ஆனால் அவனோ மறு கணமே தன் கைகளை கீழே போட்டுத் தலையைக் கவிழ்த்துக் கொண்டான். தான் மகிழ்ச்சியற்றவளாக, பாபம் புரிந்தவாளாக, ஏறு மைப்பட்டவளாக ஆதரவற்றவளாக, கண்ணீரும் கம்பலையுமாக, உயிர்வாழ்வுக்கே மயக்க மருந்தில் விமோசனம் தேட முனைந்தவளாக, அந்த உறுதி மிகுந்த மனிதனுக்குத் தான் இன்றியமையாத ஒரு பொருளாடவிட்டதையும், அவன் தன்னைக் காதலிப்பதையும், அவன் தனது ஆத்மாவை அவளது ஆத்மாவோடு இணைக்கத் துடிப்பவனாகவும் விளங்குவதைப் பெண்மையின் உள்ளுணர்ச்சி அவளுக்கு உணர்த்தியது. மறுகணமே அவள் கண்ணீர் நிரம்பி வழிய, வாய் திறந்து பேசுவதற்குக் கூடச் சக்தியற்றவளாய் உணர்ச்சிவசப்பட்டு ரோஷினின் கையின்மீது குனிந்து தனது முகத்தையும் உதடுகளையும் அதில் புதைத்துக்

கொண்டாள்.

42

தாஷா ஜன்னலருகே அமர்ந்து வெளியே பார்த்துக் கொண்டிருந்தாள். அவள் தன் முழங்கைகளை ஜன்னலின் சலவைக்கல் விளிம்பின்மீது ஊன்றியிருந்தாள். அந்தி மாலைச் சூரியனின் பொன்னொளி மேலைத்திசையிலே தென்பட்ட இருண்ட வனாந்திரப்பிரதேசத்துக்கு மேலாக, வான மண்டலத்தில் செம்பாதியை நிறைத்துக் கொண்டு பரந்து பரவியிருந்தது. தெலேகின் நெருங்கி உட்கார்ந்து அவளையே பார்த்துக்கொண்டிருந்தான். அவன் சிறிது கூட அசையவில்லை; அவன் லேசாக அசைந்து கொடுப்பதால் ஒன்றும் குடி முழுகிப்போய் விடாது. ஏனெனில் தாஷா அந்தச் சந்தியா காலத்தின் செக்கர் வெள்ளத்தோடு கலந்து மறைந்து அந்த அறையை விட்டுக் காணாமற் போய்விட மாட்டாள்.

“எவ்வளவு சோகமும் அழகும் நிறைந்து விளங்குகிறது! நாமிருவரும் ஏதோ ஒரு ஆகாயக் கப்பலில் செல்வது போலல்லவா இருக்கிறது!” என்றாள் தாஷா.

தெலேகின் வெறுமனே தலையை அசைத்தான். ஜன்னல் விளிம்பிலிருந்த தனது கையை எடுத்தாள்.

இப்போது எனக்கு இசை வேண்டும்போல் தோன்றுகிறது. நான் என் பியானோவைத் தொட்டு எவ்வளவு காலமாகிவிட்டது தெரியுமா? யுத்தம் ஆரம்பித்ததிலிருந்து நாம் அதன் பக்கமே போகவில்லை. நினைத்துப் பார். யுத்தமோ இன்னும் நடந்துகொண்டிருக்கிறது. நாமோ...” என்று பேசத்தொடங்கினாள் தாஷா.

தெலேகின் அசைந்து கொடுத்தான். தாஷா உடனேயே மேலும் சொன்னாள்.

“யுத்தம் முடிந்த பிறகு, நாம் எவ்வளவு சங்கீதம் வேண்டுமானாலும் கேட்கலாம். நினைவிருக்கிறதா,

இவான்? நாம் கடற்கரையிலே படுத்துக் கிடந்ததும், கடல் நீர் மணல் வெளியிலே பாய்ந்து வந்ததும் ஞாபகமிருக்கிறதா? அந்தக் கடல் எப்படியிருந்தது? மங்கிய வெளிறிய நீல நிறமா? அப்போது நான் உன்னை என் வாழ்நாள் பூராவும் காதலித்து வந்தது போலவே உணர்ந்தேன்."

தெலேகின் மீண்டும் அசைந்து கொடுத்தான். ஏதோ சொல்ல முயன்றான். ஆனால் தாஷாவோ திடீரென்று திடுக்கிட்டெழுந்து, "கெட்டில் கொதித்துப் பொங்குகிறது!" என்று கத்தியவாறே அறையைவிட்டு வெளியே ஓடிப்போனாள். அவள் அந்த அரைகுறை இருட்டில் கதவைத் திறப்பதற்காக நின்றபோது, அவள் முகத்தையும், அவளது கை திரைச்சிலையைப் பற்றியிருப்பதையும், அவளது கபில நிறமான காலுறை அணிந்த காலையும் அவன் பார்த்தான். மறுகணமே அவள் மறைந்து விட்டாள். தெலேகின் தன் கைகளைத் தலையின் பின்புறமாகக் கோத்தவாறே கண்களை மூடினான்.

தாஷாவும் தெலேகினும் அன்று பகல் இரண்டு மணிக்குத்தான் வந்து சேர்ந்தார்கள். முந்தின நாள் இரவு முழுவதும் அவர்கள் ரயிலில் உட்காருவதற்குக்கூட இடம் கிடைக்காமல் தமது பெட்டி படுக்கைகளின் மீது உட்கார்ந்து கொண்டே பிரயாணம் செய்து வந்தார்கள். அவர்கள் வீட்டுக்கு வந்து சேர்ந்ததுமே தாஷா எல்லாச் சாமான்களையும் அவிழ்த்து ஒழுங்கு படுத்தினாள்; ஒவ்வொரு மூலை முடுக்கை யும் சரி பார்த்து, தூசி தட்டினாள். அந்த விடுதி அவளுக்குப் பிடித்துப் போயிருந்தது. எனினும் அவள் அங்கிருந்த மேஜை நாற்காலி முதலியவற்றையெல்லாம் மாற்றிப்போட்டு உடனே ஒழுங்குபடுத்த வேண்டும் என்று விரும்பினாள். தெலேகின் வீட்டுக் காவலாளியை அழைத்துவந்தான். மூன்று பேருமாகச் சேர்ந்து மேசை நாற்காலிகளையும் அலமாரிகளையும் சோபாக்களையும் அங்குமிங்குமாக மாற்றிப் போட்டார்கள். எல்லாவற்றையும் ஒழுங்கு செய்து முடித்த பின்னர் தாஷா எல்லா ஜன்னல்களையும்

திறந்து போடும்படி தெலேகினிடம் சொன்னாள். பின்னர் அவள் குளியல் அறைக்குக் குளிக்கச் சென்றாள். அவள் வெகுநேரமாகத் தண்ணீரில் அளைந்து குளித்துவிட்டு, தன் முகத்துக்கும் தலைமுடிக்கும் ஏதேதோ அலங்காரம் செய்து கொண்டாள். தெலேகினை ஒரு அறைக்குள்ளும் நுழைய அனுமதிக்கவில்லை. ஆனால் தெலேகினுக்கோ, அன்று முழுவதும் அவளுடனேயே ஒவ்வொரு நிமிஷமும் இருந்து அவளையே இமைகொட்டாமல் பார்த்துக்கொண்டிருக்க வேண்டும் எனத் தோன்றியது.

மாலை நேரத்தில் தான் தாஷா தனது பரபரப்பெல்லாம் ஓய்ந்து சிறிது அமைதியடைந்தாள். தெலேகின் அப்போது தான் சவரத்தையும் குளியலையும் முடித்தவனாய், சாப்பாட்டு அறைக்கு வந்து அவளருகில் அமர்ந்தான். மாஸ்கோ நகரை விட்டு வந்த பின்னர் இப்போது தான் அவர்கள் முதன் முதலாகத் தனிமையில் அமைதியோடு இருந்தார்கள். தாஷாவோ அந்த அமைதியைக் கண்டு அஞ்சியவள்போன்று, எந்த நேரமும் எதையேனும் பேசிக்கொண்டிருக்கவே விரும்பினாள். வெகுநேரம் கழித்துத்தான் அவள் தான் பயந்து கொண்டிருந்த விஷயத்தைப்பற்றி தெலேகினிடம் சொன்னாள். அதாவது எந்த ஒரு நேரத்திலும் தெலேகின் தனக்கே 'பிரத்தியேகமான' குரலில் "என்ன தாஷா?" என்று திடீரென்று கேட்டு விடுவானே என்ற பயம்தானாம் அவளுக்கு.

அவள் கெட்டிலைக் கவனிக்கச் சென்றபோது, தெலேகின் தனது கண்களை மூடியவாறு அமர்ந்திருந்தான். தாஷா என்னவோ அந்த அறையில் இல்லைதான். எனினும் அந்த அறை முழுவதுமே அவளது பிரசன்னமே நிறை தந்திருப்பதாக அவன் உணர்ந்தான். அவளது சின்னஞ் சிறிய செருப்புகள் சமையலறைக்குள்ளே மெல்லிய ஓசையெழுப்ப நடைபழகிச் செல்வதைக் கேட்க ஆனந்தமயமாக இருந்தது. திடீரென்று ஏதோ ஒன்று கணீரென்று ஒலித்து உடைந்து சிதறிய சத்தம் கேட்டது. தொடர்ந்து பரிதாபகரமான குரலில் "ஒரு கோப்பை

விழுந்து விட்டது!" என்று தாஷா கூறியதும் கேட்டது. தெலேகினின் உடம்பிலே ஏதோ ஒரு இன்பமயமான குதூகல உணர்ச்சி ஓடிப்பரந்தது. "நாளைக் காலையில் நான் விழித் தெழும்போது, அது வெறும் சாதாரண காலைப்பொழுதாக இராது. அது தாஷாவின் பொழுதாக இருக்கும்!" என்று எண்ணிக் கொண்டான். தாஷாவின் உருவம் வாசலருகே தென்பட்டதுமே அவன் சட்டென்று எழுந்தான்.

"நான் ஒரு கோப்பையை உடைத்துவிட்டேன். இவான்! உங்களுக்கு இப்போது அவசியம் தேநீர் வேண்டுமா?"

"இல்லை."

அவள் அறையைக் கடந்து அவனிடம் வந்தாள். அப்போது அங்கு நன்றாக இருண்டு விட்டது. அந்த இருட்டில் தன் கரங்களை அவனது தோள்மீது போட்டாள்.

"நீ என்ன நினைத்துக் கொண்டிருந்தாய்?" என்று மெல்லக் கேட்டாள் அவள்.

"உன்னைப் பற்றித்தான்."

"எனக்குத் தெரியும். ஆனால் என்னைப்பற்றி என்ன நினைத்துக் கொண்டிருந்தாய்?" என்று மெல்லக் கேட்டாள் அவள்.

அந்த அரைகுறை ஒளியில் அவளது முகம் சுழிவது போல் தோன்றியது; உண்மையில் அவள் புன்னகைதான் செய்தாள். அவளது மூச்சு நிதானமாக இழைந்தது; அவளது மார்பு லயசுகத்தோடு ஏறி இறங்கியது.

"எல்லாம் எவ்வளவு அதிசயம்போல் நிகழ்ந்து விட்டது என்பதைத்தான் நான் நினைத்துக் கொண்டிருந்தேன். நீ எனது மனைவியாகி விட்டதைக்கூட என்னால் நம்பமுடியவில்லை. திடீரென்று எல்லாமே எனக்கு விளங்கி விட்டது போல் தெரிந்தது. அதைச் சொல்லத் தான் வந்தேன். ஆனால் அதற்குள் எல்லாம் மறந்துபோய் விட்டது."

"ஓஹோ!" என்று சொல்லியவாறே தாஷா ஜன்னலருகே சென்றாள். "உட்கார். நான் சோபாவின் கைப்பிடிமீது அமர்ந்து கொள்கிறேன்" என்றாள். தெலேகின் சோபாவின் மீது உட்கார்ந்தான். தாஷா அதன் கைப்பிடியில் தொத்தி அமர்ந்துகொண்டாள். "சரி, வேறு என்ன நினைத்தாய்?" என்று கேட்டாள் அவள்.

"நீ சமையல் அறைக்குள் இருந்தபோது, நான் இங்கே அமர்ந்து, இந்த வீட்டுக்குள் மிகவும் அதிசயமான ஒரு ஜீவன் குடி வாழ வந்திருப்பதாக நினைத்தேன். அப்படி நினைத்ததென்ன தவறா?"

"ஆமாம். அது பெரிய தவறுதான்!" என்று சிந்தனை வசப்பட்டவளாகச் சொன்னாள் தாஷா.

"தாஷா! நீ என்னைக் காதலிக்கிறாயா?"

"ஓ!" என்று தலையை அசைத்துக்கொண்டே சொன்னாள் அவள். "நான் உன்னை பெர்ச் மரம் உள்ள வரை காதலிக்கிறேன்!"

"அதென்ன பெர்ச் மரம்?"

"இதுவா? உனக்குத் தெரியாது? வாழ்க்கை முடியும் காலத்தில் ஒவ்வொருவருக்கும் ஒரு மண்மேடு கிட்டும். அந்த மேட்டின் மீது ஒரு அழுமூஞ்சி பெர்ச் மரம் நிற்கும்!"

தெலேகின் தாஷாவின் தோளை வளைத்துத் தனது கரங்களைப் போட்டான். அவள் அவனது அரவணைப்புக்கு இடம் கொடுத்தாள். முன்னமொருமுறை கடற்கரையில் நிகழ்ந்தது போலவே அவர்களது முத்தம் மிக மிக நெடியதாக இருந்தது. அந்த முத்தப் பிணைப்பில் இருவரது மூச்சுமே திணறியது. "இவான்!" என்று பரவசத்தோடு கூறியவளாய், தாஷா அவனது கழுத்தைச் சுற்றிவளைத்து அணைத்தாள். அவனது இதயம் படபடத்துத் துடிப்பதை அவள் காது கொடுத்துக் கேட்டாள். அவள் அவன் மீது கனிவிரக்கம் கொண்டாள். அவள் ஆழ்ந்த பெருமூச்செறிந்தவளாய் சோபாவிலிருந்து

எழுந்து, “உள்ளே போவோம், இவான்!” என்று மெதுவாகச் சொன்னாள்...

அவர்கள் அங்கு வந்து சேர்ந்த ஐந்தாவது நாளன்று தாஷாவுக்கு அவளது தமக்கையிடமிருந்து கடிதம் வந்தது. அந்தக் கடிதத்தில் காத்யா நிகலாய் இவானவிச் கொல்லப்பட்டுப் போன விபரத்தை எழுதியிருந்தாள்:

“... இதனால் நான் நிராதரவான, விரக்தியுணர்ச்சிக்கு ஆளாகித் தவித்தேன். இனிமேல் என்றென்றும் நான் தனிமையிலேயே தவித்து நிற்கவேண்டியவள் என்றே உணர்ந்தேன். எனக்கு எல்லாமே ஒரே பயங்கரமாக இருந்தது. எல்லாவற்றையும் ஒரு முடிவுக்குக் கொண்டு வந்துவிட வேண்டும் என்றே தீர்மானித்தேன். நான் என்ன சொல்கிறேன் என்பது புரிகிறதா, தாஷா? பிறகு திடீரென்று ஒரு அதிசய நிகழ்ச்சி என்னைக் கைகொடுத்துக் காப்பாற்றிவிட்டது. அல்லது அது தற்செயலாக நிகழ்ந்தது தானோ?.. இல்லை. அது ஒரு அற்புதமே தான்! நான் அதைப் பற்றி இப்போதே எழுதிவிட முடியாது. நாம் சந்திக்கிறபோது அதனை நேரில் சொல்கிறேன்.”

அத்தானின் மரணச்செய்தியும் அக்காளின் கடிதமும் தாஷாவை மிகுந்த மனவருத்தத்துக்கு ஆளாக்கியது. அவள் உடனடியாக மாஸ்கோவுக்குச் செல்ல விரும்பினாள். ஆனால் மறுநாள் காத்யாவிடமிருந்து வந்த கடிதமோ, காத்யாவே தனது சாமான்களையெல்லாம் ஒதுங்க வைத்துக்கொண்டு பெத்ரொகிராதுக்கு வருவதாகவும், எனவே தாஷா அவளுக்கென்று மலிவான வாடகைக்கு ஒரு சிறு அறையைப் பார்த்து வைக்க வேண்டுமென்றும் தெரிவித்தது. அந்தக் கடிதத்தில் ஒரு சிறிய பின் குறிப்பும் இருந்தது. அதில் பின்வருமாறு காணப்பட்டது. “வாதீம் பெத்ரோவிச் ரோஷின் உன்னை வந்து சந்திப்பார். அவர் என்னைப் பற்றிய செய்திகள் எல்லாம் கூறுவார். அவர் எனக்கு ஒரு சகோதரர் போலவும், தந்தையைப் போலவும், நெடுநாளைய நண்பரைப்போலவும் விளங்குகிறார்!”

தாஷாவும் தெலேகினும் ஒரு பாதைவழியே நடந்து

வந்தார்கள். அன்று ஏப்ரல் மாதத்து ஞாயிற்றுக் கிழமை. சூரிய ஒளியிலே கரைந்து கலைந்துபோன மேகத்துணுக்குகள் குளிர்ச்சி நிறைந்த நீலநிற வானத்தில் ஓடோடித் திரிந்தன. தண்ணீரின் வழியாக வடிகட்டப் பெற்று வழிவதுபோல் பொழிந்த சூரியக் கதிர்கள் தாஷாவின் வெள்ளிய ஆடை மீது விழுந்து விளையாடின. ஊசியிலை மரங்களின் உலர்ந்து போன அந்த உச்சாணிக்கிளைகளை அந்தக் கதிர்களைப் போய்த் தொடுவது போல் நீண்டு நிமிர்ந்தன. அதன் உச்சிக் களைகள் காற்றில் பரபரத்தன; இலைகள் சலசலத்தன. தாஷா தெலேகினை நோக்கினாள். அவன் தொப்பியை அகற்றியிருந்தான்; அவனது முகத்தில் புன்னகை பூத்தது. அவள் மன நிறைவு பெற்றாள்; அந்த இனிமையான பொழுதில் தம் உள்ளத்தை நிறைக்க, அந்த இனிய காற்றை ஆனந்தமாக சுவாசித்துக்கொண்டு அவள் அநாயாசமாக நடந்தாள். அந்த நாளின் இனிமைக்கும் தன்னருகே நடந்து வரும் மனிதரின் அன்புக்கும் தன்னை அர்ப்பணித்தவாறே அவள் நடந்தாள்.

"இவான்!" என்று அழைத்தாள் தாஷா, அழைத்தவாறே அவனை நோக்கப் புன்னகை புரிந்தாள்.

"என்ன தாஷா?" என்று ஒரு புன்னகையுடன் வினவினான் தெலேகின்.

"ஒன்றுமில்லை. ஏதோ நினைத்தேன்."

"என்ன நினைத்தாய்?"

"ஒன்றுமில்லை. பிறகு சொல்கிறேன்."

"எனக்குத் தெரியும்."

தாஷா சட்டென்று அவன் பக்கம் திருப்பினாள்.

"சத்தியமாய்ச் சொல்கிறேன். அது உனக்குத் தெரியாது!"

அவர்கள் ஓர் உயர்ந்த மரத்தருகே வந்ததும், அங்கு நின்றார்கள். அந்த மரத்தில் பிசின் வடிந்து காய்ந்து

போயிருந்த ஒரு பட்டையை தெலேகின் உரித்தெடுத்தான். அதனைத் தனது விரல்களால் முறித்து, அந்தப் பட்டையைக் கூர்ந்து நோக்கினான்.

"ஆமாம். எனக்குத் தெரியும்."

தாஷாவின் கை நடுங்கியது.

"கேள்" என்று அவள் ரகசியம்போல் பேசினாள்; "ஏதோ ஒரு அமைதியான ஆனந்த லகரியில் நான் முங்கி மூழ்கிப் பொங்கி வழிய வேண்டும்போல் எனக்குத் தோன்றுகிறது. என் மனம் அத்தனை தூரம் நிறைந்து ததும்புகிறது!"

தெலேகின் தலையை ஆட்டினான். அவர்கள் பச்சைப் புல்வெளியும் மஞ்சள் நிறமான பூக்களும் பரந்து கிடந்த சோலைப் பாதை வழியே நடந்து சென்றார்கள். அந்தப் பூக்கள் காற்றிலே அசைந்து நடுங்கின. அந்தக் காற்று தாஷாவின் உடைக்குள் புகுந்து அவனைகளிக்கச் செய்தது. நடந்து சென்றவாறே தாஷா அடிக்கொரு தடவை குனிந்து தனது பாவாடையைக் கீழே இழுத்துவிட்டுக் கொண்டாள். அதே சமயம், "இதென்ன பேய்க்காற்று!" என்றும் சொல்லிக் கொண்டாள்.

அந்தச் சோலை வழி ஒரு அரண்மனையின் உயரமான வேலிப்புறத்தோடு சென்று முடிவடைந்தது. அந்த வேலியின் பளபளப்பான மேல்கம்புகள் காலவெள்ளத்தில் கறுத்து ஒளியிழந்து போயிருந்தன. தாஷாவின் பூட்சுக்குள் ஒரு சிறு கூழாங்கல் புகுந்து கொண்டு விட்டது. தெலேகின் கீழே உட்கார்ந்து அவளது செருப்புக்களை உருவிக் கழற்றினான். அப்போது அவன் தாஷாவின் வெண்மையான உறைகள் அணிந்த காலை முத்தமிட்டான். தாஷா மீண்டும் செருப்பை அணிந்துகொண்டு, தரையிலே காலைத் தட்டி உதைத்தாள். பிறகு அவள் தெலேகினிடம் சொன்னாள்:

"எனக்கு உன்மூலம் ஒரு குழந்தை கிட்ட வேண்டும்!"

43

தாஷாவின் வீட்டுக்கு அருகிலேயே காத்யாவும் ஒரு சிறிய மரவீட்டை வாடகைக்கு அமர்த்திக் கொண்டாள். அந்த வீட்டில் அவளோடு வேறு இரு வயதான பெண்மணிகளும் குடியிருந்தார்கள். அவர்களில் ஒருத்தி பெயர் கிலாவ்தியா இவானவ்னா; அவள் வெகுகாலத்துக்கு முன்னர் ஒரு பாடகியாக இருந்தாள். மற்றொருத்தி அந்தப் பாடகியின் துணையாளான சாப்பியா என்பவள். காலை நேரத்தில் கிலாவ்தியா இவானவ்னா தனது புருவக் கீற்றுக்களுக்கு மையிட்டுக் கொள்வாள். தலையிலே கரிய சவரியை வைத்து முடிந்துகொள்வாள். நாள் பூராவும் சீட்டு விளையாட்டில் உட்கார்ந்து பொழுதைக் கழிப்பாள். சாப்பியா அவளுக்காக வீட்டைப் பார்த்துக் கொள்வாள். கரகரத்த ஆண்மை நிறைந்த குரலில் உரையாடுவாள் அந்த வீடு சுத்தமாக, பழைய காலத்து முறையில் ஓரளவு கசமுசவென்று இருந்தது. அதாவது அந்த வீட்டில் அளவுக்கு மீறிய பூவேலைப்பாடு நிறைந்த திரைகளும், மங்கி உருவழிந்து போன சித்திரங்களும் இருந்தன. அவையெல்லாம் எந்தக் காலத்திலோ உருவானவை. காலை நேரத்தில் அந்த வீட்டில் காப்பியின் நறுமணம் கமழும். பிறகு சாப்பியா சமையலைக் கவனிப்பாள். கிலாவ்தியா இவானவ்னவோ சமையல் வாடையைப்பற்றிப் புகார் சொன்ன வண்ணமிருப்பாள். அடிக்கடி ஏதாவதொரு நெடியான உப்பை முகர்ந்து பார்த்துக்கொள்வாள். சாப்பியாவோ சமையலறையிலிருந்து சத்தம்போட்ட வண்ணமிருப்பாள்: "நல்லது. சமையல் வாடைக்கு என்னை என்ன செய்யச் சொல்கிறாய்? நான் என்ன யூடிகொலானில் உருளைக்கிழங்கை வேகப்போட முடியுமா?" மாலை நேரங்களில் அவர்கள் பனி படிந்து மங்கிய கண்ணாடி குளோபுகளிலுள்ள விளக்குகளை ஏற்றிவைப்பார்கள்.

அந்தக் கிழவிகள் இருவரும் காத்யாவை நன்கு கவனித்துக் கொண்டார்கள். காலப்புயலின் தாக்குதலையெல்லாம்

சமாளித்து உயிர் பிழைத்து நின்ற அந்தப் பழங்கால உலகின் பராமரிப்பின் கீழ் அவள் நிம்மதியாக வாழ்ந்தாள். அதிகாலையிலேயே எழுந்து அறையை ஒழுங்குபடுத்தினாள். ஜன்னலருகில் அமர்ந்து தனது உள்ளாடைகளைத் தைத்தாள். காலுறைகளையும் பழைய மாலைநேர உடைகளையும் உருமாற்றி அவற்றைச் சாதாரண உடைகளாக மாற்றினாள். காலைச் சாப்பாட்டுக்குப் பின்னர் கையிலே ஒரு புத்தகத்தையோ அல்லது ஒரு பூத்தையல் வேலையையோ எடுத்துக்கொண்டு தீவுப்பகுதிக்கு உலாவப் போனாள். ஒரு சின்னஞ்சிறு ஏரிக்கரையில் இருந்த பெஞ்சுதான் அவளுக்கு மிகவும் பிடித்தமான இடம். அவள் அதில் போய் உட்கார்ந்து கொண்டு அங்கு மணல் வீடு கட்டி விளையாடும் குழந்தைகளைக் கவனித்துக் கொண்டிருப்பாள்; அல்லது படிப்பாள்; பூத்தையல் போடுவாள்; அல்லது வெறுமனே உட்கார்ந்து ஏதாவது சிந்தனையில் ஈடுபட்டு விடுவாள். ஆறு மணி சுமாருக்கு அவள் அங்கிருந்து புறப்பட்டு, நேராக தாஷாவுடன் உணவருந்துவதற்காகப் போவாள். பதினோரு மணிக்கு தாஷாவும் தெலேகினும் அவளது வீட்டு வரையிலும் அவளோடு வந்து வழியனுப்பிலிட்டுப் போவார்கள். அப்போது சகோதரிகள் இருவரும் ஒருவரோடொருவர் கைகோத்து நடப்பார்கள்; தெலேகினே தனது தொப்பியைத் தலைக்குப் பின்புறமாகத் தள்ளி வைத்துவிட்டு, அவர்களுக்குப் பின்னால் சீட்டியடித்த வாறே சாவதானமாக நடந்து செல்வான். அதாவது அவர்களுக்குப் பின்னால் 'பின் பாரா' கொடுத்துப் போவான். அந்தக் காலத்தில் இருட்டு வேளையில் தெருக்களில் தனியாக நடந்து செல்வது பாதுகாப்பில்லாத நிலையில் தான் இருந்தது.

ஒவ்வொரு நாளும் காத்யா, ரோஷினுக்குக் கடிதம் எழுதி வந்தாள். அவன் ஏதோ ஒரு காரியமாகப் போர் முனையில் அச்சமயம் பணியாற்றி வந்தான். கடிதங்களில் அவள் பட்டவர்த்தனமாகவும் விளக்கமாகவும் தான் அன்றாடம் செய்தவை, நினைத்தவை எல்லாவற்றையும் எழுதி விடுவாள். ரோஷினே இப்படி எழுதுமாறு அவளைக்

கேட்டிருந்தான்; மேலும் அவனது பதில் கடிதங்களிலும் இதே வேண்டுகோளை அவன் தவறாது எழுதி வந்தான்.

"ஏகதிரீனா இமித்ரியவ்னா, நீங்கள் எலான் பாலம் வழியாக நடந்துசென்றது, அப்போது மழை பெய்யத் தொடங்கியது, அந்தச் சமயம் உங்களிடம் குடை எதுவும் இல்லாதிருந்தது, எனவே மழைவிடும் வரையிலும் நீங்கள் மரத்தடியிலேயே ஒதுங்கி நின்றது முதலிய சகல விஷயங்களும் எனக்கு விலைமதிப்பற்ற செய்திகள். உங்கள் வாழ்க்கையிலே நிகழும் சின்னஞ் சிறு சம்பவங்களும் கூட எனக்கு மிகவும் அருமையானதாகத் தோன்றுகிறது. அவற்றையெல்லாம் தெரிந்து கொள்ளாமல் என்னால் வாழவே முடியாது என்று தோன்றுகிறது."

இந்தக் கருத்து ஒரு மிகைக்கூற்று என்று காத்யா உணர்ந்தாள்; தனது வாழ்வின் சின்னஞ்சிறு சம்பவங்களையெல்லாம் தெரிந்து கொள்ளாமலே ரோஷினால் வாழ முடியும் என்று அவள் அறிவாள். ஆனால், தன்னந் தனிமையில் ஒரு நாள் பொழுதைக் கழிப்பதென்பது கூட அவளுக்கு எமவாதனையாக இருந்தது. அதைப்பற்றிச் சந்தித்துப் பார்ப்பதற்கே அவள் அஞ்சினாள். எனவே தனது வாழ்க்கை முழுவதும் ரோஷினுக்கு அருமையும் முக்கியத்துவமும் வாய்ந்தது என்ற கருத்தை ஒதுக்கி வைப்பதற்கல்ல நம்பி விடுவதற்கே முயன்றாள். எனவே இந்தக் காரணத்தினால் அவள் செய்யும் ஒவ்வொரு காரியமும் ஒரு முக்கியத்துவம் கொண்டதாக இருந்தது. அவள் தனது அங்குஸ்தானைத் தொலைத்து விட்டு, அதனைத் தேடிப்பிடிப்பதற்கு ஒரு மணி நேரத்தை வீணாக்கி விட்டு, இறுதியில் அந்த விரலுரை தன் கைவிரலிலேயே அமர்ந்துகொண்டிருப்பதைக் கண்டுபிடிக்கும் அசட்டுத்தனத்தைக்கூட ரோஷினுக்குத் தெரிவித்தால் அவளது ஞாபகமறதியைக் கண்டு அவன் வயிறு குலுங்கச் சிரிப்பான் என்று அவள் நினைத்தாள். தனக்குதானே சம்பந்தப்பட்ட விஷயங்களில் கூட யாரிடமோ நடந்து கொள்வது போல காத்யா நடந்து கொண்டாள். ஒரு முறை, ஜன்னலருகே சிந்தனையில்

ஆழ்ந்தவாறு இருந்தபோது தனது கைவிரல்கள் நடு நடுங்குவதைக் கண்டாள். உடனே கையிலிருந்த ஊசியை முழங் காலின் மீதிருந்த துணியில் சொருகிவிட்டு தலையை உயர்த்தி தனக்கு முன்னிருந்த இடத்தையே வெகுநேரம் வரையிலும் வெறித்துப் பார்த்தாள். கடைசியில் அவளது கண்கள் பீரோவின் மீதிருந்த நிலைக்கண்ணாடிமீது விழுந்தன. அதில் அவள் ஒரு மெலிந்த சின்னஞ்சிறிய முகத்தை, அகன்ற சோகம் படிந்த கண்களை, தலைமயிரைப் பின்புறமாக வாரிமுடிந்து கொண்டையிட்ட ஓர் உருவத்தைக் கண்டாள். அப்போது காத்யா "உண்மையில் என் முகம் இப்படியா இருக்கிறது?" என்று நினைத்துக் கொண்டாள். பின்னர் தன் கண்களைத் தாழ்த்தி மீண்டும் தையலில் ஈடுபட்டாள். என்றாலும் அவளது இதயம் மட்டும் படபடத்துக் குதித்தது; தன் கைவிரலை ஊசியால் குத்திக் கொண்டுவிட்டாள். பின்னர் அவள் அந்த விரலை வாய்க்குள் வைத்தவாறே மீண்டும் கண்ணாடியைப் பார்த்தாள். இப்போது அவள் பார்த்ததோ அவளது சொந்த முகம்தான். என்றாலும் முதலில் பார்த்ததைவிட மோசமாக இருந்தது அது! அன்று மாலையே அவள் ரோஷினுக்குப் பின்வருமாறு எழுதினாள்:

"இன்று முழுவதும் நான் உங்களைப்பற்றியே நினைத்துக் கொண்டிருந்தேன். என் அருமை நண்பரே! நீங்கள் இல்லாத குறையை நான் பெரிதும் உணர்கிறேன். நாள் முழுவதும் உங்களுக்காகவே ஜன்னலருகில் காத்துக் கிடக்கிறேன். நான் என்றோ எப்போதோ மறந்துபோய் விட்டதாகக் கருதிவந்த ஒரு விஷயம் என்னில் தலையெடுப்பதாக நான் உணர்கிறேன். அதாவது நான் மீண்டும் ஒரு பெண்ணாக, கன்னியாக இருப்பதுபோல்…"

தாஷாவும் கூட தெலேகினோடு தனக்கு ஏற்பட்டிருந்த சிக்கலான சம்பந்தங்களிலேயே தன்னை மறந்து ஒரு மகிழ்ச்சியில் இருந்து வந்தாள். அந்த சம்பந்தத்துக்கு ஈடு இணையாக உலகம் தோன்றிய காலம் தொட்டும் எதுவுமே இல்லையென அவளுக்குத் தோன்றியது. தாஷா

காத்யாவிடம் ஏற்பட்டிருந்த மாறுதலைக் கவனித்தாள். ஒரு நாள் மாலையில் அவர்கள் எல்லோரும் தேநீர் அருந்திக் கொண்டிருந்த வேளையில் காத்யா இனிமேல் சாதாரண கருப்புக் கழுத்துப்பட்டி வைத்துத் தைக்கப்பட்ட உடைகளையே அணியவேண்டும் என்று தாஷா வெகு நேரம் விவாதித்தாள்.

"நான் நிச்சயமாகச் சொல்கிறேன். உன்னை நீயே அறியவில்லை. நீ... நீ இப்போது பத்தொன்பது வயதுக் குமரி மாதிரித் தோற்றமளிக்கிறாய். இவான்! நான் சொல்வது சரிதானே? இவள் என்னைக் காட்டிலும் இளையவளாகத் தோன்றவில்லை?" என்று சொன்னாள் தாஷா.

"ஆமாம். ஆனால் முழுக்க முழுக்க அப்படியில்லை. இருந்தாலும்..."

"ஆஹா! உங்களுக்கு ஒன்றுமே புரியவில்லை. ஒரு பெண் அவளது வயதின் காரணமாக இளையவளாகத் தோன்றுவதில்லை. வேறு காரணங்களால் தான் அவள் அப்படித் தோன்றுகிறாள். வயதுக்கும் தோற்றத்துக்கும் சம்பந்தமேயில்லை" என்றாள் தாஷா.

நிகலாய் இவானவிச் காத்யாவுக்கு விட்டுச் சென்றிருந்த சிறிய தொகையும் நாளுக்கு நாள் கரைந்து வந்தது. பன்திலிமோனவ் தெருவிலுள்ள பழைய வீட்டை விற்றுவிடும்படி தெலேகின் காத்யாவுக்கு யோசனை கூறினன். அந்த வீடு மார்ச் மாதத்திலிருந்து காலியாகத் தான் கிடந்தது. காத்யாவும் அதற்கு ஒப்புக்கொண்டாள். தாஷாவுடன் அந்த வீட்டுக்குச் சென்று அவர்களுக்கு மிகவும் அருமையானதாகப் பட்ட உடைமைகளைக் கொண்டு வர முனைந்தாள்.

அவர்கள் அந்த வீட்டின் முதல் மாடிக்குச் சென்றார்கள். அங்கிருந்த அவர்களுக்கு மிகவும் பழக்கப்பட்டுப்போன "நி. இவ். ஸ்மகோவ்னிகவ்" என்னும் விலாசம் பொறித்த பித்தளைத் தகட்டைக் கண்ணுற்றார்கள். காத்யா தனது வாழ்க்கைச் சக்கரமே முழுமையாகச் சுற்றிச்

சுழன்று விட்டதாக உணர்ந்தாள். அந்தக் காலத்திலே அர்த்த சாம வேளையிலே அங்கிருந்த அறிமுகமான வயோதிகக் காவலாளி கொர கொரத்த மூச்சோடு கோட்டுக் காலரால் கழுத்தை இழுத்து மூடிக்கொண்டு, அவளுக்குக் கதவைத் திறந்து விடுவான்; அவள் மாடிப்படியேறி மேலே செல்லு முன்னமே விளக்கையும் அணைத்து விடுவான். அன்றும் அதே காவலாளிதான் தன்னிடமிருந்த சாவியால் வீட்டுக் கதவைத் திறந்து கொடுத்தான்; தனது தொப்பியைத் தலையிலிருந்து எடுத்தவனாய் தாஷாவையும் காத்யாவையும் உள்ளே செல்ல விடுத்தவாறே சொன்னான்:

"கவலைப் படாதீர்கள், எகதிரீனா திமித்ரியவ்னு! ஒரு தூசி துரும்பு கூடத்தொலைந்து போகவில்லை. நான் இங்கு தங்கியிருந்தவர்களின்மீது இராப்பகலாய் ஒரு கண் வைத்திருக்கத்தான் செய்தேன். இந்த வீட்டில் குடியிருந்தவர்களின் மகன் போரில் மாண்டுபோய் விட்டான். இல்லா விட்டால் அவர்கள் இன்னும் கூட இங்கு குடியிருந்திருப்பார்கள். அவர்களுக்கு இந்த வீடு மிகவும் பிடித்துப் போயிற்று."

வீட்டின் கூடம் இருண்டிருந்தது; அங்கு வெறுமை நிலவியது. ஒவ்வொரு அறையிலும் ஜன்னல்கள் இழுத்து மூடப்பட்டிருந்தன. காத்யா சாப்பாட்டு அறைக்குச் சென்று விளக்கைப் போட்டாள். பட்டை வெட்டிய கண்ணாடி விளக்கின் ஒளி மேசை மீது, விரிக்கப்பட்டிருந்த கபில நிற விரிப்பின் மீது பளிச்சென்று பரவியது. அந்த மேசையின் மத்தியில் எப்போதும் போலவே பூக்கள் வைக்கும் மோஸ்தர் கூடை ஒன்றிருந்தது. அந்தக் கூடையிலிருந்த தொட்டாற் சுருங்கச் செடி காய்ந்து கருகிப் போயிருந்தது. கடந்த காலத்தில் அங்கு நிகழ்ந்த கும்மாளிகளையெல்லாம் கேட்டுக்கொண்டிருந்த தோல்வைத்துத் தைத்த, உயர்ந்த சாய்மானமும் கொண்ட நாற்காலிகள் சுவரோரமாக வரிசையாய்ப் போடப்பட்டிருந்தன. சித்திர வேலைப்பாடு மிக்க அலமாரியின் ஒருபக்கத்து கதவு திறந்து கிடந்தது; அந்தக்

கதவு ஏதோ ஒரு வாத்தியக் கருவியைப்போல் பெரிதாகத் தோற்றமளித்தது. அதனுள் கவிழ்த்து வைக்கப்பட்டிருந்த கண்ணாடிப் பாத்திரங்களை அவர்களால் காண முடிந்தது. முட்டை வடிவமான நிலைக்கண்ணாடியில் தூசி படிந்திருந்தது. அலங்காரக் கண்ணாடியின் உச்சியில் எப்போதும் போலவே அந்தச் சின்னஞ்சிறிய சிறுவனின் பொற்சித்திரம் தூங்கிக்கொண்டிருந்தது; சிறுவன் அந்தப் பொற்சுருளை எட்டிப் பிடிப்பது போல் கையை நீட்டிக் கொண்டிருந்தான்.

காத்யா வாசல்படியிலேயே அசைவற்று நின்றாள்.

"தாஷா!" என்று அவள் மெதுவாக அழைத்தாள். "உனக்கு நினைவிருக்கிறதா தாஷா! கொஞ்சம் நினைத்துப் பார். இனி ஒருவரும் மிச்சமாயில்லை."

பின்னர் அவள் கூடத்து அறைக்குச் சென்று அங்கிருந்த பெரிய சர விளக்கை ஏற்றினாள். அந்த அறையைச் சுற்று முற்றும் பார்த்துவிட்டு, தோள்களை உலுக்கிக் கொண்டாள். அங்கிருந்த புதுமைக்கலைச் சித்திரங்கள் -- விசித்திரமும் புரட்சியும் கொண்டதாகத் தோன்றிய அந்தச் சித்திரங்கள் இப்போதும் அங்குதான் தொங்கின. ஆனால் அவை மங்கி வெளிறிப் பரிதாபகரமாகத் தோற்றமளித்தன; ஏதோ ஒரு கேளிக்கைக் கூத்துக்குப் பின்னர் விட்டெறியப்பட்ட மிச்சம் மிஞ்சாடிகளைப்போல் காட்சிதந்தன.

"காத்யா! உனக்கு இது நினைவிருக்கிறதா?" என்று தாஷா, மஞ்சள் நிறங்கொண்ட, மூலையில் தென்பட்ட, மலர் சூடிய 'தற்கால வீனஸ் தேவதை' என்ற சித்திரத்தைச் சுட்டிக்காட்டினாள்: "அந்தக் காலத்தில் இந்தச் சித்திரம் தான் நமது தொல்லைகளுக்கெல்லாம் மூல காரணம் என்பது போல் எனக்குத் தோன்றியது."

தாஷா சிரித்தாள்; பிறகு அவள் பியானோ வாத்தியத்தின் சுரக்கட்டைகளின் மீது தன் விரல்களை விளையாட விட்டாள். காத்யா தனது படுக்கையறைக்குச் சென்றாள். மூன்று வருஷங்களுக்கு முன்னால் அவர்கள் பயணம்

அலெக்சேய் தல்ஸ்தோய் ▲ 645

புறப் பட்டுச்சென்ற வேளையில் எப்படியிருந்ததோ அப்படியேதான் அந்த அறை இப்போதும் இருந்தது; அதாவது தனது அலங்கார மேசையின்மீது விட்டுச்சென்ற கையுறைகளை எடுப்பதற்காக அவள் கடைசிமுறையாக அறைக்குள் நுழைந்த போது அந்த அறை அன்று எப்படித் தோற்றமளித்ததோ அப்படியேதான் இப்போதும் தோற்றமளித்தது.

இப்போதோ எல்லாமே ஏதோ ஒரு விதத்தில் ஒளியிழந்தும் குன்றியும் தோன்றுவதாகத் தென்பட்டது. காத்யா தனது உடையலமாரியைத் திறந்தாள். அதனுள் லேஸ் பின்னல், பட்டுத் துணிகள் முதலிய துண்டு துக்காணிகளும், காலறைகளும் செருப்புக்களும், வேறு ஏதேதோ சில்லறைச் சாமான்களும் நிறைந்திருந்தன. ஒரு காலத்தில் தவிர்க்க முடியாத தேவைகளாக அவளுக்குத் தென்பட்ட அந்தப் பொருள்கள் தற்போதும்கூட வாசனை தைலத்தின் மெல்லிய நறுமணம் லேசாகக் குடிகொண்டிருந்தது. காத்யா அந்தப் பொருள்களை அர்த்தமற்றுப் புரட்டிப் புரட்டிப் பார்த்தாள். அப்படிப் பார்த்தபோது ஒவ்வொரு பொருளும் அவளுக்குச் சென்று கழிந்துவிட்ட பழம் வாழ்க்கையின் சில அம்சங்களை நினைவுக்குக்கொண்டு வந்தது.

திடீரென்று அந்த வீட்டில் நிலவிய பேரமைதி கலந்து சிதறி, அங்கு இனிமையான இசை வெள்ளம் நிரம்பத் தொடங்கியது. மூன்றாண்டுகளுக்கு முன்னால் தேர்வுக்குப் படித்துக்கொண்டிருந்த காலத்தில் தான் 'ஸோனட்டா' வாத்தியம் வாசிக்கத்தொடங்கினாள். காத்யா அலமாரிக் கதவைப் படாரென்று சாத்திவிட்டு, கூடத்துக்கு வந்தாள்; வந்து தன் தங்கையின் அருகில் உட்கார்ந்தாள்.

"காத்யா! - இது அற்புதமாக இல்லை?" என்று தலையை லேசாகத் திருப்பியவாறே கேட்டாள் தாஷா. "இதோ இதை மட்டும் கேள்!" என்று கூறிவிட்டு அவள் மேலும் சில பாடற் பகுதிகளை வாசித்தாள்; பின்னர் தரையிலிருந்து வேறொரு இசைப் புத்தகத்தை எடுத்தாள். அதற்குள் காத்யா சொன்னாள்:

"போகலாம், வா. எனக்கு தலை வலிக்கிறது."

"சாமான்களை என்ன செய்வது?"

"நான் இங்கிருந்து எதையும் எடுத்துப்போக விரும்பவில்லை. பியானோவை மட்டும் உன்னிடம் அனுப்பிவைக்கிறேன். மற்றதெல்லாம் வேண்டாம்."

காத்யா அன்றிரவு சாப்பாட்டுக்கு வந்தாள். நீல நிறச் சல்லாவுடன் கூடிய புதிய தொப்பியோடு குதூகலத்தோடு குதித்தோடி வந்தாள் அவள்.

"நான் வழியெல்லாம் ஓரே ஓட்டமும் நடையுமாக வந்தேன்!" என்று கூறியவாறே அவள் தாஷாவின் கன்னத்தைத் தனது கதகதப்பான உதடுகளால் முத்தமிட்டாள். "கால்களெல்லாம் நினைந்து தெப்பமாக விட்டன. நான் எனது பூட்சுகளை மாற்றியாகவேண்டும்" என்று சொன்னாள். அவள் கையுறைகளைக் கழற்றியவாறே ஜன்னலருகே சென்றாள். பலமுறை வருவதுபோல் பயமுறுத்திச் சென்ற மழை அன்று ஒரேயடியாகக் கனமழையாகப் பொழிந்தது; அத்துடன் காற்றும் சுழன்றடித்தது; மழைநீர் சாக்கடைக் குழாய்களுக்குள் சுழித்துச் சுழன்றவாறு தெருவையே நிறைத்துக் கொண்டு ஓடியது. அவசர அவசரமாக ஓடுகின்ற குடைகளைத் தூரத்தில் காண முடிந்தது. ஜன்னலுக்கு அப்பால் வான மண்டலத்தின் கருக்கிருளை ஒரு பிரகாசமான மின்னல் கிழித்தெறிந்தது; தொடர்ந்து முழங்கிய இடிச்சத்தத்தில் தாஷா திடுக்கிட்டுத் துள்ளினாள்.

"இன்றிரவு யார் இங்கு வரப்போகிறார்கள் என்று உனக்குத் தெரியுமா?" என்று காத்யா கேட்டாள்; கேட்கும். போதே அவளது உதடுகளில் புன்னகை குவிந்தது. தாஷா யார்? என்று கேட்பதற்குள் வெளியே கதவு மணி அடிக்கும் சத்தம் கேட்டது; உடனே கதவைத் திறக்க ஓடினாள் தாஷா. சிரிப்பொலியையும், கால்மிதிகளின்மீது கால்களைத் தேய்க்கும் சத்தமும் காத்யாவுக்குக் கேட்டன. தொடர்ந்து தெலேகினும் தாஷாவும் உரத்துப் பேசிச் சிரித்துக் கொண்டும் படுக்கையறைக்குள் நுழைந்தார்கள்.

காத்யா தனது கையுறைகளைக் கீழே வைத்தாள்; பின்னர் தொப்பியை அகற்றி விட்டுத் தனது கூந்தலை ஒழுங்குபடுத்திக்கொண்டாள். இத்தனை நேரமும் அவளது இதழ்களிலே பூத்த புன்னகை அப்படியே இருந்தது. அதிலே ஒரு மென்மையான கேலி தென்பட்டது.

சாப்பாட்டு வேளையின் போது செம்மை பாய்ந்த கன்னமும் மழையில் நனைந்து ஒட்டிய தலைமயிரும் குதூகலமும் கொண்டவனாக விளங்கிய தெலேகின் அன்று நிகழ்ந்த சம்பவங்களை அவர்களுக்கு விளக்க முனைந்தான். பால்டிக் தொழிற் சாலையிலுள்ள தொழிலாளர்கள்- சொல்லப்போனால், எல்லாத் தொழிற்சாலைகளிலுமுள்ள தொழிலாளர்களும்-- எல்லோரும் ஒரே பரபரப்போடு காணப்பட்டார்கள். சோவியத்துக்கள் அவர்களது கோரிக்கைகளையெல்லாம் ஆதரித்தன. தனியார் தொழிற்சாலைகளெல்லாம் ஒன்றன்பின் ஒன்றாக மூடப்பட்டு வந்தன; சர்க்கார் துறைத்தொழில்களோ நஷ்டத்தில் நடந்து வந்தன. போரும் புரட்சியுமான அந்தக் காலகட்டத்திலோ எவரும் லாபத்தைப்பற்றி அக்கறை கொள்ளவில்லை. அன்றைய தினத்தில் தொழிற்சாலையில் மீண்டும் ஒரு கூட்டம் நடந்தது. அந்தக் கூட்டத்தில் போல்ஷிவிக்குகள்[36] பேசினர். அவர்கள் எல்லோரும் ஒரே குரலில் ஒரே விஷயத்தைத்தான் வற்புறுத்தினார்கள்: போரை முடிவுக்குக் கொண்டுவர வேண்டும். பூர்ஷ்வா அரசாங்கத்துக்குச் சலுகை காட்டக்கூடாது; முதலாளிகளோடு ஒப்பந்தம் செய்து கொள்ளக்கூடாது; எல்லா அதிகாரமும் சோவியத்துக்களுக்கே! சோவியத்துக்கள்தான் கூடிய விரைவில் எல்லாவற்றையும் சீர் செய்ய முடியும்!"

"நானும் பேசுவதற்காக மேடைமீது ஏறினேன். ஆனால் அவர்கள் மேடையிலிருந்து என்னை இழுத்து இறக்கி

---

36 **போல்ஷிவிக்குகள் என்பது ருஷ்யாவின் சமூக-ஜனநாயகத் தொழிலாளர் கட்சியின் புரட்சிகர, லெனினியப் பிரிவைச் சேர்ந்தவர்கள் –(ப–ர்.)**

விட்டார்கள். வசீலி ருபிலோவ் என்னிடம் ஓடோடி வந்தான். 'எனக்கு நன்றாகத் தெரியும், நீங்கள் எங்களுக்கு எதிரியல்ல என்று. என்றாலும் இந்த மாதிரி அபத்தங்களையெல்லாம். ஏன் பேசுகிறீர்கள்?' என்று சொன்னான். 'வசீலி! இன்னும் ஆறு மாத காலத்தில் தொழிற்சாலைகளே நின்றுவிடும். அப்புறம் நமக்குத் தின்பதற்கு ஒன்றும் கிடைக்காது' என்று நான் சொன்னேன். அதற்கு அவன், 'தோழரே! புத்தாண்டு தினத்துக்குள் எல்லா நிலங்களும், தொழிற்சாலைகளும் உழைப்பாளிகளுக்கு உரிமையாகிவிடும். நமது குடியரசில் ஒரு முதலாளியைக் கூட விட்டுவைக்கப்போவதில்லை. இனி மேல் பண விவகாரம் என்பதே இல்லை. ஒவ்வொரு மனிதனும் உழைக்கவும் வாழவும் முடியும். எல்லாமே தமக்குரிய தாகிவிடும். இதுதான் சமுதாயப்புரட்சி என்பதை உங்களால் காணமுடியவில்லையா?' என்று சொல்கிறான். இதெல்லாம் புத்தாண்டுத் தனத்துக்குள் நிறைவேறிவிடும் என்று வேறு சத்தியம் செய்கிறான் அவன்!"

தெலேகின் சிரித்தான், தலையை ஆட்டிக்கொண்டான். பிறகு மேசைமீது சிதறிக்கிடந்த ரொட்டித் துண்டுகளைக் கூட்டி ஒன்று சேர்த்துக் குவித்து வைத்தான். தாஷா பெரு மூச்செறிந்தாள்.

''இன்னும் என்னென்னவோ சங்கடங்கள் விளையப்போகின்றன. என்னால் அதை உணர முடிகிறது" என்றாள் அவள்.

"ஆமாம்" என்று தொடங்கினான் தெலேகின்: "விஷயம். என்னவென்றால் போர் இன்னும் நடந்து கொண்டேயிருக்கிறது. என்ன இருந்தாலும், பிப்ரவரிக்குப் பிறகு[37] அப்படியென்ன பெருமாற்றம் விளைந்து விட்டது?

---

37 ரஷ்யாவில் 1917ம் ஆண்டு பிப்ரவரி மாதம் நடந்த முதலாளித்துவ-ஜனநாயகப் புரட்சி இங்கு குறிப்பிடப்படுகிறது. இப்புரட்சியின் போது எதேச்சாதிகார மன்னராட்சி ஒழிக்கப்பட்டுத் தற்காலிக அரசாங்கம் அமைக்கப்பட்டது.

ஜார் மன்னர் போய்விட்டார். ஆனால்: நிலைமைகள் என்னவோ மேலும் மேலும் மோசமாகக் கொண்டுதானே வருகின்றன. ஏதோ விரல் விட்டு எண்ணி விடக்கூடிய சில வக்கீல்களும், பேராசிரியர்களும், படித்தவர்களான ஜனங்களைப் பார்த்துப் பொறுமை காட்டியவாறே போராட வேண்டும் என்று உபதேசித்து வருகிறார்கள். ஆங்கிலேய நாட்டு அரசியற் சட்டம் போன்று, அதைக் காட்டிலும் சிறந்ததான ஒரு அரசியற் சட்டத்தை விரைவிலேயே தயாரித்தளிக்கும் காலம் வரும் என்று தான் கூறுகிறார்கள். இந்தப் பேராசிரியர்கள் ருஷ்ய நாட்டையே அறிய மாட்டார்கள். இவர்கள் ருஷ்ய சரித்திரத்தையே தவறாகப் புரிந்து கொண்டிருக்கிறார்கள். ரஷ்ய மக்கள் என்பவர்கள் வெறும் மக்கள் கணக்கல்ல, ருஷ்ய மக்கள் உணர்ச்சியும் உறுதியும் ஊக்கமும் நிறைந்தவர்கள். மரப் பட்டைச் செருப்புக்களை அணிந்து கொண்டே ருஷ்ய நாட்டு விவசாயி பசிபிக் கடற்கரை வரையிலும் சென்று விட்டதை யோசித்துப்பார். ஜெர்மானியனோ இருந்த இடத்திலேயே இருந்து நூறாண்டுகாலமாயினும் உழைத்துப் பாடுபடுவான். ஆனால் ருஷ்ய மக்களுக்கோ அந்த அளவுக்கு பொறுமை கிடையாது. பிரபஞ்சத்தையே வெற்றி கொள்ளும் கனவுகளிலே அவன் லகுவில் ஈடுபட்டு விடுவான். அவன் தனது மரப்பட்டைச் செருப்புடனும், இடைவாரில் தொங்கும் கோடரியுடனும், கைத்தறி ஆடையுடனும் எங்கு வேண்டுமானாலும் புறப்பட்டுச் சென்று விடுவான். இந்தப் பேராசிரியர்களோ குமுறிக் கொந்தளிக்கன்ற இந்த ஜனசமுத்திரத்தை கௌரவமிக்க அரசியல் சட்டத்தின் மூலம் கட்டுப்படுத்தி விடலாம் என்று நினைக்கிறார்கள். ஆமாம். நாம் மிகமிக முக்கியமான சம்பவங்களையெல்லாம் கண்கொண்டு காணத்தான் போகிறோம்!"

மேஜையின் முன்னால் நின்றவாறு தாஷா காப்பியை ஊற்றிப் பரிமாறினாள். திடீரென்று அவள் காப்பிப் பாத்திரத்தைக் கீழே வைத்துவிட்டு தெலேகினருகில்

(ப-ர்.)

நெருங்கிச்சென்று அவனது மார்பில் தன் முகத்தைப் புதைத்துக் கொண்டாள்.

"வா. தாஷா! வீணில் கலவரப்படாதே!" என்று கூறியவாறே அவன் அவளது தலைமயிரைக் கோதி ஆசுவாசப்படுத்தினான்: "இது வரையிலும் எந்தவொரு பயங்கரமும் நிகழ்ந்து விடவில்லை. இதைவிட மோசமான இடங்களிலும் சூழ்நிலைகளிலும் நாம் இருந்திருக்கிறோம். எனக்கு ஒன்று நினைவுக்கு வருகிறது-கேட்கிறாயா?-- நாங்கள் முன்னமொரு முறை ஒரு இடத்துக்கு செல்ல நேர்ந்தது..."

பின்னர் அவன் போர்க்களத்தில் தான்பட்ட சிரமங்களைப் பற்றியெல்லாம் அவர்களிடம் சொல்லத் தொடங்கினான். காத்யா சுவரிலுள்ள கடிகாரத்தைப் பார்த்தாள்; பிறகு அந்த அறையைவிட்டு வெளியே சென்றாள். தனது கணவனின் உறுதியும் அமைதியும் நிறைந்த முகமும் களிப்பு நிறைந்த சாம்பல் நிறக் கண்களும் தாஷாவின் உள்ளத்தைச் சாந்தப் படுத்தியது; இத்தகைய மனிதரோடு இருக்கும் போது என்ன பயம் வேண்டிக்கிடக்கிறது! அவள் அவன் சொல்லிவந்த போர்க்களக் கதையை இறுதி வரையிலும் கேட்டாள்; பிறகு முகத்துக்குப் பவுடர் பூசிக்கொள்வதற்காக படுக்கையறைக்குள் சென்றாள். காத்யா அங்கிருந்த அலங்கார மேசைமுன்னமர்ந்து முகத்தை அழகு படுத்திக் கொண்டிருப்பதைக் கண்டாள்.

"தாஷா!" என்று காத்யா மெல்லிய குரலில் அழைத்தாள்: "உன்னிடம் அந்த வாசனைத் தைலத்தில் ஏதாவது மிச்சம் இருக்கிறதா? அது தான் அந்தப் பாரீஸ்ஸெண்ட்.."

தாஷா தன் சகோதரிக்கு எதிராகத் தரையில் தொப்பென்று உட்கார்ந்து அவளையே வியப்போடு பார்த்தாள்.

"என்ன காத்யா! அலங்காரம் செய்யத் தொடங்கி விட்டாயா?" என்று கிசுகிசுத்துக் கேட்டாள்.

காத்யாவின் முகம் கன்றிப்போய் விட்டது; அவள் தலையை அசைத்தாள்.

“காத்யா கண்ணே, இன்று உனக்கென்னவாயிற்று?”

“நான் உன்னிடம் சொல்லவேண்டுமென்றுதான் நினைத்தேன். அனால் நீ கேட்கக்கூடிய நிலையில் இல்லை. இன்றிரவு வாதம் பெத்ரோவிச் ரோஷின் வருகிறார். அவர் ஸ்டேஷனிலிருந்து நேராக இங்கு வந்து விடுவார். அவருக்கு என் இருப்பிடத்துக்கு வர வசதிப்படாது. நேரம் அதிகமாகி விட்டது...”

ஒன்பதரை மணிக்கு கதவு மணி அடித்தது. காத்யா, தாஷா, தெலேகின் மூவரும் கூடத்தை நோக்கி விரைந்தார்கள். தெலேகின் கதவைத் திறந்தான். திறந்ததும் ரோஷின் உள்ளே பிரவேசித்தான். அவனது தோள்மீது மெழுகிட்ட, கசங்கிப்போன மேல்கோட்டு தொங்கியது; தொப்பி கண்கள் வரையிலும் இறங்கியிருந்தது. அவனது மெலிந்த, கறுத்துப் போன முகத்தில் காத்யாவைப் பார்த்த மாத்திரத்தில் ஒரு புன்னகை பூத்தது. அவனை ஆனந்தமயமான குழப்பவுணர்ச்சியோடு அவள் பார்த்தாள். அவன் கோட்டையும் தொப்பியையும் ஒரு நாற்காலிமீது விட்டெறிந்துவிட்டு, உறுதியும் ஆழமும் நிறைந்த குரலில் சொன்னான்:

“இந்த மாதிரியான அகால வேளையிலே வந்து உங்களுக்கெல்லாம் தொல்லை கொடுப்பதற்கு என்னை மன்னித்துக்கொள்ளுங்கள். ஆனால் நான் உங்களை இன்றே பார்த்து விட விரும்பினேன், எகதிரீனா இமித்ரியவனா, உங்களையும், தார்யா இமித்ரியவ்னா!”

“நீங்கள் வந்ததே எனக்குப் பெரு மகிழ்ச்சிதான், வாதம் பெத்ரோலிச்!” என்றாள் காத்யா. அவளது கண்களில் பிரகாசம் பொங்கியது.

அவன் அவளது கரத்தை முத்தமிடக் குனிந்தபோது, அவள் தனது துடித்து நடுங்கும் உதடுகளால் அவனது தலையை மோந்து முத்தமிட்டாள்.

“நீங்கள் உங்கள் சாமான்களைக்கொண்டு வந்திருக்கலாம். எப்படியும் இன்றிரவு நீங்கள் இங்கு தான் தங்க வேண்டும்”

என்றான் தெலேகின்.

"சாப்பாட்டு அறையிலே ஒரு சோபா இருக்கிறது. அதன் நீளம் போதவில்லையென்றால், ஒரு நாற்காலியையும் அதனோடு சேர்த்துப்போட்டுக் கொண்டால் போகிறது" என்றாள் தாஷா.

அன்பும் இனிமையும் நிறைந்த அந்த நபர்கள் கூறுவதையெல்லாம் ரோஷின் ஏதோ கனவில் கேட்பதுபோலக் காதில் வாங்கினான். பல நாட்களாக ரயிலில் சரிவரத் தூங்காமலும், சாப்பாட்டுக்காக ரயில் ஜன்னல்களில் முண்டியடித்து இடிபட்டுக்கொண்டும், காலையூன்றி நிற்பதற்குச்சாண் இடமுமில்லாமல் ஒற்றைக்கால் தவம் செய்து கொண்டும், அந்த நெருக்கடியில் ஆபாசமான வசைமொழிகளைக் காது புளிக்கக் கேட்டுக்கொண்டும் வந்து சேர்ந்த அவன், திக்கு முக்காடிப்போயிருந்தான். அவனால் அந்தப் பயங்கரமான அனுபவத்தின் நினைவுகளிலிருந்து பூரணமாக விடுபட முடியவில்லை. எனவே சுமுகமான பார்வையும், பழக்கமும் மிகுந்த, இங்கிதமும் இதமும் நிறைந்த இந்த மூன்று பேர்களும், பளபளக்கும் தரையிலே, ஒளிமிகுந்த அறையிலே நின்று கொண்டு, தன்னை மகிழ்ச்சியோடு வரவேற்பதைக்கண்டு அவன் திணறிப்போனான்... கனவில் காண்பது போலவே அவன் காத்யாவின் அழகிய கண்களை நோக்கினான். அந்தக் கண்கள் இரண்டும் "ஆனந்தம்! ஆனந்தம்! ஆனந்தம்!" என்று ஜபித்துக் கொண்டிருப்பது போலத் தோன்றியது அவனுக்கு.

அவன் தனது இடைவாரை இறுகக் கட்டிக்கொண்டு தோள்களை நிமிர்த்தியவாறு நீண்ட பெருமூச்செறிந்தான்.

"மிக்க நன்றி. நான் எங்கே போக வேண்டும்?" என்று கேட்டான் அவன்.

அவனைக் குளியல் அறைக்கு அழைத்துச் சென்று கை முகம் கழுவச் சொன்னார்கள். பிறகு சாப்பாட்டு அறைக்கு அழைத்துச் சென்று சாப்பிடச் சொன்னார்கள். அவன் தன் முன்னால் என்னென்ன பரிமாறப்பட்டிருக்கன்றன

என்பதைக் கூடக் கவனியாமல் சாப்பாட்டில் ஈடுபட்டான். பசி ஆறி அடங்கியதும் தனது தட்டைத் தள்ளி வைத்து விட்டு ஒரு செரெட்டைப் பற்றவைத்தான்.

அவன் வீட்டுக்குள் நுழைந்தபோது வக்ரம் நிறைந்தது போல் தோன்றிய அவனது மழுங்கச் சவரம் செய்த மெலிந்த முகத்தைக் கண்டு காத்யா முதலில் பயந்தே போனாள். ஆனால் இப்போதோ அதே முகம் தனது வக்கிரத் தன்மையை இழந்து அமைதியடைந்து விட்டதாக அவளுக்குத் தோன்றியது. எனினும் அந்த முகத்தில் இன்னும் களைப்பின் சாயல் படித்திருப்பதை அவள் கண்டாள். செம்மஞ்சள் நிறங் கொண்ட விளக்கின் நிழல் விழுந்த அவனது பெரிய கரங்கள் இரண்டும் சிகரெட்டைப் பற்ற வைத்தபோது நடுநடுங்கின. விளக்கின் வர்ணமூடியின் நிழலிலே முகத்தை மறைத்து வைத்துக்கொண்டிருந்த காத்யா அவனைப் பார்த்தாள். அப்போது அவனது புறங்கைகளிலே வளர்ந்திருந்த மயிரையும், அவனது கரும் பழுப்பு நிறங்கொண்ட கசங்கிப்போன சட்டையின் பொத்தான்களையும் கூடத் தான் காதலிப்பதாக அவள் உணர்ந்தாள். அவன் பேசும்போது தாடைகளை இறுகக் கடித்துக் கொள்வதையும், அதனால் அவனது பேச்சு முழுவதும் மூடிப்போன பற்களுக்கிடையிலிருந்தே வெளி வருவதையும் அவள் கண்டாள். அவனது வார்த்தைகள் எல்லாம் தொடர்பற்று அறுந்து பட்பட்டென்று வெளிவந்தன. அவனுக்கும்கூட இதெல்லாம் தெரிந்திருந்ததாகவே தோன்றியது: அவன் ஏதோ ஒரு நெடு நாளைய கோபத்தை உள்ளடக்கி அமுக்கிவிட முயல்வதாகத் தோன்றியது. தாஷா தன் கணவனையும் தமக்கையையும் மாறி மாறிப் பார்த்தாள். பின்னர் ரோஷினை நோக்கி அவன் படுக்கப்போக வேண்டுமா என்று கேட்டாள். உடனே அவன் திடீரென்று உசும்பியெழுந்தவனாய் நாற்காலியில் நிமிர்ந்து உட்கார்ந்தான்.

“நான் இங்கே படுத்துத் தூங்குவதற்காக வரவில்லை. இல்லை... இல்லை...”

அவன் பின்னர் மொட்டை மாடிக்குச் சென்று அங்கு பெய்துகொண்டிருந்த இளந் தூறலில் இருளினூடே நின்றான். தாஷா அந்தத் திசையைத் திரும்பிப் பார்த்துவிட்டு, தலையை அசைத்தாள். வெளியிலிருந்து ரோஷின் அறையை நோக்கிச் சத்தமிட்டான்:

“என்னை மன்னித்துவிடுங்கள், தார்யா திமித்ரியவ்னா; தூக்கமற்ற நான்கு இரவுகள்...”

அவன் மீண்டும் உள்ளே வந்தான்; தலைமயிரைத் தடவிக் கொடுத்தவாறே மீண்டும் அதே இடத்தில் அமர்ந்து கொண்டான்.

“நான் நேராகத் தலைமைக் காரியாலயத்திலிருந்து வருகிறேன்” என்றான் அவன்; “நான் போர் மந்திரிக்கு மிக மிக மோசமான திடுக்கிடத் தக்க செய்தியைக் கொண்டு வந்திருக்கிறேன்... உங்கள் எல்லோரையும் பார்த்.தவுடன் எனக்கு வருத்த உணர்ச்சிதான் ஏற்பட்டது. எகதிரீனா திமித்ரியவ்னா! நான் எல்லாவற்றையும் சொல்லி விடுகிறேன். இந்த உலகில் உங்களைவிட நெருங்கிய உறவு கொண்ட உயிர் எனக்கு வேறு யாருமே இல்லை!”

காத்யாவின் முகம் வெளிறியது. தெலேகின் தனது கைகளை பின்புறமாகக் கோர்த்தவாறு சுவரோடு ஒட்டி நின்றான். தாஷா, ரோஷினை அகன்று விரிந்த கண்களால் பார்த்தாள்.

“ஏதாவது அற்புதம் நிகழ்ந்தாலன்றி–” என்று அவன் மேலும் பேசத்தொடங்கினான்: “ஆமாம். அற்புதம் நிகழ்ந்தாலன்றி நாம் தப்பமுடியாது. ராணுவம் என்பதே இப்போது இல்லை. போர்முனை தகர்ந்து தவிடு பொடியாகிறது. சிப்பாய்கள் எல்லாம் ரயில்வண்டிகளின் கூரைகளில் ஏறிக் கொண்டு வாபஸாகிறார்கள். நமது முன்னணி தகர்ந்து சிதறிப்போவதைத் தடுப்பதற்கு எந்தவிதமான மனித சக்தியும் இல்லை. சமுத்திரமே கொந்தளித்துக் கரைபுரள்வது போலுள்ளது நிலைமை... தான் எதற்காகப் போரிடுகிறோம். என்பதைப் பற்றிய எண்ணத்தையே ருஷ்யப் போர்வீரன் இழந்துவிட்டான்; இப்போர்

எதனுடனெல்லாம் தொடர்பு கொண்டிருந்ததோ, அதன் மீதெல்லாம்-- அரசாங்கம், ருஷ்யா இவற்றின் மீது-அவனுக்கிருந்த மதிப்பு தகர்ந்து விட்டது. போர்வீரர்கள் எல்லோரும் 'சமாதானம்' என்ற முழக்கத்தைக் கிளப்பினால்தான் எல்லாம் சரிப்பட்டு வரும் என்று நம்பத் தொடங்கி விட்டார்கள். அவ்வாறு கிளப்பினால் அந்தப் பொழுதிலேயே போர் முடிவடைந்துவிடும் என்று திடமாக நம்புகிறார்கள். ஆனால் 'பெரியதன'க்காரரர்களான நாம் தான் உண்மையிலேயே சமாதானத்தை விரும்பவில்லை என்று அவர்கள் கருதுகிறார்கள். உங்களுக்குப் புரிகிறதா? மூன்றாண்டு காலமாகத் தம்மை ஏமாற்றிப் பிழைத்து வந்த அந்தப் போர்க்களத்தை விட்டு அவர்கள் வெளியேறுகிறார்கள். தமது துப்பாக்கிகளை விட்டெறிந்து விட்டார்கள். இனிமேல் அவர்களை யுத்தத்தில் ஈடுபடுத்துவது என்பதே இயலாத காரியம். இலையுதிர் காலத்தில் அவர்களில் கோடிப்பேர் பின்வாங்க நேர்கின்ற சமயத்தில், ருஷ்ய நாடு அரசுரிமை இழந்த நாடாகிவிடும்!"

அவன் தனது பற்களை இறுகக் கடித்துக்கொண்டான்; அதனால் தாடையின் தசைகள் முடிச்சுப் போல் திரண்டு தோன்றின. மற்றவர்கள் யாரும் வாய் திறக்கவில்லை. ரோஷினே மேலும் பேசினான்:

"நான் யுத்த மந்திரியிடம் ஒரு திட்டத்தைக் கொண்டு செல்கிறேன். போர்முனையைக் காப்பாற்றுவதற்காகச் சில தளபதிகளாகச் சேர்ந்து கூடித் தயாரித்த திட்டம் அது... மிகவும் புதுமையான திட்டம்தான். என்ன நேர்ந்தாலும் நேச நாட்டினர் எவரும் நமது தளபதிகள் யுத்தத்தை மேலும் நடத்த விரும்பவில்லை என்று கருத மாட்டார்கள். இது தான் திட்டம். குறைந்தபட்ச கால அவகாசத்திலே ராணுவத்தையே மொத்தமாகக் கலைத்து விடுவது. அதாவது பட்டாளத்திலிருந்து படை படையாக வீரர்கள் ஓடிக் கொண்டிருக்கும் இன்றைய நிலையை ஸ்தாபன ரீதியாகத் துரிதப்படுத்திவிடுவது. அதன் மூலம் தமது ரயில்வேக்களையும் ராணுவ தளவாடங்களையும் ஆயுதங்களையும் உணவுப் பொருள்களையும்

பாதுகாத்துவிடுவது. நமது நேசநாட்டினரிடமோ நாம் யுத்தத்தைத் தொடர்ந்து நடத்துவோம் என்று அறிவித்து விடுவது. அதே சமயத்தில் வோல்கா சமவெளியில் விசுவாசமுள்ள வீரர் படையினரைக் கொண்டு ஒரு தற்காப்பு அரணை நிறுவுவது--அப்படிப்பட்ட வீரர்களும் இருக்கிறார்கள்--பிறகு வோல்காவுக்கு இந்தப் புறத்திலே புதிதாக ஒரு ராணுவத்தை உருவாக்குவது. அந்தப் படையிலே சேவா உணர்ச்சி மிக்கவர்களைச் சேர்த்து உருவாக்குவது. ஆங்காங்கே கொரில்லாப் படைகளைத் தோற்றுவிப்பது; அவற்றை ஊக்குவிப்பது. அதன் பின்னர் யூரல் பிரதேசத் தொழிற்சாலைகளின் உதவியாலும், சைபீரியப் பிரதேசத்துக் கோதுமை, நிலக்கரி முதலியவற்றின் உதவியாலும் நாம் மீண்டும் போரைப் புதிதாகத் தொடங்கி தொடர்ந்து நடத்துவது."

"என்னது? ஜெர்மானியர்களுக்கு நாம் கதவைத் திறந்து விடுவதா? எதிரிகள் வந்து நமது தாய் நாட்டைச் சூறையாடும்படி அதனைப் பாதுகாப்பற்றுக் கைவிடுவதா?" என்று தெலேகின் சத்தமிட்டான்.

"உங்களுக்கோ, எனக்கோ இனிமேல் தாய் நாடு என்று ஒன்றுமேயில்லை. நமது நாடு இருந்த இடத்தில் இப்போது வெறும் வெட்ட வெளிதான் மிஞ்சி நிற்கிறது!" என்று பதிலளித்தவாறே ரோஷின் தனது முட்டிகளை இறுகப் பற்றியவாறே மேசைமீது கையைப் போட்டான். "எந்த நேரத்திலே ஜனங்கள் ஆயுதங்களைக் கீழே போட்டார்களோ அந்தக் கணத்திலேயே ருஷ்ய நாடு செத்துப்போய் விட்டது. இந்தக் கண்கண்ட நிலைமையை நீங்கள் இன்னும் உணர்ந்ததாகத் தெரியவில்லை. இந்தச் சமயத்திலே புனிதர் நிகலாஸ் வந்தா உதவப் போகிறார்? ஏன்? நாம் அவரை எப்படி வணங்குவது என்பதைக்கூட மறந்துபோய் விட்டோம். மாபெரும் ருஷ்யா அதல பாதாளத்தில் இருக்கிறது. எல்லாவற்றையுமே நாம் புனரமைத்தாக வேண்டும். ராணுவம், அரசு எல்லாவற்றையும்தான். ஏன்? நாம்கூட நம்முள் புதிய ஆத்மாக்களை உருவாக்கிக்கொள்ள வேண்டியதுதான்!"

அவன் தனது நாசித்துவாரங்களின் மூலம் ஆழ்த்த நெடு மூச்சை உள்ளிழுத்துக் கொண்டான்; பின்னர் மேசை மீதிருந்த தனது கைகளின் மேல் தலையைச் சாய்த்தான்; சாய்த்து அழுதான். பொங்கிப் பொங்கி மார்பு வீங்க அவன் அழுது பொருமினான்...

அன்றிரவு காத்யா தனது விடுதிக்குத் திரும்பி வரவில்லை. தாஷா அவளைத் தன்னோடு தனது படுக்கையிலேயே படுத்துக் கொள்ள வைத்தாள். தெலேகினுக்கு வேலை அறையில் படுக்கை தயாரித்துக் கொடுத்துவிட்டாள். அங்குள்ள அனைவர் மனத்தையும் புண்படுத்திவிட்ட அந்த நிகழ்ச்சிக்குப் பிறகு, ரோஷின் மீண்டும் மொட்டைமாடிக்குச் சென்றான்; அங்கே நின்று மழையில் நனைந்தான். பின்னர் மீண்டும் அறைக்குள் வந்து தன்னை மன்னித்துவிடும்படி அவர்களிடம் கோரினான். பிறகு இனி தனக்கு படுக்கப் போவதுதான் சிலாக்கியமானது என்று அவனே சொல்லிக் கொண்டான். அவன் தனது ஆடையணிகளைச் சரிவரக் கழற்றி முடியுமுன்பே தூக்கத்துக்கு ஆளாகிவிட்டான். விளக்கை அணைப்பதற்காக தெலேகின் அடிமேலடி வைத்து மெதுவாக அங்கு வந்தபோது, ரோஷின் மல்லாந்து படுத்து அயர்ந்து தூங்கிக் கொண்டிருந்தான். அவனது இரு பெருங் கரங்களும் மார்பின் மீது மடித்துக் கிடந்தன. அவனது மெலிந்த முகமும் இறுக மூடிய கண்களும், சுருக்கங்களும் அந்த அருணோதயப்பொழுதின் மங்கிய நீல ஒளியிலே வேதனையை வெற்றிகொள்ளப்போராடிக் கொண்டிருக்கும் ஒரு மனிதனின் முகத்தையே ஒத்திருந்தன.

ஒரே போர்வைக்குள் முடங்கி மூடிக்கிடந்த தாஷாவும் காத்யாவும் வெகுநேரம் வரையிலும் ஏதோ கிசுகிசுவென்று பேசிக்கொண்டிருந்தார்கள். இடையிடையே தாஷா பேசுவதை நிறுத்திவிட்டு காதைத் தீட்டிக்கொண்டு கவனித்தாள். தெலேகின் இன்னும் படுக்கப் போகவில்லை என்று உணர்ந்தாள். "அவரென்ன? இன்னும் மேலும் கீழும் நடந்த வண்ணம் இருக்கிறார்! காலையில் ஏழு மணிக்குத் தொழிற்சாலைக்கு வேறு போயாக வேண்டும்" என்று

சொல்லிக் கொண்டாள் தாஷா. பிறகு அவள் எழுந்து தன் கணவனது அறைக்குள் வெறுங்கால்களோடு சென்றாள். தெலேகின் அங்கிருந்த சோபாவின் மீது சட்டையைக் கழற்றிப் போட்டு விட்டு, கால்சராயின் நாடாக்களைத் தளர்த்திவிட்டு, தனது முழங்காலின்மீது ஒரு புத்தகத்தை விரித்துவைத்துப் படித்துக் கொண்டிருந்தான்.

"இன்னுமா நீ தூங்கவில்லை?" என்று பார்க்காத, ஒளி மிகுந்த கண்களுடன் கேட்டான் அவன். "சரி, இப்படி உட்கார். நான் கண்டு பிடித்துள்ள இந்த விஷயத்தைக் கேள்." அவன் ஏதோ ஒரு பக்கத்தைப் புரட்டி அதிலிருந்து ஒரு பகுதியை வாசிக்கத் தொடங்கினான்:

"முன்னூறு ஆண்டுகளுக்கு முன்னால் ருஷ்ய நாடு என்று பெயர் கொண்ட ஒரு பெரிய சவக்குழியின் மீது, காடுகளின் மீது, சமவெளிகளின்மீது காற்று தன்னிச்சையாக அலைந்து திரிந்தது. இடிபட்டுக் கரிந்து சரிந்த நகரத்துச் சுவர்களும், கிராமங்கள் இருந்த இடங்களிலே சாம்பற் குவியல்களும், புல் மண்டிப்போன சாலைப் புறங்களிலே சிலுவைச் சின்னங்களும், எலும்புத் துண்டுகளும், எங்கு பாரத்தாலும் கழுகுகளும் அண்டங் காக்கைகளும், இரவு நேரங்களிலே ஊளையிட்டு உறுமித்திரியும் ஓநாய்களுமே அங்கு தென்பட்டன. அங்குமிங்கும், காடுகளின் மத்தியிலே செல்லும் தடங்களிலே கொள்ளைக்கூட்டத்தாரின் கடைசிக் கொழுந்துகள் உலாவித் திரிந்தனர். பத்தாண்டு காலமாக பாயர்களிடமிருந்து[38] திருடிய கம்பளிகளையும், விலையுயர்ந்த கோப்பைகளையும், தெய்வ சிற்பங்களிலேயிருந்து திருடிய முத்துக்களையும் அவர்கள் எப்போதோ விற்றுத்தின்று குடித்துக் கூத்தாடிப் பாழாக்கி விட்டார்கள். இனி திருடுவதற்கு எதுவுமே இல்லை என்று சொல்லுமளவுக்கு ருஷ்ய நாடு கொள்ளையடிக்கப் பட்டு வறண்டது.

---

38 பாயர்கள்--பண்டைய ரஷ்யாவின் மிகப் பெரும் நில உடமையாளர்கள். 15--17ம் நூற்றாண்டுகளில் பாயர்குலம் என்பது அதிகார பூர்வமான பட்டப் பெயராயிற்று.-- (ப-ர்.)

'நாடு முழுவதும் மக்கள் இல்லாமல் நாதியற்று வெம் பரப்பாய்க் கடந்தது. கரீமியாவைச் சேர்ந்த தத்தாரியர்கள் கூட, அடர்ந்த ஸ்டெப்பிக் காடுகளில் கொள்ளையடிக்கப் போவதை நிறுத்திக் கொண்டார்கள். ஆமாம். கொள்ளையடிப்பதற்கு அங்கு ஒன்றுமில்லை. அந்தப் பத்தாண்டுக் காலக் 'குழப்ப நேரத்தில்'[39] திருடர்களும் அயோக்கியர்களும் போலந்து நாட்டுக் கொள்ளையர்களும் தீவட்டியும் வாளும் ஏந்தி ருஷ்ய நாட்டின் மூலை முடுக்குக்கெல்லாம் புகுந்து வேட்டையாடினார்கள். நாட்டில் பஞ்சம் தலைவிரித்தாடியது. மக்கள் குதிரைச் சாணத்தையும் உப்பிட்ட மனித மாமிசத்தையும் உண்டார்கள். கொள்ளை நோய் மக்களைக் கொன்று, தள்ளியது. தப்பிப் பிழைத்தவர்கள் வெண்கடலை நோக்கி வடதிசையிலும், யூரல் பிரதேசத்துக்கும், சைபீரியாவுக்கும் சிதறியோடிச் சென்றார்கள்.

அத்தகைய படு பயங்கரமான காலத்திலே வோல்கா பிரதேசத்தையும் வட திசையையும் சேர்ந்த உறுதி வாய்ந்த விவசாயிகளும், வாணிபமிழந்த வியாபாரிகளும், வறுமைப் பட்டுப்போன போயர்களும் ஒன்று சேர்ந்து மதகுருவின் ஆலோசனைப்படி ஒரு கோழைப்பட்ட சிறுவனை மாஸ்கோ நகரத்தில் ஜார் மன்னனாக வீற்றிருக்குமாறு தேர்ந்தெடுத்தார்கள்; அவ்வாறு தேர்ந்தெடுத்த சிறுவனை ஒரு வழுக்கு வண்டியிலே வைத்து மார்ச் மாதத்தின் சேறு மிகுந்த பாதையின் வழியாக, அழிந்து சிதைந்து கரிந்து தோன்றிய மாஸ்கோ நகரத்துச் சுவர்களை நோக்கி, அரும் பெரும் முயற்சியால் போலந்து ஆக்கிரமிப்பாளர்களையும் விரட்டியடித்த அந்தப் பூமியை நோக்கி, கட்டாந்தரையும் கரிந்த சாம்பற் குவியலுமாக மிஞ்சிக்கிடந்த மாஸ்கோவை நோக்கி அழைத்துச் சென்றார்கள். ஆனால் புதிய ஜார் மன்னனுக்கோ அழவும் தொழவும்தான் தெரிந்தது.

---

39 17ம் நூற்றாண்டில் போலந்து, ஸ்வீடன் ஆக்கிரமிப்பாளர்களுக்கு எதிராக ரஷ்யர்கள் நடத்திய போரும் பலோத்னிகவ் தலைமையில் நடந்த விவசாயிகள் போரும் இங்கு குறிப்பிடப்படுகிறது.-(ப-ர்.)

அவர் அழுதார்; தொழுதார். தமது வழுக்கு வண்டியில் இருந்தவாறே மாஸ்கோ நகரத்து நுழைவாசலுக்கு வெளியே வந்து குழுமித் தன்னைப் பார்க்க வந்திருந்த கந்தையும் கிழிசலும் நிறைந்த காட்டுத் 'தனமிக்க கூட்டத்தினரை பயத்தோடும் பீதியோடும் பார்த்தார். ருஷ்ய மக்களுக்குப் புதிய ஜாரிடம் பெருத்த நம்பிக்கை எதுவும் இல்லை. என்றாலும் அவர்கள் வாழ வேண்டியிருந்தது. எனவே எப்படியோ வாழத் தொடங்கினார்கள். அவர்கள் ஸ்ட்ரோகனவ் வியாபாரிகளிடமிருந்து பணத்தைக் கடனாகப் பெற்றார்கள். மக்கள் நகரத்தை மீண்டும் புனரமைக்கத் தொடங்கினார்கள்; விவசாயிகள் மீண்டும் நிலத்தை உழுது பயிரிடத் தொடங்கினார்கள். அவர்கள் தம்மவரில் தலை சிறந்த வீரர்களைக் குதிரைகளின் மூலமும் கால் நடையாகவும் அனுப்பிக் கொள்ளைக்காரர்களைக் கருவறுக்கச் சொன்னார்கள். அவர்கள் சரமத்தோடும் சிக்கனத்தோடும் வாழ்ந்தார்கள். திரீமியப் பிரதேசத்துத் தத்தாரியருக்கும், லிதுவேனியர்களுக்கும், ஸ்வீடன் நாட்டாருக்கும் பணிந்து சென்றார்கள். என்றாலும் தமது நம்பிக்கையை மட்டும் பாதுகாத்து வந்தார்கள். உலகத்தில் ஒன்றே ஒன்று மட்டும் அழித்தொழிக்க முடியாத சக்தியாக விளங்குமென்பதை அவர்கள் உணர்ந்திருந்தார்கள். அதுதான் உறுதியும் விழிப்பும் ஊக்கமும் மிக்க மக்கள். சகிப்புத் தன்மையின் மூலம் தாம் உயிர் பிழைக்க முடியும் என்று அவர்கள் நம்பினார்கள். அப்படியே உயிர் காக்கவும் செய்தார்கள். மீண்டும் புல் மண்டிய வனாந்திரப் பிரதேசங்களிலே மக்கள் வாழத்கொடங்கினார்கள்.

தெலேகின் புத்தகத்தைப் பட்டென்று மூடினான்.

"இதோ பார். இதற்கு முன்னர் நாமெல்லாம் எப்படி. உயிர் காத்தோமோ அப்படியே இப்போதும் நாம் நம்மைக் காத்துக் கொள்வோம். மகா ருஷ்யா அழிந்து விட்டதா? அந்தக் கந்தலும் கிழிசலும் கொண்ட விவசாயிகளின் பேரப் பிள்ளைகள். தாமே கைகளிலே ஈட்டிகளை ஏந்திக்கொண்டு மாஸ்கோ நகரத்தைப் பாதுகாக்க வந்தார்கள். அவர்கள் தாமே பன்னிரண்டாம் கார்ல்

மன்னனையும் நெப்போலியனையும் முறியடித்தார்கள். அன்று மாஸ்கோ நகருக்கு வலுக்கட்டாயமாக இழுத்து, கொண்டு வரப்பட்ட அந்தச் சிறுவனுக்குப் பேரன்தானே பீட்டர்ஸ்பர்க் நகரத்தையே நிருமாணித்தான். மகா ருஷ்யா அழிந்து விட்டதா? நமது வசத்திலே ஒரு சின்னஞ்சிறு மாகாணம் மிஞ்சி நிற்கும் வரையிலும் ருஷ்ய நாடு மீண்டும் தனது மண்ணில் காலூன்றித் தலைதூக்கத்தான் செய்யும்!"

அவன் கனைத்துச் செருமிவிட்டு ஜன்னல் வழியே பார்த்தான். அங்கு தூரத்தில் காலைப்பொழுதின் புலரொளி விரிந்து கொண்டிருந்தது. தாஷா அவனது தோளுக்கு மேலாகக் குனிந்தாள்; அவளது தலையைத் தடவிக்கொடுத்து, உச்சியில் முத்தமிட்டான் அவன்.

"பயந்தாங்கொள்ளி! போ. போய் படுத்துத் தூங்கு."

தாஷா சிரித்தாள். அவனை முத்தமிட்டு விடைபெற்றுக் கொண்டாள். பிறகு தனது அறைக்குச் செல்லும் வழியில் வாசல் நடையருகே நின்றவாறு சொன்னாள்:

"இவான், காத்யா அவரை எவ்வளவு தூரம் காதலிக்கிறாள் தெரியுமா?"

"ஏன் கூடாது? ரோஷின் ஒரு அருமையான ஆளல்லவா!"

அன்றைய மாலைப்பொழுது அமைதியாகவும் கதகதப்பாகவும் இருந்தது.சாலைத் தாரின் நாற்றத்தோடு பெட்ரோல் எண்ணெயின் மணமும் கலந்து வீசியது. நேவ்ஸ்கி பெருஞ் சாலையிலே புழுதிப்படலத்துக்கும் சிகரெட்டின் புகைப்படலத்துக்கும் மத்தியிலே ஒரு பெருந்திரளான ஜனச்கும்பல் முன்னேறிச் சென்றது. படபடக்கும் கொடிகளைத் தாங்கிய அரசாங்கக் கார்கள் ஹார்ன் அடித்து இரைந்து கொண்டு சென்றன. பத்திரிகை விற்கும் பையன்களின் கீச்சுக்குரல்கள் உள்ளத்தை உலுக்கும் செய்திகளை ஒலித்தன. அத்தகைய செய்திகளை ஜனங்களால் நம்பவே முடியவில்லை. சிகரெட்டுகள், தீப்பெட்டிகள், திருடப்பெற்ற சாமான்கள் முதலியவற்றை

விற்பவர்கள் கூட்டத்தாரிடையே புகுந்து ஊடாடித் திரிந்தார்கள். போர்வீரர்கள் சதுக்கங்களுக்கிடையே தென்பட்ட புல்லந்தரிசுகளில் படுத்து, சூரியகாந்தி விதைகளைக் கொறித்துத் இன்று கொண்டிருந்தார்கள்.

காத்யா, நேவ்ஸ்கி பெருஞ்சாலையிலிருந்து தன்னந்தனியாளாகத் திரும்பி வந்துகொண்டிருந்தாள். அவள் எட்டு மணிக்கு நேவா கரையோர வீதியில் ரோஷினை வந்து சந்திப்பதாகச் சொல்லியிருந்தாள். அவள் அரண்மனைச் சதுக்கதினுள் திரும்பினாள். எருமை ரத்த நிறங்கொண்ட அந்தக் களையிழந்த அரண்மனையின் இரண்டாவது மாடியின் கரிய நிற ஜன்னல்களிலிருந்து மஞ்சள் வண்ண விளக்குகள் தென் பட்டன. பிரதான வாயிலின் அருகே சில கார்கள் நின்றன. போர்வீரர்களும் வண்டியோட்டிகளும் அங்குமிங்குமாகத் திரிந்து சிரித்துப் பேசிக் கொண்டிருந்தார்கள். ஒரு மோட்டார் சைக்கிள் கடகடத்துக்கொண்டு பாய்ந்து வந்தது. தலையில் கவசத்தொப்பி அணிந்த அந்தத் தூதுவன் ஒரு இளைஞன்தான். வந்த வேகத்தில் அவனது சட்டை முதுகுப் புறத்தில் பலூன்மாதிரி புடைத்துக்கொண்டு நின்றது. நீண்ட சால்பல் நிறத்தாடிகொண்ட ஒரு கிழவன் அந்த அரண்மனையின் உப்பரிகையின்மீது அசைவற்று நின்று கொண்டிருந்தான். காத்யா அரண்மனையைக் கடந்து மூலையில் திரும்பினாள். மத்திய ஊழியர்கள் காரியாலயத்தின் கமான் வளைவுக்கு மேலாகத் தோன்றிய வெண்கலக் குதிரைகள் அந்தி நேரத்தை எட்டிப் பிடிக்கப் பாய்வது போல் தோற்றமளித்தன. அவள் கரையோர வீதியைக் கடந்து நதியின் கரையில் கிடந்த கல்பெஞ்சின் மீது உட்கார்ந்தாள். சாவதானமாகப் பாய்ந்தோடிக் கொண்டிருந்த நேவா நதிக்கு மேலாக, நீல நிற வரிவடிவங்களைப் போன்று பாலங்கள் தொங்கிக் கொண்டிருந்தன. பீட்டர்-பால் தேவாலயங்களின் கோபுரங்கள் பளபளத்துப் பிரகாசித்தன; அவற்றில் வேயப்பட்டிருந்த தங்கத் தகட்டின் ஒளி தண்ணீரில் பிரதிபலித்து நடுங்கியது. அந்தப் பிரதி பலிப்புக்குமத்தியிலே ஒரு சின்னஞ்சிறு படகு மிதந்துசென்றது. பீட்டர்ஸ்பர்க்

வட்டாரத்தில் வீட்டுக் கூரைகளுக்கும் புகை போக்கிகளுக்கும் மேலாக, அந்திமாலைச் சூரியனின் செம்மஞ்சள் நிறமான செக்கர் ஒளி மங்கிப் படிந்து கொண்டிருந்தது.

காத்யா தனது முழங்கால்களின் மீது கைகளை வைத்தவாறே அமைதியாக உட்கார்ந்து, மங்கி மறையும் அந்தி வானத்தைப்பார்த்தாள்; ரோஷினுக்காகப் பொறுமையோடு காத்திருந்தாள். அவன் அவளுக்குத்தெரியாமல் பின்புறமாக வந்து, அந்தக் கல்பெஞ்சின் முதுகு மீது கைகளை ஊன்றிக் கொண்டு அவளையே பார்த்தவாறு நின்றான். அவனது கண்கள் தன்மீது விழுவதைக் உணர்ந்த காத்யா சட்டென்று திரும்பிப் பார்த்தாள்; புன்னகை புரிந்தவாறே எழுந்தாள். அவளை வியப்பும் விரித்திரமும் நிறைந்த நோக்கோடு பார்த்தான் அவன். அவள் கரையோர வீதியின் படிக்கட்டுக்களை நோக்கிச் சென்றாள்; அவனது கையை பிடித்துக் கொண்டாள். அவர்கள் இருவரும் சேர்ந்தாற்போல் நடந்தார்கள்; அப்போது காத்யா மென்மையாகக் கேட்டாள்:

“என்ன இது?”

அவனது வாய் பிதுங்கக்கோணியது; அவன் தன் தோளை உலுக்கக்கொண்டானே ஒழிய வாய் திறந்து பேசவில்லை.

அவர்கள் திரோயித்ஸ்கி பாலத்தை மௌனமாகக் கடந்தார்கள். ரோஷின் அவர்கள் செல்லும் வழியிலிருந்த கபில நிற ஓடுகள் பதிக்கப்பெற்ற பெரிய கட்டிடம் இருந்த பக்க மாகத் திரும்பி தலை அசைத்தான். அந்த பனிக்கால வனத்தின் அகலமான ஜன்னல்களில் பிரகாசமான விளக்குகள் போடப்பட்டிருந்தன. அதன் நுழைவாயிலில் மோட்டார் சைக்கிள்கள் நின்று கொண்டிருந்தன.

அது முன்னர் ஒரு பிரபல நாட்டியக்காரியின் வீடாக இருந்தது; இப்போது அது போல்ஷிவிக்குகளின் தலைமைக் காரியாலயமாக இருந்து வந்தது. இரவும் பகலும் அங்கு டைப்ரைட்டர்களின் கடகடத்த சத்தம் கேட்டுக்கொண்டேயிருந்தது. ஒவ்வொரு நாளும் அந்த

மாளிகையின் முன்னால் ஏராளமான தொழிலாளர்களும் போர்முனைவீரர்களும் மாலுமிகளும் குழுமினார்கள்; அப்போது போல்ஷிவிக் கட்சியைச் சேர்ந்த யாராவது ஒரு தலைவர் உப்பரிகைக்கு வந்து நின்று தொழிலாளர்களும் விவசாயிகளும் அதிகாரத்தைக் கைப்பற்ற வேண்டும் என்றும், போருக்கு உடனடியாக ஒரு முடிவு கட்டியாக வேண்டும் என்றும், ருஷ்ய நாட்டில் மட்டுமல்லாமல் உலகம் எங்கிலுமே புதியதொரு நியாயமான சமுதாய அமைப்பை நிறுவியாக வேண்டும் என்றும் அவர்களை நோக்கிப் பேசினார்.

"நேற்று நானும் இந்தக் கூட்டத்தோடு நின்று பிரசங்கத்தைக் கேட்டேன்" என்று பற்களைக் கடித்தவாறே சொன்னான் ரோஷின். "இந்த உப்பரிகையிலிருந்து அவர்கள் கனல் கக்கப் பிரசங்கமாரி பொழிகிறார்கள். ஜனங்களும் அதைக் கேட்கிறார்கள். அவர்கள் அந்தப் பிரசங்கத்தைக் கேட்கும் ஆர்வத்தைப் பார்க்கவேண்டுமே!.. இந்த நகரத்துக்கு அன்னியமானவர்கள் நாமா, அவர்களா என்றே எனக்குத் தெரியவில்லை." அவன் அந்த உப்பரிகையை நோக்கித் தலையை அசைத்துக்கொண்டு பேசினான்: "நாம் சொல்வதையெல்லாம் கேட்க இப்போது நாதியே இல்லை. நாம் அர்த்தமற்றுப் போன வார்த்தைகளையே முணுமுணுக்கிறோம். இங்கே திரும்பி வந்த சமயத்தில் நானும் ஒரு ரஷ்யன் என்பது எனக்குத் தெரிந்தே இருந்தது. ஆனால் இங்கு வந்தபின்போ நான் ஒரு அன்னியனாக நிற்கிறேன்... எனக்கு ஒன்றுமே புரியவில்லை, ஒன்றுமே புரியவில்லை..."

காத்யாவும் ரோஷினும் மேலும் நடந்தார்கள். கிழிந்த கோட்டும், வைக்கோல் தொப்பியும் அணிந்த ஒரு மனிதன் அவர்களைக் கடந்து முன்னே சென்றான். அவனது ஒரு கையிலே ஒரு வாளியும் மறுகையிலே சில சுவரொட்டிக் கட்டுகளும் இருந்தன.

"எனக்கு ஒன்றே ஒன்றுமட்டும் புரிகிறது?" என்று ரோஷின் உள்ளடங்கிய குரலில் சொல்லியவாறே, தனது முகத்தில்

தோன்றும் உணர்ச்சியை மறைப்பதற்காக முகத்தை வேறு பக்கம் இருப்பிக் கொண்டான்: "காத்யா! இத்தனை குழப்பத்துக்கும் மத்தியில் உங்களது இதயம் ஒன்றுதான் எனக்கு ஒளியும் உணர்வும் தரும் இடமாக விளங்குகிறது. அந்த இடத்தை விட்டு நான் என்றென்றும் விலகிச் செல்லக் கூடாது என்பதும் புரிகிறது..."

காத்யா மென்மையாகப் பதிலளித்தாள்:

"நான். இதனை உங்களிடம் வாய்விட்டுச் சொல்லத் துணியவில்லை. ஆனால் நாம் ஏன் பிரிவைப் பற்றி நினைக்க வேண்டும், அன்பே?"

வாளியைத் தூக்கிக் கொண்டு சென்ற மனிதன் சுவரிலே ஏதோ ஒரு சுவரொட்டியை ஒட்டிக்கொண்டிருந்த இடத்துக்கருகில் அவர்கள் இருவரும் வந்து சேர்ந்தார்கள். இருவரும் உணர்ச்சிப் பரவசத்தில் மூழ்கி இருந்தார்களாதலால், அங்கு ஒரு கணம் நின்றார்கள். அங்கு, சிதறிய விளக்கின் ஒளியிலே அவர்கள் அந்தச் சுவரொட்டியிலே தென்பட்ட வார்த்தைகளைப் படிக்க முடிந்தது:

"எல்லோருக்கும் எல்லோருக்கும்! எல்லோருக்கும்! புரட்சி பேராபத்தில் இருக்கிறது!"

"எகதிரீனா இமித்ரியவ்னா" என்று ரோஷின் கூறியவாறே அவளது மெலிந்த கரத்தைத் தனது கையால் பற்றியவாறே, அமைதி நிறைந்த அந்த அகன்ற பாதை வழியாக நடத்தான். அந்தப் பாதையின் கடைக்கோடியிலே அந்தி மாலையின் ஒளி மயக்கம் இன்னும் தேங்கித் தேங்கி நின்று கொண்டிருந்தது. "வருடங்கள் சென்று மறையும்; போர்களும் நின்று போகும். புரட்சிகளும் கூட ஓய்த்து அடங்கிவிடும். ஆனால் ஒன்றே ஒன்றுமட்டும் நிலைத்து நிற்கும். அதுதான் அன்பும் ஆதரவும் நிரம்பித் ததும்பும் உங்களது காதல் இதயம்..."

அங்கு தென்பட்ட பெரிய வீடுகளின் திறந்த

ஜன்னல்களின் வழியே குதூகலம் மிக்க குரல்களும் வாதப்பிரதி வாதங்களும் சங்கேத ஒலியும் வெளியே வந்து விழுவதை அவர்கள் கேட்டார்கள். வாளியைச் சுமந்து சென்ற அந்த உருண்டு திரண்ட தோள்களையுடைய மனிதன் அவர்களை மீண்டும் கடந்து முன்னே சென்று, இன்னொரு சுவரொட்டியை ஒட்டிவிட்டுத் திரும்பினான். அப்போது அவனது நைந்து கிழிந்த வைக்கோல் தொப்பிக்குக் கீழிருந்து குரோதம் மிகுந்து கொதித்துச் வந்த இரண்டு பயங்கரமான கண்கள் அவர்களை வைத்த கண் வாங்காமலும் இமைகொட்டாமலும் வெறித்து நோக்கின!

ஆகஸ்ட் 1921